'Feed Your Face' या इंग्रजी पुस्तकाचा अनुवाद

# रूप करा सुरूप

२८ दिवसांत अधिक तरुण, अधिक मुलायम आणि सुंदर त्वचेसाठी

**जेसिका वू** एम.डी.

अनुवाद

**डॉ. मीना शेटे-संभू**



**मेहता पब्लिशिंग हाऊस**

Email : production@mehtapublishinghouse.com

Website : www.mehtapublishinghouse.com

- *या पुस्तकातील लेखकाची मते, घटना, वर्णने ही त्या लेखकाची असून, त्याच्याशी प्रकाशक सहमत असतीलच असे नाही.*

**FEED YOUR FACE** by JESSICA WU, M.D.



Translated into Marathi Language by Dr. Meena Shete-Sambhu

**रूप करा सुरूप** / अनुवादित अनुभवकथन

अनुवाद : डॉ. मीना शेटे-संभू

author@mehtapublishinghouse.com

मराठी अनुवादाचे व प्रकाशनाचे हक्क मेहता पब्लिशिंग हाऊस, पुणे.

प्रकाशक : सुनील अनिल मेहता, मेहता पब्लिशिंग हाऊस,
१९४१, सदाशिव पेठ, माडीवाले कॉलनी, पुणे - ३०.

मुद्रक : स्पेक्ट्रम ऑफसेट डी-२/४, सत्यम इस्टेट,
सीडीएसएसच्या मागे, एरंडवणे, पुणे – ०४.

मुखपृष्ठ : फाल्गुन ग्राफिक्स

प्रथमावृत्ती : ऑगस्ट, २०१९

किंमत : ₹ ४६०

P Book ISBN 9789353172596

माझ्यासाठी अनेक त्याग करणाऱ्या आणि माझ्या पद्धतीने मला जगायला शिकवणाऱ्या माझ्या पालकांना अर्पण...

मी केस कुरळे करण्यात गुंतले असले आणि माझ्या डोळ्यांवर काकडीचे तुकडे असले, तरीही माझ्यावर निरपेक्ष, बिनशर्त प्रेम करणाऱ्या फ्लोरिनला

आणि मुरुमांसाठी बरीच क्रीम्स तसेच मिनरल मेकअप आणि सुरकुत्या कमी करणाऱ्या रसायनांची भरपूर खरेदी केलेल्या, प्रत्येक स्त्रीलाही अर्पण... म्हणजेच दुसऱ्या शब्दांत, याविषयीच्या प्रवासात मला साथ देणाऱ्या सर्वांचेच आभार.

# पुस्तकाविषयी

सुरकुत्या घालवणारी क्रीम्स, त्वचेचा कोरडेपणा दूर करणारी लोशन्स आणि डाग, पुटकुळ्या घालवणारी सौंदर्यप्रसाधनं यांचा उपयोग होत नाही का?

ठीक आहे. मग स्त्रियांनो, हे ऐका, खरोखरचा मोहकपणा मिळवण्यासाठी तुम्हाला तुमच्या चेहऱ्याचं पोषण करण्याच्या पद्धतीत, मार्गात बदल करावाच लागेल.

सौंदर्य प्रसाधनांच्या कंपन्या, महिलांसाठीची मासिकं सगळं झूठ! अगदी बहुतेक डॉक्टर्सही तुम्हाला अगदी शपथेवर सांगतील की, अन्नाचा, आहाराचा त्वचेवर बिलकूल परिणाम होत नाही; पण प्रसिद्ध त्वचारोगतज्ज्ञ डॉ. जेसिका वू यांना हे अजिबातच खरं नाही हे माहीत आहे. आपल्या स्वत:च्या मुरुमं-पुटकुळ्या येणाऱ्या त्वचेच्या समस्येशी त्यांनी वर्षानुवर्षं अक्षरश: लढा दिल्यानंतर ( शिवाय हॉलीवूडमधील काही प्रसिद्ध नट-नट्यांच्या चेहऱ्याची काळजीही घेण्याचा अनुभव त्यांनी घेतला, हे वेगळं सांगण्याची गरजच नाही.) असं लक्षात आलं की, तुमचा वर्ण आणि त्वचेचा पोत यांची प्रत्येक गोष्ट ही तुम्ही काय खाता यावरच अवलंबून असते.

रुग्णांची प्रशंसापत्रं, त्यांची उपचाराआधीची आणि नंतरची बिलकूल फेरफार न केलेली छायाचित्रं, स्टार असलेल्या कॅथरिन हेगल, मारिया बेलो, किमोरा ली सिमन्स आणि लिसा ली यांच्यासारख्या नामवंतांनी सांगितलेले रंजक किस्से यांची 'फीड युवर फेस' मध्ये अगदी रेलचेल आहे. त्याबरोबरच त्यात तुमच्या चेहऱ्यावरचे डाग दूर करण्याचे, सुरकुत्या घालविण्याचे, व्रण, खड्डे भरून काढण्याचे आणि तुम्हाला एकूणच तुमच्या त्वचेविषयी, तुमच्या पोशाखात अधिक बरं वाटावं यासाठी तुम्हाला साहाय्य करण्याचे उपाय व आहाराविषयीच्या सूचना आहेत. या वाटचालीत डॉ. वू हार्वर्ड मेडिकल स्कूलपासून आकर्षक हॉलीवूड हिल्सपर्यंतच्या त्यांच्या प्रवासातील ओंगळ, विचित्र अनुभव सांगतात आणि त्याचवेळी व्यवहार्य, वास्तववादी सौंदर्यासाठी आणि आहारासाठी सल्लाही देतात.

- तुम्हाला डोळ्यांच्या कडेच्या सुरकुत्या कमी करायच्या आहेत?आहाराची कोणती पथ्यं काळाचा प्रवाह पुन्हा मागे फिरवतात त्याचा या पुस्तकातून शोध घ्या.
- मुरुमांमुळे त्रस्त आहात? चिवट डाग काढून टाकण्यासाठी कसा आहार घ्यावा ते तुम्हाला यात सापडेल.
- दूध शरीरासाठी नेहमीच चांगलं ठरत नाही हे तुम्हाला माहीत होतं का?

- 'सनबर्न'चा त्रास जाणवतो का? त्वचा सोलवटणं आणि तिला चरे पडणं यांपासून रेड वाईन तुम्हाला कसं वाचवते ते शिका.
- मोठ्या प्रमाणात पार्ट्या करणारा रॉक स्टार त्वचा चांगली राखण्यासाठी काय खातो?

# प्रिय वाचक,

**वि**षयाला हात घालण्यापूर्वी आपण काही गोष्टी लक्षात घेऊ या. तुमच्या डॉक्टरचा किंवा वैद्यकीय व्यावसायिकाचा सल्ला तुम्ही धुडकावून लावावा या हेतूने हे पुस्तक बिलकूल लिहिलेले नाही. तुमच्या आहाराची किंवा त्वचेची काळजी घेण्याच्या तुमच्या दैनंदिन कार्यक्रमाची आखणी करण्यापूर्वी तुमची इच्छा असल्यास त्याच्याशी किंवा तिच्याशी तुम्ही जरूर सल्लामसलत करू शकता. विशेषत: तुम्हाला आरोग्याच्या काही समस्या असतील तर तुम्ही त्यांचा सल्ला नक्कीच घ्या.

त्वचेची काळजी, आरोग्य आणि आहार यांविषयी 'फीड युवर फेस'मध्ये तुम्हाला मिळणारी माहिती ही वर्षानुवर्षे माझ्या हजारो रुग्णांवर उपचार करत असताना मी केलेल्या निरीक्षणांचा परिपाक आहे. शिवाय त्या संदर्भातील वैद्यकीय आणि शास्त्रीय साहित्याच्या अभ्यासातूनही मी ती माहिती मिळवली आहे. तत्कालीन साहित्यात काही निष्कर्ष आणि मते यांच्याविषयी वाद असल्याचे आढळते. त्यावर आणि अशा विविध बाबींवर माझी मते मी मांडलेली आहेत. त्याबाबतीत मतभिन्नता असणारे तज्ज्ञही वाचकांना आढळतील. माझी मते पटणारही नाहीत. त्यामुळे त्यांनी ती अमान्य केल्याचे वाचकांना आढळूही शकेल.

प्रत्येकाच्या बाबतीत विशिष्ट परिणामच दिसेल किंवा ठरावीक फलनिष्पत्तीच होईल अशी खात्री कोणताही डॉक्टर देऊ शकणार नाही. तरीही आहारात आणि जीवनशैलीच्या निवडींमध्ये योग्य बदल करून तुमच्या त्वचेचे आरोग्य आणि एकूणच तुमच्या रूपात तुम्ही मोठीच सुधारणा घडवून आणाल असा विश्वास मला वाटतो. या पुस्तकामुळे अधिक तजेलदार, आरोग्यपूर्ण तरुण त्वचा आणि त्वचेचा झळाळता पोत यांचा लाभ आयुष्यभर तुम्हाला होईल. त्याची सुरुवात या पुस्तकाच्या वाचनानेच होईल अशी आशा मी करते.

**– डॉ. जेसिका वू**

# प्रस्तावना

## त्वचेच्या काळजीविषयी आपल्याला जे जे माहिती आहे असे तुम्हाला वाटते ते सारे चुकीचे आहे.

ती शुक्रवारची दुपार होती आणि एखाद्या वटवाघळाने अंधाऱ्या पोकळीतून झेप घ्यावी, तशी लॉस एंजेलिसमधल्या सनसेट बोलव्हर्डहून मी गाडी चालवत निघाले होते. नजरेत भरणारे पामचे वृक्ष माझ्या गाडीच्या खिडकीसमोरून भराभरा मागे जात होते. या गाडीच्या शक्तिशाली इंजिनामुळे किंवा त्या क्षणी मला चालवण्यासाठी ती सुटसुटीत वाटत होती म्हणून नव्हे; तर मला गाडी व्यवस्थित चालवता येते याविषयी मलाच ठाम आत्मविश्वास नसल्यामुळे मी ही दोन सीटची गाडी खरेदी केली होती. 'ला सिएंगा' येथील कोपऱ्यावर नुकतेच एका बालरोगतज्ज्ञाला माझ्या गाडीतून मी उतरायला लावले होते. मी डॉक्टर असल्यामुळे कदाचित हे ऐकायला विसंगत वाटू शकेल, पण रेस कार पद्धतीच्या माझ्या गाडीच्या ॲक्सिलटेरवर मी माझे अनवाणी पाऊल करकचून दाबल्यामुळे ती गाडी थोडी उडालीच आणि नंतर जमिनीवर आदळली! (उंच टाचांचे बूट घालून कोण गाडी चालवू शकेल?)

अवघ्या वीस मिनिटांत मी युनिव्हर्सल स्टुडिओच्या मुख्य प्रवेशद्वाराजवळ पोचले. माझे काही आवडते हॉलिवुडचे चित्रपट याच जगप्रसिद्ध स्टुडिओत बनवण्यात आले होते. पण त्या दिवशी तिथे पर्यटक म्हणून मी नक्कीच गेले नव्हते. ४१५ एकरात पसरलेल्या त्या स्टुडिओत माझी एक रुग्ण आजारी होती आणि तिला तातडीच्या वैद्यकीय मदतीची गरज होती. डॉक्टर आणि रुग्ण यांच्या दरम्यान असणाऱ्या गोपनीयतेमुळे मला तिचे खरे नाव सांगता येणार नाही. पण आपण तिला 'मेगन' म्हणू या.

मला तिच्यापर्यंत नेणाऱ्या निर्मिती साहाय्यकाला, केव्हिनला शोधण्यासाठी मी पार्किंगच्या जागेवरून नजर फिरवली. मेगनच्या एका तुफान विनोदी ठरलेल्या चित्रपटांच्या मालिकेतील पुढच्या विनोदी चित्रपटाच्या सेटपर्यंत तो मला घेऊन

जाणार होता. त्यामध्ये तिच्याबरोबर 'फ्रट पॅक' या कॉमेडी चित्रपटात काम करणाऱ्या कलाकारांच्या गटातील काही कलाकार काम करत होते. त्याच्याबरोबर मी निघाले. सेटच्या भागांवरून आम्ही जलद गतीने पुढे चाललो होतो. विस्टेरिया गल्लीतील निमशहरी भागातील विशिष्ट घरांसारख्या घरांचा सेट माझ्या डावीकडे उभारण्यात आला होता. 'डेस्परेट हाउसवाइव्ह्ज' मालिकेत दाखवली जाणारी ती घरे होती. पहिल्या क्रमांकाच्या स्टेजवर कॉनन ओ ब्रायन याने 'टुनाइट शो'च्या त्याच्या रूपांतराचे नुकतेच शूटिंग केले होते. तो सेट थोडासा उजवीकडे होता. केव्हिन आणि मी तुफान वेगाने मागच्या बाजूने निघालो होतो. मला त्याच्या गाडीचा वेग ताशी शंभर किलोमीटर तरी असल्यासारखा वाटत होता. (पण आम्ही गोल्फ कार्टमध्ये होतो आणि साहजिकच आमचा वेग ताशी जेमतेम १५ किलोमीटर असावा. मेगनच्या शूटिंगच्या गाडीजवळ, ट्रेलरमध्ये) आम्ही पोचलो आणि दुसऱ्या एका साहाय्यकाने मला घाईगडबडीने आत नेले.

विशी संपवून ऐन तिशीत असलेल्या अन्य सर्व हॉलिवुड तारकांप्रमाणेच मेगनही सौंदर्याची पुतळी होती. तिचे सौंदर्य थक्क करणारे आणि विलक्षण नैसर्गिक होते. पण त्या वेळी ती एका मोठ्या आरशासमोर झुकून दोन क्यू टिप्सचा वापर करून चेहऱ्यावर अल्कोहोल चोळत असल्याचे मला दिसले.

''डॉ. वू!'' मी तिथे पोचल्याचे पाहताच साहजिकच ती चीत्कारली. ''थँक गॉड! तू इथं आलीस. जरा माझा चेहरा बघ.''

तिच्या हनुवटीच्या मध्यभागी आलेल्या लालसर ठिपक्याकडे तिने माझे लक्ष वेधले. 'प्रॉपिऑनिबॅक्टेरियम अक्निन्स'चा संसर्ग तिला झाला होता, असे वैद्यकीय भाषेत सांगता येईल. बोली भाषेत बोलायचे झाले तर तिला मुरूम आले होते.

याचा अर्थ तातडीच्या वैद्यकीय मदतीचे काहीच कारण नव्हते. पण आता थोडासा विचार करून मला तुमचे उत्तर सांगा. चित्रपटातील प्रमुख मध्यवर्ती भूमिकेतील नायिकेच्या चेहऱ्यावर एखादे मोठे मुरूम आले आहे, असे तुम्ही एखाद्या तरी चित्रपटात पाहिल्याचे आठवते का? नक्कीच नाही. प्रसिद्ध व्यक्तींना आपल्या चेहऱ्यावर मुरुमे येऊ देण्याची परवानगी नाही! पण तरीही त्यांना ती येतात आणि त्यामुळेच शहरातील स्टुडिओ आणि टीव्ही सेट्सवरून महिन्याभरात चित्रपट आणि टीव्ही तारे-तारकांकडून किमान दोन-तीनदा तरी मुरमांसाठीच्या तातडीच्या वैद्यकीय मदतीसाठी मला बोलावणी येतात. मी जाईपर्यंतच्या काळात मेकअपमनने ते मुरूम दिसू नये यासाठी शक्य तेवढे प्रयत्न केलेले असतात, पण फाउंडेशनच्या साहाय्याने ते लपवण्यात त्याला अपयश आलेले असते. पडद्यावर लक्षात येण्याएवढे मुरूम दिसू नये, यासाठी लाइटमनलाही काही सूचना दिल्या गेलेल्या असतात. (तुम्ही याची कल्पना तरी करू शकता का?) पण या कशाचाही

**आठव्या ग्रेडमध्ये शिकणारी जेसिका वू**

उपयोग होत नाही, तेव्हा मग माझी गरज भासते.

मला एवढेच म्हणायचे आहे की, याची निकड मी चांगलीच समजू शकते. अनपेक्षितपणे आलेल्या मुरमावर उपचार करण्यासाठी प्रचंड वेगाने शहरातून सुसाट गाडी चालवत जावे लागले, तरीही मला त्याचे काहीही वाटत नाही. त्वचारोगतज्ज्ञ म्हणून मुरूम किंवा पुरळापासून ते सोरायसिस किंवा इसब यांसारख्या कोणत्याही त्वचारोगामुळे व्यक्तीला मान खाली घालावी लागल्यासारखे वाटते हे मी समजू शकते. विशेषत: जेव्हा हा रोग तुमच्या कामात व्यत्यय आणतो तेव्हा तर ते जास्तच जाणवते. इतर लोक त्याकडे कशा प्रकारे बघतात यावरच त्वचेच्या स्थितीचा आपल्यावर होणारा परिणाम अवलंबून नसतो तर आपण आपल्याकडे कशा प्रकारे बघतो, त्याचाच आपल्यावर अधिक परिणाम होत असतो. मी हे समजू शकते. कारण किशोरवयात मला अगदी लालेलाल मुरमांचा खूपच त्रास झाला होता. तेराव्या वर्षापासून माझ्या चेहऱ्यावर काहीतरी आले नाही असा एकही दिवस उजाडला नाही. नवीन मुरूम, कधी नवीन खपली... अंथरुणात चादरीखाली डोके खुपसून परत झोपण्यासाठी रोज एक नवे कारण! मी यातून बाहेर पडेन असा विश्वास माझी आई मला देत असे. प्रत्येक किशोरवयीन मुलीला अशा प्रकारे लालसर मुरुमे चेहऱ्यावर येतात असेही ती मला सांगत असे. पण त्यामुळे माझ्या आकर्षक, सुंदर लहान बहिणीचा रंग नितळ गोरा, गुलाबी कसा काय होता याविषयीचे स्पष्टीकरण मला मिळत नसे. तिला कधीही मुरुमे येत नसत आणि त्यामुळे मी असूयेने जळत असे. मी तिच्यासारखी का असू शकत नव्हते?

एके दिवशी सकाळी नेहमीप्रमाणे माझ्या उजव्या गालाच्या मध्यभागी असलेल्या अशाच मोठमोठ्या पू झालेल्या अनेक मुरमांमुळे मी कंटाळून उठले. माझ्या लक्षात आले की, जोपर्यंत माझ्या गालावरची ती सूज जाणार नव्हती, तोपर्यंत मला हॅट घालणे किंवा माझे केस चेहऱ्यावर घेणे आवश्यक होते... आणि अचानक माझ्या डोक्यात प्रकाश पडला. आम्हाला खरचटले किंवा लागले तर आई त्यावर हायड्रोजन पेरॉक्साइड लावत असे. हे त्याहून वेगळे कसे काय असू शकेल? त्यामुळे थोडेसे हायड्रोजन पेरॉक्साइड माझा गाल स्वच्छ करून टाकेल याची मला खात्री वाटली. मी लगेच पेरॉक्साइडमध्ये भिजवलेली क्यू टिप माझ्या चेहऱ्यावर लावली, पण त्यानंतर लगेचच माझ्या लक्षात आले की, ही प्रक्रिया सातत्याने

करत राहावी लागली असती. त्यापेक्षा मला एक कल्पना सुचली. मी उत्सुकतेने आणि उतावळेपणाने हाताला लागलेल्या एका मोठ्या भांड्यात हायड्रोजन पेरॉक्साइडच्या तीन मोठ्या बाटल्या ओतल्या आणि एक दीर्घ श्वास घेऊन प्रथम माझा चेहरा त्यात बुडवला. मला तो नकोसा गोडसर वास चांगलाच आठवतो आहे. पण नंतर मात्र मला वेदना होऊ लागल्या. चेहरा चांगलाच भाजला होता. मीच माझ्या हातानं माझी त्वचा खरबरीत केली होती. तीवर अनेक फोड आले होते आणि जळजळही होत होती. माझ्या त्वचेला मीच अत्यंत वाईट परिस्थितीत नेऊन ठेवली होती.

मला आठवते तेव्हापासून त्वचा आणि त्वचेची काळजी या समस्येने मी सतत ग्रस्त असे. दक्षिण कॅलिफॉर्नियात मी वाढले. त्या वेळी दिसायला चांगली असलेली आणि गुलाबी गोऱ्या त्वचेची ख्रिस्ती ब्रिंकली ही सर्फर मुलगी सौंदर्याचा मापदंडच मानली जात असे. प्रत्येक स्त्री आणि प्रत्येक किशोरवयीन मुलीला आपण तिच्यासारखेच दिसावे असे वाटत असे. तैवानी अमेरिकन असल्यामुळे १९६०मध्ये माझे पालक अमेरिकेत आले. ख्रिस्ती ब्रिंकलीसारखी मी दिसणे शक्यच नव्हते. मी आठव्या इयत्तेमध्ये असतानाचा फोटो मी या पुस्तकात दिला आहे. मेकअपच्या थराने माझ्या चेहऱ्यावरची मुरुमे त्यात झाकली गेली आहेत आणि तिच्यासारखे दिसण्याच्या प्रयत्नात मी माझी केशरचना तशीच केली आहे. त्यानंतरही फेस क्रीम्स, मुरमांसाठीची लोशन्स, क्लिअरसिल, नॉक्झेमा अशी अक्षरशः हाताला लागतील ती क्रीम्स आणि लोशन्स मी वापरत असे. अर्थातच स्विमसूट घालणाऱ्या मॉडेलसारखी मी दिसले नाही, तरीही किमान माझ्या चेहऱ्यावरचे डाग आणि मोठमोठी मुरुमे तरी मी लपवू शकत असे.

मी हायस्कूलमध्ये गेल्यानंतर मात्र अखेरीस माझी आई मला अनेक (प्रौढ आणि पुरुष) त्वचारोगतज्ज्ञांकडे घेऊन गेली. पण त्वचारोगतज्ज्ञाकडची प्रत्येक भेट आधीच्या भेटीपेक्षा अधिक निराशाजनक ठरत होती. एकाने तर माझ्या चेहऱ्यावर एकदम चिकट मलम चोपडले आणि म्हणाला होता, (त्या दिवसापासून त्याचे ते शब्द मला कायमच आठवत राहिले आहेत.) ''हं, आता ते अधिक चांगलं दिसू लागलंय.'' पण खरे म्हणजे माझ्या मुरमांमध्ये काहीच फरक पडला नव्हता आणि यात आश्चर्य वाटण्याजोगे काहीच नव्हते. मी आधीपेक्षा थोडीशीही वेगळी दिसत नव्हते. खूप वर्षांनंतर मुरमांच्या त्रासातून माझी सुटका झाली. पण त्या वेळी नवीनच समस्या निर्माण झाली होती. मी मोठी झाले होते आणि हे वय चेहऱ्यावर दिसू लागले होते. आता माझ्या चेहऱ्यावर केसांच्या महिरपीबरोबर एका ओळीत सनस्पॉट्स दिसू लागले होते. आशियाई वंशाच्या मुलींमध्ये असे डाग सर्वसाधारणपणे दिसू लागतात. एक-दोन वर्षांनंतर माझ्या डोळ्यांच्या कडेला हसल्यानंतर सुरकुत्या (क्रोज फीट) दिसू लागल्या.

मी त्वचारोगतज्ज्ञ झाल्यावर माझ्या हातात अनेक उत्पादने आली. प्रत्येक क्लिन्सर, टोनर, रिफायनिंग मास्क, मॉश्चरायझिंग सनस्क्रीन, मुरमांवरची मलमे आणि सुरकुत्या कमी करणारी मलमे आणि औषधे माझ्या कार्यालयात पाठवली जाऊ लागली. अगदी तो माल बाजारपेठेत येण्यापूर्वी चाचणीसाठी माझ्याकडे पाठवला जाऊ लागला. पण मी काहीही वापरले तरीही आरशात माझा चेहरा मला पूर्वीसारखाच दिसत असे. सुरकुत्या, वाढत्या वयाचे डाग सर्व जैसे थे. 'बोटॉक्स'मुळे मला काही खरे-खुरे परिणाम मिळाले, पण बाकी परिणाम शून्य! चांगल्या त्वचेच्या शोधार्थ निघालेली पण फसवणूक झालेली दुर्दैवाने मी काही एकमेव स्त्री नव्हते. 'चमत्कार' म्हणून जाहिरात केल्या गेलेल्या नवनव्या उत्पादनांची भुरळ महिलांना पडल्याचे मला दिसत असे. स्कार्लेट जॉन्सनसारखा त्वचेचा पोत आपल्याला लाभेल किंवा केट ब्लँचेटसारखे जादूई तेज आपल्या त्वचेवर येईल अशी हमी देणाऱ्या क्रीमला किंवा गोळीला त्या बळी पडत असत. मला भेटायला येईपर्यंत बऱ्याचशा रुग्णांनी त्वचेची काळजी घेणारी (?) वेगवेगळ्या प्रकारची कित्येक मलमे आणि लोशन्स वापरलेली असत आणि निरुपयोगी अशा उत्पादनांवर बरेच पैसे खर्च केलेले असत. प्रत्येक जणच सातत्याने निराश झालेलीच आढळत असे. असे का होते ते मी तुम्हाला सांगणार आहे.

## त्वचेची काळजी घेण्याच्या उद्योगांची गुपिते

काही वर्षांपूर्वी त्वचेची काळजी घेणाऱ्या मलमाचा माझा स्वत:चा कारखाना उभारण्याची मी तयारी केली. त्वचेची काळजी घेणारी एक कॅच-लाइनही मी तयार केली होती – डॉ. जेसिका वू कॉस्मेक्युटिकल्स - 'चिनी वनस्पतींपासून विशेषत: व्हाइट पिओनी आणि स्कुटेलॅरिया यांच्या काढ्यापासून बनवलेले औषध.' (मी या वनस्पतींच्या काढ्यातील घटकांवर संशोधन केले होते आणि माझा त्यावर ठाम विश्वास होता.) आपण काहीतरी अधिक चांगले, अगदी खरोखरचे औषध आपल्या रुग्णांसाठी तयार केले आहे, याविषयी माझी खात्री होती. मात्र कृतीपेक्षा बोलणे अधिक सोपे असते याचा मला लगेच प्रत्यय आला.

सन २००३च्या हिवाळ्यात माझ्या या व्यवसायासाठी मी भागीदाराच्या शोधात होते. माझ्या इच्छेचे प्रत्यक्ष उत्पादनात रूपांतर करणाऱ्या कंपनीच्या मी शोधात होते. विशिष्ट दुर्मीळ आणि नाजूक घटकांचा मला मोठ्या प्रमाणात उपयोग करायचा असल्याचे मी अनेक बैठकातून सांगत राहिले. ती वनौषधी फक्त चीनच्या ग्रामीण भागातील फुजिअन प्रांतातच आढळते आणि वर्षातून काही महिनेच ती उगवते. तिची लागवड आणि जगभरात सर्वत्र नेण्याचा तिचा खर्च नक्कीच

भरपूर होता हे मलाही मान्य होते. ती एक प्रदीर्घ आणि खर्चिक प्रक्रिया होती. त्यामुळे बहुतेक उत्पादकांनी मला स्वस्त पर्याय सुचवले, ते ऐकून मला आश्चर्य वाटले नाही. त्यानंतर त्यांच्यापैकी एका संभाव्य उत्पादकाने त्या खास वनौषधीचा उपयोग तर करायचा, पण पैसेही वाचवायचे यासाठी मला एक 'नामी' कल्पना सुचवली.

"व्वा! छानच!" मी तिला उत्तर दिले. "काय आहे तरी काय ते गुपित?" मी उत्सुकतेने विचारले.

तिने आपला हात बाहेर काढून पंजा वर केला, मी तिच्याकडे अविश्वासाने पाहत होते. मग माझ्या एखादा मंत्र टाकल्यासारखा आविर्भाव करत ती म्हणाली, "हे बघ, आपण फक्त चिमूटभर वनौषधी वापरू," ती म्हणाली, "पण घटकांच्या यादीत मात्र आपण त्या वनस्पतीचे नाव अग्रस्थानी ठेवू. त्यामुळे तिचाच वापर आपण भरपूर प्रमाणात केल्यासारखं वाटेल." अर्थातच मी दुसरी कंपनी शोधू लागले, हे वेगळे सांगण्याची गरजच नाही. दुर्दैवाने अशा प्रकारची फसवणूक हा अपवाद नाही. त्वचेची काळजी घेणारी उत्पादने तयार करणाऱ्या कंपन्या अशा प्रकारे विवेकी, चिकित्सक ग्राहकालाही मूर्ख बनवणाऱ्या जाहिराती करत असतात. दरम्यानच्या काळात 'ना नफा' तत्त्वावरील आरोग्य कंपन्या बाजारपेठेत उतरत होत्या. त्यांनी केलेल्या जाहिरातींमुळेही त्या ज्यांचे संरक्षण करू पाहत होत्या, त्या ग्राहकांची दिशाभूलच झाली. हा सर्वत्र आढळणारा मान्यतेचा शिक्का प्रत्येक उत्पादनावरच दिसेल, अगदी त्वचेसाठी वापरायच्या क्रीमपासून ते डाळींपर्यंत.

समजा, तुम्ही एक दिवस समुद्र किनाऱ्यावर घालवण्याचा विचार केला आहे. त्यासाठी तुम्ही एखादे सनस्क्रीन घेण्यासाठी गेलात. एकाची किंमत कमी असेल आणि दुसरे त्वचारोगतज्ज्ञांच्या एखाद्या संस्थेने मान्यता दिल्याचा शिक्का मारलेले असेल, पण ते महागडे असेल, तर त्या वेळी तुम्ही कोणते विकत घ्याल? दुसऱ्यामुळे उन्हापासून तुमचे अधिक संरक्षण होईल हे नक्की! त्या बाटलीवरही तसेच लिहिलेले असेल. बरोबर? तुम्हाला ही गोष्ट माहिती नसेल की, त्वचारोगतज्ज्ञांचा लोगो (बोधचिन्ह) वापरण्यासाठी कंपनीने त्यांच्या संघटनेला काही पैसे दिलेले असतात. उदाहरणार्थ, वार्षिक दहा हजार अमेरिकन डॉलर्स मोजून कोणतीही कंपनी 'स्किन कॅन्सर फाउंडेशन'च्या शिफारशीचा शिक्का तीन स्वतंत्र उत्पादनांवर वापरू शकते. 'अमेरिकन ॲकॅडमी ऑफ डर्मेटॉलॉजी'च्या शिक्क्यासाठी तुम्हाला आणखी वीस हजार डॉलर्स मोजावे लागतात.*

---

* सन २००९च्या डिसेंबरमध्ये 'अमेरिकन ॲकॅडमी ऑफ डर्मेटॉलॉजी'च्या संचालक मंडळाने आपला शिक्का बाहेर वापरू देण्याच्या बाजूने मतदान केले.

तुम्हाला जर या गोष्टीचे आश्चर्य वाटत असेल तर आणखी एक गोष्ट सांगते. यांपैकी कोणत्याही संघटनांचा शिक्का हवा असेल तर एका विशिष्ट दर्जाची उत्पादने असावीच लागतात. पण बहुतेकांचे निकष एकाच प्रकारचे असतात. कोणतीही संघटना कोणत्याही उत्पादनाची स्वत: अतिरिक्त चाचणी घेत नाही, (त्वचेची काळजी घेणाऱ्या उत्पादनाच्या उत्पादकांनी सादर केलेल्या तपशिलांवरच ते अवलंबून असतात.) किंवा कोणत्याही नियामक मंडळाकडून उत्पादनाच्या मान्यतेची तपासणी केली जात नाही. स्किन कॅन्सर फाउंडेशनने सुमारे आठशेहून अधिक उत्पादनांसाठी आपल्या मान्यतेचा शिक्का वापरू दिला आहे. त्यांचा शिक्का वापरण्यासाठी आपल्या उत्पादनात अतिनील (यूव्हीए) किरणांपासून संरक्षण असल्याचे त्यांना दाखवून देण्याचीही उत्पादकाला गरज पडलेली नाही. हे किरण मेलॅनोमा आणि अनेक प्रकारच्या घातक कर्करोगाला कारणीभूत असल्यामुळे ही विसंगती अधिक खटकते. सुरकुत्या आणि लालसर ठिपक्यांविषयी तर बोलायलाच नको. यातील वस्तुस्थिती अशी आहे की, बहुसंख्य सनस्क्रीन्स ही अधिकृत मान्यतेला पात्र असतात. त्यामुळे त्यावरील ते बोधचिन्ह तसे निरर्थकच असते. अगदी खरे सांगायचे झाले तर वैद्यकीय संघटना कित्येक वर्षे परवाने देण्याच्या प्रक्रियेत गुंतलेल्या आहेत. (न्यूट्रोजिनाचे 'अमेरिकन कॅन्सर सोसायटी'शी वार्षिक तीन लाख डॉलर्सच्या बदल्यात पूर्वापार संबंध असल्याचे सातत्याने म्हटले गेले आहे.) हा प्रकार त्वचेच्या काळजीच्या कक्षेच्या पलीकडच्या जगतातील आहे. 'अमेरिकन डेंटल असोसिएशन'चे उदाहरण पाहू या. च्युइंगगमने जर त्यांची किंमत चुकती केली तरी ही संघटना त्यांनाही मान्यता देईल! त्वचेची काळजी घेणारी उत्पादने विकणाऱ्या कंपन्या आपल्या ग्राहकांचा गैरफायदा घेत असलेल्या अनेक मार्गांपैकी फक्त एका मार्गाचे हे उदाहरण आहे.

त्वचासंरक्षक सर्वच उत्पादने पूर्णपणे बोगस असतात असे मला अजिबात म्हणायचे नाही. फक्त प्रत्येकालाच चांगले सनस्क्रीन, मॉश्चरायझर आणि चेहरा धुण्यासाठी काहीतरी चांगले हवे असते. पण ज्या प्रकारे ते उत्पादन काम करणार आहे असा विश्वास तुम्हाला ठेवण्यास भाग पाडलेले असते, त्याप्रमाणे क्वचितच एखादे उत्पादन काम करत असेल. उदाहरणार्थ, 'चेहऱ्यावरच्या रेषा आणि सुरकुत्या नष्ट करण्यासाठीचे क्रीम' अशी जाहिरात करण्यात आलेले क्रीम (मी खरोखरच अशा प्रकारच्या क्रीमची बाटली हातात घेऊनच त्यावरचे वाक्य वाचून हे लिहिले आहे.) वापरून तुमच्या चेहऱ्यावरच्या सुरकुत्या खरोखरच्या नष्ट होत नाहीत. खरेतर वय कमी दिसावे म्हणून वापरल्या जाणाऱ्या बहुतेक क्रीमचा उपयोग मॉश्चरायझर म्हणूनच होत असतो. त्याहून अधिक काहीच ती करत नाहीत. तुमच्या त्वचेची मूलभूत रचना ती बदलू शकत नाहीत. (आणि त्यामुळेच सुरकुत्या

दिसण्यास सुरुवात होते.) कारण तसे झाले तर ती औषधे होतील. (आणि त्यांच्यासाठी तुम्हाला डॉक्टरची चिठ्ठी आवश्यक असेल.) त्याचप्रमाणे डोळ्यांसाठीची क्रीम वापरल्यामुळे तुम्हाला तात्पुरता फुगीरपणा मिळू शकेल आणि डोळ्यांखालची काळी वर्तुळे तात्पुरती झाकली जातीलही, पण त्यामुळे काळ काही दहा वर्षे मागे जाणार नाही. या प्रकारची असलेली किंवा नसलेली त्वचेची रूपांतरे दूर करण्यासाठी लेसर उपचार आणि इंजेक्शन्स किंवा किमान डॉक्टरने शिफारस केलेले एखादे उत्पादन आवश्यक असते. मग त्याच्या बाटलीवर काय लिहिलेले असते ते महत्त्वाचे नसते! मनाच्या कप्प्यात खोल कुठेतरी तुम्हाला आधीच कदाचित माहिती असेल की सर्वसामान्य अमेरिकन स्त्री अजूनही वर्षाकाठी ६०० डॉलर्सहून अधिक पैसा वैयक्तिक काळजी घेण्यासाठीच्या उत्पादनांवर खर्च करते. सातत्याने निराशा पदरी पडत असूनही हे का घडते? असल्या मूर्खपणाला आपण का बरे बळी पडत राहतो? असल्या उत्पादनांवर कशासाठी पाण्यासारखा पैसा खर्च करत राहतो? ही उत्पादने त्यांनी केलेल्या दाव्याच्या कसोटीवर खरी उतरतच नाहीत. मग हे सारे कदाचित खालील कारणामुळे तर नसेल?

*तुम्ही त्वचेला काय लावता यावरून तुमच्या त्वचेची तुम्ही किती काळजी घेता ते जोखले जाते.*

याविषयी विचार करा : तुम्ही चेहऱ्याला जे काही लावता त्यासाठी बहुतेक डिपार्टमेंट स्टोअर्समध्ये अख्खा एक गजला दिलेला असतो. तुमच्या स्थानिक औषधांच्या दुकानात एवढाच मोठा भाग औषधांसाठी असतो. तुमच्या डोळ्यांच्या कडेला येणाऱ्या रेषा घालवण्यासाठी वापरायच्या क्रीमच्या जाहिराती मासिकांची पानेच्या पाने भरून येत राहतात. वैयक्तिक निगा उद्योग हा एकट्या अमेरिकेतच ४० अब्ज अमेरिकन डॉलर्सचा आहे आणि आपल्या त्वचेची निगा त्वचेच्या बाह्य भागाकडून अंतर्गत भागाकडे या दिशेने तुम्ही करावी यावरच हा सगळा डोलारा उभा असतो. चमत्कार घडवणारी उत्पादने किंवा जादूई घटक यांच्याविषयी हे पुस्तक नाही. या गोष्टी अस्तित्वातच नसतात. आपल्या त्वचेची निगा राखण्याचा, काळजी घेण्याचा एक संपूर्ण वेगळा मार्ग मी तुम्हाला सांगणार आहे आणि हा मार्ग खरोखरच उपयुक्त ठरणाराही आहे.

## सर्वांत मोठा भ्रम

त्वचेची काळजी घेणाऱ्या व्यावसायिकाने तुमच्या आहाराविषयी शेवटची चौकशी कधी केली होती? माझा अंदाज आहे की कधीही विचारले नसेल.

डिपार्टमेंट स्टोअरमधील विक्रेते (ते अर्थातच कमिशनवर काम करतात.) नक्कीच कधीही विचारणार नाहीत. चेहऱ्याचे सौंदर्यतज्ज्ञ (ते तुम्हाला फेशिअलच्या पाचपट किमतीची टोपलीभर उत्पादने विकत घेण्यास भाग पाडतील.) आणि अगदी डॉक्टर्सही (ते सहसा पाच मिनिटांतच औषधे खरडून देतात आणि पुढील रुग्णाला तपासण्याच्या गडबडीत असतात.) हे विचारणार नाहीत. आहार आणि त्वचा यांचा परस्परसंबंध जोडू पाहण्याचे काही प्रयत्न या आधीही झाले आहेत. काही मुरूम-प्रतिरोधक आहार वर्षानुवर्षे वापरले जात आहेत. पण जगातील बहुतेक डॉक्टरांकडून असे प्रयत्न हाणून पाडले गेले आहेत. आहाराचा तुमच्या त्वचेवर काहीही परिणाम होत नाही, अशी एक गैरसमजूत देशभरातील (अमेरिकेतील) सर्वच वैद्यकीय महाविद्यालयांतून सांगितली जाते.

भरपूर चरबीयुक्त आहारामुळे हृदयरोगाच्या जोखमीत वाढ होते, भरपूर हिरव्या पालेभाज्या खाल्ल्यामुळे तुमच्या शरीरातील कोलेस्टेरॉलचे प्रमाण कमी होते आणि आहारातील बदलामुळे कदाचित कर्करोगाचा धोकाही कमी होऊ शकतो या सर्व बाबी सर्वमान्य आहेत. आपण जे खातो त्याचा शरीराच्या इतर अवयवांवर परिणाम होतो हे आपल्याला माहिती आहे आणि तरीही आपण जे खातो त्याचा आपल्या त्वचेच्या पोतावर परिणाम होतो.

याबाबत वैद्यकीय क्षेत्रात एकमान्यता नसावी? वैद्यकीय महाविद्यालयातील आहारविषयक अभ्यासक्रमांमध्ये फक्त दोनच गोष्टींवर भर दिला जातो. आहारविषयक कमतरतांसाठी चाचण्या कशा कराव्यात आणि त्यांच्यावर उपचार कसे करावेत. (उदाहरणार्थ, लोहाच्या कमतरतेमुळे रक्तक्षय (ॲनिमिया) होतो आणि स्कर्व्हीचा त्रास होतो इ.) प्रौढांमध्ये तीव्र मधुमेहाचा त्रास होण्यात चरबीयुक्त अन्नाचा कसा वाटा असतो यावरही भर दिला जातो. माझ्या बालपणापासून एकाही प्रौढ, रुक्ष त्वचारोगतज्ज्ञाने कधीही मी काय आहार घेते हे विचारण्याची तसदीही घेतली नव्हती, असे मी म्हटले तरीही त्यांना खूपच आश्चर्य वाटेल.

## सोयाचं दूध

माझी आई दर आठवड्यात एकदा रात्रभर सोयाबीन भिजत घालत असे. सोयाबीन कुटण्याच्या कर्कश आवाजाने माझ्या बहिणी आणि मी दुसऱ्या दिवशी सकाळी उठत असू. त्यानंतर पातळ फडके वापरून ती सोयाबीनचे दूध पिळून काढत असे. आमच्या कोको लाह्यांवर ओतण्यासाठी काहीतरी असावे यासाठी ती केवढा आटापिटा करत असे. माझ्या बहिणी आणि मीही क्वचित प्रसंगी हे सारे करत असू. त्या दिवशी सकाळच्या नाश्त्याला आम्हाला कडधान्यांऐवजी खीर खायला मिळत असे आणि काकडीचे लोणचेही मिळत असे. पण आमच्याकडे

फ्रीजमध्ये नेहमीचे दूध नसे.

आमच्या घरी रात्रीचे जेवणही पारंपरिक चिनी पद्धतीचे असे. हातसडीच्या तांदळाचा भात, तळलेल्या भाज्या आणि मांस किंवा मासे. तसेच वरचेवर आम्ही टोफू म्हणजे सोयाचं पनीर खात असू. एकदा प्रथमच मी माझ्या मित्र-मैत्रिणींबरोबर रेस्टॉरंटमध्ये गेले, तेव्हा प्रत्येक जण अन्नाची चवही न बघता आपल्या अन्नात लगेच मीठ घालून का घेत होता ते मला समजले नव्हते. (आमच्या घरी कोणीही अन्नात वरून मीठ घालून घेत नसे.) याशिवाय माझ्या जवळच्या मैत्रिणीबरोबर तिच्या घरी ताटकळत राहायलाही मला मजा वाटत असे. कारण तिची आई एका मोठ्या बरणीत कुकीज आणि कँडीज ठेवत असे. स्वयंपाकघराच्या ओट्याजवळच आम्ही मॅरेथॉन बार किंवा स्निकर्स या चॉकलेट बारविषयी गप्पा मारत असू. (तुम्हाला आमच्या घरी काही तोंडात टाकायचे असेल तर फळेच मिळाली असती.) बाकीचे सगळे जण काय खात होते याविषयी मी जेव्हा विचार करू लागले, त्या वेळी आपल्याला काय काय मिळत नाही याची जाणीव मला झाली. आमच्या घरात मला अन्नाचा मर्यादित स्वाद मिळत होता. पण बाह्य जगात मात्र गोड आणि खाऱ्या पदार्थांची नुसती लयलूट होती. अरे देवा!

मी ज्यूनिअर हायस्कूलमध्ये गेल्यावर मुलींच्या लॉकर रूममधल्या व्हेंडिंग मशीनमधून जेवण घेण्यास सुरुवात केली. बीन ब्युरिटोस माझे आवडते अन्न होते. संध्याकाळी खेळाच्या तासानंतर मी पुन्हा परत येत असे आणि कॉर्न नट्स, खारी चटपटीत बिस्किटे किंवा कँडी बार खात असे. शाळा सुटल्यानंतर मी मॅकडोनाल्डमध्ये जात असे. तिथे रोजच मी स्ट्रॉबेरी मिल्क शेक आणि फ्राइज खात असे. लोकप्रिय मुलांबरोबर आत बसून खाण्याएवढी मी 'कूल' नव्हते. त्यामुळे माझ्या जुन्या होंडा हॅचबॅकवरून मी फिरत असे. आजतागायत रेस्टॉरंटमध्ये मी एकटीच जाऊन खाऊ शकत नाही. एखाद्या हॉटेलमध्ये मी एकटीच बसल्याची गतकाळातील दृश्ये माझ्या डोळ्यांसमोरून तरळून जातात. ज्या संस्कृतीमुळे मी वेगळी ठरत होते त्या संस्कृतीविरुद्ध बंड करण्यासाठी मी अन्नाचा वापर करत होते, असे आज मला मागे वळून पाहताना वाटते आणि त्याच दरम्यान माझा स्वाभिमान दुखावणाऱ्या त्वचेबरोबरही मी संघर्ष करत होते.

माझ्या त्वचेच्या समस्यांविषयी डॉक्टर मला मदत करू शकत नसल्याचे लक्षात आल्यावर आपणच आपल्याला मदत केली पाहिजे असे मी ठरवले. त्याच वेळी मी त्वचारोगतज्ज्ञ होण्याचा निर्णय घेतला. माझी त्वचा इतकी वाईट का आहे, तिची काळजी मी कशा प्रकारे घेऊ शकेन आणि याच समस्येसाठी मी इतरांना कशा प्रकारे मदत करू शकेन ते पाहण्यासाठी मी ते ठरवले होते. म्हणून

मी हार्वर्ड मेडिकल स्कूलमध्ये प्रवेश घेतला. मला वाटत होते की, मला तिथे माझ्या प्रश्नांची उत्तरे नक्कीच मिळतील. काही बाबतीत वैद्यकीय महाविद्यालयासाठी मी अगदी आदर्श विद्यार्थिनी होते. (मुळातच मी विज्ञानवेडी होते.) तर इतर काही बाबतीत मी त्या महाविद्यालयासाठी योग्यही नव्हते. (व्होग मासिकाचे अंक माझ्या पाठ्यपुस्तकात मी लपवून ठेवत असे हे याचे एक उदाहरण आहे.) मला कपड्यांची आवड होती, पण तरीही हार्वर्डमध्ये फॅशनविषयक मासिके वाचणे योग्य ठरत नव्हते. शिवाय सौंदर्य (कॉस्मेटिक) त्वचारोगतज्ज्ञ या शाखेलाही बॉस्टनमध्ये नापसंती होती. वैद्यकीय क्षेत्राकडे गांभीर्याने बघणाऱ्या विद्यार्थ्यांचे या शाखेकडे लक्ष नसे. मला त्वचारोगतज्ज्ञ व्हायचे आहे आणि त्यासाठी पदवीनंतर मी वेस्ट कोस्टला जाणार आहे, असे माझ्या एका सल्लागाराला सांगितल्यावर त्याने जी प्रतिक्रिया व्यक्त केली ती मला आजही खरी वाटत नाही. माझे पदवीचे शिक्षण मी का वाया घालवत आहे, असे त्याने मला विचारले होते. माझ्या हार्वर्डच्या पदवीचे मी काहीही करू शकत होते, पण मी त्वचारोगतज्ज्ञ होऊन शैक्षणिकदृष्ट्या निरुपयोगी असलेल्या विषयात का बरे पडू पाहत होते? असा त्याचा प्रश्न होता. मेंदूवर शस्त्रक्रिया करणे, हृदयारोपण करणे किंवा कर्करोग बरा करणे यांसारख्या गोष्टी करण्याएवढी तल्लख बुद्धिमत्ता माझ्याकडे होती.

पण मी माझ्या मार्गावरच पुढे गेले. बॉस्टनमध्ये पाच वर्षे घालवणे माझ्यासाठी पुरेसे होते. (मला पूर्व किनाऱ्यावरचा हिवाळा आणखी सहन करणे शक्यच नव्हते.) म्हणून केंब्रिजच्या थंडगार मार्गावरून मी उबदार कॅलिफॉर्नियात दाखल झाले आणि एक वेगळ्या प्रकारची डॉक्टर बनण्याच्या दिशेने माझी वाटचाल सुरू झाली. जिथे मला प्रत्येक रुग्णाला जेमतेम दहा मिनिटांचा वेळच देता आला असता अशा भल्यामोठ्या रुग्णालयात मी काम करणार नव्हते. त्या वेळात फक्त प्रिस्क्रिप्शन लिहिणे आणि मी तेवढी सुदैवी असतेच तर, रुग्णाच्या शरीराचा जेमतेम एखादा अवयव तपासणे एवढेच मला करता आले असते. माझा स्वत:चा दवाखाना मी सुरू केला तेव्हा माझ्या रुग्णांना तपासण्यासाठी पुरेसा वेळ असल्याचे मी निश्चित केले आणि निश्चिंत झाले. माझ्या रुग्णांना मला शांतपणे तपासण्यासाठी आवश्यक तेवढा वेळ देण्याची गरज मला वाटत होती. मला महत्त्वाच्या वाटणाऱ्या प्रत्येक गोष्टीबद्दल त्यांना प्रश्न विचारून त्यांची माहिती घ्यायची होती. तुमच्या जीवनशैलीविषयी सांगा, तुम्ही कोणत्या प्रकारचे काम करता, (आणि तुम्हाला तुमचे शूज कुठे मिळाले?) यांसारखे सगळे प्रश्न मला रुग्णांना विचारायचे होते. प्रयोगशाळेत घालतात ते पांढरे कोट मी शब्दश: फेकून दिले, कारण मला त्यांच्यामुळे त्या विद्यापीठातील बर्फाळ दिवसातील कर्मठ, जुनाट विचारसरणीची आठवण होत असे. त्यांच्यापासून मला सुटका करून घ्यायची होती. मी प्रत्येकालाच एखाद्या

अतिमहत्त्वाच्या व्यक्तीप्रमाणे वागवू लागले. कदाचित त्यामुळे असेल, पण माझ्या व्यवसायाची प्रचंड भरभराट झाली. अचानकच, मी ज्या मासिकांची पूजा करत होते, त्या मासिकांच्या संपादकांना मी सल्ले देऊ लागले. (पूजा करत 'होते' नाही; अजूनही पूजा करतेच 'आहे'.) माझी प्रतीक्षा खोली हॉलिवुडमधील कित्येक प्रसिद्ध चेहऱ्यांनी गजबजू लागली. आता मी ती वाईट त्वचेची आणि जाड काचेचा चश्मा लावणारी वेडीगबाळी मुलगी नव्हते. आता मी सगळ्या प्रश्नांची उत्तरे माहीत असलेली स्त्री होते. कदाचित लॉस एंजेलिसमधील महिला त्यांच्या आहाराविषयी खूपच संवेदनशील असतील. पण कोणत्याही कारणाने माझ्याकडे रुग्ण आला की मी प्रत्येक रुग्णाला त्याच्या आहाराविषयीही विचारायला सुरुवात केली. एकाच मध्यवर्ती गोष्टीविषयीची विविध प्रकारची मते मी ऐकू लागले. 'मला माहिती आहे की, माझ्या आहाराचा माझ्या त्वचेवर काहीही परिणाम होत नाही. पण तरीही ... खाल्ले की माझ्या त्वचेवर पुटकुळ्या किंवा मुरुमे येतात, हे मी पाहिले आहे.' (ही गाळलेली जागा तुम्हीच भरा.) काही विशिष्ट प्रकारचे आराखडे तयार व्हायला वेळ लागला नाही आणि मी योग्य मार्गावरून चालले होते याची जाणीवही मला होऊ लागली. माझ्या हाती काहीतरी लागत होते. आहाराचा त्वचेवर परिणाम होत असावा. भले मला ते शिकवले गेले नसेल! त्यानंतर मी वैद्यकीय साहित्य वाचायला सुरुवात केली. मी संशोधन केले आणि नंतर मला जे शोध लागले होते, त्यांचा वापर मी करू लागले.

'फीड युवर फेस'ची पहिली आवृत्ती म्हणजे वर्ड डॉक्युमेंटच्या कागदांची चळत होती. एका बाइंडर क्लिपने ते कागद एकत्र ठेवले होते इतकेच! माझ्या काही रुग्णांकडे मी ते दिले. माझे कुटुंबीय आणि मित्र-मैत्रिणी बऱ्याच दिवसांपासून माझ्याकडे अशा पुस्तकाची मागणी करत होत्या. माझे रुग्ण असलेल्या काही प्रसिद्ध व्यक्तींनाही मी त्याची प्रत दिली. त्यांना खरेतर त्वचेची निगा राखण्यासाठी उत्तमोत्तम क्रीम, फेशिअल तज्ज्ञ आणि जगातील उत्तम डॉक्टर असे सारे काही मिळत होते. पण तरीही इतर सर्वांप्रमाणेच त्यांनाही त्वचेच्या तशाच समस्या भेडसावत होत्या. आणि मग काय झाले असेल ओळखा बरं! मला निष्कर्ष मिळण्यास सुरुवात झाली. महत्त्वाचे निष्कर्ष म्हणजे मुरुमे नष्ट झाली होती. डागरहित त्वचा मिळू लागली. गेल्या कित्येक वर्षांत दिसली नसेल एवढी त्यांची त्वचा तजेलदार आणि निरोगी दिसू लागली. त्यामुळे त्यांच्यापैकी कित्येक जणी तर एवढ्या रोमांचित झाल्या की आपल्या वैयक्तिक गोष्टीही त्या मला येऊन सांगू लागल्या.

आता तुम्ही जे पुस्तक हातात घेतले आहे, ते एक परिपूर्ण, सर्व मुद्द्यांना स्पर्श करणारे आणि वाचकस्नेही पुस्तक आहे. तुमच्या आयुष्यातील सर्वाधिक उत्तम

त्वचा तुम्ही याच्या साहाय्याने मिळवू शकाल. त्यासाठी महागडी उत्पादने किंवा डॉक्टरांच्या प्रिस्क्रिप्शनची गरज नाही. वाचन सुलभ व्हावे म्हणून मी हे पुस्तक चार विभागांत विभागले आहे. प्रत्येक प्रकरणात मी उपयुक्त क्लृप्त्या दिल्या आहेत. रुग्णांच्या सत्यकथा आणि त्यांचे आधीचे व नंतरचे फोटोही दिले आहेत. म्हणूनच हे पुस्तक सरळ एकापाठोपाठ एक प्रकरण असे वाचले तर चांगले. त्यामुळे आहाराचे प्रकरण वगळण्याचा मोह होणार नाही.

मानवी त्वचेच्या मूलभूत रचनेविषयी तुम्ही पहिल्या विभागात वाचू शकाल. तसेच त्वचेच्या शत्रूंची माहितीही तुम्हाला मिळेल. सुरकुत्या पडणे, मुरुमे येणे आणि काळसर डाग पडणे यांची मी रुग्णांना सांगत असलेली प्रमुख तीन कारणेही मी दिली आहेत. आहार कशा मूलभूत प्रकारे त्वचेवर परिणाम करतो आणि वैद्यकीय व्यावसायिकांमध्ये त्वचाशास्त्र आणि आहार याच्यातील संबंधांविषयी वाद का आहेत, तेही तुम्हाला या विभागात वाचता येईल. अखेरीस निरोगी आणि अधिक सुंदर त्वचेसाठी अगदी या सेकंदापासून प्रत्येक जण काय करू शकेल याविषयी मी स्पष्टीकरण दिले आहे.

दुसऱ्या विभागात चार ते आठ प्रकरणांचा समावेश आहे. यात त्वचेच्या विविध प्रकारच्या तक्रारींविषयी तपशीलवार चर्चा केली आहे. मुरुमे, पुरळ, सुरकुत्या आणि उन्हामुळे होणारे नुकसान कशामुळे होते एवढेच या विभागात दिले नसून तुमच्या चेहऱ्यावरची ही लक्षणे काही आहारामुळे कशी समूळ नष्ट होतात तेही दिले आहे. (विशिष्ट पदार्थ खाल्ल्यामुळे आणि काही प्रकारचे टाळल्यामुळे तुमचे किती पैसे तुम्ही वाचवू शकता, ते तुम्हाला त्यातून समजेल. त्यामुळे महागड्या सौंदर्यप्रसाधनांची गरजही उरणार नाही.)

तिसऱ्या विभागात मुरुमे, चेहऱ्यावरच्या सूक्ष्म रेषा आणि सुरकुत्या नष्ट करणे यासाठी चेहऱ्याचे प्रत्यक्ष पोषण करणाऱ्या आहाराचा उपयोग कशा प्रकारे होतो ते सांगितले आहे. याशिवाय इसब, चेहरा लाल होणे यांसारखी त्वचेची स्थिती आणि त्वचा रापणे आणि प्रौढ वयाचा परिणामही दूर करण्यासाठी त्याचा उपयोग होईल. यामुळे तुमचे चयापचय सुधारून तुमच्या रक्तशर्करेचे प्रमाण नियंत्रित राहील. तुमचे वजन कमी होऊ लागेल. किलो आणि इंचांच्या मापात तुम्हाला ते स्पष्टपणे दिसू लागेल. तुम्हाला तुमचे कपडे चांगले बसू लागतील आणि त्वचा चांगली दिसू लागेल. काहींसाठी त्यांच्या सध्याच्या उपचारपद्धतीत आहाराची घातलेली ही भर मौल्यवान ठरू शकेल. विशेषत: त्वचेच्या इसबासारख्या तीव्र आणि गंभीर स्वरूपाच्या आजारासाठी हे अधिक प्रमाणात लागू पडते. काहींसाठी औषधे टाळण्याचा हा एक मार्ग असू शकेल. तुम्ही आपल्या सध्याच्या त्वचेविषयी समाधानी असलात, तरीही त्वचेचे पोषण करणाऱ्या या आहारामुळे तुम्हाला वयस्करपणाच्या खुणा दिसू

लागण्याच्या आधीच त्या रोखण्यास मदत होईल. फार गुंतागुंतीचा आहार बनवणे माझ्या आवाक्याबाहेरचे असल्यामुळे मी सोप्या, सहजसुलभ आणि सुटसुटीत अशाच काही पाककृतीही सांगितल्या आहेत. गुंतागुंतीची तंत्रे किंवा स्वयंपाकाची खास साधने लागणाऱ्या पाककृती मी सांगितलेल्याच नाहीत.

चौथ्या विभागात मी आणखी दोन 'बोनस' प्रकरणे दिली आहेत. विशिष्ट प्रकारे अन्न कसे वापरावे याविषयी तुम्ही या प्रकरणात शिकाल. (त्वचेची काळजी घेण्यासाठी घरगुती औषधे कशी तयार करावीत ते मी सांगितले आहे.) त्वचेविषयीच्या काही कृतींविषयी सातत्याने विस्तृत प्रश्न विचारले जातात. (उदाहरणार्थ, बोटॉक्स, लेसर आणि रासायनिक पील्स) त्यांविषयी मी स्वतंत्र प्रकरणात चर्चा केली आहे. आहाराचे सामर्थ्य आणि त्वचेत बदल घडवून आणण्याची त्याची किमया या गोष्टींवर माझा गाढ विश्वास असला तरीही काही वेळा आपल्याला सर्वांनाच एखाद्या अतिरिक्त गोष्टीची मदत घेण्याची गरज असते असे मला नक्कीच वाटते. कित्येक योगशिक्षिका उत्तम आहार घेतात आणि अल्कोहोलला तर प्लेगप्रमाणे कटाक्षाने दूर ठेवतात. पण तरीही त्या अनेकदा ओठ फाटल्यामुळे किंवा सुरकुत्या दूर करण्याच्या उपचारांसाठी येतात, हे ऐकून तुम्हालाही आश्चर्य वाटेल. या कृती काहीशा भीतिदायक वाटतील हे मलाही माहिती आहे, पण तरीही अशा वेळी कोणत्या अपेक्षा ठेवायच्या ते मी तुम्हाला सांगेन. (त्याचप्रमाणे तुमचा चेहरा विचित्र न बनवणारा डॉक्टर कसा शोधावा याविषयीच्या काही युक्त्याही मी सांगणार आहे.) ज्या उत्पादनांवर आणि प्रक्रियांवर मी विश्वास ठेवत नाही त्यांच्याविषयीही मी तुम्हाला सावध करेन. (उदाहरणार्थ, काही प्रकारच्या रासायनिक गोळ्या) या गोष्टींचा अतिरेक केल्यास त्यापासून कोणते धोके उद्‌भवू शकतात त्याची चर्चाही मी करणार आहे. कारण मैलभर अंतरावरूनही अशा गोष्टींचा अतिरेक झाल्याचे तुम्ही ओळखू शकता. तुम्हाला जे काही सांगितले गेले असेल त्यामुळे तुम्ही आधी कित्येक वेळा निराश झाला असाल, पण तरीही तुमच्या त्वचेचे स्वरूप आणि स्पर्श यांत चांगले बदल घडवून आणण्याचे सामर्थ्य तुमच्यामध्ये आहे. खरेतर तुम्ही त्या दृष्टीने आणखी एक पाऊल आधीच टाकलेले आहे, कारण आता तुम्हाला गुपित माहिती आहे. तुमच्या त्वचेसाठी तुम्ही करायची एकमेव आवश्यक, महत्त्वाची गोष्ट म्हणजे तुमच्या आहारात तुम्ही बदल घडवून आणा. आता सुरुवात करू या.

# अनुक्रमणिका

*विभाग १ चेहऱ्याच्या पोषणाचे तत्त्वज्ञान*

१. तुमची त्वचा जाणून घ्या । २
२. अन्नाचा त्वचेशी काय संबंध? । २२
३. तातडीने काय केले पाहिजे? । ४७

---

*विभाग २ पुटकुळ्या, उन्हाने काळवंडलेला चेहरा, सुरकुत्या आणि पुरळ*

४. पुटकुळ्या जाणून घ्या । ६६
५. लालसरपणा, खाज, त्वचा फुटणे । १०७
६. त्वचा रापवावी की रापवू नये? । १५६
७. सुरकत्या पडण्याआधीच त्यांना प्रतिबंध करा । १९४
८. बळकट, आरोग्यपूर्ण केस आणि नखांसाठी घ्यायचा आहार । २२३

---

*विभाग ३ चेहऱ्याला पोषक आहार प्रत्यक्ष कृती*

९. चेहऱ्याला पोषक आहार । २६८

---

*विभाग ४ चेहऱ्याचे अतिरिक्त पोषण करा*

१०. चेहऱ्यासाठी अन्नपदार्थ । ३००
११. डौलदार वृद्धत्व । ३१७

उपसंहार । ३५१

# विभाग १

# चेहऱ्याच्या पोषणाचे तत्त्वज्ञान

१

# तुमची त्वचा जाणून घ्या

काही वर्षांपूर्वी तीन मुलींचा एक पिता माझ्या कार्यालयात आला. त्याचे विचार अगदीच बेदरकार होते. तो तगडा, राकट पुरुष बांधकाम मजूर होता. आरोग्याची इतर कोणतीही समस्या त्याला भेडसावत नव्हती. फक्त त्याला सातत्याने खाज सुटत होती आणि त्यामुळे रात्री-अपरात्री त्याला झोपेतूनही जागे व्हावे लागत होते. औषध विक्रेत्याने त्याला ओटमिल स्नान करण्याचा उपाय सांगितला. त्याच्या पत्नीने त्याला कित्येक प्रकारची लोशन्स आणि मलमे आणून दिली. पण कशाचाही उपयोग झाला नव्हता. आम्ही बोलत असतानाही तो सतत खाजवतच होता. मी त्याला तपासल्यावर मला त्याच्या अंगावर कुठेही पुरळ आल्याचे दिसले नाही. त्याच्या त्वचेवर दिसणाऱ्या सर्वच खुणा त्याने स्वत:च खाजवल्यामुळे उमटलेल्या होत्या. त्याने नखाने खाजवल्यामुळे उठलेले ओरखडे त्वचेवर स्पष्ट दिसत होते.

अनामिक कारणामुळे खाज सुटण्यामागे अनेक कारणे असू शकतात. ती एक दीर्घ आणि धसका बसवणारी यादी आहे. (यकृताच्या समस्या, कर्करोग इ.) त्या गरीब बिचाऱ्या रुग्णाला मला घाबरवून सोडायचे नव्हते. निदान जोपर्यंत कोणत्याही कारणाविषयी माझी खात्री पटत नाही, तोपर्यंत तरी नक्कीच नाही. त्यामुळे मी तपासणीसाठी त्याचे थोडे रक्त घेतले. त्याला बरे वाटावे यासाठी एक क्रीम लिहून दिले आणि आम्ही त्याच्या रक्ताचा नमुना तपासणीसाठी पाठवून दिला. दुसऱ्या दिवशी मला प्रयोगशाळेतून फोन आला. बातमी काही चांगली नव्हती. काही गंभीर बाब नसेल तर प्रयोगशाळेतून सहसा फोन येत नाही. काय दैवदुर्विलास होता पहा, त्या तरुणाची मूत्रपिंडे पूर्णपणे निकामी झाली होती आणि तो गंभीर आजारी होता. मी त्याला एका तज्ज्ञाकडे पाठवून दिले. त्या दिवसापासूनच त्याला पूर्ण डायलिसीसवर ठेवले गेले. पण त्याला जाणवले काय होते? तर फक्त खाज!

मला तुमच्यापासून जगण्याचा आनंद हिरावून घेऊन तुमच्या मनात भीती निर्माण करायची नाही, मला इथे एक साधी वस्तुस्थिती सांगायची आहे. ती म्हणजे तुमची त्वचा अत्यंत महत्त्वाची आहे. ती तुमच्या अंतर्गत बाबी आतल्या आतच ठेवत नाही. तिचे बाह्य स्वरूप हे तुमच्या एकूणच अंतर्गत आरोग्याचे लक्षण असते आणि विशेषत: कोणत्याही गंभीर आजाराचे पूर्वलक्षण इतर कोणत्याही अवयवापेक्षा प्रथम त्वचेवर (क्वचित प्रसंगी फक्त त्वचेवरच) दिसते. तुमच्या यकृताचा आकार बिघडला असेल, तर तुम्हाला कावीळ होते आणि त्या वेळी तुमच्या त्वचेचा रंग पिवळसर होतो. अशक्त त्वचा आणि केसगळती ही रक्तक्षयाची प्राथमिक लक्षणे असतात. यकृताचे आजार असलेले लोकही निस्तेज आणि फिकट पिवळसर रंगाचे दिसतात. कारण त्यांच्या त्वचेला पुरेशा प्रमाणात ऑक्सिजनचा पुरवठा होत नसतो. अन्न अगदी कमी प्रमाणात खाऊन उपासमार करून घेणारे लोक उदास, फिकट दिसतात आणि त्यांची त्वचा दबल्यासारखी, काही ठिकाणी ओघळल्यासारखी दिसते. वास्तविक, जेव्हा तुम्ही डॉक्टरकडे जाता, तेव्हा केवळ त्वचारोगतज्ज्ञच नव्हे, तर कोणताही डॉक्टर सर्वांगीण तपासणीचा एक भाग म्हणून तुमच्या त्वचेची तपासणी करतो. त्वचेची काळजी घेणे आणि तिची निगा राखणे हा तुमचे संपूर्ण शरीर निरोगी ठेवण्याचा एक भाग आहे.

आता मी तुम्हाला एक चांगली बातमी सांगणार आहे. सुंदर, निरोगी त्वचा मिळवणे ही वेळखाऊ, महागडी किंवा भीतिदायक गोष्ट नाही. त्यासाठी मोठ्या प्रमाणात उन्हात त्वचा रापवण्याची गरज नाही. (पाश्चात्त्य देशांतील लोकांसाठी हे विशेषत्वाने आहे.) तुम्हाला मेकअप करणेही सोडून द्यावे लागणार नाही. पण आपण चांगले दिसण्याविषयी बोलण्याआधी तुमच्या शरीराचा सर्वाधिक मोठा अवयव त्वचा हा कशा प्रकारे कार्य करतो ते पाहू या. त्वचेत नेमके काय चाललेले असते त्यावर एक दृष्टिक्षेप टाकू या.

## तुमची त्वचा जिवंत असते आणि ती श्वसन करते!

तुमची पचनसंस्था अन्न घेते, अन्नघटकांवर प्रक्रिया करते आणि टाकाऊ पदार्थांचे रक्तातून उत्सर्जन करते, उपपदार्थ तयार करते. (जसे तेल आणि मृत त्वचा पेशी) ज्याची गरज असते ते रक्तप्रवाहात सोडते. याचसाठी आपण असे म्हणतो की, पचनसंस्थेची स्वत:ची चयापचय क्रिया असते. तिला ज्या प्रकारचे इंधन मिळते, त्यावरच तिचे कार्यही अवलंबून असते. (इंधन म्हणजेच तुम्ही घेत असलेला आहार होय.)

तुमची त्वचा सूक्ष्मजीवांचे निवासस्थान असते. ती सूक्ष्मजीवांनी भरलेली असते. फक्त आपल्याला ते डोळ्यांनी कधीच दिसत नाहीत. ज्या वेळी आपण अगदी स्वच्छ असल्याची भावना तुमच्या मनात असते, (अगदी गरम पाण्याच्या शॉवरखाली दीर्घ काळ अंघोळ केल्यावरही) त्या वेळीही असंख्य बॅक्टेरिया, बुरशी, यीस्ट आणि परोपजीवी विषाणू व जिवाणू तुमच्या त्वचेवर आणि त्वचेमध्ये असतात. (हे असभ्यपणाचे किंवा असंस्कृतपणाचे वाटेल, परंतु ते सत्य आहे.) सगळे जिवाणू गुण्यागोविंदाने एकत्र नांदत असतात. परंतु ज्या वेळी हार्मोन्समधील असंतुलन किंवा आहारातील बदल यांसारख्या कारणांनी त्यांच्यातील नाजूक समतोल बिघडतो, त्या वेळी एका घटकाची प्रमाणाबाहेर वाढ होते आणि आपली त्वचा त्यावर प्रतिक्रिया व्यक्त करते. त्वचा लाल होणे, पुरळ उठणे, मुरुमे येणे यांसारख्या अनेक गोष्टी त्यामुळे घडतात. यासाठी किमानपक्षी काही प्रमाणात का होईना पण जिवाणूंची अतिरिक्त वाढ किंवा त्यांच्यातील असंतुलन कारणीभूत असते.

**हॅलो, डॉ. वू**

**प्रश्न : त्वचेची निगा राखणाऱ्या किती उत्पादनांची मला गरज आहे?**

**उत्तर :** दोन किंवा तीन उत्पादने. क्लिन्सर, सनस्क्रीन (एसपीएफसह मॉश्चरायझरच्या स्वरूपातील) आणि तुमच्या विशिष्ट गरजेनुरूप कोणत्या ना कोणत्या प्रकारची उपचारपद्धती. त्वचेची निगा राखण्याच्या मूलभूत गोष्टींमुळेच लोकांच्या मनात गोंधळ निर्माण होतो, असे अनेक वर्षांनी माझ्या लक्षात आले आहे. माझ्या ऑनलाइन वार्तापत्रातून* मला विचारल्या जाणाऱ्या प्रश्नांपैकी बहुतांश प्रश्न अत्यंत साधे असतात. आपला चेहरा धुण्याची योग्य पद्धत किंवा मॉश्चरायझर का वापरावा इ. म्हणूनच तुम्हाला आता काही मंत्र आणि युक्त्या मी सांगणार आहे.

---

* तुमच्या मनात एखादा प्रश्न आहे का? मग जरूर मला विचारा. मोफत ई-वार्तापत्रातून मी उत्तर देईन. त्याचा पत्ता : jessicawu.com/newsletter.

## तुम्हाला उकडतेय का?
## तुमची त्वचा तुमच्या शरीराचे तापमान नियंत्रित करते.

त्वचेवाटे बाष्पीभवन होऊन बाहेर पडणाऱ्या पाण्याला नियंत्रित करून त्वचा शरीराचे तापमान ९८.६ अंश फॅरेनहिटपर्यंत कायम राखते. त्वचेतून होणाऱ्या बाष्पीभवनामुळेच तुम्हाला बरे वाटते. जर बाह्य तापमान खूपच थंड असेल तर तुम्हाला फारसा घाम येत नाही. कारण त्या वेळी तुमचे शरीर उष्णतेचे संरक्षण करत असते. त्याउलट जर बाह्य तापमान खरोखरच उष्ण असेल तर तुमचे शरीर बाष्पीभवनाची क्रिया वाढवते. तुमच्या त्वचेतून बाष्पीभवन झाले की तुम्ही थंड होता. म्हणूनच कोरड्या उष्ण भागात राहणाऱ्या लोकांना दमट भागात राहणाऱ्या लोकांएवढे अस्वस्थ वाटत नाही. बाहेर ११० डिग्री फॅरनहिट एवढे बाह्य तापमान असेल, आणि तुम्ही ॲरिझोना इथे राहत असाल तर तुमच्या त्वचेवरच्या घामाची झटपट वाफ होऊन जाईल. कारण तिथली हवा कोरडी आहे. त्याउलट तुम्ही दक्षिण फ्लॉरिडात राहत असाल आणि तिथे ८५ अंश तापमान असेल तर तेथील हवेत पाण्याचे भरपूर प्रमाण असल्यामुळे घामाच्या बाष्पीभवनाचा वेग खूपच मंद असेल. तुम्ही बाष्पस्नान घेत असल्याप्रमाणे तुम्हाला चिकटपणा आणि अस्वस्थपणा जाणवेल. समजा भाजल्यामुळे तुमच्या त्वचेचा बराचसा भाग नष्ट झाला आहे. आता त्यामुळे अंतर्गत तापमान नियमित करण्याची तुमची क्षमताही नष्ट झालेली असेल. यासाठीच आगीचे बळी ठरलेल्या लोकांना डोक्यापासून पायापर्यंत गुंडाळून उबदार पलंगावर ठेवले जाते. कारण तुम्ही जर पाण्याचे प्रमाण कमी होणे किंवा उष्णता राखणे या गोष्टींवर नियंत्रण ठेवू शकत नसाल तर हायपोथर्मिया होण्याचा मोठाच धोका असतो. म्हणूनच ज्या वेळी दुसऱ्या टप्प्यावरच्या किंवा वाईट प्रकारच्या सनबर्नचा तुम्हाला त्रास होतो, म्हणजेच ज्या वेळी त्वचेवर फोड येतात किंवा त्वचा फाटते, त्या वेळी तुम्ही थरथरत असता आणि काकडत असता.

## त्वचेचा शत्रू क्र. १ : **दाह**

तुमची त्वचा ही रोगप्रतिकारक यंत्रणेचा एक महत्त्वपूर्ण भाग आहे. बाह्य हल्लेखोरांना प्रतिबंध करणारी ती पहिल्या फळीतील सैनिक आहे. बॅक्टेरिया किंवा जिवाणू, ॲलर्जी निर्माण करणारे घटक आणि घाण किंवा लाकूड, धातू, काच यांसारख्या टोकदार वस्तू अशा परकीय गोष्टी हे त्वचेचे बाह्य हल्लेखोर होत. अशा नकोशा पाहुण्यांमुळे जेव्हा त्वचेला त्रास होतो, तेव्हा तुमचे शरीर प्रतिबंधक पेशींना

मोठ्या प्रमाणात तिकडे पाठवते. मग त्या ठिकाणी दाह, उष्णता किंवा सूज निर्माण होते. म्हणूनच ॲलर्जीच्या मोसमात तुमचे डोळे सुजतात. संसर्ग झाला तर तुम्हाला ताप येतो, त्यामागेही हेच कारण असते. एकदा का कोणत्याही त्रासातून, संसर्गातून किंवा ॲलर्जीतून तुम्ही पूर्णपणे बरे झालात की त्याच्याशी संबंधित लालसरपणा आणि सूजही ओसरते. तुमच्या शरीराची नैसर्गिक प्रतिबंधात्मक प्रतिक्रिया तात्पुरती असते. मात्र असंतुलित रोगप्रतिकारशक्ती यंत्रणा असलेल्या काही लोकांमध्ये हा दाह पूर्णपणे नष्ट होत नाही आणि दाह जेवढा अधिक काळ होत राहतो, तेवढेच ते आरोग्यासाठी वाईट असते.

'कमालीचा दाह होणे' हा वैद्यकीय क्षेत्रातील अलीकडचा ज्वलंत प्रश्न आहे. कारण अधिकाधिक अभ्यासातून असे स्पष्ट होऊ लागले आहे की, कमालीचा दाह हे अनेक रोगांचे मूळ असते. त्यामध्ये हृदयरोग, कर्करोगापासून ते अल्झायमरपासून हाडे ठिसूळ होण्यापर्यंतच्या प्रौढ वयातील अनेक रोगांचा समावेश असतो. उदाहरणार्थ, हृदयरोग हा विशेषत: रक्तवाहिन्यांच्या दाहामुळे होतो; तो फक्त रक्तवाहिन्यांच्या काठिण्यामुळे होत नाही असं मत आता अनेक डॉक्टर मांडत आहेत. हीच गोष्ट संधिवाताच्या अनेक विकारांमध्येही सत्य असल्याचे त्यांचे म्हणणे आहे.

मुरुमे, इसब, सोरायसिस, पुरळ आणि अगदी सनबर्न यांसारख्या त्वचेच्या स्थितीचे प्रमुख लक्षण दाह हेच असते. पू वगैरे येत असल्यामुळे मुरुमे हा जंतुसंसर्ग असल्याचा विचार कदाचित तुम्ही करत असाल, पण वस्तुस्थिती अशी आहे की, ती तुमच्या त्वचेची दाहात्मक प्रतिक्रिया असते आणि लालसरपणा, सूज, पांढरट डाग यांतून ती व्यक्त होत असते. याशिवाय तुमच्या मुरमांसाठी दिल्या जाणाऱ्या प्रतिजैविकांमध्ये (अँटिबायोटिक्स) जिवाणूंना मारण्याची ताकद असते, म्हणून ती तुम्हाला सुचवलेली नसतात तर तुमचा दाह कमी करण्यासाठी ती दिलेली असतात. त्यांचा डोस अत्यल्पच असतो. यामुळे दाहाचे व्यवस्थापन करण्यास आणि तो रोखण्यास शिकणे हे आपल्या सर्वांगीण आरोग्याच्या दृष्टीने महत्त्वाचे असते आणि आपल्या त्वचेचे आरोग्य राखण्यासाठीही ते आवश्यक असते. दाहाचे नियमन करणे आणि त्याला रोखणे यासाठीचे एक अत्यंत प्रभावी साधन म्हणजे योग्य आहार घेणे. अर्थातच तुम्हाला मी हे सांगणार याचा अंदाज आलाच असेल. इसब आणि मुरुमे तसेच वृद्धत्वाची लक्षणे कमी करणे यांसाठी आपल्या आहारात बदल करणे महत्त्वाचे ठरते. हे कसे घडते ते मी तुम्हाला पुढे सांगणार आहे.

## तुमची त्वचा ही ड जीवनसत्त्वाचा शरीराचा प्रमुख स्रोत आहे.

सन १९००च्या सुरुवातीच्या काळात मुडदूस हा बालपणी होणारा आजार होता. त्यामुळे हाडे मऊ होतात आणि शरीराच्या सांगाड्यात विकृती निर्माण होतात. त्या काळातील ही वाढती समस्या होती. उद्योगीकरण झालेल्या ईशान्य भागातील कित्येक शहरांतील हजारो मुलांना वाकडेतिकडे, बाक आलेले पाय आणि कमकुवत, तुकडे पडणाऱ्या दातांचा त्रास होत होता. त्यानंतर सरकारने १९३०च्या सुमारास ड जीवनसत्त्वाचे भरपूर प्रमाण असलेले दूध पुरवण्यास सुरुवात केल्यानंतर मात्र हा आजार हळूहळू कमी कमी होत गेला आणि मग तो नष्ट झाला.

मुलांमधील मुडदूस आणि प्रौढांमधील ऑस्टिओपोरेसिस या हाडे ठिसूळ बनवणाऱ्या आजाराला आळा घालण्यासाठीच नव्हे, तर हाडांच्या सर्वसाधारण आरोग्यासाठी, स्नायूंच्या कार्यासाठी आणि दाह कमी करण्यासाठी ड जीवनसत्त्व अत्यंत महत्त्वाचे असते. ड जीवनसत्त्व अन्नातून कॅल्शिअम शोषून घेण्यासाठी आतड्यांना मदत करते. ड जीवनसत्त्वामुळे स्तनाचा आणि त्वचेचा कर्करोगही रोखता येतो असेही अभ्यासांती दिसून आले आहे. मात्र हे जीवनसत्त्व शरीरात घेण्याचे मार्ग थोडेच आहेत. दूध, अंड्यातील बलक, सामन मासे आणि ट्युना हा खाऱ्या पाण्यातील मोठा मासा अशा काही अन्नघटकांत ड जीवनसत्त्व असते. पण आपण बाहेर फिरायला सुरुवात करतो, त्या क्षणापासूनच सुरू होणाऱ्या रासायनिक क्रियेतून मोठ्या प्रमाणात ड जीवनसत्त्व तयार होते.

आपल्या त्वचेत नैसर्गिकरीत्याच डिहायड्रोकोलेस्ट्राल-७ असते. सूर्यप्रकाशातील अतिनील ब (अल्ट्राव्हायोलेट बी रेज) किरण पडल्यावर हा सेंद्रिय रेणू जादू झाल्यासारखा गुंडाळला जातो आणि ड जीवनसत्त्व तयार होते. इथेच काही बाबी गुंतागुंतीच्या बनतात. ड जीवनसत्त्वाची कमतरता ही पुन्हा एखाद्या महामारीचे रूप घेत आहे असे मानणारा डॉक्टरांचा एक गट असून तो याविषयी जाहीरपणे बोलतो आहे. मुडदूस हा भूतकाळातील आजार मानला जात असला तरी तो पुन्हा उद्‌भवण्याची शक्यता काही अभ्यासातून पुन्हा एकदा व्यक्त होत आहे. आता याचे एक संभाव्य कारण काय असू शकेल? अंगावर थेट सूर्यप्रकाश पडत नसणे हे ते कारण होय. सूर्यप्रकाशातील अतिनील किरणांच्या धोकादायक परिणामांची (भाजणे, अकाली वृद्धत्व, वाढत्या वयाचे डाग किंवा त्वचेचा कर्करोग इ.) आपल्याला एकदा माहिती झाल्यानंतर आपण सूर्यप्रकाशाला एवढे घाबरू लागलो आहोत की त्यामुळे आपण पुरेशा प्रमाणात ड जीवनसत्त्व निर्माण होण्याएवढाही सूर्यप्रकाश आपल्या अंगावर पडू देत नाही. आता हा चांगलाच वादग्रस्त मुद्दा आहे. अभ्यासाअंती

असे दिसून आले आहे की, सनस्क्रीनचा नियमित वापर केला तरीही ड जीवनसत्त्व निर्माण करण्याच्या तुमच्या शरीराच्या क्षमतेत लक्षणीय बदल होत नाहीत. हे बेबी ऑइल चोपडण्याआधी तुम्हाला माहिती असले पाहिजे. ड जीवनसत्त्व योग्य पातळीत म्हणजे किती प्रमाणात हवे, याविषयीही एकवाक्यता नाही. व्यक्तिनुरूप हे योग्य प्रमाण बदलते असते. त्यामुळे तुम्हाला पुरेशा प्रमाणात ड जीवनसत्त्व मिळवायची चिंता असेल तर आपल्या डॉक्टरांशी त्यासाठी पूरक गोष्टी घेण्याबाबत बोला. मात्र अंगाला काहीही संरक्षक न लावता सूर्यप्रकाश थेट अंगावर घेऊ नका. तसेच टॅनिंग बेड्सही दूरच ठेवा. त्यांच्यातून जास्त प्रमाणात अतिनील अ किरण बाहेर पडतात. (अतिनील ब किरण ड जीवनसत्त्व निर्माण करतात हे लक्षात ठेवा.)

## त्वचेचा शत्रू क्र. २ : **अतिनील किरणांचे उत्सर्जन**

अतिरेकी प्रमाणात सूर्यप्रकाश त्वचेवर पडला तर त्वचा एखाद्या जुन्या कातड्याच्या पर्ससारखी किंवा त्याहूनही वाईट दिसू लागते. पण अतिनील किरण खूपच हानिकारक परिणाम करतात. सूर्याचे किरण त्वचेत खोलवर शिरतात आणि डीएनएपर्यंत पोचतात. अलीकडच्या संशोधनातून असे दिसून आले आहे की, अतिनील किरण तात्पुरत्या काळासाठी पांढऱ्या पेशींच्या कार्यात बदल घडवतात. याचाच अर्थ असा आहे की, अगदी सौम्य सनबर्नमुळेही त्वचेच्या रोगप्रतिकारशक्तीवर परिणाम होतो. समजा, गतकालात तुम्हाला सनबर्नचा त्रास झाला असेल (आणि कोणाला झालेला नसतो?) (हे संदर्भ पाश्चात्त्य देशांतील आहेत) तर तुम्हाला मेलॅनोमा (मेलॅनिन तयार करणाऱ्या त्वचेतील पेशींचा ट्युमर) विकसित होण्याचा मोठाच धोका असतो. हा त्वचेच्या कर्करोगाचा प्रकार होय. म्हणूनच 'अमेरिकन अ‍ॅकॅडमी ऑफ डर्मेटॉलॉजी' आणि 'द अमेरिकन मेडिकल असोसिएशन' या दोन्ही संघटनांनी, तुम्ही अकरा ते दोन या काळात उन्हात बाहेर फिरू नये आणि जर बाहेर जावे लागलेच तर सनस्क्रीन वापरा आणि प्रतिरोधक कपडे वापरा, असे सांगितले आहे. म्हणूनच सूर्यस्नानाला बरेच त्वचारोगतज्ज्ञ 'सैतानाची उपासना' असे संबोधतात. मी तुम्हाला आता अंतर्गत गुपित सांगते. मला सूर्यस्नान आवडते. त्वचा थोडीशी रापली की मला अधिक उंच, सडपातळ, आरोग्यपूर्ण आणि सुंदर झाल्यासारखे वाटते. 'विंटर ब्लूज' म्हणून ओळखल्या जाणाऱ्या 'सिझनल अ‍ॅफेक्टिव्ह डिसऑर्डर'पासून

(एसएडी) अतिनील किरण संरक्षण करतात.

म्हणूनच दिवसा घरातच रहा किंवा उन्हाळ्यात लांब बाह्यांचे कपडे घाला, असे मी तुम्हाला सांगणार नाही. जेवढा सल्ला अधिक अव्यवहार्य असेल तेवढा आपण तो कमी पाळतो, असे माझ्या अनुभवावरून मी सांगते. उदाहरणार्थ, माझ्या डॉक्टरांनी माझ्या कमरेच्या सततच्या तीव्र वेदना कमी करण्यासाठी उंच टाचेच्या चपला न वापरण्याविषयी सांगितले, त्या वेळी मी तो सल्ला मानला नाही. मी तिला ते 'शक्य नाही' असे सांगितले. मी माझ्या चार इंच उंचीच्या टाचा असलेली चप्पल न वापरणे शक्यच नव्हते. (त्याचे आणखी एक कारण म्हणजे माझा नवरा सहा फूट दोन इंच उंच आहे आणि मला त्याच्या नजरेला नजर भिडवून त्याच्याकडे पाहायचे असते!)

सांगायचे एवढेच आहे की, सूर्यप्रकाश टाळण्यासाठी तुम्ही बुरखा वापरू शकत नाही. अतिनील किरण आणि सनबर्न यांच्याबरोबर लढा देण्यास तुमच्या त्वचेला समर्थ बनवण्यासाठी ग्रीन टी आणि टोमॅटो यांच्यासारखा आहार महत्त्वाचा ठरतो असे दिसून आले आहे. म्हणून विशेषत: तुम्ही समुद्रकिनाऱ्यावर जाणार असाल किंवा टेनिस कोर्टवर तुमची दुपार व्यतीत करणार असाल, तर त्या वेळी या पदार्थांचा तुमच्या आहारात समावेश करा. सनस्क्रीनचा वापर तर कराच. पण यामुळे तुम्हाला अधिक संरक्षण मिळेल. उन्हामुळे होणारी हानी बऱ्याच प्रमाणात कमी होईल. अतिनील किरणांबरोबर लढा देणारे अन्न आणि त्वचा रापवण्याविषयीच्या बनावट युक्त्या तुम्हाला प्रकरण ६मध्ये मी दिल्या आहेत.

## तुमचे केस आणि नखे हेसुद्धा तुमच्या त्वचेचेच भाग आहेत.

कदाचित तुमच्या हे लक्षात आले नसेल, पण तुमचे केस आणि नखेसुद्धा तुमच्या त्वचेचेच भाग आहेत. त्यामुळे डोक्यात कोंडा होण्यापासून केस गळतीपर्यंत आणि नखे कुरतडल्यासारखी असण्यापर्यंतच्या सर्व समस्यांवर त्वचारोगतज्ज्ञाकडूनच उपचार करून घेतले पाहिजेत. बहुतेक वेळा आपले केस विरळ होत चालल्याचे लक्षात आल्यावर स्त्रिया ब्युटी पार्लरमध्ये उपचारासाठी जातात. (अशा वेळी केरास्टेससारख्या अत्यंत महागड्या उत्पादनावर अवलंबून राहण्याची वेळ त्यांच्यावर येते.) काही वेळा नखे जाडसर झाल्याचे किंवा वरचेवर तुटू लागल्याचे लक्षात आल्यावर त्या लगेच ब्युटी पार्लर गाठतात. ब्युटी पार्लरमधील एखादी कर्मचारी आपल्या कामात निष्णात असली, तरी अजाणतेपणी ती आपल्या मॅनिक्युअरच्या कामात एका स्त्रीकडून दुसरीकडे बुरशीचा प्रसार करते.

तुमचा आहार तुमच्या त्वचेच्या स्वरूपावर आणि आरोग्यावर परिणाम करू शकतो, तुम्ही जे खाता त्याचा परिणाम तुमच्या केसांवर आणि नखांवरही होतो. आणखीही एक गोष्ट आहे, तुमच्या शरीरात काही पोषक घटकांचा अभाव असेल, तर (क्रॅश डाएटिंगमुळेही असे होऊ शकते.) तुमचे शरीर कमी महत्त्वाचे घटक असलेल्या नखांकडे आणि केसांकडे दुर्लक्ष करून अधिक महत्त्वाच्या हृदय किंवा मेंदू यांसारख्या अवयवांकडे उपयुक्त, पोषक घटक पाठवते. म्हणूनच तुमच्या शरीराला योग्य प्रकारचे अन्नघटक पुरवणे अत्यंत महत्त्वाचे असते. म्हणजेच मि. क्लीनप्रमाणे तुम्हाला दिसायचे नसेल तर हे महत्त्वाचे आहे. (लक्षात आले का? मि. क्लीन हा टकलू आहे.)

## तुमची त्वचा हे तुमचेच प्रतिबिंब आहे.

कदाचित त्वचेचे सर्वाधिक महत्त्वाचे कार्य समजून घेणे सर्वांत सोपे आहे. मला असे म्हणायचे आहे की, त्वचा हा तुमच्या शरीराचा सर्वांत मोठा अवयव आहे. तुमचा प्रियकर किंवा पती त्वचेलाच स्पर्श करतो किंवा तिचेच चुंबन घेत असतो. आपण आरशात पाहतो, त्या वेळी प्रथम आणि काही वेळा फक्त आपली त्वचाच पाहत असतो.

स्वच्छ, नितळ, मऊशार त्वचेसह सकाळी झोपेतून उठणे म्हणजे तो दिवस उत्तम जाणे असाच त्याचा अर्थ असतो. त्यामुळे आपण आत्मविश्वासपूर्ण आणि सेक्सी असल्यासारखे तुम्हाला वाटू लागते. पण सुरकुत्या, डाग आणि वांग यांच्यामुळे नेमका याच्या उलट परिणाम होतो. तुमच्या आत्मप्रतिष्ठेला त्यामुळे धक्का बसतो. त्यामुळे त्वचारोगतज्ज्ञ म्हणून माझी भूमिका एखाद्या थेरपिस्टप्रमाणे असते. माझे बहुतांश रुग्ण स्वत:विषयी कमी अभिमान असलेले आणि आपल्या दिसण्याविषयी निराश झालेले असतात. मुरमांमुळे निराश झालेली आणि खाली मान घालून व डोळ्यांवर केस घेऊन हिंडणारी एखादी किशोरवयीन मुलगी असो किंवा छातीवर वांगाचे डाग असल्यामुळे एखादा रुंद गळ्याचा ड्रेस घालण्यास बिचकणारी स्त्री असो, सर्वांसाठी माझा एकच संदेश आहे की, तुम्हाला नकोशा वाटणाऱ्या त्वचेसह जगण्याची वेळ तुमच्यावर येणार नाही. तुम्ही तशा जगू नका.

## डॉ. वू यांच्या फाइलमधून

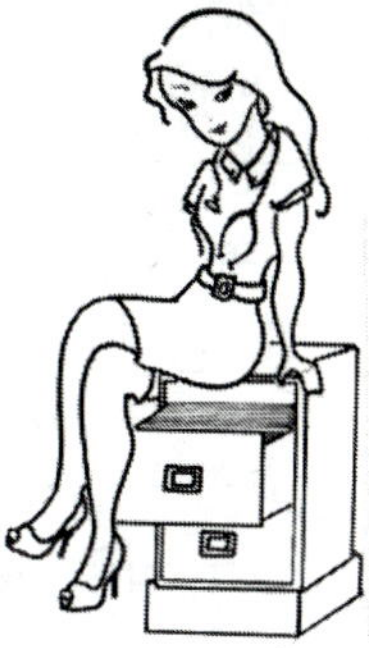

**रुग्ण :** ॲना लिसा

**त्वचेविषयीची तक्रार :** सौम्य ते तीव्र स्वरूपाची मुरुमे

**अन्नाविषयीची संवेदनक्षमता :** दुग्धजन्य पदार्थ

ॲना लिसाच्या शब्दांत : अर्थविषयक उलाढाली करणारी एक व्यग्र अधिकारी असल्यामुळे माझा बराचसा वेळ विमानतळावर जातो किंवा देशभरातील कित्येक ग्राहकांबरोबर बोलणी करण्यातही मला बराच वेळ खर्च करावा लागतो. मासिक पाळीच्या दरम्यान मुरुमे येत असल्याचा माझा नेहमीचा अनुभव आहे. पण मी प्रवास करते त्या वेळी माझी मुरुमे खूपच उग्र रूप धारण करतात. गेल्या पाच वर्षांपासून माझ्या ओटीपोटातून तीव्र कळा येण्याचा त्रासही मला या दरम्यान होतो. तीन वेगवेगळ्या तज्ज्ञांकडे मी यासाठी जाऊन आले. त्यांच्यापैकी प्रत्येकाने कित्येक चाचण्या करून घेण्यास सांगितले. पण कोणालाही नेमकी समस्या काय होती ते समजलेच नाही.

डॉ. वू यांनी मला प्रथमच 'चेहऱ्याचा पोषक आहार' (फीड युवर फेस डाएट) दिला. त्यांनी मला दुग्धजन्य पदार्थ टाळण्यास सांगितले. मी एकदम बिचकलेच. माझा नवरा फ्रेंच आहे. आम्हा दोघांनाही वाइन आणि चीज आवडते. पण हा प्रयोग करून बघावा असे मला वाटले. दहा दिवसांनंतर माझ्या त्वचेचा दाह नक्कीच कमी झाला होता आणि माझ्या तोंडावर नवीन मुरुमेही आली नव्हती. एका महिन्यानंतर माझी त्वचा नितळ आणि मऊशार झाली आणि त्वचेवरचे ते वेदनादायक उंचवटे पूर्णपणे नष्ट झाले. एवढेच नाही, तर माझ्या ओटीपोटातील तीव्र कळाही गायब झाल्या होत्या. हे मला खूपच आश्चर्यकारक वाटत होते. मी त्या दोन्ही गोष्टींचा संबंध एकमेकांशी कधीच जोडला नव्हता, कारण माझ्या ओटीपोटातील कळांचा संबंध माझ्या त्वचेशी होता, हे मला कधी जाणवलेही नव्हते.

मी अजूनही खूप प्रवास करते आणि जेव्हा माझ्या सहकाऱ्यांना किंवा ग्राहकांना वाइन देण्यात आणि त्यांच्याबरोबर जेवण्यात मी व्यग्र असते, त्या वेळी प्रत्येक जण खात असलेली प्रत्येक गोष्ट आपणही खावी अशी तीव्र इच्छा मला होते. पण दुग्धजन्य पदार्थांमुळे माझ्या चेहऱ्यावर मुरुमे येतात हे मला आता माहिती आहे आणि अर्थातच ओटीपोटातील कळाही त्यामुळेच

येतात हेही आता मी गृहीत धरले आहे. त्यामुळेच चीजचे पदार्थ आणि क्रीम घातलेले गोड पदार्थ न घेताच पुढे सरकवताना आता मला काहीच वाटत नाही. माझ्या नितळ, मऊशार त्वचेसाठी मला चुकवावी लागणारी ती अल्प किंमत आहे.

**डॉ. वू यांचे निदान :** प्रवासानंतर चेहऱ्यावर अधिक मुरुमे येतात आणि ती अधिक त्रासदायक ठरतात असे ॲना लिसाने सांगितले तेव्हा मला अजिबात आश्चर्य वाटले नाही. संलग्न फ्लाइट पकडण्यासाठी केलेल्या धावपळीमुळे आलेल्या ताणापासून ते पुन:पुन्हा तीच ती हवा फिरवली जात असलेल्या गर्दीने आणि अर्थातच जिवाणूंनी भरलेल्या केबिनपर्यंत आणि त्याच प्रकारच्या अन्नामुळे हे होणे साहजिकच होते. त्यामुळेच सर्व प्रकारच्या त्वचेवर अशा प्रकारचा त्रास दिसणे ही अगदी नैसर्गिक बाब होती. अशा प्रकारच्या वातावरणातून तुम्हाला दीर्घकाळ जावे लागले, तर त्याचा परिणाम म्हणून त्वचेवर मुरमांपासून इसबापर्यंत काहीही दिसू शकते. आहारातून दुग्धजन्य पदार्थ तिने वर्ज्य केल्यानंतर तिची त्वचा अगदी स्वच्छ, नितळ दिसू लागली या गोष्टीचेही मला काही आश्चर्य वाटले नाही. सर्वच वयोगटांतील महिलांमध्ये दुग्धजन्य पदार्थांच्या सेवनाने मुरुमे येतात. माझा तर असा दावाच आहे की, आपल्यापैकी ज्यांच्या त्वचेवर मुरुमे येत नाहीत, त्यांच्यासह आपण सर्वच जण अतिप्रमाणात दुग्धजन्य पदार्थ खातो. याविषयी अधिक माहिती तिसऱ्या प्रकरणात दिली आहे

## सगळ्या गोष्टींचा एकत्रित विचार : तुमच्या त्वचेवरची त्वचा

आतापर्यंत तुमच्या लक्षात आलेच असेल की, त्वचेचा उपयोग फक्त मेकअप लावण्यापुरताच नाही तर त्याहूनही अधिक काही तुमची त्वचा सांगत असते. तुमच्या हे लक्षात आले असेल, तर ती मोठीच गोष्ट आहे. कारण त्वचेचे कार्य कसे चालते हे समजून घेणे ही त्वचेची काळजी कशी घ्यावी हे समजण्यातील महत्त्वाची पायरी आहे. त्वचेची मूलभूत अंतर्गत रचना समजून घेऊन आपण हे प्रकरण आटोपते घेऊ या. प्राथमिक माहितीही नसणाऱ्यांसाठी सांगते की, कदाचित आपल्या त्वचेचा एकच स्तर आहे असे तुम्हाला वाटत असेल, पण प्रत्यक्षात ती तीन स्तरांनी बनलेली असते. प्रत्येक स्तरात कित्येक प्रकारच्या भरपूर पेशी असतात.

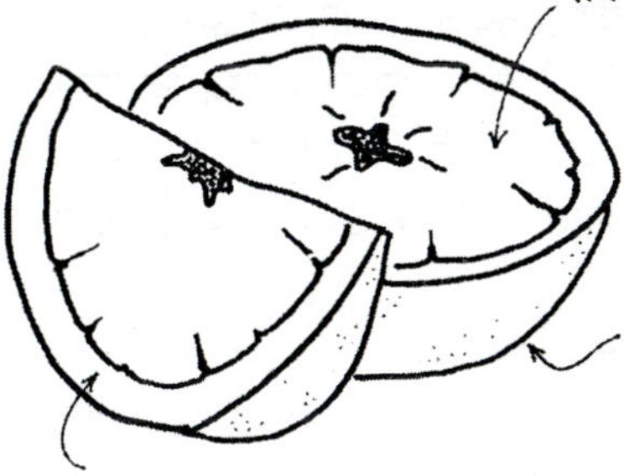


## पहिला स्तर : **बाह्य त्वचा**

त्वचेच्या बाह्य थराला बाह्यत्वचा म्हणतात. (संत्र्याच्या वरच्या सालीप्रमाणे हा स्तर असतो.) बाह्य त्वचासुद्धा विविध स्तरांमध्ये विभागलेली असते.

बाह्य त्वचेच्या तळाच्या भागाला पायाभूत स्तर (बेसल लेअर) म्हणतात. तिच्यात मेलॅनोसाइट्स म्हणजे रंगपेशी आणि केरॅटिनोसाइट्स या दोन प्रकारच्या पेशी असतात. रंगपेशींमुळे त्वचेचा रंग ठरतो. केरॅटिनोसाइट्सची वाढ सक्रियपणे होत असते आणि त्या जलद गतीने विभाजित होतात. त्या केरॅटिन तयार करतात. त्वचा सातत्याने स्वत:चे नूतनीकरण करते मेंदू, हृदय आणि इतर अवयवांमध्ये अशी क्रिया होत नाही. बाह्य त्वचेच्या पायाभूत स्तरातील पेशी सक्रिय असतात आणि सातत्याने वेगाने विभाजित होत असतात, त्यामुळे जुन्या पेशी अधिकाधिक प्रमाणात साठत जातात. त्या एकमेकींपासून दूर होण्यासाठी जागा शोधत राहतात. या प्रक्रियेत त्या त्वचेच्या पृष्ठभागाच्या अधिकाधिक जवळ येऊ लागतात. पण हे काम कष्टप्रद असते, कारण त्या व्यग्र, एकत्र साचलेल्या पेशी पृष्ठभागापर्यंत पोहचेपर्यंत मृत होतात. तुम्ही त्वचेला स्पर्श करता तेव्हा अशा मृत त्वचापेशींच्या थराला तुमचा स्पर्श होतो. या मृत पेशींना 'स्ट्रॅटम कॉर्नियम' म्हणतात. गुडघे, कोपर आणि पायांच्या टाचा यांसारख्या शरीराच्या अपघातप्रवण भागात त्यांचा थर अधिक जाडसर असतो. मृत त्वचा पेशींमध्ये अत्यल्प प्रमाणात पाणी असते किंवा अजिबातच पाणी नसते. त्यामुळे त्वचेच्या या वरच्या थराचा कल शुष्क होण्याकडे असतो. तो शुष्क होतो, खडबडीत होतो आणि त्या ठिकाणी त्वचा फाटतेही. विशेषत: हिवाळ्यात हे अधिक प्रमाणात घडते. (म्हणूनच तुमच्या टाचा फुटतात आणि तुमची कोपरे व गुडघे राखाडी रंगाचे दिसतात.)

बाह्य त्वचेपर्यंत जसजशा अधिकाधिक जुन्या पेशी पोचू लागतात, तसतशा

त्या जुन्या मृत पेशींना बाहेर ढकलून देतात. त्वचेचा हा कात टाकण्याचा नैसर्गिक मार्ग असतो. या प्रक्रियेला पाठबळ दिल्यामुळे (स्क्रब किंवा प्युमिस स्टोन वापरून आणि केरॅटिन निर्मितीसाठी इंधन पुरवणारे अन्न खाऊन) नवीन पेशी निर्माण होण्यास आणि तुमची त्वचा गुलाबी आणि गुलाबासारखी लालसर दिसण्यास मदत होते. त्यामुळे शुष्क, कोरडी आणि खडबडीत त्वचा नाहीशी होते.

**तुम्हाला माहीत आहे का?**

बाह्य त्वचेत रक्तवाहिन्या नसतात. त्यामुळे त्वचेच्या तळातील स्तरांमध्ये असलेल्या रक्तवाहिन्यांत विरघळलेल्या आणि झिरपून वर येणाऱ्या अन्नद्रव्यावर आणि प्राणवायूवर सक्रिय जिवंत पेशी (केरॅटिनोसाइट्स) अवलंबून असतात. धूम्रपान आणि काही औषधे यांच्यामुळे या रक्तवाहिन्या आकुंचित, अरुंद होतात. त्यामुळे त्वचेच्या बाह्य भागात कमी प्रमाणात प्राणवायू आणि इतर अन्नद्रव्ये पोचतात. त्यामुळे त्वचा निस्तेज आणि पिवळसर दिसू लागते.

## दुसरा स्तर : **अंत:त्वचा**

त्वचेचा दुसरा थर म्हणजे अंत:त्वचा होय. (संत्र्याच्या सालीच्या आतील पांढरट भाग म्हणजे ही त्वचा असे समजायला हरकत नाही.) या थरात कनेक्टिव्ह ऊती, कोलॅजेन, इलॅस्टिक (स्थितिस्थापकत्व असलेल्या, लवचीक ऊती) ऊती आणि हायअॅल्युरोनिक आम्ल असते. हे आम्ल त्वचेला आधार आणि रचनात्मक स्वरूप देते.

### कोलॅजेन

घराच्या तुळयांप्रमाणे कोलॅजेन त्वचेला भक्कमपणा किंवा आधार देते. शरीरातील विविध अवयवांमध्ये एकूण २० प्रकारची कोलॅजेन असतात. पण आपल्या त्वचेत मोठ्या प्रमाणात आढळणारे कोलॅजेन म्हणजे टाइप १ कोलॅजेन होय. ते अत्यंत

भक्कम असते. खरेतर टाइप १ कोलॅजेन हे पोलादापेक्षाही भक्कम असते. जन्मत:च आपल्याला भरपूर प्रमाणात कोलॅजेन मिळालेले असते आणि सुरुवातीला त्यातील अधिकाधिक कोलॅजेन बाहेर टाकण्यात आपल्या त्वचेच्या पेशी व्यग्र असतात. (म्हणूनच मुलांची त्वचा ताणलेली, संवेदनक्षम असते.) जसजसा काळ जातो तसतशी कोलॅजेनची निर्मिती कमी होऊ लागते. त्यामुळे आपली त्वचा पातळ, कमी संवेदनक्षम बनते आणि तिच्यावर अधिक सुरकुत्या पडू लागतात. कोलॅजेनच्या निर्मितीला प्रोत्साहन देणारे अन्न खाऊन आपल्याला या प्रक्रियेशी लढा देता येतो. त्यामुळे आपली त्वचा दीर्घ काळ तरुण आणि मुलायम दिसू लागते.

**याला बळी पडू नका : कोलॅजेन क्रीम**

कोलॅजेनची निर्मिती करून सूक्ष्म रेषा आणि सुरकुत्या दूर करण्याचा दावा करणाऱ्या क्रीमपासून दूर रहा. कारण ती चांगलीच बोगस असतात. कोलॅजेन रेणू खूप मोठा असतो. त्यामुळे तो त्वचेत सहजपणे घुसून आत जाऊ शकत नाही. त्याऐवजी तो फक्त त्वचेच्या पृष्ठभागावरच बसतो. यासाठीच रिस्टायलेन आणि ज्युवेडर्म यांसारख्या टोचता येणाऱ्या फिलर्सची निर्मिती केली गेली आहे. कोलॅजेन मलम ही चांगली मॉश्चरायझर्स असतात. ही गोष्ट चांगली असली तरीही त्यांच्या साहाय्याने तुमच्या त्वचेवरच्या सुरकुत्या दूर होत नाहीत. (उलट कोरड्या त्वचेवरच्या सूक्ष्म रेषा अधिक ठळक दिसू लागतात.)

## इलॅस्टिक ऊती

तुमच्या त्वचेला थोडासा चिमटा काढा. तुम्ही चिमटा काढलेला भाग चिमटीतून सोडला की, तो पुन्हा आपल्या जागी जातो. बरोबर आहे ना? इथेच तुमच्या इलॅस्टिक ऊती काम करत असतात. इलॅस्टिन नावाच्या प्रथिनापासून त्या बनलेल्या असतात. इलॅस्टिक ऊतींमुळे त्वचा लवचीक राहते आणि तिचा आकारही टिकून राहतो. आपले वय वाढू लागते तसतसे इलॅस्टिकचे धागे तुटू लागतात. त्यामुळे त्वचेचा स्थितिस्थापकत्वाचा गुणधर्म हळूहळू कमी होऊ लागतो. म्हणूनच तुम्ही

स्मित करायचे थांबवल्यावरही स्मिताच्या रेषा तशाच काही काळापर्यंत राहिलेल्या दिसतात. झोपेच्या वेळच्या खुणा आणि सुरकुत्याही तुमच्या चेहऱ्यावर दीर्घकाळ दिसू लागल्याचे हळूहळू तुमच्या लक्षात येऊ लागते. कारण तुमचा चेहरा अधिक काळ झोपेतल्या स्थितीत तसाच राहू लागतो. दीर्घकाळ सूर्यप्रकाश पडल्यास इलॅस्टिक धाग्यांची हानी होते. म्हणूनच सूर्यप्रकाशात खराब झालेली त्वचा वयाआधीच दबल्यासारखी होऊन ओघळू लागते. जर त्वचा खूपच जलद गतीने ताणली जाऊ लागली, (गर्भारपणात किंवा वाढीच्या वेगाच्या दरम्यान दिसतात तशा) तर इलॅस्टिक धागे चटकन तुटतात. तुम्ही रबर बँड खूपच ताणल्यावर जसा तुटतो तसेच हे आहे. त्यामुळे तुमच्या त्वचेवर ताणल्याच्या खुणा (स्ट्रेच मार्क्स) दिसू लागतात. तुमच्या शरीराच्या उभारणीसाठी मजबूत इलॅस्टिक ऊतींचा पुरवठा करणारे अन्न निवडून धागे तुटणे, अधिकाधिक ताणले जाणे किंवा त्वचा ओघळणे याला आळा घालू शकता. सेल्युलाइटच्या आणि कॉटेज चीजसारख्या खळ्या त्वचेवर दिसण्यास आपल्या त्वचेच्या कनेक्टिव्ह ऊती (म्हणजेच कोलॅजेन आणि इलॅस्टिन) अंशतः जबाबदार असतात. मांडीच्या वरच्या भागात आणि नितंबावर आपल्याला अशा प्रकारच्या खळ्यांसारखे खड्डे काही वेळा दिसतात. कारण कोलॅजेन आणि इलॅस्टिन धागे अंत:त्वचेवर उभे, लंबाकार असतात. चरबी प्रसरण पावते (म्हणजेच जेव्हा तुम्ही जाड होता) तेव्हा ते धागे त्वचेच्या खालच्या बाजूला चिकटून राहतात आणि मग खळ्या निर्माण होतात. स्त्रियांमध्ये पुरुषांच्या तुलनेत अधिक प्रमाणात सेल्युलाइट निर्माण होते. कारण पुरुषांच्या त्वचेतील कनेक्टिव्ह ऊती या उभ्या-आडव्या पद्धतीने एकमेकींत गुंतलेल्या असतात. अंत:त्वचेशी ते ४५ अंशाच्या कोनात चिकटलेले असतात. (त्यामुळे अशा प्रकारचे खड्डे कमी प्रमाणात दिसतात.) पुरुषांच्या तुलनेत स्त्रियांमध्ये चरबीचे थरही अधिक जाडसर असतात. अनेकदा ही चरबी कनेक्टिव्ह ऊतींमधून फुगीरपणे बाहेर दिसते. रक्ताभिसरणातील समस्यांनाही स्त्रियांच्या पायातील, नितंबातील आणि पोटातील सेल्युलाइट काही अंशी कारणीभूत असते.

## सेल्युलाइटवर उपाय?

**मा**झे बहुतेक सर्वच कमी-अधिक प्रसिद्ध असलेले रुग्ण बिकिनी घालून करायच्या सीनच्या आधी किंवा गाउन घालून गालिच्यावरून चालत जाण्याच्या आधी सेल्युलाइट प्रतिरोधक उपचार घेण्यात गुंतलेले असतात. त्यात त्वचा मुलायम करण्यासाठी सक्शन आणि मसाज घेणे या उपचारांचा समावेश

असतो. (निर्वात रबरी नळीला जोडलेल्या दोन रोलिंग पिन्स तुमच्या नितंबावर आणि मांड्यांवर ४५ मिनिटे घासल्या, दाबल्या जात आहेत अशी कल्पना करून पहा म्हणजे तुमच्या डोळ्यांसमोर नेमके चित्र उभे राहील.)

विज्ञानाविषयीच्या प्रचंड स्वारस्यामुळे मी स्वत:वर हा प्रयोग करून पाहण्याचे ठरवले. (यासाठी डोक्यापासून पायाच्या बोटांपर्यंत त्वचेवर घट्ट बसणारा पोशाख घालावा लागतो हे मी तुम्हाला सांगितले का?) माझी त्वचा नंतर थोडीफार अधिक मुलायम झाल्यासारखी भासली, तरी यात त्या उपचाराचा किती वाटा होता याविषयी मी साशंक आहे. कारण माझ्या मांड्यांवर कोणीतरी अनोळखी व्यक्ती काम करणार आहे, हे मला एकदा समजल्यावर दोन अपॉइंटमेंटमधल्या काळात मी काय काय खाल्ले यावर मी विचार करू लागले. तात्पुरत्या स्वरूपात असले तरी या उपचाराचा तेवढा तरी उपयोग होतो यासाठीचा पुरावा उपलब्ध आहे. ज्या स्त्रियांनी आठवड्यातून दोनदा अशा प्रकारे पंधरा सत्रात हा उपचार घेतला, त्यांनी आपले घेर काही इंचांनी कमी केले असे काही अभ्यासाअंती दिसून आले आहे. पण ही प्रक्रिया पूर्ण झाल्यानंतर लगेच याचे अधिक चांगले फलित मिळते. यामुळे रक्ताभिसरणात किंवा त्वचेला आलेली सूज उतरण्याच्या बाबतीत तात्पुरती सुधारणा होत असली पाहिजे. शरीरातील सेल्युलाइटमध्ये खरोखरची घट होण्याऐवजी या उपचारपद्धतीमुळे शरीरावरील गाठी कमी प्रमाणात दिसू शकतात.

घरच्या घरी शॉवरखाली स्वत:च मसाज करून तुम्ही हाच परिणाम मिळवू शकता. (जिच्यावर विश्वास नाही अशा व्यक्तीच्या हाती आपण असल्याच्या लज्जास्पद भावनेशिवाय हे करता येते.) रक्ताभिसरणात सुधारणा करण्यासाठी सेल्युलाइट मसाजर वापरा आणि तुमची त्वचा मुलायम बनवा. त्यानंतर टॉवेल काढून सेल्युलाइट क्रीम शरीरावर लावा. 'ब्लिस फॅटगर्ल स्लिम' किंवा 'रिव्हाइव सेल्युलाइट इरेजर' यांपैकी कोणतेही क्रीम तुम्ही वापरू शकता. (अर्थातच तुमच्या भागात मिळत असेल तर) या दोन्ही क्रीममध्ये कॅफिन असते आणि त्याच्यामुळे चरबीयुक्त पेशी नष्ट होतात असे दिसून आले आहे.

## हायअॅल्युरोनिक आम्ल

हायअॅल्युरोनिक आम्ल ही नैसर्गिक साखर असून ती पाण्याच्या रेणूंना एकत्रित बांधून ठेवते. त्यामुळे त्वचा ओलसर आणि गोंडस किंवा गुबगुबीत दिसते. आपल्या सांध्यातील वंगण आणि डोळ्यातील जेली म्हणजेही साखर असते. जुवेडर्म आणि

रिस्टायलेन या सुरकुत्या भरणाऱ्या लोकप्रिय क्रीममध्ये सक्रिय घटक म्हणून कृत्रिम हायअॅल्युरोनिक आम्ल वापरलेले असते.

कनेक्टिव्ह ऊती आणि हायअॅल्युरोनिक आम्ल यांच्याखेरीज तैलग्रंथी (सेबॅशियस ग्लँड्स) तुम्हाला जिथे आढळतात तिथे अंत:त्वचा असते. विशेषत: आपला चेहरा, छाती, पाठ आणि डोक्यावरील त्वचा व केस येथे त्या एकवटलेल्या असतात. या ग्रंथींमधून सेबम म्हणजेच तेल स्त्रवते. हे आपल्या त्वचेचे नैसर्गिक मॉश्चरायझर असते. तेलामुळे आपली त्वचा मुलायम, जलरोधक आणि लवचीक राहते. (काहीही झाले तरी पावसात चालल्यामुळे किंवा समुद्रात डुबकी मारल्यामुळे तुम्ही विरघळून जात नाही. बरोबर आहे ना?) खूपच तेल त्वचेवर आले तर मात्र त्वचा चकाकू लागते आणि तुमचा मेकअप चिकट बनतो. ग्रंथी अधिक शुष्क पडण्यामागे अनेक कारणे असतात. ताणतणाव, वयात येणे आणि मासिक पाळी यांमुळे होणारे हार्मोन्समधील बदल, तसेच अगदी काही विशिष्ट पद्धतीचे अन्न ही ती कारणे होत. फाजील सक्रिय असलेल्या तैलग्रंथी मोठ्या प्रमाणात तेलाचे उत्सर्जन करतात. त्यामुळे त्वचेवरील छिद्रे मोठी होतात. म्हणूनच तेलकट त्वचेच्या व्यक्तींच्या त्वचेची छिद्रे मोठी असतात. डोक्यावरच्या त्वचेतून बाहेर पडणाऱ्या अतिरिक्त तेलामुळे केस चिकट वाटू लागतात. तसेच त्यामुळे यीस्टची अतिरिक्त वाढ होऊ लागते आणि डोक्यात कोंडा होतो. पण योग्य अन्नाची निवड केल्यावर त्वचेच्या तेलनिर्मितीला आळा घालता येऊ शकतो. त्यामुळे मुरुमे आणि कोंडा होणे यांसारखे प्रकारही रोखता येतात.

**तुम्हाला हे माहीत आहे का?**

तुम्ही टॅटू अंगावर काढून घेता त्या वेळी टॅटूचा रंग तुमच्या त्वचेच्या वरच्या स्तरांमधून खालच्या अंत:त्वचेच्या खोल थरांपर्यंत टोचला जातो. त्वचेचा हा भाग सातत्याने हल्लेखोरांना रोखण्यासाठी जागरूक अवस्थेत असतो. टॅटूची शाई किंवा रंग हा तांत्रिकदृष्ट्या विचार केला तर परकीय पदार्थ असतो. (जैवशास्त्रीयदृष्ट्या विचार करता हा पदार्थ तिथे असताच कामा नये.) त्यामुळे मॅक्रोफॅगस या रोगप्रतिकारक पेशी ही शाई खाऊ लागतात आणि तिला पचवून टाकतात. म्हणूनच टॅटूचा रंग काही दिवसांनी फिकट होऊ लागतो.

## त्वचेचा शत्रू क्र.३ : **फ्री रॅडिकल्स**

त्वचेची निगा राखण्याविषयीच्या जाहिरातींमधून आणि मासिकांमधील लेखांमधून अगणित वेळा तरी तुम्ही फ्री रॅडिकल्सविषयी याआधी ऐकले असेल. पण हे फ्री रॅडिकल्स म्हणजे नेमके काय आहे आणि आपण त्यांची एवढी फिकीर करण्याचे कारणच काय?

फार तांत्रिक बाबींमध्ये न शिरता आपण असे म्हणू शकतो की, फ्री रॅडिकल्स हे आपल्या सर्वांत बाहेरच्या कक्षेत जोडीदार नसलेला इलेक्ट्रॉन असलेले अणू किंवा रेणू असतात. त्यामुळे असे अणू किंवा रेणू आत्यंतिक अस्थिर बनतात आणि शेजारच्या रेणूकडून अतिरिक्त इलेक्ट्रॉन भागीदारीत मिळवता येईल या आशेपोटी उत्स्फूर्त रासायनिक क्रियेला ते उद्युक्त होतात. या भिन्न गोष्टींमधील साम्य पाहू या. फ्री रॅडिकल हे तीन चाके असलेल्या कारसारखे असते. चौथे चाक बसवल्याखेरीज ही कार सरळ रेषेत चालवणेही शक्य नसते आणि चौथे चाक नसल्यामुळे अस्थिर होऊन तुम्ही ठेचकाळत, गडगडत जाण्याची शक्यताही असते. तुम्ही जर दुसऱ्या एखाद्याच्या गाडीचे चाक चोरल्यास आता त्यांच्या कारमधून सफर करणे अस्थिरपणाचे होते. हे काहीसे तसेच आहे. फ्री रॅडिकल कोणाकडून तरी (म्हणजे समजा, कोलॅजेन किंवा डीएनए रेणूकडून) इलेक्ट्रॉन चोरतो, त्या वेळी ज्यांच्याकडून त्याने तो चोरला असेल त्या पेशी त्यांचे विवक्षित कार्य व्यवस्थितपणे पार पाडू शकत नाहीत. त्यामुळे गंभीर परिणाम होऊ शकतात. उदाहरणार्थ, डीएनए आणि फ्री रॅडिकल्स यांच्यातील क्रियांमुळे काही प्रकारचे कर्करोग होतात असे आढळले आहे. वृद्ध होण्याच्या फ्री रॅडिकल सिद्धान्तानुसार, फ्री रॅडिकलची हानी होणे दीर्घकाळ सुरू राहिले तर त्यामुळे वृद्धत्वाशी निगडित असलेली बहुतांश आजारपणे उद्भवू शकतात. या आजारांमध्ये अल्झायमर्स आणि संधिवात यांचाही समावेश आहे. त्वचेमध्ये फ्री रॅडिकलमुळे कोलॅजेन आणि इलॅस्टिन यांची मोडतोड होते. त्यामुळे सुरकुत्या निर्माण होणे, त्वचा ओघळणे, त्वचेचा रंग काही ठिकाणी बदलणे इ. गोष्टी घडू शकतात. कालौघात आपल्या शरीराची होणारी झीज आणि मोडतोड यांसाठी फ्री रॅडिकल्स कारणीभूत असतात, असे सोप्या शब्दात सांगता येईल.

फ्री रॅडिकल्स शरीरात सर्वत्र असतात. शरीराच्या चयापचय क्रियेतूनही उपपदार्थ म्हणून ती निर्माण होतात. आपल्याला जिवंत ठेवण्यासाठी आवश्यक असलेल्या रासायनिक क्रियांचे जाळे चयापचय क्रियेत अंतर्भूत असते. त्यातूनच हे उपपदार्थ

तयार झालेले असतात. प्रदूषके, विषे, कीटकनाशके आणि सिगरेटचा धूर यांच्यामध्येही ती विपुल प्रमाणात आढळतात. याशिवाय अतिनील किरणांची त्वचेशी आंतरक्रिया होते तेव्हाही ती तयार होतात. सहसा आपले शरीर फ्री रॅडिकल्समुळे होणारी हानी स्वत:च भरून काढू शकते. पण अतिनील किरण, प्रदूषण आणि दुसऱ्यांनी सोडलेला सिगरेटचा धूर अशा घटकांचा वर्षावच तुमच्यावर झाला तर मात्र शरीर ते सहन करू शकत नाही आणि ही हानी भरून काढण्याची अंतर्गत शक्ती क्षीण होते. त्यामुळे निरोगी पेशी नष्ट होतात आणि चेहरा दमल्यासारखा श्रांत, क्लांत दिसू लागतो. वयस्करपणाही चेहऱ्यावर झळकू लागतो.

## तिसरा स्तर : **सबक्युटॅनियस ऊती, एकेए चरबीचा थर**

आपण सुंदर त्वचेसहच जन्माला येत नाही तर त्यालगतच असलेल्या चरबीच्या सुंदर, जाडसर थरासह आपण जन्माला येतो. (आता इथेही आपल्याला संत्र्याचे उदाहरण घ्यायचे असेल तर आता आपण फळाच्या गाभ्याविषयी बोलत आहोत.) ही सबक्युटॅनिअस चरबी सर्वसाधारणपणे आपल्याला कोंबडीच्या पिल्लाच्या त्वचेखाली जाडसर पिवळ्या रंगाची दिसते तशीच असते. ती अंत:त्वचा आणि स्नायूंच्या ऊती यांच्या मधील अडथळा बनते आणि त्यांना एकमेकांपासून अलग ठेवते. तसेच चेहऱ्याची रूपरेषा तयार करते. त्यामुळेच अर्भके आणि बालके यांचे गाल एवढे मुलायम आणि गोलाकार असतात. आपण मोठे होऊ लागतो तशी त्यापैकी काही चरबी नष्ट होते. आपले चेहरे कमी गोंडस दिसू लागतात. गालांचा गोबरेपणा कमी होतो आणि ओठही सपाट बनतात. मग ती सगळी चरबी कुठे जाते? ही सारी चरबी आपल्या पोटाकडे आणि नितंबाकडे स्थलांतरित झालेली असते.

**हॅलो, डॉ. वू**

**प्रश्न :** माझ्या त्वचारोगतज्ज्ञांचे म्हणणे आहे की मेकअप केल्यामुळे मुरुमे आणि पुटकुळ्या येतात, कारण त्यामुळे त्वचेची छिद्रे बंद होतात आणि त्वचेला श्वसन करता येत नाही. माझ्या त्वचेसाठी मेकअप खरोखरच वाईट आहे का?

**उत्तर :** चांगली बातमी आहे मुलींनो. मुरुमे आणि पुटकुळ्या या जिवाणू, हार्मोन्समधील असंतुलन किंवा बदल आणि तुम्ही खात असलेले अन्न यांच्यामुळे येतात; मेकअपमुळे नाही. खरेतर काही मेकअप तुमच्यासाठी अधिक चांगला असतो. काही सौंदर्यप्रसाधनांमुळे एसपीएफ संरक्षण पुरवले जाते. काही जणी बाहेर

जाताना सनस्क्रीन लावायला विसरतात. त्यांच्यासाठी अशी सौंदर्यप्रसाधने विशेषत: अधिक चांगली ठरतात. (अशा तुम्ही आहात का, हे तुम्हाला चांगलेच ठाऊक आहे.) मेकअप केल्यामुळे आपल्या चेहऱ्याला वरचेवर हात लावणे योग्य नाही, हे तुम्हाला माहिती असते. त्यामुळे तुमच्या हाताच्या स्पर्शातून तुमच्या त्वचेवर स्थलांतरित होणाऱ्या जिवाणूंचे प्रमाणही कमी होते. जोपर्यंत आपल्या त्वचेसाठी तुम्ही योग्य प्रकारचा मेकअप निवडत असता तोपर्यंत तुम्हाला मुरमांचा किंवा पुटकुळ्यांचा त्रास होणार नाही. तुमची त्वचा तेलकट असेल आणि त्वचेवर मोठी छिद्रे असतील किंवा तुमची त्वचा मुरमांना बळी पडणारी असेल तर पाण्यात तयार केल्या जाणाऱ्या मेकअपचा आधार घ्या. तरीही तुम्हाला मुरुमे येतच राहिली तरी काळजी करू नका. चौथ्या प्रकरणात मुरमांविषयी आणि त्वचापूरक अन्नाच्या साहाय्याने त्यांच्याशी आपण कसा लढा देऊ शकतो याविषयी आपण शिकणार आहोतच.

२

# अन्नाचा त्वचेशी काय संबंध?

**मी** किशोरवयीन असताना माझा आहार वाईट होता, असे तुम्हाला वाटत असल्यास मी मोठी झाल्यावर तर माझा आहार अधिकच बिघडला. कारण उत्सुक, अत्यंत महत्त्वाकांक्षी अशा इतर शंभर विद्यार्थ्यांसमवेत अत्यंत कडाक्याच्या थंडीत, वैद्यकीय ग्रंथालयाच्या आतल्या भागात तासन्‌तास घोकंपट्टी करत असता पोटात कावळे ओरडायला लागल्यावर कोट, कानटोपी, स्कार्फ असा जामानिमा करून अर्धा मैल बर्फ तुडवत केवळ खाण्यासाठी बाहेर जाणे हे कधीच फारसे स्वागतार्ह नसते. कारण तुमचा अभ्यासाचा एक तास वाया जातो, शिवाय बुटात बर्फ जातो ते वेगळेच. अशा वेळी सहसा त्या चार वर्षांत रोजच मी जे करत असे, तेच तुम्हीही माझ्या जागी असतात तर केले असते. ते म्हणजे आल्या आल्या व्हेंडिंग मशीन सुरू करणे.

शाळेत असताना मला कॉर्न नट्स खूप आवडत. पण वैद्यकीय विद्यार्थिनी असताना मी मोठी होते आणि मला थोडे अधिक समजत होते. ॲक्युटेनमुळे माझ्या मुरमांवर तात्पुरते का होईना, पण माझे नियंत्रण राहत होते. माझे आधीचे डॉक्टर्स आणि अगदी माझे हार्वर्डमधील प्राध्यापकही शपथेवर सांगत असत की, मला चॉकलेटमुळे मुरुमे किंवा पुटकुळ्या येत नाहीत. दुपारच्या जेवणाच्या वेळी कँडी बार खाऊन मुरमांना आमंत्रण देणे माझ्या जिवावर येत असे. पण तरीही काही वेळा दुपारच्या जेवणाच्या वेळी मी कँडी बार खात असे. पण तरीही बहुतांश वेळा मी आरोग्यपूर्ण पर्याय निवडण्याचा प्रयत्न करत असे. त्यातूनच कप ओ नूडल्स हे माझे जेवण बनले. वर्षानुवर्षे माझा अभ्यासाचा वेळ कमी होऊ नये यासाठी मी हा पर्याय निवडला होता. त्याच्या जोडीला मी सहसा खारी बिस्किटे खात असे. पण कालांतराने मी जाड होत असल्याचे माझ्या लक्षात आले आणि मग मी न्याहारीला द्राक्षे खाऊ लागले. माझ्या त्वचेच्या पोतासाठी आणि रंगासाठी मी निवडलेला आहार आरोग्यपूर्ण आणि चांगला आहे, असे मला त्या वेळी वाटत होते. पण मी चुकत होते का?

## आहार आणि तुमची त्वचा : संमिश्र संदेशांचा इतिहास, दंतकथा आणि गैरसमजुती

तेलकट अन्न खाल्ल्यामुळे तुम्हाला मुरुमे येतात, असे तुमच्या आईने तुम्हाला कधी सांगितले आहे का? माझ्या आईनेही तसेच सांगितले होते. जवळजवळ दहा वर्षे मी हे ऐकत होते. सहसा किशोरवयीन मुलांना मुरुमे येत असली, तरी मी वाढत्या प्रमाणात अमेरिकन आहार घेत असल्यामुळे मला मुरुमे येत होती. अशी कल्पना डोक्यात असलेली माझी आई एकटी नव्हती. तुमच्या आहारात अधिक तेल असेल, तर तुमच्या चेहऱ्यावरही अधिक तेल पसरेल आणि साहजिकच त्यामुळे तुम्हाला अधिक मुरुमे येतील हा १९५०-६०च्या कालखंडातील विचार होता. अगदी त्वचारोगतज्ज्ञही त्या काळात हेच सांगत असत. सध्या ६० ते ७० वयोगटात असलेल्या डॉक्टरांचे मत घेतल्यास, त्यांच्यापैकी कित्येक जण तुम्हाला आजही हेच सांगतील की, तुम्ही मोठ्या प्रमाणात चरबीयुक्त आणि तळलेले पदार्थ खे तर तुम्हाला मुरुमे किंवा पुटकुळ्या येतील. आजच्या ज्ञानाच्या बरोबर विरुद्ध ही कल्पना असल्याचे दिसते. आजकाल तुम्ही स्त्रियांची मासिके चाळली तर तुम्हाला प्रत्येक पानागणीक 'जागीच मुरूम प्रतिबंधात्मक' उपचाराची जाहिरात दिसेल. या जाहिरातीतून किंवा 'अमेरिकन ॲकॅडमी ऑफ डर्मेटॉलॉजी'तर्फे दिल्या जाणाऱ्या माहितीतून तुम्हाला एकच गोष्ट सांगितल्याचे आढळेल, ती म्हणजे तुमची त्वचा कशी दिसते किंवा तुम्हाला कशी जाणवते याच्याशी आहाराचे काहीही देणेघेणे नसते. आणखी एक, यासाठी तुम्हाला मी सांगते त्यावरच विश्वास ठेवण्याची गरज नाही. त्यासाठी मी तुम्हाला खाली काही वाक्ये देत आहे.

> आहार आणि मुरुमे यांच्यामध्ये ठोस संबंध असल्याचे शोधण्यात वैज्ञानिक असमर्थ ठरले आहेत. – proactive.com

> आहारात बदल केल्यामुळे त्वचारोगांमध्ये सुधारणा होते असे अनेक रुग्णालयातून केलेल्या निरीक्षणातून दिसत असले, तरीही यांपैकी काही निरीक्षणेच काळाच्या कसोटीवर उतरली आहेत. – *ब्रिटिश मेडिकल जर्नल, १९८९*

> मुरमांवरच्या उपचारपद्धतीमध्ये आहारावर निर्बंध घातले किंवा त्या प्रकारच्या संपूर्ण आहारावर बंधन घातले तर लाभ होतो असे स्पष्ट झालेले नाही.
> – *'जर्नल ऑफ द अमेरिकन ॲकॅडमी ऑफ डर्मेटॉलॉजी', २००७*

तुमच्या त्वचेसाठी कोणतेही अन्न वाईट नसते हेच सत्य आहे.
– Noxzema.com

या सर्वच दाव्यांमध्ये समान बाब कोणती आहे? आहार आणि त्वचारोग यांच्यात कोणताही संबंध नाही याचा पुरावा? नाही. यांसारख्या प्रतिपादनातून फक्त तुम्ही जे खाता त्याचा तुमच्या त्वचेशी संबंध आहे का, याविषयीच्या 'पुराव्याचा अभाव' दर्शवला जातो. प्रत्यक्षात अन्न आणि त्वचा यांचा काहीही संबंध नाही या कल्पनेला आधार देणारी अत्यल्प सापेक्ष माहिती उपलब्ध आहे. त्याउलट आहार आणि तुमची त्वचा यांचा घनिष्ठ संबंध असतो याविषयी मोठ्या प्रमाणात संशोधन होत आहे. अर्थातच हे संशोधन अद्याप प्राथमिक अवस्थेतच आहे. मग या सगळ्या गोंधळातून काय समजायचे?

रुग्णांना कोणत्याही उपचारपद्धतीची शिफारस करण्यापूर्वी नूतन उपचारपद्धतीचे गुणविशेष रुग्णालयात किंवा प्रयोगशाळेत घेतल्या गेलेल्या चाचण्यांतून सिद्ध झाले पाहिजेत, असा आग्रह गेल्या सुमारे २० वर्षांत डॉक्टर धरू लागले आहेत ही काही वाईट गोष्ट नाही. (अन्यथा आपण लिहून देत असलेली औषधे खरोखरच उपयुक्त आहेत की नाही, हे माहिती नसतानाच आपण अनेक औषधे लिहून देत राहू.) मोठ्या प्रमाणावरच्या म्हणजे शेकडो किंवा खरेतर हजारो विविध प्रकारच्या रुग्णांवर घेतलेल्या नियंत्रित चाचण्यांमधून निघालेले निष्कर्ष प्रमाणभूत मानणे आणि ते वैद्यकीय पुरावे म्हणून ग्राह्य धरणे हे डॉक्टरांच्या अंगवळणी पडलेले असते आणि हीच खरी समस्या आहे. आता आहाराविषयीचा निष्कर्ष काढण्यासाठी एवढ्या मोठ्या प्रमाणात चाचणी घेणे केवळ अशक्य गोष्ट आहे. मी नेहमीच दवाखान्यात अशा चाचण्या घेते आणि त्यांविषयीची माहिती 'फूड अँड ड्रग ॲडमिनिस्ट्रेशन' - 'एफडीए'कडे (अन्न आणि औषध प्रशासन) पाठवून देते. तिथला कारभार नेहमीच अत्यंत गुंतागुंतीचा असतो. समजा मी एका नवीन मॉश्चरायझरची चाचणी घेत असेन, तर मी ही चाचणी ज्या लोकांच्यावर घेत असेन त्या शेकडो लोकांना फक्त ते मॉश्चरायझरच नव्हे तर त्यासोबत क्लिन्सर, सनस्क्रीन इ. गोष्टी आणि त्यांच्या दैनंदिन कार्यक्रमाची टिपणे ठेवण्यासाठी प्रत्येकी एक रोजनिशी द्यावी लागते. समजा एखादा मान्यताप्राप्त नसलेला ग्लायकॉलिक क्लिन्सर किंवा रेटिन एसारखे औषधी उत्पादन वापरले गेले आणि या आराखड्यात अशा कोणत्याही प्रकारे किंचित जरी बदल झाला तरीही या संपूर्ण संशोधनाच्या वैधतेविषयी संशय निर्माण होतो. अन्नाशी संबंधित प्रयोगात अक्षरशः शेकडो वेळा तडजोडी केल्या जातात. खरेतर अशा प्रकारे संपूर्ण शास्त्रशुद्ध प्रयोगांसाठी सुमारे

दोनशे लोकांना काही आठवडे अगदी पिंजऱ्यात कुलूपबंद केल्याशिवाय डॉक्टरांना अपेक्षित निकाल हाती येणारच नाहीत. कारण असे केले तरच त्यांनी घेतलेल्या प्रत्येक घासावर तुमचे लक्ष राहील. अर्थातच ते केवळ अशक्य आहे. असे कित्येक गोंधळात टाकणारे किंवा बदलते घटक अशा प्रकारच्या प्रयोगात असतात. त्यांचा प्रयोगाच्या फलितावर परिणाम होत असतो. (बघा, अद्यापही मी विज्ञानाची विद्यार्थिनीच आहे!)

मुरमांशी संबंधित आणखी एक उदाहरण पाहू या. अगदी अलीकडेपर्यंत आहार आणि मुरुमे यांच्या परस्परसंबंधांविषयी फक्त दोनच अभ्यासांच्या नोंदी उपलब्ध होत्या. त्यापैकी एक अभ्यास १९६७मध्ये आणि दुसरा १९६९मध्ये झाला होता. दुसऱ्या अभ्यासात संशोधकांनी मुरमांचा चॉकलेट खाण्याशी काही संबंध आहे का, ते शोधण्याचा प्रयत्न केला होता. महाविद्यालयीन विद्यार्थ्यांच्या एका गटाला त्यांनी मिल्क चॉकलेट कँडी बार खाऊ घातले आणि दुसऱ्या गटाला इमिटेशन चॉकलेट बार खाऊ घातले. (कोको फॅटऐवजी या बारमध्ये अंशत: हायड्रोजेनेटेड वनस्पती तेल वापरण्यात आले होते.) संशोधकांना दोन्ही गटांच्या मुरमांशी या दोन्ही खाद्यांचा काही संबंध असल्याचे आढळले नव्हते. यात आश्चर्य वाटण्याजोगे काहीच नाही. त्यामुळे चॉकलेटचा मुरमांशी काहीच संबंध नसल्याचा निष्कर्ष त्यांनी काढला. पण दोन्ही बारमध्ये साखरेचे प्रमाण सारखेच होते. (या प्रयोगातून कोणते निरुपयोगी निष्कर्ष हाती आले, ते सांगण्यासाठी कुणा तज्ज्ञ संशोधकाची गरजच नाही.) एक साधी गोष्टही इथे विचारात घेतली पाहिजे. पारंपरिक ज्ञान नेहमीच अचूक असते असे नाही. मुरमांपासून इसबापर्यंतच्या कोणत्याही रोगासाठी सूर्यप्रकाशात किती वेळ बसावे याविषयी डॉक्टर सांगत, तो काळ फार जुना नाही. सौरकंदील वापराची प्रथा त्या काळात होती हे मान्य करायला संकोच वाटत असला तरी मला ते मान्य करावेच लागेल. आपल्याला अद्याप अतिनील किरणांचे धोके माहिती नाहीत, याचा अर्थ ते नाहीतच किंवा त्वचा कर्करोगाचा धोका आपल्याला वाढत्या प्रमाणात नाहीच असा त्याचा अर्थ होत नाही. काही वेळा विज्ञानाला ते सापडेपर्यंत काही काळ जाऊ द्यावा लागतो इतकेच!

## अन्नाचा तुमच्या त्वचेवर परिणाम होतोच. फक्त तुम्ही विचार करता त्याप्रमाणे तो होत नाही!

यावरून एक गोष्ट लक्षात येते, ती म्हणजे १९५० ते १९६०च्या दरम्यानच्या त्वचारोगतज्ज्ञांना (आणि माझ्या आईलासुद्धा) आहार आणि त्वचा यांच्या संबंधाविषयी

योग्य कल्पना होती. पण याचा अर्थ त्यांना प्रत्येक वस्तुस्थितीची स्पष्ट कल्पना होती असे मात्र नाही. चॉकलेटमधील कोको किंवा फ्रेंच फ्राइजमधील तेल यांच्यामुळे मुरुमे येत नाहीत. तुम्ही जे खाता ते तुमच्या त्वचेवर उमटते. अर्थातच मुरुमे, पुरळ किंवा सुरकुत्या यांच्या स्वरूपात ते असते आणि त्यामागचा खरा गुन्हेगार असतो साखर, रक्तातील साखर. बस्स! हेच ते आहे.

तुम्ही जे जे खाता त्याचे रूपांतर ग्लुकोज म्हणजेच साखरेत होते. तुमचे शरीर या शर्करेचा उपयोग इंधन म्हणून करते. तुमच्या रक्तप्रवाहातून ही शर्करा शरीरभर वाहत असते. खूपच शर्करा असेल तर तुम्हाला निराश आणि हताश झाल्यासारखे वाटते. त्याउलट पुरेशी शर्करा नसेल तर तुम्हाला अस्थिर, गुंगी आल्यासारखे आणि मळमळल्यासारखे वाटते. रक्तशर्करेतील हे कमालीचे चढ-उतार टाळण्यासाठी तुमचे स्वादुपिंड इन्शुलिन तयार करते. आपण नेहमी जी साखर वापरतो, ती म्हणजे ग्लुकोज नाही. त्यामुळे तुम्ही गोड पदार्थ खाल्ले नाहीत, पण स्टार्च असलेले खाद्यपदार्थ खाल्लेत तरीही तुमची रक्तशर्करा वाढत राहते.

ग्लायसेमिक इंडेक्सविषयी तुम्ही याआधीही ऐकले असेल. विशिष्ट अन्नपदार्थ किती झटकन ग्लुकोजमध्ये रूपांतरित होतो ते मोजण्याचा मार्ग म्हणजे हा निर्देशांक होय. साखर, स्टार्चेस आणि सर्वसामान्य कर्बोदके, सोडा, (सोडाकँडी, पांढरा ब्रेड इ.) यांसारखी साधी कर्बोदके चटकन ग्लुकोजमध्ये रूपांतरित होतात आणि तुमचा ग्लायसेमिक इंडेक्स लगेच उच्च पातळीवर जाऊन तुमच्या रक्तशर्करेची पातळी झटकन उंचावते. त्या वेळी तुमचे शरीर जास्त प्रमाणात आणि झटकन इन्शुलिन तयार करते. याउलट गुंतागुंतीची कर्बोदके, प्रथिनयुक्त पदार्थ आणि चरबीयुक्त पदार्थ यांचा ग्लायसेमिक इंडेक्स कमी असतो. धान्याच्या कोंड्यासकट पिठापासून केलेला ब्रेड, चरबी काढलेले मांस आणि कठीण कवचाची फळे यांचा ग्लायसेमिक इंडेक्स कमी असतो. त्यांचे ग्लुकोजमध्ये होणारे रूपांतर हळूहळू होते. त्यामुळे तुमच्या शरीरातील इन्शुलिनची पातळी हळूहळू आणि कमी प्रमाणात वाढते. उच्च ग्लायसेमिक इंडेक्स असलेले अन्न खात राहिल्यामुळे तुमच्या शरीराला सतत इन्शुलिनची पातळी उच्च राखावी लागते आणि झटपट इन्शुलिन तयार करत राहावे लागते. अखेरीस तुमची रक्तशर्करा नियंत्रित करण्यासाठी तुम्हाला जेवढ्या प्रमाणात इन्शुलिनची गरज भासते, तुमचे शरीर तेवढे इन्शुलिन तयार करूच शकत नाही आणि मग मधुमेह होतो. (वर्षानुवर्षे निकृष्ट प्रतीचा आहार खाल्ल्यामुळेही मधुमेह होतो. केवळ एखाद्या आठवड्याअखेरीला उच्च ग्लायसेमिक इंडेक्स असलेला आहार भरपूर प्रमाणात खाल्ल्याने तो होत नाही.)

सर्वसाधारणपणे अनारोग्यपूर्ण असण्याखेरीज रक्तशर्करेतील तीव्र चढ-उतार त्वचेवरही प्रलय माजवतो. उच्च रक्तशर्करेमुळे छिद्रांमधून अधिक प्रमाणात तेल

बाहेर पडू लागते. तसेच शरीरातून गरम वाफा येण्याची वारंवारिताही वाढते. लालसर पुरळ आलेल्या आणि रजोनिवृत्तीच्या टप्प्यावर असलेल्या स्त्रियांमध्ये गरम वाफा आल्यासारखे वाटण्याचे प्रमाण अधिक असते. शर्करेचे रेणू कोलॅजेन आणि इलॅस्टिन यांच्याशी क्रिया करतात आणि त्वचेचा ताण व स्थितिस्थापकत्व कमी करतात. त्यामुळे सुरकुत्या आणि त्वचा ताणल्याच्या खुणा (स्ट्रेच मार्क्स) त्वचेवर दिसू लागतात. या क्रियेत निर्माण होणाऱ्या उपपदार्थांमुळे त्वचा निस्तेज आणि ओघळल्यासारखी दिसते. कोंडा निर्माण करणाऱ्या यीस्टचे पोषणही शर्करा करते.

मी पुन्हा लायब्ररीकडे वळते. त्या काळात मला असे वाटत असे की, मी जबाबदारपणे अन्नाची निवड करत आहे. (मी जरी व्हेंडर मशीनमधून माझे अन्न घेत होते, तरीही मला तसेच वाटत असे.) मी खरेतर अगदी चुकीच्या गोष्टींची निवड करत होते. मी कदाचित त्या वेळी कँडी बारही खाल्ला असेल. खारी बिस्किटे तर मी खातच असे. खाऱ्या बिस्किटांचा ग्लायसेमिक इंडेक्स जेली बीन्सपेक्षा उच्च असतो. अगदी स्निकर्स बारपेक्षाही तो उच्च असतो. तुम्ही ते तोंडात टाकता क्षणीच त्यांचे रूपांतर ग्लुकोजमध्ये होण्यास सुरुवात होते. (आणि त्यामुळे तुमचे इन्शुलिन उच्च पातळीवर पोचते.) माझ्या इतर 'आरोग्यपूर्ण' आहारात द्राक्षांचा समावेश होता. काही उच्च शर्करा असलेल्या फळांप्रमाणे द्राक्षांमध्ये शर्करेचे प्रमाण उच्च असते. मात्र एखाद्या वेळी थोडी द्राक्षे खाणे यात गैर काहीही नसते. 'चेहऱ्याला पोषक' अशा माझ्या काही आहारातही मी द्राक्षांचा समावेश केला आहे. माझी गोडाची आवड पूर्ण करण्यासाठी क्वचित प्रसंगी मी एका वेळी भरपूर द्राक्षे फस्त करते. नैसर्गिक साखर असल्यामुळे आरोग्यपूर्ण आहार वाटणाऱ्या पदार्थांतील साखरही, (फळात असते तशी) तुम्ही तो आहार अतिप्रमाणात घेतल्यास तुमची रक्तशर्करा वाढवण्यास कारणीभूत ठरते.

फळे, धान्ये आणि अगदी भाज्यांमध्येही साखर असते आणि त्यामुळेच कित्येक प्रकारच्या अन्नात अंशत: का होईना पण शर्करा असते, हे लक्षात येते त्या वेळी परिस्थिती मोठीच अडचणीची होते. यांपैकी कोणत्या प्रकारचे अन्न तुमच्या चेहऱ्यावर सर्वाधिक परिणाम करू शकेल हे पाहण्याचा सोपा उपाय म्हणजे ग्लायसेमिक भार हा होय.

ग्लायसेमिक भार हा विशिष्ट अन्नाचा तुमच्या त्वचेवरचा परिणाम मोजण्याचा खरा मार्ग आहे. कारण त्याद्वारे ग्लायसेमिक इंडेक्स आणि त्या पदार्थातील कार्बोदकाचे प्रमाण यांनुसार अन्नपदार्थाला श्रेणी दिली जाते. तुम्ही याविषयी पुढीलप्रमाणे विचार करू शकता. सेकमध्ये वाइनएवढेच अल्कोहोलचे प्रमाण असते. तरीही सेक देताना ते जेमतेम अंगठ्याएवढ्या छोट्या कपातून दिले जाते तर वाइन मात्र मोठ्या ग्लासातून दिली जाते. या विसंगतीत त्यांच्या ग्लायसेमिक

भाराचा मोठा वाटा असतो. त्यावरूनच या दोन्ही पदार्थांच्या सेवनाच्या प्रमाणात मोठ्या प्रमाणात भिन्नता येते. सेकमध्ये अत्यंत कमी ग्लायसेमिक भार असतो. आता कलिंगड आणि बॅगेल (तबकडीच्या आकारातील कठीण ब्रेडचा रोल) यांची तुलना करू या. दोन्हीमध्ये कर्बोदके असतात. त्यांच्यामुळे रक्तशर्करेत एकदम मोठी उसळी मारली जाते. (दोन्हीचा ग्लायसेमिक इंडेक्स ७२ आहे) पण बॅगेलचा ग्लायसेमिक इंडेक्स कलिंगडाच्या एका फोडीच्या ग्लायसेमिक इंडेक्सपेक्षा अधिक असतो. त्यामुळे बॅगेलचा ग्लायसेमिक भार २५ आणि कलिंगडाचा फक्त ४ असतो. म्हणून कलिंगडापेक्षा बॅगेलमुळे इन्शुलिनची पातळी अधिक वाढते आणि अर्थातच कलिंगडापेक्षा तुमच्या त्वचेवर बॅगेलचा अधिक दुष्परिणाम होतो.

| **रिफाइंड अन्नपदार्थ** | **जीआय** | **जीएल** | **रिफाइंड न केलेले अन्नपदार्थ** | **जीआय** | **जीएल** |
|---|---|---|---|---|---|
| बगेटी | ९५ | १५ | बटाटा (भाजलेला) | ८५ | २६ |
| कॉर्नफ्लेक्स | ९२ | २४ | कलिंगड | ७२ | ४ |
| खारी बिस्किटे | ८३ | १६ | बेदाणे | ६४ | २८ |
| राइस क्रिस्पिज | ८२ | २२ | रताळी | ६१ | १७ |
| जेली बिन्स | ७८ | २२ | अननस | ५९ | ७ |
| डोनट | ७६ | १७ | केळी | ५२ | १३ |
| ब्रेड | ७३ | १० | ब्राउन राइस | ५० | १६ |
| बॅगेल (पांढरे) | ७२ | २५ | द्राक्षे | ४६ | ८ |
| स्किटल्स | ७० | २१ | संत्री | ४२ | ५ |
| फ्रूट लूप्स | ६९ | १८ | सफरचंद | ४० | ६ |
| पॅनकेक्स | ६७ | ३९ | चिकपीज | २८ | ८ |
| ७-ग्रेन ब्रेड | ५५ | ८ | राजमा | २८ | ७ |

माहिती स्रोत - द अमेरिकन जर्नल ऑफ क्लिनिकल न्युट्रिशन

आता आणखी एक उदाहरण देते. तुमचा विश्वास बसणार नाही, पण गाजरांचा ग्लायसेमिक इंडेक्स उच्च असतो. तो जवळजवळ स्निकर्स बारच्या ग्लायसेमिक इंडेक्सएवढा असतो. (त्या दोहोंचाही इंडेक्स सुमारे ४० एवढा असतो.) याचाच अर्थ गाजरातील कर्बोदके बऱ्यापैकी कमी वेळात शर्करेत रूपांतरित झाली पाहिजेत. परंतु गाजराचा ग्लायसेमिक भार अत्यंत कमी आहे. कारण त्यात खूप कर्बोदके नाहीत. प्रत्यक्षात चार कप गाजराच्या किसातील कर्बोदकाएवढी

कर्बोदके एका स्निकर्समध्ये असतात. त्यामुळेच कँडी खाल्ल्यानंतर रक्तशर्करेत होणारी वाढ आणि गाजर खाल्ल्यानंतर होणारी वाढ यात बरेच अंतर असते. उच्च ग्लायसेमिक इंडेक्स असलेले काही अन्नपदार्थ मात्र तुमच्यासाठी चांगले असतात. मी काही तुम्हाला सगळ्या भाज्या आणि फळे खाऊ नका असे सांगत नाही. उलट तुम्ही भाज्या आणि फळे अधिक प्रमाणात खा. पण सफरचंद, द्राक्षे आणि केळी यांसारखी उच्च शर्करा असलेली फळे एकाच बैठकीत अधिक प्रमाणात खाणे चांगले नाही. तुम्ही ज्या वेळी ती फळे खाता, त्या वेळी त्यांची सांगड प्रथिनयुक्त आणि साध्या कर्बोदकयुक्त अन्नाशी घाला. उदाहरणार्थ, पूर्ण गव्हाचा बॅगेल पीनट बटरबरोबर खा. तुम्ही फक्त बॅगेल खाल्ला तर जेवढ्या चटकन शर्करा तयार होईल, त्या तुलनेत पीनट बटरबरोबर तो खाल्ल्यामुळे शर्करा तयार होण्याचा वेग मंद असेल. त्याचबरोबर सुका मेवा हा कठीण कवचाच्या फळांबरोबर खा. या फळांमध्ये आरोग्यपूर्ण चरबी असते. क्रॅकर्स खायचे असतील तर ते प्रथिनयुक्त अन्नाबरोबर खा. कँडी बारपेक्षा खाऱ्या बिस्किटांचा ग्लायसेमिक इंडेक्स आणि भारही उच्च असतो, त्यामागेही हेच कारण असते. स्निकर्समध्ये कठीण कवचाच्या फळांमधील प्रथिने आणि चरबीयुक्त पदार्थ असतात; तर खाऱ्या बिस्किटांमध्ये साधी कर्बोदके असतात. प्रत्येक वेळी कोणत्या अन्नपदार्थांत उच्च ग्लायसेमिक भार आहे हे सांगणे किंवा कोणत्या फळाची सांगड प्रथिने आणि चरबीयुक्त पदार्थांशी घातली जावी हे लक्षात ठेवणे सोपे नाही. यासाठीच वर दिलेला तक्ता पहा. मी जर तुमच्या जागी असते, तर मी नक्कीच कॉर्नफ्लेक्सना दूर ठेवले असते.

**डॉ. वू यांच्या फाइलमधून**

**रुग्ण :** मारिया बेलो - अभिनेत्री (धूम्रपान आणि हिंसाचाराचा इतिहास)

**त्वचेविषयी :** तेलकट त्वचा, मोठी छिद्रे

**मारियाच्या शब्दात :** सौंदर्य हे अंतर्गत असते, यावर माझा खरोखरच विश्वास आहे. एखादी केशरचना किंवा ठरावीक मापाचे ड्रेस घालता येणे यापेक्षा स्वत:चा स्वीकार करणे आणि स्वत:वर प्रेम करणे यावरच चांगले दिसणे अवलंबून असते. तुम्ही यावर विश्वास ठेवा किंवा ठेवू नका, पण अभिनेत्री असलेल्या चाळिशीतील माझ्या ज्या मैत्रिणी वाढत्या वयाची प्रक्रिया थोपवण्याच्या भानगडीत पडत नाहीत, त्यांना कायम विशीतच दिसण्याची धडपड करणाऱ्या माझ्या मैत्रिणींपेक्षा अधिक कामे मिळतात. माझी त्वचा छान दिसावी यासाठी काही किरकोळ गोष्टी करायला

मला आवडते. (फोटोफेशियलसारखा लेसर उपचार) पण मला विशीतील तरुणी दिसण्यात काहीच स्वारस्य नाही. माझ्या वयाची गंमत मी लुटते आहे. तुमच्या सौंदर्याला सर्वाधिक खुलवण्याची खरी गुरुकिल्ली ही टनभर बोटॉक्सचा वापर किंवा प्लास्टिक सर्जरी नाही, हे मी डॉ. वू यांच्याकडून शिकले आहे. आहारामुळेच तुमची त्वचा नैसर्गिकरीत्या ओलसर राहते आणि तुमच्या त्वचेचा पोत आणि मुलायमपणाही सुधारतो. चेहऱ्याला पोषक आहारावर काही महिने ठेवल्यावर माझी त्वचा तेजस्वी आणि मुलायम बनली. (त्वचा दहा वर्षांनी तरुण दिसू लागली हे नमूद करण्याची गरजच नाही.) अन्नाविषयी आसक्ती ठेवायची नाही असा प्रयत्न मी केला. पण तरीही फक्त अंडरवेअर घालून एखादे दृश्य चित्रित करायचे असेल, तर मला त्यासाठी थोडेफार काम करावे लागले हे मान्य करावेच लागेल. सर्वसाधारणपणे दोन वेळच्या जेवणात मी काय खाते याकडे लक्ष दिले आणि नंतरच मी तिसऱ्या जेवणातील पदार्थांची निवड केली. सर्वसाधारणपणे माझा दिवसाचा आहार असा होता.

**नाश्ता :** ओट मिल

**जेवण :** गरम चिकन सॅलड

**रात्रीचे जेवण :** लसूण आणि ऑलिव्ह तेल घालून पास्ता, पाव, बराटा (इटालियन चीज) आणि रेड वाइन. सफरचंद आणि पीनट बटर, पॉप चिप्स, फ्रिटोज, लो फॅट मोझारेल्ला चीज स्टिक्स किंवा स्ट्रिंग चीज हे माझे आवडते खाद्यपदार्थ आहेत.

**डॉ. वू यांचे निदान :** मारियाला नैसर्गिकरीत्याच तारुण्याने मुसमुसलेली त्वचा मिळालेली आहे. थोड्या सुरकुत्या, किमान रापलेली त्वचाही आहे. पण तिच्या तैलग्रंथी सक्रिय आहेत आणि तिच्या त्वचेची छिद्रे अधिक लहान दिसलेली तिला आवडतात. रक्तशर्करा नियंत्रित ठेवणे हा त्यासाठीचा एक मार्ग आहे. (इन्शुलिनमुळे तेलाची निर्मिती वाढते.) तिच्या पास्त्यामध्ये प्रथिनयुक्त आहार (सॉसेज किंवा चिकन) आणि तंतुमय पदार्थ (भाजलेल्या भाज्यांप्रमाणे) घातल्यामुळे इन्शुलिनमधील झटकन होणारी वाढ कमी झाली. तिने होल व्हिट पास्ताच खाल्ला पाहिजे आणि तो कमी प्रमाणात शिजवला पाहिजे. (अति शिजवलेल्या पास्त्यामधील कार्बोदकांचे साखरेत चटकन रूपांतर होते.)

एक व्यग्र आणि काम करणारी आई असल्यामुळे मारियाकडे बाजारहाट करण्यासाठी आणि जेवण तयार करण्यासाठी भरपूर वेळ नाही. त्यामुळे

जाता जाता ती सहजपणे खाऊ शकेल अशा प्रकारचे खाद्यपदार्थही मी तिला सुचवले. सफरचंदांमध्ये फ्रुक्टोजचे प्रमाण नैसर्गिकरीत्याच अधिक असते. त्यामुळे ताज्या बेरीजसारखी इतर फळे तिने भाजून खाल्ली पाहिजेत. त्यांच्याबरोबर बदामासारख्या प्रथिनयुक्त पदार्थाची सांगड तिने घातली पाहिजे. पॉप चिप्समध्ये भरपूर प्रमाणात चरबीयुक्त घटक (सॅच्युरेटेड फॅट) नसतात. परंतु त्यांच्यामध्ये तेवढ्याच प्रमाणात घेतलेल्या फ्रिटोजपेक्षा अधिक सोडियम असते. त्यामुळे चवीपुरते थोडेसे फ्रिटोज खाऊन चेहऱ्याला पूरक ठरणारे खाद्यपदार्थ भूक भागवण्यासाठी खाल्ले पाहिजेत. या पदार्थांमध्ये गाजरासारख्या पदार्थांचा समावेश आहे.

फोटोफेशियल आणि तत्सम इतर बाबींविषयी तुम्ही अकराव्या प्रकरणात वाचणार आहातच.

## अन्नाविषयीची तुमची विचारपद्धती बदलणे आरोग्यपूर्ण, अधिक सुंदर त्वचेसाठी खाणे

मुरुमे, पुरळ आणि त्याहूनही त्वचेच्या गंभीर स्थितींमध्ये रक्तशर्करेचे नियंत्रण ही महत्त्वपूर्ण पायरी आहे. मात्र त्वचा समस्येवर ताबा मिळवण्याचा तो एकमात्र पर्याय नाही. दाह होणे आणि अतिनील किरण यांसारख्या त्वचेच्या शत्रूंपासून काही अन्नपदार्थ त्वचेचे नैसर्गिकरीत्याच संरक्षण करतात. मात्र इतर काही अन्नपदार्थ मुरुमे, पुटकुळ्या आणि त्वचेची संवेदनक्षमता यासंदर्भातील परिस्थिती आणखी गंभीर करतात. कोणता अन्नपदार्थ नेमके काय करतो ते जाणून घ्या. मग आपल्या त्वचेच्या पोषणासाठी आणि तिला बरी करण्यासाठी तुम्हीच योग्य प्रकारे आहार घेऊन तिचे संरक्षण करू लागाल.

## त्वचेच्या संरक्षणासाठी आहार घ्या (आणि तुम्ही त्वचेला आधीच केलेली इजा दूर करा.)

संशोधनाअंती असे दिसून आले आहे की, घराबाहेर दहा मिनिटे घालवलेला वेळसुद्धा त्वचेवर टिकाऊ परिणाम घडवून आणतो. प्रदूषण, विषे आणि सिगरेटच्या धुरात आढळून येणारे दुष्ट फ्री रॅडिकल्सचे रेणू याला कारणीभूत असतात. ते पेशींची हानी करतात आणि डीएनएमध्ये अचानक बदल घडवून आणतात.

परंतु तरीही एक चांगली बातमीही आहे. अँटिऑक्सिडंट्स त्यांचा परिणाम निष्फळ ठरवतात. त्यांना उदासीन बनवतात. याआधीही तुम्ही अँटिऑक्सिडंट्सविषयी ऐकले असेल, याविषयी शंकाच नाही. (त्यात सी व्हिटॅमिन आणि ई व्हिटॅमिन यांचा समावेश असतो.)

अँटिऑक्सिडंट्स असलेले अन्नपदार्थ आणि पेये, तसेच त्वचेची काळजी घेणारी उत्पादने, हे पदार्थ 'अन्नपदार्थ आणि सौंदर्यविषयक उत्पादने' म्हणून दिवसेंदिवस अधिकच लोकप्रिय होत आहेत. या चमत्कृतिजन्य रेणूंमध्ये वृद्धत्वाकडे होणारी वाटचाल रोखण्याची क्षमता असते. खरेतर बाह्य त्वचेमध्ये वृद्धत्व रोखणारे रेणू अंत:त्वचेच्या पाचपट अधिक प्रमाणात असतात. मात्र तरीही फ्री रॅडिकल्सचा प्रचंड प्रमाणात असलेला साठा कमी करण्यासाठी तेवढे रेणू पुरेसे नसतात. सनस्क्रीन्स आणि मॉश्चरायझर यांच्यासारखी त्वचेवर लावली जाणारी अँटिऑक्सिडंट्स ही वृद्धत्व आणि पेशीय हानी रोखण्याची महत्त्वपूर्ण प्राथमिक पायरी आहे. मात्र जास्तीत जास्त संरक्षण देण्यासाठी ते जिथे कोलॅजेन असते तिथपर्यंत अंत:त्वचेमध्ये सखोल शोषले जात नाहीत. म्हणूनच तुमच्या त्वचेचे आतून बाहेरच्या दिशेने संरक्षण करणे गरजेचे असते. वयानुसार येणारे डाग, सुरकुत्या, त्वचा ओघळणे आणि अतिनील किरणांमुळे होणारी हानी यांसारखे दुष्परिणाम भरपूर प्रमाणात अँटिऑक्सिडंट्स असलेला आहार घेऊन आणि काही उत्पादनांचा वापर करून टाळता येतात. काही प्रचलित आहारातील अँटिऑक्सिडंट्सचे स्रोत मी खाली देत आहे.

**लायकोपीन :** लाल रंगाची फळे आणि भाज्यांमध्ये लायकोपिन असते. टोमॅटो, लाल मिरी, कलिंगडे आणि गुलाबी रंगाच्या द्राक्षांमध्ये ते आढळते. कदाचित ही फळे आणि भाज्या हे अँटिऑक्सिडंट्सचा सर्वाधिक समृद्ध स्रोत असू शकतील. अतिनील किरणांचे त्वचेवर होणारे परिणाम रोखण्यात, तसेच उन्हामुळे त्वचा रापणे आणि त्वचेचा कर्करोग यांच्यावरही ती उपयुक्त असतात.

**बीटा कॅरोटिन :** नारिंगी रंगाच्या भाज्यांमध्ये आणि हिरव्या पालेभाज्यांमध्ये बीटा कॅरोटिन आढळते. गाजर, रताळी, पालक, बटरनट (अमेरिकन झाड. याला तेलकट, कठीण कवचाची फळे येतात.), टरबूज, केल (मोठ्या पानांचा कडक कोबी) आणि कोलार्ट ग्रीन या जातीचे कोबी आणि रोमन पालक ही याची उदाहरणे आहेत.

**फ्लेवोनॉइड्स :** बेरी, कांदे, चहा (ग्रीन, ब्लॅक किंवा व्हाइट यांपैकी कुठलाही. हर्बल नव्हे.) आणि गडद काळपट रंगाची चॉकलेट्स यांमध्ये फ्लेवोनॉइड्स असतात.

**अॅस्कॉब्रिक आम्ल :** (सी जीवनसत्त्व) : संत्री, पपई, किविफ्रूट, स्ट्रॉबेरी, लाल

मिरी, केल आणि ब्रसेल्स स्प्राउट जातीचे कोबी, ब्रोकोली यांच्यामध्ये अॅस्कॉर्बिक आम्ल असते.
**ई व्हिटॅमिन :** कठीण कवचाची फळे, सुका मेवा, अंडी, हिरव्या पालेभाज्या, सालीसकट धान्ये यांच्यामध्ये ई जीवनसत्त्व आढळते.

## तुम्हाला माहीत आहे का?

फ्री रॅडिकलला उदासीन बनवणाऱ्या म्हणजेच निरोगी पेशींना हानिकारक ठरणाऱ्या अस्थिर कणाचे स्थिर निरुपद्रवी कणामध्ये रूपांतर करणाऱ्या कोणत्याही रसायनाला 'अँटिऑक्सिडंट' म्हणतात. बेकरीतील पदार्थ, मांस आणि प्रक्रिया केलेले अन्न असे किमान अँटिऑक्सिडंट असलेले अन्नच तुम्ही बहुतांश वेळा खात राहिलात, तर तुमचे शरीर फ्री रॅडिकलपासून होणारी हानी जलद रीतीने आणि सक्षमपणे भरून काढू शकणार नाही. अँटिऑक्सिडंटनी समृद्ध असलेली फळे आणि भाज्या खात राहिलात तर तुमच्या शरीराला तुम्ही वृद्धत्वाच्या लक्षणांविरुद्ध आणि अतिनील किरणांपासून होणाऱ्या हानिविरोधात लढण्यासाठी शस्त्रे पुरवता हे लक्षात घ्या.

याचाच अर्थ असा आहे की, सर्वसाधारणपणे रंगीत फळे आणि भाज्या (विशेषतः लाल, पिवळ्या आणि हिरव्या) यांच्यातून अँटिऑक्सिडंट्सचा आरोग्यपूर्ण डोस पुरवला जातो. प्रत्येक आहारातील अँटिऑक्सिडंट्सच्या माहितीसाठी आपण 'ऑक्सिडंट रॅडिकल अॅबसॉर्बन्स कपॅसिटी' (ओआरएसी) चाचणीकडे वळू या. ऑक्सिडेटिव्हची मोडतोड करण्याच्या क्षमतेवर ही चाचणी आधारित असते. त्यानुसार ती अन्नपदार्थांचे मानांकन करते. मूलतः ओआरएसी दर उच्च असेल तर अँटिऑक्सिडंट सक्रियताही उच्च असते.

पण ओआरएसी चाचणीसंदर्भात एक समस्या असते. प्रयोगशाळेत विज्ञानातील गुंतागुंतीच्या बाबी वापरून ती केली जाते. मानवी शरीरात अँटिऑक्सिडंट्सचे कार्य कसे चालते, या संदर्भात ओआरएसीची गुणसंख्या कितपत सुसंगत ठरते हे अद्याप स्पष्ट झालेले नाही. तुम्ही धान्याची खरेदी करता त्या वेळी ही गोष्ट लक्षात घेतली पाहिजे. कारण बहुतेक अन्नधान्य उत्पादक आपल्या उत्पादनाच्या ओआरएसी गुणसंख्येचीच जाहिरात करत असतात. फ्री रॅडिकल्समुळे होणारे शरीराचे नुकसान

टाळण्यासाठी अँटिऑक्सिडंट्स अधिक प्रमाणात असलेले अन्नधान्य खाणे ही चांगली गोष्ट आहे. मात्र तरीही त्वचेतील फ्री रॅडिकल्सना उदासीन बनवण्याच्या क्षमतेसाठी फक्त थोड्याच अन्नधान्याची चाचणी केली जाते. म्हणूनच मला टोमॅटो खूप आवडतो.

## टोमॅटो : त्वचेचा महानायक

कोणत्याही अन्नापेक्षा टोमॅटोमध्ये लायकोपिन अधिक प्रमाणात असते. त्यामुळे काळवंडण्यापासून किंवा रापण्यापासून अगर अतिनील किरणांमुळे होणाऱ्या हानीपासून त्वचेचे रक्षण करण्यासाठी टोमॅटो अधिक परिणामकारक ठरतो. खरेतर अगदी अत्यल्प प्रमाणात म्हणजेच टोमॅटोचा २० ग्रॅम (सुमारे सव्वा टेबलस्पून) लगदा रोज खाल्ला तर त्वचा काळवंडण्यात ३३ टक्के घट होते असे अभ्यासांती सिद्ध झाले आहे.

यापुढे जेव्हा कधी तुम्ही समुद्र किनाऱ्यावर किंवा आपल्या बागेत दिवसभर घालवणार असाल, त्या वेळी तुमच्या आहारात टोमॅटोचा समावेश करा. दिवसभरात उन्हाचा तुमच्या त्वचेवर होणारा परिणाम तुम्ही कमी करू शकालच, शिवाय सुरकुत्या, वाढत्या वयानुसार त्वचेवर पडणारे डाग आणि दाह होणे इ. बाबींनाही तुम्ही दूर ठेवू शकाल. अगदी त्वचेच्या कर्करोगाचा धोकाही कमी होईल, हे वेगळे सांगण्याची गरज नाही. चेहऱ्यावर लावलेले सनस्क्रीन कमी झाल्यावर किंवा तुम्ही कदाचित लावायलाच विसरल्यावरही टोमॅटोमुळे तुम्हाला अतिनील किरणांपासून संरक्षण मिळेल. २० ग्रॅम टोमॅटो लगद्यात मिळणाऱ्या लायकोपिनएवढेच लायकोपिन तुम्हाला खालील आहारातूनही मिळेल.

- पिझ्झाचा एक तुकडा (रेड सॉस किंवा मारिनारा समवेत)
- अर्धा कप व्ही ८ रस
- सहा टेबलस्पून साल्सा

टोमॅटो शिजवलेले असतील तर लायकोपिन अधिक चांगल्या प्रकारे आतड्यांमध्ये शोषले जाते हे लक्षात ठेवा. वास्तविक शिजवलेल्या टोमॅटोमधील लायकोपिन कच्च्या टोमॅटो लगद्यातील लायकोपीनपेक्षा चौपट अधिक 'जैवउपलब्ध' असते. म्हणजेच शिजवलेल्या टोमॅटोतील लायकोपिन आतड्यात चौपट अधिक प्रमाणात शोषले जाते. उन्हापासून अधिक संरक्षण देणारा लायकोपिनचा सर्वोत्तम स्रोत म्हणजे टोमॅटोचा लगदा आणि टोमॅटो सॉस. बर्गरऐवजी पिझ्झाबरोबर तो अधिक चांगला ठरतो. लायकोपिन हे तेल, तुपातही विरघळते. म्हणजेच तुम्ही टोमॅटोबरोबर

आरोग्यपूर्ण स्निग्ध पदार्थांचा वापर केला तर तुम्हाला जास्तीत जास्त लाभ होईल. ऑलिव्ह ऑइलबरोबर टोमॅटोच्या चकत्या खाणे केव्हाही अधिक चांगले ठरते. एक गोष्ट म्हणजे लायकोपीन हे त्वचा उन्हात रापण्यापासून संरक्षण देतेच, पण तुमच्या आहारात टोमॅटो असेल तर तुम्हाला सनस्क्रीन वापरण्याची गरजच उरत नाही. म्हणूनच तुम्ही बाहेर जाणार असाल तर दरवेळी किमान ३० एसपीएफ असलेला आहार भरपूर प्रमाणात घ्या.

## फॅटी ॲसिड्स

तुमच्या आहारात ॲंटिऑक्सिडंट्सची भर टाकणे हाच केवळ तुमच्या त्वचेचे संरक्षण करण्याचा एकमेव उपाय नाही. त्वचा मुलायम राखण्यासाठी आणि लवचीक ठेवण्यासाठी तुम्हाला भरपूर प्रमाणात तेल आणि फॅटी ॲसिड्सची गरज असते.

बाह्य त्वचेतील प्रत्येक त्वचा पेशी आणि प्रत्येक मेलॅनोसाइट (रंगपेशी) आणि केरॅटिनोसाइट पेशी ही फॅटी ऊतीच्या संरक्षक बुडबुड्यामध्ये गुंडाळलेली असते. त्यामुळे त्वचा लवचीक आणि जलरोधक असते. म्हणूनच पुरळ आणि संसर्गापासूनही तिचे रक्षण होते. फॅटी ॲसिड्समुळे या संरक्षक थराचे संरक्षण होते आणि त्याची हानीही भरून काढली जाते. हा थर नसेल तर त्वचा रूक्ष, कोरडी बनते आणि ती फुटते. याशिवाय कित्येक प्रकारच्या पुरळांशीही फॅटी ॲसिडचा संबंध असतो. तुमची त्वचा लवचीक राखण्यासाठी, तिच्यावर सुरकुत्या आणि पुरळ उठू नये यासाठी तुम्ही खाली दिलेल्या दोन प्रकारच्या फॅटी ॲसिड्सचा समावेश आपल्या आहारात करा.

**१. ओमेगा-३ एस :** ओमेगा-३ एसचे मौलिक फायदे आधी अनेक अभ्यासांतून स्पष्ट झालेले आहेतच. या फॅटी आम्लामुळे रक्तदाब आणि कोलेस्टेरॉलही कमी होते हे तुम्हाला आधीच माहिती असेल. (या दोन्ही गोष्टी आरोग्यपूर्ण हृदयासाठी आवश्यक असतात.) याशिवाय रक्तात गुठळी होणे आणि झटके येणे याचा धोकाही ओमेगा-३ एसमुळे कमी होतो. त्वचेचा दाह रोखणे, संधिवाताचे परिणाम कमी करणे, त्वचेचे अल्सर आणि कर्करोग कमी करणे यासाठीही ओमेगा-३ एस उपयुक्त ठरते. ओमेगा-३ एस फॅटी आम्ले ही ॲंटिऑक्सिडंट्स नाहीत. त्यामुळे ती फ्री रॅडिकल्सना उदासीन बनवत नाहीत. मात्र तरीही त्वचेचा दाह होण्यापासून त्वचेचे रक्षण करण्याच्या ओमेगा-३ एसच्या परिणामामुळे त्वचेचा लालसरपणा आणि अतिनील किरणांमुळे होणारी त्वचेची आग कमी होते. तसेच

त्वचेच्या काही विशिष्ट प्रकारच्या कर्करोगांचा धोकाही कमी होतो, असे अनेक अभ्यासांती दिसून आले आहे. सामन, सार्डिन्स, अँचोविज हे मासे तसेच बदाम, जवसाचे बी आणि अक्रोड हे ओमेगा-३ एसचे उत्तम स्त्रोत आहेत.

**२. अल्फा लिनोलेनिक आम्ल :** अल्फा लिनोलेनिक आम्ल ओमेगा ३ एवढे सर्वज्ञात नसले तरीही त्वचेचा कोरडेपणा रोखण्यासाठी ते तेवढेच प्रभावी ठरते. सोयाबीन, टोफू, जवसाचे बी, ऑलिव्ह तेल, अक्रोड यांमध्ये ते सापडते.

## हॅलो, डॉ. वू

**प्रश्न :** मी पूरक गोष्टींचा वापर करावा का?

**उत्तर :** तुम्ही जर नियमितपणे जेवण टाळत असाल, तर तुमच्या फ्रीजमध्ये काहीही ताजे नसेल किंवा तुम्ही अन्नाचा एक संपूर्ण गटच तुमच्या अन्नातून टाळत असाल. कदाचित तुम्ही फक्त भाज्याच खात असाल. ही काही दुर्मीळ गोष्ट नाही. अनेक जणी असले प्रकार करतात. मात्र तुम्ही असे करत असाल, तर नक्कीच तुम्हाला मल्टिव्हिटॅमिन घेण्याची आवश्यकता आहे. पण इथे एक गोष्ट लक्षात ठेवा. ती म्हणजे आपले शरीर अन्नातून जीवनसत्त्व आणि क्षार शोषून घेण्यासाठी सक्षम असतात; पूरक गोष्टींमधून शोषून घेण्यासाठी नाही. कोणत्याही गोळ्यांपेक्षा अन्नातून विविध जीवनसत्त्वं अधिक चांगल्या प्रकारे आणि मोठ्या प्रमाणात शोषून घेतली जातात, हे अनेक अभ्यासांतून स्पष्ट झाले आहे. मल्टिव्हिटॅमिन घेतल्यामुळे समतोल आहार घेण्याची गरज कमी होत नाही. त्यातून सुंदर त्वचा मिळणेही शक्य नाही. तुमच्या डॉक्टरने सांगितलेल्या इतर अन्नाखेरीज तुम्ही जर फक्त पूरके घेतली तर त्यामुळे अनपेक्षित गुंतागुंती निर्माण होऊ शकतात. किरकोळ पोटदुखीपासून गंभीर प्रकारच्या आजारांपर्यंत काहीही त्यामुळे उद्‌भवू शकेल. उदाहरणार्थ, गर्भवती स्त्रियांनी जीवनसत्त्व इ.ची गोळी घेतली तर त्यामुळे मुलामध्ये जन्मजात दोष निर्माण होण्याची शक्यता असते असे दिसून आले आहे. कृत्रिम ई जीवनसत्त्वामुळे रक्त पातळ होते. म्हणूनच डॉक्टरी सल्ल्याशिवाय या गोळ्या घेऊ नयेत. तुम्ही जर मल्टिव्हिटॅमिन घेण्याचा विचार करत असाल तर त्याआधी तुमच्या डॉक्टरांचा सल्ला घ्या.

## सशक्त, निरोगी त्वचेच्या उभारणीसाठी खा

शरीरसौष्ठवपटू (बॉडी बिल्डर्स) दिवसभर वजने उचलण्याचा व्यायाम करत असतात. परंतु त्यांनी जर प्रथिनयुक्त आहार भरपूर प्रमाणात घेतला नाही तर त्यांचे स्नायू नीट तयार होत नाहीत. तुमच्या त्वचेला उत्तम आकारात राखायचे असेल तर तिथेही हेच तत्त्व लागू पडते. तुम्ही जगातील सर्वाधिक महागडी, उत्तम क्रीम विकत घेतली, पण शरीराला आवश्यक असलेल्या कोलॅजेन आणि इलॅस्टिनसाठी आवश्यक आहार घेतला नाही तर तुमच्या त्वचेचा मुलायमपणा हळूहळू कमी होईल आणि सुरकुत्या, डाग पडू लागतील. तुमचे वय वाढू लागले की, शरीरातील नैसर्गिक कोलॅजेनचे उत्पादन मंदावते. फ्री रॅडिकल्स, ताणतणाव, सूर्यप्रकाशातील अतिनील किरण यांमुळे कोलॅजेनची मोठ्या प्रमाणात मोडतोड होते. 'चमत्कृतिजन्य' म्हणून जाहिराती केल्या जाणाऱ्या कृत्रिम कोलॅजेन क्रीमच्या साहाय्याने तुम्ही ही हानी भरून काढू शकत नसल्यामुळे (कोलॅजेनचा रेणू खूपच मोठा असतो. त्यामुळे तो त्वचेत शोषून घेतला जाणे अशक्य असते.) तुम्ही कोलॅजेनच्या निर्मितीला हातभार लावणे हेच महत्त्वाचे ठरते. लेसर उपचार किंवा सुरकुत्या दूर करण्यासाठी इंजेक्शन्स घेण्याऐवजी समृद्ध आहार खाणे हा यावरचा रामबाण उपाय आहे. कोलॅजेन तयार होण्यासाठी खालील प्रकारचे अन्न खाणे आवश्यक ठरते.

**प्रथिने :** कोलॅजेन हे एक प्रकारचे प्रथिनच आहे. त्यामुळे प्रथिनांचे योग्य प्रमाण राखणे अत्यावश्यकच असते. चिकन, चरबी नसलेले मांस, सोयाबीन आहारात ठेवल्यामुळे त्वचा सशक्त आणि लवचीक बनते. ॲमिनो आम्ले, ग्लायसिन (यामुळे कोलॅजेनचा ३० टक्के भाग बनलेला असतो) आणि प्रोलीन हे कोलॅजेनचे महत्त्वाचे घटक आहेत. कोकराचे मांस, चिकन यांमध्ये ही दोन्ही ॲमिनो आम्ले मोठ्या प्रमाणात असतात. त्यामुळे वृद्धत्व रोखणारा हा महत्त्वपूर्ण आहार आहे. अतिरिक्त ग्लायसिनने समृद्ध असलेला आहार म्हणजे खेकडे, झिंगे, डुक्कर, गवा, क्वेल पक्षी, कोळंबी, स्कॅलॉप हा शिंपल्यातील प्राणी होय. कॉटेज चीज, कोबी आणि बांबूचे कोंब यांमधून अधिक प्रमाणात प्रोलीन मिळते.

**मॅग्नेशियम :** सी जीवनसत्त्वाबरोबरच मॅग्नेशियम हा कोलॅजेनचा सहघटक आहे. कोलॅजेनच्या निर्मितीतील तो महत्त्वपूर्ण घटक आहे. सालासकट धान्ये, बदाम, काजू, अक्रोड, सोयाबीन, हातसडीचा तांदूळ, राजमा यांच्यामध्ये मॅग्नेशियम विपुल प्रमाणात आढळते.

**तांबे :** कोलॅजेनच्या वाढीला हातभार लावणारा आणखी एक घटक म्हणजे तांबे. सालासकट धान्ये, द्विदल धान्ये, टोफू, सोयाबीन, शेलफिश, चेरी आणि कोळंबी यांच्यात तांबे आढळते.

**जस्त :** जस्त हे लवचीक ऊतींच्या निर्मितीला जास्त प्रोत्साहन देते, असे अभ्यासांती आढळले आहे. जस्ताने समृद्ध असलेले अन्न म्हणजे लाल मांस (विशेषत: कोकराचे मांस), शिंपल्यातील न शिजवलेले प्राणी, शेलफिश, राजमा, मसूर, अंडी हे होय. त्यांच्यामुळे त्वचेचे स्थितिस्थापकत्व टिकून राहते.

## हॅलो डॉ. वू,

**प्रश्न :** कार्यालयात भरपूर वेळ काम केल्यावर किंवा जंगलात रात्रभर राहून आल्यावर मला बाथरूममध्ये तासभर घालवावा लागतो. त्यानंतरच मी झोपी जाऊ शकते. मी खरोखरच दिवसातून दोनदा माझा चेहरा धुतला पाहिजे का?

**उत्तर :** तुम्ही दिवसातून दोनदा चेहरा धुतलाच पाहिजे असे नाही. मात्र झोपायला जाण्यापूर्वी रोज नक्कीच तो धुतला पाहिजे. तुम्ही मेकअप केला नसेल तरी झोपण्यापूर्वी चेहरा धुणे आवश्यक आहे. दिवस संपेपर्यंत तुमच्या चेहऱ्याशी प्रदूषके, परागकण, घाण आणि कित्येक अब्ज जंतूंचा संपर्क आलेला असतो. तुम्ही खरोखरच घाईत असाल तर क्लिन्सिंग लोशन वापरा. (मला पाँड्स क्लिन स्वीप ओरिजिनल क्लिन वेट क्लिन्सिंग टॉवेलेट्स आवडतात) रोज क्लिन्सिंग लोशन वापरू नका. तुमच्या चेहऱ्यावरील त्वचेचे तंतू घासले जाणे त्रासदायक असते. त्यातही तुम्हाला मुरुमे, लालसर डाग आले असतील किंवा तुमची त्वचा हुळहुळी झाली असेल तर त्या वेळी ते अधिकच त्रासदायक वाटते. शिवाय क्लिनन्सिग वाइप्सचा काही भाग त्वचेवरच राहतो. तुम्हाला त्वचा कितीही स्वच्छ धुतल्यासारखी वाटत असली तरीही असे घडतेच.

यानंतर सकाळी पुन्हा चेहरा धुवायचा की नाही, हे तुमच्या मनावर अवलंबून असेल. उदाहरणार्थ, माझी त्वचा अत्यंत तेलकट आहे. त्यामुळे मी सकाळी चेहरा धुते. तो मी धुतला नाही तर तेलावरून घसरून पडल्याप्रमाणे माझा मेकअप त्यावरून घसरतो. तसेच माझे सनस्क्रीनही त्वचेवर बसत नाही. तुमची त्वचा कोरडी असेल तर डोळ्यांवरून झोप उडवण्यासाठी तोंडावर पाण्याचा सपकारा मारणे तुम्हाला पुरेसे ठरते.

तोंड धुण्यासाठी तुम्ही काय वापरावे याचा विचार करायचा झाल्यास त्यासाठी अनेक पर्याय उपलब्ध आहेत. माझ्या रुग्णांना मी नेहमीच सांगते की, काही वेळा वेळ घालवावा लागतो आणि काही वेळा वेळ वाचवताही येतो. त्यापैकी फेस

क्लिन्सरची निवड करणे ही वेळ वाचवणारी गोष्ट आहे. (त्याचा अर्थ आपल्या चेहऱ्यावरून आपण घाण काढून टाकत असतो. त्यामुळे आपल्याला आपले भवितव्य खराब करावे लागणार नसते.)

मलईयुक्त (क्रिमी) आणि दुधाळ (मिल्की) हे क्लिन्सर्सचे दोन प्रकार कमी त्रासदायक असतात. त्वचेचा नैसर्गिक तेलकटपणा ते कमी करत नाहीत. त्यामुळे ही क्लिन्सर्स कोरड्या किंवा संवेदनक्षम त्वचेसाठी; तसेच ज्यांना मुलायम, अधिक ओलसरपणा असलेली त्वचा आवडते त्यांच्यासाठी चांगली असतात. मेकअप काढून टाकण्याएवढी ती तीव्र नसतात. त्यामुळे जर तुमची त्वचा संवेदनक्षम असेल आणि तुम्ही खूप मेकअप केला असेल तर क्लिन्सर वापरण्याआधी प्रथम मेकअप रिमूव्हर वापरा.

मुरमांशी लढा देणारा तगडा क्लिन्सर वापरण्याची आवश्यकता आहे का? सूक्ष्म रेषा आणि सुरकुत्या पुसून टाकणाऱ्या डोळ्यांच्या मेकअपविषयी काय? यांविषयी तुम्हाला चौथ्या प्रकरणापासून आठव्या प्रकरणापर्यंत माहिती मिळेल. त्यामध्ये एकापाठोपाठ एक अशा प्रकारे त्वचेच्या सर्वसामान्य स्थितींविषयी माहिती दिली आहे.

## त्वचेच्या दाहावर फुंकर घालण्यासाठी आणि तो रोखण्यासाठी

त्वचेची आग होणे किंवा दाह होणे या त्वचेच्या एका शत्रूविषयी मी पहिल्या प्रकरणात माहिती दिली आहे. त्यामुळे शरीराला हानी होते आणि तुमच्या त्वचेचा रंग आणि पोत यांवर विपरीत परिणाम होतो. सुदैवाने तुम्ही ज्या प्रकारे आहार घेता त्यामध्ये बदल करून तुम्ही त्वचेची आग होणे थांबवू शकता. नैसर्गिक आग किंवा जळजळप्रतिरोधक क्षमता असलेल्या ओमेगा-३एससारख्या अन्नाचा आपल्या आहारात समावेश करून तुम्ही हे करू शकता. त्यामुळे त्वचा शांत होते. त्वचेची जळजळ करत असलेल्या अन्नाचे तुमच्या आहारातील प्रमाण कमी करूनही तुम्ही आणखी काही प्रमाणात जळजळ शांत करू शकता. त्वचा रापणे, खाज सुटणे, आग होणे, सूज येणे आणि त्वचा लाल होणे ही लक्षणे त्यामुळे दूर होतात. काही लोकांना अकारण पुरळ येते. काही जणांना ठरावीक अन्नाची ॲलर्जी असते किंवा त्यामुळे मोठ्या प्रमाणात मुरुमे येतात. आहारातून खालील प्रकारचे अन्न पूर्णपणे वर्ज्य करून तुम्ही या लक्षणांपासून पूर्णपणे आपली सुटका करून घेऊ शकता.

**साखर आणि साधी कर्बोदके आहारातून वर्ज्य करा :** उच्च ग्लायसेमिक

निर्देशांक असलेले अन्न खाल्ल्यामुळे इन्शुलिनच्या निर्मितीत अचानकच मोठ्या प्रमाणात वाढ होते. इन्शुलिनची वाढलेली पातळी आणि जळजळ यांच्यात संबंध असतो. मेटॅबोलिक सिंड्रोम असलेल्या लोकांमध्ये कमी जळजळ किंवा तीव्र जळजळ आढळते. मेटॅबोलिक सिंड्रोमलाच इन्शुलिनविरोधी सिंड्रोम असेही म्हटले जाते. रक्तशर्करेच्या वाढत्या पातळीमुळे तीव्र जळजळ निर्माण होते. त्यामुळे चेहऱ्यावरील बॅक्टेरियांची मोठ्या प्रमाणात वाढ होते. हे घडते त्या वेळी संरक्षक पेशी त्या भागाकडे जाण्यासाठी गतीने निघतात. त्यामुळे दाह किंवा जळजळीची प्रतिसादात्मक क्रिया निर्माण होते. त्यात त्वचा लालसर होणे आणि सूज येणे या गोष्टींचा समावेश असतो. यालाच आपण साध्या भाषेत मुरूम येणे असेही म्हणतो. यासाठीच कमी ग्लायसेमिक निर्देशांक असलेल्या अन्नाची निवड करून तुमची इन्शुलिनची पातळी आणि जळजळीचा प्रतिसादही कमी ठेवा. प्रक्रिया केलेले आणि भरपूर साखर घातलेले अन्न टाळा. तंतुमय पदार्थांनी समृद्ध असलेल्या फळांऐवजी त्यांचे प्रक्रिया केलेले हवाबंद डब्यांतील रसही टाळा.

**तुमच्यासाठी चांगले भासणारे, परंतु प्रत्यक्षात चांगले नसलेले पाच अन्नपदार्थ :**

- खारी बिस्किटे
- द्राक्षे
- तांदळापासून बनवलेले केक्स आणि गोड पदार्थ
- दह्यात घातलेली फळे
- बेदाणे

**उच्च फ्रुक्टोज शर्करा असलेल्या मक्याच्या सिरपपासून दूर रहा :** माझे कित्येक रुग्ण अशा समजुतीत असतात की, मक्यापासून बनवण्यात आल्यामुळे मक्याचे सिरप आरोग्यदायी असते. तांत्रिकदृष्ट्या हे बरोबर आहे की, हे सिरप मक्याच्या दाण्यापासून बनवलेले असते. मात्र हे सिरप बनवण्यासाठी मक्यातील कर्बोदकावर अनेक प्रकारच्या रासायनिक प्रक्रिया केल्या जातात. त्यामुळे ही शर्करा शंभर टक्के ग्लुकोजमध्ये परावर्तित होते. त्यामुळे ती नक्कीच तुमच्यासाठी चांगली नसते. (आता ग्लायसेमिक निर्देशांकाचा विचार करून मक्याचे हे सिरप कुठे बसते, ते तुम्हीच ठरवा.)

उच्च फ्रुक्टोज असलेल्या मक्याच्या सिरपवर अतिरिक्त रासायनिक प्रक्रियाही केल्या जातात. त्यामुळे ग्लुकोजचे रूपांतर फ्रुक्टोजमध्ये होते. हे फ्रुक्टोज अनेक कारणांनी त्रासदायक असते. फ्रुक्टोज जास्त प्रमाणात घेतले तर त्यामुळे लठ्ठपणा आणि इन्शुलिन प्रतिरोध निर्माण होतो. त्यामुळे यकृताला ट्रायग्लिसराइड्सची निर्मिती करावी लागते. या फॅट्समुळे उच्च रक्तदाब निर्माण होतो आणि हानिकारक कोलेस्टेरॉलचे प्रमाणही वाढते. याचाच अर्थ जास्त प्रमाणात टाकाऊ पदार्थ तयार होतात. प्रक्रिया केलेल्या अन्नपदार्थांमध्ये शुद्ध मक्याचे सिरप आणि उच्च फ्रुक्टोज शर्करायुक्त मक्याचे सिरप असतात. कारण हे दोन्ही उसापासून मिळणाऱ्या साखरेपेक्षा स्वस्त असलेले गोड पदार्थ आहेत. गोड लाह्या, जेवणाच्या कुकीज, क्रॅकर्स आणि पाव यांसारखे बेकरीतील पॅकबंद पदार्थ यांच्यातही तुम्हाला या शर्करांचा वापर केल्याचे आढळेल. उच्च फ्रुक्टोज मक्याचे सिरप विशेषत: सोड्यात आणि फळांच्या चवीच्या शीतपेयांत वापरले जाते. मक्याचे सिरप आणि उच्च फ्रुक्टोज मक्याचे सिरप या दोन्ही सिरप्समुळे तुमच्या शरीरातील रक्तशर्करा आकाशाला भिडते.

**रिफाइंड अन्नधान्य वर्ज्य करा :** रिफाइंड पीठ (प्रक्रिया केलेले बनवण्यासाठी) ज्या गव्हाचे शुद्धीकरण करतात त्या गव्हातील किडे, जंतू आणि कोंडा काढला जातो. मात्र त्याचबरोबर पिठातील कॅल्शियम, लोह, मॅग्नेशियम आणि सेलेनियमही काढले जाते. त्यानंतर त्या पिठाचे रासायनिक ब्लिचिंग होते. काही वेळा प्रक्रिया केल्यानंतर काही अन्नघटक त्यात घातलेही जातात. (यालाच समृद्धीकरण झालेले धान्य म्हटले जाते.) पण त्या अन्नघटकांचे प्रमाण अत्यल्प असते. याचाच अर्थ कोंड्यासकट किंवा सालीसकट असलेल्या अन्नधान्याच्या तुलनेत समृद्धीकरण केलेले अन्नधान्यही निकृष्ट दर्जाचे असते. तुम्ही कसला विचार करत आहात हे मला माहिती आहे. जर सालासकट असलेले धान्य एवढे आरोग्यपूर्ण असेल तर धान्यावरील प्रक्रियेसाठी एवढा आटापिटा कशाला केला पाहिजे? याचे उत्तर अगदी सोपे आहे. प्रक्रिया केलेले रिफाइंड अन्न दुकानात जास्त काळ टिकते. कारण त्याच्यातील जिवंतपणा नष्ट केलेला असतो. प्रक्रिया केलेल्या पिठातून अधिक हलके, फुगणारे अन्न तयार करता येते. म्हणूनच तुम्हाला केकपासून सर्वत्र या पिठाचा किंवा मैद्याचा उपयोग केल्याचे आढळते. वंडर ब्रेड आणि रिट्झ क्रॅकर्समध्येही हेच पीठ वापरले जाते. जे पीठ शुभ्र पांढरे आणि स्वच्छ दिसते, तेच पीठ ग्राहकही अधिक प्रमाणात विकत घेत असल्याचे पूर्वापार आढळून येते. मैद्यापासून तयार करण्यात आलेले बिस्कीट किंवा केक तुमच्या तोंडात कसा विरघळतो ते आठवून पहा. मात्र सालासकट धान्य असेल तर ते चावावे लागते. ट्रायस्किट क्रॅकर आपल्याला चावावा लागतो. कोंडा वेगळा काढलेले धान्य सहजपणे पचतेही.

याचाच अर्थ तुमचे शरीर मिनिटभरातच त्यांचे शर्करेत रूपांतर करते. म्हणूनच पांढरे टोस्ट, पेस्ट्रीज, क्रॉयझंट्स, पास्ता, सिरिअल्स आणि पांढरा भात यांचा ग्लायसेमिक निर्देशांक उच्च असतो आणि म्हणूनच त्यांच्यामुळे जळजळ निर्माण होते. आणखी एक गोष्टही लक्षात ठेवा. ती म्हणजे धान्यावर जेवढी अधिक प्रक्रिया केली गेली असेल तेवढा त्याचा ग्लायसेमिक निर्देशांक अधिक उच्च असतो. हनी स्मॅक्ससारखे फुलवलेले गहू आणि राइस क्रिस्पिजसारखी तांदळाची सिरियल्स यांचा ग्लायसेमिक निर्देशांक उच्च असतो.

**डॉ. वू यांच्या फाइलमधून**

**रुग्ण** - लिसा लेंग : पत्रकार, ऑप्रा विनफ्रे शो आणि सीएनएनची खास प्रतिनिधी, 'द व्ह्यू'ची माजी सूत्रसंचालिका.

**त्वचेचा त्रास** - ए एम फुगीरपणा. सूज.

**अन्न संवेदनक्षमता** : मीठ

**लिसाच्या शब्दात** : मी काय खाते याविषयी मी नेहमीच जागरूक असते. फक्त प्रवास करत असताना एवढ्या चोखंदळपणे अन्न खाणे मला शक्य नसते. कारण मिनिबारविषयी मला प्रचंड आकर्षण आहे. अनेक आठवडे असे असतात की, त्या वेळी आठवड्याच्या सातपैकी चार चार दिवस मी विमानात असते. विमान प्रवासात शरीरातील पाणी कमी होते म्हणून प्रवासात मी भरपूर पाणी पिते, पण याचा अर्थ असा आहे की, विमान प्रवासात तुम्ही माझ्या शेजारी बसू नका. कारण मी सतत बाथरूममध्ये जाण्यासाठी उठत असते.

मीठ मला खूप आवडते. मी साखरेपेक्षा मीठासाठी अधिक तळमळते. त्यामुळेच कदाचित मी अद्यापही एवढी सडपातळ आहे. कुकीज आणि पेस्ट्रीज टाळणे मला सोपे जाते. पण विमानतळावर मला वाट बघत बसावे लागते, त्या वेळी मी नेहमीच तांदळाचे आशियाई खारे क्रॅकर्स खाते. मला खरेतर एक पिशवी भरून ते क्रॅकर्स खायला आवडेल. मला अक्रोड आणि जपानी अन्नपदार्थही आवडतात. (हे अन्नपदार्थही खारवलेले असतात.) या दोन वर्षांत मला सकाळी अंगावर सूज आल्यासारखे वाटते. काही वेळा मी सकाळी उठते त्या वेळी मी जास्तच फुगल्यासारखी वाटते. त्यामुळे आता झोपण्याआधी न खाण्याचा प्रयत्न मी करत आहे. तसेच मीठ टाळण्याचेही मी आटोकाट प्रयत्न करत आहे. मी कॅमेऱ्यासमोर उभी राहणार आहे हे

समजल्यावर मी हे प्रयत्न सुरू केले. त्या दिवसांत मी लवकर जेवण करून संध्याकाळी सातनंतर काहीही न खाण्याचा प्रयत्न करणार आहे.

मी त्या विशिष्ट दिवशी नेमके काय खाते याविषयी मी आता इथे देत आहे.

**न्याहारी :** आंब्याच्या फोडी

**दुपारचे जेवण :** सॅलड आणि फ्रेंच फ्राइज

**रात्रीचे जेवण :** किमची आणि ग्रिल्ड मासे

**डॉ. वू यांचे निदान :** लिसाची त्वचा डागरहित आहे. मात्र मीठ अधिक प्रमाणात खाल्ल्यामुळे डोळ्यांभोवती निश्चितपणे फुगीरपणा आला आहे. (त्याचप्रमाणे पाय, घोटे यांच्याभोवती सूज आली आहे आणि सर्वसाधारणपणे दाह आणि सूज दिसून येत आहे.) लिसा सहसा सालासकट धान्यापासून तयार करण्यात आलेले आरोग्यदायी अन्न खात असली, तरीही मीठ सुप्तावस्थेत असलेले खाद्यपदार्थ टाळून आपल्या आहारातील मिठाचे प्रमाण ती आणखीही कमी करू शकेल. बाजारात मिळणारे मीठ लावलेले सॅलड, हवाबंद डब्यातील भाज्या आणि सूप्स, सोया सॉस (जपानी प्रकारच्या स्वयंपाकात हा सर्रास वापरला जातो.) आणि मिठात तयार केली जाणारी लोणची आणि ऑलिव्ह्ज यांसारखे पदार्थ ती टाळू शकेल.

किमची हा पारंपरिक कोरिअन अन्नपदार्थ असून तो खारवलेल्या भाज्यांपासून (सहसा कोबीपासून) बनवलेला आणि स्वादिष्ट केलेला असतो. कित्येक प्रकारे तो आरोग्यपूर्ण असतो. पण तरीही त्याच्यात सोडियमचे प्रमाण अधिक असते. लिसाने कमी सोडियम असलेला किमची निवडावा किंवा स्वतः तयार करावा. तसेच सॅलडसाठीही हवाबंद पदार्थ न वापरता ताजे पदार्थ वापरावेत आणि त्याच्या जोडीला चमचाभर ऑलिव्ह तेल आणि बाल्सामिक व्हिनेगर वापरावे.

**आहारातील मिठाच्या प्रमाणाकडे लक्ष द्या :** नेहमीचे मीठ (किंवा सोडियम क्लोराइड) मानवी आरोग्याच्या दृष्टीने महत्त्वपूर्ण असलेल्या दोन क्षारांच्या संयोगातून बनलेले असते. सोडियम आणि क्लोराइड हे दोन्ही इलेक्ट्रोलाइट्स आहेत. हे क्षार सहसा क्रीडा पेयांमध्ये घातलेले असतात. शरीरातील पाण्याचे प्रमाण कमी होऊ नये म्हणून ती घातलेली असतात. ती पेशींमधून विद्युत प्रेरणा (ज्ञानतंतूंच्या प्रेरणा, स्नायूंचे आकुंचन यांसारखी) पोचवतात. ज्ञानतंतू, स्नायू आणि मेंदू यांच्या कार्यासाठी या विद्युत प्रेरणा आवश्यक असतात. शरीरातील सर्वच द्रव पदार्थांत मीठ विपुल प्रमाणात असते. म्हणूनच आपल्या डोळ्यांतून वाहणारे अश्रू खारट असतात. घामामुळे तुमच्या कपड्यावर मिठाचे डाग पडतात. पण ही

चांगली वस्तू तुम्ही नको इतक्या प्रमाणात घेतली तर ती अपायकारक ठरते. सूज, दाह, अंगदुखी याशिवाय अतिरिक्त मिठामुळे पापण्या फुगीर बनतात. डोळ्याखालील त्वचा सुजते. पाय व घोटे सुजतात आणि सूज तशीच राहते. मिठातील आयोडिनमुळे पुटकुळ्याही मोठ्या प्रमाणात येतात. थोडक्यात अति प्रमाणात मीठ खाल्ल्यामुळे त्वचा खराब होते, एवढे लक्षात ठेवा. 'जर्नल ऑफ ह्युमन हायपरटेन्शन' या नियतकालिकात सन २००५मध्ये प्रसिद्ध झालेल्या अभ्यासानुसार, सर्वसाधारण अमेरिकन व्यक्ती शिफारस केल्या गेलेल्या कमाल मिठाच्या प्रमाणापेक्षा ३३ टक्के अधिक प्रमाणात म्हणजेच रोज २३०० मिलिग्रॅम मीठ खाते. (तुम्हाला उच्च रक्तदाबाचा त्रास असेल किंवा तुमच्या कुटुंबात उच्च रक्तदाबाचा इतिहास असेल तर तुम्ही दिवसाकाठी १५०० मिलिग्रॅमपेक्षा अधिक मीठ खाता कामा नये.)

मिठामुळे फक्त अन्नाची चवच अधिक चांगली होते असे नाही तर वस्तूंमधील पाणी शोषून घेतले जाऊन खाद्यपदार्थांचे आयुष्यही वाढते. शिवाय त्यांच्यातील जिवाणूंची वाढही थांबवली जाते. आपण खात असलेल्या जवळजवळ सगळ्याच पदार्थांमध्ये मीठ एवढे सढळ हाताने का वापरले जाते यामागेही काही कारणे आहेत. विशेषत: प्रक्रिया केलेल्या आणि रेस्टॉरंटमधील अन्नपदार्थांत मीठ अधिक प्रमाणात असते. न्याहारीतील सिरिअल्स, सॅलड, दुग्धजन्य पदार्थ (विशेषत: चीज), हवाबंद डब्यातील पदार्थ आणि सूप यांच्यामध्ये मोठ्या प्रमाणात मीठ असते. चीरिओजचे उदाहरण पाहू या. हा अन्नपदार्थ २१० मिलिग्रॅम सोडियममध्ये पॅक केला जातो. खारवलेल्या शेंगदाण्यांपेक्षा किंवा इतर काजूंसारख्या पदार्थांपेक्षाही त्यात अधिक प्रमाणात मीठ असते. तुम्ही दिवसभरात जेवढे मीठ खाल्ले असेल, त्याच्या कितीतरी अधिक पट मीठ तुम्हाला रेस्टॉरंटमध्ये चिकन खाल्ल्यावर खावे लागते. यामध्ये सुमारे २५९० मिलिग्रॅम सोडियम असते. स्निग्ध पदार्थ नसलेल्या तथाकथित आरोग्यदायी पदार्थांतही मिठाचे प्रमाण अधिक असते. स्निग्ध पदार्थ नसलेल्या अर्धा कप कॉटेज चीजमध्ये खारवलेल्या दहा क्रॅकरपेक्षाही अधिक सोडियम असते. (म्हणून कमी सोडियम असलेला प्रकार निवडा.)

## प्रत्येकाला मॉइश्चरायझरची गरज असते का?

प्रत्येकालाच मॉइश्चरायझरची गरज असते, ही एक दंतकथा आहे. तरीही ही दंतकथा आहे, यावर लाखो लोकातील एखादाच विश्वास ठेवतो. मला वाटते की, त्यामुळेच मॉइश्चरायझिंगला वृद्धत्वाविरुद्धच्या लढ्यातील महत्त्वाचा घटक मानले जाऊ लागले आहे. कदाचित कोरडी त्वचा लवकर फुटते आणि

सुरकुत्या लवकर पडतात, त्यामुळे हा गैरसमज वाढीस लागला असावा. जर ही बाब खरी असेल, तर आपण फक्त थोडेसे व्हॅसलिन आपल्या चेहऱ्यावर लावले तरी चालेल. बोटॉक्सची काय गरज आहे? मोठ्या प्रमाणात क्रीम चोपडल्यामुळे त्वचेची छिद्रे बुजतात आणि त्यामुळे मुरुमे येतात. तुमच्या त्वचेचा ओलसरपणा अगदी मोठ्या प्रमाणात कोणत्याही टोकाला झुकलेला नसेल, तर (म्हणजे तुमची त्वचा अति तेलकट किंवा अति रूक्ष नसेल तर) त्वचेचा ओलसरपणा आणि वातावरणाचे तापमान यानुसार त्वचा प्रतिक्रिया व्यक्त करते. त्यानुसार आपल्या दैनंदिन नित्यक्रमात तुम्हाला बदल घडवून आणावा लागतो. याचाच अर्थ असा आहे की, उन्हाळ्यात किंवा दमट हवामानाच्या प्रदेशातून तुम्ही प्रवास करणार असाल तर तुम्हाला लोशन किंवा सिरम अशा हलक्या मॉइश्चरायझरकडे वळावे लागेल. तसेच हिवाळ्यात तुम्हाला मोठ्या प्रमाणात क्रीम्सचा वापर करावा लागेल. तुमची त्वचा खूपच तेलकट असेल तर तुम्हाला कदाचित मॉइश्चरायझरची गरजच भासणार नाही. जर तुमची त्वचा खूपच कोरडी असेल तर तुम्हाला रोज आणि दीर्घ काळापर्यंत मॉइश्चरायझर वापरावे लागेल. तुमची त्वचा तेलकट किंवा मुरूम येण्यास अनुकूल प्रकारची असेल आणि तरीही तुमच्या त्वचेवर अद्यापही कोरड्या त्वचेचे काही चट्टे असतील, तर तेलविरहित, पाण्याच्या बेसवर तयार करण्यात आलेले मॉइश्चरायझर निवडा. त्यात हायअल्युरोनिक आम्ल किंवा ग्लिसरीन असावे. मात्र मिनरल ऑइल असू नये. ते तेलकट असेल आणि त्वचेची छिद्रे बुजवू शकेल. त्वचेच्या फक्त कोरड्या भागांवरच ते लावा. विशेषत: गालांवर आणि डोळ्यांभोवती ते लावा. फक्त ऑयलर टी विभाग तेवढा टाळा. तुमची त्वचा कोरडी असेल तर तुम्ही मोठ्या प्रमाणात संपूर्ण चेहऱ्यावर मॉइश्चरायझर लावा. प्रत्येकालाच सूर्यकिरणांपासून संरक्षण हवे असते. त्यासाठी मी किमान एसपीएफ ३० कॉम्बोची शिफारस करेन. माझ्या रुग्णांना मॉइश्चरायझर एसपीएफ ३० मिश्रण निवडण्यासाठी मी नेहमीच उत्तेजन देते. त्यामुळे वेळ आणि पैसाही वाचतो. झोपायला जातानाही तुम्ही मॉइश्चरायझर आणि एसपीएफ मिश्रण वापरू शकता. त्वचेची निगा राखण्यासाठी उत्पादने तयार करणाऱ्या कित्येक कंपन्या तुम्हाला दिवसा आणि रात्री वापरण्यासाठी वेगवेगळी क्रीम घेण्याची गळ घालताना दिसतील. पण सहसा या सर्व कंपन्या तेच घटक या दोन्ही क्रीममध्ये वापरत असतात. फक्त एसपीएफ त्यातून वगळतात. त्यामुळे अशा जाहिरातींना बळी पडू नका.

तुम्ही आपल्या आहारातून मिठाचे प्रमाण कमी करू शकता. (तेही फारसा त्रास न होता हे मी मुद्दाम आवर्जून नमूद करू इच्छिते.) सोडियमचे कमी प्रमाण असलेले खाद्यपदार्थ निवडून (उदाहरणार्थ, नेहमीच्या सोया सॉसऐवजी कमी सोडियम असलेला सोया सॉसचा वापर करा.) हवाबंद डब्यातील भाज्यांऐवजी ताज्या भाज्या वापरून आणि लोणच्यासारखे खारवलेले पॅकबंद पदार्थ टाळून तुम्ही हे करू शकता. तुम्हाला बाहेर जेवण घ्यायचे असेल तर ऑनलाइन मेन्यू पहा. बहुतांश हॉटेल्स वेबवर आपल्या खाद्यपदार्थांची यादी देत असतात. त्यात आहारविषयक माहितीही असते. त्यामुळे तुम्ही पाहिजे तेवढा वेळ घेऊन आपल्याला हवा तो खाद्यपदार्थाचा पर्याय निवडू शकता. (तुमच्या मानेवर वेटर्सचा श्वासोच्छ्वास सहन करावा न लागता तुम्ही हे करू शकता, हे महत्त्वाचे.) रेस्टॉरंट्समधील सूप्स तर आवर्जून टाळाच. शिवाय तेथील सॉस आणि ड्रेसिंगजही बाजूला ठेवून द्या. म्हणजे आपल्याला हव्या तेवढ्याच प्रमाणात तुम्ही ते घेऊ शकाल. सूप्समध्ये भरपूर प्रमाणात सोडियम असतेच हे लक्षात ठेवा.

३

# तातडीने काय केले पाहिजे?

तुम्ही विचार केला तर तुमच्या नक्कीच लक्षात येईल की त्वचेची निगा राखण्यासाठी उत्पादने तयार करणाऱ्या कंपन्यांच्या गुप्त डावपेचांचे विपणन हे खाद्यपदार्थ उद्योगव्यवसायाच्या डावपेचांसारखेच असते. कोणत्याही डिपार्टमेंट स्टोअरच्या तळमजल्यावरून तुम्ही अतिउत्सुक विक्रेत्याची भेट झाल्याखेरीज फिरू शकणार नाही. सुपरमार्केटमध्ये तुम्हाला गरज नसलेल्या वस्तू मोठ्या प्रमाणात भरलेल्या असतात आणि त्यांची रचनाही तुमचे लक्ष त्या गोष्टींकडे वेधले जावे अशाच आकर्षक प्रकारे केलेली असते. पुढच्या वेळी तुम्ही तुमच्या स्थानिक दुकानात जाता तिथेही आजूबाजूला पाहता. तिथे आरोग्यपूर्ण पदार्थ, निर्मिती विभाग, मांस विभाग आणि सेंद्रिय पदार्थांचा विभाग दुकानाच्या अंतर्गत परिसरात असतात. तुम्हाला आरोग्यपूर्ण खाद्यपदार्थापर्यंत पोचायचे असेल तर प्रक्रियायुक्त जंक फूडच्या विभागावरूनच पुढे जाण्यास भाग पाडले जाते. त्या वेळी किमान एखादी तरी चिटोजची पिशवी किंवा दोन लीटर कोकची बाटली आपल्या बास्केटमध्ये आपोआपच टाकली जाते. तीच गोष्ट कँडीबाबतही घडते. बाहेर पडण्यासाठी जेवढी मोठी रांग असेल तेवढीच तुम्ही कँडी खरेदी करण्याची शक्यताही वाढलेली असते. हे सारे हेतुतः केलेले असते हे तुम्हालाही माहिती असते. मागील प्रकरणात मी तुम्हाला जीवनसत्त्व आणि पोषणद्रव्ये यांविषयी बरीच माहिती दिली आहे. अँटिऑक्सिडंट्स आणि फ्री रॅडिकल्स, तीव्र दाह, सूज यांचे दीर्घकालीन परिणामही सांगितले आहेत. शिवाय तुम्ही काय खावे आणि काय खाऊ नये याची लांबलचक यादीही दिली आहे. अगदी जस्तापासून सोयाबीनपर्यंत आणि लाल मांसापासून मॅग्नेशियमपर्यंत मी त्यात सारे काही दिले आहे. पण तरीही जेवणात काय असावे यासाठी तुम्हाला आणखी मदतीची गरज आहेच.

या प्रकरणात अधिक चांगल्या त्वचेसाठी काय खाल्ले जावे, याविषयीची

मूलभूत माहिती मी देणार आहे. कित्येक अब्ज डॉलर्सची उलाढाल असलेल्या अन्नपदार्थांच्या उद्योगव्यवसायाच्या फसव्या आणि दिशाभूल करणाऱ्या जाहिरातींना (विशेषतः वरवर आरोग्यपूर्ण वाटणाऱ्या, पण प्रत्यक्षात तशा नसलेल्या पदार्थांबाबत) बगल देऊन कसे योग्य तेच खरेदी करावे याविषयी मी सांगणार आहे. तसेच त्वचेच्या छुप्या विश्वासघातकी शत्रूंना ओळखा. (साखर, प्रक्रिया केलेली धान्ये, मैदा आणि मीठ हे ते शत्रू होत.) तुम्हाला तुमच्या त्वचेचा रंग आणि पोत जर आधीच आवडत असेल तर तो तसाच कसा राखावा हे मी तुम्हाला शिकवेन (त्यामुळे तुम्ही तुमच्या मैत्रिणींच्या असूयेचा विषय बनाल.) तुम्ही १५ ते ५० वयोगटातील असाल तर तुमच्यासाठी खाली काही क्लृप्त्या आणि माहिती दिली आहे. त्यामुळे आपली त्वचा अधिक स्वच्छ, अधिक मुलायम बनवण्यासाठी आपल्या पुढच्या जेवणापासूनच प्रयत्न करण्यास तुम्ही सुरुवात करू शकाल.

## तुम्ही खरोखरच काय खात आहात ते माहीत करून घ्या

त्वचेची काळजी घेणाऱ्या उत्पादनांमधील घटकांची आपल्याला अलीकडे तुलनेत अधिक चांगली माहिती असते. आपण काय घेतले पाहिजे आणि काय टाळले पाहिजे हे आपल्याला माहीत असते. मात्र आपल्या जेवणात कोणते अन्नघटक असले पाहिजेत याविषयी आपल्याला फार कमी माहिती असते. तसेच अन्नघटकांचा आपल्या त्वचेवर काय परिणाम होतो, हेही आपल्याला माहीत नसते. मी तुम्हाला असा प्रश्न विचारते की, आपल्या चेहऱ्याला आपण जे लावतो, त्यातील घटकांविषयी आपल्याला जेवढी माहिती असते, निदान तेवढी तरी माहिती आपल्या पोटात आपण कोणते अन्नघटक ढकलतो आहोत याविषयी आपल्याला असावी की नाही?

खरे बोलायचे झाले तर आपल्यापैकी बहुतेकांना आपण काय आणि किती खातो याविषयी काहीच कल्पना नसते. नियमितपणे आपण काय आणि किती प्रमाणात खातो याची उपेक्षा करत राहिल्यामुळे आपण सर्वच जण या बाबतीत अपराधी आहोत असे अनेक अभ्यासांती स्पष्ट झाले आहे. जास्त वजन असलेले लोक सहसा ते खात असलेल्या पदार्थांच्या तुलनेत ३० ते ४० टक्के पदार्थ कमी खात असल्याचे सांगतात. सर्वसामान्य वजन असलेले लोकही आपले खाणे सुमारे १६ टक्के कमी सांगतात. आपण सहज येता-जाता तोंडात टाकतो त्या गोष्टींविषयी भान नसणे हेच टक्केवारी कमी सांगितली जाण्याचे खरे कारण आहे. (मूठभर मिक्स्ड ग्रीन सॅलडबरोबर सहज घेतलं जाणारं क्रीम लक्षात ठेवण्याचे कारणच

नसते असे आपल्याला वाटते.) कामाच्या ठिकाणी ब्रेक रूममधून चोरलेली कुकी किंवा रात्रीच्या जेवणाआधी घेतलेली दारू इ. गोष्टीही सहज विसरल्या जातात.

भुकेशी किंवा पोषणाशी काडीचाही संबंध नसलेल्या सर्व प्रकारच्या वस्तू आपण काहीही कारण नसताना खात राहतो. आपल्याला आनंद झाला की आपण खातो. आपल्याला दु:ख झाले किंवा आपल्या मनावर ताण आला की आपण खातो. आपण एखादी गोष्ट साजरी करण्यासाठी आणि कळवळा दाखवण्यासाठीही खातो. पण अशा प्रकारे अकारण चरत राहणे आणि भावनांशी निगडित कारणांसाठी खाणे यांमुळे आपल्या कमरेवर ताण येतो. त्याचे परिणाम आपल्या चेहऱ्यावर दिसतात. खाली दिलेल्या काही युक्त्या अमलात आणल्यास सातत्याने काही ना काही तोंडात टाकण्यावर नियंत्रण ठेवता येईल.

## अन्नाची दैनंदिनी ठेवा

तुम्ही चेहऱ्याला पोषक आहार घेण्यास सुरुवात केल्यावर निदान सुरुवातीचे काही आठवडे तरी तोंडात टाकत असलेली प्रत्येक गोष्ट लिहून ठेवणे महत्त्वाचे आहे. आणि याविषयी कुरकुर करू नका. कारण ही गोष्ट अवघड किंवा वेळखाऊ नाही हे मला माहीत आहे. तुम्ही खाल्ल्याबरोबर स्वत:ला एक मेसेज किंवा मेल पाठवा. तुमच्या ब्लॅकबेरी किंवा आय फोनवरून तुमच्या अन्नावर लक्ष ठेवा. किंवा सरळ जुनी पद्धत वापरा आणि वही पेन घेऊन त्यात या नोंदी टिपून ठेवा. त्यासाठी खिशात मावण्याएवढी दैनंदिनी पुरेशी ठरते. तुम्ही वापरलेली पद्धत कोणतीही असली तरी तुम्ही काय काय खाल्ले याचा मागोवा घेण्याची आणि तुम्हाला काहीही कारण माहीत नसताना अचानकच मुरूम किंवा पुरळ का आले ते शोधण्याची ती एक जलद पद्धती आहे. सहसा दोन ते तीन आठवड्यांनी एक प्रकारची पद्धती तयार होईल. पण तुम्हाला निरोगी, आरोग्यपूर्ण आणि अधिक चांगली दिसणारी त्वचा आयुष्यभरासाठी हवी असेल तर तुम्ही जे अन्न खाता त्याविषयी तुम्ही जागरूक असले पाहिजे.

जे जे खातो ते लिहून ठेवणे तुम्हाला रटाळ वाटू शकेल. पण काही आठवड्यांतच तुमच्या शरीराशी निर्माण होणाऱ्या सुसंवादाचा विचार करा. तुम्हाला कशामुळे आळस आल्यासारखे किंवा झोपाळूपणा जाणवतो, कशामुळे त्वचा ओघळल्यासारखी वाटते आणि कशामुळे मुरुमे येतात हे सारे त्यावरून कळू शकेल. मित्राबरोबर बाहेर जाण्याची तारीख जवळ येत चालली आहे का? कामाच्या ठिकाणी महत्त्वाचे प्रेझेंटेशन द्यायचे आहे का? कोणत्याही आगामी महत्त्वपूर्ण

घटनेआधी आपल्या आहारावर नियंत्रण ठेवून त्वचेच्या शत्रूंना दोन हात लांबच ठेवले तर तुमच्या चेहऱ्यावर भलेमोठे मुरूम किंवा पुटकुळी आल्यामुळे अस्वस्थ वाटून जागे होण्याची वेळ तुमच्यावर येणार नाही किंवा एखाद्या दिवशी चेहऱ्यावरच्या पुरळामुळे तुम्ही सकाळी अस्वस्थ होणार नाही.

दैनंदिनी ठेवण्याचा कोणताही योग्य किंवा अयोग्य मार्ग नाही. पण तुम्हाला आपण कसे दिसू याविषयी कुतूहल वाटत असेल, तर त्यासाठी मोटली क्र्यू अँड सिक्स या रॉक बँडमधील निक्की सिक्स या गिटार वादकाच्या दैनंदिनीतील एक पान मी दिले आहे. संपूर्ण दोन दशके तो मोठ्या प्रमाणात मादक द्रव्ये आणि दारूच्या आहारी गेला होता हे सर्वज्ञातच आहे. पण दहा वर्षांपूर्वीच त्याने या सर्व व्यसनांचा त्याग केला. सध्या त्याचे वय ५२ वर्षे आहे. निक्की आधी दिसत होता त्यापेक्षा सध्या कितीतरी अधिक चांगला दिसतो आहे आणि त्याला कितीतरी अधिक चांगले वाटतही आहे. (मला वाटते की, इथे मी त्याची प्रतिमा भंग केलेली नाही. कारण तो तर अत्यंत सहृदयी माणूस आहे.)

## अन्न दैनंदिनी

**रुग्ण :** निक्की सिक्स - वादक (मॉटली क्र्यू अँड सिक्स : ए. एम.)
रूपांतरित बॅड बॉय

***निक्कीच्या दैनंदिनीतील माहिती :*** *सध्या मी मध्यरात्रीच्या आधी झोपायला जातो आणि नेहमीच सकाळी सातच्या आधी जागा होतो. मी दारू पीत नाही आणि मादक द्रव्येही घेत नाही. दिवसभर मी कित्येक टन पाणी मात्र पितो. एखाद्या रॉक स्टारसाठी माझी अन्न दैनंदिनी चांगलीच कंटाळवाणी असू शकेल. पण मला तिच्यामुळे किती उत्तम वाटत आहे ते मला माहिती आहे आणि त्यामुळे मी तीच निग्रहाने पाळणार आहे.*

**बुधवार**

सकाळी लवकर : ३ कप कॉफी आणि एक हिरवे सफरचंद
दुपारचे जेवण : ग्रील्ड सामन मासा, पांढरा भात आणि कॉफी
संध्याकाळी नाश्ता : प्रोटिन शेक आणि केळे
रात्रीचे जेवण : घरी बनवलेले चिकन सूप

**गुरुवार**

सकाळी लवकर : ३ कप कॉफी आणि फळांच्या फोडी
नाश्ता : ओटमिल

दुपारचे जेवण : सनसेट बौलेवर्ड येथील ग्रिडल कॅफेमध्ये स्टिक, अंडी आणि कॉफी
संध्याकाळी नाश्ता : प्रोटिन बार आणि पाणी
रात्रीचे जेवण : कॅलाबसास येथील कॉसमॉस ग्रील येथून ग्रील्ड चिकन आणि
नाश्ता : बदामाच्या दुधाबरोबर प्रोटिन शेक

## शुक्रवार

सकाळी नाश्ता : चार कप कॉफी, बेदाणे घातलेले ओटमिल, कापलेले केळे आणि थोडे बदामाचे दूध
दुपारचे जेवण : टॅको बेल येथे दोन टॅकोज आणि कोक
नाश्ता : प्रोटिन बार आणि पाणी
रात्रीचे जेवण : कॅलाबसास येथील कॉसमॉस ग्रील येथून ग्रील्ड चिकन आणि कॉफी
नाश्ता : गोठवलेली द्राक्षे (घरी चित्रपट पाहत असताना)

## शनिवार

सकाळी नाश्ता : दोन कप कॉफी आणि मशरूम्स व टोमॅटो घालून तीन अंड्यांच्या पांढऱ्या बलकाचे ऑम्लेट
दुपारचे जेवण : मालिबुमधील ग्लॅडस्टन्स येथे क्लॅम चाउडर आणि डाएट कोक
नाश्ता : प्रोटिन बार आणि लिंबूपाणी
दुपारी उशिरा : चिलीयन सी बास, मिश्र हिरवे सॅलड, पाणी आणि इंग्लिश ब्रेकफास्ट चहा.
रात्री उशिरा : रुथ्स ख्रिस येथे बिग ॲस स्टिक, मलई घातलेला पालक, लोणी लावलेला गरम पाव, चीजकेक आणि कॅप्पुचिनो.

बहुतांश वेळा निक्कीने आरोग्यपूर्ण समतोल आहार घेतला आहे. म्हणूनच त्याची त्वचा अगदी आश्चर्यकारकरीत्या गुळगुळीत, मुलायम आणि सुरकुत्यारहित आहे. आपल्या जेवणात आणि नाश्त्याच्या वेळात पुरेसे अंतर राखून तो आपली रक्तशर्करा नियंत्रित ठेवत आहे. तसेच प्रत्येक जेवणाच्या वेळी प्रथिने खाऊन तो आपल्या त्वचेला कोलॅजेनचे प्रमाण चांगले राखण्यास मदत करत आहे. आता याहून अधिक चांगले तो काय करू शकणार आहे? मी त्याला अँटिऑक्सिडंट्समध्ये वाढ होण्यासाठी अधिक गडद रंगाच्या भाज्या खाण्यास सुचवले. अतिरिक्त प्रक्रिया केलेले धान्य त्याने आपल्या आहारातून काढून टाकले पाहिजे. तसेच पांढऱ्या भाताऐवजी आहारात हातसडीच्या भाताचा उपयोग केला पाहिजे. गोठवलेल्या द्राक्षांऐवजी त्याने बेरी खाल्ली पाहिजे. कारण त्यांच्यात द्राक्षापेक्षा साखर कमी

असते. निक्की भरपूर प्रमाणात कॉफी पितो आहे. मी त्याला कॉफी सोडून दे असे सांगणार नाही. (कारण मला माहिती आहे की, तो ती सोडणार नाही.) तरीही त्याने कॉफी आणि ग्रीन टी आलटून-पालटून घ्यावा. ग्रीन टीमुळे त्याला अँटिऑक्सिडंट्स मिळतील आणि त्यामुळे दक्षिण कॅलिफॉर्नियातील उन्हापासून त्याच्या त्वचेचे रक्षण होईल.

## लेबल्स वाचायला शिका

तुमच्या स्वत:च्या त्वचेच्या शत्रूंना शोधून काढणे ही एक बाब आहे. पण त्यांना टाळणे ही पूर्णत: वेगळी गोष्ट आहे. अन्नाच्या पॅकिंगवरची पोषणविषयक लेबल्स फसवी असतात. शिवाय धूर्त दुकानदार तुमची सहजपणे दिशाभूल करू शकतो. उदाहरणार्थ, सन २००६मध्ये अन्न व औषध प्रशासनाने असा नियम केला की, पॅकिंग केलेल्या अन्नपदार्थांवर त्या पदार्थांमधील ट्रान्स फॅट्सच्या माहितीचा समावेशही केला जावा. ट्रान्स फॅट्स कोलेस्टेरॉलचे प्रमाण वाढवतात आणि त्यामुळे हृदयविकाराचा धोकाही वाढतो. हा ग्राहकांचा विजय झाला असे वरकरणी वाटते. पण सुमारे अर्धा ग्रॅम व त्याच्या आसपास ट्रान्स फॅट असेल तर त्याचा उल्लेख पॅकिंगवर करायचा आहे. याचाच अर्थ अर्ध्या ग्रॅमपेक्षा कमी ट्रान्स फॅट असेल तर तो पदार्थ ट्रान्स फॅटरहित वाटू शकेल. कारण त्याचा उल्लेख पॅकिंगवर करण्याची गरज नाही. म्हणजेच जाणीवही न होता तुम्ही दीर्घकाळपर्यंत थोड्या थोड्या प्रमाणात ट्रान्स फॅट घेत राहाल.

आहारविषयक माहिती देण्यासाठी आणि तिच्या मापनासाठी अन्न उत्पादक वापरत असलेल्या संशयास्पद पद्धतीचे हे केवळ एक उदाहरण आहे. पुढच्या वेळी तुम्ही किराणामालाच्या दुकानात जाल त्या वेळी खालील गोष्टी लक्षात ठेवा.

**एका वेळी खाण्याचे प्रमाण पहा :** ग्राहकांची दिशाभूल करण्यासाठी अन्न उत्पादक ज्या काही छुप्या गोष्टी करतात, त्यापैकी एक म्हणजे एका वेळी खाण्याच्या प्रमाणातील घटक लेबलवर दिले जातात. पण त्या संपूर्ण खोक्यामध्ये जर आपण एकावेळी खाऊ त्या प्रमाणाचा विचार करता २५ पट वस्तू असेल, तर लेबलवर दिलेल्या प्रमाणाच्या २५ पट घटक त्या संपूर्ण खोक्यामध्ये आहेत हे लक्षात घेतले पाहिजे. म्हणजेच २५०० ग्रॅमच्या पुड्यावर २५ ग्रॅ. साखर असे लेबल असेल तर ते एका वेळच्या म्हणजे १०० ग्रॅम वजनाच्या पदार्थातील साखरेचे प्रमाण आहे, २५०० ग्रॅममध्ये तीच साखर १००० ग्रॅम आहे हे लक्षात घेतले पाहिजे. कँडी बारचे एक उदाहरणही आपण पाहू या. तुम्ही तो उचलून

त्यावरील लेबल पाहता? २०० कॅलरीज, ३०० मि.ग्रॅ. सोडियम, २५ ग्रॅम साखर. बारकाईने पाहिल्यावर तुमच्या लक्षात येईल की, या कँडी बारचे दोन भाग असतात. तो दोन वेळा खाल्ला जाईल, असे गृहीत धरून एका भागातील कॅलरीज, सोडियम व साखरेचे प्रमाण त्यावर नमूद केलेले असते. हा नाश्त्याचा पदार्थ आता पाश्चात्त्य देशात खरेतर जेवणच बनला आहे. पण त्याच्यातून शरीरात ४०० कॅलरीज, ६०० मि.ग्रॅ. सोडियम आणि ५० ग्रॅम साखर गेलेली असते.

**धान्याची माहिती :** प्रक्रिया केलेल्या धान्याच्या समस्यांविषयी मी आधीच माहिती दिली आहे. मात्र तुमच्या नेहमीच्या धान्याच्या दुकानातून असे प्रक्रिया केलेले धान्य शोधून काढणे तुम्हाला वाटते त्याहून अधिक अवघड असते. पुढच्या वेळी तुम्ही अन्नधान्य, पास्ता किंवा पाव खरेदी करायला जाल त्या वेळी थांबून त्यावरचे लेबल नीट वाचा. त्यातील पहिला शब्द 'होल' हा असला पाहिजे. त्यानंतर धान्याचे नाव असले पाहिजे. (उदा. गहू, ज्वारी, बाजरी, ओट, राय इ.) '१०० टक्के गहू' असे लेबल असलेले उत्पादन घेण्यास बळी पडू नका. कारण 'व्हिट' आणि 'होल व्हिट' हे समानार्थी शब्द नाहीत. त्याचप्रमाणे 'मल्टिग्रेन' हा शब्दही असाच फसवा ठरेल. त्याचा अर्थ एकाहून अधिक धान्ये त्या उत्पादनात समाविष्ट आहेत असा होतो. ती प्रक्रिया केलेली असतील किंवा नसतीलही. (फसवेगिरी आहे. नाही का?)

**'हार्ट हेल्दी' किंवा हृदयाच्या दृष्टीने आरोग्यपूर्ण किंवा 'स्मार्ट' शब्द वापरून त्यानंतर कोणताही शब्द वापरलेल्या (स्मार्ट स्टार्ट, स्मार्ट टेस्ट इ.) उत्पादनांपासून सावध रहा :** प्रक्रिया केलेल्या अन्नाच्या लेबलवर मोठ्या अक्षरात 'तुमचे कोलेस्टेरॉल कमी करण्यासाठी', 'तुमच्या हृदयाचे संरक्षण करा', 'वजन उतरवण्यासाठी तुम्हाला मदत करण्यासाठी' इ. प्रकारचा मजकूर असतो आणि त्या उत्पादनात नक्कीच साखरेचे प्रमाण अधिक असते. सॅच्युरेटेड फॅट्ससारख्या एखाद्या घटकाचे प्रमाण कमी केल्यामुळे साखरेचे प्रमाण वाढवले जाते. याचा अर्थ काय आहे ते तुम्हाला समजलेच असेल. याचा अर्थ आकाशाला भिडणारी रक्तशर्करेची पातळी आणि वाढलेले इन्शुलिन. तुमच्यासाठी चांगले असल्याचा दावा करणारी काही उत्पादने खरोखरच चांगली असतातही. पण खात्री करून घेण्यासाठी त्यावरचे लेबल तुम्ही काळजीपूर्वक वाचले पाहिजे.

**'नैसर्गिक स्वाद' लिहिलेले उत्पादन टाळा :** या प्रकारचा गूढ घटक तुम्हाला कोणत्याही प्रक्रिया केलेल्या अन्नात सापडेल. मात्र मांस आणि पोल्ट्रीच्या उत्पादनात तो वाढत्या प्रमाणात असल्याचे दिसेल. शिवाय गोठवलेली फळे आणि भाज्या यांच्या पॅकेजेसवरही असे लिहिल्याचे तुम्हाला आढळेल. दुर्दैवाने नैसर्गिक स्वाद हा नैसर्गिक सोडून इतर कोणताही घटक असतो. त्या उत्पादनात घालणे

शक्य असलेला सायट्रिक ॲसिड आणि ग्ल्युटॅमिक ॲसिड (यापासून मोनोसोडियम ग्ल्युटॅमेट मिळवले जाते. त्यालाच 'एमएसजी' असे म्हटले जाते.) यांच्यासह इतर कोणतेही रासायनिक घटक अन्नपदार्थात इंजेक्शनच्या साहाय्याने टाकले जातात. त्यामुळे फक्त स्वादच वाढवला जातो असे नाही तर तो माल दुसरीकडे पाठवणे, पॅकेजिंग करणे आणि गोठवणे यांमुळे होणारे परिणामही त्यामुळे दूर होतात. वरून घातल्या जाणाऱ्या या बहुतेक सर्व पदार्थांचे मूलभूत घटक हे मीठ आणि साखर हेच असतात. याचाच अर्थ असा आहे की, नैसर्गिक स्वाद देणाऱ्या कोणत्याही पदार्थांच्या वापराने त्वचेवर मुरुमे येण्यापासून इसबापर्यंत आणि उन्हामुळे होणाऱ्या हानीपासून ते त्वचा ओघळण्यापर्यंतचा कोणताही त्रास होण्यासाठी त्वचेची जणू पूर्वतयारीच करून घेतली जाते!

**डॉ. वू यांच्या फाइलमधून**

**रुग्ण :** केली पॅकार्ड - अभिनेत्री (बेवॉच)

**त्वचेची तक्रार :** कोरडी त्वचा

**अन्न संवेदनक्षमता :** साखर

**केलीच्या शब्दांमध्ये :** माझ्या तिसऱ्या मुलाच्या वेळी मी गर्भवती असल्याचे मला २००९च्या सुरुवातीस समजल्या क्षणापासूनच मी बर्फाचे तुकडे खाऊ लागले. दिवसाकाठी किमान १०० तुकडे तरी मी चोखत असे. मी ते अक्षरश: मोजले आहेत. माझ्या डॉक्टरांना भेटून त्यांनी मला रक्तक्षय (ॲनेमिया) असल्याचे निदान करेपर्यंत हे सुरू होते. त्यानंतर मला थोडेफार रक्त दिले गेले. मी शाकाहारी आहे, मात्र माझ्या गर्भारपणाच्या काळात मी थोडेफार मांसही खाऊ लागले. तरीही मला पुरेसे लोह मिळत नव्हते. पण मी लोहाच्या गोळ्या घेण्यास सुरुवात केल्यावर मग बर्फ खाण्याची इच्छा कुठल्या कुठे पळून गेली.

माझी त्वचा सर्वसाधारणपणे खूपच कोरडी आहे. पण काही काळानंतर ती अधिक मुलायम आणि चमकदार बनली होती. त्या काळात माझी त्वचा ओलसरही दिसत होती. मला वाटते की, त्या काळात मी भरपूर पाणी पीत असल्याचाही तो परिणाम असावा. (नेहमी मी सोडा आणि लेमोनेड पिणे अधिक पसंत करत असे.) मी साखरेपासूनही कटाक्षाने दूर राहिले. (आधी मी खूपच गॉकामोल खात असे.) माझ्या पहिल्या दोन गर्भारपणात माझे वजन सुमारे ५० पाउंडांनी वाढले होते. पण या वेळी मात्र माझ्या वजनात फक्त ३४ पाउंडांची वाढ झाली.

**डॉ. वू यांचे निदान** : गर्भारपणाशी संबंधित हार्मोन्सच्या स्रावांमुळे त्वचेत सर्व प्रकारचे बदल घडून येतात. त्यात स्ट्रेच मार्क्सपासून मेलॅझ्मा या नावाने ओळखली जाणारी रंगद्रव्ये काही ठिकाणी अधिक प्रमाणात साचण्याच्या क्रियेपर्यंत सर्व गोष्टींचा समावेश असतो. मेलॅझ्माला काही वेळा 'गर्भारपणाचा मुखवटा' असेही म्हटले जाते. अतिरिक्त प्रमाणात साखर खाल्ल्याने या सर्व गोष्टी अधिक वाईट प्रकारे त्रास देतात. साखर खाण्यावर नियंत्रण आणल्यामुळे केलीला तिच्या त्वचेत फरक जाणवू लागला. अधिक प्रमाणात आरोग्यपूर्ण मोनोसॅच्युरेटेड फॅट्स (ताजे गॉकामोलसारखे) खाल्ल्यामुळेही तिची त्वचा तेजस्वी आणि ओलसर दिसण्यास मदत झाली.

बर्फाचे तुकडे चघळणे ही खरेतर एक वैद्यकीय स्थिती आहे. तिला 'पिका' असे म्हणतात. अन्न नसलेल्या पदार्थांचे सेवन करणे म्हणजेच पिका होय. मुलांमध्ये आणि गर्भवती स्त्रियांमध्ये ते प्रामुख्याने पाहायला मिळते. बहुतेक वेळा शरीरातील लोहाच्या कमतरतेमुळे हे लक्षण दिसू लागते. मसूर, टोफू, घेवडा, चिकपी नावाचे द्विदल कडधान्य इ. अन्नपदार्थ हे लोहाचे आणि प्रथिनांचेही महत्त्वपूर्ण स्रोत आहेत. अधिक प्रथिने खाल्ल्यामुळे केलीच्या त्वचेतील कोलॅजेन आणि इलॅस्टिन चांगलेच टिकून राहिले. त्यामुळे स्ट्रेच मार्क्स किंवा त्वचा ओघळणे यांसारखी लक्षणे तिला रोखता आली.

## नाश्ता घेणे सुरू ठेवा : कमी खा, वारंवार अधिक जेवा.

आम्ही वू कुटुंबीय दिवसातून तीन वेळा समतोल आहार घेत असू. आम्ही कधीही कुकीज किंवा चिप्स खात नसू. आमच्या घरातच कधी या गोष्टी नसत. पण मी मात्र घराबाहेर गेल्यावर अनारोग्यपूर्ण पदार्थांवर ताव मारत असे. एकदा का माझ्या आईच्या करड्या नजरेआड मी गेले की, मी त्या अनारोग्यपूर्ण गोष्टींवर तुटून पडत असे. त्यानंतर कित्येक वर्षांनी माझ्या लक्षात आले की, नाश्ता करण्यात काहीही चुकीचे नव्हते. पण नियमित घेतलेला नाश्ता आपला संपूर्ण आहार नियंत्रणात राहण्यास मदत करतो. त्यामुळे आता संपूर्ण आठवडाभरासाठीच्या नाश्त्याच्या पदार्थांच्या खरेदीसाठी मी रविवारी संध्याकाळी काही मिनिटांचाच वेळ घालवते. मी ते पदार्थ नंतर कारमध्ये ठेवते, माझ्या कार्यालयातील डेस्कवर ठेवते आणि माझ्या पर्समध्येही ठेवते. त्यामुळे माझ्या हातात खाण्यासाठी सतत काही ना काही उपलब्ध असल्याचे मला माहीत असते. अधिकृतरीत्या काही ना काही तोंडात टाकण्याची परवानगी देण्यामागची काही कारणे मी खाली देत आहे.

**काही ना काही खात राहिल्याने इन्शुलिनची पातळी नियंत्रणात राहते.** जेवण टाळणे आणि कित्येक तास काहीही न खाता राहणे यांमुळे तुमच्या रक्तशर्करेत कमालीची घट होते. त्यामुळे तुम्ही फक्त सुस्तच बनत नाही तर तुमच्या चयापचयाच्या क्रियेचा वेगही मंदावतो. तुमच्या शरीरातील चरबीवरच तुम्हाला अवलंबून राहावे लागते. त्यानंतर अखेरीस तुम्ही जेव्हा खाण्यासाठी जाता, त्या वेळी तुमच्या शरीरातील इन्शुलिनचा प्रतिसाद इतका प्रचंड असतो की, त्यामुळे तुमची रक्तशर्करा आकाशाला भिडते. (त्यामुळे सूज येणे, दाह होणे आणि अंगदुखी याला उत्तेजन मिळते. त्यातूनच कोलॅजेन आणि इलॅस्टिक ऊतींवर हल्ला होतो.) रक्तशर्करा नियंत्रणाखाली आणण्यासाठी तुमचे शरीर वेगाने इन्शुलिन निर्मिती करू लागते. मग काय होत असेल त्याचा अंदाज बांधा बरे! इन्शुलिनच्या वाढलेल्या पातळीमुळे तेलनिर्मितीला प्रोत्साहन मिळते आणि अँड्रोजेन स्रवू लागते. (अँड्रोजेन हा पुरुषी हार्मोन आहे.) त्यामुळे मुरुमे येतात. एक किंवा दोन वेळच्या नाश्त्याबरोबरच तीन वेळा जेवण घेणे यामुळे तुमची रक्तशर्करा वाढत नाही. शिवाय तुमची त्वचा मऊ राहून तुमच्या जीन्स तुम्हाला अधिक चांगल्या बसतात.

## सुज्ञपणे खा

**घा**ई करू नका. मी तुम्हाला खात राहण्याची परवानगी दिली आहे याचा अर्थ असा नाही की, तुम्ही सतत खाल्लेच पाहिजे किंवा जे दिसेल ते खात राहिले पाहिजे. उत्तम खाद्यामध्ये तंतुमय पदार्थ आणि प्रथिने व आरोग्यपूर्ण स्निग्ध पदार्थ यांचा समावेश होतो. त्यामुळे तुमची रक्तशर्करा स्थिर राहते. अनारोग्यपूर्ण खाद्यपदार्थांऐवजी साधे, आरोग्यपूर्ण पदार्थ खा.

| ***हे खाऊ नका*** | ***त्याऐवजी हे खा*** |
|---|---|
| खारी बिस्किटे | होल ग्रेन पिटा चिप्स किंवा मेरीज गॉन क्रॅकर्स स्टिक्स आणि ट्विग्ज |
| बटाट्याची चिप्स | होल ग्रेन क्रॅकर्स विथ ह्यूमस, तांदळाचे केक, सफरचंदाच्या फोडी, नैसर्गिक नट बटर (बदाम, काजू, शेंगदाणा यांचे) |
| आइसक्रीम | स्ट्रॉबेरी आणि डार्क चॉकलेट |
| कँडी | सुकवलेल्या चेरी किंवा स्ट्रॉबेरी (साखर लावलेली नसावी) |
| फ्रॅप्युचिनो | स्किम मिल्क |

* सफरचंदांमध्ये साखर जास्त प्रमाणात असली तरीही आरोग्यपूर्ण स्निग्ध पदार्थाबरोबर तुम्ही ते खाता तेव्हा त्यामुळे इन्शुलिनमध्ये होणारी अचानक वाढ तुम्ही रोखता. याहूनही अधिक सुलभ नाश्त्यासाठी जस्टिन्स नट बटर तुम्ही वापरू शकता.

**थोडे थोडे खात राहिल्यामुळे अनियंत्रितपणे खाण्याला आळा बसतो.** असे समजू या की, तुमच्या कार्यालयात तुम्ही सकाळी बैठकीसाठी गेला आहात. तिथेच नाश्ताही आहे. कुणीतरी क्रीम चीज आणले आहे. कुणीतरी ब्रेड रोल आणला आहे. तुम्ही त्यावर चांगला ताव मारता. मात्र जेवणाच्या वेळी तुम्हाला तितकीशी भूक लागलेली नसल्यामुळे तुम्ही फक्त ग्रीन सॅलडच खाल्ले आहे. पण त्यानंतर रात्रीच्या जेवणापर्यंतही तुम्ही उपाशी राहिला आहात. आता काय परिस्थिती असेल? तुम्ही घरी जाल आणि चिकन-भाज्या असे छानसे जेवण तयार कराल की सरळ मॅकडोनाल्ड गाठाल? तुम्ही दिवसभर काहीच खाल्ले नसेल किंवा थोडेसेच खाल्ले असेल तर कोणत्याही अनारोग्यपूर्ण, प्रक्रिया केलेल्या जंक फूडवर तुम्ही तुटून पडण्याची शक्यताच जास्त असते.

**नियमितपणे थोडे थोडे खाल्ल्याने तुम्हाला लक्षपूर्वक खाण्यास उत्तेजन मिळते.** दर काही तासांनी तुम्ही खाणार आहात, हे तुम्हाला माहीत असेल, तर त्याप्रमाणे तुम्ही तुमच्या जेवणाचे नियोजन कराल. पुढचा विचार करून कामावर जाताना आपल्याबरोबर नाश्त्याचे काही पदार्थ न्या. पण समजा त्याऐवजी तुम्ही अधिक काम करत राहिलात, पण मध्ये मध्ये थांबून खाण्यासाठी वेळ दिला नाही तर अचानक तुमच्या लक्षात येईल की, आता दुपारचे तीन वाजले आहेत. मग तुम्ही वेंडिंग मशीनसमोर उभ्या राहाल किंवा स्टारबक्समध्ये भटकाल आणि छोटासा मफीन (वाटोळाकार छोटा केक) हातात येईल. कारण आता तिथे तेवढेच शिल्लक असेल.

## इतिहासपूर्व काळात जा : तुम्ही शिकार करू शकाल किंवा गोळा करू शकाल असे अन्न निवडा.

एखाद्या नवीन रेस्टॉरंटमध्ये तुम्ही जेवायला गेला असाल, तर मेन्यू ठरवण्यासाठी क्षणभर वेळ काढाल. तुम्ही वाचाल 'बोएफ ला बोर्गिंग्नोन', 'कॉक विन,' 'फोए ग्राज'. अचानक तुमच्या मनात भीती फेर धरेल. या सगळ्या वस्तू म्हणजे नेमके काय आहे? तुम्ही विचार कराल आता यांपैकी कोणते अन्न चेहऱ्याच्या पोषक आहारात बसू शकेल? पास्ता आणि पोल्ट्री यांपैकी एकाची निवड तुम्ही कराल,

तोपर्यंत तुम्ही एकच विचार करा की, मी यापैकी कशाची शिकार करू शकेन? मी कोणत्या गोष्टी गोळा करू शकेन? तुम्ही फ्रेंच फ्राय गोळा करू शकणार नाही. तुम्ही खारी बिस्किटे गोळा करू शकणार नाही. (आणि हो, तुमच्या स्वयंपाकघरात जाऊन खाऱ्या बिस्किटांसाठी शोधाशोध करणे याची तुलना बिस्किटे गोळा करण्याशी किंवा शिकार करण्याशी नक्कीच होऊ शकत नाही.)

ही कल्पना नवीन नाही. निदान वजन कमी करण्याच्या जगतात तरी नाही. गुहेत राहणाऱ्या माणसाप्रमाणे खाद्य खाण्याच्या या कल्पनेवर कित्येक आहारविषयक योजना आणि पुस्तके आधारित आहेत. मात्र वैचारिकदृष्ट्या तुम्ही ज्या गोष्टींची शिकार करू शकता किंवा तुम्ही जे अन्न गोळा करू शकता, तेच सगळे तुम्ही खाल्ले पाहिजे असे नाही. (उदाहरणार्थ मी पिझ्झाचा विचार करते. अर्थातच ताज्या घटक पदार्थांपासून बनवण्यात आलेला खराखुरा पिझ्झा! यात अधिक चीज घातलेल्या स्टफ्ड - क्रस्ट पायचा मी विचार केलेला नाही. अर्थातच हे अन्न अत्युत्कृष्ट असेल. पण मी त्याची शिकारही करू शकत नाही किंवा मी ते गोळाही करू शकणार नाही. त्यामुळे असे काही अपवाद त्याला असतील हे लक्षात घ्या.) त्वचेला सर्वाधिक लाभ कशामुळे होईल, याविषयी तुमच्या मनात गोंधळ असेल तर शिकारी आणि अन्न गोळा करणारा यांच्या हातात येणाऱ्या गोष्टी तुम्हाला उपयुक्त ठरू शकतील यात मात्र काहीच शंका नाही.

## नैसर्गिक खाण्याकडे वळा

अन्न शोधून गोळा करण्याची निवड करणे, याचा अर्थ आपल्या आवडत्या खाण्याचा त्याग करणे असा होत नाही. गिरणीत दळलेल्या किंवा प्रक्रिया केलेल्या अन्नापासून संपूर्ण किंवा नैसर्गिक अन्नाकडे वळण्याचे काही मार्ग खाली दिले आहेत.

| **हे खाऊ नका** | **त्याऐवजी हे खा** |
|---|---|
| पांढरा भात | हातसडीचा किंवा ब्राउन राइस |
| तयार ओटमिल | रोल केलेले किंवा हळूहळू शिजणारे ओट |
| हवाबंद भाज्या | ताज्या भाज्या |
| पाकात बुडवलेली हवाबंद फळे | ताजी फळे |
| सोडा आणि फळांचा कृत्रिम रस | फळांच्या फोडी आणि थोडेसे पाणी |
| पांढरा पाव | मोड आलेल्या धान्याचा पाव |
| पांढरा पास्ता | कोंड्यासहित गव्हाच्या पिठाचा पाव |

संपूर्ण किंवा नैसर्गिक अन्नाची निवड करण्याच्या या पद्धतीमुळे तुमच्या आहारातून मूलत: प्रक्रिया केलेले अन्नपदार्थ दूर सारले जातात. फळे आणि भाज्या, कठीण कवचाची फळे, सुका मेवा आणि बिया, पोल्ट्रीचे पदार्थ आदींच्या बाबतीत हे करता येते. तुमच्या चेहऱ्याच्या आणि कमरेच्या घेराच्या दृष्टीने ते लाभदायक का ठरते याविषयी इथे माहिती देत आहे.

**प्रक्रिया केलेल्या अन्नपदार्थांमध्ये शुद्धीकरण केलेले अन्नधान्य असते.** प्रक्रिया केलेले पीठ ज्या वेळी तथाकथित समृद्धीकरणाच्या प्रक्रियेतून गेलेले असते, त्या वेळीही त्याच्यातून जवळजवळ सर्वच तंतुमय घटक आणि पोषणद्रव्ये नष्ट झालेली असतात. त्यामुळे आरोग्यपूर्ण म्हणून सध्या ज्या कोणत्या अन्नघटकांचा वापर केला जात आहे ते प्रत्यक्षात पोषक नाहीत. कुकीज, चिप्स आणि साखरेत घोळवलेली अन्नधान्ये ही सारी मैद्यापासून बनवलेली असतात. ती चटकन पचतात आणि तेवढ्या झटपट रक्तशर्करेतही वाढ होते.

**प्रक्रिया केलेले अन्न इन्शुलिनच्या प्रमाणात वाढ करते.** या सर्व ग्लुकोजला प्रतिसाद देण्यासाठी तुमचे शरीर मोठ्या प्रमाणात इन्शुलिनची निर्मिती करते. इन्शुलिनच्या वाढत्या पातळीमुळे सूज, दाह आणि अंगदुखी यासारखी लक्षणे दिसू लागतात. त्यामुळेच प्रक्रिया केलेले अन्न खाल्ल्यामुळे शरीरावर डाग, पुरळ येणे येथपासून ते इसब आणि सोरायसिसपर्यंत अनेक प्रकारच्या आजारांची लक्षणे दिसू लागतात. याशिवाय इन्शुलिनची पातळी उच्च असेल तर तुमच्या शरीरात तैलनिर्मितीही गतीने होते. (त्यामुळे मोठ्या प्रमाणात मुरुमे येतात.) त्यातून कोलॅजेन आणि इलॅस्टिक ऊती अशक्त बनतात. (सुरकुत्या आणि त्वचा ओघळणे या गोष्टी त्यातूनच सुरू होतात.)

**प्रक्रिया केलेल्या अन्नात छुपे घटक असतात.** इन्शुलिन आणि सूज किंवा दाह यांच्यात वाढ होण्याखेरीज प्रक्रिया केलेल्या अन्नात साखर, गोडी वाढवणारे कृत्रिम घटक (स्वीटनर्स), प्रिझर्वेटिव्ह्ज (अन्नातील बॅक्टेरियांची वाढ रोखण्यासाठी वापरलेले घटक) आणि सोडियमही भरपूर प्रमाणात असते. त्यामुळे दुकानात ती अधिक काळपर्यंत टिकून राहतात. मात्र पोषणासाठी त्यांचा काहीही उपयोग होत नाही. शिवाय या छुप्या घटकांमुळे तुम्हाला जे आरोग्यपूर्ण वाटते असे काहीतरी खाण्याची इच्छा होते. मात्र प्रत्यक्षात ते आरोग्यपूर्ण नसतेच. (उदाहरणार्थ, काही अन्नपदार्थांत कोंड्यासकट गव्हाचे पीठ असते. ते अर्थातच चांगले असते. पण त्याच्यात उच्च फ्रुक्टोज मका सिरप असते. ते मात्र आरोग्यपूर्ण नसते.) म्हणूनच लक्षात ठेवा की, अन्न जेवढे त्याच्या नैसर्गिक स्थितीपासून दूर असेल, तेवढा त्याचा तुमच्या चेहऱ्यावर भयंकर परिणाम होईल. म्हणूनच विचार काय करायचा? तर आपण या पदार्थाची शिकार करू शकतो का? ते अन्न गोळा करू शकतो का?

## दुग्धजन्य पदार्थांचे प्रमाण कमी करा

मुरुमे येणाऱ्या कोणत्याही व्यक्तीच्या मुरमांमागे दुग्धजन्य पदार्थांचे अतिसेवन हे प्रमुख कारण असते. याविषयी तुम्ही चौथ्या प्रकरणात वाचणार आहात. पण मी आधीच नमूद केल्याप्रमाणे माझा असा विश्वास आहे की, आपल्या त्वचेचे आरोग्य कसेही असो; आपण आधीच दुग्धजन्य पदार्थांचे अति प्रमाणात सेवन करत आहोत. अमेरिकेत उत्पादित होणाऱ्या बहुतांश दुग्धजन्य पदार्थांमध्ये रिकॉम्बिनंट बोव्हिन ग्रोथ हार्मोन (rBGH) असतो. हा जैवअभियांत्रिकीच्या साहाय्याने निर्माण करण्यात आलेला संप्रेरक असून तो स्तन, प्रोस्टेट आणि आतड्याचा कर्करोग यांच्याशी संबंधित आहे. वास्तविक (rBGH) या संप्रेरकाशी निगडित असलेले आरोग्याचे दुष्परिणाम इतके गंभीर आहेत की, या संप्रेरकावर कॅनडा, ऑस्ट्रेलिया आणि युरोपियन समुदायामध्ये बंदी घालण्यात आली आहे. मात्र तरीही अमेरिकेत त्याचा अद्याप वापर का केला जात आहे याविषयी आश्चर्य वाटण्याजोगीच स्थिती आहे. पण फक्त एवढीच एक गोष्ट नाही. अगदी बाह्य संप्रेरकाचा वापर न केलेले गाईचे दूध आणि त्यापासून बनवलेले दही व चीज यांच्यातही मोठ्या प्रमाणात गायीची संप्रेरके असतात. त्यामुळे इन्शुलिनच्या निर्मितीवर परिणाम होतो आणि प्रक्रिया केलेली (रिफाइंड) धान्ये किंवा साखर घातलेल्या मिठाईप्रमाणेच त्यांच्यामुळेही त्वचेची हानी होते. गाईची ही संप्रेरके आपल्या त्वचेच्या पेशीशी आणि तैलपेशींशी थेट आंतरक्रिया करतात. दुग्धजन्य पदार्थांचा त्वचेवर होणारा परिणाम याविषयी तुम्ही पुढील प्रकरणात अधिक माहिती घेणार आहात. परंतु स्वच्छ, तेजस्वी त्वचेसाठी तुम्ही खालील गोष्टी करू शकता.

**स्निग्धांश नसलेल्या, कमी स्निग्धांश असलेल्या सेंद्रिय दुग्धजन्य अन्नाकडे वळा.** स्निग्धांश नसलेले किंवा स्किम दूध आणि दुग्धजन्य पदार्थ यांच्यात पूर्णपणे स्निग्धांश असलेल्या दुग्धजन्य पदार्थांच्या तुलनेत कमी प्रमाणात गायीची संप्रेरके असतात. असे पदार्थ खाल्ल्यामुळे तुमच्या रक्तातील इन्शुलिनमध्ये तातडीने होणारी वाढ कमी प्रमाणात असते. शिवाय सेंद्रिय दुग्धजन्य पदार्थ (rBGH) रिकॉम्बिनंट बोव्हिन ग्रोथ या संप्रेरकापासून मुक्त असतात. एक गोष्ट लक्षात घ्या, ती म्हणजे दह्यासारख्या स्निग्धांश नसलेल्या दुग्धजन्य पदार्थांत काही वेळा साखर घातलेली असते.

**दुग्धजन्य पदार्थांना पर्यायी पदार्थांचा वापर करा :** दुग्धजन्य पदार्थ टाळण्यासाठी बदामाच्या दुधाऐवजी स्किम मिल्क, साध्या कोकोनट योगर्टऐवजी साधे दही आणि सोया चीजऐवजी साधे चीज अशा पदार्थांचा वापर करा.

**कॅल्शियम पूरके घ्या :** दुग्धजन्य पदार्थांतून मोठ्या प्रमाणात कॅल्शियम

मिळते. म्हणूनच मी अशी शिफारस करते की, चेहऱ्याला पोषक आहारावर असलेल्या प्रत्येकाने ड जीवनसत्त्वासह कॅल्शियम पूरक घ्यावे. कॅल्शियमच्या गोळ्या चघळण्याचा मला त्रास वाटतो, म्हणून त्याऐवजी मी कॅल्शियम पूरक घेते. ग्लुटेनमुक्त असलेल्या शाकाहारी पूरकाची चॉकलेट्सही मिळतात. अशा प्रत्येक चॉकलेटमधून ३० कॅलरीज मिळतात. म्हणून वेड्यासारखी मूठभर चॉकलेट्स खाऊ नका. यालाच दुसरा पर्याय म्हणजे व्हिटॅफ्युजन कॅल्शियम गम्मी व्हिटॅमिन्स. कॅल्शियम पूरकाबद्दल अधिक माहिती तुम्ही प्रकरण नऊमध्ये वाचणार आहातच.

**डॉ. वू यांच्या फाइलमधून**

**रुग्ण :** किमोरा ली सिमॉन्स - मॉडेल, रिॲलिटी टीव्ही कलाकार, लेखिका, फॅशन डिझायनर

**त्वचेची तक्रार :** मोठमोठी मुरुमे

**किमोराच्या शब्दात :** मी काय खाल्ले पाहिजे, ते मला माहिती आहे. ताज्या, आरोग्यपूर्ण खाद्यपदार्थांनी माझा फ्रिज खच्चून भरलेला आहे आणि माझे कुटुंबीय संतुलित जेवणाविषयी रोज रात्री बसून विचार करतात. सहसा भाज्यांसह मासे किंवा चिकन हा संतुलित आहार आम्ही निश्चित करतो, कारण मला वाटते की, तो महत्त्वपूर्ण आहे. परंतु ठरलेल्या वेळात मी तीन छोट्या मुलांना सांभाळते. कित्येक कंपन्यांशी व्यवहार करते आणि टीव्ही शो शिवाय बैठका, मुलाखती, फोटो शूट्स आणि सततचा प्रवास या गोष्टीही मला कराव्या लागतात. मी याला 'मॉम्मी मोगुल' जीवनशैली म्हणते. ही वेगवान आणि पिसाटल्यासारखी जीवनशैली आहे. अशा भरगच्च दिवसात योग्य प्रकारच्या जेवणासाठी कोणाला वेळ असतो? त्यामुळे सकाळच्या नाश्त्याला (आणि काही वेळा दुपारच्या जेवणालाही) मी चक्क फाटा देते.

दिवसभर काहीही न खाल्ल्यामुळे मी मुलींना शाळेतून आणायला जाताना गाडी चालवता चालवता बर्गर मात्र खाते. किंवा पेट्रोल पंपावर थांबते आणि चॉकलेट बार घेते किंवा स्टारबक्स आणि क्रीम घातलेली मोका फ्रॅप्युचिनो घेते. हॉटेल्समध्ये मला कित्येक मीटिंग्ज घ्याव्या लागतात. मी तिथला मेन्यू कार्डवर बघून सरळ बर्गर आणि फ्राइज मागवते. नेहमीच मी रात्री खूपच उशिरा खाते. काल रात्री एक वाजता माझ्या छोट्या बाळासाठी मला उठावे लागले, त्या वेळी मी सालामी आणि चीज सँडविच खाल्ला. जाता जाता सहजपणे मी काय खाऊ शकेन याविषयी काम करण्याची मला

गरज आहे. विमानतळावर किंवा पेट्रोल पंपावर असताना किंवा जेवणाच्या वेळी ड्रायव्हिंग करत असताना मी काय खाऊ शकेन याविषयी माहिती घेण्याची मला गरज आहे. अन्यथा मी कोणत्याही वेळी काहीही खाताना आढळेन. (मला क्रीम घातलेले सॉस आवडतात.)

**डॉ. वू यांचे निदान :** किमोराची त्वचा सुंदर आहे, परंतु काही वेळा तिच्या चेहऱ्यावर थोडी मुरुमे येतात. कित्येक स्त्रियांप्रमाणे तिच्या खाण्याच्या वेळा निश्चित नसल्यामुळे बहुधा हे होत असावे. ती फास्ट फूडवरही मोठ्या प्रमाणात अवलंबून असते, कारण खरोखरच ते 'फास्ट' गतीने मिळते. मात्र अनिश्चित वेळा खात राहिल्यामुळे तसेच कित्येक प्रकारच्या फास्ट फूडमध्ये रिफाइंड तेलातील कचरा आढळत असल्यामुळे तिच्या शरीरात जळजळ वाढते आणि त्यातूनच त्वचेवर मुरमांचा उद्रेक होतो.

तिची त्वचा मुलायम आणि नितळ ठेवण्यासाठी, किमोराने आपल्या पर्समध्ये किंवा कारमध्ये ठेवता येण्याजोग्या खाद्यपदार्थांची निवड करावी. यात बदाम आणि सुक्या चेरी (तिची गोडाची आवड पूर्ण करण्यासाठी) किंवा क्रीमऐवजी ह्यूमस असलेले होल-ग्रेन क्रॅकर्स यांचा वापर तिने करावा. (रविवारी संध्याकाळी आपल्या खाद्यपदार्थांसाठी तिने फक्त १५ मिनिटे वेळ जरी खर्च केला तरीही पुढचा संपूर्ण आठवडाभर तिचे सगळे दिवस चांगले जातील.) स्टारबक्समध्ये मोका फ्रॅप्युचिनोऐवजी (यात साखर आणि दुग्धजन्य पदार्थांची रेलचेल असते) तिने सोया मिल्क असलेली फ्रॅप्युचिनो घ्यावी. त्यात सिरप किंवा क्रीम घातलेले नसावे. शिवाय ज्या वेळी किमोरा रेस्टॉरंटमध्ये जेवत असते, (किंवा विमानतळावर असते) त्या वेळी तिने चेहऱ्याला पोषक आहाराच्या यादीतील पदार्थांचा वापर करावा.

## सारांश

- तुम्ही खरोखरच काय खात आहात, ते माहिती करून घ्या. खाद्यपदार्थांवरची लेबल्स काळजीपूर्वक वाचा. आहारविषयक डायरी ठेवा. लक्ष देऊन, जाणीवपूर्वक खाणे ही मुलायम, नितळ त्वचा आणि आरोग्यपूर्ण, आकर्षक शरीर मिळवण्याची पहिली पायरी आहे.
- नियमित खाणे हा रक्तशर्करा नियंत्रित ठेवण्याचा चांगला मार्ग आहे. शिवाय रात्री उशिरा काहीही खाणे टाळा. कोंड्यासकट धान्यापासून

बनवलेल्या आहाराची निवड करा. (यात चिप्सऐवजी होल ग्रेन क्रॅकर्सचा समावेश करा.) त्याच्या जोडीला साधी कर्बोदके घ्या. (यात शर्करेचे उच्च प्रमाण असलेल्या फळांचा समावेश करा.) जोडीला प्रथिनयुक्त आहार आणि आरोग्यपूर्ण तेल-तूप यांचा वापर करा.

- कशाची ऑर्डर द्यावी हे लक्षात येत नाही का? सैद्धान्तिकदृष्ट्या ज्या गोष्टीची तुम्ही शिकार करू शकला असतात किंवा जे अन्नपदार्थ तुम्ही गोळा करू शकला असतात त्या अन्नपदार्थांची निवड करा. प्रक्रियायुक्त, हवाबंद डब्यातील आणि आधीच पॅकिंग केलेले अन्नपदार्थ टाळा.
- भरपूर स्निग्धांश असलेले दुग्धजन्य अन्न टाळा आणि ड जीवनसत्त्वासह कॅल्शियम पूरक घ्या.

# विभाग २

## पुटकुळ्या, उन्हाने काळवंडलेला चेहरा, सुरकुत्या आणि पुरळ

४

# पुटकुळ्या जाणून घ्या

आशियाई स्त्रियांची त्वचा खूपच चांगली का असते? असा प्रश्न एकदा मला एका सौंदर्यविषयक मासिकाच्या संपादकाने विचारून त्याचा खुलासा करायला सांगितला. 'पौर्वात्य देशांमधील प्राचीन रहस्ये' खुली करून पाहण्याची ही उत्सुकता गेल्या काही दशकांपासून निर्माण झाली होती. मला याविषयी सातत्याने विचारले जाते. औद्योगिक क्षेत्रातील अंतर्गत वर्तुळातून, मैत्रिणींकडून आणि अगदी रुग्णांकडूनही मला हा प्रश्न विचारला जातो. पाश्चिमात्य विज्ञानाशी पौर्वात्य परंपरांचा मेळ घालण्याच्या कल्पनेतून माझी स्वत:ची उत्पादने मी बनवली आहेत. (वास्तविक हीच त्या उत्पादनांवरची ठळक माहिती असते.)

अर्थातच सर्वच आशियाई लोकांची त्वचा परिपूर्ण नसते. (या विधानाचे मी एक ठळक उदाहरण आहे.) मात्र वरील विधानात बराचसा तथ्यांश आहे. आम्ही आशियाई लोक मंद गतीने वृद्ध झाल्यासारखे दिसतो. अभ्यासांती असे दिसून आले आहे की, आमची त्वचा अधिक जाडसर असते आणि तिच्यात अधिक प्रमाणात तैलग्रंथी असतात. त्यामुळे आमच्या त्वचेवर सुरकुत्या कमी प्रमाणात पडतात. याशिवाय माझी आई मला रोज रात्री त्वचेला मसाज करायला किंवा ॲक्युप्रेशर करायला शिकवण्याचा प्रयत्न करायची. हा प्रकारही आम्ही करतो. मालिबुच्या समुद्र किनाऱ्यांवर पडून सूर्यस्नान घेणाऱ्या किशोरवयीन मुलींमध्ये मी नव्हते, याचे दु:ख नाही. पण अनेक दुपारी मी लायब्ररीत घालवूनही मला कोणताही त्रास झाला नाही.

या सगळ्या गोष्टी असल्या तरीही अनुवंशशास्त्रापेक्षाही जीवनशैलीच्या निवडीचा चांगली त्वचा मिळण्याशी मोठा संबंध असतो यावर माझा विश्वास आहे. कारण काहीही झाले तरी, अमेरिकन आहाराच्या वाढत्या प्रमाणामुळे मोठ्या प्रमाणात मुरुमे येत असल्याचे माझ्या आईने मला पटवून दिले होते. जेव्हा जेव्हा मला नवीन मुरुमे येत असत, तेव्हा तेव्हा मला आईकडून तेच पालुपद पुन:पुन्हा ऐकून घ्यावे

लागत असे. आमच्याकडे तैवानमध्ये आम्हाला अशा प्रकारची मुरुमे येत नसत. हा सगळा त्या तेलकट अमेरिकन आहाराचाच परिणाम आहे.

माझ्या खराब त्वचेसाठी खरोखरच त्या बिचाऱ्या आहाराला दोष देणे योग्य होते का? खारट, चविष्ट खाद्यपदार्थ वर्ज्य करून किंवा मॅकडोनाल्ड्सकडे कायमचीच पाठ फिरवून माझी समस्या दूर होणार होती का? या प्रश्नाचे उत्तर होकारार्थीच आहे. पण आपण खाल्लेल्या अन्नाचा आपल्या त्वचेवर कसा परिणाम होतो, हे समजून घेण्याआधी मुरमांचे स्वरूप नेमके कसे असते हे आपण प्रथम समजून घेतले पाहिजे.

## मुरमांचे शरीरशास्त्र

तुमच्या त्वचेवरील छिद्रांमधून मूलत: दोन गोष्टी घडत असतात. पहिली म्हणजे केसांची वाढ आणि दुसरी म्हणजे त्यातून स्रवणारे तेल. यामुळे काही वेळा ही छिद्रे बंद होतात. ज्याप्रमाणे तुमच्या बाथटबचा पाइप तुंबल्यावर त्याच्यातून साचलेले पाणी झिरपून खाली जात नाही, त्याप्रमाणे त्वचेवरील छिद्रे बंद झाल्यामुळे त्वचेमधून तेल पृष्ठभागावर येऊ शकत नाही. त्वचेअंतर्गत जमा झालेले ते अतिरिक्त तेल मग अचानक भराभरा वाढणाऱ्या त्वचेवरील एखाद्या वाढीत रूपांतरित होते. त्यालाच 'प्रोपिओनिबॅक्टेरिअम अकिन्स' असे म्हटले जाते. (ही वैज्ञानिक संज्ञा एवढी लांबलचक आहे की, डॉक्टरांनी त्याचे संक्षिप्त रूप केले पाहिजे.) यालाच 'पी. अकिन्स' असेही म्हटले जाते. आपल्या त्वचेत नैसर्गिकरीत्या असणारा हा जिवाणू मुरमांची वाढ करण्यास कारणीभूत ठरतो. आपल्या सर्वांच्याच त्वचेत तो असतो, फक्त आपल्यापैकी काही जणांच्या त्वचेतील त्याचे प्रमाण इतरांच्या तुलनेत जास्त असते. मात्र ज्या वेळी या जिवाणूची वाढ खूपच वेगाने होऊ लागते, त्या वेळी मुरूम येते. त्वचेची छिद्रे बंद होण्याची अनेक कारणे असतात. त्यापैकी चार महत्त्वाची असतात.

**१. त्वचेच्या मृत पेशी :** तुम्ही कधी नाकाचा शेंडा चुरडून पाहिला आहे का? त्या वेळी नाकाच्या शेंड्यावरच्या छिद्रातून पांढरा कणांसारखा जो पदार्थ बाहेर पडतो तो तुम्ही कधी पाहिला आहे का? मी या पदार्थाला प्रेमाने 'नाकाचे चीज' असे म्हणते. खरेतर हा पदार्थ म्हणजे मृत त्वचा पेशी आणि तेल यांचे मिश्रण असते. त्वचेच्या मृत पेशी त्वचा दूर सारते आणि त्या जागी नवीन पेशी तयार होत असतात. काही वेळा ही प्रक्रिया मंदावते किंवा तिच्यात खंड पडतो. आपण जर आपला चेहरा पुरेशा प्रमाणात व्यवस्थित धूत नसलो किंवा भरपूर प्रमाणात गोड

पदार्थ खाल्ल्यामुळे आपल्या रक्तात इन्शुलिनचे उच्च प्रमाण असेल तर हे घडते. रक्तातील इन्शुलिनचे प्रमाण उच्च असण्याचा संबंध त्वचा पेशींच्या वाढत्या निर्मितीशी संलग्न असतो. कारण काहीही असो; आपल्या त्वचेच्या पृष्ठभागावर दीर्घकाळपर्यंत मोठ्या प्रमाणावर मृत पेशी तरंगत असतील तर त्वचेतील तेलात त्या मिसळल्या जाऊन त्वचेची छिद्रे बंद होतात.

**२. अधिक सक्रिय असलेल्या तैलग्रंथी :** तुम्ही स्त्री असा अथवा पुरुष, प्रत्येक व्यक्तीच्या शरीरात पुरुषी आणि स्त्रैण हार्मोन्स स्रवत असतात. पुरुषी हार्मोनला अँड्रोजेन आणि स्त्रैण हार्मोनला एस्ट्रोजेन असे म्हटले जाते. अँड्रोजेनमधील टेस्टोस्टेरॉन सर्वज्ञात आहे. त्याच्यामुळेच तैलग्रंथींना अतिरिक्त तेलनिर्मितीला प्रोत्साहन मिळते. मोठ्या प्रमाणात निर्माण झालेल्या तेलामुळे मुरुमे येतात. वयात येतानाच्या काळात आपल्या शरीरातील अँड्रोजेनचे प्रमाण वाढते. त्यामुळेच सुमारे ८५ ते ९० टक्के किशोरवयीन मुला-मुलींना या वयात मुरमांचा त्रास होतो. (यातूनच बेढबपणे होणारी केसांची वाढ आणि सहसा विचित्र वर्तन या गोष्टींचाही त्रास होतो, हे वेगळे सांगायला नको!) आपल्या मासिक पाळीच्या काळातही अँड्रोजेनची अशीच मोठ्या प्रमाणात वाढ झालेली असते. म्हणूनच सुमारे ४४ टक्के स्त्रियांना मासिक पाळीच्या काळात मुरमांचा त्रास होतो. (पुरुषांच्या रक्तात याहूनही अधिक प्रमाणात अँड्रोजेन असले आणि त्यामुळे त्वचेवर अधिक प्रमाणात तेल असले, तरीही प्रौढ वयात त्यांना मुरमांचा कमी त्रास होतो, कारण त्यांच्या रक्तातील अँड्रोजेनचे प्रमाण दर महिन्याला कमी-जास्त होत नाही.)

**३. प्रोपिओनिबॅक्टेरिअम अकिन्स (पी. अकिन्स) :** मुरमांना कारणीभूत असणारे बॅक्टेरियांचे आपल्या त्वचेतील प्रमाण वाढले की, तुम्हाला मुरुमे येण्याचे प्रमाणही वाढते. वयात येतानाच्या काळात या बॅक्टेरियांची निर्मिती वाढते. (किशोरवयीन मुलांना मुरुमे येण्याचे प्रमाण अधिक असल्याचे आणखी एक कारण) मुरमांसाठी देण्यात येणाऱ्या अनेक उपचारपद्धतींत या बॅक्टेरियांचे प्रमाण कमी करणे किंवा त्यांना मारून टाकणे या गोष्टींचा समावेश असतो. या पद्धतीत बेन्झोल पेरॉक्साइड आणि जैवप्रतिरोधकांचा (अँटिबायोटिक्सचा) वापरही अंतर्भूत आहे.

**४. दाह होणे :** आता आपली त्वचेवरील छिद्रे समजा बंद झालेली आहेत. मग काही वेळा सगळे जमलेले तेल आणि पी. अकिन्स बॅक्टेरिआ हे सगळे त्या छिद्रांमध्ये मावत नाहीत. त्यामुळे ते त्वचेखालीच फुटते. त्यातील सर्व घटक आजूबाजूच्या ऊतींमध्ये (पेशीसमूह) पसरतात. तेथील परिस्थितीचे अन्वेषण करण्यासाठी पांढऱ्या पेशींना पाठवले जाते. त्यामुळे तिथे लालसरपणा निर्माण होतो. खाज सुटते आणि पू तयार होतो. याच वेळी बंद झालेल्या छिद्रांचे रूपांतर दाह होणाऱ्या मुरमांमध्ये झालेले असते.

## हॅलो, डॉ. वू

**प्रश्न :** मुरमांशी लढा देण्यासाठी कोणत्या प्रकारचा फेस क्लिन्सर सर्वोत्तम असतो?

**उत्तर :** तुमच्या चेहऱ्यावर पुटकुळ्या आणि मुरुमे आली असतील तर सॅलिसिलीक आम्ल असलेले क्लिन्सर शोधा. असे क्लिन्सर आग होऊ देत नाही. लालसरपणा दूर करते आणि बंद झालेली छिद्रे खुली करते. समजा, तुमच्या मुरमांमधून पांढऱ्या रंगाच्या बीसारखा पदार्थ येण्याचे प्रमाण अधिक असेल तर तुम्हाला बेन्झॉयल पेरॉक्साइड असलेला क्लिन्सर वापरावा लागेल. जर तुम्हाला ब्लॅक हेड्स आणि व्हाइट हेड्स या दोहोंचाही त्रास होत असेल, तर तुम्ही सॅलिसिलीक आम्ल आणि बेन्झॉयल पेरॉक्साइड असलेले क्लिन्सर आलटून पालटून लावू शकता. म्हणजेच एका रात्री सॅलिसिलीक आम्लाचा क्लिन्सर आणि दुसऱ्या रात्री बेन्झॉयल पेरॉक्साइड असलेला क्लिन्सर तुम्ही लावला पाहिजे. जर तुमची त्वचा संवेदनक्षम असेल, तर तुम्ही हळुवार नॉन मेडिकेटेड क्लिन्सर वापरा. तीव्र पदार्थ असलेल्या क्लिन्सरमुळे त्वचेला खाज सुटेल आणि तुमची मुरुमे अधिकच खराब होतील. तुमच्या क्लिन्सरचा ब्रँड कोणता आहे यामुळे काहीही फरक पडत नाही. तुमच्या त्वचेला आवश्यक असणारे घटक क्लिन्सरमध्ये असले म्हणजे झाले! सध्याच्या दिवसांत मुरुमे आणि पुटकुळ्यांवर उपचार करण्यासाठी उपलब्ध असलेल्या कित्येक माहितीपर जाहिराती पाहिल्याशिवाय टीव्ही बंद करणे शक्यच नसते.

'प्रोॲक्टिव्ह' हा लोकप्रिय असलेला तीन टप्प्यांचा कार्यक्रम हे याचे एक उदाहरण आहे. स्टॅनफोर्ड येथे प्रशिक्षण घेतलेल्या दोन त्वचारोगतज्ज्ञांनी तो विकसित केला आहे. जगातील सर्वाधिक विक्री होत असलेली ती मुरमांवरील उपचारपद्धती असल्याचा दावा केला जात आहे. ही जर खरोखरच वस्तुस्थिती असेल तर मला त्यात काहीही आश्चर्य वाटणार नाही. लोक माझ्याकडे त्याविषयी सातत्याने विचारणा करत असतात. खरेतर, माझ्याकडे येण्याआधी माझ्या अनेक रुग्णांनी कोणत्या ना कोणत्या टप्प्यावर या उपचार पद्धतीचा वापर केलेला असतो. प्रोॲक्टिव्ह उपचारपद्धती एवढी लोकप्रिय होण्याचे एक कारण म्हणजे ती सोपी आहे. तुम्हाला औषधांच्या दुकानात जाऊन तिथे उपलब्ध असलेल्या शेकडो उत्पादनांमधून एकाची निवड करण्याची गरज पडत नाही. शिवाय मुरमांसाठी औषधे खरेदी करण्यासाठी जाऊन उगीचच इकडे तिकडे काहीतरी पाहत असल्याचा

बहाणा करत बसण्याच्या लाजिरवाण्या गोष्टीपासून तुमची सुटका होते. तुमच्या घरी तुम्ही खाजगीरीत्या ते मागवू शकता. घरपोच येण्याची व्यवस्थाही तुम्ही करून घेऊ शकता. पण माझ्या अनुभवावरून प्रोॲक्टिव्ह ही उपचारपद्धती मुरुमे आणि व्हाइट हेड्स असलेल्या किशोरवयीन मुला-मुलींसाठी अधिक उपयुक्त आहे असे मला वाटते. प्रौढ व्यक्ती किंवा हार्मोन्समुळे येणाऱ्या मुरमांसाठी ती तेवढी उपयुक्त नाहीत.

बेन्झॉयल पेरॉक्साइड हा प्रोॲक्टिव्हमधला सक्रिय घटक असतो. मुरमांना कारणीभूत असलेल्या पी. अकिन्स या बॅक्टेरियांना बेन्झॉयल पेरॉक्साइड मारते. तसेच त्याच्यामुळे आग होत नाही. पूने भरलेली व्हाइट हेड्स त्याच्यामुळे कोरडी पडतात. गेली कित्येक वर्षे म्हणजे सुमारे १९६०पासून मुरमांसाठी बेन्झॉयल पेरॉक्साइडचा वापर केला जात आहे. त्या वेळी आपल्याकडे मुरमांशी लढा देण्यासाठी खूपच कमी उपचारपद्धती उपलब्ध होत्या. जैवप्रतिरोधकांना पर्याय म्हणूनही ही उपचारपद्धती अधिक चांगली होती. मात्र या उपचार पद्धतीत बेन्झॉयल पेरॉक्साइडचे प्रमाण २.५ टक्के असते. ते पुरेसे नसते. बेन्झॉयल पेरॉक्साइडचे एवढे प्रमाण असलेले इतर अनेक ब्रँड्सही आपल्याला उपलब्ध असल्याचे दिसते. बेन्झॉयल पेरॉक्साइडचे काही दुष्परिणाम होण्याचीही शक्यता असते. त्यात खाज सुटणे, त्वचा लालसर होणे, त्वचेला भेगा पडणे यांचा समावेश असतो. याची ॲलर्जी असेल तर त्वचेला खाज सुटते आणि सूज येते. तसेच सल्फासिटामाइड लोशनसारख्या (क्लॅरोन, सल्फासिट) सल्फर असलेल्या क्रीमसमवेत किंवा डॅपझोन जेलसमवेत (ॲक्झोन) ते वापरल्यास त्वचा केशरी पडते. (म्हणून हे दोन सक्रिय घटक असलेल्या दोन उत्पादनांचे मिश्रण करू नका.) यांच्यामुळे रंगीत आणि सुती कपड्यांचा रंग नाहीसा होतो आणि ते पांढरे पडतात. त्यामुळे तुमच्या उशांच्या लाडक्या अभ्र्यावर डोके ठेवण्यापूर्वी किंवा तुमचा आवडता गुलाबी कुर्ता अगर शर्ट डोक्यावरून काढताना तुमची चेहऱ्याची त्वचा कोरडी झाल्याची खात्री करून घ्या. मुरमांपासून काळजी घेण्याच्या प्रोॲक्टिव्ह किंवा इतर कोणत्याही गोष्टी वापरल्याने तुमच्या त्वचेला त्रास होत नसेल तर मग ती उपचारपद्धती तुम्ही वापरण्यास माझी कोणतीही हरकत असणार नाही. फक्त ते कोणतेही जादूई किंवा चमत्कार घडवून आणणारे उत्पादन नाही, हे लक्षात ठेवा. जर तुम्हाला त्याचा उपयोग झाला नाही, तरीही अन्य कित्येक प्रकारचे पर्याय तुमच्यासमोर उपलब्ध आहेत, त्यातून तुमच्या त्वचेचा विचार करून कोणत्याही एका योग्य पद्धतीची निवड करा.

बंद झालेल्या छिद्रांमुळे कित्येक प्रकारचे त्वचेचे त्रास उद्‌भवू शकतात. त्यांचा आता आढावा घेऊ या.

**व्हाइट हेड्स :** यांनाच पुटकुळ्या असेही म्हटले जाते. तैलग्रंथींमधून पसरलेला तेलकट स्राव किंवा मृत पेशी आणि पी. अक्निस साचून राहिल्यामुळे त्वचेची रंध्रे बंद होतात. त्यामुळे बॅक्टेरिया त्वचेखालीच अडकून पडतात. त्यांच्या पुनरुत्पादनाची प्रक्रियाही तिथेच सुरू होते. आजूबाजूच्या ऊतींमध्ये ते पसरू लागतात. त्यामुळे पांढऱ्या रक्तपेशी सावध होतात आणि कामाला लागतात. बॅक्टेरियांची वाढ रोखण्यासाठी पांढऱ्या रक्तपेशींनी दिलेला प्रतिसाद म्हणजेच ही व्हाइट हेड्स होत. म्हणूनच मुरमांच्या टोकांमध्ये पू भरलेला हा पांढरा भाग तयार होतो. याचा अर्थ व्हाइट हेड्स प्रतिबंधात्मक प्रतिक्रियेचा भाग असतात. साहजिकच जळजळ होणाऱ्या मुरमांची ती निदर्शक असतात. बेन्झॉयल पेरॉक्साइड आणि जैवप्रतिरोधकांच्या उपचारांना त्यांच्याकडून प्रतिसाद दिला जातो.

**ब्लॅक हेड्स :** याविषयीच्या लोकप्रिय मताच्या विरोधात मी सांगणार आहे. त्वचेच्या छिद्रात घाण अडकल्यामुळे किंवा स्वच्छतेच्या वाईट सवयींमुळे ब्लॅक हेड्स येत नाहीत. व्हाइट हेड्सप्रमाणेच ज्या वेळी त्वचेच्या रंध्रांमध्ये तेलकट पदार्थ अडकून पडतो तेव्हाच ब्लॅक हेड्सही तयार होतात. मात्र व्हाइट हेड्सप्रमाणेच ब्लॅक हेड्समुळे जळजळ किंवा आग आग होत नाही. ती लालसरही होत नाहीत आणि त्यांच्यात पूसुद्धा तयार होत नाही. त्याऐवजी छिद्र मोठे होते आणि ते सर्व तेल हवेतील प्राणवायूच्या सान्निध्यात येते. ज्या वेळी हे घडते त्या वेळी तेलात नैसर्गिकरीत्या असलेल्या फॅटी ॲसिड्समध्ये ऑक्सिडेशन नावाची रासायनिक प्रक्रिया घडून येते. याविषयी असा विचार करा : तुमच्या आजीच्या चांदीच्या वस्तू दीर्घ काळ तशाच पडून राहिल्या तर काय घडत असे? त्या काळ्या पडत असत. इथेही हेच तत्त्व लागू पडते. घाणीमुळे ब्लॅक हेड्स निर्माण होत नाहीत. तिथली त्वचा घासल्यामुळे किंवा खरवडल्यामुळे ब्लॅक हेड्सपासून सुटका मिळत नाही. खूप जोरजोरात त्वचा घासल्यास त्वचेची आग होते आणि त्यामुळेही काही वेळा मुरुमे निर्माण होतात.

## हे करून पहा

नाकावरील बँडेजप्रमाणे दिसणाऱ्या बायोर डीप क्लिन्सिंग पोअर स्ट्रिप्स या ब्लॅक हेड्स काढून टाकण्यासाठी मोठ्या प्रमाणावर वापरल्या जाणाऱ्या लोकप्रिय पट्ट्या आहेत. त्या चांगले काम करतात. आपण ही पट्टी ओढून काढतो तेव्हा आपण त्वचेच्या मृत पेशींचे वरचे थर दूर करत असतो. त्याचप्रमाणे ऑक्सिडेशन झालेले तेलही (काळे) ओढून काढतो. मात्र या पट्ट्यांमुळे ब्लॅक हेड्स निर्माण होण्यास प्रतिबंध होत

नाही. कारण या पट्ट्यांचे तुमच्या त्वचेतील तेलाच्या निर्मितीशी काहीही देणे-घेणे नसते. तुमच्या त्वचेची छिद्रे तात्पुरत्या स्वरूपात
छोटी दिसू लागतात.

**गळू :** त्वचेखाली मोठी, ठसठसणारी, वेदनादायक टेंगळे किंवा फुगवटे तयार होतात. बंद झालेले छिद्र त्वचेच्या पृष्ठभागाऐवजी जेव्हा अंत:त्वचेमध्ये खोलवर फुटते त्या वेळी गळू तयार होते. तुम्ही कितीही जोरात दाबले तरी तुम्हाला गळू फोडता येत नाही. त्वचेच्या पृष्ठभागावर त्याचे टोक किंवा तोंड नसते. त्यामुळे तिथून त्याच्यातील घटक निघून जात नाहीत. साहजिकच त्वचेची आग आणि जळजळ मात्र होत राहते. जर तुमचे गळू सहा आठवड्यांच्या 'त्वचेच्या पोषक आहारा'नंतरही बरे झाले नाही तर तुमच्या डॉक्टरांकडे तुम्ही जरूर जा. गळू हा पुटकुळ्यांचाच एक प्रकार असतो. त्यांच्यामुळे बऱ्याचदा व्रण तयार होतो. तसेच जखमेच्या ठिकाणी तयार होणाऱ्या तंतुमय ऊतींप्रमाणे भागही तयार होतो. ते फुगतात आणि अनियमित आकाराचे व्रण तयार होतात. सहसा जबडा आणि मानेजवळ असे व्रण पाहायला मिळतात. डॉक्टरांच्या सल्ल्याने दिलेले औषध वापरून यापासून मुक्तता मिळवता येते. (असे औषध वापरल्यामुळे तुम्हाला हवे ते तुम्ही खाऊ शकाल असे मी कुठेही म्हटलेले नाही हे लक्षात घ्या. तुम्हाला औषधामुळे मिळणारे लाभ 'चेहऱ्याला पोषक' आहार घेत राहिल्यामुळे मोठ्या प्रमाणात मिळतील. त्यामुळे तुमच्या अपेक्षेइतक्या झटपट तुमची त्वचा स्वच्छ झाली नाही तरीही हा आहार घेणे सोडून देऊ नका. कारण लवकर परिणाम दिसला नाही, याचा अर्थ आहार उपयुक्त नाही असा होत नाही. त्वचा स्वच्छ करण्याच्या मार्गावर काही लोकांना अतिरिक्त मदतीची आवश्यकता असते असा त्याचा अर्थ आहे.)

## हे मुरूम आहे... माझ्या नितंबावर?

आपल्या तोंडावर येणारे मुरूम फुटले तर ते वाईटच दिसते. परंतु आपल्या पार्श्वभागावर आलेले मुरूम अधिकच त्रासदायक वाटते. मात्र असे मुरूम ही काही आगळीवेगळी बाब नाही. कृत्रिम धाग्यांचे घट्ट कपडे घालून भरपूर व्यायाम करणाऱ्या स्त्रियांमध्ये याचे प्रमाण अधिक असते. (घर्षण + घाम = मुरूम येणे) आपल्या नितंबावर मुरूम आले तर अकारणच व्यायाम करत राहू

नका. काही सुदैवी लोकांच्या तैलग्रंथी मात्र तिथेही कार्यरत असतात.

सैलसर कपडे वापरणे, व्यायाम झाल्यावर लगेच अंघोळ करणे, आठवड्यात एकदा किंवा दोनदा सॅलिसिलीक आम्ल असलेला स्क्रब वापरून तुम्ही यापुढे पुटकुळ्या किंवा मुरुमे येऊ नयेत अशी तजवीज करू शकता. स्क्रबमुळे तुमच्या त्वचेच्या मृत पेशी दूर केल्या जातात आणि आम्लामुळे छिद्रे मोकळी होण्यास मदत होते. जर आठवड्याने किंवा दोन आठवड्यांनीही तुम्हाला काहीच सुधारणा होत नसल्याचे आढळले तर तुमच्या त्वचेवर जी लव आहे त्यामध्ये बॅक्टेरियाची लागण झाली असण्याची शक्यता असते. त्यामुळे याबाबतीत दक्ष रहा. जर तुमच्या मुरमाचे रूपांतर मोठ्या, वेदनादायक उंचवट्यात झाले असेल आणि त्याच्यातून पू बाहेर पडत असेल तर डॉक्टरकडे जा. अशा प्रकारच्या बॅक्टेरियांच्या संसर्गातून बरे होण्यासाठी (यात स्टॅफिलोकॉकस किंवा स्टॅफ बॅक्टेरियांचा समावेश असतो) तोंडाने घ्यायच्या किंवा त्वचेला लावायच्या जैवप्रतिरोधकाची गरज असते.

**प्रौढ वयातील पुटकुळ्या :** किशोरवयीन मुला-मुलींमध्ये पुटकुळ्या आणि मुरूम येणे ही सर्वसाधारण बाब असल्याचे प्रत्येकालाच माहीत असते. परंतु कित्येक प्रौढांनाही मुरुमे आणि पुटकुळ्यांचा त्रास होत असतो. पंचवीसहून अधिक वय असलेल्या सुमारे ५० टक्के अमेरिकनांना असा त्रास होतो. प्रौढ पुरुषांच्या तुलनेत प्रौढ स्त्रियांना असा त्रास अधिक प्रमाणात होतो. चाळिशीतही सुमारे २६ टक्के स्त्रियांना असा त्रास होत असतो. म्हणजेच एकाच वेळी त्या चेहऱ्यावर पडणाऱ्या सुरकुत्यांबरोबरच चेहऱ्यावरच्या मुरमांविषयी आणि पुटकुळ्यांविषयीची काळजी करत असतात. मात्र त्याच वेळी त्यांच्या मित्राची त्वचा मात्र एखाद्या बाळासारखी नितळ आणि सतेज असते. (याबाबतीत न्याय नाहीच का?) किशोरावस्थेत मुरुमे किंवा पुटकुळ्या आल्या नसतील, तरीही प्रौढावस्थेत तुम्हाला त्यांचा अनुभव येऊ शकतो. प्रौढावस्थेत मुरुमे येणाऱ्या स्त्रियांचा रक्तातील इन्शुलिनची पातळी वाढण्याकडे कल असतो. शिवाय अँड्रोजेनची (पुरुषी संप्रेरक किंवा हार्मोन) पातळीही वाढत असते. शिवाय मुरुमे न येणाऱ्या स्त्रियांच्या तुलनेत मुरुमे येणाऱ्या स्त्रियांमध्ये इन्शुलिन प्रतिरोधाचा दरही अधिक असतो.*

**संप्रेरकांमुळे येणारी मुरुमे :** मासिक पाळीच्या वेळीच फक्त तुम्हाला दर महिन्यात एकदा मुरूम येते का? मग तुमचे अभिनंदन! याचा अर्थ अमेरिकेतील इतर स्त्रियांच्या बरोबरच तुम्हालाही संप्रेरकांमुळे मुरुमे येतात. ही मुरुमे हनुवटीवर, गळ्यावर किंवा मानेवर आणि जबड्याच्या रेषेत येतात. ती तेलकट टी विभागात

येत नाहीत. घाबरून जाऊ नका. सातत्याने अशी मुरुमे येणे याचा अर्थ तुमच्या शरीरात संप्रेरकीय असंतुलन आहे असा होत नाही. याचा अर्थ असा आहे की, तुमच्या मासिक पाळीच्या काळात तुम्हाला मुरुमे येतात त्या वेळी तुमच्या शरीरातील अँड्रोजेनचे प्रमाणही वाढत असते. दर चार आठवड्यांनी वयात आल्यासारखी ही परिस्थिती असते. (जणू काही पायात गोळे येणे, सूज येणे, मन:स्थितील बदल होणे या गोष्टी पुरेशा नसतात!) अभ्यासांती असे सिद्ध झाले आहे की, तुमच्या शरीरात मासिक पाळीनंतरच्या चक्रात २१व्या दिवसापासून २६ ते २८व्या दिवसापर्यंत अँड्रोजेनचे प्रमाण सर्वाधिक वाढत असते. त्यामुळे सर्वाधिक वाईट मुरूम तुमच्या चेहऱ्यावर २२व्या दिवशी येणे अपेक्षित असते. (त्यानुसार नियोजन करा.) तरीही १५ ते २० या दिवसांदरम्यान, त्वचेची छिद्रे सर्वाधिक लहान होतात. (तुमचे मीलन घडते, त्या वेळी तुमची त्वचा अधिक चांगली असावी अशी यामागे कदाचित निसर्गाची योजना असेल का?) संप्रेरकीय मुरमांवर उपचार करणे निराशाजनक असते, कारण नेहमीच्या प्रमाणित उपचार पद्धतींना ती दाद देत नाहीत. त्यामुळे वैद्यकीय क्लिन्सर्स, मलमे आणि जैवप्रतिरोधके यांचा त्यांच्यावर परिणाम होत नाही. पण तरीही एक चांगली बाब म्हणजे कुटुंबनियोजनाच्या गोळ्यांमुळे कदाचित अशा मुरमांना प्रतिबंध होत असावा, असे आढळून आले आहे. (त्यामुळे या गोळ्यांच्या जोडीला योग्य आहार घेऊन आपण ही शक्यता कमी करू शकतो.) अन्न आणि औषध प्रशासनाने स्त्रियांमधील मुरमांच्या समस्येवर मात करण्यासाठी इस्ट्रोजेन आणि प्रोजेस्टिन ही संप्रेरके असलेल्या तीन कुटुंबनियोजन गोळ्यांना संमती दिली आहे. (ही अमेरिकेतील बातमी आहे.) तुमच्या रक्तप्रवाहातील अँड्रोजेनचे प्रमाण कमी करण्याचे काम या गोळ्या करतात. परंतु त्या प्रत्येकीसाठी योग्य नाहीत. या गोळ्यांचा नेमका परिणाम दृष्टिपथात येण्यास कित्येक महिने लागतात. शिवाय त्यांचे काही दुष्परिणामही आहेत. त्यामध्ये रक्ताच्या गुठळ्या होणे किंवा हृदयविकाराचा झटका येणे यांचा समावेश आहे. विशेषत: ३५ वर्षांपुढील धूम्रपान करणाऱ्या किंवा हृदयविकारांचा कौटुंबिक इतिहास असणाऱ्यांच्या बाबतीत हा धोका अधिक वाढतो. शिवाय ज्या वेळी तुम्ही या गोळ्या घेणे सोडून देता (म्हणजेच ज्या वेळी तुम्ही गर्भवती असता) त्या वेळी तुमची त्वचा किंचित विचित्र किंवा फाटल्यासारखी दिसू शकते.

'स्पायरोनोलॅक्टोन' (अल्डाक्टोनचे ब्रँड नाव) वापरणे ही या प्रकारच्या मुरमांवरची आणखी एक उपचारपद्धती आहे. उच्च रक्तदाब असलेल्या रुग्णांसाठी मुळात ती पाण्यातून घेण्याची गोळी म्हणून वापरली जात होती. तुमच्या

त्वचेतील अँड्रोजेनला ती अत्यल्प प्रमाणातील डोसमुळे प्रतिबंध करते. (त्यामुळे संप्रेरकीय मुरमांना प्रतिबंध होतो.) स्पायरोनोलॅक्टोन मूत्रपिंडांमध्ये काम करत असल्यामुळे लघवीचे प्रमाण वाढते. त्यामुळे अधिक द्रव पदार्थ पिण्यास रुग्ण उद्युक्त होतो आणि वेळोवेळी रक्ताचे कार्य कसे चालले आहे, ते वेळोवेळी तपासण्यासही तो प्रवृत्त होतो. स्पायरोनोलॅक्टोन घेत असलेल्या स्त्रियांनी बिलकूल गर्भवती राहू नये, कारण त्यामुळे मुलाचा गर्भ असेल तर त्यामध्ये विकृती निर्माण होण्याचा धोका असतो. म्हणूनच रुग्ण सहसा स्पायरोनोलॅक्टोन आणि संततिप्रतिबंधक गोळ्या एकत्रितपणेच घेत असतो. (अर्थातच आपण याबाबतीत डॉक्टरांचा सल्ला घेतलाच पाहिजे. आपल्या मनाने यांपैकी कोणतीही औषधे घेऊ नयेत.)

## तुमची पाळी अनियमित असेल आणि तुम्हाला मुरुमे येत असतील, तर डॉक्टरकडे जा

चेहऱ्याला पोषक आहार नियमितपणे सहा आठवडे घेतल्यानंतरही जर मुरमांच्या बाबतीत कोणतीही सुधारणा झाली नाही आणि तुमची पाळीही अनियमित असेल, तर ते संप्रेरकीय असमतोलाचे लक्षण असू शकते. त्यालाच 'पॉलिसिस्टीक ओव्हॅरियन सिंड्रोम' (पीसीओएस) असे म्हणतात. तिचा संबंध लठ्ठपणा, इन्शुलिन प्रतिरोध, मधुमेह आणि वंध्यत्व यांच्याशी असू शकतो. (याशिवाय केसांची अनावश्यक वाढ होऊ लागते. अनेक स्त्रियांमध्ये चेहऱ्यावर केसांची वाढ होते. परंतु ही वाढ त्यापेक्षा जास्त असते.) अशा वेळी तुमच्या स्त्रीरोगतज्ज्ञाची भेट घ्या. रक्ताच्या एका साध्या चाचणीद्वारे ती तुमच्या रक्तातील संप्रेरकांच्या पातळीविषयी तुम्हाला सांगेल. पीसीओएसवर कोणताही उपचार नसला, तरीही गर्भनिरोधक गोळ्या, स्पायरोनोलॅक्टोनसारखी संप्रेरक नियामक औषधे यांच्यामुळे लक्षणे कमी होण्यास मदत होते.

## 'आयसोट्रिटिनॉइन'विषयी थोडेसे

यालाच पूर्वी 'ॲक्युटेन' म्हटले जात असे. आहाराच्या उत्तम सवयी राखल्या असतील, तरीही काही वेळा गंभीररीत्या झालेले गळूवजा मुरूम अत्यंत वेदनादायक आणि शक्तिपात घडवणारे असते. याशिवाय त्यांच्यामुळे मोठे डाग आणि खोल व्रण निर्माण होतात. ज्या वेळी मुरूम असे रौद्र रूप धारण करते, त्या वेळी त्याचा

इलाजही तसाच मोठा असावा लागतो. अत्यंत प्रभावशाली असल्यामुळे मुरमांवर उपचार करण्याचा विचार करताना प्रथम, द्वितीय किंवा अगदी तृतीय स्थानीही ॲक्युटेनचा विचार केला जाऊ नये हे अगदी खरे आहे. डाग ठेवणाऱ्या मुरमांच्याबाबतीत हे औषध जीवनच बदलून टाकते. मी माध्यमिक शाळेत असताना ॲक्युटेन घेतले होते आणि माझ्या आयुष्यात प्रथमच स्वच्छ, सतेज त्वचा मिळाल्यामुळे मी हरखून गेले होते.

ॲक्युटेन या ब्रँड नावाखाली आता ते उपलब्ध नाही. परंतु 'ॲमनेस्टीम', 'सॉट्रीट' आणि 'क्लॅराव्हीस' या नावांनी अमेरिकन बाजारपेठेत ते उपलब्ध आहे. मात्र ॲक्युटेनसारख्या औषधाचे अत्यंत तीव्र दुष्परिणाम असल्यामुळे, मला जे रुग्ण अत्यंत जबाबदार वाटतात त्यांच्यासाठीच मी ते राखीव ठेवते. उदाहरणार्थ, सर्वच रुग्णांना 'आय प्लेज' (मी शपथ घेतो/घेते) या कार्यक्रमांतर्गत नोंदणी करावी लागते. या रुग्णांना यकृताच्या कार्याची आणि ट्राय ग्लिसराइड्सची तपासणी करण्यासाठी दर महिन्यात आपल्या डॉक्टरांची भेट घ्यावीच लागते. कारण या दोहोंवर या औषधाचा दुष्परिणाम होण्याची दाट शक्यता असते. ओठ, डोळे, नाक कोरडे पडणे, स्नायू आणि सांधे आखडणे हे या औषधाचे सर्वसाधारण दुष्परिणाम आहेत. काही रुग्णांमध्ये मन:स्थितीत बदल घडत असल्याचेही आढळून आले आहे. त्यामध्ये नैराश्य आणि आत्महत्येस प्रवृत्त होणे यांसारख्या दुष्परिणामांचा समावेश आहे. त्यामुळे ही उपचारपद्धती सुरू करण्याआधी नैराश्यग्रस्ततेचा इतिहास असलेल्या रुग्णांनी औषधाच्या दुष्परिणामांविषयी नीट जाणून घेतले पाहिजे. उपचार सुरू असताना आणि उपचार थांबवल्यानंतर किमान महिनाभर तरी गर्भवती न राहण्याची दक्षताही घ्यावी. कारण आयसोट्रिटिनॉइनमुळे जन्मत:च अर्भकात व्यंग निर्माण होण्याची दाट शक्यता असते. (मात्र याचा फलनाच्या क्रियेवर कोणताही दुष्परिणाम होत असल्याचे आढळलेले नाही.) तुम्ही जर जननक्षम वय असलेली स्त्री असाल तर तुम्हाला दर महिन्याला गर्भारपणासाठीची चाचणी करून घ्यावी लागेल. तुम्ही गर्भवती नसल्याची खात्री करून घेण्यासाठी उपचार सुरू करण्याआधी ३० दिवस पाहणी केली जाते. या प्रतीक्षा कालावधीनंतरच उपचार सुरू केले जातात. या सुचवल्या गेलेल्या पद्धतीनुसार आणि डोसनुसार, तुमच्या डॉक्टरच्या काळजीपूर्वक देखरेखीखाली हा उपचार घेतला तर आयसोट्रिटिनॉइनमुळे कित्येक गंभीर स्वरूपाची मुरुमे स्वच्छ केली जातात. परंतु उपचाराची एक फेरी पूर्ण झाल्यावरही तुम्हाला पुन्हा एकदा मुरुमे येऊ शकतात. म्हणूनच चेहऱ्याला पोषक आहार घेण्याबाबत माझ्या रुग्णांना मी प्रोत्साहित करते. तुम्ही जर आयसोट्रिटिनॉइनची उपचारपद्धती घेऊ इच्छित असाल, तर तुम्हाला पुढील बाबी माहिती असणे जरुरीचे आहे.

- काही अभ्यासानुसार आयसोट्रिटिनॉइनमुळे ब जीवनसत्त्वाची कमतरता निर्माण होऊ शकते. त्यातूनच रक्तक्षय किंवा ॲनिमियाही उद्‌भवू शकतो. त्यामुळे आपल्या आहारात ब जीवनसत्त्वाचे भरपूर प्रमाण असेल याची खातरजमा तुम्ही करून घेतली पाहिजे. त्यासाठी आहारात हिरव्या पालेभाज्या, द्विदल धान्ये आणि प्राण्यांचे यकृत यांचा समावेश असला पाहिजे. त्यासमवेतच विविध धान्यांचाही समावेश असला पाहिजे.
- आयसोट्रिटिनॉइनमुळे रक्तातील ट्रायग्लिसराइड्सची पातळी वाढण्याची शक्यताही असते. ट्रायग्लिसराइड्स ही अनारोग्यपूर्ण चरबी असते. परंतु ओमेगा-३ने समृद्ध असलेल्या आहारामुळे यावर मात करता येते असे संशोधनांती सिद्ध झाले आहे. आयसोट्रिटिनॉइनचा उपचार सुरू असताना ओमेगा-३ने समृद्ध असलेले मासे तुम्ही मोठ्या प्रमाणात खात असल्याची खात्री करून घ्या. तुम्हाला याची ॲलर्जी असेल किंवा त्याची चव आवडत नसेल तर त्यासाठी पूरकांचा वापर करा. (रोज तीन ग्रॅम पूरक घेतल्यामुळे ओमेगा ३चे वाढते प्रमाण सुमारे ७० टक्क्यांनी कमी होते असे दिसून आले आहे.) मात्र पूरक सुरू करण्यापूर्वी तुमच्या डॉक्टरांकडून त्याविषयी तपासणी करून घ्या. आयसोट्रिटिनॉइन हे अ जीवनसत्त्वापासूनच निर्माण केलेले असल्यामुळे अ जीवनसत्त्वाने समृद्ध असलेले आहार भरपूर घेतल्यास (गाजर किंवा स्क्वॅश या नावाने ओळखली जाणारी भोपळ्याची प्रजाती) तुमच्या यकृताची हानी होऊ शकतो.

## याला बळी पडू नका

जर 'नेचर्स क्युअर' हे औषधांच्या दुकानात उपलब्ध असलेले होमिओपॅथीत दिले जाणारे औषध वापरण्याची इच्छा असेल तर तिला वेळीच रोखा. कारण या औषधात बेन्झॉयल पेरॉक्साइड क्रीम आणि तोंडाने घ्यायची गोळी असते. या गोळीविषयीच माझ्या मनात शंका आहे. कारण तिच्यात कँडिडा असते. तो यीस्टचा एक प्रकार आहे. (या प्रकारामुळे योनिमार्गाला यीस्टचा संसर्ग होण्याचा संभव असतो) कोणत्याही प्रकारच्या यीस्टच्या सेवनामुळे मुरमांमध्ये वाढ होते, असे दाखवणारा अभ्यास करण्यात आलेला नाही. खरेतर अधिक प्रमाणात यीस्टचे सेवन केल्यास चेहऱ्यावर अनेक छोट्या छोट्या पुटकुळ्या येतात. यालाच 'पिटिरोस्पोरम फोलिक्युलिटिस' म्हणतात आणि अशा प्रकारचा

त्रास कोणाला हवासा वाटेल?
(याविषयी पुढे आणखी माहिती दिली आहे.)

## जर त्या तारुण्यपिटिका नसतील तर?

काही वेळा चेहऱ्यावरच्या इतर गोष्टीही इतक्या तारुण्यपिटिकांसारख्या दिसत असतात की, पहिल्याच दृष्टिक्षेपात डॉक्टरसुद्धा त्यांच्यातील फरक ओळखू शकत नाहीत. जर तुमच्या चेहऱ्यावर लालसर आणि पू भरलेले उंचवटे तेही बहुसंख्येने असतील, तर त्या नक्कीच तारुण्यपिटिका नव्हेत. त्यांच्यावर तारुण्यपिटिका समजून उपचार करण्यामुळे परिस्थिती आणखी बिघडू शकते. त्यामुळे तुम्हाला खरोखरच तारुण्यपिटिकांचा त्रास आहे की तुम्ही साप समजून भुई धोपटत आहात, ते तुम्हाला समजावे म्हणून तुम्हाला आता मी काही गोष्टी सांगत आहे.

**मिलियारिया (घामुळं) :** यालाच उष्णतेमुळे आलेले पुरळ असेही म्हणतात. सहसा ते उन्हाळ्याच्या महिन्यात किंवा तुम्ही अधिक कष्टप्रद काम करता त्या वेळी येते. विशेषत: तुम्हाला नेहमीपेक्षा अधिक घाम येतो आणि घर्मग्रंथी चोंदल्या जातात, तेव्हा ते येते. हे पुरळही मुरमांसारखे दिसते. (लहान, लाल उंचवटा दिसतो. त्याच्या तोंडाला पांढरे टोक असते.) या पुटकुळ्यांना खाज सुटते किंवा मुरमांना तारुण्यपिटिकांना खाज सुटत नाही. जिथे मिलियारिया आलेल्या असतात, तो भाग थंड आणि कोरडा ठेवा. (म्हणून काही दिवस काम करू नका.) त्या आपोआपच नाहीशा होतील.

**केरॅटोसिस पिलॅरिस :** खांद्यापासून कोपरापर्यंतच्या हाताच्या आतील बाजूला सहसा हे लालसर उंचवटे येतात. काही वेळा ते मांड्यांवर आणि चेहऱ्यावरही दिसतात. केरॅटोसिस पिलॅरिसला बोलीभाषेत 'चिकन स्किन' असे म्हणतात. त्वचेची ही आनुवंशिक स्थिती असते. ज्या कुटुंबांमध्ये दमा आणि इसब हे आजार असतात, त्या कुटुंबातील सदस्यांमध्ये सहसा ही स्थिती आढळते. आठवड्यातून एकदा किंवा दोनदा स्क्रब वापरा आणि बॉडी क्रीमचाही वापर करा.

### तुम्हाला माहीत आहे का?

धूम्रपान न करणाऱ्या महिलांच्या तुलनेत धूम्रपान करणाऱ्या महिलांमध्ये व्हाइट हेड्स आणि तारुण्यपिटिका येण्याचे प्रमाण चौपटीने अधिक असते. निकोटिनमुळे टेस्टोस्टेरॉनचे प्रमाण वाढते. त्यामुळे तैलग्रंथींच्या कार्याला उत्तेजन

मिळते. शिवाय त्वचेवरची छिद्रेही मोठ्या प्रमाणात बंद होतात. धूम्रपान करणाऱ्या लोकांमध्ये अन्नाला मिळणारा इन्शुलिनचा प्रतिसादही अधिक असतो. त्यामुळे अँड्रोजेनची पातळी वाढून मुरमांची स्थिती अधिक बिघडते. धूम्रपान सोडण्याचे
हे आणखी एक कारण आहे!

**पिटीरोस्पोरम फॉलिक्युलिटीस :** पिटीरोस्पोरम ओव्हेल हा यीस्टचा एक प्रकार असून हे यीस्ट नैसर्गिकरीत्याच आपल्या त्वचेत आढळतात. बॅक्टेरियांमुळे आणि आपल्या केशग्रंथींमध्ये असलेल्या इतर जिवाणूंमुळे त्यांचे प्रमाण नियंत्रित राहते. मात्र हा नाजूक समतोल काही वेळा ढळतो. तो का ढळतो, याचे कारण अद्याप अज्ञात आहे. त्यामुळे पिटिरोस्पोरम फॉलिक्युलिटीस निर्माण होतात. परिणामी काही वेळा संपूर्ण चेहराभर छोटी छोटी मुरुमे येतात. काही वेळा संपूर्ण चेहऱ्याबरोबरच ती छातीवर आणि किंवा पाठीवरही येतात. तारुण्यपिटिका कोणत्याही आकाराच्या असू शकतात. परंतु ही मुरुमे अगदी एकसारख्या आकाराची असतात. छातीवरच्या किंवा पाठीवरच्या मुरमांसाठी बुरशीरोधक शाम्पूचा वापर करा. (यात 'हेड अँड शोल्डर' किंवा 'निझोरल ए-डी' यांचा समावेश होऊ शकतो.) रक्तातील शर्करा पातळी नियंत्रित करून चेहऱ्यावरच्या मुरमांना व्यवस्थितरीत्या नियंत्रित करता येते. रक्तातील शर्करा पातळी उच्च झाली की यीस्टची मोठ्या प्रमाणात वाढ होते.

**पेरिओरल डरमॅटायटिस :** तोंडाच्या आणि हनुवटीच्या बाहेरच्या कोपऱ्यावर, एका किंवा दोन्ही डोळ्यांच्या बाह्य कोपऱ्याजवळ आणि नाकपुड्याखाली किंवा त्यांच्याभोवती ही येतात. पेरिओरल डरमॅटायटिस जाडसर स्वरूपाचे असतात आणि ते तुकड्या-तुकड्यांनी येतात. छोट्या उंचवट्यांचे समूह असलेले लालसर डाग असे त्यांचे स्वरूप होते. हे पुरुषांमध्ये आणि किशोरवयीन मुलींमध्येही येत असले तरीही प्रौढ स्त्रियांमध्ये त्यांचे प्रमाण अधिक असते. अनेक वेळा प्रौढ वयातील तारुण्यपिटिका असे त्यांचे चुकीचे निदान केले जाते. त्यामुळे तीव्र मलमांचा वापर केला जातो आणि परिस्थिती अधिकच बिघडते. पेरिओरल डरमॅटायटिसचे नेमके कारण अज्ञात आहे. फ्लोराइड असलेल्या टूथपेस्ट किंवा माउथवॉशमुळे ती येतात असे मानले जाते. तसेच दंतवैद्यांकडून दिल्या जाणाऱ्या फ्लोराइडच्या उपचारांमुळेही ती येतात असेही समजले जाते. परंतु याचा संबंध कॉर्टिझोन क्रीमच्या आणि अस्थमा इन्हेलर्सच्या अतिवापराशीही जोडला जातो. (या दोहोंमध्येही स्टिरॉइड्स असतात.) डेमोडेक्स फोलिक्युलोरम या सर्वच व्यक्तींमध्ये आढळणाऱ्या निरुपद्रवी

सूक्ष्म जंतूंच्या अतिरिक्त वाढीमुळे पेरिओरल डरमॅटायटिस होतात. स्टिरॉइड्सच्या प्रदीर्घ काळ वापरामुळे या सूक्ष्मजंतूंची अतिरिक्त वाढ होते असे काही अभ्यासातून स्पष्ट झाले आहे. शरीरसौष्ठवासाठी वापरली जाणारी स्टिरॉइड्स किंवा दम्यासाठी दिल्या जाणाऱ्या प्रेडनिझोन या औषधातील तीव्र स्टिरॉइड्समुळे ही मुरुमे येतात. हे उंचवटे म्हणजे दाह होण्याचे लक्षण असते, त्यामुळे कोंडा काढलेली धान्ये आणि साखर घातलेले अन्न टाळून तुम्ही आपल्या त्वचेला आराम देऊ शकता. पूर्णपणे स्वच्छ त्वचेसाठी मात्र या प्रकारात जैवप्रतिरोधकाची गरज भासते.

## कोल्ड सोअर की मुरूम?

झोपेतून उठल्यानंतर आपल्या ओठांवर आलेला लालसर उंचवटा बघून अलीकडेच माझी रुग्ण असलेल्या एका तरुणीने मला अत्यंत घाबरून फोन केला. नुकतीच ती एका तरुणाबरोबर डेटिंगला जाऊ लागली होती. त्याच्याकडूनच तिला ही 'कोल्ड सोअर'ची लागण झाल्याची तिची खात्री पटली होती. आता ती संसर्गजन्य बनली होती का? तिला यापासून सुटका मिळू शकणार होती का? ती नेमके काय करणार होती?

सुरुवातीच्या टप्प्यात मुरुमे आणि कोल्ड सोअर एकसारखीच दिसतात. दोन्हीही तोंडाभोवतीच येतात. त्यामुळे ती कशी दिसतात यापेक्षा ती कशी वाटतात, याकडे लक्ष देऊनच त्यांच्यातील फरक ओळखता येऊ शकतो. कोल्ड सोअर्स ही हर्पीस या विषाणूंमुळे होतात. आपल्या त्वचेतील ज्ञानतंतूंच्या टोकांकडून त्यांचा प्रवास सुरू असतो. ते दिसण्याच्या एक किंवा दोन दिवस आधी तुम्ही तिथे स्पर्श केला नाही तरी तुम्हाला थोडी खाज सुटते. वेदना होतात किंवा दंश झाल्यासारखे वाटते. दुसऱ्या बाजूला मुरुमे (विशेषतः गळूसारखी मोठ्या आकाराची) स्पर्श केल्यास नाजूक भासतात. काही दिवसांनंतर मुरुमे कोरडी पडतात आणि आपली आपणच निघून जातात. कोल्ड सोअर्स मात्र नेहमीच पाण्याने भरतात, फुटतात आणि त्यांच्यावर खपली धरते. स्टॅफ नावाच्या बॅक्टेरियांमुळे होणाऱ्या इंपिटिगो या प्रकारातही चेहऱ्यावर कुठेही लाल, कठीण त्वचेचा उंचवटा येतो.

आधी कधीही आला नसलेला एखादा उंचवटा किंवा फोड अशा प्रकारे तुमच्या ओठांजवळ आला, तर त्यासाठी 'कल्चर' करण्याविषयी तुमच्या डॉक्टरांना सांगा. ते नेमके काय आहे याविषयी खात्री पटवून घेण्याचा तोच एकमेव मार्ग आहे. चाचणीसाठी नमुना देण्यासाठी कापसाच्या बोळ्याने तेथील

लस (द्रव) काढून घेतात. सहसा ४८ तासांतच या चाचणीचा निकाल समोर येतो. उत्तम प्रकारच्या निकालासाठी अशा प्रकारचा ठिपका दिसल्याबरोबर तातडीने तपासणी करणे आवश्यक आहे. वर उल्लेख केलेल्या माझ्या रुग्णाच्या बाबतीत, तिला मुरूमच आले होते. संकट टळले होते!

**रोझॅशिया :** सहसा गोऱ्या त्वचेच्या लोकांच्या बाबतीत ही गोष्ट सर्वसामान्य असते. रोझॅशियामध्ये चेहऱ्याचा मधला भाग म्हणजे नाक आणि गाल लालसर होतात. तिथे लहान, लाल उंचवटे, व्हाइट हेड्स आणि छिद्रे मोठी होणे या साऱ्या गोष्टी एकत्रितपणेच झालेल्या असतात. नाक, गाल आणि हनुवटीवरच्या रक्तवाहिन्या प्रसरण पावतात. मसालेदार अन्न, गरम पेये किंवा अल्कोहोल घेतल्यानंतर किंवा गरम पाण्याचा शॉवर अगर बाष्पस्नान केल्यावर किंवा सहसा कोणत्याही प्रकारच्या उष्ण हवामानात अशा लोकांच्या चेहऱ्याचा मध्यभाग लाल होतो. रोझॅशिया ही टोकाची स्थिती आहे. ती चुटकीसरशी बरी करण्याची कोणतीही जादू नाही. परंतु आहारात बदल करून आणि पुरळ येण्याची कारणे टाळून यात सुधारणा घडवून आणता येते.

**कॉस्मेटिका :** मेकअप किंवा त्वचेची काळजी घेणारी उत्पादने यांची ॲलर्जी असल्यास खाज सुटते किंवा त्वचेकडून ॲलर्जी दर्शवणारा इतर प्रतिसाद मिळतो. सहसा भरपूर प्रमाणात मिनरल तेल, पेट्रोलियम, स्काल्प तेल आणि कंडिशनर, सुगंधी द्रव्ये असलेल्या सौंदर्यप्रसाधनांमुळे अशा प्रतिक्रिया निर्माण होतात. असे उत्पादन चेहऱ्याच्या ज्या भागात लावले गेले असेल तिथे अनेक छोट्या-छोट्या, लालसर उंचवट्याच्या स्वरूपात ॲकिन कॉस्मेटिका त्वचेवर दिसतात. त्यांना खाजही सुटते. (तुमच्या त्वचेला शाम्पूची ॲलर्जी असेल तर तुमच्या मानेवर आणि पाठीवरही अशा प्रकारच्या ॲकिन कॉस्मेटिका येऊ शकतात.) ज्या उत्पादनांवर नॉन-कॉमेडोजेनिक किंवा नॉन-ॲक्वेजेनिक अशी लेबल्स असतात, त्यांच्या वापरामुळे तुम्हाला मुरुमे येण्याची किंवा ॲलर्जीची प्रतिक्रिया येण्याची शक्यता कमी होते. अर्थातच या संज्ञेवर 'एफडीए'कडून नियंत्रण लादले जात नसल्यामुळे याची हमी देता येत नाही. सहसा मिनरल ऑइलसारखे त्वचेची छिद्रे बंद करणारे घटक नॉन-कॉमेडोजेनिक उत्पादनांत नसतात. नॉन-ॲक्वेजेनिक म्हणजे त्या उत्पादनाची मानवी स्वयंसेवकांवर चाचणी घेतली गेलेली असते आणि त्यांपैकी बहुतांश लोकांना त्याची ॲलर्जी आलेली नसते. (ही बाब अमेरिकेतील आहे.) जर संबंधित उत्पादन वापरल्यानंतर एक किंवा दोन दिवसात तुम्हाला मुरुमे आली, तर मुरुमे येण्याचे नेमके कारण समजेपर्यंत तुम्ही त्या उत्पादनाचा वापर थांबवा.

केरॅटोसिस पिलॅरिस, पिटीरोस्पोरम फोलिक्युलिटीस, पेरिओरल डरमॅटायटिस आणि रोझॅशिया यांच्याविषयीच्या अधिक माहितीसाठी प्रकरण पाच पहा.

## त्वचाविज्ञान : मुरमांविषयीच्या तातडीच्या गोष्टी

स्टेफनी ही माझी एक रुग्ण आहे. तिच्या गालावरच्या मुरमांसाठी तिच्यावर एका अतिउत्साही सौंदर्यतज्ज्ञाने उपचार केले होते. तिने ते काढून टाकण्याचा प्रयत्न केला होता. त्यानंतर ती माझ्याकडे आली होती. परंतु त्यातून काहीच निष्पन्न झाले नव्हते. तरीही ओल्गा ही रशियन सौंदर्यतज्ज्ञ ठाम होती. स्टेफीच्या डोळ्यांतून अश्रुधारा वाहत असल्या तरी ओल्गा तिचे ते मुरूम दाबतच राहिली होती आणि तीच महत्त्वाची चूक होती.

स्टेफनीच्या त्वचेखाली कसाबसा तो संसर्ग ढकलून, फक्त दाबून टाकण्यातच त्या सौंदर्यतज्ज्ञांना यश आले होते. लवकरच स्टेफनीच्या त्वचेखाली भलेमोठे गळू तयार झाले. एके दिवशी स्टेफनीच्या चेहऱ्याची संपूर्ण एक बाजू ओळखू न येण्याइतपत जबरदस्त सुजून गेली. तिचा उजवा डोळा तर इतका सुजला की तो बंदच झाला. तिला तातडीने आणीबाणीच्या उपचारांच्या खोलीत घ्यावे लागले. महिन्याभरानंतरही मी तिच्या त्वचेवरच्या व्रणावर उपचार करत होते. तो व्रण सुदैवाने बरा होत होता. मात्र ती एक प्रदीर्घ आणि मंद गतीची प्रक्रिया असते. म्हणूनच चेहऱ्यावरची मुरुमे काढून टाकण्याचे, फोडण्याचे प्रयत्न बिलकूल करू नका, असे मी सातत्याने सांगत असते. स्टेफनीसारखी त्वचेची प्रतिक्रिया क्वचितच येते, पण तरीही मुरमांशी छेडछाड करणे धोकादायक ठरू शकते. याचबरोबर आपल्या चेहऱ्यावर मोठेच्या मोठे व्हाइट हेड घेऊन फिरणेही काही शहाणपणाचे नाही असेही मला तेवढ्याच तीव्रतेने वाटते. कारण त्यामुळे तुमचा चेहरा विचित्र तर दिसतोच; शिवाय ते असंस्कृतपणाचे लक्षणही असते. तुम्हाला जर तुमच्या मुरमाला दडपूनच टाकायचे असेल तर त्यासाठीचे काही मार्ग इथे मी तुमच्यासाठी देत आहे.

**१. रात्री अंथरुणावर पडेपर्यंत वाट पहा :** तुमच्या त्वचेला आपले नुकसान भरून काढण्यासाठी वेळ देण्याची गरज असते. त्यामुळे सकाळी उठल्याबरोबर काम करण्याआधीच किंवा एखाद्या मोठ्या समारंभाआधी मुरूम दाबून टाकण्याचा प्रयत्नही करू नका. (मेकअपने झाकून न टाकता येण्याजोगे आणि केव्हाही फुटू शकणारे मुरूम तुमच्या चेहऱ्यावर असते.) शिवाय रात्रीपूर्वी त्याविषयीचे कार्य पार पाडण्याची इच्छा उफाळून आलेली असते. ते नकोसे

काम तुम्हाला उरकून टाकायचे असते. जर एखादी गोष्ट दिवसा दाबून टाकली गेली (या वाक्यामागे इतर काहीही संकेत नाही) तर तुम्ही घरी येईपर्यंत कन्सिलरने ती झाकून टाकणे अधिक चांगले ठरते.

**२. स्वच्छ ठेवा :** संसर्ग टाळण्यासाठी अधिकाधिक आरोग्यपूर्ण पद्धतीने ही गोष्ट करा. त्यासाठी आपल्या साधनांची जुळणी आधीच करून ठेवा. त्यासाठी तुम्हाला लागणारी साधने पुढीलप्रमाणे असतील – चोळण्यासाठी अल्कोहोल, निर्जंतुक केलेली सुई, कापसाचे बोळे, क्यू टिप्स आणि बँडेड. सहसा गोलाकार बँडेड वापरावे. सुरुवातीला त्या मुरमावर अल्कोहोल चोळा. त्यानंतर निर्जंतुक केलेली सुई वापरून व्हाइट हेड उघडा आणि काढून टाकण्याचा प्रयत्न करा. फक्त मुरमावरची त्वचा सुईने किंचित बाजूला करण्याचा प्रयत्नही पुरेसा ठरतो. त्याच्यातून रक्तही बाहेर पडू लागते. त्यानंतर दोन निर्जंतुक क्यू टिप्स वापरून मुरूम पिळून टाकण्याचा प्रयत्न करा. (तुमच्या बोटांनी हे काम करू नका.) काहीच बाहेर पडले नाही तर तिथेच थांबा. बंद झालेली घाण त्वचेत खोलवर घुसडण्याची काहीही गरज नाही. त्यामुळे एका छोट्याशा मुरमाचे रूपांतर गळूत होऊ शकते. शिवाय अगदी मुरमातून रक्त बाहेर पडेपर्यंत ते पिळत राहिले पाहिजे असेही नाही. कारण रक्तपातामुळे खपली धरू शकते आणि ती काही सुंदर दिसत नाही! खपलीमुळे व्रण राहण्याची शक्यताही वाढते. असे व्रण मेकअपखाली लपवणे शक्य नसते.

**३. 'धोकादायक प्रदेशातील' मुरुमांना टाळा :** तुमच्या नाकाच्या टोकावर आणि तुमच्या भुवयांच्या आतल्या भागात एक त्रिकोणी टोकदार फुगवटा आलेला आहे, अशी कल्पना करून बघा. या भागातील त्वचा तुमच्या सायनसवर सुमारे एक अष्टमांश इंच भागात बसते. अशा वेळी मुरूम पिळून काढणे खूपच त्रासदायक असते आणि त्याऐवजी त्वचेला संसर्गच अधिक प्रमाणात होण्याची शक्यता असते. आपल्या सायनसच्या खोलगट भागात किंवा मेंदूमध्येही (अगदी खरं!) तुम्ही तो संसर्ग पसरवण्याचाच धोका अशा वेळी अधिक असतो. म्हणून या भागातील मुरमांना हात लावणे पूर्णपणे टाळा.

**४. शांतपणे झोपा :** मुरमांवर टूथपेस्टपासून (प्राचीन घरगुती उपाय) ते अगदी खर्चिक ड्राइंग लोशनपर्यंत काहीही थापण्याचा विचार दूर ठेवा. ओलसर आणि झाकलेल्या असताना जखमा लवकर बऱ्या होतात, असे संशोधनातून दिसून आले आहे. त्वचा अति कोरडी करण्याने जखम बरी होण्याचा कालावधी लांबतो. त्याऐवजी मुरमावर बँडेड लावा आणि झोपी जा. या क्षणांसाठी आणखी एक महत्त्वाची सूचना देते. काही वेळा एखादे साधेसुधे मुरूम ही आणीबाणीची

परिस्थिती ठरू शकते. समजा, जिला मुरूम आले आहे, ती हॉलिवुडमधील एक अभिनेत्री असेल तर अशा वेळी मुरूम पिळणे किंवा दाबत राहणे हा काही उपाय ठरू शकत नाही. खपल्या लपवणे अवघड असते. (अगदी व्यावसायिक मेकअपमनसाठीसुद्धा) शिवाय डिजिटल तंत्रज्ञानाचा वापर करून शूटिंगमधून मुरूम काढून टाकणे अत्यंत खर्चिक असते. त्याऐवजी मी रुग्णाच्या घरी जाऊन तिच्या मुरमामध्ये कोर्टिसोन द्रावणाचे इंजेक्शन देते. त्यामुळे तिथे होणारी आग काही तासांतच कमी होते. त्वचेंतर्गत गळू आले असेल (मोठा गोळा दिसत असेल, परंतु त्याचे तोंडच दिसत नसेल) आणि तुमच्या लग्नासारखा एखादा महत्त्वाचा समारंभ ४८ तासांवर आला असेल तर त्वचारोगतज्ज्ञाकडे जा. मुरूम तिथल्या तिथे सुकून जावे म्हणून तुमच्या मुरमामध्ये कोर्टिझोनचा थेंब ती इंजेक्शनद्वारे सोडेल. तुमचा विश्वास असलेल्या त्वचारोगतज्ज्ञाकडेच तुम्ही जा. कारण हे सारे जर काळजीपूर्वक केले गेले नाही तर कोर्टिझोनमुळे चेहऱ्यावर दबलेला खड्डा पडू शकतो आणि चेहऱ्याच्या त्वचेवरचा हा खड्डा भरून येण्यास अनेक महिन्यांचा कालावधी जावा लागतो.

## तारुण्यपिटिका – जीवनाचा एक भाग?

टाइम मशीनमध्ये बसून आपल्या चेहऱ्यावर तारुण्यपिटिका नसल्याच्या काळात तुम्हाला पुन्हा एकदा प्रवेश करता आला असता तर काय झाले असते? ही एक कल्पनारम्य कथा वाटते; बरोबर? अमेरिकेतील ९० टक्के किशोरवयीन मुले, मुली आणि ५० टक्के प्रौढ यांना तारुण्यपिटिकांच्या त्रासाला तोंड द्यावे लागते. त्यामुळे तारुण्यपिटिका हा जीवनाचा एक अविभाज्य भागच आहे असे तुम्हाला वाटू शकेल. मात्र अलीकडेच झालेल्या कित्येक अभ्यासांतून असे दिसून आले आहे की, उद्योगिकीकरण न झालेल्या जगातील काही भागातील समाजात तारुण्यपिटिकांचा अजिबात त्रास होत नाही. पुढील समाजांमध्ये तारुण्यपिटिकांचा त्रास होत नसल्याचे आतापर्यंत झालेल्या अभ्यासातून दिसते. एकाही व्यक्तीला म्हणजे अगदी किशोरवयीन मुलांनाही तिथे तारुण्यपिटिकांचा त्रास होत नाही.

**न्यू गिनी येथील पापुआमधील किटावा बेट :** या छोट्याशा, एकाकी बेटातील समाजाची लोकसंख्या सुमारे सहा हजार आहे. तेथील रहिवासी पशुपालन आणि मासेमारी करतात. फळे, नारळ आणि कंदमुळे यांचा त्यांच्या आहारात समावेश असतो. तिथे दुग्धजन्य उत्पादने उपलब्धच नाहीत. शिवाय अल्कोहोल, साखर आणि मीठही या लोकांना मिळू शकत नाही.

**पॅराग्वेमधील एंकी इंडियन्स :** या भागातील लोक विशेषत: शिकारीवर आपली उपजीविका करतात आणि काही प्रमाणात शेती करतात. त्यांच्या आहारात शिकार केलेल्या जंगली जनावरांचे मांस, कंदमुळे आणि शेंगदाणे, मका, भात व इतर दक्षिण अमेरिकन पिकांचा समावेश असतो.

**अलास्कामधील एस्किमोज :** जे लोक पारंपरिक आहार घेतात, त्यांना मुरमांचा अजिबात त्रास होत नाही. परंतु जे एस्किमोज अलास्कामधील शहरांमध्ये राहतात आणि अमेरिकन लोकांएवढ्याच प्रमाणात पाश्चिमात्य पद्धतीचा आहार घेतात, त्यांना मात्र तारुण्यपिटिकांचा त्रास होतो.

**दक्षिण आफ्रिकेतील झुलू जमात :** एस्किमोंप्रमाणेच झुलू जमातीच्या लोकांनाही ते नागरी वस्ती असलेल्या शहरी भागात स्थलांतरित झाल्यावरच तारुण्यपिटिकांचा त्रास होतो.

**ब्राझीलचा ग्रामीण भाग :** येथील दहा हजार बालकांचा आणि किशोरवयीन मुलांचा अभ्यास केल्यानंतर तीन टक्क्यांहून कमी मुलांना तारुण्यपिटिकांच्या त्रासाला तोंड द्यावे लागत असल्याचे संशोधकांना आढळून आले आहे.

**न्यू** गिनीतील पापुआमध्ये जाण्याची तुम्ही तयारी करण्याआधी खालील बाबी वाचा. या सर्व जमातींमध्ये कोणती समान गोष्ट आहे? (त्वचारोगतज्ज्ञांची त्यांना अजिबात गरज नाही, या समान गोष्टीव्यतिरिक्तची गोष्ट सांगा.) ते कंदमुळे गोळा करतात आणि शिकारीवर उपजीविका करतात. त्यांना रिफाइंड, प्रक्रियायुक्त पाश्चात्त्य आहार उपलब्ध होत नाही. दुसऱ्या शब्दांत सांगायचे म्हणजे कमी ग्लायसेमिक इंडेक्स असलेला आहार ते घेतात. याशिवाय जीवघेणी गर्दी, प्रदूषण यांसारखे घटकही इथे कार्यरत नसतात. यात शहरी जीवनातील ताणतणावाचा विचारही नक्कीच केला पाहिजे. मग फक्त धूर आणि धुके म्हणजेच प्रदूषणामुळे अमेरिकन लोकांमध्ये सुमारे दहा कोटी लोकांहून अधिक जणांना हा त्रास होतो का? फक्त आणि फक्त प्रदूषणाचाच हा परिणाम आहे? मला तरी तसे वाटत नाही. तारुण्यपिटिकांना नेस्तनाबूत करण्यासाठी आहाराचा वापर करण्याची संकल्पना त्वचारोगतज्ज्ञांमध्ये अत्यंत विवादास्पद ठरली असून बहुतेक जणांनी आहाराचा त्वचेच्या आरोग्याशी काहीही संबंध नाही असे दाखवले आहे. मात्र 'मुरमांसाठीचा आहार' या कल्पनेचाच संबंध मुरुमे येण्याशी आहे. का? आपण दुसऱ्या प्रकरणामध्ये चर्चा केल्यानुसार, आहाराला मध्यवर्ती ठेवून आहार आणि त्वचा यासंदर्भात मोठ्या प्रमाणात वैद्यकीय संशोधन करणे अत्यंत अवघड आहे. त्यामुळेच तारुण्यपिटिकांसाठीच्या आहाराचा उपयोग होतो, असे दाखवून देणारे संशोधन अगदी नगण्य प्रमाणात सध्या उपलब्ध आहे. (याचाच अर्थ त्यांचा संबंध नाही, असे दाखवून देणेही शक्य

झालेले नाही.) कारण तारुण्यपिटिकांचा विचार करताना कदाचित स्वत:वरच आरोप करून घेण्यास आपण धजावत नसू. तारुण्यपिटिकांविषयी बोलताना स्त्रियांसाठीची मासिके, टीव्हीवरील कार्यक्रम आणि डॉक्टर हे सर्व जण आपल्याला एकच गोष्ट ठासून सांगत असतात, 'हा तुमचा दोष नाही! प्रत्येकालाच तारुण्यपिटिका येतात!' तारुण्यपिटिका येणे हा कोणाचातरी दोषच आहे, असे मलाही नक्कीच म्हणायचे नाही. (म्हणजे याव्यात किंवा आल्याच पाहिजेत अशा प्रकारची कोणीही व्यक्ती नसते.) मात्र आपण जे खातो, त्याचाही तारुण्यपिटिका येण्यावर नक्कीच परिणाम होतो, हे प्रत्येकालाच माहिती असले पाहिजे, असे मला वाटते. याचा अर्थ तारुण्यपिटिकांना प्रतिबंध करण्याची तुमची कुवत असतेच. डॉक्टरांकडे जाणे, त्यांची महागडी औषधे विकत घेणे आणि शरम, लज्जा किंवा अपराधीपणा यांमध्ये वर्षानुवर्षे व्यतीत करणे या सर्व गोष्टींतून आपली मुक्तता करून घेण्याची प्रत्येकाचीच कुवत असते.

**तारुण्यपिटिका आल्या तर काय टाळावे?**

- साखर आणि उच्च ग्लायसेमिक घटक असलेले अन्नपदार्थ
- दूध आणि दुग्धजन्य पदार्थ
- आयोडिन

## तारुण्यपिटिका आणि ग्लायसेमिक इंडेक्स

उच्च ग्लायसेमिक इंडेक्स असलेल्या अन्नाचा परिणाम रक्तशर्करेवर कसा होतो ते दुसऱ्या प्रकरणात आपण पाहिले आहेच. कपकेक किंवा पांढरा भात किंवा चेरी डॅनिश खाण्याचा आणि तारुण्यपिटिकांचा काय संबंध आहे?

भरपूर शर्करायुक्त आहार घेतल्यामुळे (त्याचप्रमाणे पांढरा ब्रेड आणि रिफाइंड धान्ये यांसारख्या पिष्टमय पदार्थांचाही घातक परिणाम होतो, कारण त्यांचे झटकन शर्करेत रूपांतर होते.) तुमच्या रक्तशर्करेच्या पातळीत झटक्यात वाढ होते. वाढलेल्या रक्तशर्करेमुळे तुमच्या शरीराला अधिक प्रमाणात इन्शुलिन तयार करून

सोडावे लागते. साहजिकच संप्रेरकांमध्ये असमतोल निर्माण होतो. त्यामध्ये अँड्रोजेनच्या वाढत्या पातळीचाही समावेश असतो. (तारुण्यपिटिकांना कारणीभूत असलेले हे पुरुषी संप्रेरक आहे.) तसेच अतिरिक्त तेलाची निर्मिती होते आणि त्वचेतील पेशींची निर्मितीही वाढते. त्यामुळे त्वचेची रंध्रे किंवा छिद्रे बंद होतात आणि तारुण्यपिटिकांचा उद्रेक होतो. (मागील काही पानांमध्ये यांविषयी मी लिहिले आहेच.) साधे पिष्टमय पदार्थ आणि शर्करा यांचे उच्च प्रमाण असलेल्या आहारामुळे म्हणजेच ग्लायसेमिक इंडेक्स उच्च असल्यामुळे तारुण्यपिटिका येतात. हा आहार हाच यामागचा प्रमुख गुन्हेगार होय.

ऑस्ट्रेलियातील मेलबर्न येथील 'रॉयल मेलबर्न इन्स्टिटट्यूट ऑफ टेक्नॉलॉजी'च्या संशोधकांनी केलेल्या संशोधनात काही स्वयंसेवकांना उच्च ग्लायसेमिक आहारावर ठेवण्यात आले. आधुनिक आहाराप्रमाणेच त्यांच्या आहारात १५ टक्के प्रथिने, ५५ टक्के पिष्टमय पदार्थ आणि ३० टक्के स्निग्ध पदार्थ होते. एका आठवड्यानंतर या स्वयंसेवकांच्या शरीरातील अँड्रोजेनच्या प्रमाणात सुमारे २० टक्के वाढ झाल्याचे दिसून आले. (त्यामुळे शरीरातील तैलग्रंथी मोठ्या प्रमाणात तेल स्रवू लागतात.) त्यानंतर आठवडाभरानंतरच त्यांच्या रक्तातील शर्करेचे प्रमाण नियमित झाले. तसेच अँड्रोजेनचे प्रमाणही कमी झाले. त्या स्वयंसेवकांच्या शरीरातील इन्शुलिन लाइक ग्रोथ फॅक्टर-१ची (आयजीएफ-१) पातळीही खालावल्याचे आढळले होते. त्यामुळे केरॅटिनोसाइट्सच्या (त्वचा पेशी) पातळीत वाढ झाली होती. तसेच तेलनिर्मितीतही वाढ झाली होती. आयजीएफ-१मुळे त्वचेच्या पेशींना अँड्रोजेनच्या निर्मितीसाठी प्रोत्साहन मिळते आणि त्यातूनच तारुण्यपिटिका येऊ लागतात.

पिष्टमय पदार्थांचा तारुण्यपिटिका येण्याशी संबंध असतो असे इटालियन संशोधकांच्या संशोधनातूनही सिद्ध झाले आहे. 'पॉलिसिस्टिक ओव्हॅरियन सिंड्रोम' (पीसीओएस) असलेल्या लोकांमध्ये अँड्रोजेनची पातळी वाढलेली असते आणि त्यांना तारुण्यपिटिका येण्याचे प्रमाणही अधिक असते. पिष्टमय पदार्थांचे शोषण कमी करणारे औषध या लोकांना देण्यात आले. त्यामुळे रक्तातील शर्करेच्या प्रमाणात समतोल निर्माण झाला. अँड्रोजेनची पातळी कमी झाली आणि त्यांची त्वचा स्वच्छ, नितळ बनली. (इन्शुलिनच्या उच्च पातळीमुळे शरीरातील अँड्रोजेनचे प्रमाण वाढते. म्हणूनच तुम्ही जे ग्लायसेमिकने भरलेले अन्न खाता त्याचा संबंध फक्त तारुण्यपिटिकांशीच असतो असे नाही तर त्याच्यामुळे संप्रेरकांमध्ये असमतोल निर्माण होतो. त्यातूनच चेहऱ्यावरील केसांचे प्रमाण वाढणे आणि डोक्यावरील केस विरळ होणे यांसारखे दुष्परिणाम दिसून येतात.)

## तारुण्यपिटिकांविषयीचा नियम १ : ***कमी ग्लायसेमिक इंडेक्स असलेल्या आहाराची निवड करा***

आपली रक्तशर्करा नियंत्रित पातळीत राखण्यासाठी आता तुम्हाला आणखी एक कारण देते. तारुण्यपिटिकांना दूर ठेवण्याबरोबरच कमी ग्लायसेमिक इंडेक्स असलेल्या आहारामुळे तुमच्या जुन्या जीन्सही तुम्हाला व्यवस्थित बसू लागतात! दुसऱ्या शब्दांत सांगायचे झाले, तर रॉयल मेलबर्न इन्स्टिट्यूट ऑफ टेक्नॉलॉजीच्या संशोधकांनी केलेल्या दुसऱ्या संशोधनात तारुण्यपिटिका आलेल्या लोकांना कमी ग्लायसेमिक इंडेक्स असलेल्या आहारावर ठेवल्यानंतर उच्च ग्लायसेमिक इंडेक्स असलेला आहार घेणाऱ्या लोकांच्या तुलनेत त्यांची त्वचा नितळ बनली. तसेच आठवड्याला तीन पाउंड या वेगाने तब्बल बारांहून अधिक आठवडे त्यांचे वजनही घटत गेले. हे बदल त्वरित स्पष्टपणे जाणवणारे असतात, असेही या संशोधनांनंतर स्पष्ट झाले. अगदी एकाच जेवणानंतरही बदल जाणवू लागतात. कमी ग्लायसेमिक इंडेक्स असलेल्या न्याहारीने तुम्ही दिवसाची सुरुवात केली तर तुमची रक्तशर्करेची पातळी कमी वेगाने उंचावते असेही संशोधनातून दृष्टोत्पत्तीस आले आहे. याचाच अर्थ योग्य आणि पौष्टिक किंवा अयोग्य आणि अनारोग्यपूर्ण आहाराचे परिणाम दिवसभर टिकतात. दिवसाची सुरुवात सुयोग्य आहाराने करा आणि संध्याकाळपर्यंत तुमच्या रक्तशर्करेची पातळी नियंत्रणात राखा. पण शर्करायुक्त दुग्धजन्य पदार्थांनी आणि बेकरीचे पदार्थ खाऊन तुम्ही दिवसाची सुरुवात केलीत किंवा न्याहारीला पूर्णपणे फाटाच दिलात तर दिवसभर तुमची इन्शुलिनची पातळी उच्चच राहील.

सर्वप्रथम साखर, कॉर्न सिरप आणि उच्च ग्लायसेमिक इंडेक्स असलेले अन्न टाळल्यास तारुण्यपिटिका येत नाहीत हे लक्षात ठेवा. कोणते अन्न टाळावे याची यादी खाली देत आहे.

- रिफाइंड धान्ये वापरून केलेले पदार्थ जसे, पांढरे टोस्ट, इंग्लिश मफिन्स, पेस्ट्रीज, क्रॉयझांट, रिफाइंड अन्नधान्ये, पास्ता आणि पांढरा भात याऐवजी शंभर टक्के कोंड्यासहित धान्यांपासून तयार केलेले पदार्थ खा. त्यासाठी होल ग्रेनचा शिक्का पहा किंवा पदार्थावरील लेबल वाचा. यात पहिला शब्द होल आणि त्यापाठोपाठ धान्याचे नाव असले पाहिजे. (व्हीट, ओट, राय) जर त्यावर होल हा शब्द नसेल तर तुमची अन्नपदार्थाची निवड योग्य नाही. 'मल्टिग्रेन' असे लिहिलेल्या उत्पादनांपासून सावध राहा. त्यांच्यात एकाहून अधिक धान्ये असतीलही परंतु याचा अर्थ ती कोंड्यासहित असतीलच असे नाही. 'होल' हा शब्द असलाच पाहिजे.

- केचअप, बार्बेक्यू सॉस आणि पास्ता सॉसेस हे नेहमीच कॉर्न सिरपपासून तयार केलेले असतात. त्यावर शुगर फ्री किंवा लो शुगर असे लिहिलेले आहे का ते पहा.
- शर्करायुक्त सोडा आणि स्पोर्ट्स ड्रिंक्स. उष्मांक मुक्त शर्करेच्या पर्यायाच्या साहाय्याने ते पदार्थ बनवले आहेत का ते पहा. तरच ते वापरा किंवा स्वत:ला हळूहळू साखरेपासून अधिकाधिक मुक्त करण्याचा प्रयत्न करा. उदाहरणार्थ, दोन पाकिटांऐवजी एकच पाकिट साखर वापरून कॉफी तयार करा.
- प्रक्रिया केलेले मांस नेहमीच साखर आणि स्टार्चचे छुपे आगार असते. त्याऐवजी ताजी, भाजलेली टर्की, ताजे भाजलेले मांस किंवा ग्रिल्ड चिकन यांचा वापर करा.
- ज्या वेळी तुम्हाला पिष्टमय पदार्थ खाल्ल्याशिवाय आपण राहूच शकणार नाही असे वाटेल, त्या वेळी तुम्ही प्रथिनांसमवेतच ते खा. पिष्टमय पदार्थांसमवेत प्रथिने आणि स्निग्ध पदार्थ खाल्ल्यामुळे रक्तशर्करेची पातळी एकदम उंचावत नाही, असे अभ्यासांती स्पष्ट झाले आहे. (उदाहरणार्थ पास्ताबरोबर चिकन खा) तुमच्या पिष्टमय पदार्थांची रचना कशी आहे, त्यावर रक्तशर्करेची पातळी किती उंचावेल ते अवलंबून असते हे लक्षात ठेवा. दुसऱ्या शब्दांत सांगायचे तर पास्ताबरोबर चिकन खाणे चांगले असेल. परंतु तुमचा पास्ता होल व्हीट पासून बनवलेला असलाच पाहिजे.

## आधी आणि नंतर जस्मिनची भेट

जस्मिन ही जर्मन किशोरी आहे. आपली मातृभूमी सोडून अमेरिकेत शिकायला आल्यानंतर काही महिन्यांपूर्वीच ती मला भेटायला आली होती. आपल्या तारुण्यपिटिकांमुळे आपल्या चेहऱ्यावर कायमचे व्रण राहून जातील अशी भीती तिला वाटत होती आणि खरे सांगायचे झाले तर मलाही तसेच वाटत होते. पहिल्या भेटीत प्रत्येक गोष्टीवर आम्ही अगदी सविस्तर चर्चा केली. तिने तारुण्यपिटिकासांठी कोणते उपचार घेतले होते, ती कोणत्या प्रकारचा मेकअप करते, ती चेहरा किती वेळा धुते इ. सर्व बाबी मी तिला विचारून घेतल्या. त्यानंतर मी तिच्या आहाराकडे वळले आणि शोध लागला! जर्मनीमध्ये जस्मिन फक्त ब्रेड आणि बटाट्यांवर राहत होती. वरचेवर ती मांसही खात होती. बस्स! ती सडपातळ आणि बांधेसूद होती. मात्र पिष्टमय पदार्थांचे उच्चतम प्रमाण असलेल्या आहारामुळे ती अडचणीत आली होती. तो सावधगिरीचा इशारा होता. जस्मिनचे एका महिन्यानंतरचे छायाचित्र पहा. चेहऱ्यासाठी पोषक आहार सुरू केल्यानंतर

जेमतेम महिन्यानंतरचेच ते छायाचित्र आहे. मी तिला कोणतीही क्रीम्स लिहून दिली नव्हती की कोणत्याही प्रकारचे औषध दिले नव्हते. रक्तशर्करेच्या पातळीत होणाऱ्या अचानक वाढीविषयी ती किती संवेदनक्षम होती ते स्पष्ट दिसत होते. तिने आहारात योग्य तो बदल केल्यावर तिची त्वचा नितळ बनली. आता तर ती शब्दश: 'तारुण्यपिटिकामुक्त' बनली आहे. मात्र तिने आहारात बदल केला की, तिला त्याचे दुष्परिणाम दिसून येतात. उदाहरणार्थ, वाढदिवशी तिने केक खाल्ला की तीन दिवसांत तिला तारुण्यपिटिका येते.

See Her Photos!

## मुरुमे आली आहेत? दूध आणि तारुण्यपिटिका यांच्यातील संबंध

तेलकट अन्नपदार्थ खाल्ल्यामुळे तुम्हाला मुरमे आणि पुटकुळ्या येऊ शकतात, असे कदाचित तुमच्या आईने तुम्हाला सांगितले असेल. मात्र खूप प्रमाणात दूध पिणे तुम्ही बंद करावे असे तिने कधीतरी सांगितले होते का? मला वाटते की, तसे कधीच सांगितले नसेल. उलटपक्षी, जेवणाच्या टेबलावरून उठण्याआधी तुम्ही ग्लासभर दूध प्यायलेच पाहिजे असा आग्रह तिने धरला असेल. तुम्ही जास्त दूध प्यावे असा तिचा आग्रह होत असेल. ही गोष्ट अगदीच साधी वाटते. काहीही झाले तरी दूध हा कॅल्शियम आणि प्रथिने यांचा मोठाच स्रोत आहे आणि हाडांच्या बांधणीसाठी या गोष्टी आवश्यक असल्याचेही आपल्याला वर्षानुवर्षे सांगितले गेले आहे. मात्र या भूतलावर फक्त मानवप्राणीच तेवढे इतर प्राण्याचे दूध पीत असतात ही गोष्ट लक्षात घ्या. तसेच अर्भकावस्था संपल्यानंतरही ते दूध पीत राहतात. दूध पिणे अनारोग्यपूर्ण असल्याचे का मानले जाते, त्यामागेही अनेक कारणे असली पाहिजेत. माझ्या दृष्टीने असलेले त्यापैकी एक कारण म्हणजे दुधामुळेही तारुण्यपिटिका येतात.

**दुधात गाईच्या शरीरातील संप्रेरके असतात :** गाईचे दूध जरी सेंद्रिय असले, तरीही त्यात गायीच्या शरीरातील संप्रेरके असतात. त्यामध्ये अँड्रोजेनचा समावेश आहे. शिवाय बोव्हिन आयजीएफ-१सारख्या वाढीसाठी आवश्यक घटकांचाही समावेश आहे. दुधाच्या निर्जंतुकीकरणानंतर आणि एकत्रीकरणानंतरही हे दोन्ही घटक अबाधित राहतात. म्हणजेच ज्या ज्या वेळी तुम्ही दूध पिता किंवा दुग्धजन्य पदार्थ खाता, त्या त्या वेळी तुमच्या शरीरात गाईची संप्रेरके शोषली जातात आणि तुमच्या रक्तप्रवाहात ती कार्यरत राहतात. त्यामुळेच मानवी संप्रेरकांप्रमाणेच तुमच्या त्वचेवर आणि तारुण्यपिटिका येण्याच्या प्रक्रियेवर गाईच्या संप्रेरकांचाही परिणाम होतो.

**मानवी संप्रेरकांच्या निर्मितीवर दुधाचा विपरित परिणाम होऊ शकतो :** दुधाचा ग्लायसेमिक इंडेक्स कमी असला तरीही दुग्धजन्य पदार्थांमुळेही रक्तशर्करेची पातळी ग्लायसेमिक इंडेक्स उच्च असलेल्या पांढऱ्या ब्रेडसारख्या पदार्थांप्रमाणेच उंचावू शकते असे दिसून आले आहे. स्वीडिश संशोधकांच्या गटाने केलेल्या संशोधनातून असे स्पष्ट झाले आहे की, कमी ग्लायसेमिक इंडेक्स असलेल्या आहारासोबत एक ग्लासभर दूध पिणाऱ्या लोकांची रक्तशर्करेची पातळी दूध न पिणाऱ्या लोकांच्या सुमारे तिप्पट वाढलेली असते. उच्च ग्लायसेमिक इंडेक्स असलेल्या पदार्थांप्रमाणेच दूधही आपल्या शरीराला आयजीएफ-१ची निर्मिती करण्यास उद्युक्त करते.

**व्हे प्रथिनांचा परिणाम अँड्रोजेनसारखाच असतो :** बिटा लॅक्टोग्लोब्युलिन, अल्फा लॅक्टअल्ब्युमिन आणि सिरम अल्ब्युमिन या प्रथिनांना सामूहिकरीत्या 'व्हे प्रथिने' असे म्हटले जाते. गाईच्या दुधातील व्हेपासून ही प्रथिने वेगवेगळी करता येतात आणि अन्नातील प्रथिनांचे प्रमाण वाढवण्यासाठी त्यामध्ये घालता येतात. (उदाहरणार्थ, धान्ये आणि प्रोटिन बार्स) व्हे प्रथिनांविषयी तुम्ही याआधीही ऐकले असेल. गेल्या काही वर्षांत आहाराला पूरक अन्न म्हणून ते मोठ्या प्रमाणात लोकप्रिय बनले आहे. विशेषत: वेट लिफ्टर्स आणि आहारतज्ज्ञांमध्ये ती अत्यंत प्रसिद्ध बनली आहेत. (अॅब्ज डाएटचाही तो एक प्रमुख घटक असतो. पुरुषांच्या आरोग्य मासिकांमध्ये दिल्या गेलेल्या वजन घटवण्याच्या कार्यक्रमांमध्ये तुम्हाला त्याचा उल्लेख आढळेल.) आपण काय खातो आहोत याची लोकांना पूर्ण कल्पना असली तरीही मला त्याविषयी पूर्णपणे खात्री वाटत नाही. प्रथिने गाईच्या दुधातून मिळतात. दह्यात आणि दह्यातील पाण्यात ती असतात. दुधापासून दही तयार झाल्यावर ते गाळून घेतल्यावर जे पाणी उरते त्यात ही प्रथिने असतात. चीज बनवतानाही उपउत्पादन म्हणून ती तयार होतात. याचाच अर्थ व्हे प्रथिने ही वनस्पतिजन्य नाहीत. त्यामुळे ती दुग्धजन्य पदार्थच आहेत. दुधाप्रमाणे त्यांच्यातही गाईची संप्रेरके असतात. व्हे प्रथिनांमधील अँड्रोजेनच्या परिणामामुळे स्नायूंच्या वस्तुमानात वाढ होते आणि शारीरिक क्षमता वाढतात. त्यामुळे ते जवळजवळ नैसर्गिक स्टिरॉइडसारखेच असते. (खरे तर मार्शल आर्टचे माझे प्रशिक्षक आणि माजी वेटलिफ्टर मला नेहमी सांगतात की, शरीरसौष्ठवपटू भरपूर दूध पितात. काही जण तर चक्क गॅलनभर दूध पितात. ते स्वत:ही प्रख्यात माजी शरीरसौष्ठवपटू आहेत. दुधात अँड्रोजेनचे मोठेच प्रमाण असल्यामुळे तुमच्या स्नायूंना नैसर्गिकरीत्याच मोठ्या प्रमाणात बळकटी प्राप्त होते. कित्येक वेटलिफ्टर्स आणि अॅथलिट्सप्रमाणेच माझ्या काही रुग्णांनाही पूरक आहार म्हणून व्हे प्रोटिन घेतल्यावर तारुण्यपिटिका आल्याचा अनुभव आला आहे.)

## हॅलो, डॉ. वू

**प्रश्न :** रोज सकाळी आपण घेत असलेल्या प्रोटिन शेक्समध्ये माझा मित्र व्हे पावडरचा वापर करतो आणि माझ्यावर विश्वास ठेवा दुधाचा त्याच्या शरीरावर चांगला परिणाम झाला आहे. मग मीही ते का वापरू नये?

**उत्तर :** तशी काहीच आवश्यकता नाही. व्हे प्रथिनांद्वारे (गाईच्या शरीरातून ती येतात) अँड्रोजेनचे दुष्परिणाम होतात आणि पुरुषांप्रमाणेच स्त्रिया अँड्रोजेनचे हे परिणाम सहन करू शकत नाहीत. याबाबत तू पुढील मुद्द्यांचा विचार कर, पुरुष वयस्कर होऊ लागले की, त्यांच्या शरीरातील अँड्रोजेनचे प्रमाण कमी होऊ लागते आणि एका पातळीवर येऊन ते स्थिर होते. त्यामुळे त्यांच्या बाबतीत व्हे प्रथिने घेणे म्हणजे घड्याळाचे काटे उलटे फिरवून किशोरवयीन अवस्थेपर्यंत पुन्हा मागे जाणे होय. ही काही अनैसर्गिक गोष्ट नाही. (त्यांना त्यामुळे थोड्या प्रमाणात तारुण्यपिटिका येत असल्या तरीही) बहुतेक स्त्रियांमध्ये अँड्रोजेनची पातळी उच्च नसते. (फक्त वयात येण्याच्या काळाचा याला अपवाद असतो.) त्यामुळे व्हे प्रथिने घेतल्याने पुरुषांच्या तुलनेत स्त्रियांमध्ये अधिक प्रमाणात तारुण्यपिटिका आणि मुरुमे येण्याचा संभव असतो आणि याशिवाय इतर दुष्परिणामांचीही शक्यता असते. आपल्या शरीरात संप्रेरकांचा नाजूक समतोल साधला गेलेला असतो. परंतु मोठे स्नायू किंवा घट्ट पिळदार नितंब यांच्या मागे लागून आपण त्या समतोलात बदल करू पाहतो. मानवी वाढीच्या संप्रेरकाचे (ह्युमन ग्रोथ हार्मोन - एचजीएच) इंजेक्शन घेणे ही बाब आता हॉलिवुडमध्ये मोठ्या प्रमाणात सुरू आहे. विशेषत: चाळिशीत असलेल्या आणि चाळिशी ओलांडलेल्या नट-नट्यांमध्ये याचे वाढते प्रमाण आहे. काम करताना त्यांना वीस वर्षीय तरुण-तरुणींशी स्पर्धा करावी लागते. त्यामुळे ते हा प्रकार करतात. संगीतकारांमध्येही हा प्रकार अत्यंत लोकप्रिय आहे. (रॅप स्टार्स इतक्या मोठ्या प्रमाणात सळसळत्या रक्ताचे कसे काय असतात असे तुम्हाला वाटते?) कृत्रिम एचजीएचमुळे त्वचेतील चरबीचे ज्वलन होण्यास मदत होते आणि चरबीविरहित स्नायूंची बांधणी होते. मात्र त्याचे अनेक दुष्परिणामही आहेत. त्यामध्ये चेहऱ्याची हाडे जाड बनतात. माझ्याकडे काही ठरावीक वयाच्या स्त्री रुग्ण येतात. त्यांच्या हनुवटीवर मुरूम आलेले असते. आवाज बारीक झालेला असतो. केस विरळ बनलेले असतात. त्या टोचून घेत असलेल्या इंजेक्शन्सचे ते परिणाम असतात. आपल्या शरीराविषयी चांगली भावना

मनात निर्माण होणे हे महत्त्वाचे असते. परंतु चेहऱ्यावर केस आणि मुरुमे येणे हे चांगले नसते. म्हणूनच मी सांगते ते ऐका. तुम्हाला वरून अँड्रोजेन घेण्याची गरज नाही. व्हे प्रथिने तुम्ही बिलकूल घेऊ नका. तुमचा पती, प्रियकर किंवा मित्र यांच्यासाठी ती राहू द्या.

## तारुण्यपिटिकांविषयीचा नियम २ : ***संपूर्ण स्निग्धांश असलेले दूध आणि दुग्धजन्य पदार्थ टाळा***

- संपूर्ण स्निग्धांश असलेले दूध आणि दुग्धजन्य पदार्थ टाळा. न्याहारीला घेतली जाणारी इन्स्टंट पेये, सरबत, दही, चीज, कॉटेज चीज, क्रीम चीज आणि आइसक्रीम या गोष्टी टाळा. त्याऐवजी गोड नसलेले सोया मिल्क किंवा बदाम घातलेले दूध आणि सोया चीज या गोष्टी वापरा. लोण्याऐवजी दुग्धजन्य पदार्थ नसलेल्या ट्रान्स-फॅट-फ्री मार्गारिनचा वापर करा. तुम्हाला अशा प्रकारे आपण बदल घडवून आणू शकू याची खात्री वाटत नसेल तर किमान फॅटरहित, स्किम किंवा सेंद्रिय दूध तरी वापरा आणि त्याच प्रकारचे दुग्धजन्य पदार्थही वापरा. त्यांच्यामध्ये गाईची संप्रेरके कमी प्रमाणात असतात. (तरीही तुमच्या शरीरातील अँड्रोजेनचे प्रमाण ती वाढवतात. तुमच्या तेलग्रंथींना तेल स्रवण्यास ती प्रोत्साहित करतात.)
- छुप्या दुग्धजन्य पदार्थांपासून सावध रहा. ज्या खाद्यपदार्थांत दूध आणि दुग्धजन्य पदार्थ असतील, अशी पुसटशीही शंका तुम्हाला येऊ शकणार नाही, अशा पदार्थांमध्येही काही वेळा ते असल्याचे आढळून येते. उदाहरणार्थ, न्याहारी आणि जेवण यांच्यामधल्या वेळात तुम्ही काही वेळा खात असलेले प्रक्रियायुक्त मांस. हा एक आश्चर्यचकित करणारा दुग्धजन्य पदार्थ आहे. आटवलेल्या दुधापासून बनवलेल्या पदार्थांपासून सावध रहा. व्हे आणि कॅसिन यांसारखे घटक पदार्थ असलेले पदार्थ टाळा. कोणत्याही पदार्थावर ईंन असे लेबल असेल तर ते पदार्थ वापरा.
- आपल्याला आवश्यक असलेले कॅल्शियम इतर पदार्थांपासून प्राप्त करा. दूध आणि दुग्धजन्य पदार्थ हे कॅल्शियमचे उत्तम स्रोत असतात हे प्रत्येकालाच माहिती असते. त्यामुळे आपल्या आहारातून तुम्ही हे पदार्थ वगळलेत तर तुमची कॅल्शियमची गरज पूर्ण करण्यासाठी तुम्हाला इतर पर्यायी पदार्थ आहारात घ्यावे लागतील.

**डॉ. वू यांच्या प्रसिद्ध व्यक्तींच्या फाइलमधून**

**रुग्ण :** केली हू, अभिनेत्री (एक्स २, द व्हॅंपायर डायरीज)
**त्वचेची तक्रार :** अन्नाशी संबंधित मुरुमे आणि डाग
**अन्नाची संवेदनक्षमता :** मीठ, एमएसजी (मोनोसोडियम ग्ल्युटामेट)

**केलीच्या शब्दात :** हवाईमध्ये बालपण गेल्यामुळे मला नाश्त्यामध्ये मोठ्या प्रमाणात एमएसजी घेण्याची सवय होती. विशेषत: सुके स्क्विड (समुद्रातील प्राणी) आणि कटलफिश खाण्याची सवय होती. मात्र त्यामुळे मला मुरुमे येत असत. शिवाय तोंडाभोवती भरपूर पुरळ येत असे. आताही मी ज्या ज्या वेळी एमएसजी खाते, त्या त्या वेळी मला ओठांना वेदना होतात. त्यामुळे मी त्यापासून निकराने दूर राहते. विशेषत: जेव्हा चित्रीकरण असेल तेव्हा तर मी हा नियम पाळतेच. मिठाविषयीही मी संवेदनक्षम आहे. कारण ते खाल्ल्यावर मला जडपणा आल्यासारखे आणि सूज आल्यासारखे वाटते.

चित्रीकरणाच्या वेळी त्वचेला त्रास होऊ नये याची लोक अकारण दक्षता घेतात असे मला तरी वाटत नाही. 'द स्कॉर्पियन किंग'चे वेनी जॉन्सनसमवेत मी चित्रीकरण करत असताना आम्हाला रोज दिवसाचे दहा-बारा तास उन्हात काम करावे लागत असे. वाळवंटाच्या मध्यभागी हे चित्रीकरण सुरू होते. चेहऱ्यावरचे मेकअपचे जाडजूड थर दूर करून सनस्क्रीन लावत बसणे कोणालाही शक्यच होत नव्हते. उन्हाचा त्रास होऊ नये यासाठी आम्हाला खूपच दक्षता बाळगावी लागत होती. चित्रीकरणाच्या पहिल्याच दिवशी वेनला गळ्यापर्यंत वाळूत गाडण्याचा सीन होता. त्याचे डोके तेवढेच बाहेर दिसत होते. त्याचा चेहरा उन्हात इतका भाजत होता की, त्यामुळे प्रत्येक जणच काळजीत पडला होता. दर दोन टेकच्या मध्ये छत्र्या घेऊन साहाय्यक त्याच्याकडे पळत होते आणि त्याला उन्हापासून संरक्षण देण्याचा प्रयत्न करत होते.

माझ्या भूमिकेची तयारी करत असताना मी कित्येक टन पाणी पीत असे. कित्येक फळे आणि भाज्या खात असे आणि ए, बी, सी आणि ई व्हिटॅमिन भरपूर प्रमाणात घेत असे. माझ्या त्वचेला कोणत्याही प्रकारचा त्रास होऊ नये यासाठी मला ही काळजी घ्यावीच लागत असे. पांढरा भात, पास्ता आणि गहू यांच्यापासून मी दूर राहत होते. परंतु हातसडीच्या तांदळाचा भात

मोठ्या प्रमाणात खात होते. चित्रीकरणाच्या जागी माझ्यासोबत मी एक कुकर नेत असे. हॉटेलच्या खोलीत मी तो वापरत असे. (मला कोणत्याही परिस्थितीत भयावह दिसायचे नव्हते, त्यामुळे सेटवर असताना माझे स्वतःचे जेवण मी बरोबर नेत असे.)

**डॉ. वू यांचे निदान :** केलीने ज्या गोष्टीविषयी एवढी तपशीलवार चर्चा केली आहे, ती खरेतर आयोडिनला तिच्या शरीराने दिलेली प्रतिक्रिया आहे. आयोडिन हा घटक एमएसजी (मोनोसोडियम ग्ल्युटामेट) आणि मीठ या दोहोंमध्येही असतो. याशिवाय बटाट्याच्या चिप्ससारख्या खाद्यपदार्थांमध्येही तो घातलेला असतो. (विशेषतः बार्बेक्यू आणि नॅचो चीज फ्लेवरमध्ये तो असतोच) मीठ, मिरपूड यांसारखे खाद्यपदार्थांची चव वाढवण्यासाठी वापरले जाणारे काही पदार्थ आणि सॅलड ड्रेसिंग यांमध्येही आयोडिन असते. तुम्ही एमएसजी खात आहात याची तुम्हाला कल्पनाही येणार नाही, इतक्या असंख्य पदार्थांत ते असते. 'नैसर्गिक स्वाद आणणारे पदार्थ' या शीर्षकाखाली असे पदार्थ टाकण्यास अन्न व औषध प्रशासनाने उत्पादकांना परवानगी दिली आहे. (अर्थातच ही बाब अमेरिकन प्रदेशातील आहे.) कारण ते ऊस किंवा मळीपासून प्रामुख्याने मिळवले जाते. तुम्हाला जर 'गूढ' तारुण्यपिटिकांचा त्रास होत असेल तर तुम्ही खरोखरच काय काय पचवता आहात, याकडे गांभीर्याने आणि बारकाईने लक्ष पुरवा. कारण तुम्हाला तारुण्यपिटिका येण्यामागचे तेच प्रमुख कारण असू शकेल.

## आयोडिनची उपलब्धता आणि तारुण्यपिटिका

क्लोरिन कुटुंबातील (क्लोरिन, क्लोरेट आणि आयोडिन) रसायनांचा तारुण्यपिटिका व मुरुमांशी संबंध असतो, असे अलीकडेच संशोधकांनी दाखवून दिले आहे. या तारुण्यपिटिकांना 'क्लोरॅक्नी' असे म्हटले जाते. कामानिमित्त धोकादायक रसायनांशी ज्यांचा सातत्याने संबंध येतो अशा कामगारांमध्ये त्या मोठ्या प्रमाणात आढळतात. आशियातील काही भागात आणि विशेषतः जपानमध्ये केल्प आणि इतर समुद्रवनस्पती खाल्ल्यानंतर मुरुमे येत असल्याचे आढळले आहे. या दोन्ही प्रकारच्या तारुण्यपिटिकांमध्ये कोणती बाब समान आहे? या दोन्ही तारुण्यपिटिका आयोडिनमुळे येतात. संप्रेरकांमुळे येणाऱ्या किंवा प्रौढ व्यक्तींमध्ये येणाऱ्या तारुण्यपिटिकांहून या तारुण्यपिटिका वेगळ्या असतात आणि त्या त्वचेशी होणाऱ्या आयोडिनच्या प्रतिक्रियेतून आलेल्या असतात. खरेतर तारुण्यपिटिका आणि आयोडिन यांचा

संबंध एवढा दृढ आहे की, सुरुवातीला दुधामुळे येणाऱ्या तारुण्यपिटिका दुधातील आयोडिनमुळे येतात असे मानले जात होते. अमेरिकेत गाईचे दूध हा आहारातील आयोडिनचा प्राथमिक स्रोत आहे. (गाई खात असलेल्या चाऱ्यातून आणि वनस्पतींमधून गाईंच्या शरीरात या आयोडिनचे शोषण होते.) दूध काढण्याची साधने आणि गाईची आचळे यांच्या निर्जंतुकीकरणासाठीही आयोडिन वापरले जाते. दूध काढताना त्यामुळेही थोड्या प्रमाणात आयोडिन दुधात मिसळले जाते.

## तारुण्यपिटिकांविषयीचा नियम ३ : आयोडिनयुक्त अन्न टाळा

- नैसर्गिकरीत्या आयोडिनचे प्रमाण उच्च असलेल्या अन्नाचे तुमच्या आहारातील प्रमाण कमी करा. अशा प्रकारच्या अन्नात अंडी (विशेषत: बलक), समुद्र वनस्पती, सुशी रोल्स, केल्प आणि दूध व दुग्धजन्य पदार्थ (नाहीतरी तुम्ही ते टाळणारच आहात) यांचा समावेश होतो. तुम्हाला जपानी पदार्थ आवडत असतील तर सुशी रोल्सऐवजी साशिमी खा. (एक सूचना : सर्वच प्रकारच्या सुशी रोल्समध्ये समुद्र वनस्पती वापरलेल्या नसतात. समुद्र वनस्पती नसलेले सुशी रोल्स तुम्ही खाऊ शकता.)
- अन्नातील मिठाचे प्रमाण कमी करा. तुम्ही एकोणिसाव्या शतकाच्या सुरुवातीच्या काळात जन्मलेले नाही, याबद्दल देवाचे आभार माना. विसाव्या शतकाच्या सुरुवातीच्या काळात ड जीवनसत्त्वाची कमतरता ही सार्वजनिक आरोग्याची समस्या बनली होती. (त्यामुळे ड जीवनसत्त्व असलेले दूध मोठ्या प्रमाणात बनवण्यात आले होते.) आयोडिनच्या कमतरतेमुळे थायरॉइडविषयक किंवा गॉयटर (मान आणि स्वरयंत्र असलेली गळ्यातील जागा यांना सूज येते) यासारख्या समस्या किंवा मतिमंदत्व येऊ शकते. आयोडिनच्या कमतरतेमुळे निर्माण झालेल्या या समस्यांना पहिल्या महायुद्धाच्या दरम्यान तोंड द्यावे लागले होते. त्यावरचा उपाय म्हणून १९२४च्या सुमारास मोठ्या प्रमाणात आयोडिनयुक्त मीठ तयार करण्यात आले. आताच्या काळात अमेरिकेच्या सार्वजनिक जीवनात आयोडिनची कमतरता ही आरोग्य समस्या नाही. कारण प्रक्रियायुक्त आणि पॅकिंग केलेल्या कित्येक खाद्यपदार्थांत आयोडिनचे मोठे प्रमाण असते. (मात्र भारत, पाकिस्तान, हैती आणि सुदान यांसारख्या विकसनशील देशात अद्यापही आयोडिनच्या कमतरतेचे प्रमाण लक्षणीय असल्याचे अहवाल प्राप्त होत आहेत.) काही अहवालांनुसार अमेरिकन लोकांना आहारातून अधिक आयोडिन घेतल्यामुळे त्रास होण्याचा धोका आहे. टेबल सॉल्ट आणि सी

सॉल्टसह बहुतेक सर्वच प्रकारच्या मिठांमध्ये आयोडिन घातलेले असते. असे मीठ क्वचितच वापरा किंवा त्याऐवजी आयोडिन नसलेले योग्य प्रकारचे मीठ खा. एक गोष्ट लक्षात घ्या. आपल्या आहारातून आयोडिनला पूर्णपणे हद्दपार करू नका. कारण तसे केल्यास काही गंभीर आरोग्य समस्या उद्भवतील. परंतु आहारातील मिठाचे प्रमाण कमी केल्यामुळे तुमच्या त्वचेच्या बाबतीत आणि एकूणच आरोग्याच्या दृष्टीने आनंदित करणारे परिणाम तुम्हाला दिसू लागतील.

## याला बळी पडू नका

'थर्माक्लिअर' किंवा 'झिनो मिनी' यांच्यासारख्या तारुण्यपिटिकांमधील बॅक्टेरिया जाळून टाकणाऱ्या उपकरणांच्या नादी लागू नका.

उष्णतेमुळे तारुण्यपिटिका नष्ट करता येतात, असे दाखवून देणारे काही शास्त्रीय पुरावे आहेत. पल्स्ड लाइट, लेसर्स आणि रेडिओ फ्रिक्वेन्सी उपकरणे (ही फक्त डॉक्टरांकडेच उपलब्ध असतात) यांच्यामुळे तारुण्यपिटिकांना कारणीभूत असणाऱ्या पी. ॲक्नीज या बॅक्टेरियाचा नाश होतो असे दिसून आले आहे. यामध्ये त्वचेची जळजळ तात्पुरत्या स्वरूपात कमी करून तैलग्रंथी आक्रसल्या जातात. औषधाच्या दुकानात तुम्ही जी उपकरणे खरेदी करता ती आणि ही उपलब्ध उपकरणे यांच्यात दोन महत्त्वाचे फरक असतात.

१. लेसर्स आणि इतर वैद्यकीय उपकरणे ही सहसा एका पंख्यावर बसवलेली असतात किंवा थंडगार टोक असलेल्या पात्यावर असतात. अंत:त्वचेमध्ये लेसर खोल शिरते. तिथेच आपल्या ग्रंथी आणि बॅक्टेरिया असतात. त्वचेच्या वरच्या थरांची आग न होता पंख्यांमुळे लेसर सहजपणे आत शिरू शकतात. दुकानातून विकत घेतलेल्या शीत यंत्रणा नसलेल्या उपकरणांमुळे लेसर इतक्या सखोल शिरू शकत नाहीत आणि त्यामुळे ते तितकेसे प्रभावी ठरत नाही.

२. फक्त पी. ॲक्नीज बॅक्टेरियाला मारणे एवढी एकच गोष्ट तारुण्यपिटिका थांबवण्यासाठी पुरेशी नसते, असे अभ्यासांती स्पष्ट झाले आहे. तारुण्यपिटिकांवर अधिक प्रभावीपणे उपचार करण्यासाठी तुमच्याकडे दाहप्रतिबंधक घटक असण्याचीही गरज असते. अगदी तारुण्यपिटिकांवर उपचारासाठी दिल्या जाणाऱ्या प्रतिजैवकांचा डोसही काही वेळा अत्यल्प प्रमाणात दिला जातो.

त्यामुळे पी. ॲक्नीज बॅक्टेरियांना मारणे हा त्यामागचा हेतूच नसतो, तर त्वचेची जळजळ कमी करणे हाच हेतू असतो. मेडिकल ग्रेड लेसर्स उपयुक्त ठरतात, कारण ते बॅक्टेरियांना मारतात आणि जळजळही कमी करतात. मात्र हाताने वापरायची काही उपकरणे हे काम करत नाहीत. वापरायच्या आणि उष्णता निर्माण करणाऱ्या उपकरणांची किंमत बरीच म्हणजे दीडशे डॉलर्स असते. गरम पाण्यात भिजवलेला टॉवेल तुमच्या तारुण्यपिटिकांवर टाकण्याएवढीच ही उपकरणेही उपयुक्त असतात. शिवाय ही कल्पनाही वाईट आहे. कारण उष्णतेमुळे तुमच्या शरीराची नैसर्गिक दाह करण्याची प्रतिक्रिया अधिक वाढवली जाते. त्यामुळे मुरुमे लाल बनतात आणि सुजतात. पुढच्या वेळी तुम्हाला तारुण्यपिटिका आल्या तर 'कोल्ड कॉम्प्रेस' वापरण्याचा प्रयत्न करा. त्यामुळे मुरुमे सुकतील आणि त्यांचा लालसरपणाही कमी होईल.

**तारुण्यपिटिका आल्या असल्यास घ्यायचा आहार -**

- जस्ताने समृद्ध असलेला आहार. (लाल मांस आणि मसूर)
- दाह प्रतिरोधक ओमेगा-३ एस

## तारुण्यपिटिकांना कारणीभूत असलेल्या बॅक्टेरियांना जस्ताच्या साहाय्याने नष्ट करा.

शाकाहाराला अनुकूल असलेल्या आणि शाकाहारी असलेल्या लोकांमुळे गेल्या काही वर्षांत लाल मांस वादाच्या भोवऱ्यात सापडले आहे. लाल मांसात संपृक्त (सॅच्युरेटेड) स्निग्ध पदार्थ आणि कोलेस्टेरॉल भरपूर प्रमाणात असतात, ही बाब खरीच आहे. पण तो जस्ताचाही मोठाच स्रोत आहे. जैवप्रतिरोधकाच्या साहाय्याने मुरमावर उपचार करण्यापेक्षा लाल मांस खाणे अधिक चांगले असते, असे काही अभ्यासांतून दिसून आले आहे. (हे वाचायला विचित्र वाटेल, हे मला माहिती आहे पण तरीही पुढे वाचत रहा.)

जस्तामुळे जळजळीला प्रतिरोध होतो. तसेच पी. ॲक्नीज या बॅक्टेरियालाही ते प्रतिरोध करते. म्हणूनच ज्या लोकांना तारुण्यपिटिका किंवा मुरुमे येतात, त्यांच्या रक्तात जस्ताचे प्रमाण कमी असते, या गोष्टीचे आश्चर्य वाटू नये. सहसा तारुण्यपिटिका आलेल्या ८५ ते ९० टक्के किशोरवयीन मुला-मुलींच्या रक्तात जस्ताचे प्रमाण थोडेसे कमी असते. (जस्ताची तीव्र कमतरता असणे ही गोष्ट क्वचितच आढळते. अत्यंत निकृष्ट आहार घेणेही शक्य नसलेल्या रुग्णालयात दाखल केलेल्या रुग्णांमध्येच ती आढळते.) निकोटिनामाइड (यालाच निॲसिन किंवा व्हिटॅमिन बी३ म्हणतात), तांबे आणि फोलिक ॲसिड यांच्याबरोबर जस्त दिले गेले तर ८० टक्के रुग्णांच्या तारुण्यपिटिका नष्ट होतात असे एका अभ्यासातून निष्पन्न झाले आहे. अर्थातच हे पदार्थ तोंडावाटे घेतले जातात. तारुण्यपिटिकांवर उपचार करताना एरिथ्रोमायसिन किंवा क्लिंडामायसिन (दोन्हीही ॲंटिबायोटिक्स आहेत) यांच्यापेक्षाही जस्त अधिक उपयुक्त ठरते असे नुकत्याच झालेल्या एका संशोधनातून स्पष्ट झाले आहे.

या सर्व संशोधनावरून हेच सिद्ध होते की, आहारातून मिळणाऱ्या किंवा तोंडावाटे घेतल्या जाणाऱ्या जस्तामुळे जैवप्रतिरोधकांचे मूलभूत दुष्परिणाम टाळता येतात. (त्यात पोट बिघडणे, उन्हाविषयी संवेदनशीलता, डोकेदुखी आणि यीस्टचा संसर्ग या दुष्परिणामांचा समावेश असतो.) ज्यांना डॉक्टरकडून औषधे घेणेच टाळायचे असेल त्यांनीही जस्ताचा वापर करणे अधिक श्रेयस्कर ठरते. ही बातमी नक्कीच चांगली आहे, कारण पी. ॲक्नीज हा बॅक्टेरिया अलीकडे बहुतांश जैवप्रतिरोधकांनाही दाद देईनासा झाला आहे.

## तारुण्यपिटिकांविषयीचा नियम ४ : ***जस्ताने समृद्ध असलेला आहार अधिकाधिक प्रमाणात घ्या.***

ग्लायसेमिक इंडेक्स उच्च असलेला आहार घेण्याचे प्रमाण मर्यादित केल्यामुळे त्वचेची छिद्रे बंद होण्याचे प्रमाण कमी होईल. तसेच तैलग्रंथींचे अतिरिक्त कार्यही कमी होईल. जस्ताचे प्रमाण वाढवल्यामुळे तुम्ही दाह किंवा जळजळ रोखू शकता आणि त्याचबरोबर तारुण्यपिटिकांना कारणीभूत ठरणाऱ्या बॅक्टेरियालाही प्रतिबंध करू शकता. कसे करायचे ते मी आता खाली देत आहे.

- आठवड्यात दोन जेवणातून लाल मांस खा. (त्यात कोकराच्या मांसाचा समावेश असू द्या.) कच्चे कालवही खाता येतील. शाकाहारी असाल तर मसूर आणि राजमा, पावटा यांचाही समावेश करा.

- मका आणि भात तसेच इतरही काही धान्यांत फायटेट हे संयुग आढळते. त्याच्यामुळे जस्ताचे शोषण कमी होते. दूध आणि चीज यांमध्ये आढळणाऱ्या केसिन या प्रमुख प्रथिनामुळेही हाच परिणाम होतो. त्यामुळेच जस्ताने समृद्ध पदार्थांसोबत हे पदार्थ खाणे टाळा.
- जस्ताची पूरके टाळा. जस्ताचे प्रमाण जास्त झाले तर ते घातक ठरते. त्यामुळे तांब्याची कमतरता, तीव्र रक्तक्षय आणि पांढऱ्या रक्तपेशींमध्ये घट असे दुष्परिणाम होतात. (जस्ताच्या गोळ्यांचा अतिरेक केल्यामुळे रुग्णालयात दाखल करावा लागलेला एक किशोरवयीन मुलगा मला माहिती आहे) त्यामुळेच अन्नातूनच तुम्हाला आवश्यक असलेला जस्ताचा डोस घेणे केव्हाही नक्कीच चांगले ठरते.
- ई कोलाय बॅक्टेरियाचा संसर्ग टाळण्यासाठी यूएसडीए आणि अमेरिकन बीफ पॅकेज व्यावसायिक खरोखरच योग्य ती उपाययोजना करत आहेत का, असा एक प्रश्न गेल्या काही वर्षांत मोठ्या प्रमाणात विचारला जाऊ लागला आहे. बॅक्टेरियाची ही प्रजाती माणसांच्या जिवाशी खेळू शकते. (सन २००६पासून डझनाहून अधिक वेळा बीफमधून ई कोलायचे मोठे उद्रेक झाले आहेत.)

## आधी आणि नंतर - वानेस्सा

वानेस्साला कित्येक वर्षे तारुण्यपिटिकांचा आणि मुरमांचा त्रास होता. कदाचित ती रिफाइंड पिष्टमय पदार्थ, साखर आणि दुग्धजन्य पदार्थ मोठ्या प्रमाणात खात होती, म्हणून हा त्रास तिला असावा. तिच्या तारुण्यपिटिकांवर नियंत्रण ठेवण्यासाठी डॉक्टरांनी संततिनियमनाच्या गोळ्यासुद्धा तिला देऊन बघितल्या. परंतु त्याचाही काहीच उपयोग झाला नाही. तिचे वय केवळ सोळाच होते. त्यामुळे या वयात संप्रेरकीय मुरमांचा तिला त्रास होणे शक्य नव्हते. प्रौढ वयात येणाऱ्या तारुण्यपिटिकांच्या बाबतीत आम्ही याचा विचार नेहमीच करतो.

तिने माझ्या भेटीची वेळ घेतली. आम्ही जीवनशैलीच्या निवडी, विशिष्ट आहार आणि आरोग्य याविषयी त्यावेळी सविस्तर चर्चा केली. ती कोणत्या प्रकारचे अन्न खात होती याविषयी कोणताही डॉक्टर तिच्याशी बोलला नव्हता. त्यामुळे आपल्या त्वचेची किंवा स्वत:चीच काळजी कशी घ्यावी हे तिला समजत नव्हते. आता अन्नाच्या परिणामांविषयी वानेस्सा खूपच जागरूक बनली आहे. आता फक्त अन्नाचे आपल्या चेहऱ्यावर कोणते परिणाम होतात याविषयीच नव्हे तर संपूर्ण शरीरावर होणाऱ्या अन्नाच्या परिणामांविषयी ती जागरूक असते. रिफाइंड पिष्टमय पदार्थ

(उदाहरणार्थ, पास्ता) खाल्ल्यामुळे तिला जड झाल्यासारखे वाटते. शिवाय तिला आळसही येतो. मात्र चेहऱ्याला पोषक आहारामुळे तिला अधिक ऊर्जा मिळते आणि अधिक ताजेतवाने झाल्यासारखेही वाटते. याशिवाय तिला या आहाराने नितळ त्वचा लाभली आहे हे वेगळे सांगण्याची गरजच नाही. (कित्येक वर्षांत प्रथमच तिला हा लाभ झाला आहे) माझ्या कार्यालयात येऊन मला भेटून गेल्यानंतर फक्त दहा दिवसांनीच तिचा घेतलेला फोटो मी या पुस्तकात दिलेला आहे, हेही लक्षात घ्या.

**See Her Photos!**

## ओमेगा-३ एसच्या साहाय्याने दाह करणाऱ्या तारुण्यपिटिकांशी लढा द्या.

उच्च ग्लायसेमिक इंडेक्सच्या ओझ्याशिवाय पाश्चिमात्य आहारात रिफाइंड आणि प्रक्रियायुक्त धान्याचा समावेश असतो. अशा अन्नात ओमेगा-३ फॅटी ॲसिड्स कमी प्रमाणात असतात. माशांमध्ये हा अत्यावश्यक अन्नघटक नेहमीच आढळतो. याशिवाय जंगली जनावरे आणि जंगली वनस्पती यांच्यामध्येही तो आढळतो. तुम्ही त्याची काळजी का केली पाहिजे? कारण जळजळ करणाऱ्या अन्नाचा दुष्परिणाम ओमेगा-३ एसमुळे कदाचित नाहीसाच होऊ शकतो. इन्शुलिनसारखा वाढीचा घटक (आयजीएफ-१) याचे प्रमाणही तो कमी करतो. आणि शिवाय बोनस म्हणून ओमेगा-३ एस हा आपली मन:स्थितीही चांगली राखतो. ओमेगा-३ फॅटी ॲसिड्समुळे आणि त्यातही विशेषत: आयकोसॅपेन्टिनॉइक आम्ल (ईपीए) आणि डोकोसाहेक्झॅएनॉइक आम्ल (डीएचए) यांच्यामुळे नैराश्य, लक्ष वेधून घेण्याचा आजार (अटेंशन डेफिशिट डिस्ऑर्डर-एडीडी) आणि चिंताग्रस्तता या आजारांची लक्षणे दूर होतात. मासे, माशांची तेले आणि शैवाल यांच्यात ही फॅटी ॲसिड्स आढळतात. (नैराश्य आणि खालावलेला आत्मसन्मान यांच्याशी नेहमीच मुरमांचा आणि तारुण्यपिटिकांचा संबंध जोडला जातो अशी तुम्ही कल्पना करू शकाल. सकाळी उठल्या उठल्या आपल्या चेहऱ्यावर भले मोठे मुरूम आले आहे असे तुमच्या लक्षात आले, तर तुम्हाला काय वाटेल याचा विचार करा. अगदीच वाईट; नाही का?) मात्र आरोग्यासाठीचे असे सगळे लाभ मिळत असले, तरी फक्त सामनचा तुमच्या आहारात समावेश करणे हे मुरुमे किंवा जळजळ रोखणे यासाठी पुरेसे नाही. यामागचे प्रमुख कारण असे आहे की, उत्तर अमेरिकन लोकांच्या

आहारात ओमेगा-३एसचे प्रमाण कमी आणि ओमेगा-६एसचे प्रमाण अधिक असते. मेगा-६ फॅटी ॲसिड्स ही स्वयंपाकाच्या तेलात आणि प्रक्रियायुक्त पदार्थांत आढळतात. त्यांचे परिणाम ओमेगा-३एसच्या परिणामांच्या बरोबर विरुद्ध प्रकारचे असतात. त्यांच्यामुळे जळजळ होण्याचे प्रमाण वाढते. ओमेगा-६ फॅटी ॲसिड्सचा संबंध हृदयविकाराशी जोडला जातो. तसेच कर्करोग, संधिवात आणि त्वचेच्या आजारांनाही ही आम्ले कारणीभूत ठरतात. त्वचा लालसर होणे, सुजणे आणि पू होणे या सर्वांमागे या आम्लांचा परिणाम असतो.

शिकार आणि कंदमुळे गोळा करण्याच्या पारंपरिक आहारात या दोन्ही आम्लांचे प्रमाण १:१ असते. त्यामुळे जळजळ करणारे आणि ती थोपवणारे असे दोन्ही प्रकारचे अन्न समसमान प्रमाणात शरीरात गेलेले असते. साहजिकच, दोहोंचे परिणाम एकमेकांच्या सान्निध्याने उदासीन बनतात. पारंपरिक जपानी आहारात हे प्रमाण ४:१ असे असते. मात्र पारंपरिक अमेरिकन आहारात हेच प्रमाण १०:१ आणि ३०:१ यांच्या मधले असते.

याचाच अर्थ कित्येक अमेरिकन नागरिक दाह न करणाऱ्या पदार्थांच्या तुलनेत दाह करणारे पदार्थ तीस पट अधिक खातात. हा दाह रोखण्यासाठी आपली गरीब बिच्चारी शरीरे (शरीर म्हटल्यावर पुन्हा त्वचेचा वेगळा उल्लेख करण्याची गरजच नाही) सारखी लढत राहतात. ओमेगा-३ एस असलेले अन्न खाऊन या जळजळ आणि तारुण्यपिटिका रोखण्याच्या लढाईत तुम्ही त्यांना मदत करू शकता. मात्र त्याचबरोबर आपल्या आहारातील ओमेगा-६ फॅटी आम्लाचे प्रमाणही तुम्ही कमी केलेच पाहिजे.

(ओमेगा-६ फॅटी आम्ले असलेले सर्वच पदार्थ दाहाला कारणीभूत ठरतात असे समजू नका. उदाहरणार्थ, प्रिमरोझ तेल, ब्लॅक करंटच्या बीचे तेल, बोरेज तेल यांच्यात गॅमा-लिनोलिनीक ॲसिड असते. हे आम्ल प्रत्यक्षात जळजळ रोखते. पाचव्या प्रकरणात या आम्लाविषयी अधिक माहिती वाचू शकाल.)

## येणाऱ्या तारुण्यपिटिकेला तिथेच रोखणे शक्य आहे

तुमच्यासाठी एक चांगली बातमी सांगते. ओमेगा-३ एस, टोमॅटो आणि आहारासाठी उपयुक्त तंतू (हे धान्ये, फळे आणि भाज्यात असतात) या सर्व गोष्टी आयजीएफ-१चे प्रमाण कमी करण्यासाठी प्रभावी ठरतात. (तेलाची वाढती निर्मिती आणि त्वचेची छिद्रे बंद होणे या गोष्टींशी या संप्रेरकाचा संबंध असतो.) याचाच अर्थ तुमच्या शरीरातून तेल कमी प्रमाणात बाहेर पडेल आणि

तुम्हाला मुरुमेही कमी येतील. तुमच्या पुढच्याच जेवणात या गोष्टींचा समावेश करा आणि तुमच्या चेहऱ्यावर अवतरण्यासाठी उत्सुक असलेल्या एका भल्या मोठ्या, जाडजूड मुरमाला तुम्ही गालावर येऊ न देता त्याच्या मार्गावरच रोखू शकाल.

## तारुण्यपिटिकांविषयीचा नियम ५ : ***ओमेगा-३एस असलेले अन्न अधिक प्रमाणात खा***

- आठवड्यातून किमान दोनदा तरी मासे खाण्याचे ठरवा. त्यातही सामन, मॅकेरेल, ट्युना, ट्राउट, सार्डीन्स आणि अंचोव्हिज यांच्यासारखे थंड पाण्यातील मासे खा. (त्याबरोबर अक्रोड आणि बदामही खा.) या सर्वांमधून ओमेगा-३ फॅटी आम्ले मोठ्या प्रमाणात मिळतील.
- जवस अधिक प्रमाणात खा. जवसाच्या बियांमध्ये मोठ्या प्रमाणात ओमेगा-३ फॅटी आम्ले असतात. ते सॅलडवर टाकून खा किंवा दुग्धजन्य नसलेल्या दह्यात घालून खा.
- ओमेगा-६ फॅटी आम्ल असलेल्या आहाराचे प्रमाण कमी करा. पॅकबंद आणि बेकरीच्या पदार्थांत ओमेगा-६एसचे प्रमाण भरपूर असते. मका, सूर्यफूल आणि सोयाबीन तेल हे तुमच्या शरीराला आवश्यक असलेले आहारघटक असतात. खरेतर आधुनिक संशोधनातून असे दिसून आले आहे की, अराकिडॉनिक आम्ल हे ओमेगा-६चा एक प्रकार आहे. त्वचेचे आरोग्य चांगले राखण्यास ते मदत करते. तुम्ही खूपच मोठ्या प्रमाणात ओमेगा-६ असलेले अन्न खाता, (आणि अर्थातच त्याला निष्क्रिय करणारे ओमेगा-३ असलेले अन्न पुरेशा प्रमाणात खात नाही) तेव्हा समस्या उद्‌भवू लागतात. दुग्धजन्य पदार्थ आणि त्यातही विशेषत: चीज आणि भरपूर क्रीमचे पदार्थ यांचे प्रमाण कमी करून आणि पॅकबंद व बेकरीचे पदार्थ टाळून आणि मोठ्या प्रमाणात तुमच्या स्वयंपाकातील तेलाचे प्रमाण कमी करून तुमच्या आहारातील ओमेगा-६चे प्रमाण तुम्ही कमी करू शकता. (चमच्याने तेल घालण्यापेक्षा तेलाचे कुकिंग स्प्रे वापरण्याचा विचार करा. त्यामुळे कित्येक टन उष्मांक तुम्ही वाचवू शकाल.)

## हॅलो, डॉ. वू

**प्रश्न :** माझ्या चेहऱ्यावरचे मुरमांचे व्रण मी कसे काय घालवू शकेन? मी काही औषधी मलमांचा त्यासाठी वापर करून बघितला, परंतु त्याचा काहीही उपयोग झाला नाही. कृपया मदत करा.

**उत्तर :** मुरमांचे व्रण घालवण्यासाठी कित्येक पद्धती आहेत. अर्थातच त्यांचा रंग, पोत आणि आकार यावर उपचार अवलंबून असतो. (तुम्हाला जर मुरूम येत असेल, तर तुम्ही सनस्क्रीन लोशन लावू शकता. उन्हामुळे मुरुमांचे व्रण अधिक काळपट होतात.) डॉक्टरांच्या सल्ल्यानुसार ट्राय ल्युमा आणि एपिक्विन मायक्रो यासारखी क्रीम वापरून काळसर, खराब रंगाचे व्रण फिकट करता येतात. काळ्या त्वचेच्या व्यक्तींसाठी ही मलमे विशेषतः उपयुक्त ठरतात. ज्या काळ्या त्वचेच्या व्यक्तींमध्ये मुरुमे येऊन गेल्यावरही त्यांच्या खुणा राहण्याची प्रवृत्ती असते, त्यांच्या बाबतीत ती चांगली असतात. मुरुमे येऊन गेल्यावरही अशा प्रकारे खुणा राहण्याला 'पोस्ट इन्फ्लेमेटरी हायपर-पिगमेंटेशन' म्हणतात. या मलमाचाही उपयोग झाला नाही तर त्वचेचा पोत सर्वत्र समान राहण्यासाठी त्वचारोगतज्ज्ञ एखादी गोळीही देतात.

मुरमांच्या व्रणांमुळे तुमची त्वचा जर एकसमान न दिसता खडबडीत दिसत असेल तर ॲफर्म ॲंड फ्रॅक्झेलसारख्या लेसर उपचारांविषयी तुमच्या डॉक्टरशी चर्चा करा. त्यामुळे त्वचेचा पृष्ठभाग गुळगुळीत होईल. (शिवाय त्याला केवळ काही दिवसांचाच अवधी पुरेसा ठरेल.) फिलर्स वापरूनही खोलगट व्रण भरून काढता येतात. त्यामध्ये रिस्टायलेन आणि ज्युवेडर्मचा समावेश होतो. या उपचारांमध्ये व्रणांचा पृष्ठभाग वर उचलण्यासाठी त्वचेखाली इंजेक्शन दिले जाते. या उपचारांचे परिणाम लगेच दिसतात. मात्र सहा महिने ते वर्षभरात त्यांचा परिणामही नष्ट होतो आणि पुन्हा हे उपचार घ्यावे लागतात. अधिक मोठे व्रण असतील तर त्यासाठी कार्बन डाय ऑक्साइड रिसरफेसिंग लेसर्स किंवा डर्माब्रेजसारख्या प्रक्रियांचा वापर करावा लागतो. या उपचारपद्धती अधिक आक्रमक असतात आणि त्वचेचे कित्येक थर त्यांच्यामुळे दूर केले जातात. त्या पद्धतींचा परिणाम दिसण्यासाठी किमान दोन ते तीन आठवड्यांचा कालावधी जावा लागतो. याशिवाय त्वचेवर कायमस्वरूपी लालसरपणा येण्याचा धोकाही या उपचारपद्धतीत असतो. शिवाय ज्या भागाला उपचार दिला गेला असेल त्यानुसार काही वेळा तेथील रंग बदलण्याचा धोकाही असतो. तो पूर्ववत होण्यास कित्येक महिन्यांचा कालावधी लागू शकतो. तुमच्या

त्वचेच्या प्रकारावरही हा कालावधी कमी-जास्त होऊ शकतो. चेहऱ्यावरच्या खूप मोठ्या किंवा खोल खड्ड्यांसाठी प्लास्टिक सर्जनकडे जाऊन उपचार करून घेण्याची गरज असते. या प्रकारच्या शस्त्रक्रियेत त्वचेवरील व्रण कापून निरोगी त्वचेचे तिथे रोपण केले जाते. तुम्ही जर ॲक्युटेन घेत असाल किंवा आधी घेतले असेल किंवा आपल्या मुरमांच्या उपचारासाठी इतर कोणत्याही स्वरूपात आयसोट्रिटिनॉइनचा वापर केला असेल तर शस्त्रक्रियेआधी किमान सहा महिने हा वापर थांबवणे गरजेचे असते. आयसोट्रिटिनॉइनमुळे जखम भरून आणण्याची त्वचेची क्षमता कमी होते आणि त्यामुळे अधिक प्रमाणात व्रण निर्माण होण्याची शक्यता असते. इंजेक्शन्सच्या साहाय्याने दिल्या जाणाऱ्या फिलर्सच्या अधिक माहितीसाठी अकरावे प्रकरण वाचा.

सारांश

## अन्नाच्या साहाय्याने तारुण्यपिटिकांशी लढा देणे.

- ग्लायसेमिक इंडेक्स कमी असलेले अन्न खा. रक्तशर्करेच्या पातळीत एकदम होणाऱ्या वाढीमुळे इन्शुलिनचे प्रमाण वाढते. त्यामुळे अँड्रोजेन या पुरुषी संप्रेरकाचे रक्तातील प्रमाण वाढते. त्याने तैलग्रंथींना उत्तेजन मिळून मुरुमे किंवा तारुण्यपिटिका येतात. ग्लायसेमिक इंडेक्स कमी असलेल्या अन्नाविषयी अधिक माहिती जाणून घ्यायची असल्यास दुसऱ्या प्रकरणामध्ये देण्यात आलेला तक्ता पहा.
- दुग्धजन्य पदार्थ टाळा. (परंतु तुमची कॅल्शियमची गरज इतर पदार्थांच्या साहाय्याने भरून काढा.) त्याऐवजी सोया किंवा बदामाचे दूध वापरा. तुम्हाला दुग्धजन्य पदार्थ खायचेच असतील तर कमी स्निग्धांश असलेले किंवा स्निग्धांश काढलेले म्हणजेच नॉन फॅट अगर स्किम मिल्कपासून बनवलेले पदार्थ खा.
- आयोडिनचा अतिरेक करू नका. सी वीड, केल्प, सुशी रोल्स आणि आयोडिनयुक्त मीठ वापरू नका. (स्वयंपाकात त्याऐवजी सैंधव वापरा.)
- जस्ताने समृद्ध असलेले अन्न मोठ्या प्रमाणात खा. मसूर, चवळी, राजमा आणि कच्च्या कालवांचा आहारात मोठ्या प्रमाणात समावेश करा. लाल मांस (उदा. कोकरू) हाही जस्ताचा एक उत्तम स्रोत आहे. परंतु कोलेस्टेरॉल वाढू नये म्हणून आठवड्यातून दोनदाच मांस खा.
- ओमेगा-३एस असलेले पदार्थ खा. ते नैसर्गिक दाहरोधक आहेत. भयावह मुरमांना शांत करण्याचे काम ते करतात. त्यांच्यामुळे आयजीएफ-१चे

प्रमाणही कमी होते. त्यामुळे त्वचेची छिद्रे बंद होण्यास प्रतिबंध होतो. शर्करायुक्त, स्निग्धांशयुक्त अन्नाचे दुष्परिणाम दूर करण्यासही त्यांचा उपयोग होतो. भरपूर प्रमाणात मासे खा. सामन, सार्डिन्स आणि अँचोव्हीज तसेच टोफू, सोयाबीन, जवस, अक्रोड आणि बदामही खा.

५

# लालसरपणा, खाज, त्वचा फुटणे

**का**ही दिवसांपूर्वीच एका धर्मादाय संस्थेतर्फे निधी उभारणीसाठी झालेल्या कार्यक्रमाला मी उपस्थित होते. (माझ्याच एका रुग्णाने तो कार्यक्रम आयोजित केला होता आणि त्याचे तिकीट तिने मला पाठवून दिले होते.) मी नेहमीच ज्या चाकोरीबद्ध वैद्यकीय संमेलनांना जाते, त्याहून ते वेगळे होते आणि मला ते मनापासून आवडलेही. तिथले संगीत, नृत्य आणि मुक्तपणे सुरू असलेली शॅम्पेनची उधळण हे सगळे, सगळे मला आवडले. अचानकच माझी नजर एका उमद्या, देखण्या, तरुण नटाकडे गेली. मी त्याच्याकडे व्यावसायिक दृष्टिकोनातून पाहू लागले. (सहसा माझ्या कार्यालयात मी ज्याप्रकारे दैनंदिन तपासणी करते तशा दृष्टीने) त्याच्या चेहऱ्यावरचे ते गोड, लाजाळू स्मित आणि त्याचे शांत, निळे डोळे मला आवडले. आजही त्या आठवणीने माझ्या पोटात गुदगुल्या झाल्यासारखे वाटते. त्याने निरोप घेतला आणि गर्दीतून वाट काढत तो निघाला.

कितीही उमदे आणि देखणे व्यक्तिमत्त्व असले, तरीही मी सहसा प्रसिद्ध व्यक्तींशी घसट वाढवत नाही. कारण काहीही झाले तरी मी एक डॉक्टर आहे. एक व्यावसायिक आहे. परंतु हा माणूस इतका जादूमयी व्यक्तिमत्त्वाचा, इतका भुरळ पाडणारा आणि इतका स्वप्नातील राजकुमारासारखा होता की, नेहमीच तो पोहण्याचे कपडे घातलेल्या मॉडेल्सच्या गराड्यात असायचा आणि हॉलिवुडच्या अभिनेत्री त्याच्या एका कटाक्षासाठी मरत असायच्या. मात्र त्या रात्री तो अपवादात्मक परिस्थितीत, चक्क एकटा होता.

अवघडलेल्या परिस्थितीत, अनौपचारिकपणे आम्ही 'हॅलो'ची देवाणघेवाण केली आणि नंतर तो काहीतरी सांगण्यासाठी माझ्याकडे झुकला. मला खूपच आनंद झाला. तो माझ्या कानात कुजबुजला, "आपण... कुठेतरी जाऊ या का?" पाम वृक्षांप्रमाणे त्याच्या शरीराला गंध येत होता. दाढी केल्यानंतर त्याने महागडे क्रीम वापरले होते. त्याचा गंधही त्या गंधात मिसळून गेला होता. अगदी सुंदर, गोड

मिश्रण होते ते!

मला घरी एकट्याच असलेल्या माझ्या नवऱ्याची आठवण झाली. त्या वेळी बहुतेक आदल्या रात्री केलेले शिळेच नूडल्स तो पुन्हा गरम करून घेत असावा. स्वयंपाकघरातील एका कोपऱ्यात असलेल्या कामाच्या कागदांच्या ढिगाऱ्यात बसल्या-बसल्या आपल्या टायवर त्याने सॉस सांडून घेतलेला असणार. परंतु मी हा विचार सोडून दिला. मी त्या नटाला 'नाही' म्हणू शकत नव्हते. तो पुढे चालला होता आणि मी त्याच्या पाठोपाठ निघाले होते. मला काहीच समजत नव्हते. डान्स फ्लोअरवर भरपूर गर्दी होती. आम्ही तिथून पुढे गेलो. त्यानंतर पार्टीतील झिंगलेल्या लोकांची गर्दी ओलांडूनही आम्ही तसेच पुढे गेलो. तो मला हॉलकडे जाणाऱ्या आणि बाथरूमजवळ असलेल्या अंधाऱ्या रस्त्यावर घेऊन गेला. तिथे मंद दिवे जळत होते. मला फक्त माझ्या छातीची धडधड तेवढीच ऐकू येत होती. हे काय घडत आहे हे मला खरेच वाटत नव्हते. किंबहुना या घटनेवर मी विश्वासच ठेवू शकणार नाही, असे मला सारखे वाटत होते. मी श्वास रोखून धरला. तो पुढे झुकला आणि मी ज्या प्रश्नाची वाट पाहत होते, तो प्रश्न त्याने मला विचारला,

"तुम्ही या पुरळाची तपासणी करू शकाल का?"

इतरांना मदत करण्याच्या प्रत्येक व्यवसायाच्या आपल्या अशा काही तऱ्हा असतात. मानसोपचारतज्ज्ञांना स्वप्नांचे विश्लेषण करण्यास, हिशेबनिसांना करविषयक सेवा देण्यास आणि अभिनेते-अभिनेत्रींना त्यांना मोजताही येणार नाहीत, इतक्या असंख्य स्वाक्षऱ्या करण्यास सांगितले जाते. पण मला? दर वर्षी मी गूढ पुरळाचे शेकडो रुग्ण तपासते. अगदी विमानांमध्ये, विवाह समारंभात, आणि इतर कार्यक्रमांत मी या गोष्टी करतच असते. प्रत्येक वेळी माझ्या कार्यालयात येण्याऐवजी कोणी ना कोणी मला त्यासाठी बाजूला बोलावतच असते. मला त्याबद्दल काहीच वाटत नाही. अचानक एखादे मुरूम आले तर ते भयावह वाटू शकते. चेहऱ्यावर आलेले पुरळ बघून त्याने किंवा तिने काळजी करण्यासारखे काहीही नाही, असे मी सांगितले तर खरोखरच त्याला किंवा तिला एक दिलासा मिळतो. दुर्दैवाने कित्येक पुरळांबाबत निदानासाठी सखोल तपासणीची आवश्यकता असते. एवढ्या झटपट, एका दृष्टिक्षेपात त्याविषयी काहीही सांगणे शक्य नसते. परंतु औपचारिक अपॉइंटमेंट घेऊन डॉक्टरकडे जाण्यास बरेचसे लोक नाखूश असतात. या नकारात्मकतेमुळेच खाजणारी, चरचरणारी आणि मुरमांनी भरलेली त्वचा असलेले हजारो लोक (अगदी लाखो नसले तरी) औषधांच्या दुकानात दिसणारी मलमे आणि गोळ्या स्वत:च्या जबाबदारीवर घेऊन मोकळे होतात. कदाचित हा चुकीचा प्रघात नसेलही. कारण इसब, सोरायसिस, पेरिओरल डरमॅटायटिस आणि कित्येक प्रकारची पुरळे आणि

मुरुमे, तारुण्यपिटिका या सर्वांसाठी त्या-त्या ठिकाणची कित्येक मलमे औषधांच्या दुकानात डॉक्टरांच्या प्रिस्क्रिप्शनशिवायच मिळू शकतात. त्यात कॉर्टेड आणि कॉर्टिझथोन-१० यांसारख्या औषधांचा समावेश होतो. पण तुम्ही चुकीच्या गोळीची किंवा मलमाची निवड केली, तर मात्र तुम्हाला त्याचे दुष्परिणाम दीर्घकाळापर्यंत भोगावे लागतात. तिथूनच खरी समस्या सुरू होते. त्यामुळे उपचार करणे अवघडच बनत नाही, तर खूपच कष्टप्रद बनते. उदाहरणार्थ, बुरशीजन्य संसर्गासाठी जर तुम्ही कॉर्टिझोन वापरले, तर तो संसर्ग अधिक भागात पसरतो आणि त्वचेत खोलवर जातो. त्याचप्रमाणे लालसरपणा कमी करण्यासाठी जर तुम्ही कॉर्टिझोन वापरले आणि ते तसेच काही आठवडे वापरत राहिलात, तर त्यामुळे अधिक लालसरपणा येत राहतो. पण एक चांगली बातमी म्हणजे ज्या वेळी तुम्ही आहाराच्या साहाय्याने मुरमांवर किंवा तारुण्यपिटिकांवर उपचार करत असता, त्या वेळी मात्र अशा प्रकारचे दुष्परिणाम नक्कीच होत नाहीत. खरेतर, तुम्ही आहार बदलला तर ते कित्येक कारणांसाठी चांगले आणि सुरक्षित ठरते. लिहून दिलेली औषधे वापरण्यापेक्षा आहाराच्या साहाय्याने त्वचा चांगली राखणे ही केव्हाही अधिक प्रभावी उपचारपद्धती आहे. अनेक औषधे एका वेळी काही आठवडेच घेणे आरोग्याच्या दृष्टीने सुरक्षित असते. परंतु तुमच्या तारुण्यपिटिका रोखण्यासाठी तुम्ही घेत असलेला योग्य आहार मात्र तुम्ही जन्मभरही घेऊ शकता. तुमच्या आरोग्याच्या दृष्टीने ते फारच चांगले ठरते. औषधे अनेकदा बरीच महागडीही असतात. विशेषत: ब्रँड नावामुळे ती अधिक महागडी असतात. याशिवाय अशा औषधांसोबत त्यांच्या संभाव्य दुष्परिणामांची लांबलचक यादीही दिलेली असते. झटकन पुरळ नाहीसे व्हावे यासाठी काही वेळा माझ्या रुग्णांना मी अशी औषधे लिहून देत असले, तरीही मी त्यांना सांगत असते की, त्यांनी नेहमीच अत्यल्प प्रमाणातच ते मलम वापरावे किंवा कमी प्रमाणात गोळ्या घ्याव्यात. त्यापेक्षा त्यांनी योग्य आहार आणि जीवनशैली स्वीकारणे त्यांच्या अधिक हिताचे आहे.

सर्व प्रकारच्या पुरळ, मुरमांसाठी चेहऱ्याला पोषणयुक्त आहार उपयुक्त असतो. मात्र तरीही तुमच्या त्वचेला होत असलेल्या त्रासानुसार, तुमच्या मूळ आहाराच्या तक्त्यात काही प्रमाणात बदल करावा लागतो. तुम्हाला इसब असेल तर काही वेळा अंडी आणि गहू टाळावा लागतो. रोझेशिया असेल तर मसालेदार अन्न आणि अल्कोहोलपासून दूर राहावे लागते. तरच रोझेशियामुळे होणारा लालसरपणा कमी होतो. खाज सुटणाऱ्या, त्रासदायक त्वचेसाठी, तसेच रोझेशियापासून इसबापर्यंतच्या सर्व प्रकारच्या पुरळांसाठी पोषक आहार कसा वापरावा, याविषयी या प्रकरणात मी तुम्हाला सांगणार आहे. याशिवाय दाढी केल्यानंतर होणारा दाह किंवा चुरचुर कशी घालवावी हेही तुम्हाला समजणार आहे.

## सर्व प्रकारच्या पुरळांमध्ये कोणती गोष्ट सामायिक असते?

पुरळांचे सुमारे दहा लाख विविध प्रकार आहेत. आपल्या सोईसाठी आपण त्यांना दोन प्रमुख प्रकारात विभाजित करू. तीव्र स्वरूपाची पुरळे (इसब, रोझॅशिया आणि सोरायसिस) आणि अल्पकालीन पुरळे (स्तनाग्रांवर येणारे पुरळ आणि पेरिओरल डरमॅटायटिस). तीव्र स्वरूपाची पुरळे दीर्घकाळ टिकतात. ती काही आठवडे, महिने आणि काही वेळा काही वर्षेही टिकतात. त्यांच्यावर उपचार करणे अवघड असते. ताणतणाव किंवा ऋतुबदलांनुसार ती वाढतातही. दुसऱ्या बाजूला अल्पकालीन पुरळे नेहमीच ॲलर्जी, त्रास किंवा संसर्ग यांमुळे आलेली असतात. आपल्याला कशाची ॲलर्जी आहे ते शोधून काढा आणि मग ते पुरळ नाहीसे होईल. (मला 'तीव्र' हा शब्द जाणीवपूर्वक वापरावा लागला आहे. कारण माझे बरेचसे रुग्ण तीव्र स्वरूपाच्या स्थितींची तुलना जीवघेण्या आजारांशी करत बसतात. प्रामाणिकपणे बोलायचे आणि सकारात्मक दृष्टिकोनातून पाहिले तर ते काही अंशी बरोबरही असते. पण घाबरू नका. अशा प्रकारे वर्षानुवर्षे आपल्याबरोबर नांदणाऱ्या पुरळांवरही योग्य उपचार आहेत.) खरेतर अशी पुरळे तात्पुरत्या उपाययोजनांपेक्षा पोषक आहाराला अधिक लवकर प्रतिसाद देतात. फक्त त्यावर विश्वास ठेवा.

पहिल्या प्रकरणात मी तुम्हाला दाहाविषयी सविस्तर स्पष्टीकरण दिले आहे. आपल्या त्वचेचा पहिल्या क्रमांकाचा शत्रू म्हणजे रोगप्रतिकारयंत्रणेचा नको इतका प्रतिसाद. तुम्हाला खाजणाऱ्या त्वचेचा त्रास होत असेल तर दाह आणि सूज ही या सर्व पुरळांमधील सामायिक बाब आहे. खरे म्हणजे, पुरळ येणे याचा अर्थच त्वचेचा दाह झाला आणि सूज आली असा होतो. (अगदी इसबचे वैद्यकीय नाव 'ॲटॉपिक डरमॅटायटिस' असे असले आणि सर्वसामान्यपणे आपण त्याला इसब म्हणून ओळखत असलो तरीही त्याचा खरा अर्थ त्वचेचा दाह आणि सूज असाच आहे.) पुरळ कोणत्याही प्रकारचे असले तरी मी ज्याला दाहक किंवा संतप्त पुरळ म्हणते, तशा प्रकारचे ते पुरळ असेल तर तुमच्या रोगप्रतिकार यंत्रणेने अधिक काम केले आहे असा त्याचा अर्थ असतो.

कॉर्टिझोन मलम आणि ॲंटिहिस्टामाइन्स ही सर्वसाधारण उपचारपद्धतीतील औषधे आहेत. त्यांच्यामुळे पुरळाची खाज सुटण्यासारखी लक्षणे तात्पुरती कमी होतात. मात्र पुरळाच्या खऱ्या कारणावर त्यामुळे उपचार होत नाही आणि मूळ कारणावर उपचार न केल्यास इसब, रोझॅशिया आणि हाइव्ह्ज तसेच राहतात व तीव्र, जुनाट आजार बनून जातात. विशेषत: ॲलर्जीमुळे येणारी अल्पकालीन पुरळे पुन:पुन्हा येत राहतात. तुम्ही जर दाह आणि सूज यावर उपचार केला तर तुम्हाला अधिक काळ आरामदायक वाटणारे परिणाम मिळू शकतात. तसेच औषधावरचे

तुमचे अवलंबित्वही कमी होऊन पुरळ पुन:पुन्हा येण्याचे प्रमाणही कमी होते. दुसऱ्या प्रकरणात तुम्ही वाचले त्याप्रमाणे अन्नाच्या साहाय्याने दाह आणि सूज यांचा सामना करणे हा एक अत्यंत प्रभावशाली मार्ग आहे.

तुम्हाला आलेल्या पुरळाचा प्रकार कोणताही असला तरी तिसऱ्या प्रकरणात आपण पाहिलेल्या शिकार करणे आणि कंदमुळे गोळा करणे या प्रकारच्या आहाराचा वापर करून तुम्ही उपचार करू शकता. म्हणजेच कमी ग्लायसेमिक इंडेक्स असलेला आहार तुम्हाला घ्यावा लागेल. शर्करायुक्त आहार, फ्रुक्टोजचे उच्च प्रमाण असलेला मक्याचा रस, रिफाइंड धान्ये आणि अतिरिक्त मीठ टाळावे लागेल. शिवाय ज्यांचा उच्चार आपल्याला सहजपणे करता येत नाही, असे घटकपदार्थ असलेले सगळे अन्नपदार्थही टाळा. नको इतके लांबलचक, शास्त्रीय परिभाषेत लिहिलेले घटक ज्यामध्ये असतील ते अन्नपदार्थ टाळा. कारण सहसा अन्नात वरून घातलेले पदार्थ आणि अन्न टिकून राहण्यासाठी वापरलेले घटक असतात. हे पदार्थ दाह होण्याचे आणि सूज येण्याचे प्रमुख कारण असते.

दुसऱ्या बाजूला, दाहप्रतिरोधक स्वरूपाचे अन्न अधिक प्रमाणात खाणे आणि त्यातही ओमेगा-३ फॅटी आम्ले असलेला आहार घेतल्यामुळे दाह, खाज सुटणे, सूज आणि लालसरपणा येणे या गोष्टी कमी होतात. (खरेतर ओमेगा-३ फॅटी आम्लाचा अभाव असलेला आहार घेतल्यामुळेच बऱ्याचदा त्वचा कोरडी पडून तिच्यावर भेगा पडतात आणि मुरूम आलेल्या त्वचेची स्थिती आणखी बिकट बनते. त्यावर उपचार करणेही अवघड असते. ओमेगा-३चा अभाव हे खराब होण्याचेही एक कारण आहे.)

सर्वच प्रकारच्या पुरळांमध्ये दाह आणि सूज ही सामायिक लक्षणे असली, तरीही काही तीव्र स्वरूपाच्या पुरळांना विशिष्ट प्रकारे नियंत्रणाखाली आणता येते. इतर प्रकारच्या (विशेषत: ॲलर्जीमुळे किंवा बॅक्टेरियांच्या अतिरिक्त वाढीमुळे आलेली अल्पकालीन प्रकारची पुरळे) पुरळांसाठी जैवप्रतिरोधकांचा डोसही द्यावा लागतो. त्यानंतरच त्वचा स्वच्छ होते. तुमच्या डॉक्टरांनी जरी तुम्हाला मलम किंवा गोळ्या लिहून दिल्या असल्या तरीही त्वचेसाठी पोषक आहाराला चिकटून रहा. त्याच्यामुळे तुम्हाला मलम किंवा गोळ्या यांच्यापासून अधिक लवकर सुटका मिळू शकेल. तसेच पुरळ पुन्हा येण्याची शक्यताही नाहीशी होईल. दीर्घकाळाचा विचार करता, तुमची त्वचा आणि तुमचे शरीर अधिक चांगले बनेल.

## कॉर्टिझोनसंदर्भातील खरीखुरी बातमी

**अ**योग्य पद्धतीने कॉर्टिझोन मलमे वापरली गेली तर त्यांच्यामुळे काही

विशिष्ट प्रकारच्या पुरळांचे कारण दडपून टाकले जाते किंवा मुरुमे अधिक त्रासदायक बनतात. पण म्हणून ही मलमे पूर्णत: टाळलीच पाहिजेत असा याचा अर्थ आहे का? याचे थोडक्यात उत्तर 'नाही' असे आहे. खरे म्हणजे हे प्रकरण लिहीत असताना पुरळ आलेल्या काही रुग्णांना मी स्वत:ही ते मलम लिहून दिलेले आहे. परंतु बऱ्याच जणांना कॉर्टिझोन कधी द्यावे ही गोष्टच नीटशी समजलेली नसते. त्यासाठीच खालील गोष्टींची माहिती तुम्हाला असणे आवश्यक आहे.

**चांगले :** कॉर्टिझोन मलमे सर्व प्रकारच्या मुरमांवर उपचारासाठी वापरली जातात. कॉर्टेड आणि कॉर्टिझोन -१० यांसारखी सौम्य प्रकारची मलमे कोणत्याही औषधांच्या दुकानात मिळतात आणि मुरमांचे कारण कोणतेही असले तरी केवळ काही दिवसांतच लालसरपणा, सूज, खाज यांपासून आराम देतात.

**वाईट :** अगदी मी जरी शिफारस केली तरीही माझ्या अनेक रुग्णांना कॉर्टिझोन मलमे वापरण्याची भीती वाटते. कारण या स्टिरॉइडशी संबंधित धोक्याच्या बाबींविषयी त्यांनी ऐकलेले असते. यामागची वस्तुस्थिती अशी आहे की, सहसा नेहमीच लिहून दिली जाणारी कॉर्टिझोनची मलमे अत्यंत हानिकारक असू शकतात. दीर्घकालीन सातत्यपूर्ण वापरामुळे कॉर्टिझोनचे व्यसन लागू शकते. तुम्ही जर हे मलम वापरणे अचानकच बंद केले तर कोणत्याही प्रकारचा दाह किंवा सूज हाताळण्यासाठी त्वचेला या मलमांची गरज भासू लागते. त्या वेळी त्वचा आधी कधीही नसेल एवढी अधिक सूज आणि दाह निर्माण करून आपली 'संतप्त' प्रतिक्रिया व्यक्त करते.

**कुरूपपणा :** कॉर्टिझोन हा स्टिरॉइडचा एक प्रकार आहे. ते जैवप्रतिरोधक नाही. शरीरसौष्ठव प्रकारातील खेळाडू स्नायूंच्या बांधणीसाठी याचा वापर करतात. त्याच्यामुळे ऊती तुटतात. तुम्ही जर कॉर्टिझोन मलमाचा दुरुपयोग केलात तर ते कोलॅजेन आणि इलॅस्टिक ऊतींचा नाश करते. त्यामुळे त्वचा पातळ बनते आणि काही गंभीर प्रकारांत त्वचेवर स्ट्रेच मार्क्स तयार होतात. एकदा मी अशा प्रकारचे उपचार एका तरुण स्त्रीवर केले होते. दुसऱ्या एका देशातील औषधांच्या दुकानातून तिने अशाच प्रकारचे एक अत्यंत प्रभावशाली कॉर्टिझोन मलम विकत घेतले होते. दिवसातून कित्येक वेळा आपल्या संपूर्ण शरीराला ती ते लावत होती. प्रत्येक वेळी तिला खाजणारी पुरळे येत असत. सुमारे दहा वर्षे ती हे करत होती. ती मला भेटायला आली तोपर्यंत तिच्या त्वचेवर मानेपासून गुडघ्यापर्यंत एक भला मोठा स्ट्रेच मार्क तयार झाला होता. ते एक टोकाचे गंभीर प्रकरण होते. पण म्हणूनच माझ्या रुग्णांना मी आग्रहाने

सांगत असते की, कॉर्टिझोन कितीही सौम्य प्रकारचे असले तरी अत्यल्प प्रमाणात आणि अत्यावश्यक असेल तेव्हाच वापरा.

**कॉर्टिझोन सुरक्षितपणे कसे वापरावे :** अशा भयप्रद कथा असल्या तरीही कॉर्टिझोनविषयी तुम्ही भीती बाळगू नका. काही वेळा तर खाजणे किंवा ओरखडे येणे यांचे चक्र मोडण्यासाठी ती एकमेव आवश्यक बाब असते. अशा परिस्थितीत या मलमामुळेच पुरळावर जलद गतीने नियंत्रण मिळवता येते. काही गंभीर रुग्णांनाही मी कॉर्टिझोन गोळ्या किंवा मलम लिहून देते. पण ज्या वेळी ते पुरळ कॉर्टिझोनला प्रतिसाद देणार नाही, याची खात्री असते, त्या वेळीच ते केले गेले पाहिजे. त्वचा भयावहरीत्या पातळ होण्याचा त्रास तुम्ही घरच्या घरीही दूर करू शकता. त्यासाठी तुम्हाला कॉर्टिझोन क्रीम्सचा वापर करावा लागतो. ज्या वेळी कमालीचा दाह निर्माण होऊन सूज आलेली असते, फक्त त्याच वेळी आणि तेही केवळ पंधरा दिवसांपुरती ही क्रीम्स तुम्ही वापरू शकता. त्यासाठी उपलब्ध क्रीम्सपैकी किमान शक्तिशाली क्रीम्सचा वापर करावा लागतो आणि अकारणच अधिक शक्तिशाली क्रीम्स वापरून त्वचेवर निर्माण होणाऱ्या डागांपासून तुम्ही त्वचेचे संरक्षणही करू शकता. जिथे त्वचा मुळातच अधिक पातळ असते अशा चेहरा, काखा किंवा अन्य नाजूक जागी ही क्रीम्स अगदी हलक्या हाताने आणि सौम्य प्रमाणात वापरणेच इष्ट ठरते. (या भागावर त्वचा ताणल्या गेल्याच्या खुणा म्हणजेच स्ट्रेच मार्क्स जर उमटलेले असतील तर ते किती वाईट दिसू शकेल याची कल्पना करून पहा.) तुमच्या डॉक्टरांनी या प्रकारची क्रीम्स जर तुम्हाला लिहून दिली असतील आणि अशा नाजूक भागावर जर तुम्हाला पुरळ आले तर तुम्ही ती क्रीम्स केव्हा आणि कशा प्रकारे वापरावीत याविषयी त्यांना विचारून खात्री करून घ्या.

## तीव्र स्वरूपाच्या पुरळांवर उपचार करणे रक्तवर्णी पुरळ, तारुण्यपिटिका, सोरायसिस आणि तीव्र स्वरूपाचे व्रण

### *रक्तवर्णी पुरळांपासून सुटका*

एक पॉप स्टार माझी रुग्ण आहे. अगदी अलीकडेच ती मला भेटायला आली. कारण तिचा चेहरा अत्यंत लालसर झाला होता आणि चेहराभर मुरुमे आली होती. तिचा रंग गोरा होता आणि गाल लालसर होते. परंतु आता गालांचा तो लालसर

गुलाबी वर्ण आत्यंतिक लाल बनला होता. त्वचेची निगा राखण्याच्या तिच्या मूलभूत दैनंदिन उपायांविषयी मी तिला विचारले आणि तिने त्यात अजिबात बदल न केल्याचे शपथेवर सांगितले. मी लिहून दिलेले तेच सौम्य क्लिन्सर, तेलविरहित मॉइश्चरायझर, सनस्क्रीन लोशन ती वापरत होती. अगदी मेकअपमध्येसुद्धा तिने काहीही बदल केलेला नव्हता. तुलनात्मकदृष्ट्या सौम्य स्वरूपाचा शाकाहारी आहारच ती घेत होती. (आपल्या शरीरयष्टीविषयी ती नेहमीच जागरूक असे.) कोणत्याही प्रकारची नवीन औषधे ती घेत नव्हती. घराबाहेर ती नेहमीपेक्षा अधिक वेळही व्यतीत करत नव्हती. (शिवाय ते शक्यही नव्हते, कारण तो डिसेंबर महिना होता.) तरीही तिचा चेहरा तप्त लाल रंगाचा बनला होता आणि चेहराभर व्हाइट हेड्स पसरले होते. शिवाय सूक्ष्म रक्तवाहिन्यांचे जाळे पसरल्यामुळे चेहरा अधिक लालेलाल बनला होता. या रक्तवर्णाचे कारण आम्ही शोधून काढू शकलो नसलो, तरीही मी तिला ती रोज नेमके काय काय करत होती ते संपूर्ण लिहून माझ्याकडे आणून देण्यास सांगितले. त्या वेळी असे आढळून आले की, नुकतेच तिने घर बदलले होते आणि या नवीन घरात बाथरूममध्ये स्टीम शॉवरची सुविधा उपलब्ध होती. रेकॉर्डिंग रूममध्ये प्रचंड कालावधी घालवल्यानंतर दिवसभराच्या श्रमांच्या परिहारासाठी संध्याकाळी परतल्यानंतर सुमारे तासभर स्टीम शॉवर घेऊन शिणलेल्या शरीराला ताजेतवाने करण्याचा प्रयत्न ती करत होती. दुर्दैवाने वाफेमुळेच मुरमांच्या पहिल्या हल्ल्याला तिला तोंड द्यावे लागले होते. दर वीस अमेरिकन नागरिकांपैकी एक नागरिक रक्तवर्णी पुरळाच्या या हल्ल्याला बळी पडतो. त्यामुळे अमेरिकेत रक्तवर्णी नागरिक दिसणे ही सर्वसामान्य बाब बनली आहे. त्वचा रक्तवर्णी बनते. चेहरा लालबुंद बनतो. जणू काही शरमेने हे नागरिक गोरेमोरे झाल्यासारखे दिसतात. मात्र हा गोरेमोरे होण्याचा कालावधी दीर्घ असतो. शिवाय नाक, गाल आणि हनुवटी यांवर छोट्या रक्तवाहिन्या फाटल्यासारख्या दिसतात. दुर्दैवाने आपल्याला या रक्तवर्णी पुरळाविषयी फारशी माहिती नाही. (माहिती नसण्याच्या यादीत त्याच्या नेमक्या कारणाचाही समावेश आहे.) या रक्तवर्णी पुरळाला बळी पडणाऱ्या लोकांच्या चेहऱ्याच्या रक्तवाहिन्या अत्यंत संवेदनक्षम असतात, एवढीच याविषयीची ज्ञात माहिती आहे. त्यामुळेच किंचितशा उत्तेजनेमुळेही चेहऱ्याच्या रक्तवाहिन्या सुजतात आणि रुंद बनतात. त्यामुळे त्यांच्यातून अधिक रक्तप्रवाह वाहू लागतो. (त्या अधिक रुंदावत जातात.) त्यामुळे त्या जास्त प्रमाणात दिसू लागतात. (म्हणूनच सूक्ष्म रक्तवाहिन्या फाटतात आणि रक्तवर्ण पसरू लागतो.) तुम्ही जेवढे संवेदनक्षम बनत जाता तेवढ्या त्या अधिक रुंदावत जातात. त्यानंतर कालांतराने त्या कायमस्वरूपीच रुंद बनून जातात आणि त्यानंतर हा रक्तवर्ण जातच नाही. अशा प्रकारची रक्तवर्णी त्वचा हा काही कुटुंबांचाच गुणधर्म बनून जातो. विशेषत:

गोऱ्या त्वचेच्या लोकांमध्ये तो आढळतो. (तुमच्या वृद्ध नातेवाइकांच्या त्वचेवर कटाक्ष टाका आणि मग तुम्हाला आपल्या रक्तवर्णी त्वचेचा उलगडा होऊ शकेल.) किशोरवयात आणि विशीत असताना मसालेदार पदार्थ खाल्ल्यामुळे, मद्यपानामुळे आणि उष्ण हवेच्या सान्निध्यात आल्यामुळे (यात बाष्पस्नानाचाही समावेश आहे) आपल्या शरीरातून वाफा निघत असल्यासारखे तुम्हाला वाटत असेल. उकाडाही जाणवू लागेल. तिशीत आणि चाळिशीत तुमच्या चेहऱ्यावर छोटी पुरळे आणि पुटकुळ्या दिसू लागतील. (तुम्हाला ती तारुण्यपिटिकांप्रमाणे भासू शकतील. सूक्ष्म जिवाणूंमुळे त्वचेच्या छिद्रांना संसर्ग होऊन हे होत असते. मुरमांप्रमाणेच हे भासू शकते.) त्यामुळेच रक्तवर्णी पुरळांना तारुण्यपिटिका समजण्याची चूक सहसा घडते. (मात्र रक्तवर्णी पुरळांमुळे ब्लॅक हेड्स निर्माण होत नाहीत. छिद्रे बुजलेली नसतात. तारुण्यपिटिकांमध्ये मात्र हा त्रास होतो.) उष्णता, त्वचेचा संसर्ग किंवा मसालेदार अन्न घेतल्यामुळे हा त्रास वाढल्याचे आढळते. तारुण्यपिटिकांच्या बाबतीत असे होत नाही. (प्रौढ वयाच्या स्त्रियांमधील तारुण्यपिटिका या संप्रेरकांच्या वाढत्या प्रमाणामुळे मासिक पाळीच्या वेळी आल्याचे दिसते. मात्र रक्तवर्णी पुरळ कधी मोठ्या प्रमाणात पसरेल याचा नेम नसतो.) रक्तवर्णी पुरळांचा प्रसार बराच काळ रोखला गेला नाही तर दाह आणि खाज यांमुळे त्वचेच्या पेशी जाडसर बनू लागतात आणि अनियंत्रितपणे त्यांची वाढ होऊ लागते. या आजाराच्या आत्यंतिक तीव्र स्थितीत नाक खूपच सुजल्यासारखे फुगीर बनते आणि त्याचा आकार बिघडून जातो. (सहसा हे पुरुषांमध्ये अधिक प्रमाणात घडते आणि रक्तवर्णी पुरळाच्या प्राथमिक लक्षणांच्या वेळीच त्वचेची योग्य काळजी घेतली तर हे सारे टाळता येणेही शक्य असते.)

चेहऱ्याला अनुकूल असलेला आहार घेऊन आपल्या त्वचेला साहाय्य करणे आणि चेहऱ्याच्या शत्रूंना रोखणे तुम्हाला शक्य असते, हे खरे असले तरीही अनेक डॉक्टर आपल्या रुग्णांना या बाबतीत काहीच करणे शक्य नसून तुम्हाला या रक्तवर्णी त्वचेसह जगण्याची सवय करून घेतली पाहिजे असे सांगत असल्याचे मला माहिती आहे. माझे अनेक रुग्ण मला याविषयी सांगतात. तेव्हा मला खरोखरच खेद वाटतो. (यामुळे खरेतर संतापही येतो.) याचा अर्थ तुम्हाला लवकरच मृत्यू येणे अपरिहार्य असल्यामुळे तुम्ही लाल मांस, फ्रेंच फ्राइज आणि इतर तळलेले मसालेदार पदार्थ खाण्यास काहीच हरकत नाही, असे हृद्‌विकाराचा त्रास असणाऱ्या रुग्णांना सांगण्यासारखेच आहे. परंतु चरबीयुक्त आहाराचे प्रमाण कमी करून आणि ओमेगा-३ युक्त आहाराचे प्रमाण वाढवून तुम्ही ज्याप्रमाणे कोलेस्टेरॉलचे प्रमाण आणि अर्थातच तुमच्या हृद्‌विकाराचा धोका कमी करू शकता, त्याप्रमाणेच रक्तवर्णी पुरळाचे पसरणे आणि अधिक लालसर रंग चेहऱ्यावर

पसरवणे यांवरही योग्य आहाराच्या वापरामुळे तुम्ही काही प्रमाणात नियंत्रण मिळवू शकता. ज्यामुळे रक्तवर्णी पुरळ अधिक प्रमाणात येते, तो आहार टाळून आणि दाहप्रतिरोधक आहार घेऊन तुम्ही हे प्रमाण कमी करू शकता.

**तुम्हाला माहीत आहे का?**

सुमारे ५० टक्के आशियाई लोकांमध्ये (आणि काही आशियाई वंशाचे नसलेले लोकही) मद्यातील अल्कोहोल पचवण्यासाठी आवश्यक असलेले विकर (एन्झाइम) नसते. त्यामुळेच अशा कित्येक लोकांना मद्यपान केल्यानंतर मोठ्या प्रमाणात आलेल्या पुरळाला तोंड द्यावे लागते. त्यांचे फक्त चेहरेच लालसर होत नाहीत, तर कित्येकांचे चेहरे सुजल्यासारखेही दिसतात. सूजेव्यतिरिक्त डोकेदुखी निर्माण होते आणि हृदयाची धडधडही वाढते. अल्कोहोलमुळे चेहऱ्याच्या रक्तवाहिन्या कायमस्वरूपी रुंदावतात आणि त्यामुळे रक्तवर्णी पुरळ मोठ्या प्रमाणात येते. विशेषतः नाक, गाल आणि हनुवटी येथील रक्तवाहिन्या रुंदावतात. यापासून सुटका करून घ्यायची असेल तर अल्कोहोलच्या वाटेला अजिबात न जाणेच इष्ट होय. परंतु तरीही तुम्हाला एक-दोन पेग रिचवण्याची अगदीच इच्छा असेल तर त्याचे दुष्परिणाम कसे कमी करावेत यासाठी मी काही टिप्स देत आहे.

- त्यातल्या त्यात अत्यंत वाईट म्हणजे जास्त अल्कोहोल असलेले मद्य टाळा. बिअर किंवा वाइन आणि विशेषतः रेड वाइन यांच्यामध्ये अल्कोहोलच्या ॲसिटाल्डीहाइडसारख्या उपउत्पादनांचा मोठ्या प्रमाणात समावेश असतो. त्यामुळे मोठ्या प्रमाणात पुरळ येते. यासाठी जिन, व्होडका किंवा व्हिस्की यांच्यासारख्या डिस्टील्ड अल्कोहोलने बनवलेल्या पेयांबरोबर मिश्रण करून ती प्यावीत.
- सल्फाइटमुक्त पेयांची निवड करा. तुम्हाला वाइन प्यावीच लागणार असेल तर सल्फाइटमुक्त, बायोडायनॅमिक वाइनचा वापर करा. (याविषयी तिच्या लेबलवर नमूद केलेले असते.) सल्फाइट्समुळे पुरळ येणे आणि त्वचा रक्तवर्णी होणे हे दुष्परिणाम घडू शकतात.
- संयमित आणि संयत पद्धतीने वागा. रक्तवर्णी पुरळ आलेले लोक उष्णता आणि अल्कोहोल यांच्याविषयी आत्यंतिक संवेदनशील असतात. त्यामुळेच गरमागरम आयरिश कॉफीपासून आणि सफरचंदाच्या दारूपासून दूर रहा.

## रक्तवर्णी पुरळ आले असेल तर काय खाऊ नये?

अगदी अलीकडेच वैद्यकीय संशोधकांनी आणि डॉक्टरांनी एकमुखाने रक्तवर्णी पुरळाचा संबंध आहाराशी जोडला आहे. खरेतर 'नॅशनल रोझॅशिया सोसायटी'ने नुकत्याच केलेल्या सर्वेक्षणाचा असा निष्कर्ष आहे की, कित्येक प्रकारच्या आहारामुळे रक्तवर्णी पुरळ येते. शिवाय संशोधनामध्ये प्रयोग करण्यात आलेल्या ८७ टक्के पोतही सुधारला. काही तासांनी थोडे थोडे खात राहून आपल्या रक्तशर्करेच्या पातळीचे नियमन करणे ही लालसर पुरळ रोखण्याच्या उपाययोजनांमधील पहिली पायरी आहे. विशेषत: रजोनिवृत्तीच्या काळातील स्त्रियांनी ही काळजी घेतली पाहिजे. कारण जेवण टाळणे आणि रक्तशर्करेची पातळी घसरणे या दोन्ही गोष्टींमुळे गरम वाफा येणे आणि सतत उकडणे या दोन्ही गोष्टी टाळल्या जातात. कमी ग्लायसेमिक आहार घेतल्यामुळे किमान दीड तास तरी उष्ण वाफांना रोखले जाते. रक्तवर्णी पुरळांची लक्षणे रोखण्यासाठी खालील प्रकारचे अन्न टाळा.

**मसालेदार पदार्थ :** यांमध्ये साल्सा, हॉट सॉस, लाल मिरी आणि मेक्सिकन अन्नाचा समावेश आहे. मसालेदार पदार्थांमुळे प्रचंड प्रमाणात रक्तवर्णी पुरळाचा त्रास होतो. (वर उल्लेख केलेल्या संशोधनात सहभागी झालेल्या बहुतांश व्यक्तींना लाल मिरी, मिरची आणि साल्सा यांसारख्या पदार्थांचा आहारात समावेश केल्यानंतर मोठ्या प्रमाणात रक्तवर्णी पुरळांचा त्रास झाला.) काळ्या मिरीमुळे कमी प्रमाणात त्रास झाला. तसेच कांदे, लसूण आणि मोहरी यांच्यामुळेही क्वचित प्रमाणात हा त्रास झाला. सहसा ज्या अन्नामुळे तुम्हाला घाम येतो अशा प्रकारचे अन्न टाळा. ज्या वेळी तुम्ही क्षुब्ध, संतप्त असाल त्या वेळी मसालेदार पदार्थांचा मोह पूर्णपणेच टाळा. स्वाद तसाच राखण्यासाठी एक भाग लाल तिखट किंवा लाल मिरीसोबत दोन भाग धनेपूड वापरू शकता. पारंपरिक साल्साऐवजी फळे घातलेला प्रकार चाखून पहा. (पीच, आंबा यांच्यापासून बनवलेला साल्सा मोठ्या प्रमाणात मिळतो आणि अत्यंत रुचकर लागतो.)

टीप : हे अन्नपदार्थ आणि त्यांची उपलब्धता अर्थातच अमेरिकन बाजारपेठेतील आहे.

**मोनोसोडियम ग्लुटामेट (एमएसजी) :** चिनी अन्नात हा पदार्थ प्रामुख्याने वापरला जातो. अगदी बटाट्याच्या चिप्सपासून ते बार्बेक्यू सॉस आणि सॅलड ड्रेसिंगमध्येही हा पदार्थ वापरला जातो. (प्रकरण चारमध्ये दिलेली माहिती आपल्याला आठवत असेलच.) नैसर्गिक स्वाद आणणाऱ्या पदार्थांमध्ये त्याचा बऱ्याचदा समावेश केलेला असतो. तयार आणि प्रक्रियायुक्त अन्नामध्ये तो शोधणे काही वेळा अवघड असते. तो टाळण्यासाठी तुम्हाला पदार्थांवरची लेबल्स काळजीपूर्वक वाचावी लागतात.

**व्हिनेगर :** ॲलर्जी किंवा खाज सुटणे याला प्रतिसाद देताना तुमचे शरीर हिस्टामाइन हा पदार्थ बाहेर टाकते. काही अन्नपदार्थांमध्ये हा पदार्थ असतो. याच्यामुळे सूज येणे, रक्तप्रवाहामध्ये वाढ होणे या बाबी घडून येतात. रक्तवर्णी पुरळाशी संबंधित असलेली सूज आणि दाह यांच्यामध्ये या पदार्थामुळे वाढ होते. या कारणासाठीच हिस्टामाइन असलेले पदार्थ टाळणेच श्रेयस्कर ठरते. तसेच सोया सॉस आणि व्हिनेगर घालून बनवलेले, आंबवलेले पदार्थही टाळले पाहिजेत. आपल्या आहारात तुम्ही बऱ्याच प्रमाणात व्हिनेगरचा वापर करत आहात असे तुम्हाला वाटत नाही का? पुन्हा एकदा विचार करून पहा. बटाट्याच्या चिप्समध्ये, लोणच्यांमध्ये मोठ्या प्रमाणात व्हिनेगरचा वापर केलेला असतो. शिवाय बाजारात मिळणाऱ्या सॅलड ड्रेसिंग्जमध्येही ते मोठ्या प्रमाणात असते. रक्तवर्णी पुरळाच्या रुग्णांसाठी मी नेहमीचे खाद्यतेल आणि व्हिनेगर यांच्या मिश्रणाबरोबर वनस्पतिजन्य अर्क असलेल्या ऑलिव्ह ऑइलचा वापर करण्याचा सल्ला देईन. त्यामुळे पदार्थांचा स्वादही अधिक चांगला बनेल.

**धोका : खालील अन्नपदार्थांमुळे रक्तवर्णी पुरळाचा धोका मोठ्या प्रमाणात वाढू शकतो.**

फ्लेवर्ड पोटॅटो चिप्स, विशेषत: नॅचो चीज, बीबीक्यू आणि सोअर क्रीम आणि कांदा.

बाजारात मिळणारी सॅलड ड्रेसिंग्ज, तयार कोंबडी,

व्हिनेगर, मसालेदार साल्सा आणि मिरी

दालचिनीयुक्त डिंक

**दालचिनी तेल :** चघळायच्या गमपासून, मिंटपासून ते माउथवॉश आणि टूथपेस्टपर्यंत; तसेच तुमचे ओठ अँजेलिना जोलीच्या ओठासारखे गुबगुबीत गोंडस दिसावेत यासाठी बनवण्यात येणारी ग्लॉसेस, लिपस्टिक्स (या उत्पादनांमुळे ओठांना त्रस्त करून सुजवल्याप्रमाणे जाडसर बनवले जाते) या सर्व उत्पादनांमध्ये दालचिनी तेलाचा वापर केल्याचे तुम्हाला आढळेल. याशिवाय टाइप टू मधुमेहींमध्ये दालचिनीच्या तोंडात घ्यायच्या उत्पादनांमुळे अचानकच भयावहरीत्या रक्तवर्णी पुरळाचा उद्रेक होत असल्याचेही आढळून आले आहे. सहसा रक्तशर्करा आणि कोलेस्टेरॉलचे प्रमाण कमी करण्यासाठी रुग्ण या उत्पादनांचा वापर करतात.

**व्हिटॅमिन बी६ आणि बी१२ :** तुम्ही जर मल्टीव्हिटॅमिनयुक्त पदार्थ

वापरत असाल तर त्यातील घटकपदार्थ तपासून पहा. बी६ आणि बी१२ (शिफारस केलेल्या दैनंदिन मात्रेच्या वीस ते चाळीसपट) अधिक प्रमाणात घेतले गेल्यास रक्तवर्णी पुरळाचे प्रमाण मोठ्या मात्रेत वाढते असे दिसून आले आहे. याचाच अर्थ तुम्ही या जीवनसत्त्वांचा संपूर्ण त्याग करावा असे नाही हे लक्षात घ्या. मेंदूच्या निरोगी कार्यासाठी जीवनसत्त्वे आवश्यक असतात.

## जर तुम्हाला गंभीर वेदनादायक फोड किंवा फुगवटे आले, तर डॉक्टरकडे जा

**या** टप्प्यापर्यंत तुमच्या रक्तवर्णी पुरळांचा त्रास वाढला असेल तर त्यासाठी तुम्हाला डॉक्टरांनी दिलेल्या मलमाचा किंवा कमी कालावधीच्या अँटिबायोटिक्सचा आधार घ्यावा लागेल. त्यामुळे तुमच्या या पुरळांचा त्रास कमी करता येईल. मात्र यीस्टचा संसर्ग, पोटदुखी आणि उन्हाविषयीची संवेदनशीलता हे दुष्परिणाम टाळायचे असतील तर तुम्ही अशा प्रकारच्या औषधांचा वापर शक्य तेवढ्या लवकर थांबवणे हितावह ठरते. तुमच्यावर उपचार सुरू असताना आणि उपचार पूर्ण झाल्यावरही तुम्ही नक्कीच चेहऱ्याच्या पोषक आहाराचा वापरही करत राहिले पाहिजे. त्यामुळे आणखी एका वेदनामय प्रकरणाची सुरुवात होणार नाही.

## स्थानिक आहार आणि वनस्पतिजन्य आहाराचा वापर करून रक्तवर्णी पुरळावर उपचार करणे

आपल्या रक्तवर्णी पुरळावर तुम्ही आतून बाहेर अशा प्रकारे म्हणजेच चेहऱ्याला पोषक आहाराच्या साहाय्याने उपचार करत असाल. परंतु बाहेरून आतल्या भागात, अशा प्रकारेही तुम्ही त्याच्यावर उपचार करू शकता. कित्येक प्रकारचे स्थानिक अन्न आणि वनस्पती यांचा वापर चेहऱ्यावर करून आपली त्वचा शांत आणि स्वच्छ राखण्यास मदत होऊ शकते. त्यामुळे पुरळांची वारंवारिताही कमी करता येते. तुमच्या त्वचारोगतज्ज्ञाने सुचवलेल्या औषधांबरोबरच तुम्ही त्यांचाही वापर करू शकता. त्यांच्यापैकी काही सर्वाधिक प्रभावी आणि सुरक्षित स्थानिक अन्न खाली देत आहे.

**लिकोराइस :** लिकोराइसमधील सक्रिय घटकांमध्ये ग्लायसिऱ्हायझिन, ग्लॅब्रिडिन आणि लिकोचाल्कोन अ यांचा समावेश होतो. या सर्व घटकांमुळे दाह

कमी होतो आणि जळजळही कमी होते. लिकोराइस असलेल्या क्रीम्सच्या वापरामुळेही तुम्हाला अशा प्रकारचा परिणाम मिळू शकतो. सुमारे चार आठवडे रोजच्या रोज अशा प्रकारची क्रीम्स वापरल्यामुळे रक्तवर्णी पुरळांचा त्रास कमी होत असल्याचे माझ्या अनेक रुग्णांच्या अनुभवांवरून मी खात्रीपूर्वक सांगू शकते.

**ओटमिल :** हे नेहमीचे, प्रचलित ओटमिल नव्हे. हे कोलॉयडल ओटमिल असते. ते सालासहित ओटपासून तयार केलेले असते. जळजळ आणि खाजेपासून मुक्तता मिळवून देणारे हे एक त्वचासंरक्षक धान्य आहे. त्यात प्रभावी दाहप्रतिरोधक द्रव्य असते. मॉइश्चरायझिंग क्रीम आणि फेस वॉशसह कित्येक प्रकारच्या कोलॉयडल ओटमिलचा वापर करून तयार करण्यात आलेली उत्पादने बाजारात उपलब्ध असतात.

**फिव्हरफ्यू :** ही एक वनस्पती असून ती झेंडू वर्गातील असते. तोंडाने घ्यायच्या गोळ्यांमध्ये तिचा सहसा वापर केला जातो. डोकेदुखी आणि वर्षानुवर्षे होणारा दाह कमी करण्यासाठी तिचा वापर केला जातो. प्रचलित फिव्हरफ्यूमधील पार्थेनोलाइड या घटकामुळे मात्र बऱ्याच वेळा त्वचेचा दाह होतो, ही यातील समस्या आहे. सुदैवाने विज्ञानाने या वनस्पतीमधील हे रसायन दूर करण्याचे तंत्र विकसित केले आहे. या वनस्पतीच्या सुधारित प्रजातीला फिव्हरफ्यू पीएफई (पार्थेनोलाइड-फ्री-एक्स्ट्रॅक्ट) म्हटले जाते. रक्तवर्णी पुरळ, त्वचेचा लालसरपणा आणि संवेदनशील त्वचेचा कोरडेपणा यावर ही प्रजाती परिणामकारक ठरत असल्याचे आढळून आले आहे. त्वचा कापली गेल्यामुळे होणारा दाह आणि रेझर वापरून पायाचे केस काढत असताना झालेल्या दाहावरही त्याचा उत्तम उपयोग होत असल्याचे दिसून आले आहे. याचा वापर करून तयार करण्यात आलेल्या मॉइश्चरायझरमुळेही असाच परिणाम होत असल्याचे स्पष्ट झाले आहे.

## सामान्य रक्तवर्णी पुरळे टाळण्यासाठी

'तुम्ही जे खाता तसेच बनता' हा सर्वसामान्य प्रचलित वाक्प्रचार तुम्हाला माहिती असेलच. ठीक आहे. रक्तवर्णी पुरळांशी याचा संबंध येतो. तेव्हा आपण यात बदल करून 'तुम्ही जे करता, तसेच बनता' असे म्हणू शकतो. काही विशिष्ट प्रकारची वर्तणूक आणि जीवनशैली (फक्त तुमच्या आहारापुरत्याच नव्हे तर इतरही अनेक बाबतीतील) यांच्यामुळेही रक्तवर्णी पुरळांचा उद्रेक होऊ शकतो. म्हणूनच पुढील गोष्टींपासून स्वतःचा बचाव करणे ही रक्तवर्णी पुरळे टाळण्याच्या प्रक्रियेतील अत्यावश्यक तिसरी आणि अंतिम पायरी आहे.

## अतितीव्र तापमानापासून स्वतःचा शक्य तेवढा बचाव करा

- दीर्घकाळ गरम पाण्याचा शॉवर घेऊ नका. अतिरिक्त उष्णतेमुळे तुमचा चेहरा सुजू शकतो आणि रक्तवर्णी पुरळे येऊ शकतात. गरम पाण्याच्या शॉवरशिवाय अंघोळ करण्याची कल्पनाही सहन न होणाऱ्या व्यक्तींपैकी तुम्ही असाल तर निदान तोंडावर शॉवरच्या गरम पाण्याचा थेट झोत पडू नये याची तरी काळजी तुम्ही घेतलीच पाहिजे.
- सोना आणि बाष्पस्नान : माझ्या पॉप स्टार रुग्णाप्रमाणे तुम्हाला बाष्पस्नानाची आवड असेल, तर शक्य तितक्या कमी तापमानाचे बाष्पस्नान घ्या किंवा बाष्पस्नानाचा विचार पूर्णपणे सोडूनच द्या. (माझ्या त्या रुग्णाला मी बाष्पस्नान पूर्णपणे सोडायला सांगितले आणि आठवडाभरातच तिची त्वचा पूर्णपणे स्वच्छ, नितळ झाली.)
- स्पामधील गरम टॉवेल्स : बहुतेक चेहरातज्ज्ञांना रक्तवर्णी मुरमांविषयी व्यवस्थित माहिती दिलेली असली तरीही त्याकडे दुर्लक्ष करून काही जणी गरम टॉवेल्सचा वापर करतात. तुमच्या सौंदर्यतज्ज्ञाला थंड, ओलसर आणि जास्तीत जास्त कोमट भासेल एवढ्याच तापमानाच्या टॉवेलचा वापर करण्यास सांगा.
- विक्रम योग किंवा 'हॉट' योग : याचा सराव सुमारे १०५ अंशांपर्यंत तापमान असलेल्या खोल्यात केला जातो. तो टाळावा.
- शेकोटीसमोर बसणे : शेकोटीसमोर बसून भाजलेले शेंगदाणे किंवा कणसे किंवा तत्सम वस्तू खाणे तुम्हाला कदाचित आवडत असेलही. परंतु तुम्ही शेकोटीच्या खूपच जवळ बसलात तर त्यामुळे तुम्हाला रक्तवर्णी मुरमांचा त्रास होण्याची शक्यता असते.
- चहा, कॉफी किंवा सुपाचे वाफाळते प्याले : वाफाळती पेये थोडीफार थंड करून घेऊन मगच ती प्या किंवा सरळ बर्फ घातलेला चहा किंवा कॉफी प्या. त्याहूनही अधिक चांगली गोष्ट म्हणजे कोमट चहा किंवा कॉफी प्या. ती दाहरोधक असतात आणि त्यामुळे तुमची त्वचा शांत राहते. तिचा लालसरपणा आणि दाहही कमी होतो.

### आधी आणि नंतर - मिशेलला भेटा

तिशीत असताना मिशेल कामात अत्यंत व्यस्त असे. एका रिझॉर्टमध्ये ती इव्हेंट प्लॅनर म्हणून काम करत होती. ज्या-ज्या वेळी तिला आपल्यावर ताण आल्याचे जाणवत असे, त्या-त्या वेळी तिच्या चेहऱ्यावर मोठ्या प्रमाणात लालसरपणा निर्माण

होत असे. कित्येक वर्षे तिला हा त्रास होत होता. आपण पुटकुळ्यांवर उपचार करत आहोत, अशा समजुतीतून आधीच्या डॉक्टरांनी तिला त्या प्रकारची औषधे दिली होती. याशिवाय तिला त्यांनी जैवप्रतिरोधक गोळ्याही दिल्या होत्या. मात्र या औषधांमुळे आणि गोळ्यांमुळे तिच्या चेहऱ्याचा रक्तवर्ण तर नाहीसा झाला नाहीच, परंतु तिचे पोट मात्र बिघडून गेले. याला पोषक आहार घ्यायला लागल्यावर जेमतेम दोन आठवड्यांतच मिशेलला आपल्या चेहऱ्यात खूपच मोठ्या प्रमाणात फरक होत असल्याचे जाणवू लागले. तिच्या चेहऱ्यावर येणाऱ्या पुटकुळ्यांचे प्रमाण जवळजवळ ९० टक्क्यांनी कमी झाले. शिवाय चेहऱ्याचा लालसरपणाही कमी झाला. तरीही ज्या वेळी तिच्यावर कामाचा प्रचंड ताण येतो, त्या वेळी अद्यापही तिला काही प्रमाणात चेहऱ्यावर लालसरपणा आणि पुटकुळ्या येण्याचा त्रास होतो. परंतु आता मात्र आपल्या या रक्तवर्णी चेहऱ्याच्या रक्तवर्णावर तिचे चांगलेच नियंत्रण आले आहे. आपल्या आहारावर नियंत्रण ठेवून ती हा रक्तवर्णीपणा नियंत्रित करते.

See Her Photos!

## मर्यादित प्रमाणात उन्हात जा

उन्हात अधिक प्रमाणात फिरल्यामुळे मुळातच नाजूक असलेल्या रक्तवाहिन्यांची हानी होते. रक्तवर्णी पुरळांच्या आगीत ऊन तेलच ओतते. म्हणूनच शक्य तितक्या प्रमाणात तुमचा चेहरा थेट उन्हाच्या संपर्कात न येऊ देण्याची काळजी घ्या. चेहरा रुमालाने बांधा किंवा झाका. निदान डोक्यांवर मोठ्या आकाराच्या हॅट घालून ऊन थेट चेहऱ्यावर पडू न देण्याची काळजी घ्या. हानिकारक अल्ट्रा व्हायोलेट किरणांपासून बचाव करण्यासाठी एसपीएफ ३०सारख्या सनस्क्रीन लोशनचा वापर करा. (उन्हापासून आपले संरक्षण कसे करावे, याविषयीची अधिक माहिती सहाव्या प्रकरणात दिली आहे.)

## उष्ण हवामानात तग धरून राहण्यासाठी

उष्ण हवामानात आणि उन्हाळ्याच्या अतिउष्ण महिन्यांमध्ये शक्य तेवढ्या थंड वातावरणात राहणे अधिक चांगले ठरते. यासाठी खालील क्लृप्त्या वापरून पहा.

- वातानुकूलित यंत्रणांचा वापर शक्यतो आपल्या अखत्यारित राहील असे पहा. तुम्ही कारमध्ये असाल तर कारमधील छोट्या पंख्यांची दिशा आपल्या चेहऱ्याच्या दिशेने राहील याची काळजी घ्या.

- दिवसभर शक्य असेल तेवढ्या वेळा बर्फाच्या कांड्या किंवा आइस चिप्स खा. हे ऐकायला विचित्र वाटू शकेल. परंतु यामुळे तुम्हाला गार वाटते आणि तुमच्या त्वचेचा दाहही शांत होऊ शकतो. (आणि आइसक्रीमपेक्षा ती चांगली असतात. कारण तुमच्या कमरेचा घेर आइसक्रीम खाल्ल्याने जेवढा वाढतो, तेवढा या आइस चिप्स वाढवू शकत नाहीत.) माझे कित्येक रुग्ण थर्मासमध्ये आइस चिप्स घेऊन किंवा उष्णतारोधक कपात भरलेल्या कॉफीसह प्रवास करत असतात.
- तुम्हाला स्वत:ला जर आपल्या कपात किंवा थर्मासमध्ये बर्फ भरणे आवडत नसेल तर तुमच्या उपाहारगृहवाल्याला तुमच्या सकाळच्या कॉफीनंतर कपभर किसलेला बर्फ द्यायला सांगा आणि तो खा.
- बर्फ खाणे तुम्हाला खूपच कंटाळवाणे वाटत असेल तर गोठवलेल्या ब्ल्यू बेरीज खा. त्यामध्ये अँटिऑक्सिडंट्सही असतात आणि तुम्हाला गारही वाटू शकते.

ज्याप्रमाणे उष्ण हवामान आणि गरम पाण्याच्या शॉवरमुळे तुमची रक्तवर्णी मुरुमे वाढतात, त्याप्रमाणेच अत्यंत थंडगार हवामानातही रक्तवर्णी मुरुमे वाढतात. बाहेरच्या थंड हवामानातून खोलीतील गरम, उबदार वातावरणात गेल्यामुळे तुमच्या चेहऱ्याच्या दिशेने अधिक रक्तप्रवाह वाहू लागतो. त्यामुळेच समुद्रकिनाऱ्यावर एखादा दिवस घालवल्यावर तुम्हाला चेहऱ्यातून वाफा आल्यासारखे आणि रक्तवाहिन्या रुंदावल्यासारखे वाटू लागते. अति थंड हवामानाचे परिणाम कमी करण्यासाठी तुमचा चेहरा कशानेतरी आच्छादित करून घ्या. (यासाठी नरम रुमाल किंवा मफलरचा वापर करा. नरम असल्यामुळे तुमच्या चेहऱ्यावर ओरखडे उठणार नाहीत किंवा खाजही सुटणार नाही.) हळूहळू चेहरा उबदार बनवा आणि कितीही तीव्र इच्छा झाली तरी बाहेरच्या थंडगार हवेतून आल्याबरोबर लगेच टबमध्ये किंवा शॉवरखाली किंवा कशाही प्रकारे लगेच गरम पाण्याने अंघोळ करू नका.

## खरबरीत त्वचा करणाऱ्या उत्पादनांपासून दूर रहा

त्वचेशी काळजीपूर्वक वर्तन करा! रक्तवर्णी मुरुमांचा त्रास होणाऱ्या लोकांची त्वचा अतिसंवेदनक्षम असते. त्यामुळे ती चोळली गेली किंवा घासली गेली तर तिथे त्रास होऊन त्वचेची स्थिती आणखीच वाईट बनते. खरखरीत नॅपकिन किंवा कापड वापरून क्रीम लावू नका. त्याऐवजी तुमच्या बोटांच्या टोकांनी हळूहळू ते लावा. संवेदनक्षम त्वचेसाठीच खास बनवलेली उत्पादनेच निवडा. ग्लायकोलिक

आम्ल, सॅलिसिलीक आम्ल आणि सी व्हिटॅमिन हे घटक असलेली मलमे, उत्पादने यांचा वापर करताना अत्यंत काळजी घ्या. शक्यतो ती टाळाच कारण त्यांच्यामुळे तुमच्या त्वचेचा दाह वाढून रक्तवर्णी मुरुमे अधिक प्रमाणात येतात. रेटिन एसुद्धा क्वचितच वापरा. त्याच्यामुळे मुरमांना रोखता येत असले तरीही रक्तवर्णात मात्र अधिक वाढ होऊ शकते.

**हॅलो, डॉ. वू**

**प्रश्न :** दर वर्षी उन्हाळ्यात माझ्या छातीवर उजव्या बाजूला जेथे ब्राचा पट्टा असतो, तिथे लालसर रंगाचे पुरळ येते. उष्णता जसजशी वाढू लागते तसतसा हा पुरळाचा त्रासही वाढू लागतो. संपूर्ण उन्हाळाभर हा त्रास सुरू असतो. मी यासाठी बेबी पावडर, औषधी पावडर आणि अगदी डायपर रॅश क्रीमचाही वापर करून बघितला, परंतु या कशाचाही काहीही उपयोग झाला नाही. यापासून एकदाच आणि पुरती सुटका करून घेण्याचा काही उपाय आहे का?

**उत्तर :** ज्या वेळी तुम्हाला तुमची नवीन बिकिनी घालून जाण्याची इच्छा होते, अगदी त्याच काळात नेमका तुमच्या छातीला हा त्रास होत असतो. तुमच्या त्वचेच्या ज्या स्थितीचा तुम्ही उल्लेख केला आहे, त्याला 'मिलिॲरिया' असे म्हणतात. (यालाच काटेरी उष्णतेचा परिणाम असेही म्हणतात, कारण या स्थितीत तुम्हाला वेदना होतात किंवा टोचल्यासारखे वाटू लागते.) उन्हाळ्याच्या महिन्यांमध्ये ही गोष्ट सर्वसामान्य मानली जाते. विशेषत: दमट हवामानात हे घडतेच. घर्मग्रंथी बंद झाल्या की मिलिॲरियाचा उद्रेक होतो. घाम तुमच्या त्वचेच्या पृष्ठभागावर न येता त्याच्या आजूबाजूच्या ऊतींमध्ये पसरतो. त्यामुळे खाज सुटते आणि छोट्या-छोट्या, अगदी बारीक पुटकुळ्या येतात व खाज सुटते. यालाच आपण पुरळ म्हणतो. म्हणूनच ते ब्राच्या पट्ट्याखाली येते. (किंवा तुमच्या कमरेवर घट्ट बसणाऱ्या पँटच्या शिवणीखाली ते येते.) शरीर थंड आणि कोरडे राखणे हा यावरचा सर्वोत्तम उपाय आहे. ज्या वेळी बाहेर रखरखीत ऊन पसरलेले असते त्या वेळी शक्य असेल तर वातानुकूलन यंत्रणेत बसा. एकदा का घाम येऊन गेला आणि घर्मग्रंथी मोकळ्या झाल्या की मग हे पुरळ काही दिवसांनी हळूहळू कमी-कमी होऊ लागते.

**नवीन येणारी मुरुमे किंवा पुटकुळ्या रोखण्यासाठी**

- भरपूर व्यायाम करून झाल्यावर लगेच शॉवर घ्या.

- तेलकट लोशन्सचे जाडसर थर चेहऱ्यावर चोपडू नका.
- शक्यतो सुती किंवा तागासारख्या नैसर्गिक धाग्यांपासून बनलेले सैलसर कपडे वापरा. ते घाम शोषून घेतात आणि घामाचे झटपट बाष्पीभवन होण्यासही मदत करतात.
- घट्ट, इलॅस्टिक असलेल्या ब्रा वापरू नका. कारण त्यांच्यामुळे त्वचा चोळवटली जाते आणि संवेदनक्षम त्वचेला ते सहन होत नाही.
- तुमच्या त्वचेला नीट 'श्वास घेता येईल' अशा प्रकारचे सैलसर कपडे वापरा.

काही वेळा बुरशी किंवा यीस्ट यांच्या प्रादुर्भावामुळे पुरळ येते. उष्णतेमुळे येणाऱ्या पुरळाशी त्याचे साधर्म्य असते. वरील उपाययोजना करूनही आठवडाभरानंतरही तुमच्या त्वचेत काहीच फरक दिसून येत नसेल तर लगेच त्वचारोगतज्ज्ञांची भेट घ्या. तुमचे डॉक्टर तुम्हाला क्रीम देतील किंवा तुम्हाला त्वचेचा संसर्गजन्य आजार झालेला आहे का, हे तपासण्यासाठी त्वचेच्या काही चाचण्या करून घेण्यास सांगतील.

## इसब समजून घेताना

इसब या त्वचारोगात एक खाजणारा लाल पुरळ असलेला सहसा गोलाकार भाग त्वचेवर निर्माण होतो. तो पुढे कोरडा पडतो, त्याला भेगा पडतात किंवा तो जाडसर, खरखरीत बनतो. सहसा इसबाचा त्रास बालपणापासून सुरू होतो. कोपराच्या आतील बाजूस किंवा गुडघ्यांच्या मागील बाजूला याची सुरुवात होते. प्रौढावस्थेत सहसा तो मानेवर, छातीवर किंवा पाठीवर दिसू लागतो. खरेतर शरीराच्या कोणत्याही भागावर इसब येऊ शकते. परंतु या त्याच्या काही नियमित जागा आहेत. इसब दिसू लागते आणि नाहीसेही होते. हा प्रकार वर्षानुवर्षे सुरू राहतो आणि तणावग्रस्त मन:स्थिती, हिवाळ्यातली कोरडी हवा आणि कठोर प्रकारात मोडणारे डिटर्जंट किंवा साबण यांच्या संपर्कात आल्यामुळे सहसा इसब बळावतो.

मी ज्याला 'गळकी त्वचा' म्हणते अशा अधिक प्रमाणात जंतुसंसर्ग होऊ देणाऱ्या या त्वचा असतात. त्यामुळे सर्वसामान्य त्वचेच्या तुलनेत या त्वचेतून पाण्याची अधिक जलद गतीने वाफ होते. साहजिकच त्वचा अधिक जलद कोरडी पडते. तेव्हाच कित्येक लोक ज्याकडे सहजपणे दुर्लक्ष करतात असे काही घटक त्वचेत प्रवेश करतात आणि इसबाचा उद्‌भव होतो. अशा वेळी दाह होऊ लागतो आणि त्याची ठरावीक लक्षणे दिसू लागतात. लालसर चट्टे पडणे आणि खाजणारे पुरळ येणे ही यांपैकी महत्त्वाची लक्षणे असतात. जर इसबाशी लढा देत असाल

तर मला तुमचे दु:ख समजू शकते. कारण खाज आणि त्वचा फाटणे या प्रकारांना मी आयुष्यभर तोंड दिले आहे. बालपणी ते इतके वाईट स्थितीत होते की, गुडघ्याच्या मागील बाजूस तेलकट मलम चोपडून मला चालावे लागत असे. मला खाली बसता येत नसे, कारण मला फर्निचर खराब होण्याची भीती वाटे. यामुळे वाढदिवसाच्या काही पार्ट्या मला चुकवाव्या लागल्याचेही मला आठवते. थोडी मोठी झाल्यावर माझ्या इसबाने माझ्या पापणीवर, मानेवर, गळ्याच्या हाडांवर आणि पाठीच्या वरच्या भागावर आपले स्थान पक्के केले. हिवाळ्यात किंवा माझ्या मनावर मोठ्या प्रमाणात ताण असताना किंवा माझ्या आहारात नेहमीपेक्षा अधिक प्रमाणात गहू आल्यास त्याचा उद्रेक होत असे. गहू हे इसब वाढवू शकणारे एक धान्य आहे.

## तुमचे पुरळ फुटून गळू लागले किंवा त्याला भेगा पडल्या, तर डॉक्टरकडे जा

आच्छादित नसलेला, त्वचेचा खुला भाग म्हणजे जखमा, त्वचेवरच्या खाचा, रेझरने होणारा दाह आणि इसब या स्टॅफिलोकॉकस ऑरियस या बॅक्टेरियासाठी अगदी आदर्श जागा असतात. या बॅक्टेरियामुळे बेढब, वेदनादायी संसर्ग होतो. त्यात व्हाइट हेड्स आणि मुरुमे, तीव्र संसर्गामुळे होणारी, दाह करणारी मुरुमे आणि रक्तवर्णी व गळू लागणारी मुरुमे यांचा समावेश होतो. म्हणूनच अशा संसर्गांचा वेळेवर व सुरुवातीलाच बंदोबस्त करणे आवश्यक असते. अलीकडच्या काही वर्षांत अत्यंत आक्रमक आणि आत्यंतिक संसर्गजन्य असलेल्या 'मेथिसिलीन रेझिस्टंट स्टॅफिलोकॉकस ऑरियस' (एमआरएसए) या प्रजातीचा जास्तीत जास्त प्रादुर्भाव होत असल्याचे आढळले आहे. तुम्हाला जर वेदनादायी मुरुमे आली असतील आणि थोड्या दिवसातच ती कोरडी पडून नाहीशी होण्याचे नावही घेत नसतील, तसेच काही वेळा अचानकच मुरुमांचा उद्रेक होत असेल किंवा शरीराच्या एखाद्या भागात फोड आले असतील किंवा पू बाहेर पडत असलेली मुरुमे आली असतील अगर त्वचेला भेगा पाडणारे पुरळ आले असेल आणि याच्या जोडीला जर त्वचाही सुजली असेल किंवा ताप येत असेल तर डॉक्टरकडे ताबडतोब जाण्याची वेळ आली आहे असे निश्चितपणे समजा. डॉक्टर तुम्हाला स्थानिक अँटिबायोटिक सुचवतील आणि त्याचबरोबर संसर्ग झालेली त्वचा स्वच्छ धुण्यासाठी औषधी साबणही सुचवतील.

## इसब असताना काय खाऊ नये?

ॲलर्जी असलेल्या पदार्थाशी आपल्या त्वचेचा संपर्क आला की, शरीरातून हिस्टामाइन बाहेर पडते. त्याच्यामुळे खाज सुटते, लालसरपणा येतो आणि दाह होतो. एखाद्या प्रकारचे तण, औषधी द्रव्य किंवा अन्न (उदाहरणार्थ, शेंगदाणे, दूध इ.) यांपैकी कशाचीही तुम्हाला ॲलर्जी असू शकते. काही कारणाने इसब असलेल्या लोकांचा कोणत्याही ॲलर्जीजन्य पदार्थाशी संबंध आलेला नसला तरीही त्यांच्या रक्तातील हिस्टामाइनचे प्रमाण इसब नसलेल्या लोकांच्या रक्तातील प्रमाणाच्या तुलनेत उच्चतर असते. त्यामुळेच त्यांच्या त्वचेचा दाह होत असतो आणि ती लालसरही दिसते. मात्र इसब असलेल्या सुमारे ३० ते ६० टक्के लोकांना कोणत्या ना कोणत्या अन्नपदार्थाची किंवा अन्नघटकाची ॲलर्जी असते. म्हणूनच इसब असलेल्या रुग्णाला बरे करणे हे एक आव्हानच असते. तुम्हाला इसब असेल, तर पुढील अन्नपदार्थ वर्ज्य करून तुम्ही आपल्या त्वचेला आराम देऊ शकता.

**अंडी :** इसब असलेल्या व्यक्तींना अंड्याची प्रामुख्याने ॲलर्जी असल्याचे काही अभ्यासांतून स्पष्ट झाले आहे. विशेषत: अंड्यातील पिवळा बलक ॲलर्जीजन्य असतो. इसब असलेल्या सुमारे ५० टक्के रुग्णांनी अंडे आहारातून वर्ज्य केल्यावर त्यांच्या त्वचेमध्ये मोठाच फरक पडतो आणि चांगली सुधारणा घडून येते असे आढळून आले आहे. आपल्याला कोणत्याही अन्नपदार्थाची ॲलर्जी नाही अशी तुमची ठाम खात्री असली तरीही तुम्ही अंडे आहारातून वगळा. एकदा तुमच्या त्वचेत सुधारणा झाली की, हळूहळू तुम्ही पुन्हा एकदा आपल्या आहारात अंड्यांचा समावेश करू शकता. अशा प्रकारे आपण अंड्याच्या बाबतीत किती संवेदनक्षम आहोत, हेही तुम्हाला तपासता येईल.

**ग्लुटेन :** ग्लुटेनची ॲलर्जी असल्यामुळे सेलियाक आजार होतो. ग्लुटेन हे प्रथिन असून ते गहू, बार्ली आणि राय या प्रकारच्या धान्यांमध्ये आढळते. यामुळे पोटदुखी, हगवण, सूज अशी लक्षणे दिसतात. काही रुग्णांमध्ये डरमॅटायटिस हर्पेटिफॉर्मिस नावाचे पुरळही दिसून येते. मात्र सेलियाक आजार नसला तरीही सोरायसिस किंवा इसबचे काही रुग्ण ग्लुटेनच्या बाबतीत संवेदनक्षम असतात. तुम्हाला इसब असेल तर तुम्ही ब्रेड, पास्ता आणि धान्ये टाळा. ब्रेड आणि पास्ता पूर्णपणे टाळलेच पाहिजे असे नाही. फक्त ग्लुटेन नसलेल्या प्रजातीचे धान्य वापरलेले हे पदार्थ खा. ग्लुटेनमुळे पदार्थ घट्ट बनतो. त्यामुळे आइसक्रीम, कॅन्ड सूप, भाज्यांचे रस्से, केचअप आणि खाद्यपदार्थांचा स्वाद वाढवणाऱ्या मीठ, मिरपूड यांसारख्या इतर प्रकारच्या पदार्थांमध्येही ग्लुटेन असते. शिवाय पदार्थांच्या लेबलवर त्याचा उल्लेख थेट ग्लुटेन असा करण्याऐवजी मॉडिफाइड व्हिट स्टार्च

असा केलेला असतो. मका, बटाटे, भात, रताळी आदि पदार्थ नैसर्गिकरीत्याच ग्लुटेनरहित असतात. मात्र या पदार्थांमुळे रक्तशर्करेची पातळी एकदम उसळी मारते, ही गोष्ट ध्यानात असू द्या. म्हणून हे पदार्थही तुम्ही प्रमाणातच खाल्ले पाहिजेत.

## पोट बिघडले असेल आणि तुम्हाला इसब असेल, तर डॉक्टरकडे जा

एखाद्या विशिष्ट प्रकारचे अन्न खाल्ल्यामुळे जर तुमच्या इसबामध्ये अचानक मोठी वाढ होत असेल किंवा जास्त त्रास होत असेल आणि यासोबत जर तुमचे पोटही बिघडले असेल तर तुम्हाला नक्कीच त्या विशिष्ट अन्नाची ॲलर्जी आहे असे समजा. तुमच्या डॉक्टरकडून विविध चाचण्या करून घ्या. ते तुमची त्वचा थोडीफार खरवडून घेतील किंवा रक्ताच्या चाचण्या घेतील आणि सर्वाधिक ॲलर्जी असलेल्या खाद्यपदार्थांची तुम्हालाही ॲलर्जी आहे का ते तपासतील. सहसा दूध, अंडी, गहू, शेंगदाणे आणि सोयाबीन यांची ॲलर्जी असू शकते.

**हिस्टामाइन असलेले अन्नधान्य :** ॲलर्जीजन्य पदार्थांच्या संपर्कात आल्याबरोबर आपले शरीर जो पदार्थ बाहेर टाकते तो म्हणजे हिस्टामाइन होय. परंतु काही अन्नपदार्थांत आधीच हिस्टामाइन असते. अशा पदार्थांमुळे येणारी शारीरिक प्रतिक्रिया खऱ्याखुऱ्या ॲलर्जीजन्य पदार्थांहून तांत्रिकदृष्ट्या भिन्न असली तरी प्राथमिक लक्षणे समानच दिसतात. त्यात खाज सुटणे, पुरळ येणे आणि त्वचा जाडसर बनणे यासारख्या लक्षणांचा समावेश असतो. आहारातील हिस्टामाइनचे प्रमाण कमी केल्यावर त्वचेची स्थिती सुधारते ही अर्थातच आश्चर्यजनक बाब नाही.

काही अन्नपदार्थांत नैसर्गिकरीत्याच हिस्टामाइनचे उच्च प्रमाण असते किंवा तुमच्या शरीराला हिस्टामाइन स्रवण्यास ते प्रोत्साहित करतात. उदा. आंबवलेले किंवा खारवलेले पदार्थ. काही फळांमध्ये आणि भाज्यांमध्येही हिस्टामाइनचे प्रमाण अधिक असते. परंतु आपल्या आहारातून तुम्ही त्यांना पूर्णपणे हद्दपार करण्याआधी तुमच्या आहाराच्या नोंदवहीत त्याची नोंद करा. ही नोंदवही सहजपणे कुठेही नेता येण्याजोगी असावी असे मी तुम्हाला आधीच सांगितले आहे. खाली दिलेल्या अन्नघटकांपैकी कोणताही किंवा कोणतेही पदार्थ तुमच्या नोंदवहीत दिसतात का? हिस्टामाइन असलेले सर्व अन्नपदार्थ वर्ज्य करण्याऐवजी खालीलपैकी कोणताही किंवा कोणतेही पदार्थ खाल्ल्यानंतर आपल्याला मुरमांचा त्रास होतो असे तुमच्या लक्षात येते का ते पहा.

टोफू
सोया सॉस
चीज
हवाबंद डब्यातील मासे (ताजे मासे चांगले)
सॉसेज आणि सलामी
अंड्यामधील पांढरा बलक
संत्री, लिंबू मोसंबी
स्ट्रॉबेरीज
चॉकलेट
शॅम्पेन, बिअर आणि वाइन

**कोबाल्ट आणि निकेल :** हातांना झालेला इसब (याला 'डायशायड्रॉटिक एक्झेमा' असेही म्हणतात) त्वचेवर लालसर, खाजऱ्या चट्ट्याच्या स्वरूपात तो आढळतो. काही वेळा छोटे फोड येतात किंवा हातावर आणि बोटांच्या टोकाला चिरा किंवा भेगा पडतात. सहसा आपले हात सातत्याने धुणाऱ्या लोकांमध्ये हे आढळते. रेस्टॉरंटमधील कामगार आणि बागकाम करणारे माळी वगैरे लोकांमध्ये हा इसब आढळतो. (परंतु पायांनाही या इसबाचा संसर्ग होऊ शकतो.) कोबाल्ट आणि निकेलचे प्रमाण अधिक असेल तर या लोकांमध्ये त्वचेचा दाह आणि रक्तवर्णही आढळून येतो असे अभ्यासांती स्पष्ट झाले आहे. तुम्हाला जर हाताचा किंवा पायांना इसब झाला असेल, तर [illegible] नट्स आणि प्राण्यांचे यकृत खाणे टाळा. (हे काही फारसे कठीण नाही असे मला वाटते!) त्याऐवजी कोबाल्टने समृद्ध असलेल्या खालील पदार्थांचा आहारात प्रमाणशीर समावेश करा. सूर्यफुलाच्या बिया, गारबेंन्झो बिया, मिश्र सुकामेवा, चॉकलेट मिल्क आणि क्लॅम चाउडर. अनेक होमिओपॅथिक आणि वनस्पतिजन्य औषधांतही कोबाल्ट आणि निकेलचे प्रमाण अधिक असते, याबाबत जागरूकता बाळगा. नवीन उपचारांतील औषधे किंवा एखादी वस्तू खरेदी करण्यापूर्वी म्हणूनच त्यांवरचे लेबल अवश्य वाचा.

**डॉ. वू यांच्या फाइलमधून**
**रुग्ण :** डायना
**त्वचेविषयी तक्रार :** तीव्र इसब
**अन्न संवेदनशीलता :** दुग्धजन्य पदार्थ
**डायनाच्या शब्दांत :** गेली दोन वर्षे मी इसबाशी लढा देत होते. परंतु त्यानंतर तो इतका वाईट बनला की, मेकअपनेही तो झाकणे मला शक्य होईनासे झाले. स्टिरॉइड असलेली मलमे मी वापरून पाहिली. तसेच

स्टिरॉइडच्या गोळ्याही घेतल्या. मात्र त्यामुळे माझा दाह काही केल्या कमी होत नव्हता. अखेरीस माझ्या मानेपर्यंत सूज पसरली. माझी मलाही मी ओळखू शकत नव्हते. सर्व प्रकारच्या डॉक्टरांना मी भेटून आले होते. एका ॲलर्जीतज्ज्ञाने मला सांगितले की, लॉस एन्जेलिसमधील तीस मूलभूत पर्यावरणीय घटकांपैकी २८ घटकांची मला ॲलर्जी आहे. मात्र तरीही स्टिरॉइडच्या मोठ्या मात्रा देण्याखेरीज त्याच्याकडे अन्य कोणतीही उपाययोजना नव्हती. युक्ला येथील एका डॉक्टरने मला सांगितले की, माझा ANA नंबर उच्च आहे. (ANA म्हणजे ॲन्टिन्युक्लिअर ॲंटिबॉडी टेस्ट. ही चाचणी रोगप्रतिकारक शक्तीतील बिघाड तपासण्यासाठी केली जाते.) मात्र तरीही तो रोगप्रतिकारक शक्तीतील बिघाड नव्हता. एका कर्करोगतज्ज्ञाने तर मला केमोथेरपीही सुचवली होती.

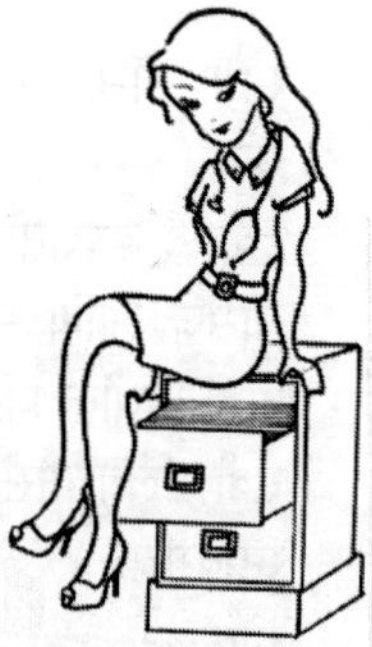

मात्र 'केमो' हा शब्द ऐकता क्षणीच जणूकाही मी एकदम जागी झाले. माझ्या अचानक लक्षात आले की, मी पर्यायी उपचारपद्धतींचा विचारच केला नव्हता आणि त्या वेळी मी कोणत्याही पद्धतीचा पडताळा घेण्याच्या तयारीत होते. काही दिवसांतच मी मॅक्रोबायोटिक समुपदेशकाची भेट घेतली. माझ्या शरीरात काय सुरू होते ते त्याने मला स्पष्ट करून सांगितले. माझ्या आहारात काही महत्त्वपूर्ण घटकांचा अभाव होता आणि खाण्याच्या वेळा अनियमित होत्या. शिवाय अतिरेकी खाण्यामुळे माझी पचनयंत्रणा कोसळली होती.

समुपदेशकाबरोबर काम सुरू करत असताना माझ्या आहाराचे मी काटेकोर नियोजन केले. पहिले काही आठवडे मी सर्व प्रकारचे दुग्धजन्य पदार्थ, साखर, बेकरीतील पदार्थ आणि प्रक्रियायुक्त अन्न वर्ज्य केले. त्याऐवजी ताज्या, सेंद्रिय भाज्या, शेंगा आणि मासे खाण्यावर भर दिला. महिन्याभरातच माझी सूज आणि त्वचेचा रक्तवर्ण नाहीसा झाला. खाजही नाहीशी झाली. माझी त्वचा केवळ पहिल्यासारखी झाली नाही तर त्याऐवजी ती अधिक तेजस्वी आणि सुंदर दिसू लागली.

**डॉ. वू यांचे निदान :** डायना माझ्याकडे पहिल्यांदा आली होती, त्या वेळी आइसक्रीम आणि फ्रीजमधील गोठवलेले दही यांचा आपल्या आहारात भरमसाट वापर करत असल्याचे तिने सांगितले. तिच्या त्वचेची स्थिती पार बिघडून जाईपर्यंत तिने त्याकडे लक्षही दिले नव्हते. आठवड्यातून दोन ते

तीन वेळा ती गोठवलेले दही भरपूर प्रमाणात खात होती. गोठवलेल्या दह्यात आइसक्रीमपेक्षा कमी उष्मांक असला, तरीही डायनासारख्या ज्या लोकांना दुग्धजन्य पदार्थांची ॲलर्जी असते त्यांच्या बाबतीत अशा पदार्थांच्या वापरामुळे त्वचेचा दाह होण्याची सुरुवात होते. साखर, बेकरी पदार्थ आणि प्रक्रियायुक्त अन्नपदार्थ टाळल्यामुळे आणि त्या जागी ताज्या भाज्या आणि माशांचा वापर केल्यामुळे आपल्या त्रस्त त्वचेला ती शांत करू शकली. आपल्या आहारातील समस्या आपण हाताळल्या पाहिजेत असे निश्चितपणे वाटत असलेल्या, परंतु त्याविषयी अनभिज्ञ असलेल्या स्त्रीचे डायना हे अत्यंत योग्य असे उदाहरण आहे.

## इसब आणि दाह शमवू शकणारे अन्नपदार्थ

अन्नाच्या साहाय्याने उपचार करताना नेहमीच तुम्ही काय खाऊ शकत नाही, तेच सांगितले जात नाही. तुमच्या आहारात खालील प्रकारच्या अन्नाचा समावेश केल्यामुळे इसबशी संबंधित असलेली खाज आणि त्वचेचा रक्तवर्ण कमी होतो.

**दही :** इसब असलेल्या लोकांची त्वचा 'गळकी त्वचा' असते. एवढेच नव्हे तर त्यांची आतडीही अन्नकणांबाबत संवेदनक्षम असतात. त्यातूनच अन्नाविषयीची प्रतिक्रिया ती व्यक्त करतात. दह्यामुळे आपल्या शरीरात चांगल्या बॅक्टेरियांची वाढ होते. त्यामुळे आतड्यांची संवेदनक्षमता कमी होऊन अधिक सर्वसाधारण प्रकारचे अस्तर तयार होते. सलग चार आठवडे दही खाल्ल्यास इसबाशी संबंधित खाज आणि दाह कमी होतो. आहारात तुम्हाला दह्याचा अधिक प्रमाणात समावेश करायचा असेल तर ते कमी उष्मांकाचे असले पाहिजे याकडे लक्ष द्या. त्यात तुम्ही साखर वापरणार असाल तर तीसुद्धा कमी उष्मांकाचीच वापरा. कारण साखरेमुळे त्वचेच्या दाहात भरच पडते असे सिद्ध झालेले आहे. दह्यावर फळे टाकून बनवलेले पदार्थ खाणेही टाळा. कारण त्यात अतिरिक्त साखर असते आणि काहीवेळा फ्रुक्टोजचे उच्च प्रमाण असलेले कॉर्न सिरपही असते. तुम्हाला मुरमांचा आणि इसबाचा त्रास होत असेल तर मात्र तुम्ही दुग्धजन्य पदार्थ टाळा. कारण त्यामुळे अधिक मुरुमे येतात.

**मासे :** हृदयासाठी आणि त्वचेचा चांगला पोत राखण्यासाठी मासे खाणे चांगले विशेषत: सामन मासा अधिक चांगला असतो, हे तुम्हाला माहिती आहेच. परंतु या माशात 'डोकोसाहेक्झॅइनॉक आम्ल' म्हणजेच ॲंचे प्रमाणही अधिक असते. हा घटक ओमेगा-३ फॅटी आम्लाचा विशिष्ट प्रकार आहे. इसब असलेल्या

लोकांसाठी हे आम्ल उत्तम ठरते, असे संशोधकांचे मत आहे. 'ब्रिटिश जर्नल ऑफ डरमॅटॉलॉजी'मध्ये प्रसिद्ध झालेल्या एका अभ्यासानुसार, ज्या रुग्णांनी रोज पाच ग्रॅम ॐ घेतले, त्यांच्या त्वचेमध्ये आठ आठवड्यांत सुधारणा झाली. शिवाय त्यांच्या रक्तातील ओमेगा-३चे प्रमाणही वाढले.

या संशोधनात सहभागी झालेल्या रुग्णांनी मत्स्यतेलाच्या सात गोळ्या रोज घेतल्या होत्या. मात्र ते फारसे व्यवहार्य नाही. त्याऐवजी मासा खाणे अधिक चांगले ठरते. फक्त यासाठी ताज्या माशांचाच आहारात समावेश करा. हवाबंद डब्यातील मासे खाणे चांगले ठरत नाही. कारण त्यामध्ये ओमेगा-३चे प्रमाण ताज्या माशांच्या तुलनेत निम्मेच असते आणि त्यामध्ये सोडियमचे प्रमाण अधिक असते. हवाबंद डब्यातील अंड्यांपासून ते संत्र्याच्या रसापर्यंतच्या कित्येक प्रकारच्या अन्नपदार्थांमध्ये ओमेगा-३चे मिश्रण केलेले असते. परंतु त्याचा अर्थ त्यामध्ये ॐ असतेच असा होत नाही. त्यासाठी तुम्ही या अन्नपदार्थांच्या डब्यांवरील लेबल वाचलेच पाहिजे. तुम्ही शाकाहारी असाल तर मासे न खाता शैवालजन्य तेलाचा वापर करा. त्यात DHAचे प्रमाण उच्च असते.

## पाऱ्याची विषबाधा : मला धोका आहे का?

कोलेस्टेरॉलचे प्रमाण कमी करण्यासाठी लोक मांसाचा वापर कमी करून आता माशांकडे अधिकाधिक प्रमाणात वळू लागले आहेत. त्यामुळेच पाऱ्यामुळे होणाऱ्या विषबाधेविषयी सर्वसामान्य लोक अधिकाधिक जागरूक होऊ लागले आहेत.

पाऱ्यामुळे होणारी विषबाधा ही क्वचित घडणारी घटना असली तरीही तिच्यामुळे आरोग्यावर गंभीर दुष्परिणाम होऊ शकतात. त्यात थकवा येणे, मूत्रपिंड निकामी होणे आणि आत्यंतिक गंभीर परिस्थितीत हृदय बंद पडणे या दुष्परिणामांचा समावेश होतो. याशिवाय खाजणारे, सूज आल्यासारखे दिसणारे पुरळ येण्याचाही समावेश असतो. आहारातून समुद्रजन्य पदार्थ वगळल्यानंतर किंवा 'चिलेशन' उपचार घेतल्यानंतर ते दूर होते. 'चिलेशन' उपचारपद्धतीत शरीरातील पारा बाहेर काढला जातो. दर वर्षी मी असे थोडेतरी रुग्ण पाहते. मात्र पाऱ्यामुळे होणाऱ्या दुष्परिणामांचा त्यांना अल्पसा धोका असतो. (आठवडाअखेरीस तुम्ही मासे खात असाल तर कदाचित त्यामध्ये पाऱ्याचे प्रमाण भरपूर असलेल्या माशांचा समावेशही असू शकतो.) गर्भवती महिला आणि मुलांना अर्थातच हा धोका अधिक असतो. पाऱ्याचे प्रमाण कमी करण्यासाठी ज्या माशांमध्ये नैसर्गिकरीत्याच पाऱ्याचे प्रमाण उच्च आहे अशा माशांचा आहारातील वापर

टाळला पाहिजे. त्यात शार्क आणि स्वोर्डफिशचा समावेश होतो. पाऱ्याचे प्रमाण कमी असलेल्या माशांचा प्रमाणबद्ध वापर केला पाहिजे. आठवड्यातून दोनदा मासे खाणे पुरेसे असते. आठवड्यातून एखाद्या वेळीच ट्युनासारखा मासा खाल्ला जावा, अशी सूचना अमेरिकन अन्न आणि औषध प्रशासनाने केली आहे. कारण ट्युनामध्ये पुरेशा प्रमाणात पारा असतो.

तुम्हाला फुगीर रक्तवर्णी पुरळ आले असेल आणि ते लवकर जात नसेल परंतु तुम्ही आहारात भरपूर प्रमाणात समुद्री आहाराचा समावेश करत असाल तर पाऱ्याच्या विष निर्मूलनासाठी रक्तचाचणी करण्याविषयी तुमच्या डॉक्टरशी बोला. अशी घटना क्वचितच घडते, परंतु तरीही पाऱ्याच्या विषारी दुष्परिणामांचे ते प्राथमिक लक्षण असते.

**जस्त :** इसब असलेल्या व्यक्तींच्या रक्तात जस्ताचे प्रमाण कमी असते असे अलीकडेच झालेल्या अभ्यासातून स्पष्ट झाले आहे. यातील नेमका संबंध स्पष्ट झालेला नसला तरीही जस्त हे प्रभावी दाहप्रतिरोधक आहे हे सर्वज्ञात आहे. आपल्या त्वचेच्या रोगप्रतिकारकशक्ती यंत्रणेचाही तो एक अति महत्त्वपूर्ण घटक आहे. (इसब झालेल्या लोकांच्या रोगप्रतिकारक यंत्रणेला जबरदस्त तडाखा बसलेला असतो, हेही आपल्याला माहिती आहे.) जस्ताचे आहारातील प्रमाण वाढवण्यासाठी खालील गोष्टी करा -

- आठवड्यातून दोनदा कोकराचे मांस खा. याशिवाय राजमा, शिंपल्यातील प्राणी, मसूर खा. तुम्ही शाकाहारी असाल तर शिंपल्यातील पदार्थ सोडून इतर पदार्थांवर अधिक भर द्या.
- या पदार्थांसमवेतच डाळी, मका आणि तांदूळ खाल्ल्यास, त्यात आढळणाऱ्या फायटेट या संयुगामुळे जस्ताचे शोषण कमी होते. केसिनच्या बाबतीतही हीच बाब खरी ठरते. दूध आणि चीजमध्ये केसिन ही प्रमुख प्रथिने आढळतात. म्हणून हे अन्नधान्य कोकराचे मांस किंवा इतर जस्ताने समृद्ध असलेल्या अन्नपदार्थांसमवेत खाऊ नका.
- आहाराखेरीज पूरके खाऊन जस्त घेणे टाळा. अतिरिक्त जस्त घातक ठरू शकते. त्यामुळे तांब्याचे शोषण होण्याचे प्रमाण कमी होते. याशिवाय गंभीर रक्तक्षय होऊन रक्तातील पांढऱ्या पेशींचे प्रमाण ढासळते. (जस्ताच्या गोळ्यांचा अतिरेकी डोस दिल्यामुळे एका किशोरवयीन मुलाला इस्पितळात दाखल करावे लागल्याचे मला माहिती आहे.) म्हणूनच फक्त अन्नातूनच जस्त मिळवणे अधिक चांगले ठरते.

- ई. कोलाय बॅक्टेरियाचा प्रसार रोखण्यासाठी यूएसडीए आणि अमेरिकन बीफ पॅकेज करणारे लोक पुरेशी पावले उचलत आहेत का, असा प्रश्न गेल्या काही वर्षांत तयार करण्यात आलेल्या कित्येक अहवालांमधून उपस्थित करण्यात आला आहे. या बॅक्टेरियाचा संसर्ग प्राणघातक ठरतो. (सन २००६पासून झालेल्या ई. कोलायच्या बाराहून अधिक उद्रेकांचा स्रोत बीफ असल्याचे स्पष्ट झाले आहे.) आहारातील जस्ताचे प्रमाण वाढवण्यासाठी मांस खाणे अधिक चांगले असते. परंतु त्याआधी ते कुठून आलेले आहे, त्याचा स्रोत काय आहे हे तुम्हाला ठाऊक असले पाहिजे.

## आधी आणि नंतर - ॲड्राइनला भेटा

ॲड्राइन ही एक हुशार, चटपटीत १७ वर्षांची मुलगी आहे. दहाव्या वर्षांपासून तिला इसब आहे. तेव्हापासून तिला डॉक्टरांनी काही मलमे दिली होती. परंतु तरीही तिला ठरावीक कालांतराने मुरुमे येतात आणि ती सतत खाजवत राहते. त्यामुळे त्वचेवर ओरखडे उठतात आणि त्यातून झालेल्या जखमांवर खपल्याही धरल्या जातात. ॲड्राइन अखेरीस माझ्याकडे आली. त्या वेळी तिला सूज येण्याच्या बेतात होती. तिच्या हातावर आणि पायावर लालसर पांढरट गुलाबी चट्टे आले होते आणि ती वेड्यासारखी खाजवत सुटली होती. मी तिला प्रथम चेहऱ्याला पोषक अशा आहारावर राहण्यास सांगितले. त्यानंतर तिला तिळाचे तेल वापरायला सांगितले. तिळाचे तेल हा त्वचेला शांत करणारा आणखी एक नैसर्गिक अन्नघटक आहे. पाच दिवसांतच आपल्या त्वचेत मोठाच फरक पडल्याचे तिच्या लक्षात आले. तिच्या अंगाला सुटणारी खाज कमी झाली होती. रक्तवर्ण कमी झाला होता आणि आता तिच्या चेहऱ्यावर मोठी सुजलेली पुरळेही नव्हती. सहा आठवड्यांतच तिचे इसब नियंत्रणात आले आणि तिच्या त्वचेचा रंग नैसर्गिक झाला. तिच्या पायांवरील आणि हातांवरील त्वचेचा रंगही नैसर्गिक दिसू लागला. त्या काळात तिची त्वचा खूपच छान दिसत होती. त्यानंतर तिला खाजवावेही लागत नव्हते आणि त्वचेवर ओरखडेही उठत नव्हते!

**See Her Photos!**

**आहारात वापरली जाणारी हेम्पसीड :** हेम्प ही अंबाडीसारखी दिसणारी एक वनस्पती असून तिच्यापासून मादक द्रव्य बनवले जाते. मात्र या वनस्पतीच्या वेगळ्या प्रजातीपासून आहारात वापरल्या जाणाऱ्या हेम्पसीड्स मिळवल्या जातात

आणि त्यांच्यापासून तेलही तयार केले जाते. त्यांच्यात ऊष्ण नसते. त्यात प्रथिन आणि दाहरोधक ओमेगा-३ असते. या प्रजातीच्या बियांपासून मिळवलेल्या तेलामुळे खाज आणि इसबाशी संबंधित कोरडेपणा यांमध्ये सुधारणा होते. याचबरोबर त्वचेच्या ओलसरपणातही वाढ होते. (दीर्घकाळ नियमितपणे वापर केल्यावरच नैसर्गिक ओलसरपणात वाढ होते.) ऑलिव्ह तेलाऐवजी हे तेल सॅलडसोबत घेतल्यास ते उपयुक्त ठरते. हेम्पसीड तेल हे फ्रीजमध्येच ठेवावे लागते, हे लक्षात ठेवा. शिवाय ते स्वयंपाकासाठी वापरता येत नाही. त्यामुळे या तेलात तुम्ही भाज्या तयार करू शकत नाही.

**इव्हिनिंग प्रिमरोज तेल :** प्रिमरोज हे फिकट पिवळी फुले येणारे झाड आहे. संशोधकांमध्ये एकमत नसले तरीही गेली कित्येक वर्षे इसबाच्या रुग्णांना मी हे तेल लिहून देत आहे आणि त्याचे परिणाम चांगल्या प्रकारे मिळत आहेत. प्रिमरोज तेलामुळे चार ते आठ आठवड्यांत खाज, रक्तवर्णी मुरुमे, सूज आणि त्वचा खरखरीत बनणे या गोष्टी कमी होतात, असे अलीकडेच झालेल्या संशोधनात आढळले आहे. या तेलात गॅमा-लिनोलिनीक आम्ल असल्यामुळे हे घडते. हे आम्ल म्हणजे ओमेगा-६ फॅटी आम्ल असून ते दाहप्रतिरोधक असते. (गॅमा लिनोलिनीक आम्ल किंवा GLA मध्ये ब्लॅक करंट तेल, बोरेज तेल आणि हेम्पसीड तेल असते.) रोज ३२० किंवा ४८० मिलिग्रॅम जीएलए दोन ते तीन डोसांमध्ये विभागून घेतल्यास इसबामुळे येणाऱ्या पुरळापासून सुटका मिळते. तुम्ही वापरत असणारे तेल उच्च दर्जाचे आणि हलक्या वजनाच्या डब्यात ठेवलेले असावे. या डब्यावर लिहिलेली तेल वापरण्याची मुदत व त्याची तारीख बघूनच तुम्ही तेल खरेदी करा.

या तेलाचा माझ्या बहुतेक रुग्णांना काहीच त्रास झाला नसला तरीही पोट बिघडणे आणि डोकेदुखी हे या तेलाचे दुष्परिणाम असल्याचे स्पष्ट झाले आहे. तुम्हाला फिट येण्याचा किंवा तत्सम त्रास असेल तर प्रिमरोज तेल किंवा इतर कोणतेही ओमेगा-६ तेल वापरू नका. शस्त्रक्रियेसाठी तुम्हाला भूल द्यावी लागणार असेल तर शस्त्रक्रियेपूर्वी किमान दोन ते तीन आठवडे आधीपासून तुम्ही सायंकालीन प्रिमरोज तेलाचा वापर थांबवा. नेहमीप्रमाणेच कोणतेही नवीन औषध किंवा पूरक वापरण्यास सुरुवात करण्यापूर्वी तुमच्या डॉक्टरांचा सल्ला अवश्य घ्या.

## बाह्य भागापासून आतील भागाच्या दिशेने इसबासाठी उपचार करणे

तुमच्या आहारातील बदलांप्रमाणेच इसबासाठी असलेली आणखी एक प्रभावी उपाययोजनाही अत्यंत प्राथमिक स्वरूपाची आहे. ती म्हणजे चांगल्या दर्जाचे

मॉइश्चरायझर वापरणे. जिथे त्वचा सर्वसाधारण असल्यासारखी भासते तिथेही असे मॉइश्चरायझर लावले पाहिजे. त्यामुळे कोरडेपणा, घट्टपणा आणि खाज या गोष्टी कमी करता येतात. (विशेषत: हिवाळ्यातील थंड महिन्यांमध्ये हे महत्त्वाचे ठरते. तुम्ही जर कमी दमटपणा असलेल्या कोरड्या हवेत राहत असाल तरीही ही गोष्ट महत्त्वाची ठरते.) शॉवर घेणे आणि अंघोळ करणे या गोष्टी तुम्ही दहा मिनिटांतच आटोपत्या घ्या. (दीर्घकाळ गरम पाण्याच्या शॉवरखाली थांबल्यामुळे त्वचा कोरडी पडते.) त्यानंतर लगेच बोरेज, सोयाबीन तेल, शिआ बटर, ओटमील किंवा ग्लिसरिन यांसारखे घटक असलेले बॉडी लोशन लावा. सुगंध घातलेली मॉइश्चरायझर टाळा. कारण त्यामुळे तुमच्या त्वचेला त्रास होण्याची शक्यता असते. मोठ्या प्रमाणात सूज आलेली असेल आणि त्वचा अत्यंत संवेदनक्षम किंवा हुळहुळी बनलेली असेल, तर तुम्ही कमी प्रमाणात ऑलिव्ह तेलही लावू शकता. अगदी खरे सांगते, ऑलिव्ह तेलात कोणत्याही प्रकारे कीटकनाशके किंवा वरून घातलेली द्रव्ये (ॲडिटिव्ह्ज) नसतात. त्यामुळे त्याचा वापर केल्यास दाह होत नाही किंवा वेदनाही होत नाही. त्याचबरोबर दिवसभरात कितीही वेळा गरज भासेल त्याप्रमाणे तुम्ही ते लावू शकता.

सूचना : तुम्ही काहीशा तेलकट दिसाल आणि त्यामुळे त्वचेची छिद्रे बंद होतील. तुम्हाला जर मुरुमे येत असतील तर तुम्ही तेलरहित आणि ग्लिसरीन किंवा हायल्युरॉनिक आम्लाचा वापर असलेल्या मॉयश्चरायझरचा वापर करा.

## संवेदनाक्षम त्वचेसाठी कपडे धुण्याची उत्पादने

कपडे धुणे ही काही फारशी आकर्षक गोष्ट नाही. परंतु तरीही का कोण जाणे, पण मी त्याकडे एक विरंगुळादायक म्हणून पाहते. आपण वापरत असलेला डिटर्जंट किंवा सूत नरम राखण्यासाठी वापरले जाणारे सॉफ्टनर यांमुळे काही वेळा संवेदनक्षम त्वचा संकटग्रस्त बनू शकते. म्हणूनच योग्य उत्पादने विकत घेणेही तेवढेच महत्त्वाचे असते.

तुमची त्वचा रूक्ष, संवेदनक्षम असेल किंवा तुम्हाला इसबाचे चट्टे आलेले असतील, तर तुम्ही धुण्याच्या डिटर्जंटचा वापर टाळला पाहिजे. (त्याचबरोबर ड्रायक्लिनर्समध्येही तीव्र स्वरूपाची रसायने वापरलेली असल्यामुळे तीही टाळली पाहिजेत.) कारण त्यांच्यामुळे तुमच्या त्वचेची स्थिती आणखी बिकट बनू शकते. त्याऐवजी लेबलवर 'फ्री' असा शब्द असलेला डिटर्जंट वापरावा. फ्री या शब्दाचा अर्थ त्या उत्पादनात कृत्रिम रंग किंवा कृत्रिम सुगंध घातलेला नाही.

असे डिटर्जंट शोधणे ही अवघड गोष्ट नाही. हल्ली बहुतेक डिटर्जंट पावडरमध्ये पर्यावरणपूरक आणि वनस्पतिजन्य घटकांचा वापर करण्यात वाढ झाली आहे. हिरव्या रंगाचे किंवा आघाडीच्या कंपन्यांचे डिटर्जंट नेहमीच कपडे अत्यंत स्वच्छ करतात असे नाही. मात्र त्यांच्यामुळे आपल्या त्वचेला हानी मात्र पोचत नाही. जर तुमच्या हातावर गडद डाग पडले तर तुम्ही कपडे आधी भिजवून ठेवा किंवा अतिरिक्त डिटर्जंटचा वापर करा.

## स्तनांवरील मुरुमे आणि स्तनाग्रांवरील इसब

इसब हे कोपराच्या आणि गुडघ्यांच्या आतील बाजूस येत असले, तरी काही वेळा ते स्तनाग्रांवर येते आणि ते भीतिदायक वाटते. म्हणजे ज्या वेळी ते मुलींच्या बाबतीत होते, त्या वेळी कोणती गोष्ट सर्वसाधारण आहे आणि कोणती वेगळी आहे हे ठरवणे त्यांना अवघड जाते. कारण त्या वेळी इतरांकडे पाहून, तुलना करून तसे ठरवण्याची संधीच उपलब्ध नसते. खरेतर छातीवर येणाऱ्या विविध प्रकारच्या पुरळांपैकी बहुतांश पुरळे (अगदी स्तनाग्रांचा इसबसुद्धा) फारशा गंभीरपणे दखल घेण्याजोगी नसतात. अगदी थोड्याच प्रकारांमध्ये वैद्यकीय मदत घेण्याची गरज भासते. तुमच्या स्तनांवर येऊ शकणाऱ्या सर्वसामान्य पुरळांचे प्रकार खाली देत आहे.

**स्तनाग्रांचा इसब :** तुमचे एक किंवा दोन्ही स्तन जर लालसर झाले आणि त्यांना खाज सुटू लागली, तर कदाचित तुम्हाला स्तनाग्रांचा इसब झाला असण्याची शक्यता आहे. ज्या स्त्रियांच्या शरीरावर अन्यत्र कुठेही इसबाचे चट्टे किंवा पुरळ आलेले असते, त्यांच्या बाबतीत या इसबाची शक्यता अधिक असते. कपडे त्वचेवर घासले गेल्यामुळे सहसा स्तनाग्रांचा इसब होतो. अगदी तंग कपडे वापरले तरीही तो होतो. परंतु अगदी सौम्य कॉर्टिझोन क्रीम वापरून हा प्रश्न सोडवता येतो. दोन आठवड्यांनीही जर पुरळ गेले नाही किंवा स्तनाग्रांतून द्रव बाहेर पडत असल्याचे तुमच्या निदर्शनास आले, गुठळी आल्यासारखे वाटले किंवा पुरळ जलद गतीने सर्वत्र पसरू लागले तर मात्र लगेच डॉक्टरला भेटा.

**मॅस्टिटिस :** स्तनपान देणाऱ्या मातांच्या बाबतीत स्तनांना होणारा हा सूक्ष्मजंतूंचा संसर्ग आहे. स्तनाग्रांना पडलेल्या सूक्ष्म चिरा किंवा भेगांमधून जंतू स्तनात प्रवेश करतात आणि दुग्धनलिकांमधून भोवतालच्या ऊतींमध्ये पसरतात. यामध्ये स्तन गरम, लालसर, सुजलेले आणि हुळहुळे बनतात. स्तनाग्रांना भेगा पडतात. काही वेळा स्तनाग्रांतून पू येतो. ताप येतो. जर असे घडले तर डॉक्टरकडे जा.

**पॅगेट्स डिसीज :** हा स्तनाचा कर्करोग असून त्याचा स्तनाच्या त्वचेला त्रास होतो. तसेच स्तनाग्र आणि त्याभोवतीचा तपकिरी भाग यांनाही या आजाराचा संसर्ग पोचतो. सहसा लालसर, रंग उडाल्यासारखा दिसणारा चट्टा स्तनावर निर्माण होतो. तो एकाच स्तनावर असतो. त्याला काही वेळा खाज सुटते तर काही वेळा खाज सुटत नाही. स्तनाच्या ऊतींमध्ये खोलवर असलेल्या कर्करोगाचे ते लक्षण असते. त्या वेळी तुम्हाला गाठ सापडली नाही तरीही तो कर्करोगच असतो. तुम्हाला जर चुकून एखादी गाठ असल्यासारखे वाटले किंवा स्तनाग्रातून द्रव बाहेर पडत असल्याचे आढळले अगर तुकडे तुकडे एकत्र जोडल्यासारखा एखादा चट्टा आढळला आणि तो वाढत चालल्याचे लक्षात आले, तर तातडीने डॉक्टरची भेट घ्या. नेमके कारण शोधून काढण्यासाठी तुमचे डॉक्टर त्वचेची बायोप्सी करतील.

**स्तनाग्राभोवतीच्या तपकिरी भागात गाठी :** स्तनाग्राभोवतीच्या तैलग्रंथींना 'माँटगोमेरी ग्रंथी' असे म्हणतात. त्या मोठ्या होतात आणि चोंदतात. त्यामुळे स्तनाग्राच्या कडेवर एखादे मुरूम येते. जर तुम्हाला असे मुरूम दिसले तर ते फोडू नका. कारण त्यामुळे चोंदलेल्या ग्रंथी अधिक चोंदल्या जातील आणि परिस्थिती अधिक बिकट बनेल. त्यामुळे मुरूमही आणखी वाढेल आणि संसर्ग पसरेल. सहनशक्ती ठेवा. साधारणपणे आठवडाभराच्या कालावधीत ते आपोआपच जाईल.

**अतिरिक्त स्तनाग्रे :** होय, तुम्ही वाचलेले योग्यच आहे. काही स्त्रियांना अतिरिक्त स्तनाग्रे असतात. तांत्रिकदृष्ट्या त्यांना 'सुपरन्यूमेररी' स्तनाग्रे असे म्हटले जाते. अशा स्थितीत मुख्य स्तनाग्राहून ही स्तनाग्रे लहान असतात. सहसा छातीवर स्तनाग्रांच्या खाली कुठेतरी ती आढळतात आणि बहुतेक वेळा ती शरीराच्या डाव्या बाजूला असतात. यात काळजी करण्यासारखे काहीच नसते. अतिरिक्त स्तनाग्रे असणे ही सर्वसामान्य बाब आहे आणि अमेरिकेत सुमारे पाच टक्के स्त्रियांना ती असतात. ती निरुपद्रवी असतात. मात्र तुमचे अतिरिक्त स्तनाग्र जर नाजूक किंवा हुळहुळे बनले असेल, त्याचा आकार, रंग बदलत असेल अगर ते वाढत असेल, तर मात्र डॉक्टरांची भेट घ्या.

## सोरायसिस

सोरायसिस ही गंभीर स्थिती असून त्यामुळे तीव्र लाल रंगाचे चट्टे पडतात. त्यात त्वचेवर जाडसर, खवल्यासारखे दिसणारे किंवा भेगा पडल्यासारखे चट्टे पडतात. इसब हे सहसा कोपरे किंवा गुडघे यांच्या आतील बाजूला येते. परंतु सोरायसिस मात्र कोपरे आणि गुडघे यांच्या बाहेरच्या बाजूला येऊन शरीरभर पसरतो.

डोक्याच्या त्वचेलाही याचा संसर्ग होतो. सोरायसिस नेमका कशामुळे होतो, हे सांगता येत नसले तरी कुटुंबांमध्ये हा आजार वाढत असल्याचे दिसते. सोरायसिसच्या बाबतीत आणखी एक दु:खद बाब म्हणजे ते जाडसर आणि खवल्या-खवल्यांसारखे दिसते. ते स्पष्टपणे दिसते आणि इसबासह इतर सर्व प्रकारच्या पुरळांपेक्षा भयंकर दिसते. शिवाय ते संसर्गजन्य नसले तरीही संसर्गजन्य असल्यासारखे दिसते. म्हणूनच सोरायसिस असलेले सुमारे ५० टक्के लोक आपल्या आजारामुळे अत्यंत त्रस्त असतात आणि निराशाग्रस्तही असतात, असे 'नॅशनल सोरायसिस फाउंडेशन'ने केलेल्या सर्वेक्षणात आढळून आले आहे. अलीकडच्या काही वर्षांत, सोरायसिसची सूज आणि दाह शमवण्यासाठी जैविक औषधे दिली जातात. मात्र ही इंजेक्शन्स महागडी असून त्यांचे काही दुष्परिणामही आहेत. यामुळे अंतर्गत अवयवांवर आणि रोगप्रतिकारशक्तीवर दुष्परिणाम होतात. मात्र तरीही सध्याच्या काळातील हा लोकप्रिय उपचार आहे. अशा प्रकारच्या गंभीर औषधोपचारासाठी पर्यायी उपचारपद्धती म्हणून मी माझ्या रुग्णांना सर्वप्रथम मुरुमे येऊ नयेत यासाठी आहारात आणि जीवनशैलीतील बदल सुचवते. काही लोकांना मुरमांचा गंभीर स्वरूपाचा त्रास असेल तर त्यांना तीव्र औषधांचाच वापर करावा लागतो, त्याप्रमाणेच सोरायसिसच्या काही रुग्णांना डॉक्टरांच्या निगराणीखालीच औषधोपचार घेणे आवश्यक असते. मात्र खालील प्रकारचे अन्नपदार्थ टाळल्यामुळे फक्त सोरायसिसची तीव्रताच कमी होत नाही, तर औषधांचे प्रमाणही कमी होते. शिवाय घेत असलेल्या औषधांची परिणामकारकताही अधिक जाणवू लागते.

## सोरायसिस असेल तर काय खाऊ नये

**ग्लुटेन :** इसबाच्या रुग्णांप्रमाणेच सोरायसिसचा त्रास होत असलेले रुग्णही ग्लुटेनच्या बाबतीत संवेदनक्षम असतात. ग्लुटेन हे प्रथिन गहू, बार्ली आणि राय या धान्यांमध्ये असते. म्हणूनच ब्रेड, पास्ता घेत असताना ग्लुटेन फ्री प्रकार निवडा. 'मॉडिफाइड व्हिट स्टार्च' असे लिहिलेले खाद्यपदार्थ पूर्णपणे वर्ज्य करा. सहसा केचअप आणि इतर मसालेदार पदार्थांमध्ये हे सापडते. शिवाय हवाबंद डब्यातील सूप आणि आइसक्रीममध्येही ते असते.

**अल्कोहोल :** अल्कोहोल हे थेट रक्तप्रवाहात शोषले जाते. (तुम्ही गाडी चालवत आहात आणि पोलिसांनी तुम्हाला पकडले असून तुमच्या रक्तातील दारूचा अंश ते मोजत आहेत असा विचार करून पहा बरं!) तुमच्या घर्मग्रंथींमधूनही अल्कोहोल स्रवत असते. म्हणूनच रात्री भरपूर पिऊन आलेल्या व्यक्तीच्या अंगाला

दारूचा वास येत असतो. तुमच्या त्वचेच्या छिद्रांमधून अक्षरश: अल्कोहोल बाहेर पडत असते. दारू प्यायल्यापासून तीस मिनिटे ते दोन तास या कालावधीत तुमच्या रक्तातील अल्कोहोलचे प्रमाण टिपेला पोचते. तुमच्या घामातील अल्कोहोलचे प्रमाण त्यानंतरच्या दोन ते तीन तासांत सर्वोच्च असते. म्हणूनच अखेरचा प्याला घेतल्यापासूनच्या दोन ते चार तासांपर्यंत तुमच्या शरीराला अत्यंत घाणेरडा वास येत असतो. (अगदी सुगंधी द्रव्ये वापरून शॉवर घेतला तरीही तो कमी होत नाही.) याचा अर्थ अल्कोहोलचा परिणाम फक्त यकृतावरच होत नाही तर त्वचेवरही होत असतो. दारू प्यायल्यामुळे सोरायसिस होण्याचा धोका वाढत असतो. परंतु तुम्हाला आधीच सोरायसिस असेल आणि मुरुमे आलेली असताना तुम्ही दारू प्यायलात, तर तुमच्या सोरायसिसची स्थिती अतिशय भयंकर बनते. अलीकडेच असे आढळून आले आहे की, अति प्रमाणात दारू पिणाऱ्या लोकांमध्ये सोरायसिसवरच्या औषधांशी अल्कोहोलची प्रतिक्रिया होते आणि औषधांचा परिणाम कमी होतो किंवा होतही नाही. शिवाय अल्कोहोलमुळे त्वचेचा दाह वाढतो. म्हणूनच दारू प्यायल्यानंतर सोरायसिसच्या रुग्णांचा दाह वाढतो किंवा त्वचा अधिक रूक्ष बनून अधिक जाडसर चट्टे पडतात. अल्कोहोलमुळे त्वचेच्या पेशींची निर्मिती वाढते. म्हणूनच त्वचेवरचे चट्टे खवल्यांसारखेही दिसू लागतात. सोरायसिस असेल तर तुम्ही दारूचे प्रमाण कमी केले पाहिजे. खरेतर दारू सोडणेच अधिक श्रेयस्कर ठरते. तुम्हाला कदाचित हे विचित्र वाटेल, परंतु दारू सोडल्याबद्दल तुमची त्वचा तुम्हाला धन्यवाद देईल.

## सोरायसिसमुळे त्रस्त असलेल्यांनो, इकडे लक्ष द्या : मासे अधिक प्रमाणात खा!

इसबाशी संबंधित असलेले पुरळ आणि रक्तवर्णी सूज या दोन्ही गोष्टी ओमेगा-३ने समृद्ध असलेल्या माशांमुळे कमी होतात, हे तुम्हाला आधीच माहीत आहे. परंतु तुम्ही कोणता मासा खात आहात ही गोष्टही तो किती प्रमाणात खात आहात या गोष्टीएवढीच महत्त्वाची असते. लंडनमधील वेस्टमिन्स्टर हॉस्पिटलच्या त्वचारोग विभागाने केलेल्या एका अभ्यासाच्या निष्कर्षानुसार, या प्रयोगात सहभागी झालेल्या लोकांनी आठवड्यात दोनदा सहा औंस वजनाचा कोणताही तेलकट मासा (सामन किंवा सार्डिन्स यांसारखा) रोज खाल्ला. ज्यांनी कॉड किंवा हॅडॉक यांसारखा पांढरा मासा खाल्ला होता, त्यांच्या तुलनेत या लोकांची त्वचा अधिक चांगली आणि मुलायम

बनली होती. फक्त एका आठवड्याच्या कालावधीतच त्यांच्या त्वचेत झालेला बदल चटकन नजरेत भरत होता.

**धूम्रपान :** 'अरगॉन युनिव्हर्सिटी स्कूल ऑफ मेडिसिन'ने केलेल्या अभ्यासात संशोधकांना असे आढळून आले की, दिवसभरात सिगरेटचे एक पाकीट किंवा त्याहून अधिक प्रमाणात धूम्रपान करणाऱ्या स्त्रियांना सोरायसिस होण्याची शक्यता ते न करणाऱ्या स्त्रियांच्या तुलनेत तिपटीने अधिक असते. धूम्रपान करणाऱ्या स्त्री-पुरुषांना मुरुमे येण्याचे प्रमाणही अधिक असते. शिवाय सोरायसिसचे उपचार त्यांना लागूही पडत नाहीत.

सिगरेट ओढणाऱ्यांना होणारे अन्य आजारही भरपूर असतात हेही सर्वज्ञात आहेच. म्हणूनच धूम्रपान अजिबात न करण्याचाच मी सर्वांना सल्ला देईन. अगदीच शक्य नसेल तर निदान सोरायसिस ज्या वेळी सर्वांत जास्त प्रमाणात आलेले असते त्या वेळी तरी तुम्हाला सिगरेट सोडावीच लागेल.

## हाइव्ह्जचा त्रास कमी करण्यासाठी

हाइव्ह्जना 'युर्टिकारिया' असेही म्हणतात. त्यांना नेहमीच खाज सुटते. कोणत्या ना कोणत्या कारणाने शरीराला हिस्टामाइन स्त्रवण्यास प्रवृत्त केले गेले की, गुलाबी रंगाचे हे चट्टे तयार होतात आणि भरपूर प्रमाणात येतात. आता हे 'कोणते ना कोणते कारण' तुमच्या खाण्यातून तुमच्या पोटात गेलेले असते. त्यात औषधे, पदार्थ टिकवून ठेवणारी कीटकनाशके, वनस्पती किंवा काही पूरकांचा समावेश होतो. परंतु व्यायामाचा अतिरेक केल्यानंतरही हाइव्ह्ज येतात. अति उष्णता किंवा अति थंडीच्या संपर्कात त्वचा आली किंवा ॲलर्जीजन्य पदार्थाचा स्पर्श झाला तरीही हाइव्ह्जचा उद्रेक होतो. उदाहरणार्थ, थंडगार पावसाच्या थेंबाचा त्वचेला स्पर्श झाला की माझ्या बहिणीला हाइव्ह्जचा त्रास होतो. (त्यामुळे लंडन किंवा सिॲटलसारख्या पाऊस जास्त प्रमाणात पडणाऱ्या शहरात राहण्याचा विचारही तिच्या बाबतीत शक्य नाही.)

वाटाण्याएवढ्या आकारापासून तुमच्या पोटाएवढ्या आकारापर्यंत हाइव्ह्जचा आकार केवढाही असू शकतो. स्वतंत्रपणे फोडासारखी ती येतात किंवा एकमेकांत मिसळून एक मोठाच्या मोठा पट्टाही तयार होतो. शरीराच्या कुठल्याही भागावर हाइव्ह्ज येतात. त्याला डोक्याची त्वचा, हातांचे तळवे किंवा अगदी तुमचे कानही

अपवाद नाहीत. मात्र कुठल्याही प्रकारचे हाइव्ह्ज २४ तासांत नाहीसे होतात. त्यानंतर किमान सहा आठवड्यांनी किंवा त्याहूनही दीर्घ कालावधीनंतरच नवीन हाइव्ह्ज येतात. परंतु प्रत्येक हाइव्ह दिवसाच्या अखेरीला नाहीसे होते. (जर दिवसभराहून अधिक काळासाठी तुमच्या शरीरावर हाइव्ह्ज दिसत राहिली तर ती हाइव्ह्ज नसण्याचीच शक्यता अधिक असते.) ती लवकर येतात आणि जातातही लवकर. त्यामुळे त्यांना गंभीर पुरळाच्या प्रकारात समाविष्ट केले जात नाही. परंतु त्यांना गंभीर हाइव्ह्ज म्हटले जाते. ती तात्पुरत्या स्वरूपातच येतात. हाइव्ह येण्याच्या कारणाचा शोध घेणे ही सोपी गोष्ट नसते. विशेषत: कोणत्याही अज्ञात अन्नपदार्थाची ॲलर्जी असेल किंवा लोकप्रिय कीटकनाशकाची ॲलर्जी असेल तर ते कठीणच असते. काहीही झाले तरी निदान शंभर वेळा तरी गेल्या काही दिवसांत तुम्ही खाल्लेल्या अन्नपदार्थांतील अशा घटकांचा विचार करा. तुम्ही जर पॅकबंद किंवा प्रक्रियायुक्त अन्न खाल्ले असेल तर त्याचा विशेष विचार करा. काही वेळा नवीन पदार्थांची ॲलर्जीही निर्माण होऊ शकते. त्यामुळे काही खाल्ल्यावर अचानकच तुमच्या अंगाला खाज सुटू शकते.

## हाइव्ह्जचा त्रास होत असेल, तर काय खाऊ नये?

हाइव्ह्ज असलेली रुग्ण येते त्या वेळी मी तिला सांगते की, पुढच्या काही दिवसांत आपण खाल्लेल्या आणि प्यायलेल्या प्रत्येक बारीकसारीक गोष्टीची नोंद तुम्ही एका नोंदवहीत ठेवा. प्रत्येक व्हिटॅमिन, वनस्पतिजन्य पदार्थ, सोडा, नाश्ता, औषध, खाद्यपदार्थ इ. ज्या ज्या गोष्टी तुमच्या पोटात गेल्या असतील त्या सर्व गोष्टींची नोंद या वहीत असणे आवश्यक असते. अगदी तुम्ही एखादा अमली पदार्थ ओढत असाल तर त्याचीही नोंद करा. माझ्याकडे आलेल्या एका रुग्णाला गांजा ओढण्याची सवय होती. गांजावर फवारण्यात येणाऱ्या कीटकनाशकाच्या ॲलर्जीमुळे तिला हाइव्ह्जचा त्रास होत होता. अर्थातच एवढ्या बारकाईने आपण सहसा विचार करत नसल्यामुळे आपल्याला होणाऱ्या त्रासाचे नेमके कारण शोधणे अवघड जाते. एकदा तुम्ही नोंदवही ठेवू लागलात आणि त्यानंतर पुन्हा तुम्हाला हाइव्ह्जचा त्रास झाला, तर मग त्या आधीच्या २४ ते ४८ तासांत तुम्ही पोटात ढकललेल्या वस्तूंचा आढावा घेऊ शकता. काही वेळा हाइव्ह्जचा स्रोत अगदी स्पष्टपणे दृष्टोत्पत्तीस येतो. परंतु अनेकदा आणखी काही वेळा होणाऱ्या त्रासानंतरच नेमका स्रोत समजून येतो. मात्र कित्येकदा हाइव्ह्जचा त्रास होऊनही आपल्याला त्याचा स्रोत समजू शकला नाही, तर मी एखाद्या ॲलर्जीतज्ज्ञाकडे त्या रुग्णाला पाठवून

देते. तो आणखी काही तपशीलवार चाचण्या करून नेमका स्रोत शोधून काढतो.

हाइव्ह्जला कारणीभूत ठरणारे सर्वसामान्य अन्न पुढीलप्रमाणे आहे : शेलफिश, अंडी, चीज, कठीण कवचाची फळे, सुका मेवा, दूध, बेरीज आणि अल्कोहोल. काही वेळा काही अन्नघटक एकत्रितपणे खाल्ल्यामुळे हाइव्हचा प्रादुर्भाव होतो. उदाहरणार्थ, एखाद्या वेळी अल्कोहोल किंवा एखाद्या वेळी शेलफिश खाणारे कित्येक लोक मला माहिती आहेत. परंतु ज्या वेळी ते एकाच वेळी शेलफिश खाऊन अल्कोहोल घेतात किंवा रात्रीच्या जेवणात मासे खाऊन शँपेन पितात त्या वेळी त्यांना अक्षरश: आणीबाणीच्या वैद्यकीय मदतीची आवश्यकता भासते. ॲस्पिरीन, आयब्रुफेन (मॉट्रिन, ॲडव्हिल) यांसारखी स्टिरॉइड नसलेली दाहरोधके आणि होमिओपॅथीची किंवा हर्बल पूरके एकत्रितपणे घेतल्यास काही जणांच्या बाबतीत हाइव्हचा उद्रेक होत असल्याचे माझ्या लक्षात आले आहे. विशेषत: तुम्ही सुरुवातीला त्यांचा तुमच्या आहारात समावेश करता, त्या वेळी हे होते. तुम्हाला सातत्याने हाइव्ह्जचा त्रास होत असेल तर हिस्टामाइन असलेले किंवा हिस्टामाइन स्रवण्यास तुमच्या शरीराला प्रवृत्त करणारे अन्नपदार्थ तुम्ही टाळले पाहिजेत.

बहुतांश प्रकारची हाइव्ह्ज गंभीर स्वरूपाची नसतात. त्यामुळे त्यांच्यासाठी रुग्णालयात दाखल होण्याची आवश्यकता नसते. तुम्हाला शरीराच्या एखाद्या भागावर हाइव्ह्ज आली तर ती कधी आली आणि कधी गेली ते तुमच्या लक्षातही येत नाही. त्यासाठी वैद्यकीय मदतीची अजिबातच आवश्यकता नसते. मात्र वर्षातून काही वेळा असे झाले किंवा हाइव्ह्ज काही आठवड्यांहून अधिक काळ टिकून राहिली, तर मात्र तुम्हाला त्यांची दखल घ्यावीच लागते. तुम्हाला ॲलर्जी असलेल्या पदार्थांच्या संपर्कात तुम्ही अधिकाधिक वेळा येत गेलात तर त्या पदार्थांच्या बाबतीतील तुमच्या त्वचेची संवेदनशीलता तेवढीच अधिकाधिक प्रमाणात वाढत जाते. त्यामुळे पुढच्या वेळी येणारी हाइव्ह्ज आधीच्या वेळेपेक्षा अधिक गंभीर स्वरूपाची असू शकतात. म्हणूनच अन्नाची नोंदवही ठेवायला सुरुवात करा आणि त्यानंतर तुमच्या डॉक्टरांच्या पुढच्या भेटीच्या वेळी त्यांना त्याविषयी कल्पना द्या.

**धोका : खालील पदार्थांमुळे हाइव्हचा उद्रेक होऊ शकतो.**

| **हिस्टामाइनचे उच्च प्रमाण असलेले अन्नपदार्थ (विशेषत: आंबवलेले आणि खारवलेले)** | **तुमच्या शरीराला हिस्टामाइन स्रवण्यास उत्तेजित करणारे अन्नपदार्थ** |
|---|---|
| • टोफू | • अंड्यातील पांढरा बलक |
| • सोया सॉस | • लिंबाच्या जातीतील फळे (मोसंबी, संत्री इ.) |
| • एजेड चीज (म्हणजे निळे किंवा पार्मेसान चीज. पार्मेसान चीज हे कठीण आणि कोरडे असते.) | • स्ट्रॉबेरीज |
| • हवाबंद डब्यातील किंवा धुरवलेले मासे (ताजे मासे अवश्य खा) | • चॉकलेट |
| • बिअर, वाइन | • अल्कोहोल |
| • एगप्लांट | • दूध |
| • व्हिनेगर आणि मेयोनीज | • कठीण कवचाची फळे |
| | • ॲस्पिरीन, आयब्रुफेन (मॉट्रिन, ॲडव्हिल) |

## हाइव्ह्जसाठीचे स्थानिक उपचार

हिस्टामाइनच्या अतिरिक्त प्रमाणामुळे हाइव्ह्जचा उद्रेक होत असल्यामुळे हिस्टामाइनरोधक औषध हा हाइव्ह्जना आळा घालण्याचा उत्तम उपाय आहे. हिस्टामाइनला शरीराकडून दिला जाणारा प्रतिसाद त्यामुळे रोखला जातो. तुम्हाला जर थोडीशीच लहान हाइव्ह्ज आली असतील तर बेनाड्रिल मलमचा वापर करा.

परंतु त्यातही 'डाय-फ्री' असे लेबल असलेल्या क्रीमची निवड करा. त्यामुळे सूज येणार नाही. गुलाबी रंगामुळे हाइव्ह्‌जचा उद्रेक होत असल्याचे आढळले आहे. एकदा मला एका रुग्णाकडे जावे लागले. बेव्हर्ली हिल्स हॉटेलमध्ये ही रुग्ण होती. तिने हाइव्ह्‌जच्या त्रासापासून मुक्ततेसाठी गुलाबी रंगाचे बेनाड्रील घेतले होते. बिचारी! तिला नेहमीच्या तिप्पट प्रमाणात आलेल्या हाइव्ह्‌जना तोंड द्यावे लागले. कारण तिला गुलाबी रंगाची ॲलर्जी होती. एक गोष्ट लक्षात ठेवा. हिस्टामाइन प्रतिरोधकांमुळे लोक पेंगुळतात. म्हणून ज्या वेळी तुम्हाला जागे राहण्याची आवश्यकता असते किंवा तुम्ही गाडी चालवणार असता तेव्हा तुम्ही ती घेऊ नका. तुम्ही आधीच एखाद्या हिस्टामाइनरोधकाचा वापर केला असेल तर डॉक्टरला तशी स्पष्ट कल्पना द्या. कारण डॉक्टरनी पुन्हा हिस्टामाइनरोधक दिले तर त्याचा एकत्रित परिणाम होऊन तुम्हाला भरपूर गुंगी येईल. कदाचित तुम्ही जेवण करता करता टेबलावरच झोपीही जाऊ शकता.

### नेहमीपेक्षा हाइव्ह्‌ज अधिक गंभीर स्वरूपाची वाटली, तर डॉक्टरकडे जा

निरुपद्रवी हाइव्ह्‌ज काही वेळा 'अँजिओडर्मा' असे नाव असलेल्या प्रकारात रूपांतरित होऊ शकतात. त्या वेळी ॲलर्जीमुळे येणाऱ्या प्रतिक्रिया व्यक्त होऊ शकतात. त्यात ओठ, जीभ, घसा आणि पचनमार्गाला सूज येऊ शकते. मोठ्या प्रमाणात दाह होऊ लागला तर तुमचा घसा पूर्णपणे बंद होऊ शकतो. त्यामुळे तुम्हाला श्वास घेण्यास आणि गिळण्यास त्रास होतो. खालीलपैकी कोणतीही लक्षणे दिसल्यास तातडीने तज्ज्ञ डॉक्टरांचा सल्ला घ्या.

- तुमची हाइव्ह्‌ज मानेवर, गळ्यावर किंवा चेहऱ्यावर पसरू लागली.
- ओठ किंवा जीभ सुजली.
- घसा खवखवू लागला, श्वास घेण्यास किंवा गिळण्यास त्रास होऊ लागला किंवा आवाज घोगरा बनला.

बेनाड्रिलच्या गोळ्यांना पर्यायी उपाय म्हणून तुम्ही बेनाड्रिल एक्स्ट्रा स्ट्रेंथ इच रिलीफ स्टिकचा वापर करू शकता. ती तेलकट नसते किंवा सरळ हिस्टामाइनरोधक द्रवरूपातील औषध घ्या. हा द्रव झटकन सुकतो आणि त्यामुळे ताबडतोब खाज थांबते. माझ्या कित्येक रुग्ण त्यासाठी बेनाड्रिलची ट्यूब आपल्या पर्समध्ये बाळगून फिरतात. फक्त हाइव्ह्‌जसाठीच नव्हे, तर डासांपासून आणि त्वचेच्या इतर तातडीच्या खाजेपासून त्यांना हे क्रीम लावल्यावर

आराम मिळतो. आणि खाज कमी करण्यासाठी वापरल्या जाणाऱ्या इतर पर्यायांमध्ये क्लॅरिटिन गोळीचा समावेश होतो. तिच्यामुळे झोपही येत नाही. ती हिस्टामाइनरोधक आहे. याशिवाय कॉर्टिझोन मलमांचा वापरही करता येतो. त्यांच्यामुळे दाह कमी होतो. कॅलामाइन लोशनमुळेही त्वचेला आराम मिळतो आणि त्वचा थंड होते. त्यामुळेही खाज कमी होते. कॉर्टिझोन मलमाएवढे हे प्रभावी नाही, परंतु ते तुम्ही जवळ बाळगणे श्रेयस्कर ठरते.

याहूनही थोड्या गंभीर स्वरूपाच्या हाइव्ह्जसाठी तुमचे डॉक्टर तुम्हाला कॉर्टिझोन गोळी किंवा इतर हिस्टामाइनरोधक औषधे लिहून देतील. त्यांच्यामुळे सूज आणि दाह कमी होतो. हाइव्ह्जवर ॲक्युपंक्चर प्रभावी ठरत असल्याचे काही अभ्यासातून स्पष्ट झाले आहे. ॲक्युपंक्चरमुळे आपल्या स्वत:च्या शरीराच्या दाहाशी लढा देण्याच्या क्षमतेला उत्तेजन मिळते.

हिस्टामाइनरोधके खरोखरच उपयुक्त असतात. त्यामुळे ती जवळ बाळगणे चांगले असते. परंतु तुम्हाला कळण्याआधीच तुम्ही त्यांच्या आहारी जाता. पाहता पाहता वर्षानुवर्षे तुम्ही त्यांचा सहजपणे वापर करत राहता. मात्र हिस्टामाइनप्रतिरोधकेही हाइव्ह्जचे कारण नष्ट करत नाहीत. ती फक्त त्वचेची येणारी प्रतिक्रिया रोखत राहतात. म्हणून तुम्ही कोणत्या अन्नपदार्थामुळे किंवा घटकामुळे हाइव्ह्ज येतात ते शोधून काढणेच इष्ट ठरते. प्रत्येक रुग्णाच्या बाबतीतच एखादा अन्नपदार्थ वर्ज्य करून हाइव्ह्जना पूर्णपणे रोखता येत नाही. परंतु त्यामुळे तुमची औषधाची गरज मात्र नक्कीच कमी करता येते. दीर्घकाळ अशी औषधे वापरणे महागडे ठरू शकते. त्याचप्रमाणे त्याचे दुष्परिणामही असतात. त्यात झोप येण्यापासून वजन वाढणे, रक्तशर्करा वाढणे यांसारख्या दुष्परिणामांचा समावेश असतो.

## गंभीर, तीव्र स्वरूपाची हाइव्ह्ज

तुमची हाइव्ह्ज सहा आठवड्यांहून अधिक कालावधीनंतरही तशीच टिकून राहिली असतील तर कदाचित तुम्हाला तीव्र स्वरूपाचा यूर्टिकारिया झाला असण्याची शक्यता असते. याला आटोक्यात आणणे मोठेच जिकिरीचे काम असते. तो वर्षानुवर्षे येत-जात राहतो. अन्नपदार्थांत वरून घातले जाणारे घटक, नैसर्गिकरीत्या आढळणारी हिस्टामाइन्स आणि फळे, भाज्या आणि मसाल्याचे पदार्थ यांच्यामधील इतर नैसर्गिक घटक यांच्यामुळे मोठ्या प्रमाणात त्वचेची प्रतिक्रिया म्हणून तीव्र स्वरूपाच्या हाइव्ह्जचा त्रास होतो. अशा पदार्थांना 'स्युडोॲलर्जीन्स' असे म्हटले जाते. कारण त्यांच्यामुळे तुम्हाला खरीखुरी ॲलर्जी येत नसली, तरीही हाइव्ह्जचा

त्रास होतो. एक चांगली बाब म्हणजे, तुमच्या आहारातील स्युडोॲलर्जीन्सपासून तुम्ही सुटका करून घेतल्यास तुमचा हाइव्ह्जचा त्रास तर कमी होतोच; परंतु हाइव्ह्ज पुन:पुन्हा येण्याचे प्रमाणही कमी होते.

जर्मन संशोधकांनी केलेल्या संशोधनात सहभागी व्यक्तींना फक्त भात, बटाटे, ब्रेड, लोणी, मीठ, ऑलिव्ह तेल आणि दूध न घालता केलेली कॉफी आणि चहा यांवर सलग तीन दिवस ठेवण्यात आले. त्यानंतरच्या तीन आठवड्यांत त्यांना प्रक्रियायुक्त अन्न, कृत्रिम अन्नघटकपदार्थ, अन्नात वरून घालण्यात येणारे पदार्थ, रंग तसेच हिस्टामाइन स्रवण्यास उत्तेजित करणारी अंडी, फळे, अल्कोहोल, पास्ता, सागरी अन्न, टोमॅटो, पालक, ऑलिव्ह्ज, वाटाणे, स्वीटनर्स, सुधारित स्टार्चेस आणि सहजासहजी ज्यांचा उच्चारही करणे अवघड आहे असे काही घटक पदार्थ टाळण्यास सांगण्यात आले. आहारातून हे सर्व घटक पदार्थ पूर्णपणे कायमस्वरूपी टाळणे हा यामागचा हेतू नव्हता. महिन्याभरासाठी विशिष्ट अन्नपदार्थ टाळणे एवढाच यामागचा हेतू होता. त्यामुळे दीर्घ काळापासून असलेला खाजेचा आणि दाह होण्याचा त्रास दूर करायचा होता. खरेतर, कित्येक लोकांनी आठवडाभरातच आपल्या खाजेच्या आणि दाहाच्या तक्रारीत सुधारणा झाल्याचे सांगितले. त्वचेचा पोतही सुधारल्याचे त्यांच्या लक्षात आले होते. तीन आठवड्यानंतर सहभागी व्यक्तींनी आपल्या आहारात हळूहळू 'बंदी घातलेल्या' अन्नघटकांचा समावेश करण्यास सुरुवात केली. कोणत्या अन्नपदार्थामुळे आपल्याला हाइव्ह्जचा त्रास होतो याकडे त्यांनी बारकाईने लक्ष ठेवले होते. एक तृतीयांश लोकांमध्ये या प्रयोगांती कोणत्याही औषधाशिवाय किंवा क्रीमशिवाय मोठीच सुधारणा झाल्याचे दिसून आले.

हाइव्ह्जचा तीव्र स्वरूपाचा त्रास असेल तर तुम्ही घरी अशा प्रकारचा प्रयोग करून पहा. मी तुम्हाला जर्मन आहाराचा सल्ला देणार नाही. आधी दिलेल्या धोकादायक अन्नपदार्थांच्या यादीतील पदार्थांचा वापर तुम्ही त्यासाठी टाळू शकता. आपल्या आहारातून या पदार्थांना काही काळासाठी हद्दपार केल्यामुळे शरीरात साचलेल्या विषारी द्रव्यांना बाहेर फेकण्यासाठी शरीराला अवसर मिळतोच; शिवाय नेमक्या कोणत्या पदार्थाला आपल्या शरीराचा विरोध आहे तेही तुम्हाला समजते. खूप पथ्ये असलेला आहार घेणे ही प्रथमदर्शनी अवघड गोष्ट आहे. मात्र हिस्टामाइनरोधकांच्या वापराशिवाय आपल्या हाइव्ह्जना रोखण्यासाठी आणि अधिक चांगली त्वचा मिळवण्यासाठी हे करण्याची नितांत आवश्यकता आहे.

**याला बळी पडू नका :** हिरव्या किंवा निळ्या रंगाची छटा असलेले 'रक्तवर्ण दूर करणारे' कन्सिलर

पुन्हा एकदा आपल्या प्राथमिक शाळेतील अभ्यासाची आठवण करा. त्या वेळी लाल रंग हा हिरव्या रंगाचा विरोधी रंग असल्याचे आपण शिकलो होतो. परंतु याचा अर्थ लाल रंगावर हिरवा रंग चोपडणे असा होत नाही. म्हणजेच तुमच्या त्वचेवरच्या लालसर रंगाच्या हाइव्हजवर हिरव्या रंगाचे क्रीम चोपडणे असा याचा अर्थ नाही. (असे केल्यामुळे तुम्ही पाश्चात्त्य साहित्यातील दुष्ट चेटकिणीसारख्या दिसू लागता.) लालसरपणा झाकण्यासाठी तुम्हाला चांगल्या दर्जाच्या कन्सिलरची आवश्यकता असते. मला विचाराल तर मला क्ली डी पीयु ब्युटी कन्सिलर आवडतो. तो दिवसभर राहू शकतो आणि त्याला तडेही पडत नाहीत. ते थोडे महागडे आहे, परंतु एक ट्यूब वर्षभर पुरते. अशा प्रकारचे गुणधर्म असलेला कोणताही स्थानिक कन्सिलर तुम्ही वापरू शकता.

## अल्प काळापुरत्या येणाऱ्या पुरळांची कारणे शोधणे

### *यीस्टना माणसाळवणे*

यीस्ट हे मृत त्वचेवर आणि तेलावर वाढतात. ते नेहमीच आपल्या शरीरात असतात. परंतु बहुतेक लोकांना त्यांचा अजिबात त्रास होत नाही. संप्रेरकांच्या प्रमाणातील चढ-उतार, ताणतणाव, तीव्र तापमान आणि अतिसक्रिय तैलग्रंथी यांच्यामुळे यीस्टची मोठ्या प्रमाणात वाढ होते. त्यामुळे ज्याला वैद्यकीय भाषेत 'ट्विन स्किन कंडिशन' किंवा 'सेबोरिक डरमॅटायटिस' म्हणतात तो आजार होतो. यामध्ये त्वचा शुष्क, रूक्ष आणि कोरडी बनते. तिच्यावर तडे गेल्यासारखे चट्टे पडतात. नाक, कान, पापण्या आणि डोक्याची त्वचा इथे हे घडते. त्यालाच सहसा डोक्यात कोंडा होणे असे म्हणतात. याशिवाय 'पिटीरोस्पोरम फोलिक्युलिटीस' म्हणजे फुगीर उंचवटे असलेले आणि मोठे मुरमांसारखे व्हाइट हेड असलेले पुरळ येते. हे पुरळ मान, गळा, छाती आणि पाठीवर येते. (या पुरळाचा आकार आणि त्याच्या फोडांमधील सारखेपणा यांच्या आधारे ती मुरुमे नसल्याचे लक्षात येते.) फोलिक्युल्टिसमुळे छोटे फुगीर उंचवटे तयार होतात. ते सर्व उंचवटे साधारणपणे एकाच आकाराचे असतात. मुरमांमध्ये असे होत नाही. मी याला ट्विन कंडिशन

म्हणते, कारण, अ) एकाच प्रकारच्या यीस्टच्या अतिरिक्त वाढीमुळे ती दोन्ही उद्‌भवतात आणि, ब) एकाच वेळी दोन्ही प्रकारच्या उंचवट्यांचा त्रास लोकांना होतो. म्हणूनच तुम्हाला डोक्यात कोंड्याचा आणि त्याच वेळी चेहऱ्यावर आणि शरीरावर मुरमांचा त्रास होऊ शकतो. या दोन्ही प्रकारच्या त्रासांवर खात्रीशीर इलाज नाही. तुम्ही फक्त त्यांच्या खाज सुटणे आणि दाह होणे, त्वचेला तडा जाणे या लक्षणांवर उपचार करू शकता. यासाठी मी खालील पर्याय सुचवते.

**रक्तशर्करेची पातळी स्थिर राखण्यासाठी खा :** सर्वसाधारणपणे चेहऱ्यासाठी पोषक असलेल्या आहारात कमी ग्लायसेमिक निर्देशांक असलेले अन्न, कमी प्रमाणात वारंवार खात राहणे याला महत्त्व असते. त्यामुळे तुमची रक्तशर्करा नियंत्रणात राहते. हीच गोष्ट यीस्टचा संसर्ग झालेल्या लोकांनाही लागू पडते. रक्तशर्करा खूपच उच्चतम पातळीवर गेली की यीस्टही फोफावते. (याचाच अर्थ दीर्घकाळापर्यंत खाजणारी आणि भेगा पडलेली त्वचा तुम्हाला सहन करावी लागते.) ओमेगा-३चे अधिक प्रमाण असलेले दाहप्रतिरोधक अन्न खाऊन, इसब आणि सोरायसिसच्या रुग्णांप्रमाणेच तुम्ही यीस्टची अतिरिक्त वाढ आणि त्यामुळे होणाऱ्या दाहाला आळा घालू शकता. प्रथिने आणि आरोग्यदायी चरबीयुक्त अन्न खाऊन तुम्ही खात असलेल्या पिष्टमय पदार्थांचा आहारातील समतोल राखू शकता.

**डोक्याचा दाह शांत करण्यासाठी आणि कोंडा दूर करण्यासाठी :** कोंडा धुऊन काढणारा, त्वचेचे पोषण करणारा आणि तिला आरामदायक ठरणारा शाम्पू वापरा. त्यात लव्हेंडर आणि पेपरमिंट असेल तर तो त्वचेला आरामदायक ठरतो. याचाही उपयोग झाला नाही तर तुम्ही औषधी शाम्पूचा वापर करू शकता. त्याच्यात यीस्टला नियंत्रित करण्यासाठी पायरिथिऑन वापरलेले असते. याशिवाय तुम्ही कंडिशनर वापरत असाल तर बेधडक तो वापरा आणि आपल्याला हवी तशी हेअरस्टाइल करा.

**तडकल्यासारखे वाटणारे चट्टे आणि भुवयांवर व कानाला सुटणारी खाज :** कॉर्टिझोन क्रीमचा वापर करा. लाल रंगाचे तडे गेल्यासारखे दिसणारे चट्टे त्वचेवर पडले असतील किंवा एक-दोन आठवड्यांत ही तडे गेल्यासारखी दिसणारी त्वचा स्वच्छ बनली नाही तर कोर्टिझोन वापरणे थांबवा आणि त्वचारोगतज्ज्ञाशी आणखी शक्तिशाली स्थानिक उपचारांविषयी बोला. सहसा डोक्याच्या खाजणाऱ्या त्वचेनंतरच भुवया आणि कान यांचा दाह होऊ लागतो आणि तिथेही खाज सुटू लागते. डॉक्टरने लिहून दिलेला शाम्पू डोक्याला आणि भुवयांच्या केसांनाही तुम्ही लावू शकता. यीस्टना मारणाऱ्या सेलेनियम सल्फाइडचा समावेश असणारा शाम्पूही डॉक्टर लिहून देतात. हा शाम्पू झटकन विरघळतो आणि तुमच्या केसांनाही हानी पोचवत नाही.

## डॉ. वू यांच्या फाइलमधून

**रुग्णाचे नाव :** एरिनी

**त्वचेविषयीची तक्रार :** पिटिरोस्पोरम फोलीकल्टिस

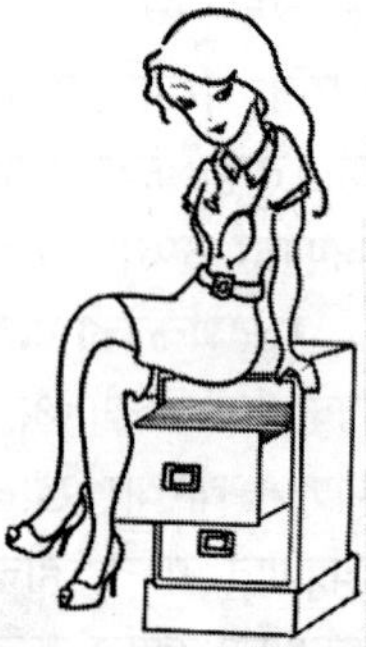

**अन्नाविषयीची संवेदनक्षमता :** चल्ला ब्रेड, अल्कोहोल आणि फळांचे रस

**एरिनीच्या शब्दांत :** वयाच्या बाराव्या वर्षीच मला टाइप २ मधुमेह झाल्याचे निदान झाले होते. तेव्हापासूनच रक्तशर्करेच्या नियंत्रणासाठी मी इन्शुलिन घेत होते. ज्या वेळी मी काय खाते याचा मी बारकाईने अभ्यास करू लागले, त्या वेळी माझ्या लक्षात आले की, दर शुक्रवारी मी चल्ला ब्रेड खात होते. (या ब्रेडमध्ये मैदा, यीस्ट, तेल, साखर आणि मीठ असे पदार्थ असतात.) फक्त एक पारंपरिक अन्नपदार्थ म्हणूनच मी तो ब्रेड खात नव्हते, तर मला तो खूपच आवडतही असे. खरेतर मला तो ब्रेड एवढा आवडत होता की, रोज सकाळी नाश्त्यासाठी आणि दुपारच्या जेवणातही मी तो खाऊ लागले आणि त्याच दरम्यान मला पुरळ येण्याचा त्रास सुरू झाला. माझी त्वचा खरखरीत झाली आणि सकाळी उठल्यावर माझ्या चेहऱ्यावर रोजच नवीन दहा ते वीस व्हाइट हेड्स मला दिसत असत. माझ्या रक्तशर्करेची पातळीही उंचावत चालल्याचे मला आढळले, त्यानंतरच माझा आहार आणि या सर्वांतील नाते माझ्या लक्षात आले. रक्तशर्करेची पातळी उंचावली की दोन ते तीन दिवसांत माझा चेहरा मुरमांनी भरून जात असल्याचे माझ्या लक्षात आले. त्याआधी यीस्टप्रतिरोधक गोळी मी घेतली होती. परंतु आता माझ्या लक्षात आले आहे की, माझी त्वचा नितळ राखायची असेल तर मला रक्तशर्करेची पातळी नियंत्रणाखाली राखलीच पाहिजे.

**डॉ. वू यांचे निदान :** एरिनीची शरीरयष्टी अत्यंत बांधेसूद आणि रेखीव होती. जीन्समध्ये तर ती खूपच सुंदर दिसत असे. मात्र तिला गोड पदार्थांची आवड होती. खरेतर चीजकेकमुळे तिची ही आवड भागायला काहीच हरकत नव्हती. त्यामुळे रक्तशर्करा एकदम एवढी वाढली नसती. त्यात काही चरबीयुक्त घटक असल्यामुळे रक्तशर्करेची पातळी अचानक उंचावणे थोडे कमी झाले असते आणि तिला इन्शुलिनचा डोस एवढा वाढवावाही लागला नसता. मात्र अँजल फूड केकच्या एखाद्या तुकड्यानेही तिच्या रक्तशर्करेची पातळी कमालीची वाढत असे. कारण त्यात चरबीयुक्त

पदार्थांचा फारसा समावेश नसतो. तुम्हाला मधुमेह नसला (आणि तुमचे शरीर रक्तशर्करा नियंत्रित ठेवण्याएवढे इन्शुलिन निर्माण करू शकत असले) तरीही शर्करायुक्त अन्नाचे अधिक प्रमाणात सेवन केले किंवा पिष्टमय पदार्थांचा भरपूर समावेश असणारे जेवण तुम्ही केले तर तुम्हाला यीस्टमुळे येणारे पुरळ येऊ शकते. म्हणूनच मी लोकांना सांगते, 'तुम्हाला जर स्निकर्स बार (प्रथिने, शेंगदाणे आणि बदामवडी यांच्यापासून बनवलेला) खायचा असेल, तर त्यापेक्षा तुम्ही सरळ जेली बेलीजसारखे शर्करायुक्त गोड पदार्थ खा.'

## चिकन त्वचेपासून सुटका मिळवण्यासाठी

केरॅटोसिस पिलॅरिस या त्वचारोगालाच 'चिकन त्वचा' असेही म्हणतात. सुमारे ५० टक्के प्रौढ व्यक्तींना याचा त्रास होतो. हाताच्या त्वचेला आतील बाजूला गुलाबी रंगाचे मोठे उंचवटे येतात. मांड्यांवरही असेच उंचवटे येतात. मृत त्वचा पेशीमुळे हे घडते. त्वचेची ही स्थिती आनुवंशिक असून त्यावर कायमस्वरूपी खात्रीशीर इलाज नाही. मात्र खालील गोष्टी पाळून तुम्ही या मोठ्या पुरळाला रोखू शकता.

- हे मुरुम काढून टाकण्याची किंवा फोडण्याची तीव्र इच्छा होऊ शकते. परंतु ती तुम्ही रोखलीच पाहिजे. मुरमांप्रमाणे केरॅटोसिस पिलॅरिसचे फुगवटे फोडून काढून टाकता येत नाहीत. मात्र यांमध्ये चेहऱ्यावर खड्डे पडतात आणि व्रणही राहतातच. त्यासाठी तुम्ही आठवड्यातून एकदा किंवा दोनदा बॉडी स्क्रब वापरा. मी वापरत असलेल्या स्क्रबमध्ये हिमालयन सी सॉल्ट आणि ग्लिसरीन आहे. त्यामुळे त्वचा व्यवस्थित स्वच्छ होते आणि तिचा मऊपणाही टिकून राहतो. स्क्रब गोलाकार फिरवा. त्यामुळे त्वचेच्या मृत पेशी नीट घासल्या जाऊन निघून जातील. हे सारे अत्यंत काळजीपूर्वकच करावे लागेल; अन्यथा जोरात घासल्यास त्वचेला खड्डे पडतील. जास्त जोरात घासल्यास लालसर ठिपके अधिक लाल दिसतील. म्हणून हळुवारपणे स्क्रबर वापरा.
- शॉवर घेतल्यानंतर बॉडी क्रीम वापरा. त्यामध्ये लॅक्टिक आम्ल आणि युरिया हे घटक असावेत. त्वचेवरचे केस उपटून काढले असतील तर तेथील त्वचाही या क्रीममुळे नरम पडेल.
- तुमची त्वचा खरबरीत आणि कोरडी असेल तर आपल्या आहारात ओमेग-

३ असलेल्या आहाराचा समावेश करा. यात सामन मासे आणि अळशीच्या बिया किंवा अंबाडी असेल याची काळजी घ्या. त्वचेवरचे फुगवटे जर लालसर आणि दाहप्रद असतील तर हिस्टामाइन असलेले अन्न वर्ज्य करा. सूर्यफुलाचे तेल, इव्हिनिंग प्रिमरोज तेल यांसारख्या स्थानिक तेलांमुळे केरॅटोसिस पिलॅरिस कमी होत असल्याचे संशोधनांती सिद्ध झाले आहे.

- मात्र ही मुरुमे तशीच राहिली तर त्वचारोगतज्ज्ञाचा सल्ला घ्या. त्वचारोगतज्ज्ञ तुम्हाला युरियाचे प्रमाण जास्त असलेले औषध देतील. तुमची त्वचा नरम पडली, परंतु लाल ठिपके तसेच राहिले तर त्यासाठी तज्ज्ञांकडून तुम्ही लेसर उपचारही घेऊ शकता.

## तुम्हाला तोंडाजवळ मुरुमे आली आहेत का?

तोंडाभोवतीच्या त्वचेचा दाह होणे असा 'पेरिओरल डरमॅटायटिस'चा शब्दश: अर्थ आहे. ते अगदी तंतोतंत तसेच दिसतातही. छोट्या छोट्या लाल रंगाच्या पुटकुळ्या तोंडाच्या एका बाजूला येतात आणि यावर वेळीच उपचार केला नाही तर तोंडाच्या दुसऱ्या बाजूपर्यंत हे पुरळ पसरत जाते. त्यानंतर तोंडाच्या खालच्या बाजूला ते येते. नंतर नाकाच्या तळाला आणि अखेरीस नाकावरही ते येते. ते लाल असते आणि त्यामुळे दाहही होत असतो. त्वचारोगतज्ज्ञ सहसा याचे मुरूम असे निदान करतात, परंतु ते चुकीचे असते. या पुरळावर मुरमांचा इलाज केला तर ती फक्त वाढतात. शिवाय मेकअपमुळे ती अधिकच उठून दिसतात. डरमॅटायटिसचा उपसर्ग कशामुळे होतो हे कोणालाही माहिती नाही. रक्तवर्णी मुरमांशी याचा संबंध असावा असे काही संशोधकांचे मत आहे. काहींच्या मते डेमोडेक्स नावाच्या परोपजीवी सूक्ष्म कीटकामुळे हा उपसर्ग होतो. ते सूक्ष्म सुरवंटासारखे दिसतात. त्यांना आठ पाय आणि शेपूट असते. प्रथम हा कीटक डोक्याच्या त्वचेला उपसर्ग करतो आणि केसांच्या मुळांना त्रासदायक ठरतो. तो केसांच्या मुळांमध्ये आत शिरतो. त्या वेळी त्याचे संपूर्ण शरीर डोक्याच्या त्वचेच्या आत आणि फक्त शेपूट बाहेर असते. त्याच्या या हालचालीमुळे खाज सुटते आणि लालसरपणा येतो. हे ऐकायला विचित्र वाटले तरी ते सत्य आहे. अगदी ज्यांना पेरिओरल डरमॅटायटिस नसतो, त्यांच्या त्वचेवरही डेमोडॉक्स असतो. हे पुरळही संसर्गजन्य नाही. त्यामुळे तुमच्या संपर्कात येणाऱ्या लोकांना याचा त्रास होईल अशी भीती बाळगण्याचे कारण नाही. पेरिओरल डरमॅटायटिसमुळे होणारा दाह शर्करायुक्त अन्न कमी प्रमाणात आणि ओमेगा-३ युक्त अन्न अधिक प्रमाणात खाऊन कमी करता येतो.

मात्र हे पुरळ आपोआप नाहीसे होत नाही. उलटपक्षी ते पसरते आणि अधिकच वाईट बनते. तुम्हाला या पुरळाचा त्रास झाला आहे असे तुम्हाला वाटले तर ताबडतोब डॉक्टरांची भेट घेऊन त्याविषयी खात्री करून घ्या. ते तुम्हाला जैवप्रतिरोधक औषधे देतील. याला नेहमीच पुरळ समजण्याची चूक होत असल्यामुळे डॉक्टरांना भेटून त्याची योग्य खातरजमा करून तातडीने औषधोपचार सुरू करणे ही यातील महत्त्वाची पायरी आहे. अर्थातच तुमच्या डॉक्टरांनाही योग्य निदान करण्याएवढा अनुभव असला पाहिजे.

**तुम्हाला माहीत आहे का?**

तुम्हाला जर तुमच्या मुरमामुळे किंवा पुरळामुळे आलेला लालसरपणा जलदरीत्या घालवायचा असेल तर एक क्लृप्ती करा. कापसाच्या बोळ्यावर व्हिसीन आयड्रॉप्सचे एक-दोन थेंब टाका आणि चेहऱ्यावरच्या ठिपक्यांना लावा. तुमच्या डोळ्यांचा लालसरपणा व्हिसीन कसा काढून टाकते ते तुम्हाला माहिती आहे ना, अगदी त्याप्रमाणेच तुमच्या त्वचेच्या रक्तवाहिन्यांनाही तात्पुरत्या स्वरूपात आकुंचित करून हा लालसरपणा ते काढून टाकते. अर्थातच हे तंत्र क्वचितच वापरावे. रोजच्या रोज गुळीच वापरू नये. तुम्ही याचा सातत्याने वापर केला तर मात्र हे तंत्र तुमच्यावरच उलटू शकेल.
तुमच्या रक्तवाहिन्या प्रसरण पावतील आणि लालसरपणा वाढल्याचे दिसेल.

## दाढीमुळे होणारा दाह (किसिंग डिसिज)

आपल्या मित्राच्या किंवा पतीच्या दाढीमुळे त्याच्या मर्दानी सौंदर्यात वाढ झाली आहे असे कदाचित तुम्हाला वाटू शकेल. परंतु त्याच्या त्या दाढीमुळेच तुम्हाला पुरळ येऊ शकते. दाढीमुळे होणारा दाह तुमच्या तोंडाभोवती, गालावर आणि हनुवटीवरही होऊ शकतो. त्याच्या दाढीचे राठ केस तुमच्या नाजूक त्वचेला घासले गेल्यामुळे हे होऊ शकते. हा त्रास सौम्य प्रमाणात असेल तर सूर्यकिरणांमुळे होणाऱ्या दाहाप्रमाणे तो भासू शकतो. परंतु काही स्त्रियांमध्ये त्यामुळे तीव्र लालसरपणा येतो. दाह होतो आणि खाजही सुटते. काही वेळा अधिक तीव्र दाहही होऊ शकतो.

मात्र काळजी करू नका. आपल्या संरक्षणासाठी तुम्ही खालील काळजी घेऊ शकता. दाढी करेपर्यंत त्याला जवळ येऊ देऊ नका किंवा खालील गोष्टी लक्षात ठेवा.

- हिस्टामाइनरोधक गोळी घेऊन या दाहापासून सुटका मिळवा. खाजवू नका. खाजवण्याने होणाऱ्या ॲलर्जीमुळे येणाऱ्या प्रतिक्रिया थोपवल्या जातील. तुम्ही चुंबन घेतल्यानंतर तुम्हाला दाह झाल्यासारखे वाटले तर झोपण्यापूर्वी एक गोळी घेऊन टाका.
- चॅमोमाइल टी कॉंप्रेस वापरून त्वचेला आराम द्या. चॅमोमाइल हे नैसर्गिक दाहरोधक आहे. त्यामुळे तुमच्या त्वचेचा लालसरपणा, खाज आणि सूजही कमी होते. (कोर्टिझोनला हा चांगला पर्याय आहे.) सुमारे दोन मिनिटे कपभर चहा उकळा आणि तो टी बॅगमध्ये ठेवून फ्रीजमध्ये ठेवून द्या. सुमारे दोन तासांनंतर ही बॅग थंडगार झाली की थेट तुमच्या चेहऱ्यावरच्या लालसर भागावरून ती फिरवा.
- तुमच्या पतीला किंवा मित्राला मॉइश्चरायझर वापरण्याची सवय लावा. सहसा ग्लिसरीन वापरायला लावा. त्यामुळे त्वचा मऊ होते आणि दाढीचे केसही तेलकट वाटत नाही. सुगंधरहित मॉइश्चरायझर असल्यामुळे त्याला मुलींप्रमाणे सुगंधी मेकअप वापरल्यासारखेही वाटणार नाही. खरेतर तुम्ही त्याच्याकडे एवढे लक्ष देत असल्यामुळे कदाचित तो सुखावेलही.

## तुम्हाला जर सर्दी किंवा फ्लूसारखी लक्षणे जाणवू लागली, तर डॉक्टरकडे जा

तुमच्या चेहऱ्यावर पुरळ आले असेल आणि ते गंभीर स्वरूपाचे असेल तर त्यामुळे दाह होतोच. अन्नघटकाच्या ॲलर्जीमुळे ते आले असेल तरी दाह होतो. मात्र या दाहासोबत जर तुम्हाला घसा बसणे, आवाज घोगरा होणे, थंडी वाजणे, ताप किंवा अंगदुखी आणि वेदना यांचा त्रास जाणवू लागला तर त्यामुळे तुम्हाला आणखी कोणत्यातरी मोठ्या आजाराला तोंड द्यावे लागणार असल्याची ती लक्षणे असतात. अशा वेळी आलेले पुरळ दुर्लक्ष करण्याजोगे नसते. त्यामुळे तुम्ही तातडीने डॉक्टरांचा सल्ला घ्या.

सारांश

- त्वचेच्या दाहातून पुरळ येते. त्वचेला शांत करण्यासाठी ग्लायसेमिक इंडेक्स कमी असलेल्या अन्नाची निवड करा. अतिरिक्त साखर, मीठ आणि रिफाइंड धान्याचा वापर टाळा.

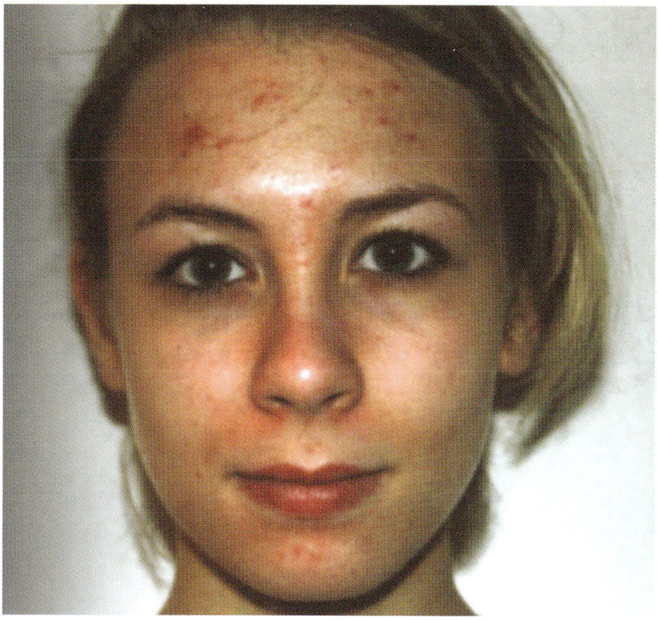

चेहऱ्यावर पुटकुळ्या असलेली आधीची जस्मिन

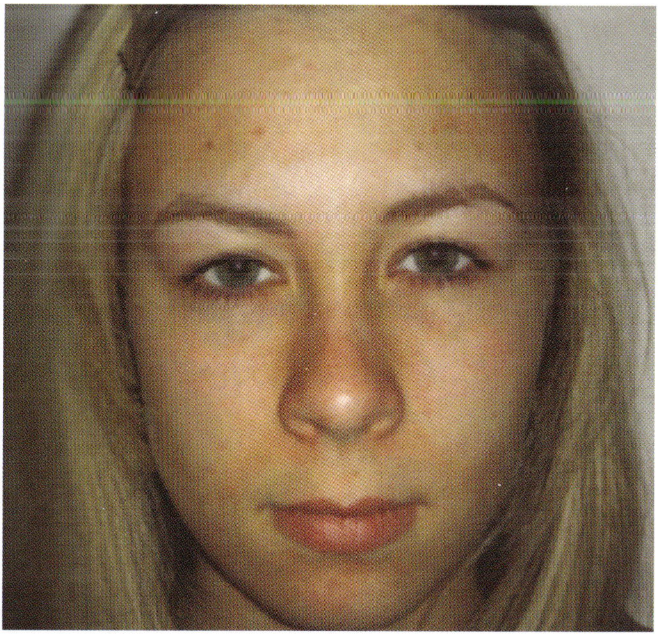

चेहऱ्याला पोषक आहार सुरू केल्यानंतर महिन्याभरानंतरची जस्मिन

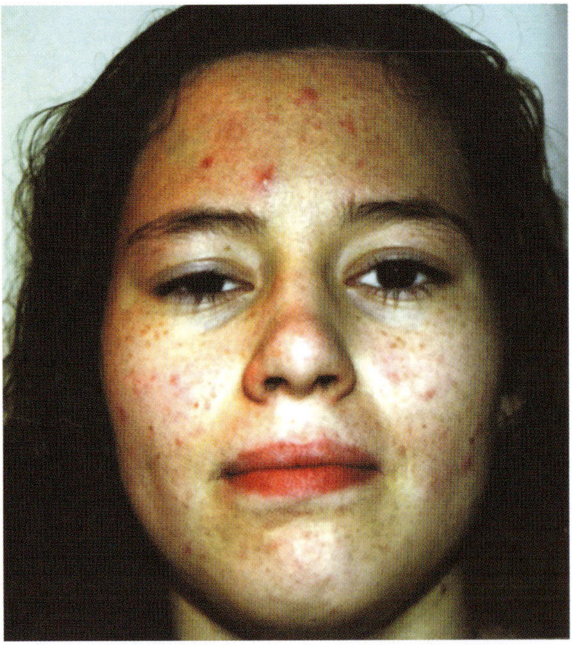

वनेस्साचा मुरुमांनी भरलेला चेहरा

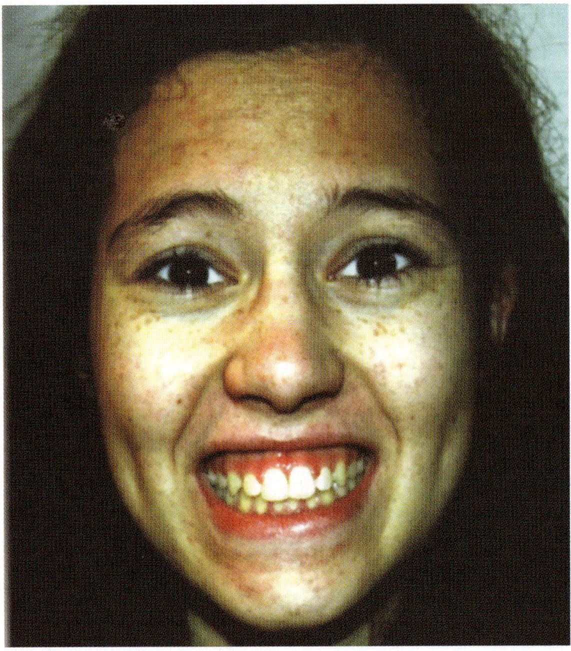

चेहऱ्याला पोषक आहार सुरू केल्यानंतर दहा दिवसांनी दिसणारी वनेस्सा

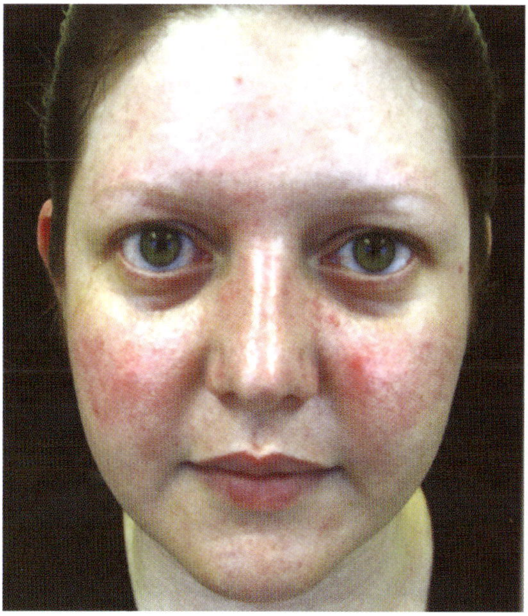

रक्तवर्णी पुरळांचा त्रास असलेली मिशेल

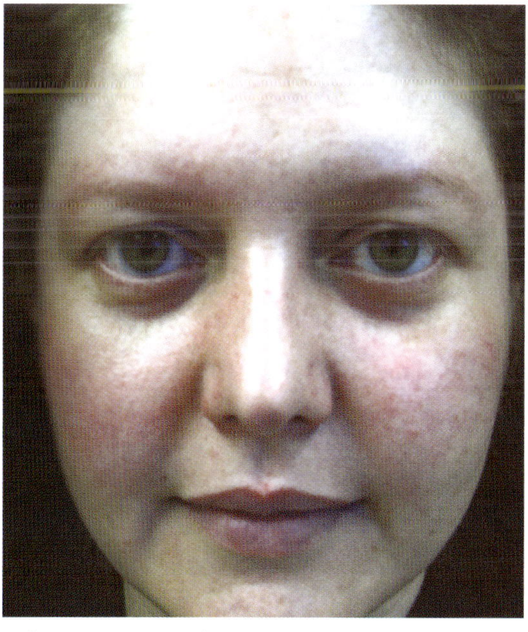

चेहऱ्याला पोषक आहार सुरू केल्यानंतर सहा आठवड्यांनंतरची मिशेल.

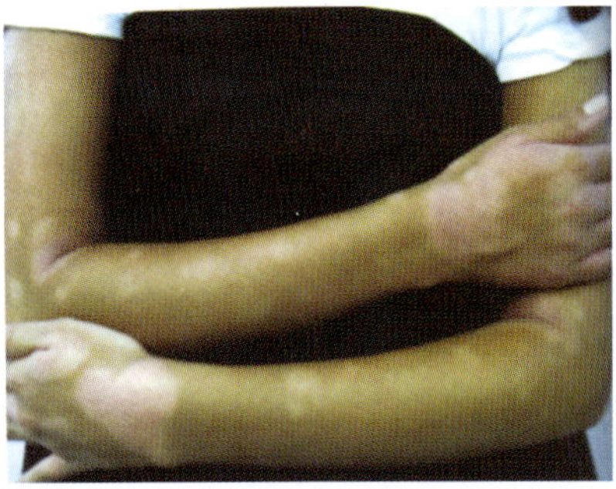

ॲड्रिनाच्या हातावर दिसणारे इसब.

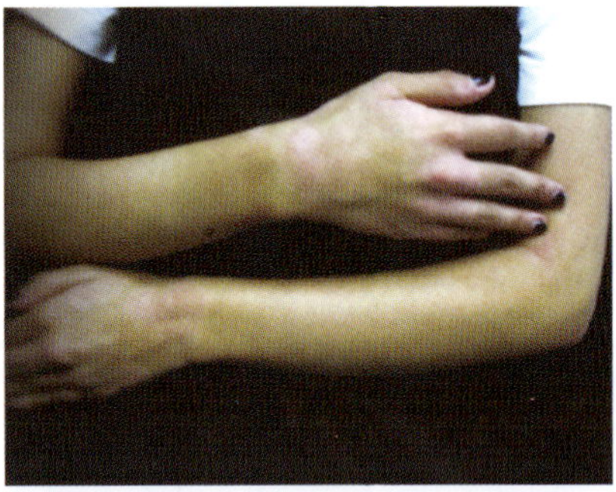

याला पोषक आहार सुरू केल्यानंतर महिन्याभरानंतर ॲड्रिनाचे हात असे दिसू लागले.

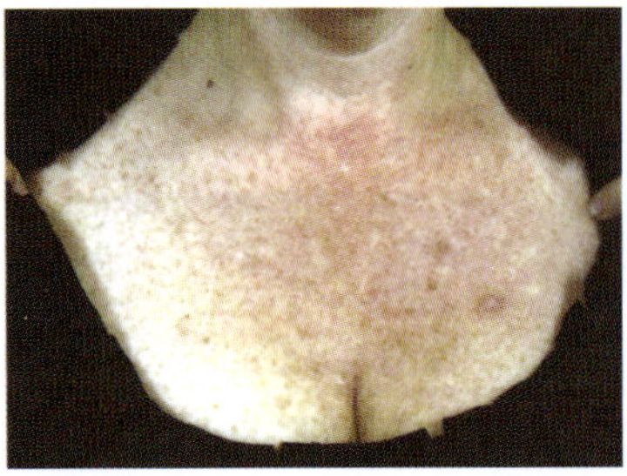

उन्हाच्या दुष्परिणामामुळे पामेलाचे शरीर आधी असे दिसत होते.

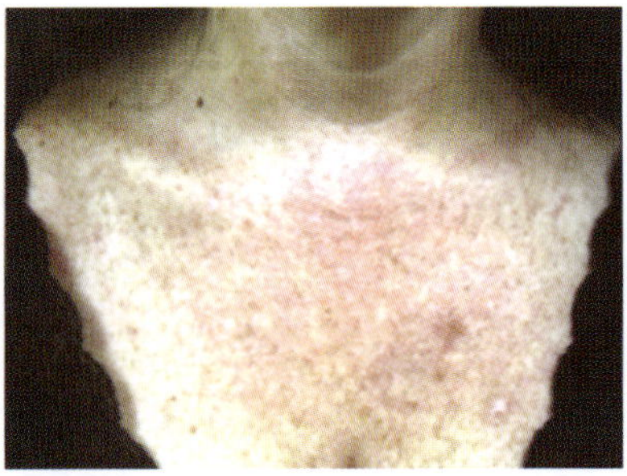

चेहऱ्याला पोषक आहार सुरू केल्यानंतर तीन महिन्यांनी पामेलाचे शरीर असे दिसू लागले.

- कोर्टिझोनचा वापरही काळजीपूर्वक करा. खाज आणि लालसरपणापासून ते जलदगत्या सुटका मिळवून देत असले तरीही त्याचा अति वापर झाला तर ते घातक ठरते. त्यामुळे आपल्याला कोर्टिझोनचे जे सौम्य मलम उपयुक्त ठरते तेच वापरा. डॉक्टरी सल्ल्याखेरीज दोन आठवड्यांहून अधिक काळ ते वापरू नका.
- अन्नाची नोंदवही ठेवा. तुम्हाला सातत्याने हाइव्ह्ज, इसब किंवा अनाकलनीय पुरळ यांचा त्रास होत असेल तर नेमक्या कोणत्या अन्नघटकामुळे किंवा अन्नपदार्थामुळे तुमच्या त्वचेला खाज सुटते किंवा दाह होतो ते बारकाईने नोंदवा.
- हिस्टामाइनयुक्त अन्न टाळा. खारवलेले किंवा आंबवलेले पदार्थ टाळा. यात टोफू, सोया सॉस, शॅम्पेन आणि व्हिनेगर यांचा समावेश होतो. या सर्वांत हिस्टामाइन असते. हिस्टामाइनमुळे खाज सुटणे, त्वचा लालसर होणे आणि त्वचेचा दाह होणे या गोष्टी घडतात. विशेषत: तुम्हाला हाइव्ह्जचा त्रास होत असेल, तर धोकादायक पदार्थांच्या यादीतील पदार्थ टाळा.
- दाहप्रतिरोधक ओमेगा-३ प्रकारचे अन्न अधिक प्रमाणात खा. सामनसारख्या तेलकट माशात मोठ्या प्रमाणात DHA असते. टोफू, अळशीच्या बिया, अंबाडी, बदाम, अक्रोड आणि सोयाबीन यांच्यामध्ये मोठ्या प्रमाणात ओमेगा-३ असते. त्यामुळे दाह आणि खाज कमी होते. तुम्हाला इसब किंवा सोरायसिसचा त्रास होत असेल, तर त्या वेळी हे खूपच उपयुक्त ठरते.
- ज्या अन्नघटकांचा तुम्हाला सहजपणे उच्चारही करता येत नाही अशा अन्नघटकांची नावे ज्या पदार्थांच्या पॅकिंगवर लिहिलेली असतात, त्या पदार्थांचा मोह टाळा. वैज्ञानिक शब्द असल्याप्रमाणे भासणाऱ्या नावाचे पदार्थ हमखास ॲडिटिव्हज आणि कीटकनाशके असतात. अशा अन्नपदार्थांमुळे दाह आणि ॲलर्जीचा त्रास होतो.

- आपल्या डॉक्टरकडूनही गूढ पुरळ तपासून घेण्यास संकोच बाळगू नका. कारण आम्ही इथे त्यासाठीच बसलेले असतो. चेहऱ्याला पोषक आहार वापरूनही तुमचे पुरळ एक-दोन आठवड्यांत गेले नाही तर तुमच्या त्वचारोगतज्ज्ञाकडे जरूर जा.

६

## त्वचा रापवावी की रापवू नये?

तरुणपणी माझे वडील तैवानमध्ये होते. त्यांच्या कुटुंबीयांनी त्यांच्यासाठी योग्य वधू शोधण्यासाठी विवाह जुळवण्याचे काम करणाऱ्या एका व्यक्तीची मदत घेतली. (त्या काळात ती गोष्ट अगदी सर्वमान्य अशीच होती.) ती व्यक्ती खरोखरच सुज्ञ होती. आपण पसंत केलेली मुलगी आणखी वीस वर्षांनी कशी दिसेल हे जर आजमावायचे असेल, तर तिच्या आईच्या चेहऱ्याकडे एक कटाक्ष टाक असे त्यांनी माझ्या वडिलांना सांगितले. त्यानंतरचे काही महिने माझ्या वडिलांनी मुली बघताना प्रत्येक वेळी त्यांच्या आयांच्या चेहऱ्याकडे पाहिले. आईची त्वचा गोरी, मुलायम आणि डागविरहित आहे का? हे ते पाहायचे. त्यानंतर त्यांना माझी आई भेटली. ती खरोखरच अंतर्बाह्य खूपच सुंदर आहे. (तेव्हापासून आजतागायत आपल्या वयापेक्षा ती नेहमीच दहा वर्षांनी लहान भासत आली आहे.) यालाच त्वचारोगतज्ज्ञ 'आंतरिक वय' असे म्हणतात. याचाच अर्थ तुमच्या त्वचेचे गुणधर्म आनुवंशिक असतात. आपल्या आई-वडिलांच्या किंवा मोठ्या भावंडांच्या चेहऱ्याकडे बघितल्यावर मोठे झाल्यावर आपली त्वचा कशी दिसेल ते तुमच्या लक्षात येईल. काही कालावधीनंतर तुमची त्वचा वयोमानानुसार कशी दिसेल हे तपासण्याचा आनुवंशिकता हा एक भाग आहे. आपण ज्याला बाह्य वृद्धत्व किंवा वय होणे म्हणतो, तो या गोष्टीचा दुसरा भाग आहे. यात तुम्ही कोणत्या गोष्टी नियंत्रणात ठेवू शकता त्यावर तुमच्या त्वचेचे स्वरूप अवलंबून असते. यामध्ये पर्यावरणीय घटक, धूम्रपान आणि याहूनही महत्त्वाचा घटक म्हणजे उन्हाशी त्वचेचा संपर्क किती प्रमाणात येतो या सर्वांचा समावेश होतो. आपण ज्या आनुवंशिक गुणदोषांसमवेत जन्मलो आहोत, ते बदलणे आपल्या हातात नसते. मात्र उन्हापासून आपल्या त्वचेचे रक्षण करून आपण त्वचेचे वय रोखू शकतो.

## तुम्ही उन्हात असता, त्या वेळी काय घडते?

बहुतेक लोकांना अतिनील किरणांची संकल्पना माहिती आहे. हे किरण अर्थातच सूर्यामधून बाहेर पडणाऱ्या ऊर्जेत असतात. मानवी डोळ्यांना हे किरण दिसू शकत नसले, तरीही ते काचेतून आणि काही प्रकारच्या कपड्यांमधून आरपार जाऊ शकतात. ('अल्ट्राव्हायोलेट रेज' असे या किरणांचे इंग्रजी नाव आहे. त्याचा शब्दश: अर्थ 'व्हायोलेटच्याही पलीकडे' असा आहे. अतिनील किरणांची तरंग लांबी इंद्रधनुष्यातील जांभळ्या रंगापेक्षाही कमी असते.) अतिनील किरणांचे कित्येक सकारात्मक उपयोग आहेत. गुन्हेगारी प्रकरणांमध्ये न्यायवैद्यकीय प्रयोगशाळांमध्ये (फोरेन्सिक) डीएनएचा पुरावा शोधून काढण्यासाठी या किरणांचा वापर केला जातो. शिवाय हवेच्या शुद्धीकरणासाठीही त्याचा वापर करता येतो. परंतु त्वचेचा प्रश्न येतो, तेव्हा हे किरण त्वचेला उपयुक्त न ठरता हानिकारकच ठरतात हे सत्य आहे. अ प्रकारचे अतिनील किरण त्वचेच्या वृद्धत्वाच्या प्रक्रियेत सहभागी असतात. ते त्वचेत खोलवर शिरून त्वचेवर डाग निर्माण करतात. सुरकुत्या पाडतात आणि त्यांच्यामुळे त्वचेचा कर्करोगही होऊ शकतो. यातही मेलॅनोमा प्राणघातक ठरू शकतो. ब प्रकारचे अतिनील किरण हे दाहक असतात. ते प्रथम टॅनिंग म्हणजेच त्वचा रापण्यास मदत करतात आणि नंतर वेदनादायक दाह सुरू होतो. दीर्घकाळ उन्हात राहिल्यामुळे त्वचेचा कर्करोग होऊ शकतो. क प्रकारचे अतिनील किरणही असतात. परंतु त्यांची काळजी करण्याचे कारण नाही, कारण पृथ्वीच्या वातावरणाच्या थरांमधून ते जवळजवळ पूर्णतया गाळून टाकले जातात. म्हणजेच त्यांना पृथ्वीवरून जवळजवळ हद्दपारच केले जाते.

सुरकुत्या आणि दाह यांव्यतिरिक्त अतिनील किरण शरीरातील पेशींशी प्रतिक्रिया करून काही अस्थिर कणांची निर्मिती करतात. त्यांना फ्री रॅडिकल्स असे म्हणतात. हे डीएनएमध्ये बिघाड करून निरोगी पेशींना रोगग्रस्त बनवतात आणि कोलॅजेन आणि इलॅस्टिनसारख्या प्रथिनांमध्ये बिघाड घडवून आणतात. त्वचेला मुलायम आणि ताणलेल्या स्थितीत ठेवण्यात या प्रथिनांचा मोलाचा वाटा असतो. अतिनील किरणांखेरीज इतर प्रकारेही फ्री रॅडिकल्स तयार होत असतात. पचनक्रियेतील उपउत्पादने म्हणून फ्री रॅडिकल्सची निर्मिती होत असते. त्यामुळे बिघडलेल्या काही पेशींचे शोषण होते. मात्र ज्या वेळी त्वचेवर अतिरिक्त अतिनील किरणांचा वर्षाव होतो (याशिवाय सिगरेटचा धूर, प्रचंड प्रदूषण आणि इतर विषारी द्रव्यांचाही वर्षाव होतो) त्या वेळी हा बिघाड स्वसामर्थ्यावर दुरुस्त करणे शरीराला शक्य होत नाही आणि त्याच वेळेपासून उन्हामुळे होणारा बिघाड एकत्रितपणे साठू लागतो.

**हॅलो, डॉ. वू**

**प्रश्न :** मी बीचवर जात नाही आणि खूपसा वेळ बाहेरही घालवत नाही. मग उन्हामुळे होणाऱ्या त्रासाची काळजी मी का करावी?

**उत्तर :** नवीन रुग्णाला समजून घेत असताना मी इतर अनेक गोष्टींसमवेत त्याला काही प्रश्न विचारत असते. त्यात तो उन्हात किती काळ घालवतो हा प्रश्न हटकून विचारलाच जातो. बहुतेक स्त्रिया या प्रश्नाचे उत्तर देताना, 'छे, मी कधीच उन्हात जात नाही' असे म्हणतात. तुम्ही बाहेरच्या तलावात पोहायला जात नसलात तरीही तुम्ही प्रसंगोत्पात उन्हात जात असताच. तुमच्या घरापासून कारपर्यंत आणि कारपासून घरापर्यंत किंवा जिथे कुठे तुम्हाला जायचे असेल तिथपर्यंत तुम्ही उन्हातून चालत जात असताच. त्या वेळी अतिनील किरण शरीरावर पडत असतात. तुम्ही टपाल पेटीतील पत्रे पाहता किंवा कार चालवता तेव्हाही सूर्यकिरण अंगावर पडतातच. सौम्य, हलक्या रंगाच्या कपड्यातून अतिनील किरण आरपार जाऊ शकत असल्यामुळे ब्राच्या खालच्या भागातील आणि पट्ट्यांच्या खालची त्वचा मला नेहमीच रापल्यासारखी दिसते. उन्हाविषयी विशेष काळजी घेणाऱ्या रुग्णांच्या बाबतीतही हे दिसते. बहुतेक खिडक्यांच्या काचा एक तर प्लेन असतात किंवा लॅमिनेटेड असतात. लॅमिनेटेड असतील तर थोड्या प्रमाणात अतिनील किरणांना प्रतिबंध केला जातो. ड्रायव्हिंग करत असताना सूर्यकिरण पडल्याने चेहऱ्याच्या डाव्या बाजूला उन्हाचे चटके बसल्याच्या खुणा किंवा सन स्पॉट्स स्पष्टपणे दिसणे ही गोष्ट सर्वसामान्य आहे. जर सनग्लासेस वापरण्याएवढे ऊन असेल तर अशा उन्हामुळे नक्कीच डाग येणे, सुरकुत्या पडणे आणि सनबर्न होणे या गोष्टी होतात. म्हणूनच अगदी हिवाळ्यातसुद्धा उन्हापासून संरक्षण करणे आवश्यक ठरते.

## उन्हामुळे त्वचा काळवंडणे

हे खरोखरचे भाजणे असते म्हणून यामागचे धोके जाणून घ्या. ठीक आहे, आता मी तुम्हाला माझी काही न सांगण्याजोगी रहस्ये सांगते. मला त्वचा रापलेली दिसावी असे वाटते. माझे काही त्वचारोगतज्ज्ञ मित्र यासाठी मला धारेवर धरतील.

आपल्यापैकी अनेक जण उंच, सडपातळ आणि निरोगी असतात. परंतु जर त्वचा रापलेली असेल तर ते अधिक उंच, सडपातळ आणि निरोगी दिसतील असे मला पहिल्यापासूनच वाटते. (म्हणूनच माझे पाय किंचित तपकिरी दिसत असल्याशिवाय मी स्कर्ट घालत नाही.) तरीही सायकल चालवायला, गोल्फ खेळायला किंवा आपल्या मुलांना बागेत घेऊन जायला सांगितल्यावर माझे अनेक रुग्ण दचकतात. बराच वेळ बाहेर, उन्हात घालवल्यामुळे मी त्यांच्यावर संतापेन, किमान मी त्यांची कानउघाडणी तरी करेन अशी त्यांची अपेक्षा असते. कदाचित बहुतेक सारे डॉक्टर असे करत असल्यामुळे त्यांची तशी धारणा असू शकेल.

माझी एक रुग्ण ही सकारात्मक विचारसरणीची यशस्वी उद्योजिका आहे. तिने मला सांगितले की, सार्वजनिक ठिकाणी एका त्वचारोगतज्ज्ञाने तिचा अपमान केला होता. उन्हाळ्यात एका पार्टीत ते दोघे भेटले. तिने त्याला आपली रापलेली त्वचा दाखवली त्या वेळी त्याने उपस्थित अनेक पाहुण्यांसमोरच तिला बरेच काही सुनावले होते. अशा प्रकारे वागल्यामुळे ती एके दिवशी कित्येक त्वचाविकारांना बळी पडून कशी मृत्युमुखी पडेन याचे त्याने सविस्तर वर्णन केले होते. मीही आक्रमक आहे. (माझ्या दोन छोट्या बहिणींना हुकूम सोडतच मी मोठी झाले आहे.) परंतु अशा प्रकारे आपल्या रुग्णाचा जाहीरपणे अपमान करणे या गोष्टीची मी कल्पनासुद्धा करू शकत नाही. अगदी नुकतीच तोंडओळख झालेल्या रुग्णाच्या बाबतीतही मी असे करू शकणार नाही.

उन्हाच्या दुष्परिणामांवर माझ्या रुग्णांसमोर व्याख्यान देण्यास मला आवडत नाही. अकारणच छळ आणि अपमान करणे हे माझ्या शैलीत बसत नाही. तरीही मी अगदी स्पष्टपणे सांगू इच्छिते की, अतिनील किरणांमध्ये गेल्यामुळे होणारे धोके हे गंभीर असल्यामुळे मीही ते गांभीर्यानेच घेते. वैयक्तिकरीत्या म्हणाल, तर मला जेवढा वेळ बाहेर घालवायला आवडेल तेवढा वेळही मी काढू शकत नाही. त्यामुळे जॉगर्स आणि सायकल चालवणारे लोक यांच्याकडे मी नेहमीच आत्मीयतेने पाहते. त्या वेळी मी मात्र कारमधून ऑफिसला चाललेली असते. सहसा ती वेळ शनिवार सकाळची असते. मी रोजच सनस्क्रीन लोशन लावते. अतिनील किरणांपासून संरक्षित असलेले अन्नच मी खाते आणि ज्या वेळी मी उन्हात असते, त्या वेळी चटके बसू नयेत याची दक्षताही घेते. बसणारे चटके हे खरोखरचेच चटके असतात. सौम्य चटक्यांमुळे त्वचेचा दाह होतो. ती लालसर बनते. हुळहुळी बनते आणि सूज येते. मात्र याहून अधिक गंभीर प्रकारच्या चटक्यांमध्ये त्वचेवर फोड येतात. सालपटे निघतात. ही डीएनएला हानी झाल्याची आणि तेथील त्वचापेशी मृत बनल्याची लक्षणे असतात. सातत्याने अशा जखमा झाल्या तर होणारी हानी भरून काढणे दुरापास्त असते. अशा वेळी पेशी अनैसर्गिकपणे वाढू लागतात

आणि एकत्रितपणे गोळा होतात. त्यामुळे त्वचा खरबरीत, चामड्यासारखी बनते आणि तिच्यावर खवल्यांसारखे चट्टे पडतात. चट्ट्यांमुळे त्वचेच्या रोगप्रतिकार यंत्रणेचीही हानी होते. सनस्क्रीन लोशन लावल्यावर आपण निर्धास्तपणे समुद्र किनाऱ्यावर कितीही वेळ फिरू शकू अशी तुमची समजूत असेल तर ती चुकीची आहे.

## हॅलो, डॉ. वू

**प्रश्न :** समुद्रकिनाऱ्यावर जाण्याची वेळ येते, त्या वेळी मी ठामपणे नकार देऊन टाकते. त्याऐवजी चांदण्यात फिरायला मला आवडते. कारण मला सूर्यकिरणांमुळे भाजण्याची भीती वाटते. मात्र मी 'बेस टॅन' करून घेतले तर त्यामुळे उन्हामुळे होणाऱ्या हानीपासून माझे संरक्षण होईल का?

**उत्तर :** उन्हात जाण्यापूर्वी केलेल्या 'बेस टॅन'मुळे आपले संरक्षण होते आणि मग आपण सहजपणे उन्हात फिरू शकतो, हा टॅनिंग बेड उद्योगाने पसरवून दिलेला गैरसमज आहे याविषयी खात्री बाळगा. बाहेरच्या उन्हात हळूहळू त्वचा रापवल्यामुळे कदाचित तुमच्या त्वचेचे उन्हापासून संरक्षण होऊ शकेलही, परंतु त्यामुळे अतिनील किरणांच्या इतर कोणत्याही प्रकारच्या हानीपासून तुमचे संरक्षण होऊ शकत नाही. मेलॅनिन रंगद्रव्य अतिरिक्त प्रमाणात तयार झाल्यामुळे त्वचेवर सन स्पॉट्स तयार होतात आणि मेलॅझ्मा या त्वचेच्या स्थितीला सामोरे जावे लागते. याशिवाय कोलॅजेन आणि इलॅस्टिन (सुरकुत्या आणि त्वचा ताणण्यासाठी उपयुक्त असलेली द्रव्ये) यांची हानी होते. डीएनएचीही हानी होते आणि यातूनच त्वचेचा कर्करोगही होऊ शकतो. टॅनिंग सलूनमध्ये बेस टॅन घेताना तुम्हाला कदाचित अधिक प्रमाणात अतिनील किरणांचा डोस मिळू शकतो आणि चटके बसत असल्याचेही तुमच्या लक्षात येत नाही. उन्हात असताना निदान तुम्ही चेहरा किंवा शरीर कपड्याने झाकून तरी घेऊ शकता आणि त्वचा लालसर बनू लागली की आत येऊ शकता. परंतु इथे तशी सोयच नसते. त्यामुळे बेस टॅन करून घेण्याचे विसरून जा. उन्हापासून संरक्षण करण्यासाठी सर्वोत्तम उपाय म्हणजे सनस्क्रीन वापरा. शिवाय अतिनील किरणरोधक कपडे आणि अन्न वापरा आणि आणखी एक गोष्ट म्हणजे अत्यंत गोरे असणे ही काही वाईट गोष्ट नाही. त्यामुळे त्वचा रापवलीच पाहिजे असे नाही.

## फक्त 'एसपीएफ'च पुरेसे का नाही?

त्वचेचे वृद्धत्व, सुरकुत्या पडणे आणि त्वचेचा कर्करोग यांच्यापासून संरक्षण करण्यास उच्च एसपीएफ असलेले सनस्क्रीन पुरेसे ठरते असा विचार तुम्ही कदाचित करत असाल. ठीक आहे. आता पुन्हा एकदा विचार करा. एसपीएफ म्हणजे 'सन प्रोटेक्शन फॅक्टर' (सूर्यप्रकाशापासून रक्षण करणारे घटक). याद्वारे फक्त ब प्रकारच्या अतिनील किरणांपासूनच संरक्षण दिले जाते. परंतु अ प्रकारच्या अतिनील किरणांमुळे होणाऱ्या हानीचे काय? या किरणांमुळे त्वचा ओघळते आणि त्वचेचा कर्करोग होऊ शकतो. अमेरिकन अन्न व औषध प्रशासनाच्या मते, अ प्रकारच्या अतिनील किरणांपैकी २० टक्के किरणांना रोखणारे कोणतेही सनस्क्रीन लोशन त्या किरणांपासून संरक्षण करत असल्याचा दावा करू शकते. याचाच अर्थ अ प्रकारचे ८० टक्के अतिनील किरण तुमच्या त्वचेतून आत शिरकाव करून घेतात. उच्च एसपीएफ सनस्क्रीन तुमच्या त्वचेचे होरपळण्यापासून कदाचित रक्षण करू शकेल, परंतु वृद्धत्व, सुरकुत्या आणि उन्हामुळे होणारी हानी या सर्वांपासून ते तुमचे संरक्षण करू शकणार नाही. आपण नेमके किती टक्के संरक्षण पुरवतो याविषयी लेबलवर नमूद करण्यास या कंपन्यांना कडकपणे भाग पाडावे, असा विचार अन्न व औषध प्रशासनाच्या स्तरावर सुरू आहे. तोपर्यंत झिंक ऑक्साइड, टिटॅनियम डायऑक्साइड, स्टॅबिलाइज्ड अव्होबेंझोन किंवा मेक्सोरिल एसएक्स हे घटक असलेली उत्पादने वापरा. सनस्क्रीनचे एवढेच घटक अमेरिकेत उपलब्ध आहेत. त्यांच्यामुळे अ प्रकारच्या अतिनील किरणांपासून लक्षणीय संरक्षण मिळते. (युरोप आणि जपानमध्ये क्लॅरिन्स आणि शिरीडो यांच्यासारखी जी उत्पादने विकली जातात, त्यांच्यावरही लेबलिंगची गरज असून ती अ प्रकारच्या अतिनील किरणांपासून उच्च संरक्षण देतात.)

झिंक ऑक्साइड आणि टिटॅनियम डायऑक्साइड हे घटक अतिनील किरणांना त्वचेत प्रवेश करण्यापासून भौतिकदृष्ट्या रोखतात. संवेदनक्षम त्वचा असलेल्या लोकांसाठी ती उत्तम ठरतात, कारण त्यांच्यातील खनिजे त्वचेच्या पृष्ठभागावर राहतात आणि त्वचेच्या पेशींमध्ये शिरत नाहीत किंवा त्यांच्याशी आंतरक्रियाही करत नाहीत. (याशिवाय त्वचेच्या चकाकीवरही ती नियंत्रण ठेवतात. त्यामुळे तेलकट त्वचेच्या स्त्रियांसाठी मेकअपच्या दृष्टीने ती उपयुक्त ठरतात.) अशा प्रकारची भौतिक किंवा स्वाभाविक प्रकारची सनस्क्रीन काळसर किंवा अधिक सोनेरी रंगाच्या त्वचेवर राखाडी आणि लगद्यासारखी असतात. याउलट स्थिरीकरण केलेली अॅव्होबेंझोन आणि मेक्सोरील एसएक्स हे घटक असलेली मलमे किंवा लोशन त्वचेत छान मिसळून जातात आणि अतिनील किरण शोषून घेतात.

त्यांच्यापासून त्वचेला होणारी हानी रोखतात. फक्त ॲव्होबेंझोन असलेल्या सनस्क्रीनचे सूर्यप्रकाशात विघटन होते, परंतु काही कंपन्यांनी त्यांच्यात काही घटक मिसळून सनस्क्रीन तयार केलेली असतात. त्यामुळे अशी सनस्क्रीन अ प्रकारच्या अतिनील किरणांपासून संरक्षण पुरवतात. उदाहरणार्थ, हेलिओप्लेक्स हे उत्पादन ॲव्होबेंझोन, ऑक्सिबेंझोन आणि प्रकाश स्थिरीकरण करणाऱ्या विद्रावकाच्या साहाय्याने बनवले जाते. याशिवाय एका कंपनीने ॲव्होबेंझोनचे ऑक्टोक्रायलिन आणि इतर घटकपदार्थांबरोबर मिश्रण करून असे सनस्क्रीन बनवले आहे.

## उन्हामुळे होणारी हानी कशी दिसते?

वाढत्या वयामुळे येणारे डाग घालवण्यासाठी माझ्याकडे अनेक रुग्ण येतात आणि मी त्यांना नेहमी एकच गोष्ट सांगते – वयाला दोष देणे योग्य नाही. आपल्या पाठीच्या किंवा स्तनाच्या त्वचेकडे तुम्ही व्यवस्थित लक्षपूर्वक कधी बरे पाहिले होते? (तुम्हीही थांबून शांतपणे विचार करा. मी तोपर्यंत वाट बघते.) या नाजूक भागांवरची त्वचा मुलायम, नरम आणि डागरहित असते. तुम्ही जन्मता तेव्हा जशी ती दिसते, तशीच ती आताही दिसत असते. आता या त्वचेची तुलना तुमच्या छातीशी आणि हाताच्या मागच्या बाजूशी करा. शरीराचे हे दोन्ही भाग नक्कीच कोरडे, सुरकुत्या पडल्यासारखे दिसतात. आता तुमच्या या दोन भागांमधील त्वचेत फरक असतो, पण या दोन्ही त्वचांचे वय तर सारखेच असते. फक्त या दोन्ही त्वचांमध्ये एकच फरक असतो आणि तो म्हणजे या दोन्ही त्वचा सूर्यप्रकाश आणि ऊन यांना समप्रमाणात तोंड देत नाहीत. तुमचा चेहरा आणि हात सहसा उघडे असल्यामुळे सूर्यप्रकाश आणि ऊन या दोहोंना त्यांना सातत्याने अधिक प्रमाणात सामोरे जावे लागते. म्हणजेच अतिनील किरण हे त्वचेच्या वाढत्या वयासाठी जबाबदार असतात असे प्राथमिक टप्पा म्हणून धरून चाला. उन्हामुळे होणारी हानी कित्येक प्रकारच्या आकारात आणि प्रकारात दिसून येते. तुम्ही उन्हात भरपूर वेळ फिरत असाल तर खालील प्रकारची हानी तुम्हाला आढळून येते.

**पिंगट रंगाचे ठिपके :** असे ठिपके काही जणांचे किंवा जणींचे सौंदर्य खुलवतात. परंतु तरुण किंवा लहान मुलांमध्ये असे ठिपके दिसतात तेव्हा मला वाईट वाटते. कारण काहीही झाले तरी तुमच्या त्वचेने अतिनील किरणांसाठी व्यक्त केलेली ती प्रतिक्रिया असते. काही लोकांना अशा प्रकारचे ठिपके अधिक प्रमाणात येतात हे खरे आहे. सहसा गोरी त्वचा आणि लालसर किंवा तपकिरी रंगाचे केस असलेल्या लोकांमध्ये हे प्रमाण अधिक असते. अशा प्रकारे पिंगट

ठिपके येणे हे आनुवंशिकही असू शकते. सातत्याने उन्हात फिरल्यामुळे त्यांची तीव्रता वाढते. हे ठिपके जन्मत:च असतात अशी बहुतांश लोकांची समजूत असली, तरी प्रत्यक्षात तसे नसते.

तुम्ही घराबाहेर पडता त्या वेळी रंगपेशींना अतिनील किरण उत्तेजित करतात. या पेशी त्वचेच्या खालच्या थरात असतात. उन्हामुळे अधिकाधिक प्रमाणात मेलॅनिन हे रंगद्रव्य बाहेर टाकण्यास या पेशींना प्रोत्साहित केले जाते. म्हणूनच जिथे तुम्हाला उन्हाचे चटके बसतात, त्याच भागात असे पिंगट ठिपके आल्याचे दिसते. सहसा ते नाक आणि गालांवर येतात. कदाचित तरुणपणी फक्त उन्हाळ्याच्या दिवसांतच तुम्हाला असे ठिपके येत असतील, परंतु वाढत्या वयात असे ठिपके हातावर, पायावर आणि कमरेचा जो भाग उघडा राहत असेल तिथे आल्याचे दिसते. काही पुरुष काम करताना शर्ट काढून ठेवतात आणि बाहेर फिरतात. त्यांच्या पाठीवर आणि छातीवर असे डाग आल्याचे दिसते. हे ठिपके चपटे, गोलाकार आणि त्वचा किंचित रापल्यासारखी वाटणारे किंवा तपकिरी रंगाचे असतात. काही वेळा सगळे ठिपके एकत्र येऊन एकच मोठा ठिपकाही तयार झाल्याचे दिसते. आपण यांना 'सन स्पॉट्स' म्हणतो. त्यांचा आकार हा नखाएवढा असू शकतो किंवा त्यापेक्षा बराच मोठाही असू शकतो. या ठिपक्यांना काही वेळा 'लिव्हर स्पॉट्स' असेही म्हणतात. पण त्यांचा यकृताशी दुरान्वयानेही संबंध नसतो. असे ठिपके हिवाळ्यात सौम्य बनतात. कारण या काळात रंगद्रव्य त्वचेत खोलवर गेलेले असते. अशा डागांवर उपचार करणे कठीण असते, कारण ते बऱ्यापैकी कायमस्वरूपी बनलेले असतात.

**चेहऱ्यावर काळसर ठिपके किंवा डाग पडणे (मेलॅझ्मा) :** सहसा हे आनुवंशिक असतात आणि हार्मोन्समध्ये बदल झाल्यामुळे येतात. गर्भारपण, संततिनियमनाच्या गोळ्या यांमुळे असे बदल होतात आणि हे ठिपके येतात. याशिवाय उन्हामुळेही ते येतात. यामध्ये विशेषत: गाल, कपाळ आणि वरच्या ओठावर असे ठिपके येतात. (म्हणूनच कदाचित तुम्ही एखादा दिवस समुद्र किनाऱ्यावर घालवलात की परत येताना रापलेल्या त्वचेमुळे तुम्हाला चक्क मिशा आल्यासारखे दिसू लागते.) ज्या वेळी सहसा हे तिन्ही घटक एकत्रितपणे काम करतात, त्या वेळी हे ठिपके येतात. तुमच्या त्वचेच्या पेशींना मेलॅनिन अधिकाधिक प्रमाणात बाहेर टाकण्यात उत्तेजित केले जाते. याशिवाय काही संशोधकांच्या मते, उष्णतेमुळे ही परिस्थिती अधिकच बिकट बनते. सुरुवातीला ज्या वेळी असे डाग येतात त्या वेळी कदाचित ते आपोआपच नाहीसेही होऊ शकतात. सातत्याने उन्हात फिरणे आणि त्याचबरोबर हार्मोन्समध्ये चढ-उतार झाले तर हे ठिपके अधिक गडद बनतात आणि त्वचेत खोलवर जातात. मग त्यांना हटवणे कठीण बनते.

सहा महिन्यांहून कमी कालावधीपर्यंत टिकून राहिलेले डाग म्हणजे नवीनच आलेले डाग होत. त्वचा उजळ बनवणाऱ्या वनस्पतिशास्त्रीय मलमांमुळे ते जाऊ शकतात. कॉफीच्या फळांच्या द्रवापासून बनवलेले किंवा अर्ब्युटिन घटक असलेले मलम यासाठी वापरले जाते. याहून जुन्या डागांसाठी डॉक्टरकडे जाऊन घेतलेले मलमच उपयुक्त ठरू शकते. खरेतर जुनाट डागांसाठी दवाखान्यात जाऊन नियमितपणे 'केमिकल पील्स'ची प्रक्रियाच करून घ्यावी लागते. याविषयी पुढे मी माहिती देणार आहेच.

**तुम्हाला माहीत आहे का?**

व्यस्त वेळापत्रकातून थोडा वेळ काढून सनस्क्रीन पुन्हा लावण्यासाठी कित्येक महिलांकडे वेळच नसतो. अशा वेळी त्यांचे एसपीएफचे संरक्षण आणि मेकअपही निघालेला असतो. त्यामुळे त्यांनी लावलेले फाउंडेशन खराब दिसते. परंतु तुम्हाला लगेच पुन्हा चांगले दिसायचे असेल तर अतिरिक्त तेलकटपणा झटकन पुसून टाका आणि चेहऱ्यावर एसपीएफचा थर लावा. मिनरल मेकअपही चांगला असतो. अत्यंत बारीक दळलेल्या खनिजांपासून तो तयार करण्यात आलेला असतो. त्यामध्ये जस्त आणि टिटॅनियम यांचा समावेश असतो. मात्र या पावडरमधून एसपीएफचे संरक्षण मिळत नाही. म्हणून उन्हापासून त्वचेचे संरक्षण करण्यासाठी तुम्ही त्यावर पूर्णपणे अवलंबून राहू नका. दुपारच्या वेळी सहजपणे ताजेतवाने दिसण्यासाठी म्हणून तो ठीक आहे.

**कर्करोगपूर्व वाढ (ॲक्टिनिक केरॅटोसिस) :** तुम्ही किशोरवयीन असताना किंवा विशीत असतानासुद्धा कित्येक तास उन्हात फिरून आल्यावरही तुमची त्वचा तशीच मुलायम आणि चांगली राहत असे. कारण तरुण, खराब न झालेली त्वचा दर चार आठवड्यांनी किंवा तत्सम कमी जास्त कालावधीनंतर दूर होते आणि त्या जागी निरोगी, ताज्यातवान्या दिसणाऱ्या त्वचेचा थर खालच्या भागात तयार झालेला असतो. परंतु तुम्ही तिशी पार केल्यावर त्वचेच्या नूतनीकरणाची प्रक्रिया मंद होऊ लागते. एवढ्या झटपट मृत त्वचा दूर होत नाही. त्याऐवजी त्या पेशी त्वचेच्या पृष्ठभागावरच ठाण मांडून बसतात आणि एकत्र येतात. उन्हातील अतिनील किरणांत दीर्घ काळ राहिल्यामुळेही मृत पेशी एकत्रित येऊन बनलेली

त्वचा खरबरीत, खवल्यासारखी दिसते. कर्करोगपूर्व वाढ झाल्यासारखे दिसू लागते. त्यालाच ॲक्टिनिक केरॅटोसिस (एके) असे म्हणतात. त्वचेचा हा भाग तपकिरी रंगाचा असतो आणि चरबरीत असतो. तिथे एक तर हुळहुळेपणा जाणवतो किंवा एकदम वेदना तरी जाणवते. 'एके' सहसा चेहऱ्यावर, हातावर आणि छातीवर दिसतात. हे भागच उन्हात अधिक काळ असतात. यापैकी सुमारे दहा टक्के कर्करोगपूर्व वाढीचे रूपांतर कालांतराने त्वचेच्या कर्करोगात होत असल्याचे आढळून आले आहे.

तुम्हाला असे 'एके' आले असतील, तर त्वचारोगतज्ज्ञ ते विविध प्रकारे काढून टाकू शकतो. द्रवरूप नायट्रोजनचा फवारा मारून त्यांना गोठवून टाकणे, रासायनिक द्रावणाच्या साहाय्याने 'पीलिंग' करणे किंवा एखादे मलम देऊन त्यांना काढून टाकणे असे हे उपचार असतात.

**विशिष्ट प्रकारचे तीळ :** हे कर्करोगपूर्व तीळ असतात. ते मोठे आणि चामखिळीसारखे असू शकतात. त्यांचे रंग अनियमितपणे पसरलेले असतात किंवा त्यांच्या कडा एकसारख्या नसतात; वेड्यावाकड्या असतात. मी त्यांना 'गमतीशीर तीळ' असे म्हणते, कारण ते खरोखरच मजेशीर दिसतात. परंतु त्याचे रूपांतर त्वचेच्या कर्करोगात होऊ शकते, ही यातील धोकादायक बाब असते. जर तुमच्याकडे अशा तिळांचा कौटुंबिक इतिहास असेल आणि तुमचे पालक किंवा भावंडे यांच्यापैकी कोणाला त्वचेचा कर्करोग असेल तर तुम्हालाही कर्करोग होण्याची शक्यता ५० टक्क्यांपर्यंत वाढते. आपल्या शरीरावर अशा प्रकारची कोणतीही कर्करोगपूर्व वाढ नाही, हे तपासण्यासाठी वर्षातून एकदा त्वचारोगतज्ज्ञाकडून संपूर्ण शरीराची तपासणी करून घेणे आवश्यक ठरते. मात्र स्व-तपासणी करणे महत्त्वपूर्ण असते. तुम्हाला असे विशिष्ट प्रकारचे तीळ आले असतील किंवा तुम्हाला त्वचेच्या कर्करोगाची कौटुंबिक पार्श्वभूमी असेल तर वर्षातून दोनदा अशी तपासणी करून घ्या.

**त्वचेचा कर्करोग :** अमेरिकेत हा कर्करोग सर्वाधिक प्रमाणात आहे. फुप्फुसे, प्रोस्टेट ग्रंथी, स्तन आणि आतडे यांच्या कर्करोगाच्या एकत्रित संख्येपेक्षाही या कर्करोगाच्या रुग्णांची संख्या अमेरिकेत मोठी आहे. तसेच सुमारे ८५ टक्के रुग्णांना उन्हात भरपूर फिरल्यामुळे हा कर्करोग होत असतो. (दिलासा देणारी गोष्ट म्हणजे याचा अर्थ त्वचेचा कर्करोग मोठ्या प्रमाणात टाळता येऊ शकतो.)

त्वचेच्या कर्करोगाचे तीन मुख्य प्रकार आहेत. : बेसल सेल कार्सिनोमा (त्वचेच्या सर्वांत खालच्या थरातील पेशींचा कर्करोग), स्क्वॅमस सेल कार्सिनोमा (केरॅटिनोसाइट्सचा कर्करोग) आणि मेलॅनोमा (हा सर्वाधिक घातक कर्करोग असून तो रंगपेशींनाच झालेला असतो.)

मेलॅनोमा हा कमी प्रमाणात होत असला, तरीही हा कर्करोग २० ते ३९ वर्षांच्या तरुणांमध्ये आढळतो. सुदैवाने याचे निदान करणे सोपे असते आणि सुरुवातीच्या काळातच याचे निदान झाले तर तो बराही करता येतो. एकदा का हा कर्करोग शरीराच्या इतर भागात पसरला की मग मात्र तो आटोक्यात आणणे कठीण जाते. अमेरिकेत दर वर्षी सुमारे आठ हजार लोक या कर्करोगाने मृत्युमुखी पडत आहेत. तुमच्या शरीरावर आलेला तीळ किंवा चामखीळ किंवा वाढलेल्या पेशी या हानिकारक आहेत किंवा नाही, हे त्वचेच्या नित्याच्या तपासणीत तुम्हाला त्वचारोगतज्ज्ञ सांगू शकतो. जर याविषयी काही शंका असेल किंवा ती कर्करोगपूर्व वाढ आहे असा संशय असेल, तर तुमचा त्वचारोगतज्ज्ञ तुमच्या चामखिळीचा किंवा तिळाचा थोडासा भाग किंवा संपूर्ण चामखीळ अगर तीळच काढून टाकतो. त्या वेळी भूल देऊन आजूबाजूचा भाग बधिर करून तो तीळ अगर चामखीळ काढून टाकली जाते. या प्रक्रियेला 'बायोप्सी' असे म्हणतात. त्यानंतर हा नमुना प्रयोगशाळेत तपासणीसाठी पाठवला जातो. डर्मोस्कोपच्या साहाय्यानेही काही डॉक्टर याची तपासणी करतात. त्यामुळे त्यांना सहजपणे अंतर्गत रचना दिसू शकते. मात्र खात्रीपूर्वक निदानासाठी प्रयोगशाळेतील तपासणीच आवश्यक असते.

कोणत्या प्रकारच्या चामखिळी, तीळ आणि पेशींच्या अतिरिक्त वाढी चिंताजनक असतात? ज्यांचा वरचा भाग खरबरीत, खपली धरल्यासारखा दिसतो आणि ज्यांच्यातून रक्तस्राव होऊ लागतो अशा चामखिळी किंवा तीळ. त्वचेचा वाढणारा जाडसर भाग आणि गडद तपकिरी किंवा काळे डाग धोकादायक असतात. विशेषतः त्यांचा रंग आणि आकार बदलत असेल तर ते धोकादायक असतात.

**सुरकुत्या :** त्वचा ओघळणे आणि सुरकुत्या पडणे यांवर मी एका संपूर्ण प्रकरणात माहिती देणार आहे, तेव्हा काळजी नका करू, महिलांनो! आपण पुढच्याच, म्हणजे सातव्या प्रकरणात त्याविषयी चर्चा करणार आहोतच.

## पिंगट सौंदर्यालाही सनस्क्रीनची गरज असते

तुमचा रंग जर पीचसारखा आणि क्रीमसारखा असेल, तर सनस्क्रीन तुमच्या चेहऱ्याला व्यवस्थित शोभून दिसेल. परंतु जर तुम्ही कास्य रंगाच्या असाल तर? तरीही तुम्हाला उन्हापासून संरक्षणाची आवश्यकता असते का? याचे उत्तर आहे, होय! तुम्हाला जरी नैसर्गिक कास्य रंगाची चकाकी लाभली असली तरी सूर्यकिरणातील अतिनील किरणांमुळे तुमच्या त्वचेवर डाग, सुरकुत्या पडू शकतात. तुम्हाला त्वचेचा कर्करोगही होऊ शकतो. मेलॅनोमा हा कर्करोगही

होऊ शकतो, कारण मेलॅनोमा हा रंग किंवा वंश यावर अवलंबून नाही. आशियाई, मध्यपूर्व भागातील आणि आफ्रिकन, अमेरिकन रुग्णांना मी मेलॅनोमासाठी उपचार दिले आहेत. त्यांनाही हा धोका आहे, हे ऐकल्यावर ते आश्चर्यचकित झाले होते. सनस्क्रीन आणि वार्षिक तपासणी ही सर्वांसाठी आवश्यक असून त्वचेचा रंग गडद असेल तर मेलॅनोमा अधिक आक्रमकपणे पसरतो असे दिसून आले आहे. शिवाय या रुग्णांना अधिक धोका असतो. तुम्ही निरोगी राहावे आणि सुंदर दिसावे यासाठी खालील क्लृप्त्यांचा वापर करा.

- जस्त किंवा टिटॅनियमयुक्त सनस्क्रीन लोशन वापरल्यास काळ्या रंगाची त्वचा फिकट, राखाडी दिसू लागते. म्हणून त्यासाठी सौम्य लोशन्स किंवा जेल्स वापरा.
- दिवसभरात एकापेक्षा अधिक वेळा मेकअप लावण्यास तुम्हाला वेळ मिळत नसेल तर बाहेर जाण्याआधी मिनरल पावडरच्या साहाय्याने फक्त 'टच अप' करा. त्यामुळे तुमच्या एसपीएफला उजाळा मिळेल.
- काळ्या रंगाच्या व्यक्तींमध्ये हात, पाय आणि ओठ यांवर मेलॅनिन मोठ्या प्रगाणात असते. या स्थितीला 'ॲक्रल लेंटिजिनस मेलॅनोमा' असे म्हणतात. या भागात तुम्हाला नवीन किंवा बदलत्या आकाराचा तीळ अगर चामखीळ आल्याचे आढळले, तर तत्काळ त्वचारोगतज्ज्ञाला भेटा. नंतर दुःख करत बसण्यापेक्षा आधीच सुरक्षित राहणे केव्हाही चांगले असते.

## ड जीवनसत्त्वाविषयीचा विवाद

उन्हात फिरल्यामुळे केवळ पिंगट रंगाचे डाग किंवा पट्टे, चामखीळ अगर तीळ आणि फ्री रॅडिकल्स एवढ्याच गोष्टी होत नाहीत, तर ज्या ज्या वेळी तुम्ही बाहेर फिरता, त्या त्या वेळी अतिनील ब किरणांची तुमच्या त्वचेतील ऑरगॅनिक संयुगांशी प्रतिक्रिया घडून येते. या संयुगाचे नाव आहे – डिहायड्रोकोलेस्टेरॉल. त्याद्वारे ड जीवनसत्त्वाची निर्मिती होते. या प्रक्रियेत सनस्क्रीन लोशन हस्तक्षेप करते असे अनेकांचे मत आहे. कारण उच्च एसपीएफमुळे अतिनील ब किरणांना प्रतिबंध केला जातो. अगदी अलीकडेच झालेल्या संशोधनातून असे आढळून आले आहे की, ड जीवनसत्त्वाच्या निर्मितीची, शरीराची क्षमता सनस्क्रीनमुळे कमी होत नाही. परंतु इथेच, विशेषतः वैद्यकीय व्यावसायिकांच्या बाबतीत खरी गुंतागुंत आढळून येते. डॉक्टरांचे एकमत असलेल्या बाबी अशा आहेत : ड जीवनसत्त्व हे आरोग्यासाठी चांगले असते. हाडे आणि स्नायू बळकट बनण्यासाठी कॅल्शियमच्या शोषणाची

आवश्यकता असते आणि शरीराला त्यासाठी ड जीवनसत्त्व साहाय्यभूत ठरते. आतड्याचा, प्रोस्टेट ग्रंथीचा आणि छातीचा कर्करोग रोखण्यामध्येही ड जीवनसत्त्व महत्त्वाची भूमिका बजावत असल्याचे आधुनिक संशोधनातून स्पष्ट झाले आहे. याशिवाय टाइप १ आणि टाइप २ या दोन्ही प्रकारच्या मधुमेहाला रोखण्यातही ते महत्त्वपूर्ण ठरते. त्वचेच्या पेशींसह कित्येक पेशींमध्ये ड जीवनसत्त्व ग्रहण करणाऱ्या पेशी आढळत असल्याने ड जीवनसत्त्वाचे अतिरिक्त उपयोग आणि लाभ असण्याची शक्यता व्यक्त केली जात आहे. अर्थातच आपल्याला अद्याप त्याची माहिती समजलेली नाही. ज्या वेळी थोडेफार ऊन मिळते त्या वेळी आपल्याला अधिक आरोग्यपूर्ण झाल्यासारखे वाटते, असे माझ्या अनेक रुग्णांनी मला सांगितले आहे. शिवाय मी स्वत:ही याचा अनुभव घेतला आहे. अशा प्रकारे आपल्याला ड जीवनसत्त्वाची आवश्यकता असल्याचे सांगण्याचा आपल्या शरीराचा कदाचित हा मार्ग असू शकेल. मासिक पाळीच्या वेळी स्त्रियांना थोडेफार मटण खाण्याची इच्छा होते, कारण त्या वेळी शरीरातून मोठ्या प्रमाणात लोह बाहेर पडलेले असते. त्याचप्रमाणे हे असावे.

फक्त आपल्याला किती प्रमाणात ड जीवनसत्त्वाची आवश्यकता आहे ते अद्याप स्पष्ट झालेले नाही. उदाहरणार्थ, आपल्याला ड जीवनसत्त्वाची रोज किती प्रमाणात आवश्यकता असते याविषयी 'द नॅशनल ॲकॅडमी ऑफ सायन्सेस इन्स्टिट्यूट ऑफ मेडिसिन'च्या 'फूड अँड न्यूट्रिशन बोर्ड'ने (एफएनबी) प्रमाण निश्चित केले आहे. त्यांच्या मते, मुलांना आणि ५० वर्षांपर्यंतच्या प्रौढांना सुमारे २०० घ्ळ एवढी ड जीवनसत्त्वाची आवश्यकता असते. 'अमेरिकन इन्स्टिट्यूट ऑफ पीडिॲट्रिक्स'च्या मते, मोठ्या आणि किशोरवयीन मुलांना सुमारे ४०० IU एवढ्या ड जीवनसत्त्वाची दैनंदिन गरज असते. या गोंधळात भर टाकण्यासाठीच की काय; परंतु काही तज्ज्ञांनी हे प्रमाण एक हजार IU असल्याचा दावा केला आहे आणि त्वचारोगतज्ज्ञांच्या म्हणण्याकडे दुर्लक्ष करून काही शास्त्रज्ञ लोकांना थोडा वेळ का होईना, पण सूर्यप्रकाशात बसण्याचा सल्ला देत आहेत. शिवाय त्या वेळी सनस्क्रीनचा अजिबात वापर करू नये असेही ते सांगत आहेत. सल्ला वेडेपणाचा वाटत असला, तरीही त्यात काही प्रमाणात का होईना परंतु तथ्य आहे. कारण काहीही झाले, तरी आपले शरीर ड जीवनसत्त्व तयार करण्यास योग्य असेच आहे. उदाहरणार्थ, ऑस्ट्रेलिया हे अमेरिकेच्याही खूपच पुढे आहे. १९८०च्या सुरुवातीच्या काळात सार्वजनिक आरोग्याच्या क्षेत्रात ऑस्ट्रेलियाने 'स्लिप स्लोप स्लॅप' घोषणा दिली होती. लोक ज्या ज्या वेळी बाहेर पडतील, त्या त्या वेळी त्यांनी शर्ट घालावेत, सनस्क्रीन वापरावे आणि हॅटचा अवश्य वापर करावा असा या घोषणेचा अर्थ होता. त्याच वेळी अमेरिकन नागरिकांवर टॅनिंगसाठी कोणत्या प्रकारचे मलम

किंवा लोशन वापरावे याचा मारा केला जात होता. त्यानंतरच्या वीस वर्षांत ऑस्ट्रेलियातील बेसल पेशींच्या आणि स्क्वॅमॅट्स पेशींच्या त्वचेच्या कर्करोगाचे प्रमाण खाली आले होते. मात्र डी जीवनसत्त्वाची कमतरता वाढीस लागली. जे लोक घराबाहेर फार काळ राहत नाहीत, त्यांनी थोडा वेळ तरी उन्हात घालवावा अशी शिफारस त्या काळात ऑस्ट्रेलियातील वैद्यकीय क्षेत्रातील लोक करत होते. तुम्ही कुठे राहता यावर तुमचे शरीर किती प्रमाणात ड जीवनसत्त्व तयार करू शकते ते अवलंबून असते. उदाहरणार्थ, तुम्ही ४० अंश उत्तर अक्षांशाच्या वरच्या भागात राहत असाल, तर त्या ठिकाणी तुमची त्वचा नोव्हेंबर ते फेब्रुवारी या काळात म्हणजेच हिवाळ्यात ड जीवनसत्त्व बनवू शकत नाही. कारण त्या काळात तिथे तेवढा सूर्यप्रकाश नसतो. मात्र तुम्ही ३४ अंश उत्तर अक्षांशाच्या खालच्या भागात राहत असाल तर त्या वेळी केवळ काही मिनिटे तुम्ही बाहेर राहिलात तरी कोणत्याही मोसमात आवश्यकतेएवढे ड जीवनसत्त्व तुमच्या शरीरात तयार होऊ शकते.

अतिनील किरण निर्देशांक हा ड जीवनसत्त्व निर्मितीचा निर्देशांक आहे. याच्यामुळे अतिनील किरणोत्सर्गाची तीव्रता मोजता येते. ज्या वेळी अतिनील किरण निर्देशांक ३ असतो त्या वेळी गोऱ्या त्वचेची व्यक्ती रोज फक्त दहाच मिनिटे बाहेर गेली तरी तिच्या शरीरात पुरेशा प्रमाणात ड जीवनसत्त्वाची निर्मिती होते. अर्थातच उन्हात जाताना त्याने चेहऱ्याला आणि हातांना सनस्क्रीन लावलेले असू नये. (चटके बसण्यासाठी सुमारे तासभर उन्हात फिरावे लागते.) उन्हाळ्यात अतिनील किरण निर्देशांक ७ किंवा ८ असतो. त्या वेळी ही व्यक्ती जेमतेम तीन ते चार मिनिटे उन्हात गेली तरी ते पुरेसे ठरते.

या सर्वांचा अर्थ काय होतो? थोड्या प्रमाणात उन्हात फिरणे चांगले असते, परंतु मोठ्या प्रमाणात त्वचा रापवणे किंवा दर आठवड्याआड टॅनिंग सलूनमध्ये जाणे योग्य नाही. तुम्हाला जोपर्यंत सनबर्नचा त्रास होत नाही, तोपर्यंतच उन्हात फिरणे चांगले ठरते. जर हा त्रास झाला, तर तुम्ही अधिक काळ उन्हात फिरला आहात असे म्हणावे लागेल. अशा वेळी शरीर ड जीवनसत्त्वाचे विघटन करते. नंतर उपयोग करण्यासाठी ते शरीरात साठवून ठेवले जात नाही. आणि मग त्वचेच्या कर्करोगाचा आणि अकाली वय वाढल्यासारखे दिसण्याचा धोका वाढत जातो. त्यामुळेच तीव्र प्रकाशकिरणात तुम्ही जर दोन मिनिटांहून अधिक काळ व्यतीत करणार असाल, तर अतिनील अ आणि ब किरणांपासून संरक्षण देणारे सनस्क्रीन वापरण्याची तुम्हाला गरज असेल. जर उन्हामुळे तुमची फारच हानी झाली असेल किंवा आधीच तुम्हाला त्वचेचा कर्करोग असेल अगर मेलॅनोमाची कौटुंबिक पार्श्वभूमी असेल तर अन्नातून आणि पूरकांमधून तुम्ही ड जीवनसत्त्व

मिळवा. उन्हात जाऊ नका. दुर्दैवाने अगदी थोड्याच नैसर्गिक अन्नात ड जीवनसत्त्व असते. काही माशांमध्ये (उदा. सामन, मॅकेरेल आणि ट्युना यांसारख्या) आणि कॉड लीव्हर ऑइलमध्ये ते अधिक प्रमाणात असते. बीफ लीव्हर, चीज आणि अंड्याच्या बलकांमध्ये ते असते. काही प्रकारच्या संत्र्याचे रस, दही आणि विशेषत: दुधातही असते. विविध प्रकारच्या मशरूमना अतिनील किरणांमध्ये ठेवल्यास त्यांच्यात मोठ्या प्रमाणात ड जीवनसत्त्व तयार होते असे आढळून आले आहे. (कदाचित तुमच्या सुपरमार्केटमध्ये अशा प्रकारची मशरूम्स मिळत नसतील.) म्हणूनच पूरक घेणे हा ड जीवनसत्त्वाचे प्रमाण वाढवण्याचा एक खात्रीशीर सुलभ मार्ग आहे.

उत्तम कॅल्शियम पूरकात ड जीवनसत्त्व असते, कारण कॅल्शियमच्या शोषणासाठी ड जीवनसत्त्व साहाय्य करते. कॅल्शियमखेरीज ड जीवनसत्त्व घेण्याचे तुम्ही ठरवले असेल, तर एक गोष्ट लक्षात ठेवा की, अतिरेकी प्रमाणात ते घेतल्यास मळमळणे, उलट्या, बद्धकोष्ठता आणि शरीरात कॅल्शियम साचून राहणे (यामुळे हृदयाचे ठोके अनियमितपणे पडणे आणि मूतखडा यांचा त्रास होऊ शकतो.) यांसारख्या गोष्टींना तोंड द्यावे लागते. हे जीवनसत्त्व घेण्याची दैनंदिन सर्वोच्च मर्यादा २००० घ्ळ आहे आणि याचा डोस दुपटीने वाढवून तुम्हाला कोणताही लाभ मिळणार नाही. मात्र डोस घेण्यास सुरुवात करण्यापूर्वी नेहमीप्रमाणेच तुमच्या डॉक्टरांशी बोला.

## टॅनिंग बेड्सचे खरे धोके

त्वचा रापवण्यावर कितीही विनोद केले गेले आणि केले जात असले, तरीही टॅनिंग बेड्समुळे होणारे धोके ही काही विनोदी बाब नसते. किशोरवयीन मुलांकडून केल्या जाणाऱ्या टॅनिंग बेड्सच्या वापरावर अमेरिकेतील कित्येक देशांनी बंदी घालण्यास सुरुवात केली आहे. एफडीएच्या सल्लागार मंडळानेही अठरा वर्षांखालील-किशोरांना टॅनिंग बेड्सचा वापर करण्यास बंदी घालण्याची शिफारस केली आहे. १ जुलै २०१०पासून सर्वच अतिनील किरण टॅनिंग बेड्सवर दहा टक्के कर आकारण्यात येत आहे. (याला 'इनडोअर टॅनिंग सर्व्हिसेस टॅक्स' असे म्हणतात.) या बेड्सचा वापर करण्याची सेवा देण्यापासून संबंधितांना परावृत्त करण्यासाठी हा कर आकारण्यात येत आहे. राष्ट्राध्यक्ष ओबामा यांनी स्वाक्षरी केलेल्या फेडरल हेल्थ केअर विधेयकात ही तरतूद करण्यात आली आहे. 'इनडोअर टॅनिंग असोसिएशन'ने सुरक्षित बेड्सची जाहिरात केली आहे. त्यात त्यांनी विशेषत: त्वचारोगतज्ज्ञांवर हल्ला चढवला

आहे. हे लोक प्रतिगामी असल्याची टीका त्यांनी केली आहे. त्यांचा मुख्य आरोप काय आहे? अतिनील किरणांमुळे 'सिझनल ॲफेक्टिव्ह डिसऑर्डर'चा धोका कमी होतो आणि ड जीवनसत्त्वाची अधिक प्रमाणात निर्मिती होते. अतिनील किरणांचे लाभ डॉक्टर नाकारत आहेत. बहुतांश टॅनिंग बेड्स प्राथमिक पातळीवर अतिनील किरणांचा वापर करतात. त्यामुळे तुमच्या ड जीवनसत्त्वाची पातळी ती वाढवत नाहीत. कारण अतिनील ब किरण तुमच्या त्वचेखाली ड जीवनसत्त्वाची निर्मिती करत असतात. अशा प्रकारचे अतिनील किरण त्वचेचा दाह करत नाहीत किंवा त्यांच्यामुळे चटकेही बसत नाहीत. मात्र या किरणांमुळे त्वचेचा कर्करोग आणि त्वचेला अकाली वृद्धत्व येणे या बाबी घडतात. 'इंटरनॅशनल एजन्सी फॉर रिसर्च ऑन कॅन्सर' (आयएआरसी) ही जागतिक आरोग्य संघटनेची एक शाखा आहे. त्यांनी केलेल्या अभ्यासानुसार, टॅनिंग बेड्सचा वापर करणाऱ्या स्त्री-पुरुषांमध्ये मेलॅनोमाची शक्यता १५ टक्क्यांनी अधिक असते. याहूनही आणखी धोकादायक बाब म्हणजे ३५ वर्षांहून कमी वयाच्या लोकांनी टॅनिंग बेड्सचा वापर केला तर त्यांच्यामध्ये ती शक्यता ७५ टक्क्यांहून अधिक असते. त्यामुळेच टॅनिंग बेड्स सुरक्षित असतात, या जाहिरातबाजीला भुलून मूर्ख बनू नका. कोणत्याही परिस्थितीत त्यांचा वापर टाळाच.

## फ्री रॅडिकलमुळे होणारी हानी टाळण्यासाठी आहार

काही प्रकारचे अन्न उन्हापासून खालील प्रकारे संरक्षण करते

आतापर्यंत फ्री रॅडिकल्सची संकल्पना तुमच्या लक्षात आलीच असेल. त्याचबरोबर अ आणि ब प्रकारच्या अतिनील किरणांपासून सनस्क्रीन कशा प्रकारे संरक्षण करतात तेही तुम्हाला समजले असेल. मात्र सनस्क्रीनविषयीही ही गोष्ट ध्यानात घ्या : ते उडून जाते आणि घामातून वाहून जाते. काही वेळा तलावात डुबकी मारून बाहेर आल्यावर तुम्ही ते पुन्हा लावायला विसरूनही जाता. मग एखाद्या मुलीने काय केले पाहिजे?

याचे उत्तर सोपे आहे, तुम्ही अधिक प्रमाणात अँटिऑक्सिडंट्स खा.

फ्री रॅडिकलला कोणत्याही प्रकारे उदासीन बनवणारे रसायन म्हणजे अँटिऑक्सिडंट होय. हे रसायन निरोगी त्वचेची हानी करणाऱ्या फ्री रॅडिकल या अस्थिर कणाचे स्थिर आणि निरुपद्रवी कणात रूपांतर करते. अँटिऑक्सिडंट्स सर्व प्रकारची असतात. काही नैसर्गिकपणे मिळतात. चयापचयाच्या क्रियेतून तयार झालेल्या फ्री

रॅडिकल्सचे उदासिनीकरण करणारी अँटिऑक्सिडंट्स शरीरात आपोआपच तयार केली जातात. ती नैसर्गिक होत. शिवाय काही अँटिऑक्सिडंट्स आपण खात असलेल्या अन्नातून पुरवली जातात. मात्र जर तुम्ही किमान अँटिऑक्सिडंट (दुग्धजन्य पदार्थ, मांस आणि प्रक्रियायुक्त अन्न) असलेले अन्न खात असाल तर फ्री रॅडिकल्समुळे झालेल्या हानीतून तुमचे शरीर लवकर आणि पुरेशा सक्षमपणे बाहेर पडू शकणार नाही. याचाच अर्थ तुमच्या त्वचेवर सुरकुत्या पडतील. रंग कमी-जास्त प्रमाणात दिसेल आणि उन्हामुळे होणारी हानीही दिसू लागेल. (खरे म्हणजे अशा प्रकारच्या अन्नामुळे दाह वाढतो. त्यामुळे उन्हामुळे होणारी हानी अधिकच वाईट बनते. याविषयी जरूर विचार करा.) त्वचा लाल होणे, सूज येणे आणि दुखणे किंवा वेदना होणे ही सर्व दाह होण्याची प्राथमिक लक्षणे आहेत. तुम्ही फळे आणि भाज्या यांच्यासारखा अँटिऑक्सिडंट्सनी समृद्ध असलेला आहार घेत असाल, तर तुम्ही वाढत्या वयाच्या लक्षणांना आळा घालण्यासाठी आणि अतिनील किरणांपासून तुमचे संरक्षण करण्यासाठी तुमच्या शरीराला शस्त्रसज्ज करत असता.

हिवाळ्यात परंतु तीव्र ऊन असलेल्या एखाद्या दिवशी तुम्ही कधी बाहेर पडला आहात आणि नंतर अनपेक्षितरीत्या उन्हाचा त्रास वाढल्यामुळे नाइलाजाने तुम्हाला घरी परतावे लागले आहे का? अँटिऑक्सिडंट्सची क्षमता असलेले अन्न खाऊन तुम्ही फक्त आपल्या दैनंदिन सनस्क्रीनलाच साहाय्य करत नसता तर ज्या दिवशी तुम्ही सनस्क्रीन लावायला विसरता, त्या दिवसासाठीही तुम्ही आपल्या त्वचेचे अतिनील किरणांपासून संरक्षण करत असता. सूर्यकिरणातील अतिनील किरणांमुळे होणाऱ्या रासायनिक क्रिया उन्हातून परत आल्यावरही होत राहत असल्यामुळे उन्हात जाण्यापूर्वी, उन्हात असताना आणि आल्यानंतरही उच्च अँटिऑक्सिडंट्सनी समृद्ध असलेले अन्न आपण सातत्याने खाल्लेच पाहिजे. पोषक आहार त्वचेला निरोगी व सुंदर बनवतो आणि ठेवतोही.

आता आपण अँटिऑक्सिडंट्सची अन्नातील खरीखुरी ताकद काय असते ते समजून घेऊ या. उदाहरणार्थ, क जीवनसत्त्व आपल्यासाठी चांगले असते, हे आपल्याला सर्वांनाच माहीत आहे. ते आपल्या शरीरातील फ्री रॅडिकल्सशी लढा देते. त्यामुळे व्याख्येनुसार ते अँटिऑक्सिडंटही आहे. तरीही तुम्ही फळ खाल्ल्यावर सुरू होणाऱ्या एकूण अँटिऑक्सिडंट्स सक्रियतेमध्ये सफरचंदातील क जीवनसत्त्वाचा केवळ ०.४ टक्के एवढाच वाटा असतो. मग इतर ९९.६ टक्के सक्रियता कुठून येते? फळे आणि भाज्यांमध्ये रासायनिक पदार्थांचे एक प्रकारचे गुंतागुंतीचे मिश्रण असते असे दिसून आले आहे. (यामध्ये पॉलिफेनॉल्स आणि फ्लेव्होनॉइड्स यांचा समावेश असतो.) प्रत्येक पदार्थ आपापल्या पद्धतीने फ्री रॅडिकल्सशी लढा देत असतो. या सर्व पदार्थांच्या मिश्रणामुळे फळे एवढी सामर्थ्यवान बनत असतात.

त्यामुळेच कोणतेही एक जीवनसत्त्व किंवा अँटिऑक्सिडंट यांची गोळी घेण्यापेक्षा फळे किंवा भाज्या कितीतरी पटींनी अधिक सामर्थ्यशाली असतात. म्हणूनच फळे आणि भाज्यांनी समृद्ध असलेल्या आहारासाठी पर्याय म्हणून तुम्हाला कोणतीही गोळी सुचवता येत नाही.

## **आधी आणि नंतर** - पामेलाला भेटा

पामेला ही ४६ वर्षांची दोन मुलांची आई आहे. आपल्या किशोरवयात दक्षिण कॅलिफॉर्नियाच्या समुद्रकिनाऱ्यांवर फिरण्यातच तिने बराचसा कालावधी व्यतीत केला होता. आता कित्येक दिवसांत तिने सूर्यस्नान घेतलेले नाही. तसेच आता ती रोजच सनस्क्रीन वापरते. मात्र तरीही कित्येक वर्षे तिने आपली त्वचा रापवलेली असल्यामुळे त्याची किंमत तिला आता चुकवावी लागत आहे. आता तिच्या स्तनावरची त्वचा हुळहुळी बनली आहे. शिवाय रोजच उन्हात फिरल्यामुळे तिच्या त्वचेला आता उन्हाचा माफक त्रासही जाणवू लागला आहे. त्यामध्ये सन स्पॉट्स, लाल आणि तपकिरी चट्टे, फाटलेल्या सूक्ष्म रक्तवाहिन्या आणि खरखरीत, खवल्यासारखे जाडसर भासणारे चट्टे यांचा समावेश आहे. कार चालवताना किंवा पार्किंगमधून गाडी काढत असताना आणि ओपन नेक शर्ट्स घालून फिरल्यामुळे उन्हाशी तिचा संपर्क येतो. पामेलाला आता मासिक लेसर प्रकाशकिरणांचा उपचार घ्यावा लागला असता. मात्र तिला बराच काळ त्यासाठी यावे लागले असते आणि तिचे काम आणि एकूणच इथपर्यंत येण्यासाठी करावा लागणारा प्रवास लक्षात घेता, ते केवळ अशक्य होते. म्हणून त्याऐवजी आम्ही आहारावर आणि त्वचेची निगा राखण्यावर लक्ष केंद्रित केले. पामेलाची स्वत:ची सल्ला आणि मार्गदर्शन संस्था आहे. दिवसभर येणाऱ्या ग्राहकांमुळे ती व्यस्त असते. अगदी जेवायलाही तिला वेळ नसतो. नाश्ताही झटपट उरकण्याकडे तिचा कल असतो. ती सहसा दुपारच्या जेवणाला सुट्टी देते आणि संध्याकाळपर्यंत तिला सपाटून भूक लागलेली असते. त्यामुळे त्या वेळी भाजी खरेदी करणे किंवा किराणामालाच्या दुकानात जाऊन, खरेदी करून अधिक वेळ लागणारा स्वयंपाक बनवण्याएवढा उत्साह आणि ताकद तिच्यात नसते. म्हणून पामेलाला मी अतिनील किरणांतील अ आणि ब किरणांना प्रतिबंध करणारे सनस्क्रीन लावण्यास सुचवले. शिवाय एक मलम आणि भाजीचा रसही सुचवला. त्यानंतर चेहऱ्याला पोषक आहारातील तीन महत्त्वपूर्ण तत्त्वे मी तिला लिहून दिली.

त्वचेची हानी झालेल्यांसाठी रोज 'लाल, हिरव्या आणि तपकिरी' या रंगाच्या भाज्या आणि फळांचा समावेश आहारात असलाच पाहिजे. टोमॅटो, लाल मिरी

आणि लाल बेरीजमुळे लाल रंग आहारात घेता येतो. ग्रीन टीमुळे हिरवा रंग मिळतो. शिवाय सुका मेवा आणि बेरीज घातलेले ओटमील ती घेऊ शकते. तिच्या कार्यालयात आणि पर्समध्येही तिने ग्रीन टीच्या बॅग्ज ठेवाव्यात असे मी तिला सुचवले. कोकोचे प्रमाण ७० टक्क्यांहून अधिक असलेल्या डार्क चॉकलेटमुळे तपकिरी रंग मिळून जातो. या चॉकलेटमध्ये अतिनील किरणांशी लढा देणाऱ्या फ्लेवेनोल्सची पातळी उच्च असते. शिवाय तिची गोड खाण्याची आवडही त्यामुळे पूर्ण होते. आपल्या आहारात बदल केल्यानंतर तिचा पुन्हा एकदा फोटो घेण्यात आला. आहारातील बदलामुळे त्वचेत हळूहळू बदल होत होते. वर्षानुवर्षे सहन केलेला उन्हाचा त्रास तुम्ही काही आठवड्यांच्या कालावधीत दूर करू शकत नाही. आता तिच्या त्वचेचा लालसरपणा आणि जाडसरपणा हळूहळू, परंतु निश्चितपणे कमी होत आहे. शिवाय त्वचेचा पोतही मुलायम बनला आहे. सनस्पॉट्स फिकट झाले आहेत. आणि चांगली गोष्ट म्हणजे, जर तिने हा आहार घेणे अशाच प्रकारे सुरू ठेवले तर तिच्या त्वचेत कमालीची सुधारणा होईल.

See Her Photos!

## अतिनील किरणांपासून संरक्षणासाठी काय खावे?

कॅलिफॉर्नियातील कडक उन्हात उगवलेल्या टोमॅटोच्या झाडाचा विचार करा. उष्णतेमुळे करपून जाण्याऐवजी ते छोटेसे फळ बहरलेले दिसते. का? कारण ते कॅरोटिनॉइड्स आणि पॉलिफेनॉल्स यांनी भरलेले असते. वनस्पतिजन्य अँटिऑक्सिडेंट्सचे ते दोन बळकट प्रकार आहेत. सूर्यप्रकाशातील हानिकारक द्रव्यांपासून क्लोरोफिलचे संरक्षण करण्याचे कार्य ती करतात. म्हणजेच साध्या भाषेत सांगायचे झाले, तर कॅरोटिनॉइड्स आणि पॉलिफेनॉल्स क्लोरोफिलला करपण्यापासून वाचवतात. तुमच्या त्वचेसाठीही ही अँटिऑक्सिडंट्स हेच करतात.

कित्येक प्रकारच्या गडद रंगाच्या फळांमध्ये आणि भाज्यांमध्ये भरपूर प्रमाणात कॅरोटिनॉइड्स आढळतात. शिवाय काही प्राण्यांच्या त्वचेत आणि शिंपल्यातही ती सापडतात. खरे म्हणजे या कॅरोटिनॉइड्समुळेच फळांना आणि भाज्यांना त्यांचे रंग प्राप्त झालेले असतात. उदाहरणार्थ, झिंग्यांमध्ये लाल रंगाचे कॅरोटिनॉइड असते. त्याला 'अ‍ॅस्टाक्झांथिन' म्हणतात. जिवंत झिंग्यामध्ये प्रथिने आणि इतर पदार्थांमध्ये संमिश्र अवस्थेत हे कॅरोटिनॉइड असते. त्यामुळे हा प्राणी लालसर तपकिरी किंवा हिरवट रंगाचा दिसतो. परंतु जेव्हा तुम्ही झिंग्याला उकळता त्या वेळी या प्रथिनांचे विघटन होते आणि मग फक्त लाल रंगाचे अ‍ॅस्टाक्झांथिन शिल्लक उरते. फ्लेमिंगो

पक्ष्यांच्या पिसांच्या गुलाबी रंगालाही ही कॅरोटिनॉइड्सच कारणीभूत असतात. फ्लेमिंगोंच्या पिसांचा रंग जन्मत: करडा असतो. परंतु प्रौढ फ्लेमिंगोंच्या पिसांचा रंग फिकट गुलाबीपासून गडद लाल रंगापर्यंतच्या विविध छटांपैकी कोणत्याही छटेचा असतो. कारण ते बीटा कॅरोटिनने समृद्ध असलेला आहार घेतात. निरोगी फ्लेमिंगोचा रंग तेजस्वी असतो. मात्र रोगट किंवा कुपोषित फ्लेमिंगोच्या पिसांचा रंग पांढरट किंवा फिकुटल्यासारखा दिसतो. बीटा कॅरोटिन (केशरी रंगाचे अन्न. उदा. गाजर, भोपळा यांमध्ये आढळते) आणि लायकोपीन (लाल रंगाचे अन्न. उदा. टोमॅटो किंवा लाल मिरीमध्ये आढळते) ही माणसाच्या आहारात आढळणारी दोन सर्वसामान्य कॅरोटिनॉइड्स होत. म्हणूनच अधिक गडद रंगाच्या भाज्या आणि फळे खाणे तब्येतीसाठी चांगले असते, असे तुम्ही यामुळेच अनेक वेळा ऐकले असेल.

अतिनील किरणांपासून संरक्षण करणाऱ्या अँटिऑक्सिडंट्सचा दुसरा प्रकार आहे तो पॉलिफेनॉल्सचा. एके काळी यांनाच 'पी व्हिटॅमिन' असे म्हटले जात होते. ती सहसा फळे, भाज्या, कठीण कवचाची फळे, सुका मेवा, बिया, फुले आणि फांद्या यांच्यामध्ये आढळतात. कांद्यामध्ये पॉलिफेनॉल्स मोठ्या प्रमाणात आढळतात. त्यांना फ्लेवोनॉल्स म्हणतात. द्राक्षांच्या बियातील पॉलिफेनॉलला प्रोअँथोसायनिडिन्स म्हणतात. चहा, सफरचंद आणि रेड वाइन यामध्ये फ्लेवोनॉल्स आणि कॅटेचिन्स आढळतात तर लिंबाच्या प्रकारातील फळांमध्ये फ्लेवनोन्स आढळतात. बेरीज आणि चेरीजमध्ये अँथोसायनिन्स आणि सोयाबीनमध्ये आयसोफ्लेवन्स आढळतात. कॅरोटिनॉइड्स आणि पॉलिफेनॉल्स मिळून अतिनील किरणांपासून अधिकतम संरक्षण मिळवण्यासाठी खालील प्रकारच्या अन्नपदार्थांचा आहारात मोठ्या प्रमाणात समावेश करा.

## टोमॅटो

बीटा कॅरोटिनमुळे तुमची त्वचा केशरी रंगाकडे झुकू लागते. शिवाय फुफ्फुसाचा कर्करोग होण्याची शक्यताही कमी होते. काही वर्षांपूर्वी त्वचा रापवण्याचा प्रयत्न अयशस्वी ठरला की लोक बीटा कॅरोटिन घेत असत. मात्र टोमॅटोमधील लायकोपीनचे कोणतेही दुष्परिणाम होत नाहीत. टोमॅटोमधील ते प्रमुख कॅरोटिनॉइड आहे. म्हणूनच टोमॅटो हा चेहऱ्याच्या पोषक आहारातला प्रमुख घटक आहे.

अलीकडे झालेल्या अभ्यासात संशोधकांनी आपल्या आहारात टोमॅटोचा ४० ग्रॅम (अडीच टेबलस्पून) लगदा आणि १० ग्रॅम (दोन टीस्पून) ऑलिव्ह तेलाचा समावेश केला. चार आठवड्यानंतर आपल्याला सन बर्नचा २० टक्के कमी त्रास झाल्याचे आणि दहा आठवड्यानंतर हा त्रास ४० टक्क्यांनी कमी झाल्याचे निरीक्षण त्यांनी नोंदवले. ब प्रकारच्या अतिनील किरणांचा ठरावीक डोस त्यांना संशोधनाच्या

काळात देण्यात येत होता. (हे सगळे माझ्या मैत्रिणीला मी सांगितल्यावर आवंढा गिळून ती म्हणाली, 'म्हणजे ते वैज्ञानिक संशोधनासाठी चक्क लोकांना भाजत होते?' एका प्रकारे हे सत्य होते.) अतिनील किरणांचा डोस देण्यासाठी वैज्ञानिक एका विशिष्ट प्रकारच्या अतिनील किरणांचा ब प्रकारचा दिवा वापरतात. विशिष्ट प्रकारचे अन्न खाल्ल्यानंतर लोकांची आनुवंशिक प्रतिकारशक्ती वाढते का, याचा ते अभ्यास करत असतात. ठरावीक प्रकारचे अन्न खाल्ल्यामुळे अतिनील किरणांपासून मिळणाऱ्या संरक्षणात वाढ झाल्याचे आढळले आहे. मात्र या प्रयोगांमध्ये त्वचेच्या अत्यंत छोट्या भागावर हे किरण पाडले जातात. केवळ काड्याच्या पेटीच्या आकाराच्या त्वचेचा यासाठी उपयोग केला जातो. संपूर्ण त्वचेवर हे किरण पाडले जात नाहीत.

पपई, मिरी, गुलाबी द्राक्षे, पेरू आणि कलिंगडे यांच्यासह सर्व प्रकारची लाल फळे आणि भाज्यांमध्ये सर्वोच्च प्रकारचे अँटिऑक्सिडंट्स असतात. यामध्ये सर्व प्रकारच्या कॅरोटिनॉइड्सप्रमाणेच लायकोपीनमुळेही फळांना आणि अन्नघटकांना लाल रंग येतो. मात्र अमेरिकेत वापरल्या जाणाऱ्या कॅरोटिनपैकी सुमारे ८०टक्के कॅरोटिन टोमॅटोच्या विविध प्रकारच्या उत्पादनातून मिळवले जाते. टोमॅटोचा प्रकार आणि तो किती परिपक्व आहे त्यावर त्याच्यातील लायकोपीनचे प्रमाण लक्षणीयरीत्या बदलत असते. टोमॅटोचा रंग जेवढा अधिक लाल, तेवढे त्याच्यातील लायकोपीनचे प्रमाणही अधिक असते. लायकोपीन हे सहजपणे शोषले जाते. त्यामुळेच टोमॅटोपासून त्याचा लगदा, रस, सूप आणि सॉस बनवत असताना ते सहजपणे बाहेर पडते. कच्च्या टोमॅटोंमधून लायकोपीनच्या होणाऱ्या शोषणापेक्षा लगद्यातून त्याचे शोषण चौपटीने जास्त होते असे संशोधनातून स्पष्ट झाले आहे. लायकोपीनमध्ये चरबी विरघळते. त्यामुळेच ऑलिव्ह तेलासारख्या नैसर्गिक स्निग्ध पदार्थांमध्ये शिजवलेले टोमॅटो मिसळले तर आतड्यांमध्ये त्याचे अधिक प्रमाणात शोषण होते. (फक्त केचअप आणि बार्बेक्यू सॉस यांसारख्या पदार्थांचा इथे विचार करू नका. कारण त्यांच्यामध्ये साखर घातलेली असते. शिवाय कृत्रिम रंग आणि स्वादांचाही वापर केलेला असतो. त्यामुळे त्यांच्यापासून हे लाभ मिळत नाहीत.)

अलीकडे माझ्याकडे हँक आणि सारा हे दोन रुग्ण आले होते. त्यांचे लग्न झाले होते आणि आपल्या लग्नाचा वाढदिवस साजरा करण्यासाठी मेक्सिकोतील एका सुंदर रेस्टॉरंटमध्ये ते निघाले होते. "तुम्ही उन्हात बाहेर पडाल हे मला माहिती आहे," मी त्यांना म्हणाले, "त्यामुळे भरपूर प्रमाणात सनस्क्रीन चोपडा आणि शिजवलेले टोमॅटो खायला विसरू नका. ते तुमच्या त्वचेचे संरक्षण करतील."

काही दिवसांनंतर ते आपल्या इच्छित स्थळी पोचले. तेव्हा साराच्या एका मैत्रिणीने ती पर्समध्ये टोमॅटोचा लगदा घेऊन का फिरते, असे तिला विचारले.

"आपल्या त्वचेसाठी ते चांगलं असतं, असं डॉ. वू ने मला सांगितलं आहे," ती म्हणाली. "सूर्यकिरणांपासून ते आपलं संरक्षण करतं." तिचे म्हणणे त्या मैत्रिणीने मनावर कोरूनच ठेवले आणि दुसऱ्या दिवशी चेहऱ्यावर टोमॅटोचा भरपूर लगदा लावून ती स्विमिंग पूलवर आली. विशिष्ट प्रकारच्या लायकोपीनमुळे तुमच्या त्वचेचे सूर्यकिरणांतील अतिनील किरणांपासून संरक्षण होत असल्याचे काही संशोधकांनी पुराव्यानिशी सिद्ध केले असले, तरी त्वचेला ते चोपडण्याऐवजी ते खाल्ले पाहिजे तरच त्याचा अधिक उपयोग होतो. त्वचेला फक्त ते लावून त्यांचा फारसा उपयोग होत नाही!

## हॅलो, डॉ. वू

**प्रश्न :** मला जर टोमॅटो आवडतच नसतील तर मी काय करावे? मी लायकोपीन पूरके घेऊ का?

**उत्तर :** पूरकांपेक्षा अन्नातून आवश्यक असलेले घटक पदार्थ मिळवणे हे तुमच्या शरीराच्या आणि त्वचेच्याही पोषणाच्या दृष्टीने महत्त्वपूर्ण असते. तुम्हाला टोमॅटो आवडत नसतील किंवा तुमच्या रक्तवर्णी त्वचेचा रक्तवर्ण त्यामुळे आणखीच वाढत असेल, तर तुम्ही निदान योग्य प्रकारच्या पूरकांची निवड करा. कृत्रिम लायकोपीन पूरकात लायकोपीन जरूर असतेस परंतु त्यांच्यामुळे तुम्हाला नैसर्गिक लायकोपीनएवढे सक्षम लायकोपीन मिळत नाहीत. टोमॅटोपासूनच तयार करण्यात आलेल्या पूरकावर तुम्ही अवलंबून राहणे अधिक श्रेयस्कर आहे. अशा काही पूरकामध्ये फायटोइन, फायटोफ्लूइन, टोकोफेरॉल्स आणि बीटा कॅरोटिन हे वनस्पतिजन्य पोषक घटकही असतात. म्हणूनच कृत्रिम पूरकापेक्षा ती अधिक प्रभावी ठरतात.

**अंडी :** फक्त फळे आणि भाज्यांमध्ये फ्री रॅडिकल्सशी लढा देण्याची शक्ती असते असे नाही. अंडी आणि विशेषत: सेंद्रिय अंडीही यासाठी उपयुक्त ठरतात. त्यांच्यामध्ये अँटिऑक्सिडंट्सचे उच्च प्रमाण असते. जर्मनीत झालेल्या एका अभ्यासानुसार, उकडलेली दोन सेंद्रिय अंडी रोज खाल्ल्यामुळे त्वचेच्या कॅरोटिनॉइड्समध्ये फक्त एकाच आठवड्यात सुमारे वीस टक्के वाढ झाली. अर्थातच अंड्याच्या बलकांमध्ये कोलेस्टेरॉल असते. त्यामुळे रोज एखादे अंडे खाण्यास हरकत नाही. त्यातही तुमच्या आहारात लाल मांस आणि सागरी अन्नाचा समावेश असेल तर त्याहूनही कमी प्रमाणात अंडे खा.

**ग्रीन टी :** मी किशोरवयीन असताना आम्ही दक्षिण कॅलिफॉर्नियात राहत होतो. तिथे मला रात्रीच्या जेवणाच्या वेळी फक्त एक कपच गरम ग्रीन टी मिळत असे. आम्ही बाहेर जेवायला गेलो तरीही आम्ही फक्त चायनीज रेस्टॉरंटमध्येच जेवत असू. त्यामुळे मी कॉलेजमध्ये गेल्यावर काहीशी बंडखोर बनले आणि ग्रीन टीऐवजी कॉफी पिऊ लागले. कॅफिनमुळे माझे हात थरथरू लागेपर्यंत मी कॉफी पीतच होते.

त्याच वेळी माझ्या लक्षात आले की, बंडखोरी हा एक प्रकारचा मूर्खपणा होता. चहात त्वचेचे संरक्षण करणारे काही घटक असतात. अर्थातच चहा हे जगभर लोकप्रिय असलेले पेय आहे. ग्रीन टीमध्ये कॅटेचिन्सचे उच्चतम प्रमाण असते. कॅटेचिन्स हे दाहरोधक, वृद्धत्वरोधक आणि अँटिऑक्सिडंट्स आहेत. त्यामुळे सूर्यप्रकाश, प्रदूषण, सिगरेटचा धूर आणि तणाव यांच्यामुळे निर्माण होणाऱ्या फ्री रॅडिकल्सशी लढा देण्यास ग्रीन टी मदत करतो.

**या गोष्टीचा विचार करा :** आकडेवारीवरून सांगायचे झाले तर धूम्रपान करण्यात चीनमधील पुरुष जगात आघाडीवर आहेत. तरीही त्यांना तोंडाचा, प्रोस्टेट ग्रंथींचा, आतड्याचा कर्करोग होण्याचे प्रमाण कमी आहे. चीनमध्ये रोज सरासरी एक कप ग्रीन टी प्यायलाच जातो हे यामागचे कारण आहे. जपानमध्येही हीच गोष्ट दिसून येते.

विशेषत: त्वचेचा प्रश्न येतो तेव्हा त्वचेचा बाह्य थर ग्रीन टीमुळे जाडसर बनतो असे दिसून येते. यामुळे त्वचेला डाग पडण्याचे प्रमाणही रोखले जाते. अतिनील किरणांच्या संपर्कात आल्यानंतरही ग्रीन टीमुळे त्वचेचा कर्करोग किंवा सनबर्नपासून संरक्षण मिळते. आधुनिक संशोधनातून तर असेही सिद्ध झाले आहे की, उन्हात जाण्यापूर्वी अर्धा तास आधी ग्रीन टी त्वचेला लावल्यास उन्हामुळे होणारे सनबर्न आणि डीएनएची हानी यांसारखे दुष्परिणाम कमी होतात. दुसऱ्या एका अभ्यासातील सहभागी व्यक्तींना दिवसातून दोनदा २५० मि.ग्रॅ. ग्रीन टी पॉलिफेनॉल्स देण्यात आले. एक कप ग्रीन टीमध्ये ५० ते १०० मि.ग्रॅ. पॉलिफेनॉल्स असतात. सहा महिन्यांनंतर त्वचेचा लालसरपणा, सूज येणे, सूक्ष्म रक्तवाहिन्या फाटणे यासारख्या, सर्वच प्रकारच्या उन्हापासून होणाऱ्या दुष्परिणामांमध्ये लक्षणीय सुधारणा झाल्याचे दिसून आले. याचाच अर्थ ग्रीन टीमुळे उन्हाचे दुष्परिणाम होत नाहीत. अशा प्रकारचे खात्रीशीर परिणाम दिसून आल्यामुळे ग्रीन टीवर विविध प्रकारे संशोधन करण्यात आले आणि त्यांचा वापर चेहऱ्याला लावण्याची मलमे आणि सनस्क्रीन्समध्ये करण्यात आला. म्हणूनच पोहून आल्यावर किंवा घाम आल्यानंतर तुम्ही पुन्हा एकदा एसपीएफ लावायला विसरलात तरीही हरकत नाही. पण चहामुळे तुमच्या त्वचेला होणारे धोके कमी होतील. आता त्वचेच्या खूप आत, खोलवर जाऊन अतिनील किरणांपासून संरक्षण करणाऱ्या मलमाचे सूत्र संशोधक शोधत आहेत.

## हॅलो, डॉ. वू

**प्रश्न :** किनाऱ्यावर फिरायला जाण्यासाठी मी कार्यालयातून एक दिवसाची सुट्टी घेतली होती. उन्हाळ्यातील तो पहिलाच दिवस होता. आता मला या चहाडखोर (स्पष्ट दिसणाऱ्या) सनबर्न्सचा एवढा त्रास होतो आहे की, मला घरी पडून राहावे लागत आहे. मला मदत करा.

**उत्तर :** सनबर्न हे खरोखरचे भाजणे असते. त्यामुळे त्वचेची हानी कमी करण्यासाठी आणि तुम्ही पुन्हा कामावर जाल त्या वेळी त्वचा चांगली दिसावी यासाठी योग्य प्रकारे उपचार करण्यास सुरुवात करा. ज्या क्षणी तुम्हाला भाजल्याच्या खुणा दिसू लागतील किंवा जाणवू लागतील, त्या वेळी खालील गोष्टी करा.

- शक्य तितक्या लवकर घरात निघून जा. जर तुम्हाला बाहेरच थांबण्याची आवश्यकता असेल तर पुन्हा एकदा सनस्क्रीन लावा. हॅट वापरा आणि गडद रंगाचा टीशर्ट घाला.
- शक्य तितक्या लवकर थंड पाण्याचा शॉवर घ्या आणि तुमच्या त्वचेचे तापमान कमी करा. त्यानंतर ॲलोव्हेरा जेल वापरा. त्यामध्ये नैसर्गिक दाहरोधक घटक असतात आणि ते पाण्यात तयार केलेले असते. त्यामुळे त्याचे बाष्पीभवन होऊ लागले की, थंड पडू लागते. तेलकट, जाडजूड क्रीम्सचे आणि लोशनचे थर चोपडणे टाळा. अशा थरांमध्ये उष्णता अडकून पडते. तुम्हाला लगेच शॉवर घेणे शक्य नसेल तर थंड दही विकत घ्या आणि सनबर्न जाणवणाऱ्या भागावर लावा. त्याचा थंडगारपणा आणि दुधातील प्रथिने यांच्यामुळे तुमचा दाह शांत होईल.
- सूज, लालसरपणा आणि अस्वस्थता कमी करण्यासाठी ॲस्पिरीन किंवा आयबुब्रुफेन गोळी घ्या.
- थोड्या थोड्या वेळाने (काही तासांच्या अंतराने) थंड कापडाची घडी ठेवा. थंड ग्रीन टीमध्ये कापड किंवा रुमाल बुडवून तो दाह होणाऱ्या त्वचेवर ठेवा. त्यामुळे वेदना आणि सूजही कमी होईल.
- भरपूर द्रव पदार्थ प्या. सनबर्नमुळे त्वचेमध्ये शुष्कता येते आणि शरीरातील पाण्याचे प्रमाण कमी होते. म्हणून भरपूर पाणी प्या किंवा कमी उष्मांकाची पेये घ्या. तुम्हाला ताप असेल, थंडी वाजत असेल, उलट्या होत असतील किंवा

मोठ्या प्रमाणात फोड आले असतील तर तातडीने डॉक्टरकडे जा. कारण ती उन्हाचे विषारी परिणाम झाल्याची लक्षणे आहेत. त्यामुळे तुम्हाला गंभीर आजार होऊ शकतो.

## चॉकलेट

अखेरीस चॉकलेट खाण्याचे एक कारण मी देते म्हणजे अपराधीपणा न बाळगता तुम्ही ते खाऊ शकाल. जर्मनीतील संशोधकांना असे आढळले आहे की, ड्रिंकिंग कोकोमध्ये मोठ्या प्रमाणात फ्लेव्हेनॉल्स असतात. कोकोच्या बियांमध्ये असलेली ही अँटिऑक्सिडंट्स आहेत. ती त्वचेला सनबर्नपासून वाचवू शकतात. अतिनील किरणांच्या संपर्कात त्वचा आल्यावर जाणवणारा लालसरपणा आणि उन्हाचे इतर दुष्परिणाम चॉकलेट्मुळे सुमारे २५ टक्क्यांनी कमी होतात. या संशोधनात सहभागी व्यक्ती फ्लेवेनॉलचे उच्च प्रमाण असलेला कोको सलग बारा आठवडे प्यायल्या. त्यानंतर त्यांचे रक्ताभिसरण सुधारल्याचे आणि त्वचेच्या ओलसरपणात सुधारणा झाल्याचे आढळून आले. शिवाय सर्वसाधारणपणे त्यांची त्वचाही अधिक मुलायम बनली होती.

अर्थातच यामुळे कुठलीही चॉकलेट्स कितीही प्रमाणात खाल्ली की चेहरा तेजस्वी दिसू लागेल अशी अपेक्षा करू नका. (खरेतर त्यामुळे उलटा परिणामच दिसू लागेल) कारण तुम्ही कोणत्या प्रकारचे चॉकलेट खात आहात त्यावर सारे काही अवलंबून असेल. दुधापासून बनवलेल्या किंवा अर्धगोड चॉकलेटमध्ये उच्च प्रमाणात शर्करा असते. त्यामुळे त्वचेचा दाह वाढेल. शिवाय वर दिलेल्या संशोधनात वापरण्यात आलेली आणि फ्लेवनॉलचे उच्च प्रमाण असलेल्या कोकोपासून बनवलेली चॉकलेट तुम्हाला खरेदी करता येणार नाहीत, कारण अशा प्रकारची चॉकलेट्स फक्त त्या प्रयोगापुरती खास तयार करण्यात आली होती. मात्र उच्च दर्जाची डार्क चॉकलेट तुम्ही थोड्या प्रमाणात खाऊ शकता. चॉकलेटमध्ये असलेल्या कच्च्या कोकोच्या प्रमाणानुसार चॉकलेटचा दर्जा ठरवला जातो. सहसा कोकोची टक्केवारी जेवढी अधिक तेवढा अँटिऑक्सिडंट्सचा दर्जा अधिक उच्च असतो. उच्च दर्जाच्या डार्क चॉकलेटमध्ये किमान ७० टक्के कोको असतो. त्यामध्ये साखरही कमी प्रमाणात असते. तुम्ही कोकोचे प्रमाण जेवढे अधिक असलेले चॉकलेट खरेदी कराल तेवढी त्याची चव अधिक कडवट बनत जाईल. म्हणूनच शक्य तेवढ्या अधिक प्रमाणात कोको असलेल्या चॉकलेटची निवड करा. चॉकलेटमध्ये स्निग्ध पदार्थ आणि उष्मांकही उच्च असतात. म्हणून दिवसात जेमतेम शंभर

उष्मांक देणारे गोड पदार्थ खाण्याची मर्यादा आखून घ्या आणि त्यातच चॉकलेट्सनाही बसवा.

## रेड वाइन

युरोपमध्ये उत्तरेकडच्या पावसाळी प्रांतापेक्षा अधिक उष्णता असलेल्या भूमध्य भागातील देशांमध्ये मेलॅनोमाचा त्रास अधिक प्रमाणात जाणवतो. आनुवंशिकता आणि त्वचेचा अधिक गडद पोत यांमुळे इटलीचे नागरिक आणि ग्रीक लोक यांना अतिनील किरणांपासून अधिक संरक्षण मिळते. परंतु त्याचबरोबर आहार आणि जीवनशैलीचाही यात सिंहाचा वाटा असतो असे मला वाटते. त्या भागातील लोक दुपारच्या वेळी वामकुक्षी घेतात. त्या वेळी ऊन अधिक असते. शिवाय त्यांच्या आहारात टोमॅटो आणि ऑलिव्ह तेल यांचे प्रमाण अधिक असते. ते मोठ्या प्रमाणात रेड वाइन पितात. आधुनिक संशोधनानुसार, तुम्ही दिवसभर समुद्र किनाऱ्यावर व्यतीत केला तरी रेड वाइन प्यायल्यामुळे तुम्हाला सनबर्नपासून सुटका मिळते. जर्मनीत झालेल्या एका अभ्यासात एका गटाला ब प्रकारच्या अतिनील किरणांचा डोस दिल्यानंतर आपापल्या वजनानुसार, प्रति किलो सहा मिलिलीटर चॅटिउन्यूफ-ड्यू पेप हे पेय प्यायला सांगण्यात आले. दुसऱ्या गटातील लोकांना वाइन दिली गेली नाही. ज्या गटातील लोकांना वाइन दिली गेली नाही त्यांना सनबर्नचा त्रास झाला; मात्र वाइन पिणाऱ्यांना तो झाला नाही. का? कारण रेड वाइनमध्ये असलेले पॉलिफेनॉल अँटिऑक्सिडंट्स. हे घटक लालसरपणा, सूज, दाह, फोड येणे, भाजणे या साऱ्या त्रासांपासून त्वचेचे रक्षण करतात. हे अँटिऑक्सिडंट्स द्राक्षाच्या सालीत असतात. म्हणूनच द्राक्षाच्या सालीसकट तयार करण्यात आलेल्या रेड वाइनमध्ये साल काढून टाकलेल्या द्राक्षांपासून बनवलेल्या व्हाइट वाइनच्या तुलनेत अधिक प्रमाणात अँटिऑक्सिडंट्स असतात.

**त्वचा विज्ञान**

### त्वचेच्या कर्करोगाशी लढा देणारे अन्नघटक

**पा**सष्ट वर्षांच्या अमेरिकनांपैकी किमान ४० ते ६० टक्के लोकांना बेसल पेशी किंवा स्क्वॅमॅटस पेशींचा कर्करोग तोपर्यंत किमान एकदा तरी झालेली असतो, असे संशोधनाचे निष्कर्ष आहेत. आपल्या आहाराची काळजीपूर्वक निवड करून तुम्ही हा कर्करोग टाळू शकता, ही त्यातल्या त्यात दिलासादायक

बाब आहे. जर तुमच्या त्वचेला झालेला उन्हाचा त्रास लक्षात येण्याजोगा असेल किंवा तुमच्या कुटुंबात त्वचेच्या कर्करोगाची पार्श्वभूमी असेल किंवा याआधीच तुम्हाला त्वचेचा कर्करोग झाल्याचे निदान झाले असेल तर खालील गोष्टी पाळा.

**स्निग्ध पदार्थ कमी प्रमाणात खा :** स्निग्ध पदार्थांचे उच्च प्रमाण असलेला आहार घेणाऱ्यांना बेसल पेशी किंवा स्क्वॅमॅटस पेशींच्या कर्करोगाचा मोठ्या प्रमाणात धोका असतो. तळलेले पदार्थ, चरबीयुक्त मांस या पदार्थांमध्ये मोठ्या प्रमाणात स्निग्धांश असतो. विशेषत: तुम्हाला त्याआधी एखाद्या वेळी त्वचेचा कर्करोग झाला असेल तर ही शक्यता आणखी वाढते. खरेतर आधी कर्करोग झालेला असेल आणि तुमच्या आहारात स्निग्धांशाचे प्रमाण अधिक असेल तर तुम्हाला त्वचेचा कर्करोग होण्याची शक्यता सुमारे ४०० टक्क्यांहून अधिक बळावते. त्याउलट कमी स्निग्धांशाचा आहार (म्हणजे तुमच्या एकूण आहारातील उष्मांकांच्या फक्त वीस टक्के एवढेच उष्मांक स्निग्ध पदार्थांमुळे मिळत असतील तर) कर्करोगपूर्व लक्षणे कमी प्रमाणात आढळतात आणि त्याचबरोबर कुटुंबाला कर्करोगाची पार्श्वभूमी असेल, तरी तुमचा धोकाही कमी होतो.

**दुग्धजन्य पदार्थ टाळा :** स्निग्धांशासह असलेले दूध, चीज आणि दही यांमुळे ज्यांना आधीच त्वचेचा कर्करोग असतो त्यांना स्क्वॅमॅटस पेशींचा त्वचेचा कर्करोग होण्याची शक्यता अधिक असते.

**हिरव्या पालेभाज्या अधिक प्रमाणात खा :** जे लोक भरपूर प्रमाणात हिरव्या पालेभाज्या खातात, त्यांना स्क्वॅमॅटस पेशींचा कर्करोग होण्याची शक्यता ५० टक्क्यांनी कमी असते.

**रेड वाइन प्या :** त्वचेच्या कर्करोगाची पूर्वलक्षणे दिसत असलेल्या लोकांनी रोज अर्धा ग्लास रेड वाइन घेतली तर ही पूर्वलक्षणे सुमारे २७ टक्क्यांनी कमी होतात असे आढळून आले आहे.

**मासे अधिक प्रमाणात खा :** दर पाच दिवसांनी एखादा तेलकट मासा खाल्ल्यास त्वचेच्या कर्करोगाची पूर्वलक्षणे २८ टक्क्यांनी कमी होतात.

## मासे आणि माशांचे तेल

त्वचेची नैसर्गिक रोगप्रतिकारकशक्ती माशांच्या तेलामुळे उत्तेजित होते आणि कर्करोगाशी लढण्याची क्षमताही वाढते असे संशोधनांती दिसून आले आहे. शिवाय सनबर्न आणि उन्हामुळे येणाऱ्या पुरळाच्या वेळी होणारा त्वचेचा दाह कमी होतो. अलीकडेच झालेल्या एका अभ्यासात रोज तीन मि.ग्रॅ. ओमेगा-३ फॅटी आम्ल (दोन गोळ्यांच्या स्वरूपात त्यांना हे फॅटी आम्ल देण्यात आले होते) घेणाऱ्यांच्या शरीरातील नैसर्गिक एसपीएफचे प्रमाण सहा महिन्यांनी सुमारे दुप्पट झाल्याचे आढळून आले आहे. दुसऱ्या एका अभ्यासात असे आढळले की, चार आठवडे चार ग्रॅम माशांचे तेल घेतले, तर ते एसपीएफ १.१५ एवढे असते. याशिवाय ट्रायग्लिसराइड्सचे त्यांच्या शरीरातील प्रमाणही कमी झाले. अर्थातच माशांच्या तेलामुळे सनस्क्रीनची गरज कमी होत नाही. आयुष्यभर आपण सनस्क्रीनही वापरत राहिलो तर त्यामुळे त्वचेच्या कर्करोगाचा धोका सुमारे ३० टक्क्यांनी कमी होतो.

माशांच्या तेलामुळे रक्त पातळ होऊ शकते. त्यामुळे ज्यांना रक्ताचे विशिष्ट आजार असतात त्यांना अधिक रक्तस्राव होऊ शकतो. जे लोक दिवसाकाठी तीन ग्रॅमहून अधिक प्रमाणात ओमेगा-३ फॅटी आम्ल घेतात, त्यांनी असा डोस सुरू करण्याआधी आपल्या डॉक्टरांचा जरूर सल्ला घ्यावा, अशी सूचना 'द अमेरिकन हार्ट असोसिएशन'ने दिली आहे. म्हणूनच माशाचे तेल घेण्याआधी डॉक्टरांना त्याची कल्पना द्या. त्यामुळे रक्तस्राव किंवा इतर काही दुष्परिणाम (तुमचे शरीर आणि आजार यांनुसार) होणार असतील तर डॉक्टर तुम्हाला योग्य ती काळजी घ्यायला सांगतील.

## हेलिओकेअर सप्लिमेंट्स

दक्षिण अमेरिकेतील पॉलिपोडियम ल्युकोटोमस या नेच्याच्या अर्कापासून ही तोंडाने घ्यायची सप्लिमेंट्स बनवली जातात. ही सप्लिमेंट्स अतिनील किरणांच्या दुष्परिणामांपासून त्वचेचे संरक्षण करतात. त्यामुळे कोलॅजेन आणि डीएनएला होणारी हानी दूर केली जाते. उन्हात जाण्याआधी सुमारे अर्धा तास ही गोळी घेतली जाते आणि त्यानंतर जितका काळ तुम्ही उन्हात असाल, तेवढा काळ दर तीन तासांनी एकेक गोळी घ्यायची असते. अर्थातच याविषयीही आपल्या डॉक्टरांना जरूर कल्पना द्या आणि मगच ही औषधे सुरू करा.

**डॉ. वू यांच्या डायरीतून**

**रुग्ण :** क्रिस मॅकनिकोल - माजी अभिनेत्री.

**त्वचेच्या तक्रारी :** तपकिरी रंगाचे डाग, उन्हामुळे होणारी इतर हानी.

**अन्न संवेदनक्षमता :** पीनट बटर

**क्रिसच्या शब्दात :** 'लिटल डार्लिंग्ज' या चित्रपटाचे चित्रीकरण झाले, त्या वेळी मी पंधरा वर्षांची होते आणि त्या भूमिकेसाठी धूम्रपान करण्याची आवश्यकता होती. त्या वेळी मॅटने मला सिगरेट कशी धरायची आणि न खोकता कशी ओढायची ते शिकवले. काही महिन्यांतच माझ्या त्वचेत मला फरक जाणवू लागला. ती खूपच कोरडी पडली आणि माझ्या गालांचा नैसर्गिक गुलाबी रंग निघून गेला. चित्रपट संपेपर्यंत मला सिगरेटचे व्यसन लागले होते. त्यानंतर पंधराव्या वर्षापासून वीस वर्षांपर्यंत मी दिवसाकाठी सिगरेटचे अर्धे पाकीट तरी संपवू लागले.

मी वयाने वाढत होते. परंतु उन्हापासून आपल्या त्वचेच्या संरक्षणाविषयी मी कमालीची बेफिकीर होते. किशोरवयीन असताना कोणाची त्वचा अधिक रापते ते पाहण्याची पैज मी माझ्या मित्र-मैत्रिणींबरोबर लावत असे. सहसा या पैजा मीच जिंकत असे. वीस वर्षांची असताना मला टेनिसविषयी कमालीचे प्रेम वाटू लागले. मला ते उत्तम प्रकारे खेळता यावे असे वाटत असे. मात्र त्यासाठी सिगरेट सोडावीच लागेल हे मला माहिती होते. मी स्किक इन्स्टिट्यूटमध्ये गेले. तिथे सिगरेट ओढण्याची तल्लफ आली की मला विजेचा हलकासा धक्का बसत असे. आता हे सारे रानटी वाटते, परंतु एका आठवड्यानंतर माझे सिगरेटचे व्यसन बंद झाले. अगदी विशीत असतानाही सिगरेट बंद झाल्यावर माझ्या त्वचेत लगेच फरक झाल्याचे मला जाणवले. मला अधिक आरोग्यपूर्ण झाल्यासारखे वाटू लागले आणि त्वचाही तशीच दिसू लागली. माझ्या संपूर्ण आयुष्यातच क्रांती घडून आली होती. आता मी मॅक्डोनाल्डमध्ये जाणे थांबवले. मी अधिक पाणी पिऊ लागले. त्यानंतर 'क्रिस्टी मॅकनिकोल सेलिब्रेटी टेनिस टुर्नामेंट'चे यजमानपदही मी भूषवले. त्या दिवसांत मला व्यायामाचे थोडेसे व्यसनच जडले होते म्हणा ना! मी दिवसातून दोन वेळा व्यायाम करत असे. त्यात धावणे, हायकिंग, टेनिस, योग यांचा समावेश असे. आलटून पालटून मी हे व्यायाम करत असे. मी कित्येक डाळिंबे फस्त करत असे. त्यामुळे माझी त्वचा तेजस्वी, गुलाबी

दिसू लागली. मला रक्तवर्णी मुरुमे येत असल्यामुळे मी पिनट बटर पूर्णपणे वर्ज्य केले होते. माझ्या चेहऱ्यावर डाव्या बाजूला तपकिरी डाग आल्यानंतर, सूर्यप्रकाशात जाताना मी अत्यंत काळजी घेत असे. चित्रपटातून निवृत्ती घेतल्यामुळे स्वत:कडे लक्ष देण्यासाठी मला भरपूर वेळ मिळत होता. आता मला खूपच आनंद होत आहे, कारण या सर्व प्रकारच्या काळजीमुळे माझे आयुष्य आता पूर्वीपेक्षा अधिक चांगले बनले आहे. आता कदाचित ही आत्मस्तुती वाटू शकेलही, परंतु तुमच्या त्वचेत किंवा तुमच्या आयुष्यातही बदल घडवून आणण्यास प्रारंभ करायचा असेल तर तो केव्हाही करा. त्यासाठी कधीच उशीर झालेला नसतो.

**डॉ. वू यांचे निदान :** त्या दिवसांत क्रिस आपल्या त्वचेची उत्तम प्रकारे काळजी घेत आहे. बेफिकीर जीवनशैली आणि सनबर्नचा इतिहास असलेल्या तिच्यासारख्या व्यक्तीने आहारातील टोमॅटोचे आणि इतर लाल रंगाच्या भाज्यांचे प्रमाण वाढवले पाहिजे. त्यामुळे अतिनील किरणांपासून तिला संरक्षण मिळेल. हे करणे सोपेही आहे. उन्हात वाळवलेले टोमॅटो किंवा लाल मिरी एखाद्या सॅलडमध्ये घाला किंवा टोमॅटोच्या चकत्या सँडविचमध्ये घालून खा. शिजवलेल्या टोमॅटोंमध्ये कच्च्या टोमॅटोपेक्षा अधिक प्रमाणात लायकोपिन असते. ती स्निग्धांश काढलेले दूध घेते. तेवढी ती नक्कीच चतुर आहे. तिने तिच्या डायरीत या साऱ्या गोष्टी नमूद करून ठेवल्या आहेत. मात्र तरीही तिने कोक किंवा चेरी कोकऐवजी ग्रीन टी घेतला पाहिजे. व्होडका टॉनिक घेण्यात काहीही वावगे नसले, तरीही तिने अतिरिक्त अँटिऑक्सिडंट्स मिळवण्यासाठी रेड वाइन घेतली पाहिजे.

## अन्न दैनंदिनी

**रुग्ण :** क्रिस मॅकनिकोल

**क्रिसच्या दैनंदिनीतील नोंद :** रोज सकाळी आठ औंस पाणी पिऊन मी दिवसाची सुरुवात करते.

**मंगळवार**

नाश्ता : द्राक्षे आणि सुका मेवा आणि धान्ये यांच्यासमवेत स्निग्धांश काढलेले दूध, केळे, संत्र्याचा रस.

दुपारचे जेवण : गव्हाच्या ब्रेडचा टर्की सँडविच, (यात लेट्युस, ग्रीन पेपर, मोहरी, मेयो आणि लाल कांदा असतो)

स्पार्कलिंग वॉटर, चॉकलेट चिप्स, मूठभर हिरवे ऑलिव्ह्ज.

रात्रीचे जेवण : टर्की बर्गर (ब्रेड नाही) टॉर्टिला सूप, अॅव्होकॅडो, लेमोनेड, एक कप व्हॅनिला आइसक्रीम

रात्री उशिराचे खाणे : मेल्बा टोस्ट, सोअर क्रीम आणि कोक

**बुधवार**

नाश्ता : लाइफ सिरियल, स्निग्धांश काढलेले दूध, संत्र्याचा रस

दुपारचे जेवण : सबवे सॅलड, ग्रिल्ड चिकन, लाल कांदा, बेल पेपर, स्निग्धांश नसलेले रँच ड्रेसिंग, स्पार्कलिंग वॉटर, लेज पोटॅटो चिप्स

रात्रीचे जेवण : स्टफ्ड ग्रेप लिव्ह्ज (बहुतांश भातच, मांस नाही) ग्रिल्ड चिकन स्क्युअर, एक पिटा ब्रेड, शँपेनचा एक ग्लास.

रात्री उशिराचे खाणे : केफर दही

**गुरुवार (थँक्स गिव्हिंगचा दिवस)**

नाश्ता : ओटमील आणि ब्राउन शुगरसह स्निग्धांश काढलेले दूध, संत्र्याचा रस.

जेवण (चार वाजता) : व्होडका टॉनिक, ऑलिव्ह्ज, ब्लॅकबेरीज, चीज आणि क्रॅकर्स, टर्की मॅश्ड पोटॅटोज, हिरवा घेवडा, कॉर्नब्रेड ड्रेसिंग, क्रॅनबेरीज, दोन चॉकलेट चिप कुकीज, थोडेसे पंपकिन पाय, फ्रूट अँम्ब्रॉजिया (खोबरे, मँडेरिन संत्री, अननस आणि मार्शमॅलोज) एक छोटा ग्लास शँपेन

संध्याकाळी : टर्की आणि पंपकिन पाय

**शुक्रवार**

नाश्ता : चीरिऑस आणि केळे, संत्र्याचा रस

दुपारचे जेवण : सबवे चिकन सॅलड (बुधवारप्रमाणेच इतर)

रात्रीचे जेवण : हॅम्बर्गर, फ्राइज, टॉर्टिला सूप, अॅव्होकॅडो. दोन चेरी कोक्स, हॉट फज केक (दोघात मिळून खाल्ला होता. मी त्यातील केक जवळजवळ खाल्लाच नव्हता. आइसक्रीम आणि हॉट फजच मी खाल्ले)

**शनिवार**

नाश्ता : एग्ज बेनेडिक्ट, डिकॅफ कॉफी, संत्र्याचा रस.

दुपारचे जेवण : ट्राय सॅलड (एडमेम सॅलड, ग्रीक सॅलड, चिकन सॅलड) होल ग्रेन क्रॅकर्स, आइस्ड टी

दुपारी चित्रपटाच्या वेळी : पॉपकॉर्न (लोणी नसलेले) आणि कोक (दोघात मिळून एक)

रात्रीचे जेवण : टेरियाकी चिकन बाउल विथ राइस, ग्रीन सॅलड, जिंजर आणि मिसो सूप

रात्रीचे उशिरा : व्होडका टॉनिक

## काही वेळा 'बनावटगिरी' चांगली ठरते : डागरहित 'फेक टॅन'ची गुपिते

सन १९२०च्या दरम्यान, संशोधकांच्या एका गटाने साखरेला पर्याय म्हणून डायहायड्रॉक्सिॲसिटोन (डीएचए) तयार केले. ग्लायसेमिक निर्देशांक ढळू न देता मधुमेही मुलांना या पदार्थाचा वापर करून गोड पदार्थ खाता यावेत यासाठी हे संशोधन करण्यात आले होते. परंतु ते अयशस्वी ठरले. ज्या लोकांनी हा पदार्थ खाऊन पाहिला होता त्यांनी त्याची चव अत्यंत भयावह असल्याचे सांगितले. याशिवाय त्यांच्या तोंडाला त्याचा तपकिरी रंगही लागला आणि तो कित्येक दिवस गेला नव्हता. त्यानंतर त्वचा रापवण्याची मलमे तयार झाली मात्र अजूनही त्यांचा वास गोडसर असतो.

यानंतर त्याचा फॉर्म्युला व्यवस्थित बनवण्यासाठी काही दशकांचा कालावधी जावा लागला. परंतु आधुनिक सेल्फ टॅनर्स हे त्वचा रापवून घेण्याची आवड असलेल्या लोकांसाठी एक उत्तम पर्याय आहेत. कारण यात त्वचा भाजण्याचा धोका नाही. त्वचेवर सुरकुत्या पडणे, डाग पडणे किंवा त्वचेचा कर्करोग होणे यांपैकी कोणतेही धोके या मलमांच्या वापरामुळे होत नाहीत. गेली कित्येक वर्षे मी स्वत: त्यांचा वापर करत आहे. मला त्वचा रापवून घेणे आवडते असे मी तुम्हाला याआधीच सांगितले आहे आणि या मलमांचा स्वत: वापर करून मी त्यात तज्ज्ञही बनले आहे. त्यांचे काम कसे चालते ते मी तुम्हाला सांगते. त्वचेच्या वरच्या थरातील प्रथिनांशी डीएचएची रासायनिक प्रक्रिया होते आणि बाह्य त्वचेतील मृत पेशी तपकिरी बनतात. डीएचए आणि एरिथ्रुलोज हा तत्सम पदार्थ या दोनच पदार्थांना त्वचा तात्पुरती रापवणारे पदार्थ म्हणून अन्न व औषध प्रशासनाने मान्यता दिली आहे. त्यामुळे प्रत्येक अशा टॅनिंगच्या बनावट मलमांमध्ये तुम्हाला हे पदार्थ आढळतील. डीएचएचे प्रमाण आणि त्याच्यात मिसळलेले इतर पदार्थ हे भिन्न भिन्न असू शकतात. त्यामुळे कोणते मलम अधिक फायदेशीर ठरते हे तुम्हाला ती वापरून पाहून मगच ठरवावे लागते. टॅनर्समुळे त्वचा असमान दिसते. शिवाय काही वेळा फुगीर दिसते आणि अगदी नारिंगी रंगाचीही दिसते. (अरे बाप रे!) परंतु चांगल्या प्रकारे त्वचा रापवण्याचीही काही गुपिते आहेत :

- त्वचेच्या पेशींचे थर एकसमान बनवा. डीएचए फक्त बाह्य त्वचेतील मृत त्वचेशी प्रतिक्रिया करते. परंतु कोरडी किंवा भेगा पडलेली त्वचा अधिक डीएचए शोषते. त्यामुळे त्वचेचा पोत असमान दिसू लागतो. यासाठी त्वचा घासण्यासाठी वापरण्यात येणाऱ्या भोपळ्यासारख्या कोणत्याही फळाची वाळवलेली

साल, स्क्रबर किंवा ओला खरखरीत कपडा यांचा वापर करता येतो. त्यामुळे त्वचेचे कमी-जास्त पातळीचे थर एकसमान होतात.

- मॉइश्चरायझर वापरा. मृत पेशी काढून टाकल्यावर सर्व खरखरीत आणि कोरड्या त्वचेसाठी मॉइश्चरायझर वापरा. विशेषत: कोपरे आणि गुडघे यांना ते लावा. अन्यथा हे भाग अधिक प्रमाणात रंगद्रव्य शोषून घेतील. त्यामुळे तुम्ही घाणीत लोळून आल्यासारख्या दिसाल. तुम्ही चेहऱ्याला टॅनिंग लोशन लावत असाल तर गालांना मॉइश्चरायझर लावण्यास विसरू नका. कारण ते लवकर अधिक कोरडे बनतात.
- तुमच्या अंगावरील डाग आणि ठिपक्यांकडे लक्ष द्या. पिंगट ठिपके आणि सनस्पॉट्स अधिक प्रमाणात डीएचए शोषून घेतात. साहजिकच टॅनिंग क्रिम्समुळे ते अधिकच काळपट दिसू लागतात. अर्थातच हे मुळीच धोकादायक नसते. परंतु तरीही हे डाग लपवण्याचा तुम्ही प्रयत्न करत असता, त्या वेळी हे विचित्र वाटू लागते. अशा वेळी तुम्ही कास्य रंगी लोशन किंवा क्रीमचा वापर करणे अधिक योग्य ठरते. त्यामुळे चेहऱ्यावरील डाग आणि ठिपके झाकले जातील.
- चेहऱ्यावर पातळ, समान थर चढवा आणि ते व्यवस्थित चोळून लावा. मात्र तुम्ही जर भरपूर प्रमाणात लोशन किंवा क्रीम चेहऱ्यावर चोपडले तर तुमची त्वचा नारिंगी रंगाची दिसू लागेल. स्प्रेपेक्षा लोशन आणि क्रीम केव्हाही अधिक चांगली ठरतात.

  (सूचना : तुम्ही टिंटेड लोशनऐवजी स्वच्छ द्रव टॅनर वापरत असाल, तुम्ही किती आणि कुठे लोशन वापरत आहात ते अधिक सहजगत्या तुम्ही पाहू शकाल.)
- तुमचे तळहात आणि टाचा धुवा. तुमच्या तळहाताच्या आणि तळपायाच्या पावलांची त्वचा स्वच्छ धुऊन घ्या. तुमच्या तळहातांची आणि तळपायांची त्वचा इतरत्र असलेल्या त्वचेहून अधिक जाडसर असते. त्यामुळे तुमच्या इतर भागांवरील त्वचेच्या तुलनेत ती अधिक गडद बनते. तुम्ही त्वचेच्या ज्या गोष्टी लपवू पाहत असता, त्या सर्व त्यामुळे अधिकच उघड होतात.
- बनावट (फेक) टॅनमुळे तुमचे सूर्यकिरणांपासून संरक्षण होत नाही. सेल्फ टॅनरमुळे तुमची त्वचा अधिक गडद रंगाची दिसली तरीही तुम्हाला नेहमी एवढ्याच प्रमाणात सनस्क्रीनची आवश्यकता भासत असते. तुमच्या सेल्फ टॅनरमध्ये एसपीएफ असेल तर टॅनिंग जरी तीन ते चार तासांपर्यंत टिकत असले तरीही ते संरक्षण जेमतेम तीन ते चार तासांपर्यंत टिकून राहते.

## त्वचा विज्ञान मदत करा! माझे फेक टॅन नारिंगी आहे आणि त्यामुळे आता मी चेटकिणीसारखी दिसते आहे!

**फा**र घाबरू नका, चिंताग्रस्तही होऊ नका. तुमच्या फेक-'एन'-बेकवरच्या टॅनमुळे तुमच्या त्वचेवर डाग दिसत असले आणि ती ओबडधोबड, खरखरीत आणि खराब भासत असली किंवा काहीशी नारिंगी रंगाची दिसत असली तरी हे नुकसान भरून काढण्याचा मार्गही आहे. औषधांच्या दुकानात जा ना, मुरमांवर उपचार करण्याची पॅड्स मिळतात. त्यामध्ये ग्लायकोलिक किंवा सॅलिसिलिक आम्ल असते. सहसा त्यातील घटकांमुळे त्वचेच्या बाह्य थराचे फेक टॅनिंग फिकट होते. दिवसभरातच ते अंधूक बनत जाते.

आगामी काळात अशा प्रकारची समस्या निर्माण होऊ नये अशी तुमची इच्छा असेल तर तुम्ही व्यावसायिक प्रकारच्या स्प्रेचा टॅनिंगवर उपयोग करा. तुम्ही घरच्या घरी टॅनिंगसाठी जे पदार्थ वापरले असतील त्यांना निरुपयोगी ठरवणारे पदार्थ या स्प्रेमध्ये असतात. एअरब्रश टॅनिंग हा सर्वांत उत्तम उपाय आहे. यामध्ये तुमची सौंदर्यतज्ज्ञ तुमच्या संपूर्ण शरीरावर स्प्रेचा शिडकावा करते. अर्थातच तुम्हाला शरीरावरचे सर्वच्या सर्व कपडे उतरवून तिच्यासमोर उभे राहावे लागते. तुमच्या हातांना सुंदर आकार देणे, पोटांच्या वळ्या कमी दिसाव्यात यासाठी आणि मांड्या लहान दिसण्यासाठी ती तुम्हाला मदत करते. याशिवाय वैयक्तिक स्प्रे टॅनिंग बूथ्स असतात. तिथे तुम्ही स्वस्तात आणि आपल्याला फारसे ओशाळवाणे वाटू न देता शरीरभर स्प्रे मारून घेऊ शकता. मात्र जर तुम्हाला दमा, ॲलर्जी, श्वसन विकार किंवा धूळ किंवा हवेची संवेदनक्षमता असेल तर मात्र अशा प्रकारे स्प्रे मारून घेण्याआधी तुमच्या डॉक्टरांचा सल्ला जरूर घ्या. अशा वेळी तुम्ही टॅनिंग कमी करण्यासाठी घरीच काही उपाययोजना करण्यास अधिक प्राधान्य द्या. उत्तम निकाल हवा असेल तर तुम्ही ओलसर कापड किंवा फळांच्या वाळवलेल्या साली वापरून त्वचा घासून काढा आणि शॉवरखाली उभ्या रहा. आठवडाभर रोज तुम्ही हे करा म्हणजे डॉक्टरची अपॉइंटमेंट मिळेपर्यंतच्या काळात तुमची त्वचा अधिक कोरडी होऊन अधिक टॅन शोषून घेऊन अधिक कोरडी बनणार नाही. त्यानंतर नखांभोवतीच्या त्वचेवर व्हॅसलिनचा पातळ थर द्या. त्यामुळे त्या त्वचेचा रंग बदलणार नाही. आपण उभ्या राहतो त्या वेळी आपल्यापैकी कित्येकींच्या हनुवटीच्या खालची त्वचा काहीशी घडी पडल्यासारखी, दुमडल्यासारखी वाटते. तुम्ही वेळीच याकडे लक्ष दिले नाही तर त्याची परिणती तुमच्या मांडीच्या मागच्या भागावर

चमकदार पांढऱ्या चंद्रकोरीच्या आकाराचे डाग पडण्यात होते. तुमच्या पाठीवर स्प्रे पडत असताना किंचित वाकून मांडीच्या या मागच्या भागावरही स्प्रे पडू द्या. मात्र फार वाकू नका; अन्यथा तुमच्या नितंबात सर्व रंगद्रव्य शोषले जाईल आणि त्यामुळे तुमची पाठ नितंबाच्या तुलनेत खूपच फिक्या रंगाची दिसू लागेल.

## फायटोफोटोडरमॅटायटिस, आणखी एक त्वचाविकार

कित्येक लोक कोरोनाच्या बाटलीत लिंबू पिळतात किंवा सरळसरळ लिंबाचा रस त्वचेवर चोळून लावतात. त्यामुळे त्यांना उबदार वाटते असे त्यांचे म्हणणे असते. परंतु विश्वास ठेवा अगर ठेवू नका; या साध्यासुध्या आनंदामुळे तुमच्या त्वचेवर पुरळ येऊ शकते. कोमरिन्स या नैसर्गिक वनस्पतीच्या संयुगांचा वापर करून तुम्ही उन्हात गेलात तर त्यामुळे तुमच्या त्वचेला 'फायटोफोटोडरमॅटायटिस' या प्रकाराचा त्रास होऊ शकतो. फायटो म्हणजे वनस्पती, फोटो म्हणजे प्रकाश आणि डरमॅटायटिस म्हणजे पुरळ.

खात असलेल्या कित्येक प्रकारच्या अन्नपदार्थांत कोमरिन्स असतात. लिंबू, संत्री, मोसंबी, सेलेरी, अंजीर, पार्सनिप (गाजरासारखे फिकट पिवळ्या रंगाचे मूळ), अजमोदा (पार्सली), बडीशेप इ. अनेक अन्नपदार्थांचा त्यांमध्ये समावेश होतो. या संयुगांचा अतिनील अ किरणांशी संपर्क येतो तेव्हा त्वचा लालसर होणे, सुजणे, फोड येणे, दाह आणि वेदना होणे अशा प्रकारचा त्रास होऊ लागतो. सनबर्नप्रमाणेच याची लक्षणे दिसतात; फक्त सनबर्नचा त्रास त्वचेच्या अधिक मोठ्या भागाला जाणवतो. म्हणजे तुमच्या संपूर्ण छातीला किंवा पाठीला सनबर्नचा त्रास होऊ शकतो. फायटोफोटोडरमॅटायटिसचा त्रास तुमच्या त्वचेच्या ज्या भागावर लिंबाच्या रसाचे थेंब पडले असतील किंवा उडाले असतील किंवा लिंबू पिळता पिळता तुम्ही ज्या भागाला स्पर्श केला असेल तेवढ्याच भागाला होतो. त्यामुळे काही वेळा संपूर्ण चेहऱ्यावर पुरळ येण्याऐवजी चेहऱ्याच्या थोड्या भागावर ओरखडे उठतात किंवा डाग पडतात. हे डाग काही दिवसांत जातात किंवा काही वेळा काही महिनेही टिकून राहतात. यातील चांगली गोष्ट म्हणजे ते आपोआप निघून जातात. ओलसर कापडाने हळूहळू चेहरा पुसून काढला तर त्यामुळे आराम मिळतो. उन्हात जाणे टाळल्यामुळेही त्वचा लवकर चांगली होण्यास मदत होते. त्यामुळे जेवण किंवा सरबत वगैरे तयार करत असताना खालील दक्षता बाळगा :

- मोठ्या प्रमाणात कोमरिन्स असलेली फळे आणि भाज्या चिरून किंवा पिळून झाल्याबरोबर उन्हात जाऊ नका. लिंबू किंवा मोसंबी यांना स्पर्श केला असेल

तर बाहेर जाण्याआधी हात स्वच्छ धुऊन टाका. चेहऱ्याला किंवा शरीराच्या इतर भागाला तसेच हात लावू नका. काही वेळा शर्ट वा कुडत्याच्या बाह्या वर करताना किंवा केस मागे करताना त्वचेला नकळत स्पर्श होऊ शकतो. हाताला लिंबाचे घर्षण होणे किंवा लिंबू पिळले जात असताना रस लागणे ही एक साधी क्रिया आहे. लिंबाचा अधिकाधिक रस काढताना असे होणे साहजिक असते. मात्र एवढ्या साध्या गोष्टीमुळेही तुम्ही प्रत्यक्ष रसाला स्पर्श केला नसला तरीही फळातील नैसर्गिक तेल बोटांना लागते.

- अतिनील अ किरणांना प्रतिबंध करण्यासाठी लावण्यात आलेल्या सनस्क्रीनमुळे फायटोफोटोडरमॅटायटिसला रोखण्यास मदत होऊ शकते. कारण वनस्पतींमधील संयुगांशी विशेषत: या अ किरणांचीच प्रतिक्रिया होत असते. परंतु त्यामुळे फायटोफोटोडरमॅटायटिसला संपूर्ण प्रतिबंध होत नाही. हात स्वच्छ धुणे हा यावरचा सर्वांत सोपा उपाय आहे.
- वर्षानुवर्षे स्त्रिया केसांना लिंबाचा रस चोळत आल्या आहेत. दुर्दैवाने त्यामुळे डोक्याच्या त्वचेवर भयावह पुरळ येऊ शकते. त्यामुळे ही गोष्ट जरा जपूनच करा किंवा सलूनमध्ये जाऊन करून घ्या.

**डॉ. वू यांच्या फाइलमधून**

**रुग्ण :** केली मेयर - पर्यावरणतज्ज्ञ, हॉलिवुडशी संबंधित व्यक्ती. (तिचा पती हा युनिव्हर्सल/एनबीसीचा प्रेसिडेंट आहे. त्याचे नाव आहे रॉन मेयर)

**त्वचेचा त्रास :** गूढ स्वरूपाचे लालसर आणि तपकिरी ठिपके

**अन्न संवेदनक्षमता :** लिंबू

**केलीच्या शब्दात :** माझ्या चेहऱ्यावर ते गूढ स्वरूपाचे पुरळ आल्यावर मी प्रथम डॉ. वू यांच्याकडे गेले. त्यांच्या उपचारांमुळे कित्येक दिवसांनी हे डाग गडद बनले आणि नंतर निघून गेले. त्याआधी मी बऱ्याच त्वचारोगतज्ज्ञांकडे गेले होते. त्यांनी मला ही ॲलर्जी असल्याचे सांगितले होते. परंतु माझ्या ओठाच्या वरच्या भागात आणि गालांवरही तसेच डाग येऊ लागल्यावर हे काहीतरी वेगळेच असावे असे मला वाटू लागले. डॉ. वू यांना मी भेटल्यावर जेमतेम अर्ध्या मिनिटातच त्यांनी मला काहीसा विचित्र भासणारा प्रश्न विचारला. त्या म्हणाल्या, ''तुम्ही लिंबाचा वास घेता का?'' आणि त्यांच्या या प्रश्नाहूनही विचित्र गोष्ट अशी होती की, मी खरोखरच लिंबाचा वास घेत असे. मी

मालिबुमध्ये राहते आणि रोजच समुद्रकिनाऱ्यावर फिरायला जाते. त्या वर्षी उन्हाळ्यात मी ज्या ज्या वेळी लिंबाच्या झाडाजवळून जात असे त्या त्या वेळी फळ तोडून साल काढून मी ते पिळत असे आणि नंतर माझ्या चेहऱ्याच्या वर धरून मी त्या रसाचा वास घेत असे.

**डॉ. वू यांचे निदान :** केलीला नैसर्गिक सौंदर्याचा लाभ झाला होता. त्यामुळे तिला फारशा मेकअपची आवश्यकता नव्हती. तिच्या दैनंदिन मेकअपमध्ये काहीच बदल करण्याची आवश्यकता नव्हती. परंतु केलीच्या चेहऱ्यावरचे ते गूढ पुरळ पाहिल्यानंतर ते नेमके कशामुळे आले आहे याविषयी माझी खात्रीच पटली होती. ते विचित्र लालसर डाग हे फायटोफोटोडरमॅटायटिसचेच लक्षण होते. अशा प्रकारचा 'लिंबू रोग' बरा करणे खूपच सोपे असते, ही त्याविषयीची चांगली बाब होती. लिंबू पिळू नये आणि लिंबाचा रस पिळल्यानंतर हात चेहऱ्याला लावू नये, असे मी तिला सांगितले. दोन आठवड्यांनंतर केलीच्या चेहऱ्यावरचे पुरळ नाहीसे झाले होते. अर्थातच त्या काळात तिने लिंबाला हात लावला नव्हता.

## लिंबू, मोसंबी आणि तत्सम अन्नपदार्थ खाल्ल्यामुळे पुरळ येते का?

सहसा कोमरिन्सचे उच्च प्रमाण असलेले अन्नपदार्थ खाल्ल्यामुळे त्वचेवर विपरीत परिणाम होत नाही. त्वचेला त्यांचा किंवा त्यांच्या रसाचा स्पर्श झाला तर मात्र पुरळ येते. तर एका अभ्यासाअंतर्गत, एका व्यक्तीला सेलेरीचे २० देठ, २५ अंजीर आणि २५० ग्रॅम पार्सली खाऊ घालण्यात आले. सूर्यप्रकाशात गेल्यावरही तिच्या त्वचेवर कोणताही विपरीत परिणाम झाला नाही. (मात्र त्यांच्या पोटाचे काय झाले असावे, याचे मला आश्चर्य वाटते. कारण अति प्रमाणात अंजीर खाल्ल्यामुळे पोटात गुब्बारा धरतो आणि जुलाबही होतात.) यातील वाईट गोष्ट सांगते. जर तुम्ही खूपच प्रमाणात म्हणजे सुमारे ४५० ग्रॅम सेलेरी खाल्ली असेल आणि लगेच त्वचा रापवून घेण्यासाठी गेलात, तर त्वचा रापवण्यासाठी अतिनील अ किरणांचा वापर करण्यात येत असल्यामुळे गंभीर दाह होतो. त्याचप्रमाणे सेलेरीचा सुमारे आठ औंस रस पिऊन त्वचा रापवण्याची उपाययोजना करण्यास तुम्ही गेलात तरीही तुम्हाला गंभीर स्वरूपाचे पुरळ येते. मग आता या कथेचे तात्पर्य काय? त्वचा सुरक्षित राखण्यासाठी उन्हात जाण्याआधी कोमरिन्सचे उच्च प्रमाण असलेले पदार्थ अतिरिक्त प्रमाणात खाऊ किंवा पिऊ नका. तुम्ही ते खाल्लेच असतील तर लगेच त्वचा रापवून घेण्यासाठी जाऊ नका.

## सारांश

### त्वचेचे रक्षण करण्यासाठी

- अ आणि ब प्रकारच्या अतिनील किरणांपासून संरक्षण करणाऱ्या सनस्क्रीनची निवड करा. त्यात एसपीएफचे प्रमाण किमान ३० असले पाहिजे. थोड्या थोड्या तासांनी सतत सनस्क्रीन वापरत रहा.
- गडद रंगाची आणि विशेषत: लाल आणि नारिंगी रंगाची फळे आणि भाज्या खा. त्यामुळे कॅरोटिनॉइड्स आणि पॉलिफेनॉल्स मोठ्या प्रमाणात मिळतील. समुद्रकिनारे, टेनिस कोर्ट किंवा जवळपासच्या तलावावर जाणार असाल तर टोमॅटोचे अधिक प्रमाण असलेले अन्न खा. शिवाय ऑलिव्ह तेलाचाही अधिक वापर करा. पिझ्झा खात असाल तर त्यात अगदी थोड्या प्रमाणात चीज असले पाहिजे.
- कर्करोगापासून ते इतर कोणत्याही प्रकारच्या त्रासापर्यंतचा त्वचेचा त्रास टाळण्यासाठी आणि नवीन त्रास उद्‍भवू नये यासाठी आहारात दुग्धजन्य आणि चरबीयुक्त पदार्थांचा वापर मर्यादित ठेवा. ग्रीन टी, रेड वाइन आणि डार्क चॉकलेट यांचा प्रमाणबद्ध वापर करा.
- याशिवाय ओमेगा-३ने समृद्ध असलेल्या माशांचा आहारात समावेश करा. त्यामुळे उन्हामुळे त्वचेला होणारा त्रास वाचेल.
- त्वचारोगतज्ज्ञाकडून नियमितपणे त्वचेची तपासणी करून घ्या. त्यामुळे तुमच्या त्वचेवरच्या संशयास्पद अतिरिक्त पेशीवाढीचे पर्यवसान कर्करोगात होण्याआधीच तुम्ही सावध होऊ शकाल आणि संभाव्य हानी टळेल.

७

# सुरकुत्या पडण्याआधीच त्यांना प्रतिबंध करा

मला नेहमीच लॉस एंजेलिस आवडते, परंतु बॉस्टनमध्ये राहिल्यानंतर पाच वर्षांनी मी वेस्ट कोस्टला परतले तेव्हा मला अगदी एखाद्या लठ्ठ, बुटक्या, देशी उंदरासारखे वाटत होते. माझ्या जुन्या मैत्रिणींना मी भेटले. माझ्या बहुतेक वर्गमैत्रिणी मेकअप करत नव्हत्या. अद्यापही त्यांच्यापैकी बहुतेक जणींना किशोरवयीन मुरमांचा आणि पुरळाचा त्रास होत होता. कडक हिवाळ्यात मी परिसरात फिरले तेव्हा तर ती स्त्री असो, वा पुरुष; प्रत्येक जणच थंडीपासून बचाव करण्यासाठी मोठ्या प्रमाणात धडपडत होता. दोन्ही भागातील संस्कृतींमधील हा फरक पाहून मला धक्का बसला होता. लॉस एंजेलिसमध्ये नेहमीच आपल्या दिसण्याविषयी प्रत्येक जण जागरूक असतो. या शहरात हॉलिवूडमध्ये प्रवेशासाठी संघर्ष करणारे हजारो जण दिसतात. रेस्टॉरंट्स, कॉफी शॉप्स आणि सुपरमार्केट्स इथे अनेकदा कित्येक अभिनेत्री आणि मॉडेल्स यांची गर्दी असते. त्यामुळे अगदी धान्याची दुकानेसुद्धा नकली असल्यासारखी वाटतात. तुम्हाला खरोखरच जर विश्वासाला तडा जाणे म्हणजे काय हे अनुभवायचे असेल, तर तेथील कपड्यांच्या दुकानांना भेट द्या. पूर्वाश्रमीच्या मॉडेल असलेल्या एका मैत्रिणीसमवेत मी आधीच दुपारचे जेवण घेतले होते. पश्चिम हॉलिवुडमधील मॅक्सफिल्ड या एका उच्चस्तरीय बुटिकमध्ये तिला खरेदी करायची असल्याचे तिने मला आधीच सांगितले होते. त्यांच्याकडे असलेल्या साइझ झिरोचे कपडे माझी मैत्रीण घालू शकत होती. शिवाय त्यांची किंमतही तिला परवडत होती. मात्र तिच्या त्या पँट्स माझ्या गुडघ्याच्या वरही चढत नव्हत्या. त्यामुळे मी तिथे काहीच खरेदी करू शकले नाही, हे वेगळे सांगण्याची गरजच नाही. माझी मैत्रीण मात्र तिथे नियमित जात होती. पुढच्या दरवाजाजवळ पोचलो तेव्हा माझ्या मैत्रिणीला सहजपणे आत शिरता आले, परंतु मला मात्र दरवाजाजवळच रोखण्यात आले. तेथील सुरक्षा रक्षकाने माझी पर्स तपासण्याचा आग्रह धरला होता. त्यानंतर महागड्या डिझायनर कपड्यांच्या रॅक्समधून

आम्ही फिरत असताना एकाही विक्रेत्याने माझ्याकडे साधे पाहण्याचीही तसदी घेतली नाही. मी 'कुणीच' नव्हते, त्यामुळे त्यांनी माझ्याकडे चक्क दुर्लक्ष केले. किशोरवयात मुरूमभरल्या चेहऱ्याने सगळीकडे फिरत असताना माझ्याकडे असणाऱ्या आत्मविश्वासापेक्षा कमी आत्मविश्वास माझ्याजवळ होता, असे मला त्या क्षणी जाणवले. कारण तेथील सर्वच जणींपेक्षा मी सुमारे फूटभर कमी उंचीची होते. त्या वेळी त्या वातावरणात आपला आत्मविश्वास टिकवून ठेवणे शक्य नव्हते.

माझी मैत्रीण ड्रेसिंग रूममध्ये गेल्यावर मी एका रॅककडे गेले आणि मला खरोखरच परवडण्याजोगे कपडे तिथे दिसले. मात्र मी ते घालून पाहू लागले, तेव्हा ते खूपच लहान असल्याचे माझ्या लक्षात आले. थोडे प्रयत्न केल्यानंतर तेथील विक्रेतीचे लक्ष माझ्याकडे वेधून घेऊन मी थोड्या मोठ्या आकाराचे कपडे आणण्यासाठी तिला राजी केले. ''तुम्ही सुट्टीत थोडे कमी गोड पदार्थ खाल्ले असते तर बरं झालं असतं ना?'' ती खिदळत म्हणाली आणि तिने मला मोठ्या आकाराचे कपडे दिले. मी जागच्या जागीच थिजून गेले. तिला गंमत करायची होती का? जर तसे असेल तर तोपर्यंत मी ऐकलेल्या विनोदामधील तो सर्वांत क्रूर विनोद होता.

माझा चेहरा उतरल्याचे माझ्या लक्षात आले. शक्य तेवढ्या झटपट माझे कपडे चढवून 'मी बाहेर वाट पाहत उभी राहते' असे माझ्या मैत्रिणीला सांगून मी तिथून सटकले. या संपूर्ण प्रकरणामुळे शाळेतील माझ्या दुःखद आठवणी ताज्या झाल्या. त्यावेळी खराब त्वचा, क्षीण दृष्टी आणि बेडौल, बोजड शरीरयष्टी यांमुळे मी स्वतःलाच दूषणे देत असे. अशा प्रकारच्या भावना तुम्ही कधीही विसरू शकत नाही. त्यामुळेच माझे रुग्ण आणि त्यांच्या मनातील असुरक्षिततेच्या विविध भावना यांची सांगड मी व्यवस्थित घालू शकते. किशोरवयात त्वचा खराब असणे म्हणजे नेमके काय असते हे मला चांगलेच माहिती आहे आणि आता उठल्यावर आपल्या चेहऱ्यावर पूर्वी कधीही न दिसणाऱ्या सुरकुत्या दिसू लागणे आणि डोळ्यांजवळच्या रेषा दिसणे म्हणजे काय असते, तेही मला समजू लागले आहे. एखादी मुलगी कपड्यांच्या साइझ चारमध्ये बसत नसेल तर तिने नक्कीच भरपूर मिष्टान्न खाल्ले असले पाहिजे, असे म्हणून तिला खिजवण्याएवढेच हेही क्रूरपणाचे असते. त्वचा खराब झाल्यामुळे कोणालाही अशा प्रकारे दोष देण्याची कल्पनाही मी करू शकत नाही. काहीही झाले तरी तुम्ही गुरुत्वाकर्षणाशी लढा देऊ शकत नाही. मग यावर पर्याय काय? तर तुम्ही त्वचेसाठी उत्तम गोष्टींची निवड करू शकता. ती कधी? ज्या वेळी तुम्ही खाण्यासाठी किंवा जेवणासाठी बसता तेव्हा!

त्वचारोगतज्ज्ञ असणे हे एखाद्या विशिष्ट पद्धतीच्या उपचार करणाऱ्या डॉक्टरप्रमाणेच असते. माझ्या रुग्णांशी माझे अगदी जिव्हाळ्याचे संबंध निर्माण होतात. कारण बंद दरवाजाआड मी त्यांच्यावर खाजगीत उपचार करत असते. स्वतःच्या दिसण्याविषयी

त्यांच्या मनात काळजी निर्माण झालेली असते किंवा मी त्यांना तपासत असताना त्यांना संपूर्ण कपडे काढून माझ्या टेबलावर झोपून तपासून घ्यावे लागते किंवा उपचार करून घ्यावे लागतात. साहजिकच अशा वेळी आपली कित्येक गुपिते त्या मला सांगून टाकतात. कित्येक वैयक्तिक तपशील आणि कहाण्याही मला त्या वेळी समजतात. आणि त्यातही मला सर्वांत अधिक वेळा काय सांगितले जाते ते तुम्हाला माहिती आहे का? बहुतेक स्त्रियांना आपण पूर्वी जेवढ्या सर्वोत्तम दिसू शकत होतो तेवढ्या आता दिसत नसल्याची खंत असते.

माझ्या नवीन रुग्णाशी ओळख करून घेण्यासाठी मी एके दिवशी वेटिंग रूममध्ये गेले तर तिथे एक स्त्री चक्क जोरजोरात हुंदके देत असल्याचे मला आढळले. आपल्याहून खूपच कमी वयाच्या साहाय्यिकेशी आपल्या पतीचे संबंध असल्याचे तिला आढळले होते. (ती त्याची सेक्रेटरी होती!) मोठ्या हिमतीने त्याला तिने सोडून दिले होते आणि वीस वर्षांत प्रथमच पुन्हा एकदा तिने डेटिंगला सुरुवात केली होती. पूर्वी आपण किती देखण्या दिसत होतो आणि आता कशा दिसत आहोत, हे पाहून तिला काळजी वाटत होती. खरे सांगायचे तर अशा प्रकारचा विचार मी कोणत्याही पुरुषाकडून आतापर्यंत कधीही ऐकलेला नाही. आपण पूर्वी किती सुंदर दिसत होतो आणि त्या तुलनेत आता किती खराब दिसतो आहोत याविषयीची खंत त्यांच्या बोलण्यात कधीच मला आढळलेली नाही. माझी ती चिंताग्रस्त रुग्ण मोठ्याने म्हणाली, "मी जर स्वत:ला उमदेपणाने प्रौढ बनू दिलं नसतं तर!" माझ्या अनेक रुग्ण स्त्रिया अशाच प्रकारे बोलत असतात आणि माझी प्रतिक्रिया? माझ्या मते उमदेपणाने प्रौढत्व स्वीकारणे म्हणजे स्वत:ची अधिकाधिक काळजी घेणे. कोणतीही गोष्ट सहजगत्या सोडून देणे नव्हे आणि स्वत:ला हरवून टाकणे नव्हे.

## प्रौढत्वप्रतिबंधक उत्पादनांचे उत्तम ठिकाण? तुमचे धान्याचे दुकान!

वयाची विशी ओलांडलेल्या माझ्या बहुतेक रुग्णाला मला प्रौढत्वाला प्रतिरोध करणाऱ्या उत्पादनांविषयी विचारतात. त्यात आश्चर्य वाटण्याजोगेही काहीच नाही. सौंदर्यवर्धक उत्पादनांच्या कंपन्या आपल्या फायद्यासाठी आपल्या मनात प्रौढत्वाविषयी अकारणच असुरक्षिततेची जाणीव निर्माण करत असतात. अलीकडेच उत्पादित करण्यात आलेल्या आणि सहसा महागड्या असलेल्या उत्पादनाचा वापर केला नाही तर आपला चेहरा सुरकुत्यांनी भरून जाईल अशी भीती ते आपल्याला घालत

असतात. त्यांच्यापैकी काही विशिष्ट उत्पादनांच्या वापराने आपला चेहरा तजेलदार आणि टवटवीत दिसतो हे मलाही मान्य आहे; मात्र कालौघात आपले दिसणे आहे तसेच राखण्यासाठी किंवा आपल्याला अधिक सुंदर बनवण्यासाठी फक्त ही उत्पादनेच पुरेशी ठरत नाहीत. तुमच्या त्वचेत निरोगी कोलॅजेन आणि इलॅस्टिक ऊती निर्माण होण्यासाठी त्वचेला त्या प्रकारचा आहार मिळणे ही महत्त्वपूर्ण बाब असते. तिशीनंतर इस्ट्रोजेनच्या प्रमाणातही घट होऊ लागते. त्याच्या दुष्परिणामांना तोंड देण्यासाठीही त्वचेचे उत्तम पोषण होणे महत्त्वाचे असते.

नेहमीच्या सल्ल्याखेरीज आपला आहार काय असावा हे विचारण्यासाठी माझे रुग्ण मला फोन करतात, त्या वेळी मी त्यांना त्यांचे मेकअप किट सोबत घेऊन यायला आणि त्यातील वस्तू माझ्या टेबलावर ठेवायला सांगते. एखादी व्यक्ती कधी, कुठे आणि काय खाते यावरून तिच्याविषयी आपण बरेच काही सांगू शकतो. ते नेहमी काय खातात, त्यांचा दैनंदिन आहार कसा असतो याविषयी मी विचारले की माझे बहुतेक रुग्ण चकित होतात. कारण तोपर्यंत कोणत्याच डॉक्टरने त्यांना असा प्रश्न विचारलेला नसतो. मी त्यांना इंजेक्शनच्या साहाय्याने त्वचेत टोचण्याची औषधे देत नाही किंवा लेसर उपचार वा याहूनही काही महागडे उपचार सुचवत नाही हे पाहून माझे बहुतेक रुग्ण आश्चर्यचकित होतात.

आधुनिक सौंदर्यशास्त्र प्रक्रियांवर मी नियमितपणे संशोधन करत असते आणि ही तंत्रे मी मेडिकल स्कूलमध्ये आणि राष्ट्रीय स्तरावरील माझ्या सहकाऱ्यांनाही शिकवत असते. माझ्या बहुतांश रुग्णांना लेसर उपचार पद्धतीची किंवा सुरकुत्या भरण्याची आवश्यकता भासत नाही. आपण उत्तम कशा दिसू शकू याविषयीचा माझा सल्लाच त्यांना पुरेसा ठरतो. खरेतर बहुतांश प्रसिद्ध आणि प्रसिद्ध नसलेल्याही व्यक्तींच्या मनात सौंदर्यवर्धक प्रक्रियांविषयी भीती असते. कारण याचा विपरीत परिणाम झालेली टोकाची उदाहरणे त्यांना माहिती असतात आणि नेहमीच ते त्यांच्याशी तुलना करत असतात. मी फीलर्स आणि इंजेक्शनच्या साहाय्याने टोचण्याच्या पदार्थांचा वापर अत्यल्प प्रमाणात करते. शिवाय लेसरचाही कमी वापर करते. त्यामुळे अधिक नैसर्गिक सौंदर्य समोर येते. आपण दहा वर्षांपूर्वी दिसत होतो तशाच किंवा त्याहूनही कमी वयाच्या दिसण्यासाठी त्याचा उपयोग होतो. यासाठीच रुग्णाच्या आहार आणि जीवनशैलीविषयीच्या समुपदेशनासाठी मी जास्तीत जास्त वेळ देते. जे योग्य आहार खातात आणि निरोगी जीवनशैलीने जगतात ते नेहमीच अधिक निरोगी असतात. त्यांची त्वचा अधिक निरोगी आणि तजेलदार दिसते. शिवाय त्यांची देहयष्टीही कमनीय असते. मात्र आपल्या आहाराकडे दुर्लक्ष करणाऱ्या लोकांची त्वचा थकल्या-भागल्यासारखी आणि निस्तेज दिसते. त्यामुळे ते सहसा आपल्या शरीराविषयी फारसे आनंदित नसतात.

अधिक तरुण दिसण्यासाठी तुम्हाला अगदी टोकाचे आणि महागडे उपाय योजले पाहिजेत असे नाही. मात्र आपण किती सुंदर होतो आणि आता कसे दिसतो आहोत याविषयी तुम्हाला अपराधीपणाही वाटता कामा नये. योग्य प्रकारचा आहार घेऊन तुम्ही अजूनही सुंदर आणि तरुण दिसू शकता. बाहेर खाताना आणि न्याहारीसाठी आणि दोन जेवणांच्या मधल्या वेळच्या खाण्यासाठी योग्य पदार्थांची निवड करून तुम्ही हे साध्य करू शकता. कोलॅजेनची बांधणी करण्यासाठी उपयुक्त अन्न खाऊन तुम्ही त्वचेचा ताण कायम ठेवू शकता. शिवाय त्यामुळे इलॅस्टिक ऊती अबाधित राहतील आणि त्वचेचा कडकपणा, टणकपणा, स्थितिस्थापकत्व तसेच कायम राहू शकेल. त्वचेची योग्य प्रकारे निगराणी करणाऱ्या उत्पादनांशी याची सांगड घालून तुम्ही त्वचेला अधिक सुंदर, टवटवीत आणि निरोगी बनवू शकता. परंतु आहाराविषयी जाणून घेण्याआधी कालौघात त्वचेला काय त्रास होतो, हे आपण पाहू या –

**डॉ. वू यांच्या फाइलमधून**

**रुग्ण :** रोमा डाउनी - अभिनेत्री (टच्ड बाय ॲन ॲंजेल)

**त्वचेची तक्रार :** कोरडी त्वचा, मुरुमे आणि उन्हामुळे होणारा त्रास

**अन्नाविषयीची संवेदनक्षमता :** बटाटे (विशेषत: फ्रेंच फ्राइज)

**रोमाच्या शब्दांत :** मी आयरिश आहे. त्यामुळे आम्हीच मूळचे बटाटेखाऊ लोक आहोत. साहजिकच पोटॅटो चिप्स किंवा फ्रेंच फ्राइजविषयी माझ्या मनात अतीव आकर्षण आहे. परंतु माझा पन्नासावा वाढदिवस अधिकाधिक जवळ येऊ लागल्यावर माझ्या लक्षात येऊ लागले की, आता मी पूर्वी एवढ्या प्रमाणात अन्न खाऊ शकणार नाही, कारण आता मी तेवढ्याच क्षमतेने उष्मांक जाळू शकत नाही. फ्राइज खाल्ल्यानंतर मला मुरुमे येणारच किंवा पुरळ उठणारच याविषयीही माझ्या मनात शंका नसे. 'पुढच्या आठवड्यात तुझ्या चेहऱ्यावर पुटकुळी आली तर तुला ते चालणार आहे काय?' असा प्रश्न मी स्वत:लाच विचारत असे. त्याऐवजी मग मी नाश्त्यात बदामांचा उपयोग करत असे. माझा जिथे जन्म झाला आणि जिथे मी वाढले, त्या आयर्लंड या माझ्या जन्मस्थानी नेहमीच सूर्यप्रकाश नसतो. सूर्यप्रकाश असलेल्या दिवशी व्यवसाय, उद्योगांना सुट्टी दिली जाते. त्यामुळे लोक सूर्यप्रकाशात हिंडू-फिरू शकतात. त्यामुळेच त्वचा रापवणे ही गोष्ट निरोगी,

मादक आणि आकर्षक मानली जाते. म्हणूनच कदाचित माझी तिशी उलटून जाईपर्यंत मी नेहमीच सूर्यस्नान करत असे. परंतु नंतर माझ्या चेहऱ्यावर काळे डाग येऊ लागले. त्यांना 'मेलॅझ्मा' असं म्हणतात. डाग येऊ लागल्यानंतर मात्र सूर्यप्रकाशात बसणे मी बंद केले. माझा पती, मार्क बर्नेट हा 'सर्व्हायव्हर'चा कार्यकारी निर्माता आहे. त्याच्यासमवेत मी कित्येक उष्ण कटिबंधीय हवामानाच्या प्रदेशात प्रवास करते. मात्र प्रत्येक वेळी माझ्या त्वचेची मी चांगलीच काळजी घेते. शिवाय नेहमीच एक मोठी हॅट मी वापरते.

घरी असताना मी नेहमीच उत्तम प्रकारचा आणि आरोग्यवर्धक आहार घेते. मात्र आपण प्रवासात असतो तेव्हा आपले दैनंदिन जीवन विसकळीत होणे अगदी सहजशक्य असते. त्यामुळे मी प्रवासाच्या वेळीही अगदी जय्यत तयारीत असते. प्रवासात असताना घरातून नेलेली न्याहारी माझ्यासोबत असते. त्यात सफरचंद किंवा केळे यांसारख्या फळांचा समावेश असतो. शिवाय माझ्याजवळ मुबलक प्रमाणात बदाम असतात. मी भरपूर पाणी पिते, कारण विमान प्रवासामुळे तुमच्या शरीरातील पाणी कमी होण्याची शक्यता असते. साहजिकच तुमची त्वचाही कोरडी पडू शकते. माझा नेहमीचा दिवस असा असतो –

**सकाळचा नाश्ता :** एक कप चहा आणि एक होल ग्रेन टोस्ट. त्यानंतर मी मुलांना शाळेत सोडून येते. आठवड्यातून पाच दिवस मी पिलेट्सला (एक प्रकारचा व्यायाम) जाते. नंतर घरी गेल्यानंतर उकडलेल्या अंड्यांचा पांढरा भाग आणि टोमॅटो खाते.

**जेवण :** ॲव्होकॅडोमध्ये गुंडाळलेले टर्की ब्रेस्टचे तुकडे

**संध्याकाळचे जेवण :** चिकन ब्रेस्ट, ब्रसेल्स स्प्राउट्स आणि ग्रीन बीन्स

**डॉ. वू यांचे निदान :** रोमाची त्वचा चमकदार आहे. शिवाय तिचा बांधाही अत्यंत कमनीय आहे. कारण ती नेहमीच शिस्तीने वागते आणि आपल्या खाण्यापिण्याविषयी जागरूक असते. पूर्वी घेतलेल्या सूर्यस्नानामुळे तिची त्वचा थोडीशी खराब झाली आहे. परंतु आता तिने उन्हापासून संरक्षण देणारे अन्न खाण्याची काळजी घेतली पाहिजे. प्रवासादरम्यान ती नेहमीच समुद्रकिनाऱ्यांवर किंवा 'सर्व्हायव्हर'चे चित्रीकरण असेल त्या ठिकाणी जात असल्यामुळे तिने आपल्यासोबत टोमॅटो पेस्ट, उन्हात वाळवलेले टोमॅटो आणि ग्रीन टी ठेवला पाहिजे. तिला उन्हात त्वचा भाजल्यासारखे वाटले की पुढच्या जेवणात ती या पदार्थांचा समावेश करू शकेल. शिवाय ग्रीन टीमुळे तिची त्वचा चांगली राहील. नाश्त्यासाठी तिने ॲंटिऑक्सिडंट्सचे उच्च प्रमाण असलेल्या बेरीज खाल्ल्या पाहिजेत. यामध्ये ब्ल्यू बेरीज, ब्लॅक बेरीज किंवा

स्ट्रॉबेरीज यांचा समावेश होतो. सफरचंद किंवा केळे तिने टाळले पाहिजे, कारण दोन्हींमध्येही फ्रुक्टोजचे उच्च प्रमाण आहे. त्यामुळे त्वचेचे वय झपाट्याने वाढू लागते. प्रवासादरम्यान सुकवलेल्या आणि साखर न घातलेल्या चेरीज किंवा क्रॅनबेरीज तिने खाव्यात. आपल्या बदामाच्या पिशवीत ती हे ठेवू शकते.

## कालौघात तुमच्या त्वचेचे काय होते

सहाव्या प्रकरणात मी बाह्य घटकांच्या परिणामाने त्वचेचे वय कसे वाढते याविषयी लिहिले आहे. धूर आणि धुके यांचे मिश्रण, सिगरेटचा धूर आणि विशेषत: उन्हात राहिल्यामुळे फ्री रॅडिकल्स तयार होतात. त्यामुळे त्वचा राठ, कोरडी आणि मंद दिसू लागते. त्वचेच्या बाह्य भागावरच्या परिणामांविषयी आपण त्यात चर्चा केली. परंतु या प्रकरणात मी त्वचेच्या अंतर्गत वयवाढीविषयी सांगणार आहे. हार्मोन्स आणि आनुवंशिकता यांचे ते परिणाम असतात. कालौघात यांच्या परिणामामुळे त्वचा प्रौढ बनू लागते. आपण तरुण असतो त्या वेळी त्वचा सक्रियपणे नवीन कोलॅजेन तयार करत असते. त्यामुळे आपली त्वचा त्या काळात नरम, टणक आणि सुरकुत्याविरहित राहते. तुम्ही शेकडो वेळा हसू शकता आणि नंतर लगेच त्वचा मूळ जागी परतत असते. परंतु तिशीच्या सुमारास त्वचेचे नैसर्गिक चयापचय मंद होऊ लागते. त्यामुळे पुरेशा प्रमाणात कोलॅजेन तयार होत नाही. फ्री रॅडिकल्स आणि तणाव यांसारख्या बाह्य घटकांमुळे कोलॅजेनवर परिणाम होतो. परंतु कमी झालेल्या कोलॅजेनएवढे कोलॅजेन आता तयार होत नाही. आपल्या त्वचेतील कोलॅजेनचे साठे कमी होऊ लागतात आणि त्वचा पातळ बनू लागते. खरेतर संशोधनानुसार वीस ते ऐंशी या वयोमानाच्या कालखंडात त्वचा तीस टक्के पातळ बनते. पातळ त्वचेवर सहजगत्या सुरकुत्या पडतात. काहीही झाले तरी व्हेल्वेट आणि सुती जाडेभरडे कापड यांच्या तुलनेत रेशमी आणि पातळ सुती कापड यांवर लवकर सुरकुत्या पडतात.

या त्वचेमुळे सुरकुत्या अधिक प्रमाणात पडतात, ही गोष्ट जरी सोडून दिली तरी पातळ त्वचा आणि कमी कोलॅजेन याचा अर्थ त्वचेवरच्या छिद्रांभोवती कमी प्रमाणात त्वचेचे घटक असतात. त्यामुळे ही छिद्रे मोठी होतात. परिणामी, वय वाढले की तुमची त्वचा तेलकट नसली तरीही तुमच्या त्वचेवरची छिद्रे मोठी दिसू लागतात. खरेतर जसजसे दिवस उलटू लागतात, तसतशा त्वचेतील तैलग्रंथींतून स्रवणाऱ्या तेलाचे प्रमाण कमी होऊ लागते. त्यामुळे त्वचेवरून पाण्याचे लवकर

बाष्पीभवन होते. रजोनिवृत्तीनंतर हे बदल अधिक स्पष्ट बनतात. त्यामुळे साधारणपणे ५५ वर्षांनंतर स्त्रियांमध्ये त्वचा कोरडी पडणे ही मोठी आणि महत्त्वपूर्ण समस्या असते.

## 'ब्लॅक डोन्ट क्रॅक' असे का?

'ब्लॅक डोन्ट क्रॅक' असे एक काहीसे निष्ठुर वाटणारे विधान केले जाते. त्याचा अर्थ आहे, काळी त्वचा असणाऱ्या लोकांना हळूहळू वृद्धत्व येते. त्यामुळेच कोरियन अमेरिकन विनोदी अभिनेत्री मार्गारेट को म्हणते की, काळी कांबळी कधीच म्हातारी होत नाहीत. आफ्रिकन, अमेरिकन किंवा आशियाई लोकांना गोऱ्या त्वचेच्या लोकांइतक्या कमी वयात त्वचेवर सुरकुत्या पडत नाहीत, या वस्तुनिष्ठ बाबीवर हा गमतीचा भाग आधारित आहे. आता असे का होते, यामागचे कारण सांगते. काळ्या रंगाची त्वचा गोऱ्या त्वचेपेक्षा अधिक जाडसर असते. त्यामुळे साहजिकच या त्वचेत कोलॅजेनचे जाडसर आवरण असते. त्यामुळे त्यांना सुरकुत्या कमी पडतात. या लोकांच्या त्वचेत मेलॅनिनचे प्रमाणही अधिक असते. त्यामुळे 'एसपीएफ'प्रमाणे ते कार्य करते. त्यांना अशा प्रकारे नैसर्गिकरीत्याच उन्हापासून संरक्षण मिळालेले असते. मात्र त्यामुळे त्वचेच्या कर्करोगापासून आणि उन्हाच्या दुष्परिणामांपासून त्यांचे पूर्णतया संरक्षण होत नाही. परंतु अतिनील किरणांचा थेट त्यांच्या कोलॅजेनवर आणि त्वचेतील इलॅस्टिक ऊतींवर मारा होत नाही. गोऱ्या त्वचेच्या लोकांमध्ये मात्र तिशी ते चाळिशीच्या दरम्यानच त्वचेवर सूक्ष्म रेषा उमटू लागतात आणि त्या दरम्यान काळ्या रंगाचे लोक रंग बदलणे व डाग पडणे यांसारख्या दुष्परिणामांसाठी उपचार शोधू लागतात. त्यांना त्या दरम्यान सुरकुत्या पडत नाहीत. काळ्या रंगाच्या त्वचेवरही जबड्याभोवती आणि गळ्यावर सुरकुत्यांची लक्षणे दिसण्यास या दरम्यानच सुरुवात झालेली असते. त्यांची त्वचा जाडसर आणि जड असल्यामुळे त्यांना नाकाच्या बाजूने तोंडाच्या कोपऱ्यांपर्यंत रेषा दिसू लागतात.

कोलॅजेनमध्ये घट होण्याबरोबरच तुमची त्वचा इलॅस्टिक ऊतीची निर्मितीही कमी प्रमाणात करू लागते. रजोनिवृत्तीनंतर तर तुमच्या त्वचेची स्थितिस्थापकत्व क्षमता (इलॅस्टिसिटी) दर वर्षी दीड टक्क्यांनी कमी होत जाते असे अभ्यासांती सिद्ध झाले आहे. याचा अर्थ त्वचा सैलसर पडू लागते किंवा ओघळू लागते. हे बदल जबड्याभोवती आणि गळ्यावर अधिक प्रमाणात दिसू लागतात. कालांतराने कमी निरोगी इलॅस्टिक ऊती तयार केल्या जातात आणि शिवाय त्वचा विचित्र प्रकारचे इलॅस्टिक पदार्थ तयार करू लागते. या विचित्र ऊती त्वचेखाली साचतात आणि त्वचा ताणण्याचे काम त्या अजिबातच करत नाहीत. त्यामुळे तुमची त्वचा

ताणल्यानंतर पुन्हा प्रतिक्षिप्त क्रियेने मूळ जागी जात नाही. म्हणूनच तुम्हाला भीती वाटली, लाज वाटली किंवा तुम्ही भुवयांची हालचाल केली की त्वचा पुन्हा मूळ जागी परतत नाही. जर तुम्हाला उन्हामुळे खूपच त्रास झाला असेल तर ही प्रक्रिया अधिक जलद गतीने सुरू होते. जिथे उन्हाचा खूपच त्रास होतो अशा जागा म्हणजे हात आणि छातीचा उघडा भाग, तिथे पिवळसर रंगाचे चट्टे पडू लागतात. तिथेच खराब किंवा विचित्र प्रकारच्या इलॅस्टिक ऊती एकत्रित आलेल्या असतात.

वाढत्या वयाच्या खुणा त्वचेच्या तुकतुकीतपणावर दिसणे हे अगदी स्वाभाविक आहे. विशीत आणि तिशीत तुमच्या त्वचेवर एक प्रकारची चमक असते. गोऱ्या रंगाच्या लोकांमध्ये ही चमक गुलाबी रंगाची असते. परंतु चाळिशीत आणि पन्नाशीत चयापचय क्रिया मंदावली की त्वचेत नव्या रक्तवाहिन्या निर्माण होण्याचे प्रमाण कमी होते. शिवाय त्या बऱ्याच वेळा विचित्रपणे रुंदावतातही. त्यामुळे अनियमित रक्ताभिसरण होऊ लागते. त्वचेच्या काही भागांना कमी प्रमाणात रक्तपुरवठा होतो आणि तो भाग अशक्त दिसू लागतो. तर अधिक रक्तपुरवठा झालेला भाग अधिक टवटवीत आणि लालसर दिसू लागतो. म्हणूनच तुमच्या त्वचेवर या काळात डाग दिसू लागतात. त्यानंतर हे डाग त्वचेच्या पृष्ठभागावर येतात आणि स्पष्टपणे दिसू लागतात. त्वचेची नैसर्गिक चमक कमी होऊन ती निस्तेज दिसू लागते. कमी प्रमाणात होणारा रक्तपुरवठा याचाच अर्थ जखमा मंद गतीने भरून येणे असाही असतो.

अनियमित रक्तपुरवठ्याबरोबरच त्वचेच्या नवीन पेशींची निर्मितीची प्रक्रियाही मंदावते. आता शरीर जर पुरेशा प्रमाणात नवीन पेशींची निर्मिती करत नसेल तर बाह्य त्वचेच्या मृत पेशींना ढकलून देणे किंवा घालवून देणे या गोष्टी व्यवस्थितपणे पार पाडल्या जात नाहीत. त्यामुळे त्वचेच्या पृष्ठभागावर मृत पेशी बराच काळ राहतात. त्यामुळे डाग आणि असमान रंगद्रव्यांची निर्मिती दिसू लागते. कालौघात या मृत पेशी एकत्रित येऊन खरखरीत, जाडसर चट्टे तयार होतात. ही कर्करोगपूर्व वाढ असू शकते. मेलॅनोसाइट्स या रंगपेशींवरही दुष्परिणाम होतो. मग सर्वत्र एकसारख्या प्रमाणात रंगद्रव्यांची निर्मिती न करता त्या उन्हामुळे निर्माण होणारे डाग किंवा मेलॅझ्माची निर्मिती करतात.

## वयोमानानुसार येणारे प्रौढत्व

आता कालौघात तुमच्या त्वचेत होणारे बदल कोणते असू शकतील, हे तुम्हाला माहिती आहे. हे बदल कधी सुरू व्हावेत हे निश्चित करणे ही महत्त्वपूर्ण गोष्ट आहे. आपण विशीपासून वयाच्या साठ वर्षांपर्यंत आणि नंतरही

त्वचेत कोणते बदल होणे अपेक्षित आहे ते वयाच्या आकड्यांनुसार पाहू या.

**विशी :** विशीत त्वचा सहसा निरोगी आणि तेजस्वी दिसते. उन्हाळ्यात कधीकधी लहानसे पिंगट रंगाचे ठिपके त्वचेवर उमटू शकतात. परंतु हिवाळ्यात ते निघून जातात. मात्र तरीही या वयात मुरुमे, ब्लॅक हेड्स आणि त्वचेची छिद्रे रुंदावणे या गोष्टी चिंताजनक वाटू लागतात.

**तिशी :** चेहऱ्यावर आणि शरीरावर हळूहळू सौम्य प्रमाणात उन्हाचे दुष्परिणाम दिसण्यास सुरुवात होते. आता हिवाळ्यात निघून जाणारे पिंगट रंगाचे ठिपके उन्हाळ्यात अधिक मोठे आणि गडद बनतात. मग त्यांचे डागांमध्ये रूपांतर होते. डोळ्यांच्या कडांना रेषा उमटलेल्या दिसू लागतात. त्यांनाच आपण 'काकपार' (क्रोज फीट) म्हणतो. तुम्हाला राग येतो किंवा तुम्ही कपाळाला आठ्या घालता अगर तिरप्या नजरेने पाहू लागता, त्या वेळी भुवयांच्यामध्ये रेषा उमटू लागतात. परंतु तुम्ही चेहरा सरळ केला की सहसा त्या रेषा निघून जातात.

**चाळिशी :** चाळिशीत उन्हामुळे होणारे दुष्परिणाम अधिक स्पष्टपणे दिसू लागतात. त्यामुळे तुमच्या गळ्यावर, छातीवर आणि चेहऱ्यावर डाग आणि चट्टे दिसू लागतात. 'क्रोज फीट' आणि हसल्यावर ओठांभोवती दिसणाऱ्या रेषा चेहरा सरळ केल्यावरही तशाच दिसत राहतात. तुमचे शरीर रजोनिवृत्तीच्या आधीच्या टप्प्यात पोचलेले असल्यामुळे त्वचा रूक्ष आणि मंद दिसू लागते.

**पन्नाशी :** पन्नाशीत कपाळावर आणि तोंडाभोवती खोल सुरकुत्या दिसू लागतात. गालांवर आणि ओठांच्या वरच्या भागातही नवीन सुरकुत्या दिसू लागतात. रजोनिवृत्तीनंतर त्वचा पातळ बनू लागते. उन्हामुळे आलेले डाग अधिक गडद आणि मोठे बनू लागतात. हात, पाय आणि हातांच्या मागच्या बाजूलाही डाग पडू लागतात.

**साठी आणि त्यानंतरचे वयोमान :** कोलॅजेनमध्ये सातत्याने घट होत असल्यामुळे त्वचा ओघळण्यास सुरुवात होते. विशेषत: जबड्याभोवतीची आणि गळ्याची त्वचा ओघळू लागते आणि अधिक सहजतेने तिला मुका मार बसू शकतो. आता तेलाची निर्मिती कमी प्रमाणात होत असली तरीही तैलग्रंथी रुंदावतात. कपाळाच्या आणि गालांच्या त्वचेवर त्या छोट्या छोट्या टेंगळांसारख्या दिसू लागतात. साठीतील आणि सत्तरीतील स्त्रिया कोरड्या, रूक्ष त्वचेमुळे चिंतित असतात.

## तुम्ही रजोनिवृत्तीच्या टप्प्यावर पोचता त्या वेळी काय होते?

किशोरवयीन असताना आपल्याला हार्मोन्समुळे त्रस्तता वाटते आणि मोठ्या

प्रमाणात येणारी मुरुमे आणि तेलकट त्वचा यांच्यामुळेही आपण त्रासून जातो. काही स्त्रियांमध्ये किशोरवयात येणारी मुरुमे रजोनिवृत्तीच्या टप्प्याजवळ त्या पोचत असताना हार्मोन्समुळे पुन्हा येऊ लागतात. ती तिशीत किंवा चाळिशीपर्यंतही येत राहतात. नंतर ज्या वेळी आता मुरमांवर आपण विजय मिळवला असे तुम्हाला वाटू लागते त्या वेळी तुमची रजोनिवृत्ती येते मग इस्ट्रोजेन संपते आणि त्यामुळे त्वचेच्या नवीन प्रकारच्या समस्यांना सुरुवात होते. तुमच्या मासिक पाळीच्या अखेरच्या वर्षानंतर तांत्रिकदृष्ट्या रजोनिवृत्तीची सुरुवात होते. त्वचेच्या प्रौढत्वाला कारणीभूत ठरणारे बरेचसे बदल या काळातच होतात. अनियमित पाळीसारखी रजोनिवृत्तीची लक्षणे दिसू लागतात. त्या काळात अंडाशयातून पक्व अंड्यांची निर्मिती होण्याची प्रक्रिया मंदावू लागते. त्यानंतर हळूहळू अंड्यांची निर्मिती बंद होते. त्याच वेळी इस्ट्रोजेनचे शरीरातील प्रमाणही कमी होऊ लागते. परंतु तरीही अंडाशय काही प्रमाणात इस्ट्रोजेनची निर्मिती करत राहते. शिवाय इतर हार्मोन्सचेही इस्ट्रोजेनमध्ये रूपांतर करते. परंतु मासिक पाळी येत असताना जेवढ्या प्रमाणात इस्ट्रोजेनची निर्मिती होत असते त्याच्या तुलनेत ही निर्मिती खूपच कमी असते. इस्ट्रोजेनच्या पातळीतील बदलामुळेच रजोनिवृत्तीची प्रमुख लक्षणे दिसू लागतात. शरीरातून वाफा येणे, उकडणे, बेचैन वाटणे यांसारख्या लक्षणांचा त्यामध्ये समावेश असतो. इस्ट्रोजेनमध्ये घट झाल्यामुळे कोलॅजेनच्या प्रमाणातही घट होते. हा बदल होऊ लागल्यावर दरवर्षी सुमारे दोन टक्के एवढ्या प्रमाणात कोलॅजेनमध्ये घट होते. रजोनिवृत्तीनंतरच्या पहिल्या पाच वर्षांत एकूण कोलॅजेनच्या सुमारे ३० टक्के कोलॅजेन घटते. तुमच्या शरीरात घडत असलेल्या या सर्वच बदलांबरोबर तुमच्या त्वचेतही प्रमुख बदल अपेक्षित असतात. रक्तवाहिन्या फुटणे आणि रक्तवाहिन्यांचे जाळे त्वचेवर दिसू लागणे, त्वचा ओघळणे, ओठांच्या वरच्या भागावर आणि हनुवटीवर जाड आणि गडद रंगाचे केस उगवणे ही सारी लक्षणे या वयात दिसू लागतात. 'हार्मोन रिप्लेसमेंट थेरपी'मुळे (एचआरटी) कोलॅजेन आणि इलॅस्टिक ऊतींमध्ये वाढ होते. तसेच त्वचेचा ओलसरपणाही वाढतो. मात्र तरीही वैद्यकीय व्यावसायिकांमध्ये याविषयी वाद आहेत. विशेषतः या उपचारपद्धतीच्या दुष्परिणामांविषयीचे हे वाद आहेत. स्तनाचा कर्करोग आणि हृदयविकाराचा झटका येणे (स्ट्रोक) याचे प्रमाण स्त्रियांमध्ये वाढल्याचे आढळले आहे. म्हणूनच तुम्हाला रजोनिवृत्तीची लक्षणे जाणवू लागली असतील, तर तुम्ही एचआरटीविषयी आपल्या डॉक्टरांशी बोला. मात्र त्वचेवर सुरकुत्या पडत असतील तर त्यासाठी हा उपचार घेणे योग्य नाही. एचआरटीला एक सक्षम पर्यायी उपाययोजनाही आहे. आहारातून काही प्रमाणात पूरक द्रव्ये मिळवून रजोनिवृत्तीची काही लक्षणे दूर करता येतात असे संशोधनांती सिद्ध झाले आहे. उदाहरणार्थ, सुमारे ७५ ते ८५ टक्के अमेरिकन

स्त्रियांना रजोनिवृत्तीच्या दरम्यान शरीरातून गरम वाफा येण्याचा त्रास होतो. जेमतेम २५ टक्के जपानी स्त्रियांना हा त्रास होतो. अमेरिकन स्त्रियांच्या तुलनेत आशियाई किंवा विशेषत: जपानी स्त्रिया सोयाबीनचा उपयोग अधिक प्रमाणात करत असल्यामुळे हे घडत असावे असे संशोधकांचे मत आहे. सुमारे ४० ते ८० मिलिग्रॅम सोयाबीन त्या रोज खातात. मात्र टोफू, सोया मिल्क किंवा सोया चीज यांसारखे पदार्थ समाविष्ट केलेला आहार सुरक्षित असेल का, याविषयी निश्चित निष्कर्ष हाती आलेला नाही. उलटपक्षी, अधिक प्रमाणात सोयाबीन खाणाऱ्या स्त्रियांमध्ये स्तनाचा कर्करोग अधिक प्रमाणात आढळून आला आहे. तुम्ही रजोनिवृत्तीपूर्व टप्प्यावर असाल तर तुमच्या आहारात सोयाबीनचा समावेश करण्यापूर्वी तुमच्या फॅमिली डॉक्टरांशी किंवा स्त्रीरोगतज्ज्ञांशी जरूर बोला. विशेषत: तुमच्या घराण्यात स्तनाच्या कर्करोगाची आनुवंशिकता असेल तर किती प्रमाणात सोयाबीन खावे याविषयी डॉक्टर तुम्हाला जरूर मार्गदर्शन करतील.

## घड्याळाचे काटे उलटे फिरवण्यासाठी खा : सुरकुत्या रोखणारा आहार

माझी मैत्रीण बेरी पाचव्या ग्रेडमध्ये शिकत असताना तिला पंधराव्या शतकाच्या प्रारंभी 'फाउंटन ऑफ यूथ'चा शोध लावणारा स्पॅनिश संशोधक पॉन्सी डी लिऑन याच्यावर निबंध लिहावा लागला होता. त्या लिखाणात ती व्यस्त असतानाच तिच्या वडिलांच्या एका मित्राने त्याला फोन करून आपणच पॉन्सी असल्याचा दावा केला. अर्थातच त्या वेळी पॉन्सी किमान पाचशे वर्षांचा तरी असायला हवा होता. परंतु बेरीने ते सारेच खरे मानले आणि त्याने जरी फाउंटन ऑफ यूथचा शोध लावलेला नसला तरीही तो जे काही करत होता, ते सारे बरोबरच असल्याचेही तिने मान्य करून टाकले.

चिरतरुण बनण्याची (किंवा किमान तसे दिसण्याची तरी) कल्पना ही आत्यंतिक रोमहर्षक आणि आकर्षक आहे. म्हणून तर सुरकुत्या घालवणारी क्रीम्स आणि कोलॅजेन इंजेक्शन्स यांच्यावर आपण वारेमाप खर्च करतो. शिवाय तुम्ही पुरेशी विश्रांती घेतलेली आहे, असे दर्शवणारी डोळ्यांवर घालायची मजेशीर आच्छादनेही आपण वापरतो. मात्र खराखुरा तारुण्याचा ठेवा तर आपल्या फ्रीजमध्ये आणि अन्नाच्या थाळीतच लपलेला असतो, हे बहुतेक स्त्रियांना माहितीच नसते. किमानपक्षी सुरकुत्या काही काळ लांबणीवर टाकण्याची पात्रता त्यात खरोखर असते. काळाला रोखून धरण्यासाठी काही विशिष्ट अन्नपदार्थ कसे मदत करतात हे मी आता तुम्हाला सांगते.

## अधिक प्रमाणात प्रथिने खा

'युनिव्हर्सिटी ऑफ मिशिगन'मध्ये अलीकडेच करण्यात आलेल्या एका संशोधनातून असे सिद्ध झाले आहे की, फ्री रॅडिकल्समुळे आणि साखरेचे उच्च प्रमाण असलेल्या आहारामुळे मेटॅलोप्रोटिन्स (एमएमपी) हे एन्झाइम्स सक्रिय बनतात. त्यामुळे निरोगी कोलॅजेन बिघडते आणि शिवाय कोलॅजेनचे तुकडे त्वचेत तरंगत राहतात. त्वचेतील कोलॅजेनची निर्मिती करणाऱ्या पेशींना 'फायब्रोब्लास्ट' म्हणतात. या खराब झालेल्या तुटक्या कोलॅजेनच्या संपर्कात फायब्रोब्लास्ट पेशी आल्या की त्या संभ्रमित होतात आणि कमी प्रमाणात कोलॅजेन तयार करतात. मात्र त्याचबरोबर त्या कोलॅजेनचा नाश करणाऱ्या एमएमपी पेशी मोठ्या प्रमाणात निर्माण करतात. त्यामुळे त्याचा परिणाम भयावह बनतो. एका तुटक्या पेशीमुळे दोन तुटक्या पेशी तयार होतात आणि दोन तुटक्या पेशींपासून चार, चारांपासून आठ आणि अशा प्रकारे हे दुष्टचक्र सुरू होते. म्हणजेच नवीन कोलॅजेनला उत्तेजना दिली गेली तर त्यामुळे खराब झालेल्या किंवा निष्क्रिय बनलेल्या पेशींना जागृत केले जाते. संशोधकांनी ऐंशी वर्षांच्या स्त्रीच्या त्वचेच्या पेशी घेतल्या होत्या. पूर्णपणे निरुपयोगी झालेल्या फायब्रोब्लास्ट त्यांनी घेतल्या. आता त्या कोलॅजेनची निर्मितीही करत नव्हत्या. प्रयोगशाळेत या पेशींना वीस वर्षांच्या पेशींप्रमाणे कार्यरत होण्यास संशोधकांनी भाग पाडले. याचा अर्थ काय होतो? नवीन कोलॅजेनला उत्तेजना दिली तर तुम्ही घड्याळाचे काटे उलट दिशेने फिरवू शकता! कोलॅजेनच्या वाढीला उत्तेजना देणाऱ्या काही सौंदर्यवर्धक प्रक्रियाही आहेत. त्यांचे दुष्परिणाम नाहीत आणि त्या कमी महागड्या आहेत. आपल्या शरीराला कोलॅजेनयुक्त आहार द्या. तुम्ही ज्या वेळी अत्यल्प खाता किंवा अजिबातच काहीही खात नाही, त्या वेळी शरीराला योग्य प्रकारे कार्यरत राहण्यासाठी आवश्यक असलेला आहार तुम्ही पुरवत नाही. त्यामुळे लवकरच कोलॅजेनची निर्मिती मंदावते. कोलॅजेन हे एक प्रकारचे प्रथिनच आहे. त्यामुळे सोयाबीन, चिकन किंवा मांस यांमधून मिळणाऱ्या प्रथिनांमुळे तुमची त्वचा सशक्त आणि लवचीक राहते. परंतु ग्लायसीन आणि प्रोलीन ही ॲमिनो आम्ले हे कोलॅजेनचे प्रमुख घटक असतात. कोकराच्या किंवा कोंबडीच्या छातीचा भाग या दोन्ही प्रकारच्या ॲमिनो आम्लांनी संपृक्त असतो. म्हणूनच प्रौढत्व किंवा वृद्धत्व रोखण्यासाठी हे अन्न अत्यंत उपयुक्त ठरते. डुक्कर, क्वेल पक्षी, गवा रेडा यांचे मांस; तसेच झिंगे, खेकडे, शिंपल्यातील प्राणी यांसारखे सागरी प्राणी यांच्यामध्ये ग्लायसीन असते. कॉटेज चीज आणि कोबी हे प्रोलीनचे चांगले स्रोत आहेत. सी व्हिटॅमिन, मॅग्नेशियम आणि तांबे असलेले भरपूर अन्न तुम्ही खाल्ले पाहिजे. कारण ते कोलॅजेनचे सहघटक आहेत. कोलॅजेनच्या निर्मितीसाठी हे घटक आवश्यक असतात.

## साखरेशी निगडित समस्या

साखर घातल्यामुळे आणि रिफाइंड धान्यामुळे आपल्या रक्तशर्करेच्या पातळीत नाट्यमय वाढ होते हे आता या टप्प्यावर आपल्याला माहिती आहे. (तेलाच्या निर्मितीत आणि रक्तप्रवाहातील अँड्रोजेनच्या पातळीत वाढ झाल्यामुळे वरचेवर गरम वाफा आल्यासारखे वाटते आणि त्वचा आरक्त होते.) परंतु तुम्हाला सुरकुत्या आणि सूक्ष्म रेषांविषयी चिंता वाटत असेल तरीही तुम्ही साखरेपासून दूर राहिलेच पाहिजे, त्यामागे आणखी एक कारण आहे. तुमच्या त्वचेतील कोलॅजेनला आणि इलॅस्टिनला ग्लुकोज गिळंकृत करते. या प्रक्रियेला 'ग्लायसेशन' म्हणतात. तुम्ही साखर खाता त्या वेळी शरीरातील प्रथिनाच्या रेणूंशी ग्लुकोजचे रेणू प्रतिक्रिया करतात आणि 'अॅडव्हान्स्ड ग्लायकोसायलेशन एंड-प्रॉडक्ट्स' (एजीई) नावाची संयुगे तयार करतात. तुम्ही भरपूर प्रमाणात साखर खाल्ली तर एजीई शरीरात साचून राहतात आणि तुम्ही प्रौढ दिसू लागता. एजीई एमएमपींना सक्रिय करतात. हे एन्झाइम्स किंवा विकर निरोगी पेशींना खाऊन नष्ट करतात. त्वचेमध्ये एजीईमुळे कोलॅजेन आणि इलॅस्टिन निर्मितीच्या त्वचेच्या क्षमतेत अडथळा निर्माण होतो. त्यामुळे तुमची त्वचा कमी प्रमाणात मुलायम बनते. तिचा ओलसरपणा आणि अर्थातच टवटवीतपणाही कमी होतो. (मधुमेही लोकांच्या जखमा लवकर का भरून येत नाहीत आणि त्यांना त्वचारोगाचा संसर्ग होण्याची वाढीव शक्यता का असते याचे कारणही एजीईमध्ये सापडते.) याशिवाय अतिनील किरण एजीईशी क्रिया करून घातक फ्री रॅडिकल्स तयार करतात. ही फ्री रॅडिकल्स त्वचेतील निरोगी कोलॅजेन आणि इलॅस्टिन खाऊन टाकतात. त्यामुळे त्वचा पातळ आणि अशक्त बनते. चेहऱ्याला पोषक आहार घेताना आधीच साखर आणि साध्या कर्बकांना (पांढरा ब्रेड, पांढरा भात आणि पांढरे पीठ) फाटा दिलेला असतो. एजीईंच्या (आणि अर्थातच वृद्धत्वाच्याही) निर्मितीची प्रक्रिया ग्लुकोजपेक्षाही अधिक गतीने फ्रुक्टोजमुळे वाढते. त्यामुळेच अधिक प्रमाणात फ्रुक्टोज असलेला मक्याचा रसही तुम्ही टाळला पाहिजे. सोडा, सॅलड ड्रेसिंग्ज, केचअप यांमध्ये हा रस वापरलेला असतो. परंतु फ्रुक्टोजचे उच्च प्रमाण असलेल्या काही फळांमुळेही वृद्धत्वाची प्रक्रिया गतिमान बनते. त्यामुळे तुमची त्वचा तरुण दिसावी असे तुम्हाला वाटत असेल, तर तुम्ही खालील प्रकारची फळे कमी प्रमाणात खाल्ली पाहिजेत आणि त्यांच्यासमवेत निश्चितपणे प्रथिने आणि आरोग्यदायी स्निग्ध पदार्थ खाल्ले पाहिजेत.

सफरचंद (दोन सफरचंदांमध्ये कोकच्या एका कॅनएवढे फ्रुक्टोज असते)
सफरचंदाचा रस आणि सफरचंद सॉस
पेअर्स आणि पेअर्सचा रस

हवाबंद डब्यातील फळे (या फळांसाठी नेहमीच पेअरचा रस वापरलेला असतो आणि जाडसर पाक करण्यासाठी नेहमीच साखर घातलेली असते)

कलिंगडे, द्राक्षे, बेदाणे आणि खजूर, सुकवलेली फळे.

चेहऱ्याला पोषक आहाराच्या नाश्त्यामध्ये खरेतर सुकी फळे आणि सुका मेवा यांचा मी मोठ्या आवडीने समावेश करते. मात्र ती साखर न घातलेली फळे असतात हे लक्षात घ्या, कारण सुदैवाने, साखर न घातलेली सुकी फळे योग्य प्रमाणात खाल्ली तर ती चांगली असतात.

**प्रौढत्व रोखणारी फळे**

सर्वच फळे त्वचेसाठी वाईट नसतात. नैसर्गिकरीत्याच साखर कमी प्रमाणात असलेल्या फळांमुळे त्वचेवर कमी दुष्परिणाम होतो. (शिवाय अँटिऑक्सिडंट्सनाही मोठीच उत्तेजना मिळते) तुम्ही १५ वर्षांच्या असा किंवा ५० वर्षांच्या; तुम्ही खालील फळे आरामात खाऊ शकता.

- स्ट्रॉबेरीज
- ब्लूबेरी
- ब्लॅकबेरी
- रासबेरी
- संत्री
- लिंबू
- मोसंबी

## टोमॅटो खा

अतिनील किरणांपासून होणारी हानी टोमॅटोंमुळे रोखली जाते असे दिसून आले आहे. परंतु याशिवाय वृद्धत्व रोखण्याची क्षमताही त्यांच्यात असते. अलीकडेच करण्यात आलेल्या एका अभ्यासानुसार, काही स्त्रियांना ६० मि.ग्रॅ.च्या लायकोपिनच्या गोळ्या देण्यात आल्या. (या गोळ्यांमध्ये टोमॅटोत मोठ्या प्रमाणात आढळणारे अँटिऑक्सिडंट असते.) त्याचबरोबर त्यांना ५० मि.ग्रॅ. सोया आयसोफ्लेव्होन्स आणि ६० मिलिग्रॅम व्हिटॅमिन सी ही देण्यात आले. त्यांच्या चेहऱ्यावर दिसणाऱ्या सूक्ष्म रेषा कमी झाल्या. त्वचेचा ओलसरपणा आणि लवचीकपणा वाढला. सहा महिन्यांनंतर त्वचा तेजस्वीही बनल्याचे आढळले.

**डॉ. वू यांच्या फाइलमधून**

**रुग्ण :** कॅट व्हॉन डी - टॅटू कलाकार. रिॲलिटी टीव्ही स्टार, लेखिका

**त्वचेविषयी तक्रार :** कोरडी त्वचा, उन्हापासून टॅटूंचे रक्षण करण्याची गरज

**अन्न संवेदनक्षमता :** कोणत्याच अन्नाविषयी संवेदनक्षमता नाही. फक्त मेक्सिकन अन्नाचे अतीव आकर्षण.

**कॅटच्या शब्दात :** त्वचेविषयी जागरूक राहणे हा माझ्या कामाचा एक भाग असला आणि मी ज्या वेळी भरपेट जेवते त्या वेळी माझ्या त्वचेत लक्षणीय फरक पडत असला, तरीही नियमितपणे आहाराची पथ्ये पाळणे मला शक्य होत नाही हे मी मान्य करते.

मी चित्रीकरणात किंवा टॅटू काढण्यात व्यस्त असते तेव्हा जेवणासाठी दिवसभरात वेळ काढणे कठीण होते आणि काही वेळा तर दिवस कसा निघून गेला तेही कळत नाही. त्यानंतर माझ्या लक्षात येते की, दिवसभरात माझ्या पोटात अन्नाचा कणही गेलेला नाही. (अशा वेळी उत्तररात्री पिझ्झा खाणे मला आनंददायी वाटते.) उदाहरणार्थ, 'हाय व्होल्टेज टॅटूज' या माझ्या पुस्तकासाठी मी तीन महिने गावोगावी फिरत राहिले होते त्या वेळी मी सकाळी तीन तास विविध पत्रकारांशी अथक संवाद साधत असे. त्यानंतर सुमारे पाच तास मी पुस्तकांवर सह्या करत फिरत असे. मी हॉटेलवर परतेपर्यंत सहसा काहीच खाल्लेले नसे. फक्त तीन ग्लास शर्करारहित रेड बुल्स आणि थोडे पाणी पीत असे. व्यायामासाठी माझ्या अंगात ऊर्जाच शिल्लक नसल्यामुळे मी मग सरळ कुठल्यातरी पदार्थाची किंवा डेझर्टची ऑर्डर देत असे आणि नंतर अशाच प्रकारे दुसऱ्या दिवसाचाही कार्यक्रम असे. त्यानंतर मात्र मला त्वचेवर पुटकुळ्या आणि मुरुमेही आल्याचे दिसे. (हा त्रास मला आधी कधीच नव्हता) आणि नंतर त्वचा कोरडी पडल्याचे माझ्या लक्षात आले.

कालांतराने मला 'ला इंक'च्या चित्रीकरणातून थोडी फुरसत मिळाली. त्यानंतर माझ्या आरोग्यदायी जीवनशैलीकडे मी वळले. त्यामध्ये मोठ्या प्रमाणात व्यायाम आणि आरोग्यदायी आहाराचा समावेश होता. सहसा यात कच्च्या अन्नाचा प्रामुख्याने समावेश असे. म्हणूनच माझ्या अन्नाची दैनंदिनी अगदी स्वच्छ आणि चांगली दिसते.

**डॉ. वू यांचे निदान :** हे वाचणाऱ्यांच्या लक्षात येते की, कॅट नेहमीच

आपल्या त्वचेविषयी जागरूक राहते. पन्नासहून अधिक टॅटूची मालकी तिच्याकडे आहे; याच्यातूनच तिच्या महान कलेची साक्ष पटते. तिने चांगल्या अन्नाची निवड केली पाहिजे. (यात चिकन सँडविच आणि सुक्या मेव्याचा समावेश असला पाहिजे) त्याचबरोबर तिने भरपूर पाणी प्यायले पाहिजे. इतर अनेक व्यस्त स्त्रियांप्रमाणेच काही वेळा ती जेवणाला सुट्टी देते. मात्र योग्य प्रकारचे अन्न खाणे एवढी एकच गोष्ट महत्त्वपूर्ण नाही, तर ते पुरेशा प्रमाणात खाणेही महत्त्वाचे असते. खूपच कमी उष्मांक असलेले अन्न पुरेशा प्रमाणात प्रथिने आणि पोषक द्रव्ये पुरवू शकत नाही. त्यामुळे आरोग्यदायी कोलॅजेन आणि इलॅस्टिक ऊती तयार होत नाहीत. याशिवाय संपूर्ण दिवसभर काहीच न खाणे आणि नंतर कुठल्यातरी पदार्थाची किंवा मिठाईची ऑर्डर देणे यामुळे रक्तशर्करा अक्षरशः उसळी मारते. त्यामुळे तुमची त्वचा अधिकच प्रौढत्वाकडे ढकलली जाते. कॅट तरुण आहे. त्यामुळे तिची त्वचा अद्याप मुलायम आणि ओलसर दिसते. तिने जेवण न घेण्याची आपली सवय आताच दूर केली पाहिजे. त्वचा आहे तशीच राखण्यासाठी तिने नियमितपणे ठरावीक वेळी योग्य आहार घेतला पाहिजे.

बसून जेवण्याएवढा वेळ कॅटकडे नसेल तर तिने सहज खाता येईल असा प्रथिनयुक्त आहार निवडला पाहिजे आणि दोन ग्राहकांना टॅटू काढण्याच्या मध्ये वेळ काढून तो खाल्ला पाहिजे. सुक्या स्ट्रॉबेरीजबरोबरच तिने बदामांचाही समावेश आहारात केला पाहिजे. त्यामुळे त्वचा अधिक चांगली राहील. कॅटने भरपूर प्रमाणात शिजवलेले टोमॅटो खाल्ले पाहिजेत. त्यामुळे तिच्या गोऱ्या त्वचेला सूर्यकिरणांतील हानिकारक अतिनील किरणांपासून संरक्षण मिळेल. तिचे टॅटूज कमी प्रमाणात फिकट होतील आणि साहजिकच उन्हाचे दुष्परिणामही तिला भोगायला लागणार नाहीत.

## अन्न दैनंदिनी

**रुग्ण :** कॅट व्होन डी

**रविवार**

नाश्ता : एक कप कॉफी, एक सफरचंद आणि प्रशिक्षकासमवेत व्यायाम सुरू करण्यापूर्वी अर्धा लीटर पाणी.

दुपारचे जेवण : आणखी अर्धा लीटर पाणी, फॅन्सी

चिकन सँडविच आणि नंतर दिवसभर पाणी.

रात्रीचे जेवण : आईला भेटायला जाते आणि तिथूनच कॉफी हाउसमधून एक कप ब्लॅक टी.

रात्री झोपताना : अर्धा लीटर पाणी.

**सोमवार**

नाश्ता : द कॉफी बिन येथे एक कप ब्लॅक कॉफी, सफरचंद आणि जिममध्ये जाण्यापूर्वी एक लीटर पाणी.

दुपारचे जेवण : लिंबूसमवेत डाएट कोक आणि चंद्रा थाई रेस्टॉरंटमध्ये छोटे बीफ सॅलड

रात्रीचे जेवण : लेमोनेड आणि स्विंजर्समध्ये छोटे सीझर सॅलड

झोपताना : पाणी

**मंगळवार**

नाश्ता : एक कप कॉफी, चेरी पाय आणि व्यायामापूर्वी अर्धा लीटर पाणी.

दुपारचे उशिराचे जेवण : एक कप ब्लॅक कॉफी, अर्धा लीटर पाणी, चतीज आणि फ्रूट ॲपेटायझर, फ्रेंच रेस्टॉरंटमध्ये अरुगुला सॅलड

मधल्या वेळचे खाणे : सुक्या स्ट्रॉबेरीज

रात्रीचे जेवण : आज मी खूपच व्यस्त होते. त्यामुळे रात्रीचे जेवण घेतले नाही. त्याऐवजी मी दिवसभर भरपूर पाणी प्यायले.

झोपताना : पाणी

## तुमच्या आहारातील संपृक्त स्निग्ध पदार्थांकडे लक्ष द्या

बहुतांश लोकांना हे माहिती असते की, आहारातील संपृक्त स्निग्ध पदार्थांच्या समावेशामुळे हृदयविकाराची आणि हृदयविकाराचा झटका येण्याची शक्यता बळावते. परंतु स्वतंत्रपणे करण्यात आलेल्या अभ्यासातून असे निष्पन्न झाले आहे की, तुमच्या त्वचेचे आरोग्यही या स्निग्ध पदार्थांमुळे बिघडते.

- जपानमध्ये केल्या गेलेल्या एका अभ्यासानुसार, ज्या लोकांना अधिक संपृक्त स्निग्धांश असलेला आहार दिला गेला त्यांच्या चेहऱ्यावर स्निग्धांशाचे कमी प्रमाण असलेला आहार दिल्या गेलेल्या लोकांच्या तुलनेत अधिक प्रमाणात सुरकुत्या पडल्या.
- 'जर्नल ऑफ द अमेरिकन कॉलेज ऑफ न्यूट्रिशन'मध्ये प्रसिद्ध झालेल्या एका

संशोधनानुसार लोणी किंवा मार्गारिन भरपूर प्रमाणात खाणाऱ्या लोकांच्या त्वचेवर हे पदार्थ कमी प्रमाणात खाणाऱ्यांच्या तुलनेत अधिक प्रमाणात सुरकुत्या पडतात. या दोन्ही पदार्थांत संपृक्त स्निग्ध पदार्थांचे प्रमाण भरपूर असते.

- 'अमेरिकन जर्नल ऑफ क्लिनिकल न्यूट्रिशन'मध्ये प्रसिद्ध झालेल्या एका पाहणीच्या निष्कर्षानुसार, संपूर्ण स्निग्धांश म्हणजेच संपृक्त आणि असंपृक्त स्निग्धांश असलेल्या अन्नाचे उच्च प्रमाण असलेल्या आहारामुळे त्वचेचा ओलसरपणा कमी होतो आणि त्यामुळे त्वचा कोरडी पडते.

आता असा प्रश्न पडतो की, किती प्रमाणातील संपृक्त स्निग्ध पदार्थ आहारात असले म्हणजे त्यांना खूप प्रमाणातील स्निग्ध पदार्थ म्हणायचे? 'अमेरिकन हार्ट असोसिएशन'च्या मते, तुमच्या दैनंदिन आहारातील उष्मांकांच्या सात टक्क्यांहून कमी प्रमाणात संपृक्त स्निग्ध पदार्थांचे उष्मांक असले पाहिजेत. तुमच्या स्निग्ध पदार्थांपैकी उर्वरित पदार्थ हे असंपृक्त स्निग्ध पदार्थांतून आले पाहिजेत. त्यामध्ये कठीण कवचाची फळे, बिया, मासे आणि वनस्पतिजन्य तेलांचा समावेश होतो. सुमारे दोन हजार उष्मांकाचा आहार असलेल्या सर्वसामान्य स्त्रीच्या बाबतीत सुमारे १६ ग्रॅम एवढे संपृक्त स्निग्ध पदार्थ आहारात असावेत. आपल्यापैकी बहुतेक जणांना आपण किती प्रमाणात संपृक्त स्निग्ध पदार्थ खात आहोत याची काहीच कल्पना नसल्यामुळे मी तुम्हाला या बाबतीत मदत करते. संपृक्त स्निग्ध पदार्थ हे सहसा प्राणिजन्य पदार्थांत आढळतात. बीफ, कोकरू, डुक्कर, लोणी, दूध, क्रीम आणि चीज यांच्यामध्ये संपृक्त स्निग्ध पदार्थ असतात. त्याचबरोबर त्यांच्यात आहारजन्य कोलेस्टेरॉलही आढळते. काही वनस्पतिजन्य अन्नपदार्थांमध्येही संपृक्त स्निग्ध पदार्थ असतात. खोबरे, नारळाचे तेल, पाम ऑइल, पाम केर्नेल ऑइल (याला सहसा उष्ण कटिबंधीय तेले असे म्हटले जाते) कोको, लोणी या पदार्थांचा अशा पदार्थांमध्ये समावेश होतो. मार्गारिन हे वनस्पतिजन्य आहे. मात्र त्यातही संपृक्त स्निग्ध पदार्थ असतात, कारण त्याचे हायड्रोजेनेशन केले जाते. या प्रक्रियेमुळे ते हळूहळू वितळते. मार्गारिनची कांडी जर तुमच्या पोटात गेलेली असेल तर तुमच्या रक्तवाहिन्यांच्या बाबतीत ती काय करेल याचा फक्त विचार करून बघा.

मांस आणि इतर प्रथिने तुमच्या त्वचेसाठी चांगली असली तरीही तुम्ही शक्य तेवढ्या प्रमाणात त्यांना फाटा देऊन त्यांच्यासाठी पर्यायी अन्न निवडणे अधिक श्रेयस्कर ठरते. गेंड्याचे मांस रुचकर असते आणि प्रथिनेही भरपूर असतात. मात्र त्यात चिकनच्या ब्रेस्टपेक्षाही कमी प्रमाणात संपृक्त स्निग्ध पदार्थ असतात. तयार

केलेले आणि बाहेरून आणलेले अन्न तसेच क्रीम, सोअर क्रीम आणि लोणी घालून शिजवलेले अन्न यामध्ये संपृक्त स्निग्ध पदार्थ असतात. ऑलिव्ह ऑइलसारख्या आरोग्यदायी स्निग्ध पदार्थांमध्ये शक्य तेवढ्या वेळा अन्न शिजवा.

**संपृक्त स्निग्ध पदार्थ :**

खरोखरच किती प्रमाणात संपृक्त स्निग्ध पदार्थ रिचवत आहात हे समजणे तसे सोपे नसते. त्यासाठी खालील तक्त्याचा वापर तुम्ही करू शकता.*

| | |
|---|---|
| मोठ्या अंड्याचा बलक | २ ग्रॅम |
| चिकन ब्रेस्ट, रोस्टेड (७ औंस) | २ ग्रॅम |
| डार्क मीट चिकन रोस्टेड (७ औंस) | ६ ग्रॅम |
| प्लँक स्टिक ब्रॉइल्ड (७ औंस) | ७ ग्रॅम |
| एक टेबलस्पून लोणी | ७ ग्रॅम |
| पोर्क चॉप्स, ब्रॉइल्ड (७ औंस) | १० ग्रॅम |
| ८५ टक्के लीन ग्राउंड बीफ (७ औंस) | १२ ग्रॅम |

* आहारविषयक माहिती 'यूएसडीए'कडून प्राप्त झाली आहे.

## हिरव्या आणि पिवळ्या भाज्या खा

हिरव्या आणि पिवळ्या रंगांच्या भाज्या भरपूर प्रमाणात खाणाऱ्या लोकांना कमी सुरकुत्या पडतात असे अभ्यासांती दिसून आले आहे. विशेषत: त्यांच्या डोळ्यांभोवती सुरकुत्या कमी पडतात. का? कारण कॅरोटिनॉइड्स आणि इतर अँटिऑक्सिडंट्सप्रमाणेच या भाज्याही सूर्यकिरणातील हानिकारक किरणांपासून त्वचेचे संरक्षण करतात. त्याही फ्री रॅडिकल्सशी लढा देतात. त्यामुळे कोलॅजेनची कमी मोडतोड होते. त्याहूनही अधिक चांगली गोष्ट म्हणजे अलीकडेच झालेल्या संशोधनातून असे स्पष्ट झाले आहे की, उच्च संपृक्त स्निग्ध पदार्थ असलेला आहार घेणाऱ्या आणि भरपूर प्रमाणात हिरव्या आणि पिवळ्या भाज्या खाणाऱ्या लोकांच्या चेहऱ्यावरही, उच्च संपृक्त स्निग्ध पदार्थ असलेला आहार घेऊन हिरव्या आणि पिवळ्या भाज्या न खाणाऱ्या किंवा कमी प्रमाणात खाणाऱ्या लोकांच्या तुलनेत कमी सुरकुत्या पडतात. त्यामुळे मी तुम्हाला एक सर्वसामान्य नियम सांगते. तुम्ही जर संपृक्त स्निग्धांश असलेला पदार्थ खाणार असाल तर त्याच्या जोडीला गडद रंगाच्या भाज्या जरूर खा.

**डॉ. वू यांच्या फाइलमधून**

**रुग्ण :** ख्रिस्ता मिलर - अभिनेत्री

**त्वचेविषयीची तक्रार :** कॅमेऱ्यासमोर चमकती, झळाळती त्वचा दिसणे

**ख्रिस्ताच्या शब्दांत :** मी काम करत नसते त्या वेळी माझ्या आहाराविषयी चांगलीच जागरूक असते. मी खऱ्या आयुष्यात जशी दिसते तशीच दिसायला मला आवडते. कॅमेऱ्यासमोर सुजल्यासारखा किंवा फुगल्यासारखा चेहरा दिसणे सहजशक्य असते. यासाठी मी नेहमीच माझ्या आहाराविषयी जागरूक असते. (मला बारीकच राहिले पाहिजे, त्यामुळे टीव्हीच्या पडद्यावर मी सर्वसामान्य आकाराची दिसू शकेन.) सेटवर असताना मी दिवसाची सुरुवात अंड्यातील पांढरा बलक खाऊन करत असे. त्यासोबत टोमॅटोच्या चकत्या आणि ॲव्होकॅडो, तसेच होल व्हीट टोस्ट मी खात असे. दुपारच्या जेवणात मी सॅलड खात असे. मधल्या वेळेचा नाश्ताही मी घेत असे. त्या वेळी सहसा मी पिझ्झा खात असे. मात्र पिझ्झा खाल्लेल्या दिवशी रात्री मी पॉपकॉर्नसारखा पदार्थ खात असे. त्या दिवशी रात्रीचे जेवण मी घेत नसे. या काळात एखादा कार्यक्रम असेल तर मात्र हे सारे असेच शिस्तबद्धपणे चालत नाही. उदाहरणार्थ, माझा पती आणि मी एका आमंत्रणावरून ई-बाल्डी या बेव्हर्ली हिल्समधील रेस्टॉरंटमध्ये रात्रीच्या जेवणासाठी गेलो होतो. रात्री नऊपर्यंत जेवण आलेच नाही. तोपर्यंत मला खूपच भूक लागली होती. त्यामुळे मी पास्ता खाल्ला. त्यांनी त्या दिवशी कॅरॅमलसह पुडिंग केले होते. त्यात क्रीम आणि सी सॉल्टही होते. त्यामुळे मी तेही खाल्ले. मला साखर खूप आवडते. विशेषत: मी दमलेली असते किंवा खरोखरच खूप लवकर म्हणजे सकाळी सहा वाजताच मला सेटवर पोचायचे असते, त्या वेळी घरातल्या घरात मी चॉकलेट चिप, कुकीज बनवते.

**डॉ. वू यांचे निदान :** ख्रिस्ता ही तुलनेत अगदी अलीकडेच माझ्याकडे आलेली रुग्ण आहे. आपली देहयष्टी निरखत असताना बहुतांश स्त्रिया जे करतात तेच ती करत आहे. रात्रीचे जेवण टाळून ती मधल्या वेळचे जेवण घेत आहे. कॅमेऱ्यासमोर फुगलेला चेहरा दिसू नये, या तिच्या इच्छेच्या हे अगदी विरुद्ध आहे. शिवाय उपासमारीमुळे तुमचे चयापचय मंदावते. त्यामुळे तुमचे शरीर स्थूलतेकडे झुकते. त्याने तुमची रक्तशर्करा मोठ्या प्रमाणात वाढते आणि त्याचा परिणाम चेहऱ्यावर होतो. ज्या दिवशी दुपारच्या जेवणासाठी ख्रिस्ता पिझ्झा मागवते, त्या दिवशीही तिने रक्तशर्करा नियंत्रित राखण्यासाठी थोड्या प्रमाणात आरोग्यदायी पदार्थ

खाल्ले पाहिजेत. रात्रीचे जेवणही तिने हलकेफुलके का होईना; परंतु घेतले पाहिजे. त्यामध्ये हिरव्या, पिवळ्या भाज्यांसह पालेभाज्यांचे सॅलड, अक्रोडाचे तुकडे यांचा समावेश असावा. अक्रोडमधून ओमेगा-३ आणि प्रथिने मिळतील. थोडेसे ऑलिव्ह तेलही घ्यावे. पॉपकॉर्नपेक्षा या सर्वांमुळे तिला समाधानही लाभेल आणि ते तिच्यासाठी आरोग्यदायीही ठरेल. ती बाहेर जेवायला जाते त्या वेळी ग्रीन बीन्स, पालक मागवू शकेल. त्यामुळे तिची त्वजा तजेलदार, मुलायम आणि सुरकुत्याविरहित राहील. चित्रीकरणाच्या दरम्यान ख्रिस्ताने आधीच चवदार, घरगुती नाश्ता तयार केला होता. त्याची पाककृती पुढे मी देणारच आहे. रात्री उशिरा सुरू होणाऱ्या कोणत्याही कार्यक्रमासाठी आपल्या पर्समध्ये तिने अशा प्रकारच्या खाण्याचा डबा ठेवून दिला पाहिजे. जेवणाआधी अशा प्रकारे खाल्ल्यामुळे तिची रक्तशर्करा खालावणार नाही आणि तिला गोड पदार्थांवर अवलंबूनही राहावे लागणार नाही.

## अधिक प्रमाणात ओमेगा-३ खा

सर्वच प्रकारचे स्निग्ध पदार्थ वाईट नसतात. खरेतर पेशींच्या चयापचय प्रक्रियांमध्ये स्निग्ध पदार्थ ऊर्जेचा स्रोत म्हणून कार्य करतात. त्यामुळे त्वचेला योग्य प्रकारे कार्य करण्यासाठी काही प्रमाणात स्निग्ध पदार्थांची आवश्यकता असते. परंतु संपृक्त स्निग्ध पदार्थांमुळे त्वचेवर सुरकुत्या पडू लागतात. मात्र आरोग्यपूर्ण ओमेगा-३मुळे त्वचा ताणलेल्या अवस्थेत आणि तरुण राहते.

त्वचेच्या पेशी या फॅटी ऊतीच्या संरक्षक आवरणात गुंडाळलेल्या असतात हे पहिल्या प्रकरणात मी सांगितले आहेच. त्यामुळे त्वचेच्या अंतर्भागात ओलसरपणा प्रवेश करू शकत नाही आणि तुमच्या बाह्य त्वचेच्या संपर्कात येणाऱ्या रसायनांचा आणि विषारी पदार्थांचा संपर्क अंतर्गत त्वचेला होत नाही. या पदार्थांमुळे बाह्य त्वचेचा दाह होतो किंवा ॲलर्जीच्या प्रतिक्रिया येऊ शकतात, परंतु अंतःत्वचा सुरक्षित राहते. या स्निग्ध पदार्थांनी बनलेल्या आवरणाला आवश्यक असलेले आरोग्यदायी स्निग्ध पदार्थ तुम्ही पुरेशा प्रमाणात खाल्ले नाहीत, तर तुमच्या बाह्य त्वचेच्या ओलसरपणाचे झटपट बाष्पीभवन होऊन जाईल आणि त्वचा लगेच कोरडी पडेल. परंतु तुम्ही वनस्पतिजन्य ओमेगा-३चा (अल्फा लिनोलिनीक आम्ल किंवा एएलए) समावेश तुमच्या आहारात केला तर वयोमानाशी निगडित असलेला त्वचेचा कोरडेपणा कमी होईल. याशिवाय अधिक प्रमाणात ओमेगा-३ खाल्ले तर (विशेषतः सामन, सार्डीन यांसारख्या लठ्ठ माशांचा आहार घेऊन) तुमच्या त्वचेचा

लवचीकपणा नाट्यमयरीत्या सुधारेल. तुम्ही स्मित केले किंवा कपाळाला आठ्या घातल्या किंवा रागावलात तरी त्वचा लगेच जाग्यावर येईल.

मासे, अक्रोड, बदाम आणि ऑलिव्ह तेल यांचा आपल्या आहारात मोठ्या प्रमाणात समाबेश करून तुम्ही आहारातील ओमेगा-३चे प्रमाण वाढवू शकाल.

## धूम्रपान करू नका

सिगरेटच्या धुरामुळे फ्री रॅडिकल्स तयार होतात हे तुम्हाला आधीच माहिती आहे. ही रॅडिकल्स त्वचेचे कोलॅजेन आणि इलॅस्टिन खाऊन टाकतात हेही तुम्ही जाणता. परंतु सिगरेटमुळे त्वचेच्या पेशींना 'मॅट्रिक्स मेटॅल्लोप्रोटिनेस'ची (एमएमपी) निर्मिती करण्यासाठी उत्तेजना मिळते. हे एक प्रकारचे विकर (एन्झाइम) असून ते त्वचेच्या निरोगी ऊती नष्ट करते. एक गोष्ट लक्षात ठेवा, ती म्हणजे तुम्ही जेवढी अधिक सिगरेट ओढाल आणि अधिक धूर निर्माण होईल, तेवढ्या अधिक प्रमाणात त्वचेतील कोलॅजेन नष्ट होईल. म्हणजेच त्वचा अशक्त आणि पातळ बनेल. याशिवाय सिगरेट ओढताना सिगरेट ओठात दाबून धरल्यामुळे वरच्या ओठाच्या वरील भागात अधिक सुरकुत्या तयार होतील. त्यांनाच 'स्मोकर्स लाइन्स' असे म्हणतात.

### रेटिनॉइड क्रीममुळे माझ्या सुरकुत्या दूर होतील का?

रेटिनॉइड क्रीम्समुळे सुरकुत्या दूर होतील का, असा प्रश्न रुग्ण नेहमीच विचारतात. तुम्हाला त्या संदर्भात खालील बाबी माहिती असणे आवश्यक आहे.

रेटिनॉइड क्रीम्स मृत पेशींना दूर ढकलण्याचे काम करतात. त्यामुळे उन्हामुळे होणाऱ्या नुकसानीसाठी ती उपयुक्त ठरतात. रंगद्रव्ये एकत्रित होऊन येणारे चट्टे, सूक्ष्म रेषा आणि सुरकुत्या यांच्यावरही ती उपयुक्त ठरतात. रेटिनॉइड्स नवीन कोलॅजेनच्या निर्मितीला प्रोत्साहित करतात. याशिवाय अतिनील किरणांच्या माऱ्यामुळे झालेली कोलॅजेनची तोडफोड रोखतात. त्यामुळे सुरकुत्यांचे प्रमाण थोडेफार कमी होते. खरेतर संशोधनाने असे सिद्ध केले आहे की अ जीवनसत्वापासून तयार करण्यात आलेली क्रीम्स ही यावर अत्यंत उपयुक्त ठरतात. बाजारात उपलब्ध असलेल्या बहुतांश उत्पादनांमध्ये ती उजवी ठरतात. मात्र संवेदनक्षम त्वचेचा दाह या क्रीम्समुळे होऊ शकतो. चुकीच्या पद्धतीने त्यांचा वापर केला गेल्यास तुमचा चेहरा भयानक बनवण्याची क्षमताही त्यांच्यात असते.

तुमच्या त्वचेचा लालसरपणा आणि तुकडे तुकडे झाल्यासारखी दिसणारी त्वचा या गोष्टी कमी करण्यासाठी मी रुग्णांना हळूहळू या क्रीम्सचा वापर सुरू करण्यास सांगते. डॉक्टरांनी लिहून दिलेल्या तीव्रतेच्या रेटिनॉइड्स क्रीममुळे झटपट परिणाम दिसत असले, तरीही ती अधिक दाहदायक आणि अर्थातच त्रासदायक ठरू शकतात. त्याऐवजी डॉक्टरांच्या चिठ्ठीची आवश्यकता नसलेल्या सौम्य क्रीमपासून हळूहळू सुरुवात करा. यामध्ये 'रेटिनॉल कोरेक्शन डीप रिंकल नाइट क्रीम'चा (आरओसी) समावेश आहे. तुमची त्वचा संवेदनक्षम असेल तर तुम्ही विशेष काळजी घेऊन या क्रीमपासून सुरुवात करा. झोपण्यापूर्वी आठवड्यातून दोन ते तीन वेळा पातळ थर लावा. त्यानंतर हळूहळू चार ते पाच वेळा क्रीम लावण्यास सुरुवात करा. रिटेनॉइड क्रीममुळे तुमची त्वचा सूर्यप्रकाशाविषयी अधिक संवेदनक्षम बनत असल्यामुळे अतिनील अ आणि ब किरणांपासून संरक्षण देणारे सनस्क्रीन वापरा. शिवाय फेशियल स्क्रब आणि वॅक्सिंग टाळा.

सुरुवातीचे काही आठवडे तुमची त्वचा काहीशी गुलाबी आणि तुकडे तुकडे पडल्यासारखी भासेल. मात्र ही रेटिनॉइड्सच्या वापरामुळे दिसणारी लक्षणे आहेत. महिन्याभरानंतर तुमच्या संपूर्ण त्वचेच्या स्पर्शात तुम्हाला फरक झाल्याचे आढळून येईल. कारण मृत पेशी काढून टाकणे आणि नवीन पेशींच्या निर्मितीला उत्तेजन देणे ही कार्ये रेटिनॉइड्स करतात. त्यामुळे तुम्हाला मऊ, मुलायम, नूतन त्वचेचा लाभ होतो. तीन महिन्यांनंतर तुमच्या सूक्ष्म रेषा आणि सुरकुत्या कमी झाल्याचे तुमच्या लक्षात येईल. चार ते सहा महिन्यांनी तुमच्या त्वचेवरचे गडद, काळपट चट्टे सौम्य होऊ लागतील.

## डोळ्यांच्या तरुणपणासाठी स्थानिक उपचार

काळी वर्तुळे, डोळे सुजल्यासारखे दिसणे आणि सूक्ष्म रेषा यांमुळे तुम्ही खरोखरच्या दमलेल्या नसलात तरीही दमल्यासारख्या दिसू लागता. डोळे ही आत्म्याची खिडकी आहे असे म्हटले जाते. त्यामुळे ते ताजेतवाने आणि स्वच्छ दिसणे अत्यावश्यक ठरते. आता हे कसे साधायचे ते पहा :

- तुमच्या डोळ्यांच्या खालच्या पापणीखालची त्वचा हळुवारपणे ओढा. तुम्हाला तिथे काळे चट्टे किंवा पिंगट ठिपके दिसतात का? त्वचेला उजळ बनवणाऱ्या क्रीममुळे हे पट्टे किंवा चट्टे कमी होतील. या काळपट पट्ट्यांमुळेच नंतर काळी वर्तुळे तयार होतात. खरेतर आधुनिक अभ्यासातून असे स्पष्ट झाले आहे की, या क्रीममधील लिकोराइसचा अर्क आणि हायल्युरॉनिक आम्ल यांमुळे अगदी

सहा आठवड्यांतच काळी वर्तुळे कमी होतात.

- डोळ्यांखालच्या पातळ त्वचेमुळेही काळी वर्तुळे अधिक दिसू लागतात. कारण गडद रंगाच्या पापण्यांचे स्नायू त्वचेतून दिसू लागतात. (पांढरी पँट घातल्यावर आतील काळी पँटी दिसू लागते, तसेच हे आहे) संशोधनांती असे दिसून आले आहे की, रेटिनॉल असलेले आय जेल वापरल्यास खालच्या पापणीखालील त्वचा चार आठवड्यात जाडसर बनते आणि काळी वर्तुळे कमी होतात.
- तुमच्या आहारातील मिठाचे प्रमाण अधिक असेल तर तुमचे शरीर अधिक प्रमाणात पाणी साठवून ठेवते. त्यामुळे तुम्ही रात्री झोपलात की तुमच्या चेहऱ्याकडे अतिरिक्त द्रव येतो. साहजिकच डोळे सुजल्यासारखे दिसतात आणि डोळ्यांखालची त्वचा फुगते. त्यालाच 'अंडरआय बॅग्ज' असे म्हणतात. मोसमी ॲलर्जी आणि सायनसचा त्रास यांमुळेही डोळे सुजतात. तुम्हाला या प्रकाराचा त्रास होत असेल तर तुमच्या डॉक्टरांना अवश्य भेटा. जर तुम्ही सकाळी उठल्यावर तुमचे डोळे सुजल्यासारखे दिसले, तर थंड सोया मिल्कमध्ये कापसाचे बोळे भिजवून ते डोळ्यांवर ठेवा. काही मिनिटे ते तसेच तुमच्या मिटलेल्या डोळ्यांच्या पापण्यांवर ठेवून द्या. थंड तापमान आणि सोयाचे दाहरोधक गुणधर्म यामुळे सूज उतरते. तुमच्या डोळ्यांखालची काळी वर्तुळे खोल वाटत असतील तर तिथे तुम्ही इंजेक्शनच्या साहाय्याने रिस्टायलेन किंवा ज्युवेडर्म यांसारखी फिलर्स भरू शकता. त्यामुळे वर्तुळे कमी भासतात. याविषयी तुम्ही पुढे अधिक माहिती वाचू शकाल.

## हातांना विसरू नका!

तुमच्या हातांवर वयपरत्वे खुणा दिसू लागतात. त्यामुळे त्वचेएवढेच लक्ष आपल्या हातांकडेही द्या. आयुष्यभर हात चांगले दिसावेत यासाठी करायचे काही उपाय आता मी खाली देत आहे.

**पातळ त्वचा गुबगुबीत बनवा :** जसजसे वय वाढत जाते तसतसे हातातील कोलॅजेन आणि चरबी यांमध्ये घट्टपणा येतो. त्यामुळे हात हडकुळे बनतात आणि त्यांच्यावरील शिरा अधिकाधिक स्पष्ट दिसू लागतात. हात तरुण दिसावेत यासाठी रेटिनॉल असलेले क्रीम वापरा. त्वचेतील कोलॅजेनच्या वाढीला ते पोषक असते. कारण पातळ त्वचेवर झटकन याचा परिणाम होऊ शकतो. याशिवाय क जीवनसत्त्व असलेली फळे आणि भाज्या भरपूर प्रमाणात खा. त्यामुळे रक्तवाहिन्यांना सामर्थ्य प्राप्त होईल.

**खरबरीत चट्टे दूर करा :** सॅनिटायझरमुळे जंतूंचा नाश होतो. सॅनिटायझरमध्ये अल्कोहोलचे उच्च प्रमाण असते. त्यामुळे त्वचा कोरडी पडू शकते. हातांना क्रीम लावून दिवसभर हात नरम आणि मुलायम ठेवा. ग्लिसरीन आणि यूरिया असलेल्या क्रीमची निवड करा. ग्लिसरीनमुळे हात मुलायम बनतील आणि यूरियामुळे मृत पेशी निघून जातील. हातावरील खवल्यांसारखी होणारी वाढ रोखण्याचा प्रयत्न करा. ही कर्करोगपूर्व वाढ असू शकते. तिला ॲक्टिनिक केरॅटोसीस (एके) असे म्हणतात.

**पिंगट डाग रोखा :** तुमच्या त्वचेवर अधिक प्रमाणात पिंगट डाग असण्याची शक्यता असते. तुमच्या शरीराच्या इतर कोणत्याही भागापेक्षा हाताच्या मागच्या भागावर असे ठिपके अधिक प्रमाणात असू शकतात. उन्हामुळे होणाऱ्या हानीचे ते लक्षण आहे. तुमचे हातच अधिक काळ उन्हात असतात. सोयाबीन किंवा अर्ब्युटिन असलेल्या उत्पादनाचा वापर करा. बिअरबेरी, गहू आणि विशिष्ट प्रकारचे पेअर यांच्या अर्कापासून अर्ब्युटिन तयार करण्यात आलेले असते. हातांनाही सनस्क्रीन लावा. ढगविरहीत आकाश असेल तर कडाक्याच्या थंडीतही अतिनील किरणांची तीव्रता अधिक असते. लेसर उपचार पद्धतीच्या साहाय्याने त्वचारोगतज्ज्ञ चिवट डागही काढून टाकू शकतात. याशिवाय केमिकल पील किंवा द्रवरूप नायट्रोजन स्प्रे यांच्या साहाय्यानेही हे डाग कमी करता येतात.

### डॉ. वू यांच्या फाइलमधून

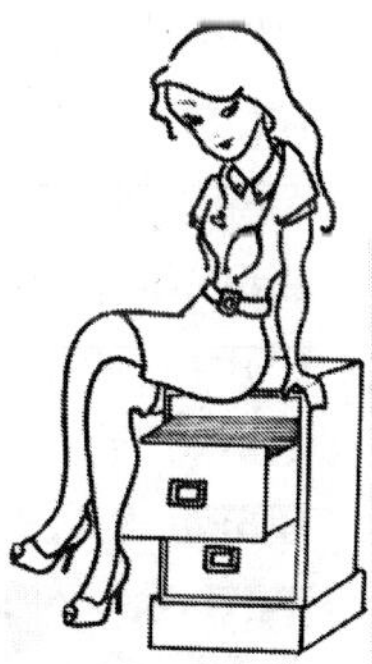

**रुग्ण :** हिला

**त्वचेची तक्रार :** कोरडी, रूक्ष त्वचा, वयाचे परिणाम दिसणे

**हिलाच्या शब्दांत :** जर्मनीत तीन एकरांच्या शेतात माझे बालपण गेले. तिथेच आम्ही फळे आणि भाज्यांची लागवड करत असू. तसेच शेजाऱ्यांच्या कोंबड्यांनी दिलेली ताजी अंडीही आम्हाला मिळत असत. माझ्या आजीने बनवलेल्या घरगुती ज्यामच्या बदल्यात ते आम्हाला अंडी देत असत. गवळी रोज सकाळी येऊन तोपर्यंत धारोष्ण असलेले दूध आम्हाला देत असे. त्या वेळी दुधाचे पाश्चरायझेशन केले जात नसे. शिवाय त्या काळी गाईंना ॲंटिबायोटिक्स किंवा हार्मोन्सची इंजेक्शन्स दिली जात नसत. सन १९८६मध्ये मी लॉस एंजेलिसला गेले. त्या वेळी प्रथमच मी मॅक्‌डोनाल्ड पाहिले आणि त्याचा अनुभवही घेतला. अमेरिकन पदार्थांची चव

मी तेव्हाच प्रथम चाखली. हॉट डॉग्ज आणि रिफाइंड, प्रक्रिया केलेले अन्न मी तिथेच प्रथम खाल्ले. खरे सांगायचे तर मला ते बेचव वाटले. परंतु तुम्हाला ते खावेच लागते. काही वर्षांनंतर, म्हणजे मी तिशीत असताना त्वचा अत्यंत निस्तेज दिसत असल्यामुळे मला स्थानिक स्पामध्ये जावे लागले. त्याहूनही महत्त्वाची गोष्ट म्हणजे मला अर्धशिशीचा त्रास होत होता. शिवाय मी लठ्ठ आणि मंद बनले होते. अखेरीस ज्यावेळी मी आहारावर नियंत्रण मिळवले आणि पूर्वी घेत असलेला आहारच घेऊ लागले तेव्हाच माझी अर्धशिशी बंद झाली.

आता मी ५२ वर्षांची आहे. मात्र अद्यापही मी चांगली दिसते. मला खरेतर अजिबातच वृद्ध दिसायचे नाही. माझी त्वचा आता कोरडी बनली आहे. कदाचित दक्षिण कॅलिफॉर्नियातील उन्हाचा हा परिणाम असावा. त्यामुळे ऑलिव्ह तेलासारखे स्निग्ध पदार्थ आता मी मोठ्या प्रमाणात खाते. शिवाय भरपूर पाणीही पिते. इतक्या वर्षांत मी एक गोष्ट शिकले आहे आणि ती म्हणजे कधीच खूप चिंता करत बसायचे नाही. तुम्ही स्वत:वरच प्रेम करायला शिकले पाहिजे आणि स्वत:ची काळजीही घेतली पाहिजे. व्यवस्थित खा, व्यवस्थित झोप घ्या आणि तुम्हाला खरोखरच आवडत असलेल्या गोष्टी करण्यात आपला वेळ घालवा. मला बागकाम आवडते. तुम्ही अधिक मोठ्या बनता त्यावेळी आपले अधिक लाड करा. तुम्ही त्यासाठी पात्रच असता! दिवसभर मी काय खाते त्याची माहिती –

**सकाळी ७.३० :** सेंद्रिय सफरचंदाचा रस घातलेले ग्लासभर पाणी. त्यानंतर मी पाऊण तास कुत्र्यांना फिरायला नेते.

**सकाळी ८.३० :** सेंद्रिय रासबेरीज, अननस, स्ट्रॉबेरी, सेंद्रिय दही आणि सफरचंद यांचा रस, ओट किंवा भात यांच्यासमवेत बदामाचे दूध आणि एस्प्रेस्सो

**सकाळी ११.०० :** लोण्यासह एक टोस्ट आणि उकडलेले अंडे

**दुपारी २.०० :** स्पेल्ट स्क्रुटन्ससह सिझर सॅलड आणि भाजलेले चिकन

**संध्याकाळी ५.०० :** बदाम, सफरचंद, ऑलिव्ह, चेरी टोमॅटो, चीजचा तुकडा आणि एसप्रेस्सो

**रात्री ८.०० :** पॅनमध्ये भाजलेला व्हाइट किंग सामन, फ्लॉवर आणि रताळे. (उकडलेल्या बटाट्याप्रमाणेच हे असते. परंतु नेहमीच्या बटाट्याऐवजी मी फ्लॉवर आणि रताळे एकत्रित करून खाते.) थोडेसे व्हॅनिला आइसक्रीम आणि दोन ग्लास शॅम्पेन

**रात्री झोपण्यापूर्वी :** लिंबू आणि मध घालून हर्बल टी

**डॉ. वू यांचे निदान :** हिलाने आयुष्यभर योग्य प्रकारे खाल्ले आहे. आता पन्नाशीतही तिची त्वचा चमकदार आहे आणि शरीर बांधेसूद आहे. एका वेळी ती थोडे खाते, परंतु थोड्या थोड्या वेळाने सतत खात असते. त्यामुळे तिची रक्तशर्करा स्थिर राहते आणि वयाचे परिणाम दृग्गोचर होत नाहीत. तिच्या प्रत्येक वेळच्या आहारात प्रथिनांचा समावेश असतो. त्यामुळे कोलॅजेन आणि इलॅस्टिक ऊतींची बांधणी करण्यासाठी तिच्या शरीराला आवश्यक घटक मिळतात. आता अतिरिक्त अँटिऑक्सिडंट्स मिळवण्यासाठी तिने शॅम्पेनऐवजी रेड वाइनचा वापर केला पाहिजे. हर्बल टीऐवजी ग्रीन टी घेतला पाहिजे किंवा गोड पदार्थ म्हणून डार्क चॉकलेट खाल्ले पाहिजे. या पुस्तकात नंतर मी भाजलेल्या चिकनची हिलाची पाककृती देत आहे.

सारांश

## वयवाढीची चिन्हे

- योग्य प्रथिने घेऊन कोलॅजेन आणि इलॅस्टिन यांची झालेली घट भरून काढा उपवासामुळे त्वचा झपाट्याने वृद्धत्वाकडे झुकू लागते.
- साखरेमुळे वय दिसू लागते. एकदा तुम्ही पन्नाशी पार केली की साखर अगदी कमी वापरा. फ्रुक्टोजचे उच्च प्रमाण असलेली फळेही टाळा.
- जे लोक मोठ्या प्रमाणात लोणी आणि मार्गारिन यांच्यासारखे संपृक्त स्निग्ध पदार्थ खातात, त्यांच्या त्वचेवर जे लोक हे पदार्थ खात नाहीत त्यांच्या तुलनेत अधिक प्रमाणात सुरकुत्या पडतात.
- चरबीविरहित मांसाचा वापर करा. क्रीम किंवा सोअर क्रीमच्या साहाय्याने तयार करण्यात आलेले पदार्थ टाळा. शिवाय फास्ट फूड आणि हवाबंद डब्यातील आणि खूप आधी तयार केलेले पदार्थ टाळा.
- रूक्ष त्वचेशी लढा द्या आणि आहारात ओमेगा-३चा समावेश करून त्वचेचा लवचीकपणा टिकवा. मासे, अक्रोड, ऑलिव्ह्ज आणि ऑलिव्ह तेल यांमध्ये ओमेगा-३ मोठ्या प्रमाणात असते.
- सुरकुत्या पडू नयेत यासाठी हिरव्या आणि पिवळ्या भाज्या भरपूर प्रमाणात खा. विशेषत: डोळ्यांभोवतीच्या सुरकुत्यांसाठी हे उपयुक्त ठरते. तुम्ही

उच्च प्रमाणात चरबी असलेले मांस खाल्ले तर त्यासोबत पालक किंवा ग्रीन बीन्स खा.

- आताच तुमच्या त्वचारोगतज्ज्ञाशी बोला. वेळेवर केलेल्या कृतीमुळे तुमची त्वचा तरुण आणि तेजस्वी राहील. त्यामुळे पुढे तुम्हाला सौंदर्यवर्धक प्रक्रिया करत बसावे लागणार नाही.
- तुम्ही ज्या वेळी सर्वांत सुंदर दिसत होतात तो काळ आठवून वाईट वाटून घेऊ नका.

८

# बळकट, आरोग्यपूर्ण केस आणि नखांसाठी घ्यायचा आहार

लोकांचा असा समज असतो की, आशियाई लोकांचे केस रेशमी, चमकते आणि सुंदर असतात. परंतु नैसर्गिकरीत्याच माझे केस फुगीर, कुरळे आहेत. ते इतस्तत: पसरलेले असतात. विशेषत: दमट हवेत तर ते अगदी कसेही पसरलेले असतात. काही वर्षांपूर्वी मी मियामीमध्ये गेले होते. त्या वेळी आम्ही केसांविषयी बोलत होतो. मी केसांना गुलाबी रंग लावला असता तरीही बहुतेक सर्वच नवरोबांप्रमाणे माझ्या पतीच्या लक्षातही ते लक्षात आले नसते. परंतु त्या दिवशी तो एकदम माझ्याकडे वळला आणि म्हणाला, ''तुझ्या केसांचं हे काय झालंय? अशा प्रकारे तू ऑफिसला जाऊ शकशील असं मला वाटत नाही.'' (व्वा! किती छान! नाही का?) परंतु त्याचे म्हणणे बरोबर होते. आम्ही लॉस एंजेलिसला उतरल्याबरोबर मी लगेच माझ्या केसांकडे वळले. त्या वेळी कोरडी हवा होती, त्याबद्दल मी देवाचे आभारच मानले. मी ताबडतोब केस धुतले, त्यांना कंडिशनिंग केले आणि नंतर ते वाळवले.

माझ्या केसांच्या नैसर्गिक स्थितीचा विचार करता, आधीच मी केस व्यवस्थित राखण्यास शिकले होते. गेल्या कित्येक वर्षांत त्यामुळे माझे केस मी व्यवस्थित राखू शकले आहे. मी बाळसेदार बालक होते आणि नंतर मुरुमे आलेली किशोरवयीन मुलगी होते, तेव्हाही माझे केस खूपच सुंदर होते. म्हणूनच मी आठव्या वर्गात

गेल्यावर माझ्या या हेअरकटसाठी आईशी मी कित्येक आठवडे भांडले होते. माझे केस वरच्या बाजूला लाटांलाटांसारखे आणि खाली सरळ असतात. चित्रात दिसत असल्याप्रमाणे दोन वेगवेगळ्या प्रकारच्या केशरचना तुम्ही एकाच वेळी करू शकता हे मी सिद्ध केले होते.

मी अंडरग्रॅज्युएशनचा अभ्यास करत असताना पॅरिसमधील सोर्बोनमध्ये फ्रेंच शिकण्यात बराच वेळ घालवला होता. त्या काळात रोजच दुपारी लुव्र म्युझियममध्ये वेळ घालवण्यास आणि जवळजवळ प्रत्येक जेवणाच्या वेळी पेस्ट्री खायला मला आवडत असे. त्या काळात मी एका अंधाऱ्या छोट्याशा खोलीत राहत होते. दोन गाद्या ठेवल्या की ती खोली भरून जात असे. बाथरूम सार्वजनिक होती. त्यांना दारे नव्हती. शॉवर्स नव्हते. (कसे असतात हे फ्रेंच!) गरम पाणी मिळेलच याची शाश्वती नसे. शॉवरमधून एक तर बर्फासारख्या थंडगार पाण्याचा वर्षाव होत असे किंवा वाफाळते, उकळते पाणीच अंगावर पडत असे. त्यामुळे शक्य तितक्या लवकर मी आत उडी मारत असे आणि तिथून तेवढ्याच तत्परतेने बाहेरही पडत असे. अशा परिस्थितीत मी रोजच्या रोज केस धुऊच शकत नसे. (अर्थात ती गोष्ट चांगलीच ठरली होती. कारण सुरुवातीला माझे केस कोरडे करण्यासाठी मी ड्रायर लावला होता, त्या वेळी मी जवळजवळ संपूर्ण इमारतीलाच आग लावण्याच्या परिस्थितीत होते. त्यामुळे ड्रायरचा कमीत कमी वापर आमच्या सर्वांच्याच हिताचा होता.) सुदैवाने माझे कुरळे केस सरळ कसे करायचे हे माझ्या ध्यानात आले होते आणि त्यासाठी आणखी एक तास लवकर उठून मी ते काम करू लागले. यानंतर मेडिकल स्कूलमध्ये गेल्यावर केसांविषयीची ही आसक्ती आणखीच तीव्र बनली. माझ्या वर्गातील बहुतेक मुली पोनिटेल बांधत असत. मात्र माझे केस नेहमीच स्टायलिश असत आणि मी त्यांना स्प्रेही मारत असे.

बाथरूमच्या भिंतींवर मी माझ्या नोट्स लिहून ठेवल्या होत्या. म्हणजे परीक्षेच्या वेळीसुद्धा केस कोरडे करत असताना मी त्या वाचू शकत असे. ही गोष्ट मला अद्यापही चांगली वाटते. माझे वैद्यकीय प्रशिक्षण संपले आणि नंतर मी खरोखरची डॉक्टर बनण्याची वेळ आली. आता मात्र गंभीरपणे केसांकडे लक्ष देणे भाग आहे असे मला वाटले. मग मी केस सरळ हनुवटीएवढ्या उंचीवर कापून घेतले. त्या काळातील सर्व छायाचित्रे मी जाळून टाकली आहेत. काही वर्षांनंतर मी पांढरा लॅब कोट घालू लागले होते, त्या वेळी मला माझ्या नैसर्गिक कुरळ्या केसांची लाज वाटू लागली होती. त्यानंतर मी केस कापून घेतले, मात्र त्या वेळी माझ्या हेअर ड्रेसरला मी सांगितले होते की मला व्हिक्टोरियासारखे केस हवे आहेत. तुमच्या त्वचेप्रमाणेच तुम्हाला केसांची देणगीही लाभलेली असते. ते सतत सर्वांना दिसत असतात. त्यामुळे आपल्या शरीराचा आणि मानसिकतेचाही हा प्रदर्शनीय भाग असतो हे आपण समजू शकतो.

उदाहरणार्थ, काही लोक आपल्या जोडीदाराशी असलेले संबंध संपुष्टात आले की, केस कापूनच टाकतात किंवा केसांना भयानक रंग लावतात. काही लोक मात्र कित्येक वर्षे आपल्या मूळच्या केशरचनेला चिकटून बसतात. एखाद्या किशोरवयीन मुलीने गडद काळ्या रंगात रंगवलेली नखे आपल्या दृष्टीस अनेकदा पडतात. छोट्या छोट्या दगडी मण्यांच्या लांबलचक ॲक्रिलिक धाग्यात गुंफलेल्या माळा घातलेल्या स्त्रियाही कित्येक वेळा आपल्याला दिसतात. मात्र तुमची केशरचना, नखांची पद्धत आणि त्यांना लावलेला रंग यांवरून तुमच्याविषयी बरीचशी माहिती समजत असते. तुमच्या व्यक्तिमत्त्वाची झलक त्यातून दिसत असते. तुमच्या शरीराला किती योग्य प्रकारचे खाद्य तुम्ही पुरवत आहात आणि एकूणच तुमचे सर्वांगीण आरोग्य कसे आहे ते या दोन्ही गोष्टींवरून प्रतीत होत असते.

डोक्यात कोंडा झाला, केसांच्या समस्या सुरू झाल्या किंवा नखांच्या बाबतीत काही त्रास सुरू झाले की, बहुतांश लोक आपल्या केशरचनाकाराला किंवा सौंदर्यतज्ज्ञाला त्याविषयी सल्ला विचारतात. केशरचनेसाठी तुम्ही दर महिन्यात तुमच्या केशरचनाकाराकडे जात असता. दर आठवड्याला नखांची काळजीही घ्यावीच लागते. परंतु तुम्ही आपल्या डॉक्टरांकडे कधी जाता? वर्षातून जेमतेम एकदा किंवा दोनदा. तुमचे केस सुंदर दिसावेत आणि नखेही छान दिसावीत यासाठी हे त्या-त्या क्षेत्रातील तज्ज्ञ नक्कीच काम करत असतात, परंतु नखे किंवा केस तुमच्या त्वचेतून उगवून बाहेर आले की मग ते त्यांच्यावर काम करतात. तुमच्या नखांवर आणि केसांवर दुष्परिणाम करू शकणाऱ्या आहारजन्य कमतरता एक त्वचारोगतज्ज्ञ म्हणून मला माहिती आहेत. काही वेळा पोषक द्रव्यातील असंतुलनामुळेही असे दुष्परिणाम होऊ शकतात. त्यामुळेच तुमचे केस आणि नखे बळकट, चमकदार आणि आरोग्यपूर्ण बनावीत आणि त्यांची चांगली वाढ व्हावी, यासाठी तुम्ही कोणता आहार घ्यावा याविषयी मी तुम्हाला सल्ला देऊ शकते. तुमची नखे लवकरात लवकर बळकट बनावीत यासाठी कोणता आहार घ्यावा हे मी तुम्हाला सांगू शकते. सध्या मात्र मी केसांकडे वळणार आहे.

## केस : तुमच्या डोक्यावरचा महत्त्वाचा भाग

तुम्ही योग्य आहार घेत नसाल तर तुमचे केस राठ, कोरडे आणि पातळ बनतील. खरेतर केस पातळ झाल्याची समस्या घेऊन माझ्याकडे अनेक रुग्ण येतात. परंतु केस बळकट करण्यासाठी काय खावे आणि काय लावावे याविषयी माहिती घेण्यापूर्वी आपण केस म्हणजे काय आणि ते कसे वाढतात याची माहिती घेऊ या.

## आपल्या अंगावर केस का असतात?

आपल्यासारख्या मर्त्य मानवाला परिपूर्ण, देखण्या देवतेहून भिन्न ठरवतात ते केस. केस कसे दिसतात ही दुय्यम गोष्ट आहे. मुळात ते कसे असतात ही महत्त्वपूर्ण गोष्ट आहे. अंगावर केस असण्याची विविध जैवशास्त्रीय कारणे असतात.

**तापमान नियंत्रण :** आपल्या शरीरावरचे आणि विशेषत: डोक्यावरचे केस उष्णता शोषून घेऊन शरीराचे तापमान नियंत्रित ठेवतात.

**संवेदन क्षमता :** केस हे मज्जातंतूंच्या टोकांशी जोडलेले असतात. त्यामुळे स्पर्शज्ञानाला ते मदत करतात.

**लैंगिक वाढीचे लक्षण :** वयात येण्याच्या काळात अँड्रोजेन या हार्मोनच्या पातळीत वाढ होते. त्यामुळे बगलेत आणि जननेंद्रियांवर केस येतात. पुरुषांमध्ये तोंडावर आणि छातीवरही केस येतात. जननेंद्रियांवरच्या नाजूक त्वचेच्या रक्षणाबरोबरच या केसांमुळे आपल्या लैंगिक परिपक्वतेचे निर्देशनही केले जाते असे शास्त्रज्ञांना वाटते. एखादी स्त्री वयात आली आहे हेसुद्धा याच लक्षणांवरून समजू शकते. काखेत आणि जननेंद्रियांवर मोठ्या प्रमाणात केस असल्यामुळे घामाचे बाष्पीभवन होण्यासाठी मोठा पृष्ठभाग उपलब्ध होतो. याशिवाय स्त्री-पुरुष मीलनामध्ये महत्त्वपूर्ण भूमिका बजावणारे नैसर्गिक गंधही शरीरातून बाहेर पडतात. सौंदर्य आणि प्रेम यांचे निदर्शक म्हणूनही हा गंध बाहेर पडतो असे मानले जाते. मात्र यासाठी अद्याप वैद्यकीय पुरावा उपलब्ध झालेला नाही. आपली शरीरे कशा प्रकारे हे गंध स्वीकारतात त्यावर हे अवलंबून असते.

**दिसणे आणि ओळख :** डोळे बंद करा आणि कोणत्याही प्रकारच्या विशिष्ट सामाजिक गटाचा विचार करा. लष्करातील पुरुष, संन्यासी, गिर्यारोहक, नर्तक-नर्तिका इ. गट लक्षात घ्या. त्या-त्या गटाच्या केशरचना तुमच्या लक्षात येतील, हे मी तुम्हाला पैजेवर सांगू शकेन. (जटा, बुचडे, मिलिटरी कट इ) म्हणजेच एकाच गटाच्या लोकांच्या केशरचना एकसारख्या असतात, हे यावरून आपल्याला दिसून येते. एका विशिष्ट सामाजिक गटाची ओळख आपल्या केसांवरून पटत असते. गर्दीतही आपल्या केशरचनेवरून आपण ओळखले जातो. म्हणजेच आपली केशरचना आपली ओळख सांगते.

## केस म्हणजे तरी काय?

तुम्ही आपल्या केसांना कांद्याच्या पातीसारखे समजा. तुम्ही फक्त हिरवी पात

खाता. परंतु कांदा मात्र जमिनीखाली असतो. त्याचप्रमाणे तुमचे केस त्वचेच्या बाहेर उगवतात. मात्र त्वचेखाली बऱ्याच गोष्टी घडत असतात. तुमच्या त्वचेत खोलवर म्हणजे अगदी सबक्युटॅनियस थराच्या किंवा चरबीच्या थराच्याही खाली केस तयार करणारी यंत्रे कार्यरत असतात. त्यांना केसांची मुळे असे म्हणतात. त्यांच्याभोवती रक्तवाहिन्यांचे जाळे पसरलेले असते. त्यांच्यातून त्यांना पोषक द्रव्ये मिळत असतात आणि त्यामुळेच केरॅटिनची निर्मिती होते. सर्व केरॅटिन या मुळांमधून बाहेर पडते आणि डोक्याच्या त्वचेच्या छिद्रातून बाहेर पडते. त्याच्यातून केस बनतात.

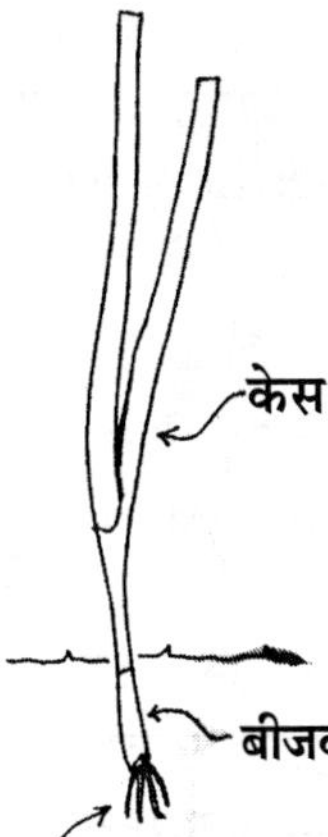


केरॅटिनच्या कित्येक थरांनी केस बनतात. माशाच्या अंगावरच्या खवल्यांप्रमाणे हे असते. सर्वांत बाहेरच्या थराला 'क्युटिकल' म्हणतात. तुमचे केस निरोगी आणि खराब झालेले नसतील तर क्युटिकल नरम, चमकदार आणि बळकट असते, कारण केरॅटिनचे थर एकमेकांवर एक व्यवस्थित बसलेले असतात. परंतु केस खराब झाले असतील (उदा. रासायनिक प्रक्रिया किंवा उष्णतेच्या साहाय्याने स्टाइल केल्यामुळे) तर क्युटिकल जीर्ण बनते आणि खालच्या थरातील केरॅटिनमधून निघून जाते. हे घडल्यावर त्या व्यक्तीचे केस एकावर एक सपाट बसत नाहीत. कारण तुमचे केस कुरळे बनतात आणि सारखे विसकटले जातात.

## माझे केस कुरळे आणि माझ्या बहिणीचे केस एकदम सरळ का आहेत?

तुमच्या केसांच्या मुळाशी असलेल्या बीजकोशावर तुमच्या केसांचा पोत आणि आकार अवलंबून असतो. त्या अर्थाने बीजकोश म्हणजे छोट्या आकाराचे साचे असतात. त्यांच्या विविध आकारांनुसार केसांना विविध आकार प्राप्त होत असतात. त्यानुसार तुमचे केस लांब, कुरळे वगैरे प्रकारचे बनतात. मोठ्या रुंद बीजकोशामधून जाड केस बाहेर पडतात. छोट्या बीजकोशामधून पातळ केस बाहेर पडतात. बीजकोशाचे छिद्र गोलाकार असेल तर त्याच्यातून बाहेर पडणारे केस सरळ असतात. जर ते छिद्र लंबवर्तुळाकार असेल तर केस लाटालाटांसारखे दिसतात. जर ते चपटे असेल तर केस कुरळे बनतात. तुमच्या केसांच्या बीजकोशांचा

आकार कित्येक घटकांवर अवलंबून असतो. त्यामध्ये आनुवंशिकता, हार्मोन्स आणि शरीरात होणारे इतर रासायनिक बदल यांचा समावेश असतो. याचाच अर्थ तुमच्या बीजकोशाचा आकार आणि म्हणूनच तुमच्या केसांचा पोत वेळोवेळी बदलत राहतो. वयात येताना किंवा गर्भारपणी तो बदलतो. तसेच केमोथेरपीसारख्या औषधोपचारांच्या वेळीही तो बदलतो. उदा. बीजकोशाचा आकार निश्चित असल्यामुळे त्याच्यातून बाहेर पडणाऱ्या केसांचा आकारही निश्चित असतो. अत्यंत बळकट असलेल्या सल्फर बंधांच्या साहाय्याने केसांचा आकार तसाच राखला जातो. फक्त कृत्रिमरीत्या केस कुरळे करण्याच्या रसायनांनी किंवा रिलॅक्सिंग द्रवांच्या साहाय्याने तो मोडता येतो. याशिवाय केसांमध्ये दुर्बल हायड्रोजन बंधही असतात. ते उष्णतेमुळे तात्पुरत्या स्वरूपात मोडले जातात. म्हणूनच ब्लो ड्रायर्स, फ्लॅट आयर्न्स आणि कर्लिंग आयर्न्स यांच्या साहाय्याने हायड्रोजन बंध मोडून केसांना आकार देता येतो. मात्र केस ओले झाले रे झाले की लगेच ते बंध पुन्हा निर्माण होतात.

**तुम्हाला माहीत आहे का?**

केसांच्या बीजकोशांमध्ये दोन प्रकारची रंगद्रव्ये असतात. एक काळे, तपकिरी-काळे रंगद्रव्य असते, त्याला 'यूमेलॅनिन' म्हणतात. दुसरे फिक्या लालसर रंगाचे रंगद्रव्य असते, त्याला 'फिओमेलॅनिन' म्हणतात. ज्यांचे केस काळे किंवा तपकिरी असतात त्यांच्यामध्ये अधिक प्रमाणात यूमेलॅनिन असते आणि लालसर रंगाचे केस असणाऱ्यांमध्ये फिओमेलॅनिन अधिक प्रमाणात असते. पिंगट, तपकिरी रंगाचे केस असणाऱ्या लोकांमध्ये दोन्ही रंगद्रव्ये कमी प्रमाणात असतात. करड्या रंगाचे केस असतील तर अत्यल्प प्रमाणात रंगद्रव्य असते आणि पांढऱ्या केसांच्या लोकांमध्ये रंगद्रव्य अजिबातच नसते.

## कालौघात अनेक प्रकारे तुमचे केस बदलत राहतात

सर्वसामान्यपणे व्यक्तींच्या डोक्यात सरासरी एक लाख बीजकोश असतात. एकाच वेळी सर्वच बीजकोश सक्रियतेने केसांची वाढ घडवून आणत नाहीत. आपले केस वाढीच्या एका चक्रातून जात असतात. बीजकोश कित्येक वर्षे सक्रिय

राहतात. नंतर केस गळू लागतात आणि थोड्या काळापुरती बीजकोश विश्रांती घेतात. त्यानंतर पुन्हा एकदा बीजकोश केस वाढवू लागतात. कोणत्याही वेळी तुमच्या डोक्यातील काही केस गळण्याच्या मार्गावर असतात आणि बीजकोश विश्रांती घेण्याच्या मार्गावर असतात. खरेतर रोज ५० ते १०० केस गळत असतात. केस गळतीची ही सर्वसामान्य व्याप्ती आहे. तुम्ही रोज शाम्पू वापरला नाही किंवा केस विंचरले नाहीत, तर हे सुटे झालेले केस एकत्र येतात आणि दुसऱ्या दिवशी तुम्ही शॉवर घेतला की, अधिक प्रमाणात केस गेल्याचे तुमच्या नजरेस पडते. (परंतु त्याची काहीही काळजीच करू नका, त्यामुळे तुम्हाला टक्कल पडणार नाही.) या सर्वांच्या डोक्यावर सर्वसाधारणपणे तेवढ्याच संख्येने बीजकोश असले तरी एका वेळी किती बीजकोश सक्रिय आहेत त्यावर केस पातळ की जाड आहेत ते अवलंबून असते. सक्रियपणे केस निर्मिती करणाऱ्या बीजकोशाच्या संख्येत कालांतराने घट होते. (पुरुषांना याचा अधिक फटका बसतो. ते पन्नाशीत पोचेपर्यंत त्यांच्या डोक्यावरील जेमतेम २५० ते ३०० बीजकोशच सक्रिय राहतात.) म्हणूनच वाढत्या वयाबरोबर केस पातळ झाल्याचे बहुतेकांच्या लक्षात येते. केसांच्या वाढीमध्ये हार्मोन्सचा वाटा महत्त्वपूर्ण असतो. स्त्रियांमधील इस्ट्रोजेन या हार्मोनमुळे केशचक्रातील वाढीची अवस्था वाढते. बीजकोश विश्रांतीच्या अवस्थेत जाण्याआधी केसांची लांबी वाढते. म्हणूनच गर्भारपणाच्या काळात बहुतांश स्त्रियांचे केस आणि नखे गतीने वाढल्याचे दिसते. कारण त्या वेळी इस्ट्रोजेनच्या प्रमाणात वाढ झालेली असते. याउलट रजोनिवृत्तीच्या काळात केस गळतात, कारण इस्ट्रोजेनची पातळी कमी होते. याशिवाय शरीरातील हार्मोन्सच्या पातळीत मोठे बदल घडले, तरीही केसांवर त्यांचा परिणाम दिसतो. डोक्याच्या त्वचेचे केस अँड्रोजेन या पुरुषी हार्मोन्सच्या बाबतीत अधिक संवेदनक्षम असतात. हा हार्मोन स्त्रिया आणि पुरुष या दोघांमध्येही असतो. मात्र त्याचे दोघांमधील प्रमाण भिन्न असते. अँड्रोजेनमुळे केस पातळ होतात आणि बीजकोश आक्रसतात. म्हणूनच काही पुरुषांना टक्कल पडते. परंतु स्त्रियांना सहसा कधीच टक्कल पडत नाही. थायरॉइड ग्रंथीच्या स्थितीचाही केसांच्या वाढीवर परिणाम होतो. थायरॉइड जर अतिसक्रिय असेल तर केसांची वाढ अतिजलद गतीने होते आणि केसही अधिक प्रमाणात तयार होतात. मात्र थायरॉइडचे कार्य मंद गतीने सुरू असेल तर केस पातळ होतात आणि गळू लागतात. खरेतर थायरॉइडच्या मंदावलेल्या कार्याचे लक्षण भुवयांच्या केसांवरून स्पष्ट होते. यामध्ये भुवयांचा बाहेरचा अर्धा भाग पातळ होतो किंवा केस पूर्णपणे गळून जातात.

कालांतराने केस पातळ होण्याच्या नैसर्गिक बाबींखेरीज काही आजारांमुळे (थायरॉइडचे आजार किंवा लोहाची कमतरता म्हणजेच रक्तक्षय किंवा ॲनेमिया)

आणि औषधांमुळेही केस गळू लागतात. याशिवाय गंभीर आजार, इस्पितळात दाखल व्हायला लागणे किंवा सर्वसाधारण भूल देऊन करण्यात आलेली शस्त्रक्रिया, तसेच लक्षणीय भावनिक किंवा मानसिक तणाव यांमुळेही अचानकच केस गळतात. या स्थितीला 'टेलोजेन एफ्फ्ल्युव्हियम' म्हणतात. यामध्ये केसांच्या बीजकोशांचे कार्य अचानकच थांबते आणि त्या विश्रांतीच्या स्थितीत जातात. जणू काही तुमच्या शरीराने सर्व अनावश्यक कार्ये झटकन बंद करून टाकलेली असतात आणि त्या विशिष्ट तणावाशी किंवा आजाराशी लढा देण्यासाठी शरीरातील सर्व ऊर्जा ते साठवून ठेवत असते. तुम्ही आजारातून बरे होता त्या वेळी लगेच केसांची वाढ सुरू होते ही यातील चांगली बातमी आहे. नवीन वाढ झाल्याचे लक्षात येण्यासाठी सुमारे तीन ते चार महिन्यांचा कालावधी मात्र उलटून जावा लागतो. तुमच्या केसांचे स्वरूप आणि स्पर्श यांमध्ये आहाराची भूमिका महत्त्वपूर्ण ठरते. तुम्ही योग्य पोषणद्रव्ये असलेला आहार घेतलेला नसेल, तर (उदा. सडपातळ होण्यासाठी तुम्ही एकच अन्नपदार्थ घेत असाल आणि फळे आणि भाज्या खात नसाल तर) केस पातळ होऊ लागतात आणि त्यांचा रंगही फिका होऊ लागतो. याशिवाय बीजकोश सहजगत्या फाटतात आणि वर उचलले जातात. त्यामुळे केसांचा पोत मऊऐवजी खरखरीत बनतो आणि टोकेही दुभंगतात. शरीराला आवश्यक असलेली पोषणद्रव्ये तुम्ही अजिबातच पुरवत नसाल, तर तुमचे शरीर केसांची निर्मिती पूर्णपणे थांबवते आणि इतर महत्त्वपूर्ण कार्यांसाठी ऊर्जेची बचत करते. यात शरीरभर रक्तपुरवठा करणे आणि मेंदूच्या पेशींची निर्मिती करणे यांसारख्या कार्यांचा समावेश असतो. कुपोषण किंवा अत्यंत हीन दर्जाच्या आहारामुळेही केस गळतात. ज्या रुग्णांना रक्तक्षय असतो, त्यांच्या बाबतीत हे घडत असल्याचे मला दिसून आले आहे. विशेषत: लोहाची कमतरता असल्यामुळे झालेल्या रक्तक्षयात हे दिसते. एक तर अतिखादाड व्यक्ती किंवा अजिबात न खाता किंवा अल्प खाणारे म्हणजेच 'क्रॅश डाएटर्स' यांच्यामध्ये असा प्रकार आढळतो. तुम्ही उत्तम दर्जाचा आणि पोषणमूल्ये असलेला आहार घेऊनही अचानकच गंभीर केसगळती झाल्याचे किंवा काही ठिकाणी पूर्ण टक्कल निर्माण झाल्याचे लक्षात आले तर तातडीने त्वचारोगतज्ज्ञाची भेट घ्या. तुमच्या डोक्याच्या त्वचेचे परीक्षण करून डॉक्टर केसगळतीचे अंतर्गत कारण नष्ट करतील.

## सुंदर, तजेलदार केसांसाठी काय खावे?

तुमच्या डोक्यातून उगवणारे केस मृत असले तरीही केस ज्याच्यातून उगवतात,

तो बीजकोशाचा भाग जिवंत असतो. तुम्ही समतोल आहार घेतला नाही आणि त्यामुळे बीजकोशाला आवश्यक असलेली पोषणद्रव्ये मिळाली नाहीत तर तुमच्या केसांना त्याची किंमत चुकवावी लागते. केसगळती किंवा खराब, खरखरीत केसांची काळजी घेण्यासाठी बाजारात काही उत्पादने आहेत. मात्र खालील प्रकारचा आहार तुम्ही घेतला तर अधिक तरुण आणि तजेलदार, सुंदर केस तुम्हाला मिळतील.

## बळकट केसांसाठी...

**सिस्टिनचे उच्च प्रमाण असलेले अन्न खा :** बहुतांश प्रथिने विविध प्रकारच्या ॲमिनो आम्लांपासून बनलेली असतात. मात्र फक्त सिस्टिन या एकाच ॲमिनो आम्लापासून बनणारे केरॅटिन हे एकमेव प्रथिन आहे. सिस्टिनचे रेणू घट्ट बंधाने एकत्रित जोडले गेलेले असतात. त्याला 'डायसल्फाइड बाँड' म्हणतात. त्यामुळे केसांना मजबुती मिळते. म्हणून सिस्टिन खाल्ल्याने आपले केस बळकट होण्यास मदत होते. खालील प्रकारच्या अन्नात मोठ्या प्रमाणात सिस्टिन आढळते.

- डुकराचे मांस
- दुग्धजन्य पदार्थ
- ओट्स
- कांदे
- लाल मिरी
- कोंबडी
- ब्रोकोली
- गव्हांकुर
- ब्रसेल्स स्प्राउट्स
- लसूण
- अंड्यातील बलक

### तुम्हाला माहीत आहे का?

ॲसिटाल्डीहाइडचे बंध तोडण्यास मदत करत असल्यामुळे दारू प्यायल्यानंतर येणाऱ्या 'हँग ओव्हर'वर सिस्टिनमुळे आराम मिळतो, असे काही लोकांचे म्हणणे आहे. ॲसिटाल्डीहाइड हे अल्कोहोलचे उपउत्पादन आहे. म्हणूनच कच्च्या अंड्याचे बलक खाणे हा हँगओव्हरवरचा उपचार ठरतो. दुर्दैवाने यासाठी वैज्ञानिक पुरावा उपलब्ध झालेला नाही.

**सिलिकॉन खा :** सिलिकॉन हे नैसर्गिकरीत्या मातीत आढळणारे मूलद्रव्य आहे.

हाडांच्या आरोग्यपूर्ण वाढीसाठी ते आवश्यक असते. (खराब ओठ चांगले करण्यासाठी किंवा स्तनप्रत्यारोपणासाठी वापरले जाणारे हे सिलिकॉन नव्हे, हे इथे लक्षात ठेवा.) सिलिकॉन पूरके घेणाऱ्या लोकांच्या हाडांची घनता उत्तम असते असे संशोधनांती सिद्ध झाले आहे. याशिवाय साहजिकच त्यांना ऑस्टिओपोरोसिसचा त्रास कमी होतो आणि त्यांची नखे, केस अधिक बळकट असतात. एका संशोधनाच्या दरम्यान, ज्या लोकांनी वीस आठवडे सिलिकॉन पूरक घेतले, त्यांचे केस आणि नखे लक्षणीयरीत्या बळकट बनल्याचे आढळून आले होते.

कित्येक प्रकारच्या अन्नामध्ये सिलिकॉन आढळते. कोंड्यासह असलेले पीठ आणि सालपटांसह वापरात आणली गेलेली धान्ये यांमध्ये मोठ्या प्रमाणात सिलिकॉन असते. खरेतर आशियाई किंवा भारतीय आहारात पाश्चात्त्य पद्धतीच्या आहारापेक्षा कितीतरी अधिक प्रमाणात सिलिकॉन असते. या भागात धान्यावर अधिक भर दिला जातो आणि दुग्धजन्य पदार्थ कमी प्रमाणात घेतले जातात. (आशियाई आणि भारतीय लोकांचे केस छान, लांब असतात आणि त्यांच्या कमरेची हाडे मोडण्याचे प्रमाणही कमी असते, ही गोष्ट या दृष्टीने महत्त्वाची नाही का?)

यूएसडीएने रोज किती प्रमाणात सिलिकॉन घ्यावे याविषयी कोणतीही शिफारस केलेली नसली, तरी अभ्यासामधून असे स्पष्ट झाले आहे की, रोज १० मि.ग्रॅ. सिलिकॉन खाल्ल्यास, त्यामुळे केस आणि नखे बळकट होतात. सिलिकॉनने समृद्ध असलेले अन्न पुढे दिले आहे.

- ग्रीन बीन्स : सिलिकॉनने समृद्ध असलेले आणि कमीत कमी उष्मांक असलेले अन्न आहे. जर शक्य झाले तर सेंद्रिय बीन्सचा वापर करा. त्यांच्यामध्ये मातीतून अधिक प्रमाणात आलेले सिलिकॉन असते.
- सालपटांसह किंवा कोंड्यासह धान्ये, पिठे आणि अन्नधान्ये. (ओट्स, बार्ली, हातसडीचा तांदूळ)
- पालक
- मसूर
- मिनरल वॉटर
- कॉफी (मिनरल वॉटरमध्ये तयार केलेली)
- बिअर (स्त्रियांपेक्षा पुरुष अधिक प्रमाणात सिलिकॉन घेतात, त्याचे हे एक कारण आहे!)

विशेष सूचना : केळ्यांमध्येही सिलिकॉनचे उच्च प्रमाण असते. परंतु फक्त थोडासाच भाग आतड्यांच्या द्वारे शोषला जातो. त्यामुळे तुमच्या केसांसाठी आणि नखांसाठीही थोडाच भाग उपलब्ध होतो.

## डॉ. वू यांच्या फाइलमधून

**रुग्ण :** निकोल सुविव्हान - अभिनेत्री, विनोदी अभिनेत्री
**त्वचेविषयीची तक्रार :** सिस्टिक ॲकिन

**निकोलच्या शब्दात :** सन २००६मध्ये जेसन पॅकहॅम या अभिनेत्याशी मी लग्न करणार होते आणि मला लग्नापूर्वी वजन उतरवायचे होते. त्यासाठी मी कित्येक प्रकारचे वेडपट प्रकार केले. उपवास केले, कार्बोहायड्रेट्स अजिबात नसलेला आहार घेतला. काही वेळा तर मी काही खाल्लेले नसे. जेवणात पिझ्झाचा फक्त एक तुकडा खाऊन त्यानंतर दिवसभर काहीही खात नसे. मला फक्त वजन घटवायचे होते. असेच काही महिने गेले. त्या काळात मी भाज्यांकडे ढुंकूनही पाहिले नव्हते. (कारण भाज्यांमध्येही कार्बोहायड्रेट्स असतातच की!) मात्र या सगळ्या वेडाचारामुळे माझी त्वचा खराब झाली. माझी त्वचा अत्यंत सुंदर आणि मुलायम होती. आता माझ्या चेहऱ्यावर मुरुमे आली. मी घाबरून गेले. लग्नानंतर मी जेव्हा व्यवस्थित आहार घेऊ लागले त्या वेळीच माझी त्वचा पुन्हा पहिल्यासारखी बनली आणि माझ्या नियंत्रणाखाली राहिली. माझ्या दुसऱ्या मुलाच्या जन्मानंतर काही महिन्यांनी ऑगस्ट २००९मध्ये मी पुन्हा एकदा सडपातळ होण्यासाठी सिद्ध झाले. मात्र या वेळी मला योग्य प्रकारे बारीक व्हायचे होते. त्यामुळे मी जेनी क्रेगची प्रवक्ती म्हणून काम करू लागले आणि माझ्यासाठी योग्य कार्यक्रम निवडला. मला तो कार्यक्रम आवडला. चार महिन्यांत माझे ३५ पौंडांनी वजन कमी झाले. त्या वेळी मला काही युक्त्या शिकता आल्या. एक औंस मांस म्हणजे लिपस्टिकच्या ट्यूबमध्ये मावेल एवढे मांस, तीन औंस म्हणजे तुमच्या तळहातावर राहील एवढे मांस. आता मी वजन कायम राखण्याच्या पातळीवर आहे. आई म्हणून मुलांकडे लक्ष देण्यास मी प्रथम प्राधान्य देत आहे. परंतु दुसऱ्या क्रमांकावर जी बाब आहे ती म्हणजे स्वत:कडे लक्ष पुरवणे आहे. काही वेळा माझी मुले खातात त्या आहाराला मी स्पर्शही करत नाही. त्यात मॅक्डोनाल्डच्या चीजयुक्त आहाराचा समावेश असतो. मात्र एक कुटुंब म्हणून आम्ही रात्रीचे जेवण एकत्र करतो आणि त्यासाठी मी आरोग्यदायी स्वयंपाक बनवते. याशिवाय कधीकधी बाहेर जाऊन मी चांगले अन्नही विकत आणते. त्यात थोडेसे महागडे असले तरीही सेंद्रिय मांस आणि इतर

पदार्थांचा समावेश असतो. कच्चे बदाम आणि ग्रीन बीन्स हा माझा आवडता नाश्ता आहे. (जवळजवळ रोजच मी तो करते) कॅमेऱ्यासमोर जाण्याआधी मी दुप्पट पाणी पिते.
**डॉ. वू यांचे निदान :** निकोलचे केस एवढे सुंदर, पिंगट रंगाचे आणि लांबसडक आहेत, त्याचे एक कारण म्हणजे ती कित्येक ग्रीन बीन्स खाते. त्यांच्यात सिलिकॉनचे मोठेच प्रमाण असते. या नैसर्गिक मूलद्रव्यामुळे तुमचे केस चमकदार आणि आरोग्यपूर्ण बनतात. ग्रीन बीन्स बनवताना त्याची चव ती आणखी छान कशी बनवते, ते मी पुढे देणारच आहे. ती बदामाचा नाश्ता करते ही तर खूपच चांगली गोष्ट आहे. कारण बदाम हे प्रथिनांचा उत्तम स्रोत आहेत. त्यामुळे केस पांढरे होणे दूर राहते. आता ती अधिक खाऊ लागली आहे. तिची मुरुमे आता गेली आहेत आणि त्वचा स्वच्छ दिसू लागली आहे. आपल्याला परवडेल तेवढ्या अधिकाधिक चांगल्या अन्नाची निवड ती करत आहे हीसुद्धा चांगली गोष्ट आहे. स्वस्त मिळणारे अन्न नेहमीच आरोग्यदायी नसते ही एक दुःखद; परंतु खरी गोष्ट आहे.

## जाड केसांसाठी

**लोहयुक्त आणि जस्तयुक्त आहार घ्या :** लाल मांसात जस्त आणि लोह या दोहोंचे मोठेच प्रमाण असल्यामुळे मांसाहारी व्यक्तींच्या तुलनेत शाकाहारी लोकांच्या शरीरात या दोन्ही अन्नघटकांचे प्रमाण कमी आढळते यात काहीच आश्चर्य नाही. काही लोक अयोग्य प्रमाणात द्विदल पदार्थ आणि सालासकट धान्ये खातात, त्यांच्या शरीरांतही या घटकांचे प्रमाण कमी आढळते. खरेतर न आंबवलेला सोया (सोया मिल्क, टोफू), हातसडीचा तांदूळ, मका आणि गव्हाचा कोंडा यांमध्ये फायटेट नावाचे संयुग असते. लोह आणि जस्त याचे रक्तात शोषण करण्याच्या प्रक्रियेत त्यामुळे अडथळा निर्माण होतो. त्यामुळे रक्तातील खनिज द्रव्यांचा साठा कमी होतो. मग आता याचा नेमका काय परिणाम होतो? लोह आणि जस्त यांचे प्रमाण कमी झाले की, त्याचा केसांच्या वाढीवर परिणाम होतो. विशेषतः स्त्रियांमध्ये हे घडते.

केरॅटिनच्या निर्मितीसाठी जस्त हा आवश्यक घटक आहे. तो केसांचा मूळ घटक आहे. त्यामुळे कमी प्रमाणात जस्त असलेल्या लोकांचे केस सूक्ष्म, विरळ असतात किंवा त्यांच्या केसांची गळतीही सुरू झालेली असते. दरम्यान लोहाच्या कमतरतेमुळे रक्तक्षय होतो आणि त्यामुळेही केस पातळ होऊ लागतात. अगदी

इतर वेळी निरोगी दिसणाऱ्या स्त्रीचे केसही अशा प्रकारे पातळ होऊ लागतात. याशिवाय केसगळतीचा आनुवंशिक गुणधर्म असलेल्या (अँड्रोजेनेटिक ॲलोपेशिया) आणि 'ॲलोपेशिया ॲरिटा' असलेल्या (यामध्ये केसांच्या बीजकोशावर रोगप्रतिकारक शक्तीकडूनच हल्ला केला जातो) स्त्रियांच्या रक्तात, केसगळती न होणाऱ्या स्त्रियांच्या रक्तातील प्रमाणापेक्षा लोहाची लक्षणीय कमतरता असल्याचे आढळते.

## केसगळती होत असलेल्या लोकांसाठी केशरचनेच्या क्लृप्त्या

केसगळती ही सर्वसामान्य समस्या आहे. ती फक्त पुरुषांमध्येच आढळून येत नाही. माझ्या कित्येक महिला रुग्णांनाही केसगळतीचा त्रास असतो. काही लोकांमध्ये हा आनुवंशिक गुणधर्म असतो. परंतु इतरांमध्ये हार्मोन्समधील असंतुलन, पोषणद्रव्यांची कमतरता, आजारपण, तीव्र तणाव किंवा काही औषधांचे दुष्परिणाम यामुळे केस गळू लागतात. दुर्दैवाने केसगळतीवर कोणताही चमत्कारसदृश उपाय नाही. यासाठी केसांना चांगला मसाज करा आणि आहेत ते कसे टिकवून ठेवता येतील याचा विचार करा. तुमच्या केसांच्या बटा आधीपेक्षा अधिक विरळ भासू लागल्या असतील तर खालील क्लृप्त्या वापरून पहा.

**योग्य केशरचना करा :** केस टप्प्याटप्प्याने कमी कमी कापल्याने दाट वाटू शकतात. नियमितपणे दुभंगलेली टोके कापा आणि योग्य प्रकारे चेहऱ्याला शोभेशी रचना करा.

**घट्ट पोनीटेल आणि हेअरबँड्स बांधू नका :** तुमच्या केसांना सातत्याने चिकटून राहिलेल्या अशा प्रकारच्या गोष्टींमुळे केस मुळासकट उपटून बाहेर येण्याची शक्यता अधिक असते.

**उष्णतेच्या साहाय्याने केल्या जाणाऱ्या केशरचना मर्यादित प्रमाणात करा :** ब्लो डाइंगमुळे तुमच्या केसातील पाणी अक्षरश: उकळले जाते. त्यामुळे केसांत बुडबुडे तयार होतात आणि केस कमकुवत बनून सहजपणे तुटतात. केस तुटणे कमी करण्यासाठी पंचाने हळुवारपणे केस प्रथम पुसून काढा. त्यानंतर तुमचा हेअर ड्रायर सर्वांत कमी सेटिंगवर ठेवा आणि केस वाळवून घ्या. केसांना रंग देणे आणि रासायनिक प्रक्रिया करणे यांमुळेही केस कमकुवत बनतात. त्यामुळे एकदा या प्रक्रिया केल्यावर शक्य तितका काळ लांबवून मगच त्या पुन्हा करून घ्या.

**केसांसाठी मिळणारी विविध उत्पादने क्वचितच वापरा :** जेल्स,

लिव्ह इन कंडिशनर्स यांमुळे केसांवर आणखी एक थर चढून केस दाट दिसू लागतात. परंतु तुम्ही त्यांचा अधिक प्रमाणात वापर केला तर तुमचे केस चपटे बनून जातात. त्यामुळे ही उत्पादने शक्यतो कमी प्रमाणात वापरा.

अद्यापही ज्या स्त्रियांची मासिक पाळी सुरू आहे, परंतु पूर्वरजोनिवृत्तीच्या टप्प्यावर ज्या स्त्रिया पोचलेल्या आहेत अशा २५ टक्के स्त्रियांमध्ये लोहाची कमतरता असते असे अभ्यासांती स्पष्ट झाले आहे. यासाठी आहारातील लोहाचे आणि जस्ताचे प्रमाण वाढवा. चरबीविरहित मांसाचे प्रमाण वाढवा. राजमा, मसूर, शिंपल्यातील कच्चे प्राणी, डुक्कर, टर्की, कोंबडी आणि पालक यांचे प्रमाण वाढवा. तुम्ही शाकाहारी असाल तरीही तुम्ही यांपैकी काही पदार्थांचा आहारात समावेश करून मोठ्या प्रमाणात लोह आणि जस्त मिळवू शकाल. शिवाय धान्यांमध्येही हे घटक असतात. मात्र फायटेट असलेल्या भात आणि मका यांसारख्या अन्नपदार्थांसोबत हे अन्न खाणे टाळा. कारण त्यामुळे लोहाचे किंवा जस्ताचे कमी प्रमाणात रक्तात शोषण होते. अशा प्रकारे अन्न सेवन केल्यास तुम्हाला लोहाच्या किंवा जस्ताच्या गोळ्यांची गरज भासणार नाही.

**पाऱ्याचे उच्च प्रमाण असलेले मासे टाळा :** चेहऱ्याला पोषक आहाराचा मासे हा एक महत्त्वपूर्ण भाग आहे. कारण मासे हे प्रथिने आणि ओमेगा-३चे मोठेच स्रोत असतात. शिवाय त्यांच्यात मोठ्या प्रमाणात फॅटी आम्लेही असतात. मात्र नैसर्गिकरीत्याच त्यांच्यामध्ये संपृक्त चरबीचे प्रमाण कमी असते. मात्र काही माशांमध्ये पाऱ्याचे मोठे प्रमाण असते. ते रक्तप्रवाहात साचून राहू शकते आणि जास्त प्रमाणात साचल्यावर पाऱ्यामुळे होणारी विषबाधाही होऊ शकते. तुमच्या आरोग्याला ते घातक ठरते, त्याप्रमाणेच पाऱ्याचे अधिक प्रमाण केसांसाठीही हानिकारक ठरते. खरेतर खूपच अधिक प्रमाणातील पारा प्राणघातकही ठरू शकतो. यामुळे होणारी विषबाधा हा क्वचितच आढळणारा प्रकार असला तरीही मी अनेकदा तो प्रकार पाहिला आहे. लॉस एंजेलिसमधील काही पारंपरिक रेस्टॉरंट्समध्ये सुशी बार्स मिळतात. खरेतर माझ्या ऑफिसपासून मैलभराच्या अंतरात सुशी विकणारी आठ रेस्टॉरंट आहेत. सुशी आणि साशिमी यांमध्ये मोठ्या प्रमाणात प्रथिने असतात. ज्यांना कॅमेऱ्यासमोर सडपातळ दिसायचे असते किंवा वैयक्तिक आयुष्यातही ज्यांना बारीक व्हायचे असते अशांसाठी हे मासे खूपच उत्तम ठरतात. आठवड्यातून पाच ते सहा वेळा हे मासे खाणारे लोक गेल्या काही वर्षांत मला वरचेवर भेटू लागले आहेत. आता एवढ्या प्रमाणात मासे खाणे हा अतिरेक आहे. त्यामुळे विरळ किंवा पातळ केसांची तक्रार घेऊन ज्या वेळी माझ्याकडे रुग्ण येते

त्या वेळी मी तिच्या आहाराविषयी तिला हमखास विचारते. विशेषत: कोणत्या प्रकारचे मासे ती किती प्रमाणात खाते हे मी आवर्जून विचारते.

माशांच्या ऊतींमध्ये सातत्याने पारा साठवला जात असतो. त्यामुळे साहजिकच अन्नसाखळीतील उच्च जातींमध्ये मोठ्या प्रमाणात पारा असतो. पाऱ्याच्या विषबाधेचा धोका कमी करण्यासाठी म्हणजेच तुमचे केस विरळ होणे थांबवण्यासाठी मोठे मासे खाणे टाळा. त्यामध्ये स्वोर्डफिश, शार्क आणि किंग मॅक्रेल यांचा समावेश होतो. ट्युना मासे आवडत असतील तर तुम्ही अल्बाकोअर, अहि आणि हामाची हे मासे खाऊ शकता. मात्र ते आठवड्यातून फक्त एकदाच खा. त्या सर्व ट्युनाच्याच मोठ्या प्रजाती आहेत. त्यांच्यामध्ये पाऱ्याचे मोठेच प्रमाण असते. सुशी म्हणूनच त्या प्रजाती सहसा रेस्टॉरंट्समधून वाढल्या जातात. साशिमीमध्येही त्यांचा वापर केला जातो. 'लाइट ट्युना' ही छोट्या आकाराची प्रजाती आहे. तिच्यामध्ये कमी प्रमाणात पारा असतो आणि त्यामुळे आठवड्यातून दोनदा ती खाल्ली तरी चालते. सामन, कॅटफिश, कोळंबी, मोठ्या शिंपल्यातील प्राणी, कालव, स्क्विड, ईल, ऑक्टोपस आणि सी अर्चिन हे तुम्ही अधिक प्रमाणात खाऊ शकता.

तुमचे केस पातळ होत असतील आणि तुम्ही जर मोठ्या प्रमाणात मासे खात असाल (म्हणजे आठवड्यातून दोनहून अधिक वेळा) तर तुमच्या शरीरातील पाऱ्याची पातळी तपासण्याची आवश्यकता आहे का ते तुमच्या डॉक्टरांना विचारा. रक्ताची चाचणी करून पाऱ्याचे प्रमाण समजू शकते. (तुमच्या केसात सल्फरचे मोठे प्रमाण असते, पाऱ्याशी ते संलग्न होते.) शिसे (शिशाच्या जुन्या पाइपवरून वाहणाऱ्या पाण्यात असते) आणि अर्सेनिक (जमिनीत मोठ्या प्रमाणात अर्सेनिक असलेल्या भागातील विहिरींमधील पाण्यात ते आढळते) यांसारख्या इतर जड धातूंच्या संपर्कातही तुम्ही येता. त्यांच्यामुळेही केस गळू लागतात. परंतु पाऱ्याच्या विषबाधेपेक्षा हे प्रमाण खूपच कमी आहे.

## हॅलो, डॉ. वू

**प्रश्न :** मी कॉलेजमध्ये असताना मला खूप बारीक भुवया हव्या होत्या. त्यासाठी मी खूपच मोठ्या प्रमाणात भुवया कापून घेतल्या. परंतु आता पुन्हा भुवयांचे केस उगवत नाहीत. मला पुन्हा एकदा माझ्या जाड भुवया हव्या आहेत, मी काय करू?

**उत्तर :** तुम्ही कशाची इच्छा धरता आहात याविषयी काही वेळा तुम्हाला खूपच जागरूक राहावे लागते. तुमच्या भुवयांचे झालेले नुकसान कदाचित कायमस्वरूपी

असण्याची शक्यता आहे. सातत्याने केस उपटल्यामुळे केसांची मुळे दुखावली जातात. तिथे दाहही होतो. त्यामुळे त्या ठिकाणचे केस विरळ होतात आणि सूक्ष्म बनतात हा नेहमीचा अनुभव आहे. कालांतराने तिथे केस उगवणेच थांबून जाते. तुम्हाला पुन्हा एकदा तुमच्या भुवया परत मिळू शकतील, परंतु त्यासाठी खूपच चिकाटीची आवश्यकता आहे. सध्यापुरते तुमचे केस उपटण्याचे चिमटे कुठेतरी लपवून ठेवा आणि जसे वाढत आहेत तशा प्रकारे केस वाढू द्या. काही काळ भुवया वेड्यावाकड्या वाढल्यासारख्या दिसतील. परंतु त्या तशाच वाढू द्या. त्यामुळे बीजकोशाच्या जखमा भरून येण्यास मदत होईल. तुम्ही ज्या वेळी पुन्हा एकदा केस उपटण्यास सुरुवात कराल त्या वेळी केस तुटणार नाहीत अशा प्रकारचे चिमटे वापरा आणि फक्त खालच्या भागातील केस उपटा. तुमच्या भुवयांच्या नैसर्गिक कमानीच्या वरचे केस उपटू नका. या नैसर्गिक भुवया कशा होत्या हे आता तुमच्या लक्षात नसेल, तर आयब्रो स्टेन्सिल वापरा. तुमच्या भुवयांच्या वरच्या बाजूला स्टेन्सिल धरा आणि छोट्या छोट्या सपकाऱ्यांनी आयब्रो पेन्सीलच्या साहाय्याने ती भरून टाका. मुलायम आणि नैसर्गिक भुवयांसाठी केसांपेक्षा फिक्या रंगाची पेन्सील वापरा. भुवयांचे केस वाढण्यासाठी मी लिहून दिलेल्या सोल्युशनचा उपयोग झाला असे माझ्या बऱ्याच रुग्ण सांगतात. त्यांच्या भुवया जाड आणि गडद होण्यासाठीही त्याचा फायदा झाला असेही त्या म्हणतात. आयब्रोच्या टॅटूपासून सावध रहा. कायमच असे टॅटू वापरण्याचा मोह होऊ शकतो. कित्येक वर्षांपूर्वी माझ्या आईने अशा प्रकारचा टॅटू करून घेतला होता. परंतु आता तिच्या भुवया जांभळ्या रंगाच्या बनल्या आहेत. होय. जांभळ्या रंगाच्या! टॅटूची शाई तुमच्या चेहऱ्यावर असली तरीही फिकी होऊ लागते आणि काही काळाने तिचा रंग बदलतो.

## केस पांढरे होऊ नयेत यासाठी...

**बदाम खा :** मी वैद्यकीय महाविद्यालयात असताना आम्हाला शिकवले गेले होते की, केसांच्या बीजकोशामध्ये मेलॅनिनची निर्मिती थंडावली की केस पांढरे होतात. आपल्या त्वचेला आणि केसांनाही मेलॅनिन या रंगद्रव्यामुळेच रंग प्राप्त होतो. परंतु हे विधान पूर्णपणे खरे नाही असे आधुनिक संशोधनानुसार स्पष्ट झाले आहे. एका विशिष्ट वयापर्यंत पोचल्यावर आपले बीजकोश रंगद्रव्याची निर्मिती थांबवत नाहीत. मात्र आपण बनवलेले रंगद्रव्य साठवून ठेवण्याची क्षमता ती

गमावून बसतात. आपल्याला जर आपल्या पिंगट किंवा तपकिरी केसांऐवजी पांढऱ्याशुभ्र केसांचे आकर्षण वाटत असेल तर आपल्याला हायड्रोजन पेरॉक्साइड वापरून केसांना ब्लिचिंग करावे लागते हे सर्वांनाच माहिती आहे. आपली केसांचे बीजकोशही स्वत:चे पेरॉक्साइड तयार करत असतात असे आता दिसून आले आहे. आपण तरुण असतो तेव्हा केसांचे बीजकोश मोठ्या प्रमाणात कॅटॅलेज नावाचे विकर (एन्झाइम) तयार करत असतात. त्याच्यामुळे हे नैसर्गिक पेरॉक्साइड नष्ट होते. परंतु काही काळ लोटला की आपले शरीर कमी प्रमाणात कॅटॅलेज तयार करू लागते. त्यामुळे पेरॉक्साइड आणि कॅटॅलेज यांमधील समतोल बिघडतो आणि एक भयावह चक्र तयार होते. तुम्ही पहिला पांढरा केस पाहिला की लक्षात घ्या की, या प्रक्रियेला आता गती आलेली असते. त्यानंतर अधिकाधिक पांढरे केस दिसू लागतात. नवऱ्याचे पांढरे केस उपटणाऱ्या बायकांची गोष्ट तुम्हाला माहिती आहे ना? त्यांनी एक पांढरा केस उपटला की, तिथे दोन पांढरे केस तयार होत. अर्थातच एक बीजकोश विभाजित होऊन त्यापासून दोन बीजकोश तयार होत नाहीत. त्यामुळे प्रत्यक्षात हे खरे नसले तरी एक केस पांढरा झाला की त्यानंतर अनेक केस पांढरे होऊ लागतात ही गोष्ट खरी आहे. तुम्हाला प्रत्यक्षात पांढरा केस दिसण्याआधी आणि तुम्ही प्रौढ होण्याच्याही आधीपासून ही प्रक्रिया सुरू झालेली असते असेही संशोधकांना आढळून आले आहे. केस पांढरे होऊ नयेत यासाठी उपाय शोधण्यात सध्या संशोधक गुंतलेले आहेत. (ब्लिचिंगची प्रक्रिया सुरू होण्यापूर्वीच रोखण्यासाठी त्यांचे प्रयत्न सुरू आहेत) कॅटॅलेज तयार करण्याची डोक्याच्या त्वचेच्या क्षमतेची त्यांना पुन:उभारणी करता आली तर ज्यांचे केस आधीच पांढरेशुभ्र झाले आहेत त्यांना पुन्हा त्यांचे मूळचे गडद रंगाचे, काळे किंवा पिंगट केस मिळवून देणेही सहजशक्य बनेल. तोपर्यंत तरी पांढऱ्या केसांना रोखण्याचा एक मार्ग आपल्या हातात आहे आणि तो म्हणजे तुमच्या शरीराच्या कॅटॅलेज बनवण्याच्या क्षमतेला उत्तेजन देणारा आहार घेणे. कॅटॅलेजचे प्रमाण वाढवण्याची क्षमता बदामात असते असे आढळून आले आहे. चीनमध्ये करण्यात आलेल्या संशोधनानुसार, पुरुषांच्या दैनंदिन आहारात ८४ ग्रॅम बदामांचा समावेश करण्यात आला. चार आठवड्यांनंतर ज्यांच्या आहारात बदामांचा समावेश नव्हता, त्या पुरुषांच्या तुलनेत बदाम खाणाऱ्या लोकांच्या शरीरात १० टक्क्यांनी अधिक कॅटॅलेज तयार झाल्याचे आढळून आले. हा अभ्यास धूम्रपान करणाऱ्या व्यक्तींच्या बाबतीत करण्यात आला होता. त्यामुळे धूम्रपान न करणाऱ्या व्यक्तींमध्ये आणि स्त्रियांमध्ये नेमका काय परिणाम होतो याचा अभ्यास झाला पाहिजे. आपले पांढरे केस उपटून उपटून दमून गेलेली असल्यामुळे मी रोजच बदाम खाते असे मी तुम्हाला सांगू इच्छिते.

दिवसात कधीही, कोणत्याही वेळी तुम्ही बदाम खाऊ शकता. (कारण तुमच्या खिशातून किंवा पर्समधून तुम्ही बदाम सहजपणे कुठेही नेऊ शकता) काही बदाम खूपच मोठ्या प्रमाणात खारवलेले असतात. ते टाळा आणि भाजलेले, मीठ न लावलेले बदाम घ्या. मधात भाजलेले किंवा धुरवलेले बदाम टाळा. त्यांच्यात मोठ्या प्रमाणात साखर, मीठ आणि कृत्रिम स्वाद असतो. बदाम विविध प्रकारे वापरायला मला आवडते.

- सालासकट किंवा साल काढून तयार भाजीत बदाम टाका किंवा एखाद्या भाजीसोबत बदाम खा. (ग्रीन बीन्ससारख्या एखाद्या भाजीसोबत)
- सॅलडवर बदामाचे काप पसरवा.
- ओटमीलमध्ये बदामाचे काप टाका.
- भाजलेले बदाम आणि वाळवलेल्या चेरीज किंवा क्रॅनबेरीज यांच्यासोबत घरातल्या घरात एखादा पदार्थ बनवा.

**फळे आणि भाज्या खा :** हायड्रोजन पेरॉक्साइड हा फ्री रॅडिकल्सचाच एक प्रकार आहे. आपल्या केसांच्या बीजकोशामध्ये तो तयार होतो आणि त्याच्यामुळेच केस पांढरे होतात. म्हणजेच हायड्रोजन पेरॉक्साइड हे शरीराच्या नैसर्गिक चयापचय क्रियेचे आणि अतिनील किरण, धूर आणि प्रदूषण इ. वातावरणीय तणावाचे उपउत्पादन आहे. केसांच्या बीजकोशामुळे मोठ्या प्रमाणात फ्री रॅडिकल्सची निर्मिती होते असे अलीकडेच झालेल्या अभ्यासावरून स्पष्ट झाले आहे. त्यांच्यामुळे मेलॅनोसाइट्स या रंगद्रव्य निर्मिती करणाऱ्या पेशींची हानी होते. याचाच अर्थ फ्री रॅडिकल्समुळे केस पांढरे होतात. मग या फ्री रॅडिकल्सशी कसा काय लढा द्यायचा? यासाठी मोठ्या प्रमाणात अँटिऑक्सिडंट्स खा आणि ती भरपूर प्रमाणात मिळवायची असतील तर गडद रंगाच्या भाज्या आणि फळे खा. विशेषत: बेरीज, टोमॅटो, शतावरी, पालक, मिरी, स्क्वॅश (एक प्रकारचा भोपळा) हे पदार्थ भरपूर खा.

**धूम्रपान थांबवा :** केसांच्या बीजकोशांना होणारा रक्तप्रवाह धूम्रपानामुळे रोखला जातो. त्यामुळे निरोगी केसांना आवश्यक असलेला प्राणवायू आणि इतर पोषक द्रव्ये त्यांना मिळत नाहीत. सिगरेटचा धूर दाह निर्माण करतो आणि केसांच्या बीजकोशांमध्ये चट्ट्यासारख्या ऊती निर्माण होतात. त्यामुळे केसांच्या वाढीवर दुष्परिणाम होतो. यासाठीच केश प्रत्यारोपण केल्यावर धूम्रपान करणाऱ्यांच्या जखमा भरून येणे अधिक कठीण बनते. आठवड्याला दहाहून अधिक सिगरेट ओढणाऱ्या पुरुषांना सिगरेट न ओढणाऱ्या पुरुषांच्या तुलनेत टक्कल पडण्याचे प्रमाण दुप्पट असते, असे संशोधनावरून दिसून आले आहे.

# डोक्याच्या खाजणाऱ्या, कोरड्या त्वचेसाठी किंवा कोंड्यासाठी...

**दही खा :** कोंड्याचे प्रमाण वाढेल या भीतीपोटी, खाजणारी आणि डोक्याची खवल्या-खवल्याची त्वचा असलेले लोक डोके धुण्यास घाबरतात असे मला दिसून आले आहे. डोक्याची त्वचा तुकड्या-तुकड्यांनी बनलेली असेल तर ती सहसा तेल किंवा ओलसरपणा यांच्या अभावापेक्षाही यीस्टच्या अतिवाढीमुळे तयार झालेली असते. नेहमी थोड्याफार प्रमाणात डोक्याच्या त्वचेवर यीस्टची वाढ झालेली असतेच. डोक्याच्या त्वचेच्या मृत पेशी आणि तेल यांच्यावर हे यीस्ट जगत असते. सहसा तुमच्या त्वचेवरील 'चांगले' बॅक्टेरिया या यीस्टला नियंत्रणात ठेवतात. हार्मोन्समध्ये झालेले बदल, तणाव, तैलग्रंथींची अतिवाढ यांमुळे डोक्याची त्वचा तुकडे-तुकडे पडल्यासारखी दिसते. खाज सुटते आणि डोक्याच्या त्वचेवर लालसर रंगाचे चट्टेही पडलेले दिसतात. ही सगळी सिबोऱ्हिक डरमॅटायटिसची लक्षणे आहेत. यालाच सोप्या भाषेत 'कोंडा' असे म्हणतात. याविषयी पाचव्या प्रकरणात अधिक माहिती दिली आहे. शरीराच्या केसाळ भागात यीस्टची वाढ मोठ्या प्रमाणात होत असल्यामुळे (डोक्याची त्वचा, भुवया, कानांमागे आणि पुरुषांमध्ये छातीच्या मध्यभागी) डोक्यात कोंडा झालेल्या लोकांमध्ये भुवयांच्या वरची किंवा कानांच्या मागची त्वचा तुकडे तुकडे पडल्यासारखी दिसते. यीस्ट हे तेलावर पोसले जाते, त्यामुळे केसात कोंडा झाला असेल तर तुम्ही रोजच्या रोज केस धुतले पाहिजेत. त्यामुळे अतिरिक्त तेल आणि त्वचेवरच्या मृत पेशी धुऊन निघतील आणि यीस्टची वाढही नियंत्रणात राहील.

कोंडा आणि तुकडे पडल्यासारखी दिसणारी त्वचा यांच्यापासून अतिरिक्त सुटका मिळावी म्हणून काही खाद्यपदार्थांचे सेवन करणे लाभदायक असल्याविषयी अलीकडेच संशोधन झाले आहे. या खाद्यपदार्थांत चांगल्या बॅक्टेरियांची वाढ झालेली असते. त्यात चांगल्या जिवंत बॅक्टेरियांची वाढ झालेल्या दह्याचा समावेश आहे. त्यामुळे 'चांगल्या' आणि 'वाईट' बॅक्टेरियांमध्ये समतोल राखण्यास मदत होते. यीस्टच्या अतिरिक्त वाढीवर उपचारासाठी या पदार्थांचा वापर होतो. योनीमार्गाला होणाऱ्या यीस्टच्या संसर्गावरही असे पदार्थ उपयुक्त ठरतात. कोंडा झालेल्या अनेक जणांमध्ये यीस्टची वाढही झालेली असते, त्यामुळेच खाजणाऱ्या त्वचेवर दही उपयुक्त ठरते.

अलीकडेच फ्रान्समध्ये झालेल्या एका अभ्यासात, डोक्यात कोंडा झालेल्या लोकांनी उपयुक्त बॅक्टेरिया असलेल्या पदार्थांची पूड खाल्ली. तिच्यात 'लॅक्टोबॅसिलस

पॅराकॅसे' या बॅक्टेरियांचा समावेश होता. कित्येक महिने रोजच्या रोज हे लोक ही पूड खात होते. चार आठवड्यांतच त्यांच्या डोक्यातील कोंडा लक्षणीयरीत्या कमी झाला. दोन महिन्यांनी ७५ टक्के लोकांमध्ये लक्षणीय सुधारणा दिसून आली. डोक्याची त्वचा तुकडे पडल्यासारखी दिसणे, खाजणे, लालसर दिसणे आणि तेलकटपणा ही सारी लक्षणे त्या काळात मोठ्या प्रमाणात कमी झाली होती. त्यांच्या डोक्याच्या त्वचेवर कोंडा निर्माण करणाऱ्या यीस्टचे प्रमाणही लक्षणीयरीत्या घटले होते. कोंडा प्रभावीपणे दूर करण्यासाठी हे पदार्थ नेमके किती प्रमाणात खावेत, तो 'डोस' ठरवण्यासाठी आणखी संशोधन होण्याची आवश्यकता आहे. (याशिवाय महिलांवर होणारे परिणामही स्वतंत्रपणे अभ्यासले गेले पाहिजेत) डोक्यात कोंडा असलेल्या माझ्या रुग्णांनी आपल्या आहारात दह्याचा वापर करावा असा मी आग्रह धरते. कमी साखर आणि कमी चरबी असलेल्या ब्रँडचे दही वापरा किंवा घरच्या घरी लावलेले दही सर्वोत्तम असते हे ध्यानात ठेवा. फळांसहित पॅक केलेले दही खाण्याचे टाळा. कारण त्यात वरून साखर घातलेली असते आणि काही वेळा त्यात फ्रुक्टोजचे उच्च प्रमाण असलेला मक्याचे सीरपही असते.

**थोड्या थोड्या वेळाने खा :** दर काही तासांनी थोडे थोडे खाण्याच्या फायद्याबाबत याआधीही आपण चर्चा केली आहे. रक्तशर्करेची पातळी स्थिर राखण्यासाठी आणि यीस्टचे प्रमाण कमी ठेवण्यासाठी त्वचेला उपयुक्त ठरणाऱ्या आरोग्यदायी पदार्थांचा समावेश नाश्त्यात केला पाहिजे आणि दर काही तासांनी नाश्ता केला पाहिजे. ग्लायसेमिक इंडेक्स कमी असलेल्या आहाराची निवड करून कार्बोहायड्रेट्ससोबत आरोग्यदायी स्निग्ध पदार्थ आणि प्रथिने घेतली पाहिजेत. त्यामुळे शरीरातील साखरेचे रक्तात शोषण कमी होईल. (उदाहरणार्थ, होल व्हीट बॅगेल नुसताच खाण्याऐवजी तो पीनट बटरबरोबर खाल्ला तर रक्तशर्करेची पातळी कमी प्रमाणात उंचावेल.)

## हॅलो, डॉ. वू

**प्रश्न :** माझ्या गुह्येंद्रियावरचे केस पांढरे झाले आहेत. माझे तर अद्याप लग्नही झालेले नाही. परंतु अशा प्रकारे मी वयस्कर भासू लागले तर मी काय करावे?

**उत्तर :** प्रौढ होण्याच्या मार्गावर कित्येक प्रकारच्या गोष्टी त्रस्त करणाऱ्या आहेत. परंतु अशा प्रकारे केस पांढरे होणे ही सर्वाधिक वाईट गोष्ट आहे. तुमच्याकडे त्यासाठी काही पर्याय आहेत. त्यासाठीचे काही उपाय मी खाली

देत आहे.

**रंग वापरा :** तुम्ही विश्वास ठेवा अगर ठेवू नका, परंतु दाह न होऊ देणारे खास या भागासाठीच बनवलेले रंग आहेत. त्यांच्यापैकी काही रंगांमध्ये अमोनिया नसतो किंवा अशा उत्पादनात अगर सौंदर्य प्रसाधनात वापरले जाणारे पॅराबिन्स हे कीटकनाशक रसायनही त्यात वापरलेले नसते. शिवाय त्यांचा प्राण्यांवर उपयोगही करून पाहिलेला नसतो. त्यामुळे तुम्ही निर्धास्तपणे त्यांचा वापर करू शकता आणि तपकिरी केस मिळवू शकता. तपकिरी, पिंगट, काळ्या अशा नैसर्गिक रंगांची निवड करा किंवा गंमत म्हणून गडद गुलाबी रंगाची निवडही करू शकता. परंतु तुम्हाला नाट्यमय बदल हवा असेल, तर काळ्या रंगापासून प्लॅटिनम रंगापर्यंत विविध रंग उपलब्ध आहेत. व्यावसायिक तज्ज्ञाकडून हे काम करून घ्या. काही सलूनही बिकिनी वॅक्सिंग आणि डाइंग एवढेच काम करून देतात.

**युक्तीने मूळ रंग झाकून टाका :** तुम्हाला जर रंगांऐवजी दुसऱ्या पर्यायाचा विचार करायचा असेल तर तात्पुरत्या स्वरूपात टच अप पेन किंवा अगदी मस्कारा वापरूनही तुम्ही रंगकाम करू शकता. फक्त एक गोष्ट लक्षात घ्या. तुमच्या गुह्येंद्रियांवरची त्वचा डोक्याच्या त्वचेच्या तुलनेत पातळ आणि नाजूक असते. त्यामुळे पेरॉक्साइड असलेली उत्पादने टाळा आणि त्वचेला रंग लागणार नाही याची दक्षता घ्या. वॅक्सिंग केले किंवा केस कापून टाकले की मग रंग देण्याचे टाळा. कारण त्या वेळी त्वचा खूपच संवेदनक्षम असते. शिवाय पाय एकमेकांना चिकटवल्यानंतर जेवढे केस दिसत असतील, तेवढ्याच केसांना रंग द्या. आतील भागातील केसांना रंग देऊ नका.

**केस कापा :** समजा, रंग देणे तुमच्या तत्त्वात बसत नसेल तर तुम्ही सरळ केस कापूनच टाका. बिकिनी घालताना त्रासदायक ठरतील असे सर्व केस कापून टाका. त्यासाठी लेसर ट्रिटमेंट किंवा इलेक्ट्रोलायसिसचाही वापर तुम्ही करू शकता. कोणती पद्धती निवडता याला काहीच महत्त्व नाही. मात्र त्या कोणत्याही पद्धतीआधी तुम्ही त्वचेच्या एका भागावर त्या पद्धतीचा वापर करून ॲलर्जी येते का ते पहा.

## सध्या असलेल्या केसांची निगा राखणे

केसांच्या निरोगी वाढीसाठी काय खाल्ले पाहिजे ते तुम्हाला माहिती झाले आहे. परंतु सध्या असलेल्या केसांची निगा राखणेही तेवढेच महत्त्वाचे आहे.

त्यामुळे केस खराब असणे हा आपला भूतकाळ असल्याचे समजून तुम्ही ते दिवस विसरून जाऊ शकाल. अशी कल्पना करा की, तुमच्याकडे एक अगदी नवी कोरीकरकरीत चामड्याची पिशवी आहे. ती अगदी नरम, मुलायम आहे. शिवाय स्टायलिशही आहे. परंतु तुम्ही ती बाहेर उन्हात फेकून दिलीत नंतर पावसाळ्यात तशीच वापरली आणि नंतरही कित्येकदा तुम्ही ती वापरत राहिलात तर काय होईल? लवकरच तिची रया जाऊन ती अगदी जीर्णशीर्ण दिसू लागेल. बरोबर आहे ना? हीच गोष्ट तुमच्या केसांच्या बाबतीतही खरी ठरते. तांत्रिकदृष्ट्या केस मृत असले तरी ते आरोग्यपूर्ण, रसरशीत, चमकदार आणि अगदी सुंदर दिसू शकतात. केस मृत आहेत तेच बरे आहे, नाही तर केशरचना करणे अगदीच जिकिरीचे ठरले असते! मात्र सध्या असलेल्या केसांना तुम्ही वातावरणातील या ताणतणावापासून संरक्षित करत नाही. अतिनील किरण, क्लोरीन, केस अति विंचरणे, ब्लो ड्राइंग, रंग देणे आणि विविध प्रकारच्या प्रक्रिया यांच्यामुळे तुम्ही केसांना त्रास दिला की मग ते मंद, खराब आणि कोरडे दिसू लागतात. केसांची निगा राखण्यातील पहिली पायरी अगदीच प्राथमिक स्वरूपाची आहे. केस कधी आणि कसे धुवावेत हे समजले पाहिजे, ही ती पहिली पायरी होय. त्वचेच्या काळजीसोबतच प्रत्येकाने आपापल्या केसांच्या प्रकारानुसार केसांची काळजी घेण्याचा समावेश दैनंदिन कामात केला पाहिजे. तुम्ही केसांवर प्रक्रिया करत असा किंवा नसा, विविध रचना करत असा वा नसा; तुम्हाला केसांची निगा राखावीच लागते. केसांचे काही प्रकार आणि त्या त्या प्रकारचे केस असताना उत्तम कसे दिसावे याविषयी मी येथे तुम्हाला माहिती देत आहे.

**तेलकट केस :** तैलग्रंथींमधून बाहेर पडणाऱ्या तेलामुळे डोक्याचे केस तेलकट दिसतात. हे तेल केसांच्या मुळांजवळून वाहू लागते आणि तुमचे केस तेलकट बनवते. हे केस नरम, चमकते आणि निरोगी दिसतात. मात्र तेल केसांमधून सहजासहजी खाली ओघळत नाही. विशेषत: केस कुरळे असतील तर असे होतच नाही. त्यामुळेच कुरळे केस नेहमीच रूक्ष आणि खरखरीत दिसतात. सरळ केसांपेक्षा ते रूक्षही असतात. आनुवंशिकतेनुसार तुमच्या केसांमधील तैलग्रंथी तेलनिर्मिती करत असतात. परंतु वयात येण्याच्या काळात त्वचा अधिक तेलकट बनते. (म्हणूनच किशोरवयीन मुलांना मुरमांचा त्रास होतो.) मासिक पाळीच्याही थोडेसे आधी तुमचे केस तेलकट बनतात. हार्मोन्सच्या पातळीतील बदलांमुळे असे होते. केसांचा तेलकटपणा त्वचेच्या नैसर्गिक तेलकटपणावर अवलंबून असतो. याशिवाय तुम्ही जेल किंवा इतर काही गोष्टी केसांसाठी वापरत असाल आणि केस स्वच्छ धूत नसाल, तर तुमच्या डोक्याच्या त्वचेचे तेल त्या उत्पादनाच्या राहिलेल्या भागात मिसळल्यामुळे केसांची अधिक हानी होते. म्हणूनच केस नियमितपणे धुणे

महत्त्वाचे असते. त्यामुळे घाण, केसाच्या त्वचेतील नैसर्गिक तेल आणि केसांच्या स्वच्छतेसाठी वापरलेल्या उत्पादनाचा शिल्लक राहिलेला अंश हे सारे दूर होते. याशिवाय अर्थातच केसात काही पडले असेल, प्रदूषणामुळे काही दूषित घटक अडकले असतील तर ते सारेही दूर होतेच. कित्येक केशरचनाकार रोजच्या रोज केस धुऊ नयेत असे सांगतात, कारण शाम्पूमुळे केसांचा नैसर्गिकपणा खूपच मोठ्या प्रमाणात दूर केला जातो. मग मुलींनी काय करावे? केस अति धुणे आणि केसांना तेल चोपडल्यासारखे वाटणे या दोहोंमध्ये समतोल साधावा. तेलकट केसांच्या लोकांनी दर दिवसाआड केस धुवावेत. त्यांचे केस अधिक तेलकट बनल्याचे लक्षात आले की धुवावे. काही मुली विशिष्ट प्रकारचे हार्मोन्स घेत असतील, तर त्यांनीही असेच करावे. कारण हार्मोन्समुळे तैलग्रंथीही उत्तेजित होतात. त्याचप्रमाणे रोज भरपूर प्रमाणात केसांसाठी कोणती ना कोणती उत्पादने वापरणाऱ्या लोकांच्या केसात मोठ्या प्रमाणात त्या उत्पादनांचे शिल्लक अंश साचून राहतात. त्यांच्या केसात मोठ्या प्रमाणात घाण, धूळ आणि प्रदूषके साचलेली असतात आणि ती या अंशांना चिकटून राहतात. त्यांनीही रोजच्या रोज केस धुतले पाहिजेत. कोरड्या केसांच्या लोकांनी कमी प्रमाणात केस धुवावेत. कोरड्या किंवा हानी झालेल्या केसांसाठी खास बनवण्यात आलेले शाम्पूच त्यांनी वापरावेत. असे शाम्पू केसांचा नैसर्गिक तेलकटपणा कमी प्रमाणात नष्ट करतात. कुरळे किंवा रूक्ष केस बहुतांश वेळा कोरडे बनतात, त्यामुळे खूपच लाटांलाटांसारखे केस असलेल्या लोकांनी आठवड्यातून फक्त एकदा किंवा दोनदाच शाम्पू वापरावा.

## तुम्हाला माहीत आहे का?

शाम्पूच्या विविध ब्रँड्सचा आलटून पालटून वापर करत राहिल्यामुळे तुमचे केस चपटे बसून जात नाहीत किंवा दुसऱ्या शब्दांत सांगायचे झाले, तर तुम्ही एकाच प्रकारचा शाम्पू वर्षानुवर्षे वापरत राहिलात तर केसांना त्याची सवय होऊन जाते. काही वेळा तुमचा शाम्पू काम करायचे थांबवतो, हे खरे आहे आणि पहिल्याप्रमाणे कदाचित केस स्वच्छही करत नाही. त्यामागचे कारण म्हणजे शाम्पूचा मागे राहिलेला अंश तसाच साचून राहतो आणि मग केस मंद आणि खराब दिसू लागतात. ब्रँड्स बदलत राहिल्यामुळे हा साचलेला अंश निघून जातो आणि तुमचे केस पुन्हा चमकदार आणि सुंदर दिसू लागतात.

**कोरडे केस :** कोरड्या त्वचेप्रमाणेच कोरड्या केसातही पुरेसा ओलसरपणा नसतो. एक तर डोक्याची त्वचा पुरेशा प्रमाणात तेलाची निर्मिती करत नसते किंवा केसांची तरी हानी झालेली असते. त्यामुळे पाण्याचे झटकन बाष्पीभवन होते आणि केस कोरडे पडतात. केस अधिक लांब असले तर साहजिकच अधिक प्रमाणात अतिनील किरण त्यांच्यावर पडतात. शिवाय शाम्पूही अधिक प्रमाणात साचून राहतो आणि उष्णतेचा वापर करून रचना केली गेली असेल किंवा प्रक्रिया केली जात असेल तर आखूड केसांपेक्षा ते अधिक प्रमाणात कोरडे पडतात आणि खरबरीत बनतात. कोरड्या केसांची रचना करणेही अवघड असते. कंडिशनर्स हे मुळात केसांना ओलसरपणा देण्यासाठी असतात. त्यांच्यामुळे केस नरम, मुलायम आणि रचना करण्यास अधिक सुलभ बनतात. तुम्हाला उत्तम निकाल हवा असेल तर खालील घटक असलेले कंडिशनर्स वापरा.

- पॅनथेनॉल : हा व्हिटॅमिन बी५चा प्रकार असून त्याच्यामुळे केस ओलसर बनतात आणि दाटही वाटतात. त्यामुळे केस अधिक लवचीक बनतात आणि फारसे भुरभुरते बनत नाहीत.
- डायमिथिकोन : केरॅटिनच्या थरांवर ते थर देतात आणि तो थर बंद करून टाकतात, त्यामुळे केस अधिक मुलायम आणि चमकदार बनतात. डायमिथिकोनमुळे केसांचा गुंता सोडवण्यासही मदत होते. त्यानंतर केस विंचरणे सोपे तर बनतेच शिवाय गुंत्यामुळे केस तुटण्याचे प्रमाणही कमी होते.
- बदाम आणि खोबरे यांच्यासारख्या पदार्थांपासून तयार करण्यात आलेली नैसर्गिक तेले केसांच्या बटांवर थर चढवतात आणि त्यांना झाकून टाकतात. आपल्या डोक्याच्या त्वचेच्या नैसर्गिक तेलाला ती पोषक असतात. त्यामुळे केसांचा लवचीकपणा वाढतो.
- गव्हातील आणि तांदळातील प्रथिने : शाळेत असताना तुम्ही ज्या चुंबकांशी खेळत होतात त्याविषयी विचार करा. चुंबकाच्या विरुद्ध ध्रुवांमध्ये आकर्षण होते आणि समान ध्रुवांमध्ये अपकर्षण होते. (आठवते का?) तुमचे केसही एक प्रकारचा चुंबकच आहेत. खराब झालेल्या केसांच्या केरॅटिन थरांमध्ये ऋण भार असतो. बाजूच्या केसांशी त्यांचे अपकर्षण घडून येते. त्यामुळे केस भुरभुरते बनतात आणि सहजपणे विंचरता येत नाहीत. गहू आणि तांदूळ यांच्यातील प्रथिनांमध्ये मात्र अधिक मात्रेत असलेला विद्युतभार केसांच्या ऋण भाराकडे आकर्षित होतो. ते केसांवर थर देतात आणि केस चपटे बसतात. याशिवाय केसांच्या खराब झालेल्या बहुतांश भागात प्रथिनांचे केंद्रीकरण होते आणि त्यामुळे तिथे केस मुलायम आणि बळकट बनतात.

**अति प्रक्रिया केले गेलेले केस :** केसांची क्युटिकल्स खुली करून मगच रासायनिक केशप्रक्रिया केल्या जातात. केरॅटिनचा हा सर्वाधिक बाह्य थर असतो. त्यामुळेच रसायने केसात शिरू शकतात आणि प्रथिनांशी प्रतिक्रिया करून तुमच्या इच्छेनुरूप एक तर तुमचे केस सरळ किंवा कुरळे बनवतात. उपचारानंतर क्युटिकल पुन्हा बंद होते. त्यामुळे केरॅटिनचे थर एकमेकींशी सपाट पद्धतीने चिकटतात. त्यामुळे तुमचे केस चमकदार आणि आरोग्यपूर्ण दिसू लागतात. पुन:पुन्हा प्रक्रिया केल्यावर, तसेच अतिरिक्त प्रमाणात उष्णता देऊन रचना केल्यावर आणि अतिनील किरणांचा प्रभाव केसांवर पडल्यावर केस खराब होतात. केरॅटिनचे थर बाजूला करता येत नाहीत. त्यामुळे केसांमध्ये सूक्ष्म छिद्रे निर्माण होतात. त्यांच्यातून अधिक सहजतेने पाण्याचे बाष्पीभवन होते आणि केस कोरडे, नाजूक आणि खरखरीत बनतात. हे एक भयावह चक्र आहे. केस अधिकाधिक सच्छिद्र बनत गेले की न्हाल्यावर त्यांच्यात अधिकाधिक पाणी साचून राहते आणि केस कोरडे बनतात, त्या वेळी अधिकाधिक पाण्याचे बाष्पीभवन होते. त्यामुळे केस अत्यंत कोरडे, नाजूक आणि कुरळे बनतात. अतिप्रक्रिया झालेल्या केसांसाठी एक अत्यंत उत्तम अशी उपचारपद्धती आहे – प्रक्रिया करणे बंद करा. एकदम पूर्णपणे बंद करणे अशक्य असते, परंतु हळूहळू प्रमाण कमी करा. उदाहरणार्थ, जर तुम्ही केसांना रंग देत असाल किंवा ते कुरळे अगर सरळ करून घेत असाल तर यापैकी एखादी प्रक्रिया निवडा. एका वेळी सर्व प्रक्रिया करून घेऊ नका. जोपर्यंत केसांची झालेली हानी भरून येत नाही तोपर्यंत तरी असेच करा. उष्णता वापरून केल्या जाणाऱ्या केशरचना कमी करा आणि तुमच्या केशरचनाकाराला तुमचे नैसर्गिक केस जसे आहेत, त्यानुसार तुमच्या चेहऱ्याला अनुरूप असलेली केशरचना करायला सांगा. सातत्याने केस धुणे आणि वाळवणे यांमुळे केसांची स्थिती आणखी खराब बनत असल्यामुळे दर दिवसाआड एकदाच शाम्पूचा वापर करा. केस धुताना एकाहून अधिक वेळा शाम्पू वापरू नका.

## तलावात किंवा किनाऱ्यावर केसांचे संरक्षण करणे

सनस्क्रीन लावून आपल्या त्वचेचे रक्षण करता येते हे तुम्हाला माहिती आहे. परंतु अतिनील किरणांचा परिणाम तुमच्या केसांवर होत असतोच. खरेतर अलीकडेच झालेल्या अभ्यासानुसार असे दिसून आले आहे की, अतिनील प्रकाशामुळे केसांची वाढ मंद गतीने होऊ लागते. सूर्यप्रकाशातील अतिनील अ आणि अतिनील ब किरण नेहमीच केसांमधील प्रथिने नष्ट करतात. त्याचप्रमाणे

केसांच्या रंगावरही त्यांचा विपरीत परिणाम होतो. त्यामुळे केस निस्तेज आणि खरबरीत दिसू लागतात. यापुढे घराबाहेर पडून तलावात डुंबण्याआधी आपल्या केसांचे खालील प्रकारे रक्षण करा.

- तुमच्या केसांच्या रंगाचे अतिनील किरणांपासून रक्षण देणारा फिल्टर वापरा. शक्यतो अतिनील अ आणि ब या दोन्ही प्रकारच्या किरणांपासून या फिल्टरमुळे संरक्षण मिळाले पाहिजे.
- तलावात शिरण्याआधी नेहमीच्या पाण्याने केस धुवा किंवा शॉवर घ्या. त्यामुळे तलावाच्या पाण्यातील तांबे केसांमध्ये कमी प्रमाणात शोषले जाते. होय. मी तांबेच म्हणत आहे; क्लोरिन नाही. तांब्यामुळे तुमच्या केसांचा रंग हिरवट बनतो.
- पोहून बाहेर पडल्यानंतर शक्य तेवढ्या लवकर केसांना शाम्पू लावून केस धुऊन टाका. माझी एक रुग्ण ऑलिम्पिकच्या पोहण्याच्या स्पर्धांत भाग घेत असे. औषधांच्या दुकानात मिळणारा अल्ट्रास्विम शाम्पू ती वापरत असे. त्यामुळे तिला केसात साचलेल्या क्लोरिन आणि तांब्याच्या अंशापासून सुटका मिळत असे.
- आठवड्यातून एकदा एक सखोल कंडिशनर किंवा हेअर मास्क वापरा. त्यामुळे खराब झालेल्या केसांचा ओलसरपणा टिकून राहील.

## योग्य प्रकारे केसांची निगा राखा : कोणती उत्पादने खरोखरच उपयुक्त ठरतात?

दर दोन महिन्यांनी माझ्या ऑफिसजवळच्याच थोड्याशा महागड्या सलूनमध्ये मी हेअर कट करून घेते, म्हणजे कट केल्यावर मला लगेच ऑफिसमध्ये जाता येते. परंतु दर वेळी एखाद्या मोठ्या कार्यक्रमासाठी जायचे असल्यास बेव्हर्ली हिल्स येथील नामवंत व्यक्तींच्या छानशा सलूनमध्ये मी अपॉइंटमेंट घेऊन जाते. सहसा अशा ठिकाणी तुम्हाला पापाराझ्झी (पाठलाग करणारे पत्रकार) ठाण मांडून बसलेले आढळतात. अगदी काहीही घडण्याची शक्यता नसलेल्या बुधवारच्या संध्याकाळीही ते तिथेच असतात. अशा ठिकाणी जाऊन केसांची निगा राखण्यास मी अलीकडेच सुरुवात केली आहे. माझे केस धुणाऱ्या स्त्रीने मला ''केस चमकदार बनवण्यासाठी केरास्टेस मास्क हवा आहे का?'' असे विचारल्यावर मी तिला उत्तर दिले, ''होय, नक्कीच!'' कारण कंडिशनर्सच्या बाबतीत ती मला फारशी निवड करू देत नव्हती. या पाच मिनिटांच्या उपचारांमुळे माझ्या बिलात ६० पाउंड्स वाढणार होते हे मला

माहिती होते. (माझे केस मुलायम आणि चमकदार बनलेही, परंतु ते ६० पाउंड्स या अव्वाच्या सव्वा किमतीच्या तुलनेत फार सुंदर बनले नव्हते.)

केसांची निगा राखण्याचा प्रश्न येतो त्या वेळी औषधांची दुकाने आणि सलून किंवा व्यावसायिक दर्जाची उत्पादने यांच्यातील फरक हा जेवढा अपेक्षित असतो तेवढा आढळत नाही. सहजपणे औषधांच्या दुकानातून आणलेली उत्पादने आणि डॉक्टरांनी लिहून दिलेली उत्पादने यांच्यातील फरकाएवढा तो फरक नसतो. खरेतर कित्येक कंपन्या आपल्या व्यावसायिक महागड्या स्वरूपाच्या उत्पादनांसोबतच स्वस्त उत्पादनेही बनवत असतातच. या महागड्या आणि स्वस्त उत्पादनांमध्ये नेहमी एकच घटक असतात. उदाहरणार्थ, लॉरिअल ही कंपनी व्हाइव्ह शाम्पू आणि कंडिशनर तयार करते. तो औषधांच्या दुकानातून विकला जातो. व्हाइव्ह प्रोफेशनल उत्पादने आणि केरास्टेसच्या बाटलीची किंमत ५० ते ६० पाउंड्स असते. या महागड्या उत्पादनाबरोबरच स्वस्त उत्पादनेही कंपनी बनवते आणि यातील गंमत तुम्हाला माहिती आहे का? केरास्टेस डँड्रफ या महागड्या शाम्पूमध्ये झिंक पायरीथिओन असते. हेड अँड शोल्डर्समध्येही ते असतेच.

मग सलूनमधील उत्पादनांसाठी तुम्ही एवढी मोठी किंमत का मोजत असता? तर फॉर्म्युला आणि पॅकिंगसाठी! व्यावसायिक उत्पादनांचा वास अधिक चांगला असतो. शिवाय त्यांचा स्पर्श अधिक आरामदायक असतो. औषधी दुकानातील उत्पादनांपेक्षा ती बघता क्षणीच आवडतील अशा प्रकारच्या त्यांच्या बाटल्यांचे आकार, रंग वगैरे असतात. आपल्या बाथरूममध्ये हेअर अँड शोल्डरची एखादी बाटली असण्यापेक्षा अशी एखादी आगळीवेगळी बाटली असली की तेवढीच आपली पतही वाढल्यासारखे वाटते. संशोधन आणि उत्पादनाची चाचणी यात मोठ्या कंपन्या भरपूर मोठी गुंतवणूक करत असतात. छोट्या कंपनीकडे यावर खर्च करण्याएवढा निधी नसतो. 'ॲव्हिनो नरिश प्लस हेअर केअर'ची सल्लागार म्हणून मी काम केले आहे. त्यामुळे सतत मुलायम केस मिळावेत आणि स्वच्छ धुतले जाऊन त्यांची रचना सुलभरीत्या करता यावी या दृष्टीने शाम्पू तयार करत असताना किती मोठ्या प्रमाणात काम केले जाते हे मी अगदी जवळून पाहिले आहे. केसांची निगा राखण्यासाठी तयार करण्यात आलेल्या उत्पादनांच्या मागे संपूर्ण विज्ञान उभे करण्यात आले होते. न्यू जर्सी येथील ॲव्हिनो लॅब अगदी प्रचंड म्हणावी एवढी प्रशस्त आहे. फक्त चांगला फेस यावा यासाठी त्यावर काम करणारा एक स्वतंत्र विभागच तिथे कार्यरत आहे. हे आपल्याला कुठे माहिती असते? उत्पादनाच्या विकसनाच्या दरम्यान कित्येक दिवस वैज्ञानिक एका भल्यामोठ्या साधनात पाणी आणि शाम्पू घालून ते गोल गोल फिरवून एकत्र करत होते. त्यानंतर त्यातून निर्माण होणाऱ्या बुडबुड्यांचा आकार त्यांनी मोजला. याशिवाय फेसाची घनता आणि फेस

किती काळ टिकून राहतो हेही मोजण्यात आले. त्यामुळेच शाम्पूमध्ये आणखी काही घालत बसण्याची तुम्हाला आवश्यकताच नसते. त्यानंतर त्या उत्पादनांची त्यांनी मानवी केसांच्या नमुन्यावर चाचणी घेतली आणि अखेरीस सलूनमध्ये खऱ्याखुऱ्या केसांवर चाचणी घेण्यात आली. हे सलून प्रयोगशाळेच्या अंतर्गत भागात आहे. केशरचनाकारांकडे ही उत्पादने देण्यात आली. किती मोठे काम करावे लागते! परंतु एक गोष्ट लक्षात घ्या, आपल्या केसांची पात्रताच तेवढी आहे! चाचणीच्या एका टप्प्यावर माझ्या काही केशरचनाकार मैत्रिणींना मी ॲव्हिनो शाम्पूचे काही नमुने दिले आणि त्यावर त्यांचे व्यावसायिक मत काय आहे असे विचारले. ज्या महिला फक्त केरॅस्टेसच वापरतात हे मला माहिती होते, त्यांपैकी काही जणींना मी बोलावले. केरॅस्टेस हे महागडे आणि दर्जेदार उत्पादन आहे. त्यांना मी ते उत्पादन दिले आणि वापरण्यास सांगितले. त्या सर्वांनीच त्याविषयी चांगले अभिप्राय दिले. तुमच्या दृष्टीने केसांच्या कोणत्या गोष्टी अधिक महत्त्वाच्या आहेत ते ठरवा आणि त्यानुसार केसांविषयीच्या उत्पादनांची निवड करा. जर उत्तम प्रकारच्या पॅकेजसाठी पैसे घालवून तुम्हाला आनंद मिळत असेल, त्याचा सुगंध आवडत असेल तर खुशाल तुम्ही ती महागडी उत्पादने वापरा. निवड तुमचीच असेल.

महागडी उत्पादने काही वेळा आगळ्या-वेगळ्या प्रकारे काम करतात याचे एक उदाहरण देते. काही महिला केस रंगवण्यासाठी कृत्रिम रंग वापरतात. यासाठी कमी किमतीची उत्पादने वापरली तर त्यामध्ये अधिक तीव्र स्वरूपाची रसायने असतात. त्यामुळे रंग उडतो. म्हणूनच माझ्या रुग्णांना मी नेहमीच सांगते की, तुम्ही नवनवीन उत्पादने वापरत रहा. त्यांच्या किमतीचा विचार करू नका. त्यानंतरच तुम्ही सलूनमध्ये जा. तुम्ही वापरलेल्या उत्पादनाची उपयुक्तता तुम्हाला पटली नाही किंवा कमी वाटली, तरी केसांचा रंग थोड्याच दिवसांत निघून जाणार असतो. दुसरे उत्पादन वापरा. हीच गोष्ट औषधी शाम्पू किंवा डोक्याच्या त्वचेच्या संदर्भात डॉक्टरांनी लिहून दिलेल्या उत्पादनांच्या बाबतीतही लागू पडते. सलूनमधून तुम्ही उत्पादने खरेदी केली, तर त्या उत्पादनाविषयीचे तेथील केशरचनाकाराचे मत तुम्ही जाणून घेऊ शकता. तिच्या अनुभवावरून आणि तुमच्या केसांच्या प्रकारावरून ती तुम्हाला त्याविषयी सांगू शकते. परंतु सावधान! केशरचनाकारांना उत्पादनाच्या विक्रीच्या किमतीतील काही टक्के उत्पन्न मिळत असते. म्हणूनच काही आक्रमक स्वभावाच्या केशरचनाकार इतर उत्पादनांच्या तुलनेत काही विशिष्ट उत्पादनांचा जोरदार आग्रह धरत असतात. तुम्हाला महागडी उत्पादने आवडत असतील तर तुमच्या केशरचनाकाराला ती तुमच्या केसांसाठी वापरायला सांगा. जर तुम्हाला हव्या असलेल्या ब्रँडचे ते डिपार्टमेंट स्टोअर असेल तर त्यांच्याकडे सॅंपल मागा.

जर तुम्ही औषधांच्या दुकानातून उत्पादन विकत घेणार असाल तर ते परत घेण्याची कोणती योजना आहे, याविषयी आधीच चर्चा करा. जर तुमच्या केसांसाठी ते उत्पादन योग्य नाही असे तुम्हाला वाटले तर ते परत घेतले जाईल का, याविषयी आधीच जाणून घ्या. (जर तुम्हाला ते उत्पादन उपयुक्त वाटले नाही, तर कित्येक दुकानदार त्या बदल्यात त्याच किमतीची इतर वस्तू देऊन ते उत्पादन परत घेतात.)

## पापण्यांच्या लांब केसांचे रहस्य

**बा**लपणीच्या माझ्या काही आठवणींपैकी ही एक आठवण आहे, माझी आई मला खाली झोपवून माझ्या पापण्यांचे केस कापत होती. त्यामुळे ते आणखी वाढतील असा तिचा समज होता. अर्थातच त्याचा काहीही उपयोग झाला नाही. पापण्यांचे केस हे तुमच्या शरीरावरील इतर लव किंवा केसांप्रमाणेच ज्या वेळी छिद्रांतून बाहेर पडतात त्या वेळी मृत असतात. पापण्यांच्या लांबलचक केसांसाठीचा माझा अट्टाहास हा त्या वेळेपासून आयुष्यभरासाठी सुरू झाला. माझे पापण्यांचे केस फक्त आखूड आणि जाडसरच नव्हते, तर ते खालच्या बाजूला वळलेलेही होते. त्यामुळे माझ्या खालच्या पापण्यांपाशीच मस्कारा लावला जात असे आणि तिथे काळी वर्तुळे दिसू लागत. काही काळासाठी मी लॅश एक्स्टेंशनचाही वापर करून पाहिला. परंतु त्यातील चिकट पदार्थामुळे मला पुरळ येण्याचा त्रास झाला आणि माझ्या पापण्यांचे खरे केस त्यामुळे तुटू लागले. यांच्या केसांविषयीच्या माझ्या या वैयक्तिक आसक्तीमुळेच मी दवाखान्यातील चाचण्यांमधून याविषयीचा अधिकाधिक शोध घेऊ लागले. पापण्यांचे केस वाढवण्यासाठीचे लिहून देण्यायोग्य उपाय मी शोधू लागले. संशोधनातून मला लक्षणीय निष्कर्ष मिळाल्यानंतर माझ्यावर प्रयोग करण्याचे मी ठरवले. आता मस्कारा न लावताही माझ्या पापण्यांचे केस लांबलचक आणि दाट आहेत. रॅकून या अस्वलाच्या जातीच्या केसाळ प्राण्याप्रमाणे माझे डोळे दिसत नाहीत. ब्रूक शिल्ड्स आणि क्लॅरी डेन्स यांनाही ही उत्पादने आवडली असून ते या उत्पादनाचे प्रवक्ते आहेत.

द्रवरूप आयलायनरप्रमाणेच लॅटिस्सी वरच्या पापणीवर लावले जाते. त्यानंतर आठ आठवड्यांत पापण्यांचे केस लांबसडक, दाट, काळ्या रंगाचे दिसू लागतात. जास्तीत जास्त बारा ते सोळा आठवड्यांत तुम्हाला हे परिणाम दिसतात. अद्याप याचा उपयोग मी भुवयांवर करून निष्कर्ष काढलेला नाही. मात्र माझ्या कित्येक रुग्णांना त्याचा भुवयांवरही चांगला परिणाम झाल्याचे आढळले

आहे. भुवयांचे केस उपटून काढण्याचा अतिरेकी प्रकार केल्यामुळे केस न येणाऱ्या रुग्णांनी प्रामुख्याने हा वापर करून पाहिला आहे. या अभ्यासात अगदीच थोड्या लोकांची त्वचा लालसर बनली आणि खाजही सुटली. त्यामुळे डोळ्यांचा कोणताही आजार असेल किंवा त्रास असेल अगर संवेदनक्षम त्वचा असेल तर दक्षता बाळगा! याशिवाय डॉक्टरांनी लिहून दिलेल्या कोणत्याही उत्पादनाप्रमाणेच लॅटिस्सीचा उपयोग करण्याआधी ते तुमच्यासाठी योग्य आहे का याविषयी तुमच्या डॉक्टरांचा सल्ला जरूर घ्या.

डॉक्टरांच्या चिठ्ठीशिवाय मिळणारी कित्येक आयलॅश कंडिशनर्सही बाजारात मिळतात. मात्र पापण्यांचे केस दाट, लांबसडक आणि गडद बनत असल्याबद्दल फक्त लॅटिस्सी या एकमेव उत्पादनालाच अन्न व औषध प्रशासनाची मान्यता मिळाली आहे.

## लांब, बळकट नखे मिळवा

मी नखे व्यवस्थित कापत असल्यामुळे सहसा मला मॅनिक्युअर करून घेण्याची आवश्यकता भासत नाही. दिवसातून लाखो वेळा मी हात धुते आणि रुग्णांना तपासत नसेन त्या वेळी माझ्या लॅपटॉपवर मी काम करत असते किंवा जिममध्ये जाऊन वजने उचलण्याचा व्यायाम करत असते. शिवाय मला लोकांच्या चेहऱ्याजवळ सुया आणि इतर तीक्ष्ण साधने हाताळावी लागत असल्यामुळे मी नेहमीच नखे कापते. त्याचबरोबर नखांना मी रंगही लावत नाही किंवा लावलाच तर अगदी सौम्य रंग लावते. बोटॉक्सचे इंजेक्शन देणाऱ्या डॉक्टरच्या बोटांची नखे जनावराच्या पंजासारखी दिसणारी आणि आगीच्या बंबासारखी लालभडक असली तर तुम्हाला चालतील का? तुम्ही तशी कल्पना तरी करू शकाल का? मात्र माझ्या नखांचा आकार आणि रंग याबाबतीत मला कमी प्रमाणात स्वातंत्र्य असले तरीही एखादे नख तुटते किंवा त्याच्यावर चरा पडतो त्या वेळी ती मोठीच दुःखदायक बाब असते. (खरेतर ती क्लेशदायकच बाब असते, कारण तेव्हा मी एखाद्या सलूनमध्ये जाऊन शांतपणे पडून माझे नख तुटल्याबद्दल कोणताही सौंदर्योपचार घेऊ शकत नाही.)

या प्रकरणात आपण आधीच केलेल्या चर्चेनुसार, नखांविषयीच्या समस्येसाठी डॉक्टरांकडे जाण्यापूर्वी लोक काही आठवडे किंवा काही महिने वाट पाहत असतात. सहसा प्रथम ते मॅनिक्युरिस्टकडे सल्ल्यासाठी जातात. हे लोक सहसा नखांची काळजी घेण्यात तज्ज्ञ असतात आणि ज्यांनी पद्धतशीर अभ्यासक्रम पूर्ण

केलेला असतो, त्यांना नखांना झालेला संसर्गही ओळखता येतो. मात्र या संसर्गावर कोणता आणि कशा प्रकारे उपचार करावा याबाबतीत त्यांना प्रशिक्षण मिळालेले नसते आणि त्यासाठीची अवजारेही त्यांच्याकडे नसतात. यीस्ट, बुरशी किंवा बॅक्टेरिया यांपैकी प्रत्येकाच्या संसर्गासाठी वेगवेगळ्या उपचारपद्धती असतात. इतर वैद्यकीय परिस्थिती ओळखण्याचे प्रशिक्षणही मॅनिक्युरिस्टना मिळालेले नसते. त्यामुळे इसब, सोरायसिस ओळखणे त्यांच्यासाठी कठीण असते. या आजारांमध्ये बोटांची टोके आणि नखे या दोहोंनाही संसर्ग झालेला असतो. आतल्या बाजूला वाढणाऱ्या नखांची गंभीर स्थितीही ते हाताळू शकत नाहीत. ही नखे दूर करण्यासाठी काही वेळा शस्त्रक्रियाच कराव्या लागतात. मॅनिक्युरिस्टचा सल्ला घेण्यात काहीही गैर नाही, परंतु तुम्हाला वेदना होत असतील, तो भाग हळवा झाल्यासारखा वाटत असेल किंवा नखावर अगर नखांभोवती पू असेल किंवा नखे जाडसर बनून त्यांचा रंग उडालेला असेल तर तुम्हाला त्वचारोगतज्ज्ञाकडेच जावे लागेल. आजार संपूर्ण बोटभर पसरण्याआधी ते तुमच्या आजाराचे योग्य निदान करून त्या समस्येवरची उपाययोजनाही करतील.

## आपल्या हाताच्या आणि पायांच्या बोटांना नखे का असतात?

केसांबरोबरच नखांसाठीही परिधान करायच्या फॅशनच्या गोष्टी मिळतात, परंतु फक्त स्टाइल म्हणून मिरवण्यासाठी उपयुक्त ठरणे एवढाच नखांचा आणि केसांचा उपयोग नसतो. तुमच्या हाता-पायांच्या बोटांच्या टोकांचे ते संरक्षण करतात, ही तर उघड बाब आहे. याशिवाय ती स्पर्शज्ञान वाढवतात. अगदी लहानशी वस्तूही त्यांच्यामुळे आपण उचलू शकतो आणि शिवाय खाजवू शकतो. तसेच स्वसंरक्षणासाठीही नखांचा उपयोग होतो. पॅकिंग केलेल्या वस्तूंचे आवरण उघडणे, गमचे पॅक उघडणे इ. साठीही त्यांचा उपयोग होतो. त्यामुळे त्यांना आतून पोषक द्रव्ये पुरवणे आणि बाहेरून त्यांची काळजी घेणे या गोष्टी आवश्यक ठरतात.

**तुम्हाला माहीत आहे का?**

हाताच्या बोटांची नखे पायांच्या नखांपेक्षा जलद गतीने वाढतात. ती महिन्याला सुमारे साडेतीन मिलिमीटर लांब वाढतात तर पायांच्या बोटांची नखे महिन्याकाठी दीड मिलिमीटरने वाढतात. सर्व प्रकारच्या नखांमध्ये गुलाबी रंगाच्या नखांची वाढ मंद असते. पायाच्या बोटांपैकी अंगठ्याशेजारचे बोट अधिक जलद गतीने वाढते.

केसांप्रमाणेच नखेही केरॅटिनच्या थरांनी बनलेली असतात. नखांचा जिवंत भाग केरॅटिन बनवतो. तो क्युटिकलमध्ये असतो. तुमच्या आरोग्यात बदल झाला की नखे आणि त्या सभोवतालची त्वचा या दोन्ही गोष्टींवर परिणाम होतो. हृदय, फुप्फुसे, मूत्रपिंड आणि यकृत यांच्या काही आजारांमध्ये नखांचा रंग आणि वाढीची गती यांमध्ये बदल होतो. आहारातील पोषक द्रव्यांच्या कमतरतांमुळे होणाऱ्या ॲनिमियासारख्या आजारातही नखांचा आकार आणि स्थिती बदलते. अगदीच वाईट पद्धतीने नखांना आहार मिळाला असेल, तर ती पातळ असतात. सहसा दोन्ही बाजूंनी वळलेली असतात. पातळ, अशक्त नखे लवकर फाटतात किंवा त्यांची सालपटे निघतात आणि ती तुटतात. याशिवाय बॅक्टेरिया आणि बुरशी यांचा त्यांना चटकन संसर्गही होतो. केसांप्रमाणेच नखांची चमकही वयोमानानुसार कमी होते. आपण प्रौढावस्थेकडे झुकू लागतो तसा आपल्या नखांच्या वाढीचा वेग अधिक मंदावतो. सहसा ती अधिक जाडसर आणि पिवळसर बनतात. विशेषतः पायाच्या बोटांच्या नखांच्या बाबतीत हे अधिक स्पष्ट दिसते. त्यांच्यातील पाण्याचा अंश निघून जातो. त्यामुळे नरम आणि चमकती नखे दिसण्याऐवजी ती मंद आणि कोरडी दिसू लागतात. त्यांचा पृष्ठभागही खरबरीत, असमान बनतो आणि त्यांच्यावर उभे ओरखडे दिसू लागतात. बोटाच्या नखांच्या पायथ्यापासून टोकाकडे त्यांची दिशा असते. हे सर्व बदल घडून आले तरीही आपल्या नखांना योग्य पोषक द्रव्यांचा आहार दिल्यास नखांचे टवके उडणे, त्यांना चिरा जाणे आणि ती तुटणे हे प्रकार टाळता येतात.

## नखांचे आरोग्य चांगले राहण्यासाठी घ्यायचा आहार

नखे केरॅटिन नावाच्या प्रथिनांपासून बनलेली असल्यामुळे आपल्या आहारात योग्य प्रमाणात प्रथिनांचा समावेश करणे आवश्यक ठरते. त्यामुळे नखे बळकट बनतात आणि त्यांचे तुकडे पडत नाहीत किंवा ती दुभंगतही नाहीत. खरेतर फोटो शूटसाठी किंवा स्विमिंग सूट घालून चित्रीकरण करण्याआधी माझे जे रुग्ण क्रॅश डाएट करत असतात त्यांना नेहमीच आपली नखे पातळ आणि ठिसूळ झाल्याचे आढळते. म्हणूनच पातळ किंवा अशक्त नखांसाठी माझा सल्ला विचारण्यासाठी येणाऱ्या रुग्णांकडे मी नेहमीच त्यांच्या आहाराची चौकशी करते. नखे बाहेर उगवून येण्यासाठी सहा किंवा त्याहून अधिक महिन्यांचा कालावधी लागतो. त्यामुळे आपल्या क्रॅश डाएटचा नेमका परिणाम दिसण्यासाठी तुम्हाला काही महिने थांबावे लागते. त्याचप्रमाणे एकदा तुमच्या आहाराची गाडी योग्य रुळावर आली आणि

तुमच्या नखांना आवश्यक असलेला आहार मिळू लागला की आणखी दोन महिन्यांत तुमची नखे बळकट, जाडसर दिसू लागतात.

बाजारात नखांसाठी मिळणाऱ्या उत्पादनांची कमतरता नाही. त्यात पूड केलेल्या पेयांपासून नखांना बळकट बनवणाऱ्या पॉलिशपर्यंतच्या सर्व प्रकारच्या उत्पादनांचा समावेश आहे. तुम्हाला आरोग्यपूर्ण, बळकट नखे मिळवून देण्याचा दावा ही उत्पादने करतात. पॉलिशमुळे नखांना तडे जाणे आणि ती तुटणे या गोष्टी रोखता येतात. परंतु तुमची नखे वाढण्याच्या पद्धतीवर त्यांचा काहीच परिणाम होत नाही. (नखे मृत असतात आणि त्यामुळे बाहेरून तुम्ही त्यांच्यावर करत असलेल्या कोणत्याही प्रयोगामुळे ती जाडसर, लांब आणि बळकट बनत नाहीत ही गोष्ट लक्षात ठेवा.) संशोधनातून असे दिसून आले आहे की, आहारातील बायोटिन आणि सिलिकॉन या दोनच घटकांमुळे नखे बळकट बनतात.

## बायोटिन

बायोटिन हा ब व्हिटॅमिनचा एक प्रकार आहे. त्याच्यामुळे नखांचा ठिसूळपणा नाहीसा होतो. एका अभ्यासानुसार रोज दोन अडीच मि.ग्रॅ. बायोटिन घेतल्यानंतर प्रयोगात सहभागी झालेल्या दोन तृतीयांश लोकांची कोरडी, तुटणारी नखे चांगली बनल्याचे आढळून आले. अनेक आहारपूरक घटकांमध्ये बायोटिन आढळत असले तरीही समतोल आहारातील बायोटिनच अधिक चांगल्या प्रकारे रक्तात शोषले जात असल्याचे दिसून आले आहे. दुसऱ्या शब्दांत सांगायचे झाले, तर तुमची नखे क्रॅश डाएटिंगमुळे ठिसूळ बनली असतील तर तुम्ही फक्त आहारपूरक पदार्थ घेतले तर ती पुन्हा बळकट आणि तेजस्वी बनणार नाहीत. तुम्ही योग्य प्रमाणात समतोल आहारच घेतला पाहिजे.

बळकट नखांसाठी बायोटिनचे खालील स्त्रोत आपल्या आहारात ठेवण्याची दक्षता घ्या.

- सामन मासे
- सेंद्रिय मांस (यकृत आणि मूत्रपिंड)
- ब्रोकोली
- शेंगदाणे, बदाम, अक्रोड
- अंड्याचा बलक
- कोंड्यासह धान्ये
- कोबी, स्विस चार्ड
- यीस्ट (होल व्हीट ब्रेड आणि पिझ्झाचे पीठ)

*बायोटिन जतन करण्यासाठी धूम्रपान थांबवा*

मी धूम्रपान करणाऱ्यांवर तुटून पडत आहे हे मला माहिती आहे. कारण अभ्यासातून असे दिसून आले आहे की ज्या स्त्रिया मोठ्या प्रमाणात धूम्रपान करतात त्यांच्या शरीरातील बायोटिनचे प्रमाण लक्षणीयरीत्या कमी असते. याचाच अर्थ आरोग्यदायी नखे बनवण्यासाठी आवश्यक असलेले बायोटिन त्यांच्या शरीरात नसते. विशेषत: गर्भवती स्त्रियांनी तर धूम्रपान पूर्णत: वर्ज्यच केले पाहिजे. त्यांच्या बाळांचे वजन जन्मत: कमी होते; एवढ्या एकाच गोष्टीसाठी धूम्रपान टाळणे आवश्यक नसते तर बाळामध्ये अनेक शारीरिक व्यंगेही त्यामुळे निर्माण होतात. शिवाय गर्भवती स्त्रियांच्या शरीरातील बायोटिन नेहमीच अधिक मोठ्या प्रमाणात आणि झटपट मोडले जाते. साहजिकच त्यामुळे धूम्रपान न करणाऱ्या स्त्रियांच्या गर्भातही व्यंगे निर्माण होऊ शकतात. गर्भधारणेच्या वेळी आणि गर्भावस्थेच्या प्रारंभीच्या काळात बायोटिनची कमतरता असल्यामुळे जन्मत:च बाळात व्यंगे निर्माण झालेली असतात असे संशोधकांचे म्हणणे आहे.

**तुम्हाला माहीत आहे का?**

अंड्याच्या पांढऱ्या बलकात मोठ्या प्रमाणात प्रथिने असतात तर कच्च्या अंड्याच्या पांढऱ्या बलकात 'ॲव्हिडिन' नावाचे प्रथिन असते. त्यामुळे बायोटिनला प्रतिबंध केला जातो आणि तुमच्या शरीरात त्याचे शोषण होण्यासही प्रतिबंध होतो. अंडे शिजवल्यानंतर पांढरा बलकही शिजतो आणि त्यातील ॲव्हिडिन नष्ट होते. त्यामुळे बायोटिन सहजपणे शोषले जाते. त्यामुळेच कच्चे अंडे किंवा कच्चे अंडे असलेले खाद्यपदार्थ न खाणेच इष्ट. (केकचे किंवा कुकीजचे कच्चे पीठ म्हणूनच खाऊ नये.)

## सिलिकॉन

केसांच्या आरोग्यदायी वाढीसाठी आवश्यक असलेल्या आहाराचा विभाग तुम्ही वाचला असेल तर सिलिकॉन हा हाडांची घनता वाढवण्यासाठी आणि नखे व त्वचा बळकट बनवण्यासाठी आवश्यक असलेला घटक आहे, हे तुमच्या

लक्षात असेल. एका अभ्यासानुसार, संशोधनात सहभागी झालेल्या आणि सिलिकॉन पूरके घेणाऱ्या व्यक्तींचे केस आणि नखे वीस आठवड्यांत बळकट बनल्याचे आढळून आले आहे.

बायोटिन पूरके मोठ्या प्रमाणात मिळतात आणि ती विषारी असल्याचेही अद्याप आढळलेले नाही. अद्याप याबाबतीत पुरेसे संशोधनही झालेले नाही. मात्र काही संशोधन अहवालांनुसार थोड्या प्रमाणात जरी ही पूरके घेतली तरी मूतखडे होतात असे आढळून आले आहे. त्यामुळे सिलिकॉनचे शरीरातील प्रमाण वाढवण्यासाठी आहारातून नैसर्गिकरीत्याच सिलिकॉन शरीरात जाणे आवश्यक आहे. तुमच्या सोईसाठी सिलिकॉनने समृद्ध असलेल्या अन्नाची यादी मी पुन्हा देत आहे.

- ग्रीन बीन्स : सिलिकॉनने समृद्ध असलेले आणि कमीत कमी उष्मांक असलेले अन्न आहे. जर शक्य झाले तर सेंद्रिय बीन्सचा वापर करा. त्यांच्यामध्ये मातीतून अधिक प्रमाणात आलेले सिलिकॉन असते.
- सालपटांसह किंवा कोंड्यासह धान्ये आणि पिठे आणि अन्नधान्ये. (ओट्स, बार्ली, हातसडीचा तांदूळ)
- पालक
- मसूर
- मिनरल वॉटर
- कॉफी (मिनरल वॉटरमध्ये तयार केलेली)
- बिअर (स्त्रियांपेक्षा पुरुष अधिक प्रमाणात सिलिकॉन घेतात, त्याचे हे एक कारण आहे)

विशेष सूचना : केळ्यांत सिलिकॉनचे मोठेच प्रमाण असते. परंतु आतड्यांद्वारे त्यातील अत्यल्प सिलिकॉनचेच शोषण होते. साहजिकच तुमच्या नखांनाही त्यामुळे अत्यल्प प्रमाणातच सिलिकॉन मिळते.

## याला बळी पडू नका : नॉक्स जिलॅटिनमुळे तुमची नखे बळकट बनत नाहीत

बळकटी आणण्याचा मुद्दा आला की कित्येक लोक नॉक्स जिलॅटिनचा वापर करू लागतात. खरेतर नॉक्स कंपनी संत्र्याच्या स्वादाच्या पेयाची भुकटीही तयार करते. त्यामध्ये ॲस्परटेममुळे गोडी येते आणि त्याची चव टँगसारखी लागते. हे पेय प्यायल्यामुळे किंवा त्याची पूड खाल्ल्यामुळे किंवा जिलॅटिनमध्ये नखे बुडवल्यामुळे नखे बळकट बनतात, असे सिद्ध

करणारा कोणताही शास्त्रीय पुरावा उपलब्ध नाही. त्या छोट्याशा बॉक्सवर काही का लिहिलेले असेना तुम्ही त्याच्या नादाला लागू नका.

बहुतेक जिलॅटिन हे प्राण्यांच्या कोलॅजेनपासून मिळवलेले असते. विशेषतः डुकराच्या किंवा गायीच्या कातड्यापासून आणि बीफ किंवा डुकराच्या हाडांपासून ते मिळवलेले असते. कोलॅजेन नष्ट होण्यासाठी प्राण्यांचे अवयव उकळले जातात. त्या वेळी कोलॅजेन वितळते आणि ते थंड केल्यावर त्यापासून जेल तयार होते. परंतु जिलॅटिनमध्ये प्रथिने असतात आणि म्हणूनच त्यात विविध प्रकारची ॲमिनो आम्लेही असतात. त्यात कोणत्याही प्रकारचे सिस्टिन नसते. सिस्टिन हा केरॅटिनचा प्रमुख घटक आहे आणि नखांचा बहुतांश भाग हा केरॅटिननेच बनलेला असतो. जिलॅटिनमधील ॲमिनो आम्ले आतड्यातून शोषली जातात व पचतात. परंतु ती नखांपर्यंत कधीच पोचत नाहीत. नॉक्स पेयात बायोटिन असते. परंतु ते फक्त ३०० मायक्रोग्रॅम्स एवढ्या अत्यल्प प्रमाणात असते. त्यामुळे नखांवर परिणाम दिसून येण्यासाठी तुम्ही किमान नऊ पाकिटे पेय रिचवले पाहिजे आणि प्रत्येक ग्लासातून ४० उष्मांक मिळत असल्यामुळे त्यापेक्षा तुम्ही बिअर आणि शेंगदाणे खाणे चांगले! (अर्थातच फक्त बायोटिनचा विचार केला तरच!)

## नखांच्या सर्वसामान्य समस्या दूर करणे

तुम्ही योग्य प्रकारचा आहार घेतला असलात तरीही नखांचे बाह्य स्वरूप बदलण्यामागे कित्येक प्रकारची अन्य कारणेही असू शकतात. उदाहरणार्थ, 'ओनीकोशायझिया' किंवा नखे ठिसूळ होणे ही माझ्याकडे येणाऱ्या बहुतेक रुग्णांची समान समस्या असते. सुमारे २० टक्के लोकांची नखे ठिसूळ असतात आणि स्त्रियांमध्ये नखे ठिसूळ होण्याचे प्रमाण पुरुषांच्या तुलनेत अधिक असते असे आकडेवारीवरून दिसून आले आहे. नखांची साले निघणे आणि नखे तुटणे या समस्येसाठी माझ्याकडे येणाऱ्या अनेक रुग्णांना बुरशीचा संसर्ग झालेला असतो. बुरशीच्या संसर्गामुळे नखे जाडसर बनतात आणि सहजपणे तुटू शकतात. कारच्या दारात बोटे अडकणे किंवा एखाद्या पेयाची बाटली उघडण्यासाठी नखांचा वापर करणे किंवा सतत पाण्यात काम करणे किंवा सातत्याने हात धुणे यांसारख्या एखाद्या परिस्थितीमुळेही काही वेळा नखे पातळ आणि ठिसूळ बनतात. नखे मोठ्या प्रमाणात पाणी शोषून घेतात. बाह्य त्वचेच्या तुलनेत नखे दहापट अधिक प्रमाणात पाणी शोषून घेतात. त्यामुळे सातत्याने ओले होणे आणि सातत्याने बाष्पीभवन होणे या गोष्टी घडून नखे कोरडी पडतात आणि त्यामुळे दुर्बल बनतात. व्यावसायिक

मॅनिक्युअर केल्यामुळे किंवा नेलपेंट रिमूव्हरचा सतत वापर केल्यामुळेही नखे ठिसूळ बनतात असे दिसून आले आहे. खरेतर व्यावसायिक मॅनिक्युअर करून घेणाऱ्या लोकांची नखे महिन्यातून एकदा नेलपॉलिश रिमूव्हर वापरणाऱ्या लोकांच्या तुलनेत तिपटीने अधिक ठिसूळ असतात. का? केरॅटिन थरांना घट्टपणे एकमेकींशी बांधून ठेवणारे रासायनिक बंध सैलसर पडले की, नखे तुटतात किंवा त्यांची सालपटे निघू लागतात. एका पाठोपाठ एक अशा पद्धतीने केरॅटिनचे थर नष्ट होऊ लागतात. भिंतींचे पोपडे निघून रंग जातो त्याप्रमाणेच हे असते. सातत्याने नेल-पॉलिश रिमूव्हर आणि इतर तीव्र रसायनांचा वापर केल्यामुळे केरॅटिनच्या स्तरांना घट्ट एकत्र बांधून ठेवणारे बंध दुर्बल बनतात आणि त्यामुळे हे स्तर सोलवटले जातात, तुकडे पडल्यासारखे बनतात आणि अखेरीस तुटतात. आनुवंशिक गुणधर्मांमुळेही नखे ठिसूळ बनतात. जर तुमच्या कुटुंबातील एखाद्याची नखे ठिसूळ असतील तर ज्यांच्यामध्ये अशा प्रकारे आनुवंशिक गुणधर्म नाही, त्यांच्या तुलनेत नखे ठिसूळ बनण्याचा धोका तुम्हाला सहाशे पट अधिक असतो. ठिसूळ नखांमागे क्वचितच आजारपण किंवा आहारजन्य कमतरता असू शकते. उदा. रक्तक्षय किंवा ॲनेमिया. एक साधी गोष्ट लक्षात ठेवली पाहिजे ती म्हणजे जर तुमच्या हाताच्या बोटांची नखे तुटत असतील आणि पायाच्या बोटांची नखे बळकट असतील तर नखे ठिसूळ होण्यामागे बाह्य घटकांचा परिणामच कारणीभूत असू शकतो. तुमच्या नखांवर परिणाम करणारी काही सर्वसाधारण कारणे आता पुढे देत आहे.

**नखांवरचे पांढरे ठिपके :** कॅल्शियमची कमतरता किंवा बुरशीचा संसर्ग यामुळे नखांवर पांढरे ठिपके येतात असा बहुतेकांचा समज असतो. परंतु हे ठिपके आघात किंवा जखम यांमुळे आलेले असतात. तांत्रिकदृष्ट्या नखे मृत असतात. त्यामुळे कोणत्याही प्रकारची जखम किंवा पृष्ठभागाला झालेली हानी आपण दुरुस्त करू शकत नाही. नखे वाढून पुढे गेल्यावरच ती कापल्यावर ती हानी दूर करता येते आणि नखांच्या वाढीसाठी सर्वसाधारणपणे सहा महिने लागतात. मात्र नखांवरचे पिवळसर तपकिरी रंगाचे ठिपके हे शरीरावर अन्यत्र कुठेही सोरायसिस नसला तरीही सोरायसिसचे लक्षण असू शकते. पिवळसर तपकिरी रंगाच्या ठिपक्यांबद्दल काळजी करण्याचे काही कारण आहे का, ते तुम्हाला त्वचारोगतज्ज्ञ सांगू शकतो.

**पिवळसर रंगाची नखे :** बुरशीसारख्या एखाद्या संसर्गामुळे गडद पिवळ्या रंगाची नखे तयार होतात. परंतु कमी रक्तपुरवठा किंवा अनवाणी पायाने चालणे यासारख्या काही निरुपद्रवी कारणांमुळेही नखे पिवळी पडतात. काही रुग्णांमध्ये गडद रंगाच्या नेलपॉलिशमुळे नखे पिवळी पडतात. जर नखांचा पृष्ठभाग गुळगुळीत असेल आणि नखावर सर्वत्र सम प्रमाणात पिवळा रंग पसरलेला असेल, तर ते नेलपॉलिशमुळेच झाले आहे असे समजण्यास हरकत नाही. त्यासाठी नेलपॉलिश

वापरण्याआधी बेस कोट वापरा आणि मग पॉलिश लावा. शिवाय पॉलिश गेल्यावर काही काळ नख तसेच ठेवा किंवा फिक्या रंगाचे नेलपॉलिश वापरा. महिन्यातून एकदाच नेलपॉलिश काढून टाकण्याची कल्पना चांगली ठरते. त्यामुळे नखे आरोग्यपूर्ण आहेत की नाहीत, हे तुम्हाला तपासता येते. एखाद्या बुरशीचा संसर्ग झाला असेल तर ॲथलिट्सच्या पायांना जसा बुरशीचा संसर्ग होतो तसाच हा संसर्ग झालेला असतो. बुरशीच्या संसर्गामुळे नखांचा मूळचा रंग उडून जातो आणि ती पिवळी किंवा तपकिरी रंगाची बनतात. ती जाडसर बनतात आणि त्यांचे तुकडे पडू लागतात. बोटांमधील आणि तळपायाची त्वचा खवल्यासारखी बनते आणि तिथे खाज सुटू लागते. परंतु नखांना नेमके काय झाले आहे हे समजण्यासाठी तुम्ही त्वचारोगतज्ज्ञाकडे जाणे हाच त्यावरचा खरा उपाय असतो. ऊतीचा नमुना घेऊन डॉक्टर ते कल्चरसाठी प्रयोगशाळेत पाठवून देतात. तो जर बुरशीचा संसर्ग असेल तर ते तुम्हाला स्थानिक पातळीवर उपलब्ध असलेली औषधे लिहून देतात. त्यात काही वेळा गोळ्यांचाही समावेश असतो. तुम्हाला नखांचा सोरायसिस झालेला असेल तर तो अगदी तंतोतंत बुरशीमुळे झालेल्या संसर्गासारखाच दिसतो. त्या वेळी सहसा डॉक्टर तुम्हाला नखांभोवती इंजेक्शन्स देतात आणि शरीराच्या इतर भागांनाही सोरायसिसचा संसर्ग होण्याची शक्यता असेल, तर त्यासाठी पद्धतशीर उपचार देतात. 'स्युडोमोनास' या बॅक्टेरियांचाही नखाला संसर्ग होण्याची शक्यता असते. हे बॅक्टेरिया ओलसर घाणीवर आणि ओल्या टबमध्ये जगतात. बॅक्टेरियांमुळे झालेल्या संसर्गामुळे नखे गडद हिरवी किंवा काळी दिसू लागतात. त्या वेळी संसर्ग झालेले बोट हळवे, लालसर आणि सुजल्यासारखे दिसू लागते. नखाभोवतीच्या पातळ त्वचेखाली पू वाहत असल्याचेही तुम्हाला दिसू लागते. तुमची बोटे सुजली असतील आणि तुम्हाला पू वाहत असलेला दिसत असेल, तर तुमच्या पावलात इतरत्र संसर्गाचा फैलाव होऊ नये यासाठी त्वरित डॉक्टरांची भेट घ्या.

## हॅलो, डॉ. वू

**प्रश्न :** मला नखे वाढवायची आहेत. परंतु ती तुटतात आणि दुभंगतात. नखे वाढवण्यासाठीची नेल ग्रो पॉलिशेसही मी वापरून पाहिली. परंतु काहीच उपयोग झाला नाही. मी काय करू?

**उत्तर :** तुमची नखे बाहेर वाढतात तेव्हाच ती मृत असतात. त्यामुळे त्यांना पॉलिश लावल्याने त्यांची वाढ जलद गतीने होणार नाही. तुम्ही नखांना जाणारे तडे आणि त्यांचे दुभंगणे रोखू शकता. त्यासाठी खालील

क्लृप्त्या ध्यानात ठेवा.

- नखे दुभंगू नयेत म्हणून नखांचा वापर हळुवारपणे करा. पॅकिंग किंवा सोडा अगर तत्सम पेयांच्या बाटल्यांची झाकणे उघडण्यासाठी त्यांचा वापर करू नका. नखे कुरतडण्याची किंवा हाताने काढण्याची सवय असेल तर ती ताबडतोब सोडून द्या. त्याऐवजी नेल फाइल वापरून त्याच्या कडा घासून गुळगुळीत करा. त्यामुळे नखे दुभंगणार नाहीत. नखांना गडद रंग देणे टाळा, कारण त्यामुळे नखे पातळ बनतात. आठवड्यातून एकदाच क्लिअर नेलपॉलिश वापरा. त्यामुळे नखांना बळकटी प्राप्त होऊन त्यांचा ओलसरपणा टिकून राहील. दर आठवड्यात नवीन नेलपॉलिश लावण्यासाठी आधीचा थर काढून टाकू नका. कारण त्यामुळे पॉलिश रिमूव्हर किंवा तीव्र रसायनांशी तुमच्या नखांचा थेट संबंध येतो.
- सरळ नखांपेक्षा तुमच्या नखांना गुळगुळीत गोलाकार देण्यामुळे नखे अधिक बळकट बनतील आणि त्यामुळे कमी प्रमाणात दुभंगतील. ती चौरसाकृती असतील आणि त्यांच्या कडा मात्र गोलाकार असतील. त्यामुळे मी त्यांना 'चौरसगोल' म्हणते.
- वरचेवर हात धुतल्यामुळे नखे कोरडी पडतात. त्यामुळे पाण्यात कामे केली किंवा हात धुतले तर त्यानंतर नखांना मॉयश्चरायझर लावण्यास विसरू नका. तुम्ही हँड क्रीम किंवा क्युटिकल ऑइलही वापरू शकता. परंतु आहारात वापरण्यायोग्य असलेले गोड बदामाचे तेल अधिक चांगले. ते बिनविषारी असते आणि त्यामुळे त्रासही होत नाही. त्याच्यात ई व्हिटॅमिन असते. शिवाय त्याचा वासही बदामाच्या कुकीजसारखा येतो. अतिरिक्त संरक्षणासाठी, भांडी घासताना, बागकाम करताना किंवा रसायने अगर द्रावकांचा वापर करून काम करत असताना हातमोज्यांचा वापर करा.
- नेलपॉलिश लावले असेल तर ॲसिटोन असलेले पॉलिश रिमूव्हर टाळा. ॲसिटोनमुळे नखे कोरडी पडतात. (त्याऐवजी ॲसिटोन नसलेली उत्पादने घ्या.)
- ॲसिटिल मँडेलिक आम्ल असलेले उत्पादन वापरल्यामुळे माझ्या बहुतेक रुग्णांना फायदा झाला आहे. अशी उत्पादने तुमच्या नखांची अतिजलद वाढ रोखतात. परंतु अल्फा हायड्रॉक्सी आम्लामुळे नखे दुभंगत नाहीत.

**मेलॅनोनायकिया स्ट्रायटा :** नखांवर काळपट चट्टे पडणे किंवा 'मेलॅनोनायकिया स्ट्रायटा' हा आजार रंगद्रव्याचे प्रमाण वाढल्यामुळे होतो. काळसर रंगाची त्वचा

असलेल्या लोकांमध्ये ही बाब अधिक प्रमाणात आढळते. ही एक निरुपद्रवी स्थिती आहे. परंतु याशिवाय तुम्हाला नवीन रंग आढळला किंवा पायाच्या बोटांच्या नखांची अतिजलद वाढ किंवा अचानकच नखे काळी पडल्याचे आढळले तर त्वचारोगतज्ज्ञाची भेट घ्या. तो मेलॅनोमा नाही याची डॉक्टर खात्री करून घेतील.

**सबअँग्वल हेमॅटोमा :** माझी एक रुग्ण दोन मुलांची आई आहे. ती अत्यंत व्यस्त असते. एका मोठ्या कार्यक्रमाला जायचे असल्याने ती मॅनिक्युअरिस्टकडे गेली. त्या कार्यक्रमासाठी तिने खूपच सुंदर, महागडे सँडल्सही विकत घेतले होते. मात्र पेडिक्युअर करून घेत असताना तिला ती पेडिक्युअर करणारी स्त्री आपल्या नखांना कठोरपणे हाताळत असल्यासारखे वाटले. तिने खाली पाहिले, तेव्हा ती खरोखरच एक तीक्ष्ण हत्यार वापरून तिची नखे स्वच्छ करत असल्याचे तिला दिसले आणि त्यामुळे ती एकदम बेचैन झाली. तिच्या पायांवर मोठ्या प्रमाणात मृत पेशी असल्याबद्दल मॅनिक्युअरिस्टने तिला सावध केले आणि त्या दूर करण्याची आवश्यकताही सांगितली. त्यानंतर तिची बोटे थोडीफार सुजली, परंतु नंतर सारे काही सुरळीत सुरू होते. परंतु त्या रात्री तिची नखे खूपच हळवी झाल्यासारखी वाटली आणि ती लालसर झाली. तरीही तिने आपल्या नवीन सँडलमध्ये मिरवण्याची आपली हौस पूर्ण करून घेतली. दुसऱ्या दिवसापर्यंत तिची नखे गडद जांभळ्या रंगाची बनली आणि त्यानंतर तासाभरातच पूर्ण काळी पडली. अखेरीस त्या आठवडाअखेरीला ती माझ्याकडे आली. त्या वेळी तिच्या तळपायाच्या अंगठ्याशेजारच्या बोटाचे आणि इतर बोटांचीही नखे पूर्णपणे काळीठिक्कर पडली होती. मी तिच्या पावलांकडे एक दृष्टिक्षेप टाकला आणि काय घडले असावे ते माझ्या लक्षात आले. मॅनिक्युअरिस्ट अतिउत्साही होती आणि मृत पेशी दूर करताना तिने तिच्या पावलांच्या बोटांच्या नखांखालील रक्तवाहिन्यांना इजा केली होती. त्यामुळे नखांखाली रक्तस्राव झाला होता आणि सबअँग्वल हेमॅटोमा ही स्थिती निर्माण झाली होती. हे घडते तेव्हा नखे गळून पडतात आणि सहा महिने किंवा त्यानंतरच ती येतात.

मला स्वत:लाही सबअँग्वल हेमॅटोमाचा अनुभव होता. दरवर्षी माझ्या वार्षिक स्की सहलीवरून मी येत असे त्या वेळी माझ्या पावलांच्या बोटांना मुका मार लागलेला असे आणि ती काळी-निळी झालेली असत. (कदाचित मला नवीन स्की बुटांची आवश्यकताही असू शकेल का?) परंतु सन २००९च्या हिवाळ्यात आणखी वाईट स्थिती बनली. तीन दिवसांच्या स्किइंगनंतर माझ्या अंगठ्याशेजारचे बोट गडद लाल बनले आणि सहलीच्या अखेरच्या दिवशी मला चालतानाही वेदना होऊ लागल्या. तरीही कसेबसे मी बूट घातले. दुर्दैवाने, विमानात बूट काढण्याची चूक मी केली आणि आम्ही विमानतळावर उतरल्यावर मला बूट पायांतही घालता येईनात. त्यामुळे मला अनवाणीच चालावे लागले. दुसऱ्या दिवशी माझी बोटे

इतकी दुखू लागली की, मला डॉक्टरांकडे धाव घ्यावी लागली. त्या वेळी मी पायात अगदीच साध्या आणि मोकळ्या सपाता घातल्या होत्या. त्या इतक्या वेगळ्या आणि साध्या होत्या की, डॉक्टरांकडे येणाऱ्या प्रत्येक रुग्णाला माझ्या पायाच्या स्थितीविषयी मला सांगत बसावे लागले होते. खरोखरच अवघडल्यासारखी स्थिती होती ती! दुसऱ्याच आठवड्यापर्यंत माझ्या पायांची नखे काळी पडली आणि गळून पडली. त्यानंतर पुन्हा नखे येण्यासाठी मला नऊ महिने वाट पाहावी लागली.

धावपटू हायकर्स आणि स्किअर्स यांच्यामध्ये सबअँग्वल हेमॅटोमा ही स्थिती सर्वसामान्य मानली जाते. कारण त्यांच्या पायांची नखे त्यांच्या बुटांवर आदळत राहतात. नखांखाली पुरेशा प्रमाणात रक्त साचले की बोटांची स्थिती अगदी असह्य वेदनादायी बनून जाते. डॉक्टर ते रक्त काढून टाकून त्वरित आराम देऊ शकतात. परंतु तुम्ही वेळेवर उपचार घेतले नाहीत तर रक्त सुकून जाते आणि तिथे खपली धरते. यालाच आपण रक्त साकळणे म्हणतो. त्यामुळेच नख काळे पडते. त्यानंतर मात्र नवीन नख येईपर्यंत वाट पाहणे भागच असते. तुमचे शूज तुम्हाला नीट बसतात ना हे तपासा आणि पायाच्या बोटांची नखे कापून टाकून मगच ते वापरा म्हणजे सबअँग्वल हेमॅटोमा टाळता येईल.

## तुमच्या नखाभोवतीच्या त्वचेविषयी दोन शब्द

नखाभोवतीची पातळ त्वचा ही हानिकारक बॅक्टेरिया, बुरशी आणि विषाणू (व्हायरस) यांना रोखून इतर त्वचेचे संरक्षण करण्याचे कार्य करत असते. त्यामुळेच ज्या वेळी दोन धारदार कात्र्या घेऊन ब्युटी पार्लरमधील स्त्री नखाभोवतीची त्वचा कापू लागली त्या वेळी मला खूपच वेदना होऊ लागल्या. ही गोष्ट कित्येक वर्षांपूर्वी घडलेली आहे आणि त्या वेळी मला या सर्वांविषयी फारशी माहितीही नव्हती. ती स्त्री जे काही करत होती त्याविषयी तिला नक्कीच माहिती असणार असा विचार करून मी गप्प राहिले. परंतु लवकरच टेबलावर त्वचेच्या तुकड्यांचा एक ढीगच साचला. त्यानंतर तिने रक्तही काढून टाकले. मात्र त्या वेळी मी तिला थांबण्यास सांगितले. मॅनिक्युअर करून घेत असताना रक्त येणे ही चांगली गोष्ट नाही. नखाभोवतीची पातळ त्वचा कापल्यामुळे ती त्वचा दुभंगल्यासारखी होते. त्यामुळे ते अत्यंत वेदनादायक बनते आणि त्वचेतून नखांच्या खालच्या भागात बॅक्टेरिया शिरतात. तुमची नखाभोवतीची त्वचा तणासारखी वाढत असेल तर तुम्ही हळुवारपणे तिला मागे सारा. कालांतराने ती जाडसर बनून जाते आणि मग तुमचे नख आणि त्वचा यांच्यामध्ये पोकळी निर्माण होऊन तिच्यात जंतूंचा प्रवेश होऊन तुम्हाला संसर्ग होतो.

## कृत्रिम नखांचा वापर करताना नखे आरोग्यदायी ठेवणे

पूर्वाश्रमीची मॅनिक्युअरिस्ट असलेल्या माझ्या एका रुग्णाला एकदा फोटो शूटसाठी बोलावण्यात आले. त्या वेळी तिच्या दहाही बोटांचे नेलपॉलिश गेलेले होते. तिच्याकडे त्या वेळी कोणतेही नेलपॉलिश शिल्लकही नव्हते. शिवाय तातडीने जाणेही आवश्यक होते. मग तिने सरळ त्या दिवशी तात्पुरत्या कृत्रिम नखांचा वापर केला. उत्तम प्रकारे गुळगुळीत करून नखांना छानसे पॉलिश केलेल्या स्त्रियांचा मला नेहमीच हेवा वाटतो. शिवाय कृत्रिम नखांचा वापर करणे हा मॅनिक्युअरला पर्याय असू शकतो. कारण ही नखे कित्येक आठवडे म्हणजेच दीर्घकाळ टिकतात. शिवाय ती दिसतातही छान!

मात्र अभ्यासातून असे दिसून आले आहे की, कृत्रिम नखे वापरणाऱ्या आरोग्यसेविकांच्या नखांमध्ये स्टॅफ बॅक्टेरिया आणि यीस्टसह जंतूंचे प्रमाण अधिक असते. त्यांनी अशी नखे वापरून आपल्या रुग्णांना जंतुसंसर्ग करणे अत्यंत चुकीचे असते. त्याचप्रमाणे मीही अशी नखे वापरून माझ्या रुग्णांना जंतुसंसर्ग करू इच्छित नाही. या नखातील कृत्रिम रसायनांमुळे आपली मूळची नखे गमावून बसलेल्या किंवा ॲलर्जीने त्रस्त झालेल्या कित्येक रुग्णांवर मी उपचार केलेले आहेत. त्यामुळे मी स्वतःच प्रत्यक्षपणे त्यांचे दुष्परिणाम पाहिलेले आहेत. जर तुमच्याकडे कृत्रिम नखे असतील किंवा तुम्ही ती वापरण्याचा विचार करत असाल तर खालील गोष्टी लक्षात ठेवा.

- दर सहा ते आठ आठवड्यांनी कृत्रिम नखे काढून टाका. याहून अधिक काळ ती तशीच ठेवलीत तर नैसर्गिक नखांपासून ती अलग होतात. या दोन्ही नखांच्या मधल्या भागात पाणी साचले की जंतूंच्या वाढीची पूर्वतयारी तुम्ही केली असेच समजा. यासाठीच तुमच्या स्वतःच्या नखांना काही आठवडे व्यवस्थित श्वास घेऊ द्या.
- अधिक नैसर्गिक दिसण्यासाठी मॅनिक्युअरिस्टला ॲक्रिलिक ग्ल्यू सौम्य प्रमाणात लावण्यास सांगा आणि तुमच्या नखांभोवतीच्या पातळ त्वचेच्या आकाराप्रमाणेच त्यांचाही आकार ठेवण्यास सांगा. तुमच्या नखांचा आकार जेवढा अधिक नैसर्गिक असेल तेवढे टायपिंग, संगणकावरचे काम आणि इतर काही गोष्टी करणे तुम्हाला सोपे जाईल.
- नखांभोवतीची पातळ त्वचा लाल, तुकडे पडल्यासारखी बनली किंवा सुजली तर लगेच कृत्रिम नखे काढून टाका आणि त्वचारोगतज्ज्ञाचा सल्ला घ्या. संसर्ग झाल्याची ही लक्षणे असू शकतात किंवा तुम्ही वर्षानुवर्षे जर

कृत्रिम नखे वापरत असलात, तरी ही ॲलर्जीचीही लक्षणे असू शकतात.

- कृत्रिम नखाखालचे मूळचे नख जर जाड, ठिसूळ बनले किंवा त्याचा रंग बदलला तर लगेच डॉक्टरांकडे जा. कारण ती बॅक्टेरियाच्या किंवा बुरशीच्या संसर्गाची लक्षणे असू शकतात.

तुमच्या नखांच्या खालच्या बाजूलाही ऊतींचा एक पातळ थर असतो. संसर्ग आणि पाणी यांच्यापासून त्वचेचा बचाव करण्यासाठीचा तो संरक्षक थर असतो. म्हणून नखांच्या खालची बाजू खूप जोरात घासून स्वच्छ करू नका आणि कोणालाही तिथे टोकदार, तीक्ष्ण हत्यारे वापरून तिथली स्वच्छता करू देऊ नका. वाढलेली नखे कापतानाही अशीच काळजी घ्या. फक्त पुढे आलेली, वाढलेली नखेच कापा. तुम्ही खूपच आतपर्यंत नखे कापू लागलात तर कडेची पातळ त्वचा नीट चिकटून राहू शकत नाही आणि त्यामुळेही संसर्गाची शक्यता असते. त्याला वैद्यकीय भाषेत 'पॅरोनिशिया' असं म्हणतात.

सारांश

**तुमचे केस आणि तुमची नखे बळकट व निरोगी ठेवा.**

- तुमच्या केसांच्या आणि नखांच्या दिसण्यात आहाराचा महत्त्वपूर्ण वाटा असतो. त्यासाठीच आरोग्यदायी प्रथिने देऊन त्यांना उत्तम दिसू द्या. कधीही क्रॅश डाएट करू नका.
- सिलिकॉन, लोह आणि जस्त असलेले अन्न भरपूर प्रमाणात खा. सूक्ष्म द्रव्यांची कमतरता हे केस गळतीचे एक महत्त्वाचे कारण आहे.
- केस पांढरे होत आहेत का? मग अधिक प्रमाणात बदाम खा आणि ॲंटिऑक्सिडंट्सनी समृद्ध असलेली फळे आणि भाज्या खा.
- केस पातळ होत आहेत का? आहारात ट्युना आणि स्वोर्डफिशसारख्या मोठ्या माशांचा समावेश टाळा. त्यामुळे शरीरात पारा जाणार नाही.
- बहुतांश शाम्पूमध्ये एकसारखीच घटकद्रव्ये असतात. शाम्पू महागडे असले म्हणजे ते अधिक चांगले असतातच असे नाही. केस नीट न बसता सारखे उडत असतील तर ते कमी करण्यासाठी गहू किंवा तांदूळ यांच्यातील प्रथिने आणि पॅंथेनॉल किंवा नैसर्गिक तेलासारखे घटक असलेले कंडिशनर वापरा.

- नखांच्या वाढीसाठी वापरली जाणारी पेये आणि नखांना बळकटी आणणारी पॉलिश यांसारखी बहुतांश उत्पादने तुमच्या नखांच्या स्थितीत फारशी सुधारणा घडवून आणू शकत नाहीत. पॉलिशमुळे नखे दुभंगणे आणि तुटणे कदाचित रोखता येईल. परंतु त्यामुळे तुमच्या नखांची जलद गतीने वाढ मात्र होणार नाही. अधिक चांगल्या मॅनिक्युअरसाठी बायोटिन, सिलिकॉन आणि प्रथिने असलेल्या आहारावर भर द्या.

# विभाग ३

# चेहऱ्याला पोषक आहार
# प्रत्यक्ष कृती

९

# चेहऱ्याला पोषक आहार

**मी** नेहमीच घट्ट स्कर्ट आणि खूपच उंच टाचांचे बूट घालत असल्याबद्दल माझी एक नेहमीची रुग्ण नियमित तपासणीदरम्यान खूपच प्रभावित होऊन बोलत होती. ती फॅशन करत नव्हती असे नव्हते. तिचे नाव मॅगी होते. तिची कपड्यांची संपूर्ण खोली विविध प्रकारच्या फॅशनच्या पँट्स आणि टॉप्सनी भरून गेलेली होती. शिवाय तिने एक स्टायलिस्ट ठेवली होती आणि बेव्हर्ली हिल्स येथील कपड्यांच्या दुकानातून कपड्यांची निवड करत असताना तिला ती साहाय्य करत होती. मात्र आपल्या व्यवस्थित न लावलेल्या आणि रोजच्या रोज भर पडत असल्यामुळे कपड्यांनी ओसंडून वाहणाऱ्या त्या खोलीतून तिला नेमकी पँट आणि तिच्यावरचा नेमका टॉप शोधून घेणे कठीण जात असे. 'रोजच्या रोज कपड्यांची भर पडत असे,' हे वाक्य मी जाणीवपूर्वक वापरले आहे, कारण ते शब्दश: खरे आहे. साहजिकच तिला रोजच जीन्स आणि त्यावर प्लेन पांढरा टी शर्ट घालूनच फिरावे लागत असे. मात्र तरीही मला मॅगीची बाजू पूर्णपणे पटते, कारण आपल्या कपड्यांच्या खोलीविषयी ती जशी वागते तशीच मी माझ्या स्वयंपाकघराविषयी वागत असे.

मी फारसे अन्न शिजवत नसे. (याचेच माझ्या आईला मोठेच दु:ख होत असे.) बारा-बारा तास ऑफिसमध्ये काम केल्यावरही येताना मी अन्नधान्ये आणि भाज्या इ. विकत घेऊन येत असे. पोटात भुकेचा डोंब उसळलेला असे आणि तरीही मी

माझ्याच सहनशक्तीची परीक्षा बघत घरात शिरत असे आणि तशीच स्वयंपाकघरात जाऊन शक्य तितक्या लवकर पदार्थ बनवत असे. मात्र पारितोषिके जिंकण्याच्या मोसमात माझ्याकडे रुग्णांची रांग लागलेली असे. (कारण जवळजवळ प्रत्येक अभिनेत्रीच्या डॉक्टरांच्या यादीत माझे नाव असे.) आणि अत्यंत व्यस्ततेच्या या काळात मी आणलेले स्वयंपाकाचे सामान तसेच स्वयंपाकघरात पडत असे. दुकानामध्ये जसे पिशव्यातून ते पदार्थ पडलेले असत, तसेच माझ्या स्वयंपाकघरातही ते पडून राहत. कपाटांच्या मागे पडून त्यातील काही गोष्टी हरवून जात. सहसा काय विकत आणले ते मी विसरून जात असे. मग आपल्या आवडीच्या आणि काही वेळा फारशा आरोग्यदायी नसलेल्या आहारावर मला समाधान मानावे लागत असे. त्यानंतर मी एक गोष्ट शिकले आणि ती म्हणजे ज्या वेळी मला खरेदी करण्यासाठी वेळ मिळत असे, त्या वेळी मी घरी आल्यावर साऱ्या गोष्टी व्यवस्थित लावून ठेवून मग त्यातून योग्य त्या गोष्टी काढून स्वयंपाक करत असे. फक्त स्वयंपाकघर नीट लावल्यामुळे मला खायला चांगल्या गोष्टी मिळत असत. मधल्या वेळेत वाटीभर बटाट्याचे काप किंवा असेच काहीतरी अरबट चरबट मला खावे लागत नसे. खाण्याच्या वेळेआधीच तुम्ही जेवणाचे नियोजन केले तर आधीच स्वयंपाकघरात असलेल्या वस्तूंचा तुम्ही उत्तम उपयोग करून घेऊ शकता आणि अन्नाची नासाडीही कमी प्रमाणात होते. मग इतर काहीही घेण्यासाठी थोडे अधिक पैसे तुमच्याजवळ शिल्लक राहतात. चेहऱ्यासाठी पोषक आहार म्हणजे मी गेल्या आठ प्रकरणांत तुम्हाला जे काही सांगितले आहे त्याची गोळाबेरीज आहे. चेहऱ्यावर उमटणाऱ्या सूक्ष्म रेषा आणि सुरकुत्या कमी करणे, अतिनील किरणांपासून संरक्षण मिळवणे, कोलॅजेन निर्मितीला प्रोत्साहन देणे, मुरुमे दूर करणे, दाह आणि पुरळ कमी करणे या साऱ्या गोष्टींसाठी महिन्याभराच्या आहाराचे नियोजन करून ठेवा. त्यामुळे अधिक आरोग्यदायी आणि अधिक सुंदर त्वचा मिळणारा आहार घेण्याबाबत असलेली भीती दूर होईल.

यावर मुरुमे आली असतील तर मी तुम्हाला दूध आणि दुग्धजन्य पदार्थांपासून दूर राहण्यास सांगितले आहे. सूक्ष्म रेषा आणि सुरकुत्या यांची तुम्हाला काळजी वाटत असेल तर तुम्ही अधिक प्रमाणात सोयाबीन खा किंवा तुम्हाला पुरळ येत असेल तर तुम्ही ग्लुटेनपासून दूर राहा, अशा सूचना मी वेळोवेळी तुम्हाला दिल्या आहेत. नियोजन करणे म्हणजे चेहऱ्याला पोषक ठरणारा आहार प्रत्यक्ष कृतीत उतरवणे होय. आपण काय खावे याविषयी तुम्हाला विचार करायला लावणारे हे नियोजन असते. तुम्ही काय खाल्लेच पाहिजे असे यात सांगितलेले नाही. कारण काहीही झाले तरी आतापर्यंतची प्रकरणे वाचल्यामुळे आपण नेमके काय खावे आणि काय खाऊ नये हे समजण्याइतपत माहिती तुम्हाला मिळालेली आहेच.

समजा, तुम्हाला टोफू आवडत नसेल तर त्याऐवजी तुम्ही चरबी काढलेले दुसरे कोणतेही मांस खाऊ शकता. त्यात तुम्ही चिकनचा समावेश करू शकता. त्याचप्रमाणे तुम्हाला ब्रोकोली आवडत नसेल तर त्याऐवजी इतर हिरव्या पालेभाज्यांची निवड करा. आहारात लवचीकपणा आणण्यास घाबरू नका. फक्त तुम्हाला न आवडणारा अन्नपदार्थ काढून टाकला तर त्या जागी तुम्ही आरोग्यदायी प्रथिने, कोंड्यासकट धान्ये आणि भाज्या यांचा वापर करत आहात ना याकडे लक्ष द्या. अन्यथा तुम्हाला पुरेसे उष्मांक मिळणार नाहीत आणि मध्यरात्री दोन वाजता उठून तुम्ही स्वयंपाकघरात खायला काही मिळते का ते शोधत बसाल. ही काही चांगली कल्पना नाही.

चेहऱ्याला पोषक आहाराचा एक उत्तम भाग मी सांगते. तुम्हाला एखाद्या दिवशी अगदीच स्वयंपाक करायची इच्छा नसेल किंवा वेळ नसेल तर अजिबात स्वयंपाक करू नका. माझ्यावर विश्वास ठेवा. काही वेळा स्वयंपाकाच्या कल्पनेनेही अंगावर काटा येत असे, एवढे काम माझ्या ऑफिसमध्ये मी केलेले असे. तुम्ही जर बाहेरून जेवण आणणार असाल, तरीही वरील नियम लक्षात ठेवा. तुमच्या धान्याच्या दुकानात हातसडीचा तांदूळ संपलेला असेल किंवा तुम्हाला सॅलड वाळल्यासारखे दिसत असेल तर त्याऐवजी दुसऱ्या कशाचीतरी निवड करा. तो पदार्थ फक्त पालेभाजी आणि कोंड्यासकट धान्यापासून बनवलेला असू दे. माझ्याकडे येणाऱ्या काही स्टार अभिनेत्रींची माहितीही मी दिली आहे. त्यामुळे ट्रेलर तयार करण्यात कित्येक तास घालवणाऱ्या या अभिनेत्री नेमके काय खातात हेही तुम्हाला समजू शकेल. मऊ, मुलायम, स्वच्छ त्वचा, कमनीय बांधा लाभण्यासाठी हा चेहऱ्याचा पोषक आहार कसा असेल ते आपण आता पाहू या.

## स्वयंपाकघरातील सामान भरून ठेवणे

स्वयंपाकघरासाठी लागणारे सामान सहसा कोठीच्या खोलीत साठवले जाते. म्हणून मी कोठीची खोली किंवा सरळ स्वयंपाकघर असाच उल्लेख करणार आहे. कदाचित कमी जागा असेल तर तुम्ही ते स्वयंपाकघरातच साठवून ठेवण्याची अधिक शक्यता आहे. येथे तुम्हाला महत्त्वपूर्ण पोषणमूल्ये असलेले सामान मिळू शकते, परंतु तिथेच काही वेळा अन्नधान्याची रिकामी खोकीही पडलेली असतात. आधी ते सगळे स्वच्छ करा. आता तेथील सर्व साखरेने भरलेले, प्रक्रियायुक्त आणि काहीही पोषणमूल्य नसलेले जंक फूड काढून टाका. त्यानंतर चेहऱ्याला पोषक ठरणारे खालील पदार्थ भरून ठेवा.

# टोमॅटो

टोमॅटोंमध्ये लायकोपिन हे अँटिऑक्सिडंट असते. ते अतिनील किरणांपासून अतिरिक्त संरक्षण देते. वेगवेगळ्या प्रकारचे टोमॅटो मी आणून ठेवते. उन्हात वाळवलेले टोमॅटो ऑम्लेट किंवा पास्तामध्ये वापरणे अत्यंत चांगले ठरते. चिकनमध्येही तुम्ही टोमॅटोची पेस्ट घातली तर त्याला एक वेगळाच स्वाद येतो. सुट्टीत मी कुठेतरी जाते. त्या वेळी दोन महत्त्वाच्या गोष्टी माझ्या सुटकेसमध्ये असतात. माझा बेदिंग सूट आणि टोमॅटोची पेस्ट. रोजच्या जेवणात एक टेबलस्पून टोमॅटो पेस्टचा वापर केला तर चेहरा चांगला राहतो. मात्र चेहऱ्याला ही पेस्ट कधीही लावू नका. टोमॅटोमुळे तुम्हाला उन्हाचा त्रास होत नाही. त्यामुळे लॉस एंजेलिसमधल्या घरात मी परतते तेव्हा माझी त्वचा खेकड्यासारखी झालेली नसते तर तिच्यावर एक वेगळीच चमक आलेली असते. तुमच्या एका वेळच्या जेवणात तरी टोमॅटोचा समावेश करा. ती एक अत्यंत सोपी गोष्ट आहे. त्यामुळे चेहऱ्यावर येणारे डाग, रेषा आणि अकाली पडणाऱ्या सुरकुत्या यापासून तुमची सुटका होईल.

**प्रसिद्ध व्यक्तींच्या त्वचेची रहस्ये**

**मरिना सर्टिसची पाककृती**

मी मान्य करते मी प्रसिद्ध व्यक्तींच्या संपर्कात अधिक काळ असते. म्हणूनच मरिना सर्टिसला मी प्रथम भेटले तेव्हा मी चकितच झाले. मरिनाचे पालक ग्रीक आहेत आणि तिचा जन्म लंडनमध्ये झाला आहे. त्यामुळे त्या प्रकारचा आहार घेत ती मोठी झाली आहे. आतापर्यंत कित्येक टन टोमॅटो तिच्या पोटात गेले असतील. त्यामुळेच तिच्या वयापेक्षा किमान पंधरा वर्षांनी तरी ती लहान दिसते. तिची कौटुंबीक पाककृती इथे देण्यास तिने संमती दिली आहे. कोक्किनिस्टो ही पारंपरिक ग्रीक पाककृती आहे. त्यामध्ये मांस आणि टोमॅटो यांचा समावेश असतो. ती करून तर पहा!

**साहित्य**

- दीड ते दोन पाउंड कोकराच्या तंगड्या
- एक चिरलेला कांदा
- एक कप पाणी
- दोन-तीन लालसर पिवळसर रंगाचे

- अर्धा कप ऑलिव्ह तेल
- एक कप ड्राय रेड वाइन
- एक कॅन शिजवलेले टोमॅटो
- २ कप पालक
- बे झाडाची २ पाने
- उकडून सोललेले आणि चिरलेल बटाटे
- अर्धा कप वाटाणे
- एक टेबलस्पून स्वच्छ करून वाळवलेल्या टोमॅटोंची पेस्ट

कोक्किनिस्टो ही कोकराच्या मांसापासून तयार करण्यात येणारी पारंपरिक पाककृती आहे. परंतु तुम्ही याऐवजी कोंबडीच्या मांसाचा वापर करू शकता.

मांस चिरून घ्या. पातेल्यात दोन ते तीन चमचे ऑलिव्ह तेल टाकून त्यावर चिरलेला कांदा परतून घ्या. त्यानंतर उरलेले तेल टाकून मांसाचे तुकडे तपकिरी रंग येईपर्यंत भाजून घ्या. आता वाइन घाला आणि ढवळा. त्यात टोमॅटो, टोमॅटोची पेस्ट, बे पाने, मीठ आणि मिरपूड घाला. पातेल्यावर झाकण ठेवा आणि मांस नरम होईपर्यंत शिजवून घ्या. याला सुमारे ३०-४५ मिनिटे लागतात. रस्सा कोरडा होत असल्यासारखे वाटले तर त्यात पाणी घाला. त्यानंतर बाकीच्या सर्व भाज्या घाला आणि पुन्हा ढवळा. मांस चांगले शिजल्यावर आणि रस्सा थोडासा आटल्यावर घट्ट पदार्थ तयार होईल. तीन व्यक्तींना हा पदार्थ पुरतो.

## धान्ये, कठीण कवचाची फळे आणि बिया

कोंडा काढलेल्या धान्यांच्या तुलनेत कोंड्यासकट धान्यांमध्ये ग्लायसेमिक इंडेक्स कमी असतो. त्यांच्यामध्ये मोठ्या प्रमाणात आवश्यक पोषणद्रव्ये असतात. ही पोषणद्रव्ये कोणत्याही आहारातील महत्त्वपूर्ण घटक असतात. पांढऱ्या भाताऐवजी हातसडीचा तांदूळ वापरा किंवा कोणतीही देशी जात वापरा. मासे आणि भाज्यांसोबत वाटीभर भात खा. हा एक झटपट बनणारा सुलभ नाश्ता आहे. हळूहळू शिजणारे (स्लो कुकिंग) किंवा रोल्ड ओट्स हाताशी ठेवा. (ओटमिल वापरू नका.) काळजी करू नका. त्यांचे नाव जरी हळूहळू शिजणारे असे असले, तरी हे ओट्स व्यवस्थित शिजतात. ते चवदार असतात. जेमतेम पाच मिनिटांत ते शिजतात. ओटमिल आणून अर्धा तास शिजवत बसायला मलाही अजिबात वेळ नसतो. त्यामुळे कामावर जाण्याआधी असे ओट्स खाता येतात. नाश्ता करण्याचा प्रश्न येतो त्या वेळी तुम्ही कोंड्यासकट धान्याचा नाश्ता तयार करा. शिवाय त्यात तंतुमय पदार्थांचाही समावेश करा. सँडविच करण्यासाठी होल व्हीट ब्रेड वापरा.

शिवाय मोड आलेल्या कडधान्यांचा वापर करा. मोड आलेल्या कडधान्यांमध्ये पिष्टमय पदार्थ कमी असतात. त्यांचा ग्लायसेमिक इंडेक्स कमी असतो आणि ती सहजतेने कुठेही मिळतात. पुरळ येत असेल आणि विशेषत: इसब किंवा सोरायसिस असेल तर तुम्ही ग्लुटेन टाळले पाहिजे. गहू, बार्ली आणि राय या धान्यांमध्ये आढळणारे ते प्रथिन आहे. त्वचेचा दाह होणे, खाज सुटणे आणि त्वचा तुकडे पडल्यासारखी दिसणे हे ग्लुटेनमुळे होऊ शकते. मात्र तरीही तुमच्या आहारात कोंड्यासह इतर धान्यांचा भरपूर समावेश असला पाहिजे. ग्लुटेन फ्री ब्रेड, पॅन केक मिक्स, गहू नसलेले आणि साखर न घातलेले क्रॅकर्स, ग्लुटेनविरहित सोया सॉस, सॅलड ड्रेसिंग हे सारे मिळू शकते. जेवणातही सूप आणि सॅलडसह असे क्रॅकर्स खाता येतात. याशिवाय मका, लाह्या, हातसडीचा तांदूळ, ज्वारी, बाजरी अशी धान्ये तुम्ही मुबलक प्रमाणात खाऊ शकता. सुका मेवा आणि कठीण कवचाची फळेही तुम्ही खाल्ली पाहिजेत. बदाम, पिकॅन्स, अक्रोड यांचा त्यात समावेश होतो. त्यांच्यात मोठ्या प्रमाणात ओमेगा-३ असते. शिवाय मॅग्नेशियम, व्हिटॅमिन ई आणि इतर पोषकद्रव्येही त्याच्यात असतात. त्याच्यात तंतुमय पदार्थही असतात. त्यामुळे ते खाल्ले की बराच काळ भूक लागत नाही. म्हणूनच कठीण कवचाची फळे आणि सुका मेवा एकत्रित खाल्ले तर ते एकदम गोड लागतात. मला हा आहार खूपच आवडतो. कठीण कवचाच्या फळांमध्ये मोठ्या प्रमाणात स्निग्धांश असतो. त्यामुळे तुम्ही ती अल्प प्रमाणात खाल्ली पाहिजेत. तुम्ही जर त्यांच्यासोबत सुका मेवा खात असाल तर तोही प्रमाणातच खाल्ला पाहिजे. दोन्ही मिळून जेमतेम मूठभर झाले पाहिजे. फळे आणि सुका मेवा प्रत्येकी मूठभर खाऊ नये. खारवलेले आणि भाजलेले काजूही मला खूपच आवडतात. कँडी बार्सच्या तुलनेत त्यांच्यात सोडियम कमी असते आणि काजू, सैंधव व बाभळीचा डिंक असे फक्त तीनच घटक असतात. अर्थातच तेलाशिवाय भाजलेले काजू खावेत. याशिवाय ते छोट्या पाकिटातूनही मिळतात. त्यामुळे आपल्यासोबत तुम्ही ते सहज ठेवू शकता. कोंड्यासकट धान्ये किंवा मोड आलेली कडधान्ये यांच्यावर नॅचरल नट बटर घातले की तोसुद्धा चांगल्या प्रकारचा नाश्ता होऊ शकतो. मात्र वरून साखर घातलेल्या कोणत्याही खाद्यपदार्थापासून दूर राहा. फ्रुक्टोजचे उच्च प्रमाण असलेली बाटलीबंद पेये, कॉर्न सिरप, मीठ इ. पासून दूरच राहा. त्याऐवजी बदाम किंवा मीठ नसलेले लोणी खा. सूक्ष्म रेषा आणि सुरकुत्या यांविषयी तुम्हाला चिंता वाटत असेल तर ब्राझील नट्‌सचा आहारात समावेश करा. सेलेनियम हे अँटिऑक्सिडंट त्याच्यात मोठ्या प्रमाणात असते. सेलेनियममुळे कोलॅजेन नष्ट होण्याला प्रतिबंध होतो. मात्र तरीही ते भरपूर प्रमाणात खाऊ नका. भाजलेले सोयाबीन म्हणजेच सोया नट्‌स तुम्ही खाऊ शकता. ते चवदार असतात आणि शेंगदाण्यासारखे लागतात.

बियांमध्ये सूर्यफूल आणि जवस किंवा अळशीच्या बियांचा समावेश करा. त्याच्यात विविध प्रकारची पोषक द्रव्ये असतात. जवस आणि अळशीमध्ये मोठ्या प्रमाणात ओमेगा-३ असते. परंतु त्यांची चांगली पूड केली पाहिजे. तरच ती शरीरात शोषली जातात आणि त्यांचा शरीराला लाभ होतो. दह्यात, ओटमिलमध्ये जवसाची, अळशीची पूड टाका म्हणजे ते ओमेगा-३ने समृद्ध बनेल.

**प्रसिद्ध व्यक्तींच्या त्वचेची रहस्ये**

**ख्रिस्ता मिलरची पाककृती**

कॉगरटाउनच्या सेटवर चित्रीकरणाच्यामध्ये ख्रिस्ता मिलर घरी बनवलेल्या ट्रेल मिक्सचा आस्वाद घेत असे. हे मिश्रण म्हणजे भोपळ्याच्या बिया, सूर्यफुलाच्या बिया आणि पिस्ते असत. शिवाय त्यात मेपल सिरप आणि चवीपुरते सैंधव असते. हे सारे ३०० अंशावर भाजून त्यात साखर न घातलेल्या वाळवलेल्या चेरीज टाकल्या जातात.

## कोंड्यासकट पिठाचा पास्ता

पांढऱ्या रंगाच्या पास्त्याऐवजी कोंड्यासकट पिठाचा पास्ता खाल्ला तर त्यामुळे चवीत काहीच फरक पडत नाही. परंतु तुमच्या रक्तशर्करेच्या पातळीत मात्र फरक पडतो. ती अधिक चांगल्या पातळीत राहते. अगदी अलीकडचे कोंड्यासकट पिठाचे बनवण्यात आलेले पास्ता हे चिकट आणि चांगल्या चवीचे वाटत नसत. परंतु आता चवदार चांगल्या दर्जाचे पास्ता मिळू लागले आहेत. मल्टिग्रेन किंवा फोर्टिफाइड असे लिहिलेल्या पास्तांमुळे मूर्ख बनू नका. कारण कोंडाविरहित पिठात व्हिटॅमिन्स आणि मिनरल्स घालून ते तयार करण्यात आलेले असतात. होल ग्रेन पास्ता हा केव्हाही उत्तम ठरतो. होल व्हीट आणि होल ओट यांच्या मिश्रणातून बनवलेला पास्ता अधिक चांगला ठरतो. त्याच्यात पचनास साहाय्य करणारे पीठ असते आणि होल ओट्‌समुळे रक्तशर्करेचे स्थिरीकरण केले जाते. काही पास्तांमध्ये प्रथिने आणि तंतुमय पदार्थ भरपूर प्रमाणात असतात. सर्वच पास्ता हे प्रमाणशीर शिजवलेले असले पाहिजेत हे लक्षात ठेवा. अधिक भाजले गेलेले पास्ता खाल्ल्यावर

रक्तशर्करा जलद गतीने वर चढते. आदल्या रात्री तुम्ही पास्ता बनवून ठेवत असाल तर एक काळजी घ्या. भाजलेला पास्ता नंतर थंड पाण्याखाली धुऊन मगच फ्रीजमध्ये ठेवा. नाहीतर त्याची शिजण्याची प्रक्रिया तशीच सुरू राहते. पास्तासोबत प्रथिने खायला विसरू नका. त्यामध्ये चरबी काढलेलं चिकन खाल्लं तर त्यामुळे रक्तशर्करा कमी होण्यास मदत होते.

## टोफू (सोयाबीनपासून बनवलेले पनीर)

सोया मिल्कपासून तयार केलेले, कॅल्शियम आणि इतर अनेक एन्झाइम्स घातलेले टोफू हे कमी उष्मांकांचे आणि प्रथिनांचा साठा असलेले असते. त्याला स्वत:ची खास चव नसते. परंतु ते ज्याच्या समवेत शिजवले जाईल, त्याची चव धारण करते. त्यामुळे गोड आणि इतर चवींच्या पदार्थांसोबतही टोफू खाल्ले जाते. टोफू हे रेफ्रिजरेटरच्या तापमानात टिकवले जाते. याशिवाय तुम्हाला सिल्कन टोफूही मिळते. त्याच्या नावाप्रमाणेच त्याचा स्पर्श रेशमी, मुलायम असतो. ते घन स्वरूपातही मिळते. त्यामुळे ते आपण सहज वापरू शकतो. घट्ट टोफूमध्ये प्रथिने आणि कॅल्शियमचे प्रमाण अधिक असते. टोफू हे आंबलेल्या पदार्थापासून तयार झालेले अन्न आहे हे लक्षात ठेवा. त्यामुळे इसब किंवा तुकडे पडल्यासारखी त्वचा झाली असेल तर ते अजिबात खाऊ नका. कारण त्यामुळे तुमच्या शरीरात हिस्टामाइन तयार होईल.

### हॅलो, डॉ. वू

**प्रश्न :** पोषणद्रव्ये आणि ओमेगा-३ घातलेले अन्न मी वापरू का?

**उत्तर :** 'होल' म्हणजे नैसर्गिक, प्रक्रिया न केलेले अन्न हे नेहमीच तुमच्या त्वचेसाठी आणि शरीरासाठी चांगले असते. परंतु तुम्ही जर सहज जाता जाता उचलून काहीही तोंडात टाकणाऱ्यांपैकी असाल तर असे फोर्टिफाइड म्हणजे पोषणद्रव्ये आणि ओमेगा-३ घातलेले अन्नच निवडा. त्यामुळे तुम्हाला आवश्यक पोषणद्रव्ये मिळतील. उदाहरणार्थ, तुम्हाला मासे, अळशी, जवस आणि अक्रोड यांचा तिटकारा वाटत असेल तर तुम्ही पास्ता, संत्र्याचा रस किंवा ओमेगा-३ टाकलेली धान्ये अशी निवड करू शकता. त्यांच्यावरची लेबल्स काळजीपूर्वक

वाचा. पास्तामध्ये कदाचित होल ग्रेन असणार नाहीत. संत्र्याच्या रसात साखरेचे उच्च प्रमाण आणि भरपूर उष्मांक असू शकतील आणि त्यात तंतुमय पदार्थ अजिबातच नसतील. तुम्ही घेत असलेल्या धान्यापासून बनवलेल्या पदार्थांत साखर आणि कॉर्न सिरप असू शकेल. फोर्टिफाइड अन्न म्हटले की उत्पादकाने त्यात जे घातले असेल तेच खाणे तुम्हाला भाग पडते. त्यामुळे तुम्हाला कोंड्यासकट धान्यापासून बनवलेल्या अन्नाचा संपूर्ण फायदा मिळू शकत नाही. म्हणजेच तुम्हाला तंतुमय पदार्थ, नैसर्गिक अँटिऑक्सिडंट्स, प्रथिने आणि इतर पोषक द्रव्ये मिळत नाहीत. ज्या-ज्या वेळी शक्य असेल, त्या-त्या वेळी नैसर्गिक स्रोतांपासूनच तुमची पोषक द्रव्ये मिळवा.

## साखर घातलेले पदार्थ

साखर घालून गोठवलेली टर्की न खाता निघणे अगदी कठीण असते. विशेषतः तुम्हाला सकाळी लवकर बाहेर पडायचे असते तेव्हा तर ते अगदी अशक्य बनते. तुम्ही गोड पदार्थांपासून दूर पळत असाल तरीही एखाद्या वेळी गोड पदार्थ खायला काहीच हरकत नाही. मात्र तरीही सुक्रालोज, ॲसपर्टेम आणि सॅकरिन या तीन गोड पदार्थांपासून तुम्ही नेहमीच दूर राहिले पाहिजे. या स्वीटनर्समधील धोके मोठे आहेत. शास्त्रज्ञांनी आणि अन्न व औषध प्रशासनाने असा निष्कर्ष काढला आहे की अगदी अत्यल्प प्रमाणात हे पदार्थ घेतले तरच ते सुरक्षित असतात. गोडी निर्माण करणाऱ्या कृत्रिम पदार्थांमुळे (स्वीटनर्समुळे) तुमची गोडाची आवड पूर्ण होते. परंतु म्हणूनच तुम्ही ते अत्यल्प प्रमाणात वापरले पाहिजेत. जर तुम्हाला खरोखरच अशा कृत्रिम पदार्थांवर अवलंबून राहायचे असेल तर मग तुम्ही स्टिव्हियापासून तयार करण्यात आलेल्या तृव्हिया किंवा पर्व्हियावर अवलंबून राहा. कारण ते सर्व नैसर्गिक असतात. त्यांच्यात उष्मांकही कमी असतात. स्टिव्हिया वनस्पतीपासून ते तयार करण्यात आलेले असतात. सन १९७०पासून जपानमध्ये स्टिव्हियाचा स्वीटनर म्हणून मोठ्या प्रमाणात उपयोग होत असला तरीही अमेरिकेत अलीकडेच हे स्वीटनर उपलब्ध झाले आहे. १९९०च्या अखेरीपर्यंत स्टिव्हियाला अन्न व औषध प्रशासनाने असुरक्षित मानले होते. गोडी निर्माण करणाऱ्या कृत्रिम पदार्थांविषयीच्या वादामुळे तो संपूर्ण उद्योगच धोक्यात आला होता. मात्र अगदी अलीकडे करण्यात आलेल्या संशोधनात असे आढळून आले आहे की, स्टिव्हिया हा पूर्णतया सुरक्षित तर आहेच परंतु लठ्ठपणा आणि उच्च रक्तदाब असलेल्या रुग्णांसाठी तो वरदान

ठरत आहे.

साखरेची सवय मोडता येत नाही का? मग निदान शुद्धीकरण न केलेल्या म्हणजे कच्च्या, तपकिरी रंगाच्या साखरेवर, मधावर, मळीवर अवलंबून राहा. घायपाताचा मधही चांगला ठरतो. त्याच्यातही फ्रुक्टोज आणि ग्लुकोज असते. मात्र त्याचा ग्लायसेमिक इंडेक्स साखरेच्या तुलनेत कमी असतो. कच्च्या साखरेनेही तुमची रक्तशर्करेची पातळी उंचावतेच मात्र त्यांच्यात रोगप्रतिकारशक्ती वाढवणारे आणि प्रौढत्व कमी करणारे अँटिऑक्सिडंट्स असतात. कोंडा काढलेल्या धान्यात कोंड्यासकट असलेल्या धान्यातील पोषक द्रव्ये नसतात; त्याप्रमाणेच कच्च्या साखरेतील अँटिऑक्सिडंट्स शुद्धीकरण केलेल्या साखरेत नसतात. आता तुम्हाला हे समजले असेल तर तुम्ही चांगल्या प्रकारे अन्नाची खरेदी करू शकाल.

खरेदीची यादी : या वस्तू तुमच्या स्वयंपाकघरात हव्यात

- उन्हात वाळवलेले टोमॅटो
- हवाबंद टोमॅटो
- कमी साखर असलेला पास्ता सॉस
- टोमॅटोची पेस्ट
- होल व्हीट पास्ता
- खारवलेला हवाबंद डब्यातील टयुना मासा
- कोंड्यासकट धान्ये (ओट्स, अक्रोड, पिकॅन्स, सोया नट्स) क्विनोआ, हातसडीचे किंवा देशी तांदूळ)
- अळशी, जवस
- होल व्हीट किंवा मोड आलेल्या धान्यांचा ब्रेड
- मसूर
- केपर्स
- होल ग्रेन क्रॅकर्स
- हवाबंद बीन्स
- ब्लॅक, राजमा
- कांदे, लसूण
- सुकी फळे (क्रॅनबेरीज, चेरीज, जर्दाळू)
- कठीण कवचाची फळे (बदाम,
- सिल्कन टोफू
- नॅचरल नट बटर (बदाम, शेंगदाणे किंवा काजू)

## प्रसिद्ध व्यक्तीच्या त्वचेची रहस्ये

## कॅथरिन हेलची चीट-शीट

तुम्ही सुपर मार्केटमधील मोठमोठ्या विभागांतून फिरत असता, त्या वेळी कोणते अन्न आपल्या चेहऱ्याला पोषक ठरते हे लक्षात ठेवणे थोडे कठीण जाते.

कॅथरिनच्या बाबतीत तर चित्रीकरण सुरू असताना संपूर्ण युनिटसाठी ट्रक भरून आलेल्या अन्नातील अन्नच ती खाते. म्हणूनच आपल्या मेकअप बॅगेत ती नेहमीच चेहऱ्याला पोषक ठरणाऱ्या अन्नपदार्थांची यादी घेऊन फिरत असते. त्यावर झटकन एक दृष्टिक्षेप टाकला की मग ती आलेल्या अन्नातील कोणते अन्न खायचे (आणि कोणते अन्न पूर्णपणे वर्ज्य करायचे) याविषयीचा निर्णय घेऊन टाकते. त्यामुळेच तिची त्वचा तेजस्वी आणि सुंदर दिसते.

## तुमचा फ्रीज भरणे

तुमच्या फ्रीजमध्ये खालचा कप्पा जर बिअरच्या बाटल्यांनी भरलेला असेल तर तुम्ही कोण आहात हे तुम्हीच ठरवा. परंतु मी तुमच्याशीच बोलत आहे. तुम्ही साखर घातलेला सोडा, फळांपासून बनवलेली पेये, तळाशी दही असलेली फळे (त्यांच्यात सहसा कॉर्न सिरप आणि कित्येक चमचे साखर असते) या बाटल्या किंवा डबे सरळ फेकून द्या. त्याऐवजी फ्रीजमध्ये फळे आणि भाज्या भरून ठेवा. तुमच्या फ्रीजमध्ये आणखी थोडीशी जागा उरली आहे का? तिथे आता कमी स्निग्धांश असलेले दूध आणि दुग्धजन्य पदार्थ भरा. याशिवाय चरबी काढलेले प्रथिनयुक्त मांस ठेवा. माझ्यावर विश्वास ठेवा. तुमचा चेहरा याबद्दल तुमचे मनापासून आभार मानेल.

## तयार मालाच्या विभागाविषयी

मी मान्य करते की, कँडीबार आणि सफरचंद यांच्यात निवड करण्यास मला सांगण्यात आले तर मला कँडीबार घेण्याचाच मोह होईल. परंतु फळे आणि भाज्याही कंटाळवाण्या नसतात. प्लम्स, पिचेस खाऊन मधल्या वेळेचा नाश्ता व्यवस्थित करता येतो. त्यांच्यापासून गोड पदार्थ बनवूनही तुम्ही ते खाऊ शकता. ही फळे भाजून त्यावर बाल्सामिक व्हिनेगर घातले की ही मिठाई तयार होते. बेरी विशेषतः ब्ल्यूबेरीज आणि रासबेरीज यांच्यात मोठ्या प्रमाणात फ्री रॅडिकल्सशी लढा देण्यासाठी आवश्यक असलेले अँटिऑक्सिडंट्स असतात. तुमच्या मुख्य जेवणात त्यांचा समावेश करता येतो. त्यांना स्मूदीजमध्ये टाकून त्यांच्यावर कमी

साखरेचे योगर्ट घालता येते किंवा त्यांच्यावर होल व्हीट पॅन केक्स ठेवून खाता येते. वर साखरेचा पाक घालण्यापेक्षा हे नक्कीच अधिक चांगले असते. यामुळे आठवडाअखेरीचे पक्वान्न म्हणूनही ते खाता येते. शिवाय टोस्ट केलेले चीज, ताजे मोझारेला आणि त्यावर जाडसर टोमॅटोचे काप घातले की त्या दिवशीचा चवदार बर्गर तयार होतो. ताज्या पदार्थांची खरेदी करत असता, त्या वेळी पूर्ण न पिकलेली परंतु पिकण्याच्या अवस्थेत पोचलेली फळे खरेदी करा. उदाहरणार्थ, अर्धवट पिकलेले केळे हाताला घट्ट लागते आणि त्याच्यात भरपूर प्रमाणात तंतुमय पदार्थ असतात. तुम्हाला ते अधिक चावून खावे लागते. त्यामुळे तुमच्या शरीरातील साखरेचे शोषण मंदावते. अति पिकलेले केळे मात्र तपकिरी आणि लबलबीत असते. तुम्हाला ते फारसे चावावेच लागत नाही. त्यातील बहुतांश स्टार्चचे आधीच साखरेत रूपांतर झालेले असते आणि त्यामुळे तुम्ही ते जिभेवर ठेवले रे ठेवले की तुमच्या रक्तात त्यातील साखरेचे शोषण सुरू होते. अति पिकलेले फळ भराभर पचू लागते. त्याची चवही अतिगोड असते. परंतु त्यामुळेच तुमच्या रक्तातील साखरेची पातळी झटकन वर चढते आणि तुमच्या त्वचेसाठीही ते हानिकारक असते.

## तुम्हाला माहीत आहे का?

ताज्या बेरी तुम्ही जरूर आवडीने खाता परंतु त्या जास्त टिकाऊ नसतात, म्हणून त्या तुम्हाला आवडत नाहीत का? बेरीज गरम पाण्यात टाकल्या की गरम पाण्यामुळे त्यांच्यावरचे दाण्यासारखे भाग निघून जातात आणि ती अधिक काळ ताजी राहण्यास मदत होते. खरेतर उष्णतेमुळे सक्रिय अँटिऑक्सिडंट्स तयार होण्यास उत्तेजन मिळते. त्यामुळे तुमचे शरीर अधिक प्रमाणात पोषणद्रव्यांचे शोषण करते. तुम्ही घरी आणल्याबरोबर त्यांना सुमारे अर्ध्या मिनिटापर्यंत गरम पाण्याच्या नळाखाली धरा. या पाण्याचे तापमान सुमारे १२५ अंश असावे. वॉटर हीटर्सचे हे कमाल तापमान असते.

भाज्यांचा विचार करता, हिरव्या, पिवळ्या आणि लाल प्रकारच्या भाज्या भरपूर प्रमाणात खा. वयवाढीला आणि सूर्यकिरणातील हानिकारक किरणांना प्रतिरोध करणारी अँटिऑक्सिडंट्स त्यात असतात. ग्रीन बीन्समध्ये उच्च प्रमाणात

सिलिकॉन असते. त्यामुळे तुमची त्वचा मुलायम आणि नखे व केस सशक्त आणि बळकट बनतात. त्यांच्यात अगदी कमी प्रमाणात उष्मांक असतात. सॅलडमध्ये या ग्रीन बीन्सचा समावेश तुम्ही करू शकता किंवा ते भाजून अगर हलक्या प्रमाणात तळूनही खाऊ शकता. कुरकुरीत बनलेले, वाळवलेले ग्रीन बीन्स हा माझा आवडता नाश्ता आहे. त्यात फक्त मीठ किंवा साखर घालू नका.

अति पिकलेली फळे आपल्या आहारातून काढून टाकणे जेवढे गरजेचे असते, तेवढेच भाज्या शिजवणेही गरजेचे असते. काही वेळा उकडलेल्या किंवा उकळत्या पाण्यातून काढलेल्या भाज्या अधिक ॲंटिऑक्सिडंट्स पुरवतात. टोमॅटो शिजवल्यावर त्याच्यातील लायकोपिन आपल्याला अधिक व्यवस्थित पचू शकते. म्हणजेच तुमच्या शरीरात त्याचे शोषण अधिक व्यवस्थित व अधिक प्रमाणात होऊ शकते. परंतु स्टार्च असलेल्या भाज्या मात्र अति शिजल्या तर त्यामुळे तुमच्या रक्तशर्करेची पातळी झटकन वर चढते. अशा भाज्यांमध्ये बटाट्याचा आणि स्क्वॅश या भोपळ्याच्या प्रकाराचा समावेश होतो. अति शिजवल्यामुळे या भाज्यांमधील सी जीवनसत्त्वासारखी काही जीवनसत्त्वेही नष्ट होतात. सी जीवनसत्त्व हे कोलॅजेनच्या निर्मितीसाठी अत्यावश्यक द्रव्य आहे. अशी जीवनसत्त्वे पाण्यात विरघळतात, त्यामुळे अन्न शिजवताना ती नष्ट होतात.

**प्रसिद्ध व्यक्तींच्या त्वचेची रहस्ये**

**निकोल सुलिव्हान : ग्रीन बीन्समध्ये चैतन्य आणते**

एक टेबलस्पून ऑलिव्ह तेलात ती त्यांना सौम्यपणे तळते आणि नंतर त्यावर
तीळ, मिरपूड घालून त्यावर थोडा बारीक चिरलेला कांदा पसरते.

## दुग्धजन्य पर्यायी पदार्थ : सोया दूध, सोया दही आणि सोया चीज

चेहऱ्याला पोषक आहार घेणाऱ्यांना दूध आणि दुग्धजन्य पदार्थ आहारातून पूर्णपणे वर्ज्य करावे लागत नाहीत. फक्त तुम्हाला मुरुमे आली असतील तरच हा प्रश्न उद्‌भवतो. त्या वेळी मात्र तुम्हाला शक्य तेवढे हे पदार्थ टाळावेच लागतात.

तुम्ही फक्त स्निग्धांश कमी असलेले किंवा स्निग्धांश काढलेले दूध, दही आणि चीज खाऊ शकता किंवा पूर्णपणे दुग्धजन्य पदार्थ आणि दूध वर्ज्य करावे लागते. त्याऐवजी तुम्ही सोयाबीनचे पदार्थ खाऊ शकता. सोयाबीनमध्ये वनस्पतिजन्य इस्ट्रोजेन आयसोफ्लेवन असते, हा त्याचा आणखी एक फायदा आहे. त्यामुळे त्वचेवरच्या सूक्ष्म रेषांमध्ये सुधारणा घडते आणि त्वचा अधिक लवचीक बनते. सध्याच्या दिवसांत दुग्धजन्य पदार्थांना पर्यायी पदार्थ शोधणे अवघड राहिलेले नाही. सोया मिल्क अनेक ठिकाणी उपलब्ध असते. सोया चीज तर टोफूसारखेच असते. फक्त थोडे अधिक घट्ट असते एवढेच! ते सर्वत्र सर्रास मिळत नाही. तुम्हाला ते उपलब्ध असलेली दुकाने शोधावी लागतील. त्याला स्वत:ची खास अशी चव नसते, मात्र सँडविचना त्याच्यामुळे एक मलईदार चव प्राप्त होते. शिवाय सॅलडमध्येही ते छान लागते. पर्याय म्हणून काजूपासून बनवलेले चीज वापरून पहा. होल ग्रेन क्रॅकर्सवर ते चवदार लागते किंवा भाज्यांमध्येही छान लागते. तुम्ही ते बाहेरून विकत आणू शकता किंवा ते घरच्या घरीही स्वत: बनवू शकाल.

सोयाबीनच्या अतिरेकी वापरामुळे काही दुष्परिणामही होतात, ही गोष्ट मात्र सोयाबीनच्या उत्पादनांनी फ्रीज भरण्याआधी लक्षात घ्या. स्त्रिया, पुरुष आणि मुलांच्या शरीरावर त्याचे वेगवेगळे दुष्परिणाम होतात. पुरुष आणि मुलांच्या शरीरावर सर्वसामान्य परिणाम होतात; तर ते इस्ट्रोजेन रिसेप्टर असल्यामुळे स्त्रियांना स्तनाचा कर्करोग होऊ शकतो. सोयामधील वनस्पतिजन्य इस्ट्रोजेनमुळे पुरुषांमधील हार्मोन टेस्टोस्टेरोन याच्यावर त्याचे दुष्परिणाम होऊ शकतात. स्तनाच्या कर्करोगाची वैयक्तिक किंवा कौटुंबिक पार्श्वभूमी असलेल्या स्त्रियांनी सोयाचा वापर करण्यापूर्वी डॉक्टरांचा सल्ला घ्यावा. टोफू, सोया मिल्क, सोया नट्स एवढ्यापुरताच आपला सोयाचा वापर मर्यादित ठेवण्याचा सल्ला डॉक्टर देतील. बदाम किंवा खोबऱ्याच्या दुधाचा वापर तुम्ही करू शकता. दुग्धजन्य नसलेल्या नारळाच्या दुधापासून बनवलेले दही स्वादिष्ट असते. फक्त त्यात वरून साखर घालू नका. याशिवाय ग्रीक योगर्टही बाजारात मिळते. ते दुग्धजन्यच असते, परंतु अधिकृत ग्रीक योगर्ट हे जाडसर, घट्ट असते आणि त्याच्यात वरून स्वीटनर्स किंवा त्याचे टिकवण्यासाठी कृत्रिम घटक नसतात. या योगर्टमध्ये इतर योगर्ट्सच्या तुलनेत प्रथिनांचे प्रमाण दुप्पट असते. शक्यतो स्निग्धांशमुक्त दही घेण्याचा प्रयत्न करा किंवा घरीच विरजण लावा. त्यांच्यातील उष्मांकाचे प्रमाण कमी असते. बेरीजवर ते टाका आणि मग तुम्हाला चीजकेक खाल्ल्याप्रमाणे वाटेल. (अगदी खरं!)

## चरबी काढलेल्या मांसाची निवड करताना

लाल मांसात चरबी आणि कोलेस्टेरॉल संपृक्त प्रमाणात असते, परंतु त्याच्यात जस्त मुबलक प्रमाणात आढळते. याशिवाय नैसर्गिक दाहप्रतिरोधक पदार्थही त्यात असतो. पी. ॲकनीज या बॅक्टेरियाला ते रोखते. तुम्ही मुरमांशी लढा देत असाल तर ही गोष्ट मोठीच दिलासादायक ठरते. तुम्ही चरबीविरहित मांसाची निवड करून आठवड्यात दोनदा असे मांस खाऊ शकता. बीफ खाणाऱ्यांनीही अधिक चरबी काढलेले एक्स्ट्रा ग्राउंड बीफ खावे. त्यात १५ टक्क्यांहून अधिक प्रमाणात चरबी नसते.

बीफ खायचे नसेल तर त्याऐवजी डुकराचे मांस खा. त्यापासून बनवलेल्या चरबीरहित मांसाहारी बर्गरमध्ये कोलेस्टेरॉल कमी प्रमाणात असते. इतर प्रथिने अधिक प्रमाणात असतात. चिकनमध्येही अशी प्रथिने असतात. मांसाहारी सँडविच बनवताना प्रक्रिया केलेल्या मांसाचा उपयोग करू नका. त्यामध्ये छुप्या पद्धतीने साखर, स्टार्च आणि दुग्धजन्य पदार्थ मिसळलेले असतात. स्वाद वाढवण्यासाठी अशा मांसामध्ये दुधातील लॅक्टोजचा वापर केलेला असतो. काही मांसात केसिन हे दुधातील प्रथिन आढळते. म्हणूनच त्यापेक्षा ताजं, भाजलेलं चिकन घ्या. ताजे भाजलेले बीफ किंवा भाजलेलं चिकन वापरा. ज्या मांसावर 'डेअरी फ्री' असे लेबल असते असे मांस खरेदी करा. हॅम ठीक असतात. मात्र त्यातही तुम्ही सोडियमचे प्रमाण कमी असलेला प्रकार निवडला पाहिजे आणि मधासारख्या चकाकणाऱ्या हॅमपासून दूर राहिले पाहिजे, कारण त्यांच्यात भरपूर प्रमाणात साखर घातलेली असते.

खरेदीची यादी : तुमचा फ्रीज या आरोग्यदायी पदार्थांनी भरून ठेवा

- ताजी फळे (विशेषत: बेरीज)
- ताज्या भाज्या (हिरव्या, पिवळ्या किंवा लाल)
- कमी स्निग्धांश असलेले सोया चीज, मिल्क किंवा कमी स्निग्धांशाचे दूध
- कालामाटा ऑलिव्ह
- चरबी काढलेल्या मांसातील प्रथिने
  (ग्राउंड बीफ, पांढरे मासे, कोंबडी,अंडी इ.)
- ह्युमस
- कमी स्निग्धांशाचे कमी साखर घातलेले दही किंवा सोया दही

## तुमचे अन्न कितपत सुरक्षित आहे?

पालेभाज्या आणि चरबी काढलेले मांस हे चेहऱ्याच्या पोषक आहाराचे महत्त्वाचे घटक आहेत, परंतु आपले अन्नपदार्थ प्रदूषणरहित असल्याची खात्री देण्यात अलीकडेच हे उत्पादक अयशस्वी ठरले. तुमचे अन्न सुरक्षित राखण्यासाठी काय केले पाहिजे हे मी आता सांगत आहे.

**बीफ :** अमेरिकेत चरबीरहित बीफ मोठ्या प्रमाणात खाणे हा आहारातील जस्त वाढवण्याचा एक उत्तम मार्ग मानला जातो. परंतु त्यामुळे 'ई कोलाय' या बॅक्टेरियाचा संसर्ग होण्याची मोठीच शक्यता असते. या बॅक्टरियामुळे आयुष्यालाच धोका उद्‌भवू शकतो. ग्राउंड बीफ हे अंशत: ई कोलायला बळी पडते, त्या मांसातील एखाद्या भागाला हा संसर्ग झालेला असतो. कारण बीफचे मांस फक्त एकाच प्राण्यापासून आलेले असते असे नाही. देशभरातील विविध खाटकांकडून मिळवण्यात आलेले बीफचे मांस एकत्र करून विक्रेते विकतात. विविध पुरवठादारांकडून उरलेले मांस व्यावसायिक ग्रायंडर्स एकत्रितपणे मिळवतात, कारण मांसाच्या पूर्ण तुकड्यांपेक्षा ते स्वस्त पडते. दुर्दैवाने असे स्वस्त मांस ई कोलायला बळी पडण्याची दाट शक्यता असते. गेल्या काही वर्षांत कित्येक संशोधकांनी यावर संशोधन केले आहे. त्यामध्ये 'न्यू यॉर्क टाइम्स'च्या संशोधनाचाही समावेश आहे. व्यावसायिक ग्रायंडर्सवर ई कोलायसाठी आपल्या उत्पादनाची चाचणी करण्याचे बंधन घालण्यात आलेले नाही. ज्या वेळी तपासणीच्या दरम्यान एखाद्या ग्रायंडरकडील मांसात असा संसर्ग आढळतो, त्या वेळी क्वचितच त्यांना दंड केला जातो किंवा त्यांच्यावर काही निर्बंध लादले जातात.

माझ्या मते खरेदी करताना, मांस हाताळताना आणि बीफ शिजवताना यासाठी अतिरिक्त काळजी घेतली पाहिजे. शक्य असेल तर विश्वासू विक्रेत्याकडूनच मांस आणि अंडी खरेदी करा.

**पालेभाजी आणि इतर शेतीमाल :** दुकानातून किंवा बाजारातून आणलेली पालेभाजी आणि इतर माल नेहमीच धुऊन घ्या. काही वेळा आयत्या निवडलेल्या भाज्या आणल्या असल्या आणि त्यांच्यावर त्या आधीच धुतल्याचे लेबल असले तरीही त्या स्वच्छ धुऊन घ्या. १९९५ पासून विशेषत: पालकामधून आणि इतरही पालेभाज्यांमधून ई कोलायचा मोठ्या प्रमाणात संसर्ग झाल्याच्या वीसहून अधिक घटना घडल्या आहेत. अगदी धुऊन पॅकिंग केलेल्या भाज्यांमधून हा संसर्ग झाला होता. सन २००६मध्ये अशा प्रकारच्या पालकामधून २६ देशांतील २०० जणांना संसर्ग झाला होता.

**चिकन :** सालमोनेल्लाचा संसर्ग झालेल्या कोंबड्यांच्या प्रमाणात सन २००० पासून सुमारे ८० टक्के वाढ झाली आहे. मात्र बीफप्रमाणेच याही बाबतीत कडक नियंत्रण नसून निर्बंधांमध्ये मोठ्या प्रमाणात पळवाटा दिसत आहेत. मात्र ई कोलायपेक्षा त्या कमी आहेत. यूएसडीएने सालमोनेल्लाचा फैलाव रोखण्यासाठी काही प्रयत्न केले आहेत. त्यामध्ये अधिक प्रमाणात आणि कडकपणे तपासणी करण्याचे धोरण समाविष्ट आहे. परंतु अशा प्रकारे प्रदूषित मांस विकणाऱ्या दुकानदारांनी सालमोनेल्लाचा संसर्ग होऊ नये यासाठी काही पावले उचलली नाहीत, तर त्यांची दुकाने बंद करणे किंवा परवाना रद्द करणे अशा तरतुदी या धोरणात नाहीत. सालमोनेल्लाचा संसर्ग टाळण्यासाठी खालील उपाययोजना करा.

- कच्च्या मांसाचे तुकडे करण्यासाठी आणि ते शिजवण्यासाठी स्वतंत्र विळ्या किंवा कटिंग बोर्ड आणि भांडी वापरा आणि ते चिरल्यानंतर किंवा ठेवल्यानंतर शिजवायला टाकल्यावर प्रत्येक गोष्टच तातडीने स्वच्छ धुऊन घ्या.
- गोठवलेलं चिकन किंवा तिचे काही भाग यांच्यातून नेहमीच सालमोनेल्लाचा संसर्ग होत असतो. कारण सहसा असे चिकन आधी तपकिरी रंगावर शिजवून घेऊन नंतर ते गोठवलेले असते. त्यामुळे ते पूर्ण शिजलेले आहे की नाही हे सांगणेही कठीण असते. सन २००७च्या ऑक्टोबरमध्ये सालमोनेल्लाचा संसर्ग सुमारे ३०० लोकांना झाला होता. त्यांनी गोठवलेलं चिकन खाल्लं होतं. ती व्यवस्थित शिजली होती की नाही याविषयी साशंकताच आहे. त्यासाठी गोठवलेले अन्नपदार्थ कसे शिजवायचे याविषयीच्या सूचना व्यवस्थित वाचा.
- गोठवलेलं चिकन प्रथम फ्रीजमध्ये किंवा मायक्रोवेव्हमध्ये रात्रभर डिफ्रॉस्ट करा. तुम्ही जर मायक्रोवेव्हचा वापर करत असाल तर डिफ्रॉस्टिंग झाल्याबरोबर तत्काळ तुम्हाला चिकन शिजवावं लागेल. कारण अंशत: शिजवलेलं चिकन डिफ्रॉस्ट करणे याचा अर्थ बॅक्टेरियाला तिच्यात शिरण्यासाठी आमंत्रण देणेच होय.

## औषधी भाज्या, मसाल्याचे पदार्थ आणि स्वाद वाढवणारे पदार्थ (मीरपूड, मोहरी इ.)

स्वाद वाढवणाऱ्या पदार्थांविषयी तुम्ही कदाचित अपराधीपणा न बाळगता विचार करत असाल. परंतु केचअप, बार्बेक्यू, फ्रुक्टोजचे उच्च प्रमाण असलेला

मक्याचा रस या सर्वांमध्ये छुप्या पद्धतीने मोठ्या प्रमाणात साखर घातलेली असते. यासाठी वरील पदार्थांचे साखरेचे कमी प्रमाण असलेले किंवा साखरविरहित असलेले प्रकार शोधा. याशिवाय त्यांना वगळून इतर पदार्थांचा वापर स्वाद वाढवण्यासाठी करता येतो का तेही पहा. अल्प प्रमाणात ऑलिव्ह तेल आणि चिमूटभर बाल्सामिक व्हिनेगर यांचा उपयोग करणे हे बाजारातून आणलेल्या सॅलड ड्रेसिंगपेक्षा अधिक चांगले ठरते. तुम्हाला रक्तवर्णी पुरळ आले असेल तर मात्र व्हिनेगर टाळा आणि त्याऐवजी ताजी लसूण टाकलेले ऑलिव्ह तेल वापरा. जेली आणि जॅमही टाळा. त्याऐवजी शुगर फ्री प्रिझर्व्ह्ज वापरा किंवा त्याहूनही अधिक चांगला पर्याय म्हणजे बेरी वापरा. तुम्हाला मुरमांचा धोका वाटत असेल तर नेहमीच्या मीठाऐवजी कोशर मीठ वापरा. कारण नेहमीचे मीठ किंवा सैंधव मीठ या दोहोंमध्ये आयोडिन असते आणि ते मुरमांसाठी आमंत्रण देणारे ठरते.

खरेदीची यादी : चेहऱ्याला अनुकूल असलेले मसाल्याचे आणि स्वाद वाढवणारे पदार्थ

- ताज्या औषधी भाज्या
- कोशर मीठ
- बाल्सामिक व्हिनेगर
- ऑलिव्ह तेल (अधिक शुद्ध प्रकारचे)
- कमी सोडियम असलेला सोया सॉस
- मोहरी
- कमी साखरेचे केच अप
- कमी स्निग्धांश असलेले आणि ऑलिव्ह तेलात केलेले मायोनेज

## महागडे सेंद्रिय अन्न खरेच गरजेचे आहे?

मी दहा वर्षांची असताना माझ्या आजोबांनी दक्षिण कॅलिफॉर्नियातील आमची अत्यंत व्यवस्थितपणे निगराणी केलेली हिरवळ पूर्णपणे काढून टाकून त्या ठिकाणी भाजीपाल्याची लागवड करण्यास सुरुवात केली. एवढी सुंदर केंट्युकी ब्ल्यू ग्रास असलेली हिरवळ अशा प्रकारे खोदून काढून का फेकली जाते आहे, हे आमच्या शेजाऱ्यांच्या लक्षातच येत नव्हते. त्या काळात कोणीही सेंद्रिय शेतीविषयी ऐकलेले नव्हते. (माझे आजोबा त्यांच्या काळाच्या कितीतरी पुढे होते असे आता मला वाटते.) त्यांनी सर्व प्रकारच्या भाजीपाल्याची तिथे लागवड केली. त्यांत टोमॅटो, स्क्वॅश, हिरव्या चिनी भाज्या, झुकिनी (चिनी पालेभाजी) अशा सर्व प्रकारच्या भाजीपाल्याचा समावेश होता. शाळेतून आल्यानंतर त्या दिवशी कापणी केलेल्या

सर्व भाज्या स्वच्छ धुऊन ठेवणे हे माझे काम असे. माझ्या आजोबांसमवेत काम करण्यास मला खूपच आवडत असे, फक्त मला त्या वेळी त्या भाज्यांतील किड्यांची अत्यंत भीती वाटत असे. कारण एखादी अळी किंवा किडा दिसल्यावर माझी बोबडीच वळत असे. मग अशा वेळी माझ्या टोपलीतील भाजी तशीच फेकून देऊन मी पळत असे. माझ्या टोपलीतील भोपळा आणि झुकिनी सांडून जात, तशीच वाटेवर पडत असत आणि माझ्या बागकामाची अखेर होत असे.

सध्याच्या दिवसांत तुम्ही आणलेल्या कोणत्याच मालात तुम्हाला कीड किंवा अळी आढळत नसेल. कारण बहुतांश फळे आणि भाज्यांवर कीटकनाशक फवारूनच ती पिकवली जातात आणि नंतरही तशीच कीटकनाशके फवारून त्या साठवल्या जातात. आता गमतीने म्हणायचे झाले तर तुम्हाला अळ्या खाण्यापासून वाचवले जाते. (अरेरे, तुम्हाला एक सांगू का? अळ्या या प्रथिनांचा मोठाच स्रोत असतात; बरं का!) सेंद्रिय शेतमाल हा रासायनिक कीटकनाशके किंवा तणनाशके न फवारता पिकवला जातो. तसेच सेंद्रिय पशुपालन पद्धतीत जनावरांना प्रतिजैवके (अँटिबायोटिक्स) आणि वाढीचे हार्मोन्स दिले जात नाहीत. गवत किंवा धान्यांवर त्यांची वाढ होते.

सेंद्रिय अन्न सहसा आरोग्यपूर्ण असते. कारण रासायनिक कीटकनाशके आणि प्रतिजैवके त्यांच्यावर फवारलेली नसल्यामुळे ते विष तुमच्या पोटात जात नाही. प्राण्यांच्या वाढीसाठीही ते अनुकूल असते आणि पर्यावरणपूरकही असते. पण ते महागडे असते ही गोष्ट तेवढीच खरी आहे. मात्र त्याच्या किमतीवर नियंत्रण ठेवण्याचे मार्गही आहेत. त्यामध्ये स्थानिक शेतकऱ्यांकडून माल खरेदी करणे हा एक उपाय आहे. नियमित ग्राहकांना नेहमीच दरात सवलत मिळते. अलीकडच्या काळात शेतकऱ्यांकडून थेट ऑनलाइन भाजीपाला विकत घेण्याचा पर्यायही उपलब्ध झाला आहे. तो अद्याप कमी प्रमाणात असला तरी हळूहळू विकसित होत आहे. सेंद्रिय अन्नाविषयी आणि भाजीपाल्याविषयी तुम्हाला खालील बाबी माहिती असल्या पाहिजेत.

## सेंद्रिय अन्नाविषयी जाणून घेणे

सेंद्रिय अन्नाचे तीन प्रकार असतात. अमेरिकेत त्या सर्वांवर अन्न व औषध प्रशासनाचे कडक निर्बंध आहेत.

- शंभर टक्के सेंद्रिय अन्न हे फक्त आणि फक्त सेंद्रिय घटकांपासूनच तयार झालेले असते.
- सेंद्रिय अन्नात किमान ९५ टक्के सेंद्रिय घटक असावे लागतात.

- सेंद्रिय घटकांपासून तयार करण्यात आलेल्या अन्नात किमान ७० टक्के सेंद्रिय घटक असावे लागतात.

फक्त पहिल्या दोन पदार्थांवरच यूएसडीएचा अधिकृत शिक्का असतो. जर एखाद्या उत्पादनावर असा शिक्का असला तर त्याच्यात किमान ९५टक्के सेंद्रिय घटक आहेत याविषयी खात्री बाळगा. या अन्नधान्याचा टिकाऊपणा वाढवण्यासाठी त्यांच्यावर अतिनील किरणांचा मारा करता येत नाही.

मात्र ज्या वेळी शेतीमालात सेंद्रिय घटक ७० टक्क्यांहून कमी असतात त्यावेळी अन्न उत्पादकांना लेबलवर 'सेंद्रिय' हा शब्द वापरता येत नाही. त्यांच्यातील काही घटक सेंद्रिय असल्याचा उल्लेख ते लेबलवर करू शकतात. उदाहरणार्थ, सेंद्रिय मीठ किंवा सेंद्रिय गाजर.

## फळे आणि भाजीपाला

तुम्हाला सेंद्रिय अन्न काही प्रमाणातच विकत घेणे परवडत असेल तर मांस आणि अंडी यांच्यावर भर देण्यापेक्षा तुम्ही भाज्या आणि फळे यांच्यावर भर द्या. असेंद्रिय फळे आणि भाज्या यांच्यावर नियमितपणे कीटकनाशके फवारलेली असतात. तुम्ही घरी नेल्यावर हा माल धुतला तरीही (तुम्ही ते नेहमी केलेच पाहिजे) सगळीच्या सगळी रसायने पूर्णपणे धुतली जात नाहीत. तुमच्या अन्नात ती कित्येक आठवडे मुरत राहतात.

यासाठी सेंद्रिय फळे आणि भाजीपाला यांची निवड करा. फळे सालीसकट खा. सफरचंद, बेरीज, ग्रीन बीन्स आणि लेट्युसचा पाला खा. याशिवाय अळीच्या हल्ल्याला चटकन बळी पडणारा माल तुम्ही खरेदी करता, त्या वेळीही सेंद्रिय मालच खरेदी करा. यामध्ये टोमॅटो, कोबी आणि फ्लॉवर यांचा समावेश होतो. हे पदार्थ स्वच्छ धुऊन तुम्ही खाऊ शकता. त्यानंतर त्यांच्यावर रसायने फारशी टिकत नाहीत. संत्री, केळी आणि अननस यांसारख्या साले काढून खायच्या फळात त्यांच्या जाडसर सालींमुळे सहजासहजी कीटकनाशके आत शिरू शकत नाहीत. त्यामुळे ती सेंद्रिय आहेत किंवा नाहीत, हे फारसे महत्त्वाचे ठरत नाही.

## दूध आणि दुग्धजन्य पदार्थ

अमेरिकेत उत्पादित होणाऱ्या कित्येक प्रकारच्या दुग्धजन्य पदार्थांत रिकाँबिनंट बोव्हिन ग्रोथ हार्मोन (rBGH) असते. हे आनुवंशिक अभियांत्रिकीद्वारे तयार केलेला

हार्मोन आहे. त्याच्यामुळे गाईंची अधिक वाढ होते आणि दुधाच्या उत्पादनातही वाढ होते. संशोधनातून असे स्पष्ट झाले आहे की, rBGH मुळे निर्माण झालेल्या दुधात इन्शुलिनसारख्या वाढीचा घटक (IGF-1) अधिक प्रमाणात असतो. हा घटक स्तन, प्रोस्टेट ग्रंथी आणि आतडी यांच्या कर्करोगास कारणीभूत ठरतो. तुम्हाला मुरुमे येत असतील, त्वचेची छिद्रे बुजलेली असतील किंवा तेलकट त्वचा असेल, तर IGF-1 मुळे अँड्रोजेनचे रक्तातील प्रमाणही वाढते हे तुम्ही समजून घेतले पाहिजे. याशिवाय त्याच्यामुळे मृत पेशींची अधिक प्रमाणात निर्मिती होते. मुरुमे येण्याच्या चार प्रमुख कारणांपैकी ही दोन कारणे आहेत. rBGH शी संलग्न असलेले धोके इतके भयावह आणि गंभीर आहेत की, कॅनडा, ऑस्ट्रेलिया आणि युरोपीयन युनियनमध्ये या हार्मोनवर बंदी घालण्यात आली आहे. मात्र तरीही अमेरिकेत हा हार्मोन का वापरला जातो याविषयी तुम्हाला नक्कीच आश्चर्य वाटल्यावाचून राहणार नाही. दूध उत्पादनासाठी पाळलेल्या गायींना एकमेकींच्या खूप जवळ ठेवले जाते. शिवाय तेथील इतर परिस्थितीही फारशी चांगली नसते. त्यामुळे आजार आणि संसर्ग रोखण्यासाठी गायींना सातत्याने प्रतिजैवके टोचली जातात. या प्रतिजैवकांचा अंश त्यांच्या दुधातही उतरलेला असतो. म्हणजेच दूध पिणाऱ्या तुमच्या शरीरातही ती पोचतात.

सेंद्रिय दूध आणि दुग्धजन्य पदार्थ वापरले तर तुम्ही हे वरून घातले गेलेले हार्मोन्स टाळू शकता. त्यासाठीच त्या पदार्थांवर 'no rBGH' हे लेबल असल्याचे तुम्हाला पाहावे लागेल. युरोपीयन देशांतून आयात केलेले चीज चांगले असते. कारण तिथे या हार्मोनवर बंदी घालण्यात आली आहे.

## मांस आणि अंडी

डेअरींमधील गाई आणि इतर जनावरांप्रमाणेच कोंबड्यांनाही रोगांचा संसर्ग होऊ नये, म्हणून जैवप्रतिरोधके दिली जातात. यासाठी आणि इतर काही कारणांसाठी सेंद्रिय मांस आणि अंडी ही अधिक आरोग्यदायी ठरतात. धान्य आणि असेंद्रिय अन्न खाणाऱ्या जनावरांच्या तुलनेत चरणाऱ्या जनावरांमध्ये पाचपट अधिक ओमेगा-३ असते. उदाहरणार्थ, कित्येक असेंद्रिय कोंबड्यांना खाऱ्या पाण्याचे इंजेक्शन दिले जाते. यामुळे त्यांचे वजन आणि अर्थातच किंमतही सुमारे १५ टक्क्यांनी वाढते. बाजारपेठतज्ज्ञांच्या म्हणण्यानुसार, यामुळे कोंबड्यांची त्वचा अधिक ओलसर आणि नाजूक बनते. परंतु त्यामुळे त्यांच्या शरीरातील सोडियमचे प्रमाणही वाढते. या मांसावर काही फसवी लेबल्स असतात. उदा. 'पूर्णपणे नैसर्गिक'. आता हे

लेबल लावण्यामागचे कारण असते ते फक्त वापरले गेलेले मीठ! तेच तेवढे नैसर्गिक असते. याचप्रमाणे 'चाऱ्यावर पोसलेल्या जनावरांचे मांस' हेसुद्धा असेच फसवे लेबल असते. 'सेंद्रिय डुकराचे मांस' हे असेच आणखी एक फसवे लेबल होय.

## हे करून पहा

माझी एक रुग्ण हिला हिने रोस्ट चिकनची पाककृती मला सांगण्याचे मान्य केले होते. या रुग्णाविषयी तुम्ही सातव्या प्रकरणात वाचले आहे. ही पाककृती मातीच्या भांड्यात केली जाते. आपल्या डागविरहित, दोषरहित आणि सुरकुत्या नसलेल्या त्वचेसाठी ती अशा प्रकारचे अन्न खाते. तिची पाककृती पुढे देत आहे.

**साहित्य**

- मातीची भांडी
- १ रोझी सेंद्रिय चिकन (४ ते ५ पौंड)
- १ कप चिरलेला कांदा. तेल लीक म्हणजे भाजीचा कांदा असेल तर फारच छान!
- ऑलिव्ह
- मीठ
- जुनिपर या सदाहरित झाडाच्या ५ बेरीज
- १ कप चिकन स्टॉक
- १ कप कोरडी व्हाइट वाइन
- १ सालासकट चिरलेले लिंबू
- पाव कप चिरलेली अजमोदा वनस्पती
- १ कप चिरलेली सेलेरी
- १ कप चिरलेले गाजर
- २ बे गाने
- मिरी
- १ चिरलेले सफरचंद
- सेंद्रिय चिकन बेस
- अर्धा कप बेदाणे
- चवीसाठी लाल मिरीची पूड
- सिझनिंग

चांगल्या दर्जाचे मातीचे भांडे घ्या. वापरण्यापूर्वी सुमारे १५ मिनिटे ते थंड पाण्यात भिजवा. ओव्हन आधीच गरम करून भांडे आत ठेवू नका. थंड ओव्हनमध्येच भांडे ठेवून द्या. नाहीतर भांड्याला तडा जाईल.

चिकन धुऊन घ्या. आतील बाजूने त्याला ऑलिव्ह ऑइल लावून त्यावर मीठ आणि मिरपूड चोळून ठेवा. त्यानंतर त्यात चिरलेले सफरचंद, लिंबू, पार्सले आणि बेदाणे भरा. टूथपिक किंवा स्वयंपाकासाठी वापरायच्या दोऱ्याने त्याचे तोंड बंद करून टाका. ऑलिव्ह तेल, मीठ, मिरी आणि लाल मिरीची पूड यांचे मिश्रण तयार करून ते बंद केलेल्या चिकनच्या बाहेरच्या बाजूला चोळा. आता चिकन भांड्यात ठेवा. त्या वेळी चिकनच्या छातीचा भाग खाली करा. ओव्हन ४०० अंशापर्यंत तापवा. चिकन ओव्हनमध्ये ठेवा आणि १५ ते २० मिनिटे शिजवा. आता ते तपकिरी रंगाचे आणि कुरकुरीत बनेल. मांस अत्यंत नरम आणि त्याची त्वचा कुरकुरीत बनेल. पाच जणांना एवढे चिकन पुरते.

## अंडी

सारा ही माझी एक रुग्ण मालिबु येथील अत्याधुनिक परिसरात राहते. तिचे घर इतके सुंदर आहे की, वास्तुशिल्पावरच्या आणि गृहसजावटीच्या कित्येक मासिकांनी तिच्या या घरावर लेख लिहिले आहेत. घरामागच्या अंगणात ती कुक्कुटपालनही करते. मालिबु इथे कित्येक हिप्पीही राहतात. ते मोठ्या प्रमाणात योग करतात. त्यांना अधिकाधिक नैसर्गिक जीवनशैली आवडते. सारा कोंबड्यांना 'मुली' म्हणते आणि माझ्याकडे ती येते त्या वेळी डझनभर अंडी घेऊन येते. या कोंबड्यांना तिने नैसर्गिक खाद्य दिलेले असते आणि त्यांनी दिलेली अंडी त्यामुळे जैवप्रतिरोधक आणि इतर रसायनांपासूनही मुक्त असतात. त्यांचा स्वाद खूपच सुंदर असतो आणि बलक गडद नारिंगी रंगाचे असतात. मी आतापर्यंत खाल्लेल्या कोणत्याही अंड्याला या अंड्यांची सर अजिबातच नाही. सेंद्रिय अंडी ही सेंद्रिय अन्नावर पोसलेल्या कोंबड्या देतात. या कोंबड्यांना जैवप्रतिरोधके दिली जात नाहीत. शिवाय प्राणिकल्याणाच्या मानांकांप्रमाणेच या कोंबड्या वाढवलेल्या असतात याची हमी दिलेली असते. 'फ्री-रेंज' असे लेबल असलेल्या अंड्यांप्रमाणे ती नसतात, कारण 'फ्री-रेंज' या लेबलवर यूएसडीएचे नियंत्रण नसते. त्यामुळेच त्यांच्या गुणवत्तेविषयी हमी देता येत नाही.

## कॅल्शियमविषयी दोन शब्द

बहुतेक लोक मोठ्या प्रमाणात दूध आणि दुग्धजन्य पदार्थ खातात, असा माझा विश्वास आहे, कारण सेंद्रिय दूध आणि दुग्धजन्य पदार्थांत रिकॉम्बिनंट बोव्हीन ग्रोथ

हार्मोन (rBGH) नसला तरीही त्यांचा त्वचेवर विपरित परिणाम होतो. (उदाहरणार्थ, नैसर्गिकरीत्या गाईच्या दुधात असलेल्या IGF-1चा संबंध तेलाच्या निर्मितीत वाढ होण्याशी असतो. त्याचबरोबर इन्शुलिनची निर्मिती वाढवणे आणि माणसांमध्ये अँड्रोजेनची पातळी वाढवणे यांच्याशीही या हार्मोनचा संबंध असतो. दुग्धजन्य पदार्थ आणि त्वचा यांच्यातील संबंध तुम्ही चौथ्या प्रकरणात वाचला आहेच. दुग्धजन्य पदार्थांत मुबलक प्रमाणात कॅल्शियम असते. मात्र चेहऱ्याला पोषक आहार घेणाऱ्या प्रत्येकाला कॅल्शियमच्या पूरकाबरोबरच मल्टिव्हिटॅमिनच्या गोळ्याही घ्याव्या लागतात आणि मल्टिव्हिटॅमिन्सच्या गोळ्या कॅल्शियमसाठी पुरेशा ठरत नाहीत.

मल्टिव्हिटॅमिन्समध्ये लोह आणि इतर काही जीवनसत्त्वे व क्षार असतात. या गोळ्यांतील घटक कॅल्शियमच्या नैसर्गिक शोषणात अडथळे आणतात. यासाठीच फक्त कॅल्शियम पूरके घ्यावी लागतात. त्याच्या जोडीला इतर जीवनसत्त्वे घेता येत नाहीत. शिवाय लोहाने समृद्ध अन्नासोबतही त्या घेता येत नाहीत. तरीही तुम्ही मल्टिव्हिटॅमिन्स घेऊ शकता. अगदी सकाळी त्या तुम्ही घ्या आणि नंतर दिवसभरात उशिरा कॅल्शियमची गोळी घ्या. दुपारच्या किंवा रात्रीच्या जेवणाआधी तासभर तुम्ही त्या घेऊ शकता. बहुतांश कॅल्शियम पूरके रोज दोनदा घ्यावी लागतात. आता कॅल्शियम पूरके घेताना त्याच्यात ड जीवनसत्त्व आहे की नाही ते पाहून ड जीवनसत्त्व असलेले पूरकच घ्या. कारण ड जीवनसत्त्व शरीराला कॅल्शियमच्या शोषणासाठी मदत करते. दिवसाकाठी एक हजार ते दीड हजार मिलिग्रॅम कॅल्शियम घ्या. याचा एक दुष्परिणाम पहा. कॅल्शियमच्या गोळ्या आकाराने मोठ्या असतात आणि माझ्याप्रमाणे गोळ्या गिळताना तुम्हाला त्रास वाटत असेल, तर ही काही चांगली गोष्ट नाही. एकदा मी माझ्या पतीसोबत बाहेर गेले होते. आमच्यासोबत आणखी दोन मित्र होते. मी जेवताना कॅल्शियमच्या गोळ्या घ्यायचे ठरवले. झाले काय तर माझी कॅल्शियमची गोळी माझ्या घशातच चिकटून बसली. मी लगेच पाण्याचा घोट घेतला आणि नंतर गोळीला खाली ढकलण्यासाठी ऑम्लेटचा घास घेतला. मात्र याचा काहीच उपयोग झाला नाही आणि मला घुसमटल्यासारखे वाटू लागले. अखेर एकदम ठसका लागून ती गोळी माझ्या तोंडातून बाहेर पडली. त्याबरोबर पाण्याची चूळही त्या शुभ्र टेबलक्लॉथवर पडली. आमचे संभाषण थांबले. माझ्या नवऱ्याने माझ्याकडे पाहिले आणि भुवया चढवत विचारले, "तू ठीक आहेस ना?" मला खरेतर जमिनीने पोटात घेतले तर बरे होईल असे वाटत होते. मी खूपच शरमिंदी झाले होते. गोळ्यांखेरीज कॅल्शियम घेण्याचे आणखीही काही मार्ग आहेत. माझ्या मते त्या प्रकारे कॅल्शियम घेणे खूप, खूप सोपे आहे. चॉकलेटच्या चवीच्या चावून चावून खाण्याच्या कॅल्शियमच्या गोळ्या मला आवडतात.

याशिवाय चघळण्याच्या गोळ्याही आहेत. मात्र चघळण्याच्या गोळ्या खाताना त्यातील साखरेमुळे तुमच्या हिरड्यांवर साखरेचा थर चढतो. त्यामुळे कँडीप्रमाणे या गोळ्या तुम्ही खाऊ शकत नाही.

## निरोगी आणि आरोग्यपूर्व त्वचेसाठी काय प्यावे

त्वचा आरोग्यपूर्ण आणि ओलसर ठेवण्यासाठी तुम्ही अर्थातच भरपूर पाणी प्या. पाण्याचे प्रमाण कमी असलेली त्वचा कोरडी आणि सुरकुतलेली दिसू लागते. शिवाय तिच्यावर पुरळ येते आणि तिच्यातील इतर दोषही ठळकपणे दिसू लागतात. मात्र सोडा, स्पोर्टस ड्रिंक्स आणि ज्यूस कॉकटेल्स सध्या उपलब्ध आहेत. कारण बऱ्याचदा फक्त पाणी पिणे कंटाळवाणे ठरू शकते. अशा प्रकारच्या पेयात अनेकदा भरपूर प्रमाणात साखर असते आणि त्यामुळे शरीरातील साखरेची पातळी एकदम उंचावण्याचा धोका मात्र लक्षात घेतला पाहिजे. कोकाकोलाच्या १२ औंसाच्या बाटलीत ३९ ग्रॅम साखर असते. सोड्यामुळेही शरीरातील काही आवश्यक जीवनसत्त्वे आणि पोषक द्रव्ये शरीरातून बाहेर पडतात. त्यात कॅल्शियमचाही समावेश असतो. आरोग्यपूर्ण दिसणारे पदार्थही प्रत्यक्षात आरोग्यपूर्ण नसतात. उदा. स्ट्रॉबेरी अकाय फ्लेव्हर ऑफ स्नॅपल्स अँटिऑक्सिडंट वॉटरमध्ये ना स्ट्रॉबेरी असते, ना अकाय. त्याच्यात फक्त १२५ उष्मांक आणि ३० ग्रॅम साखर असते. तुम्हाला काहीतरी नवीन पेय हवे असेल तर सुंदर पॅकिंग आणि आक्रमकपणे केले गेलेले विपणन याला बळी पडू नका. त्यावरचे लेबल वाचा आणि त्यात वरून साखर घातलेली असेल तर ते पेय अजिबात घेऊ नका. काही पेये तुमच्या त्वचेला आरोग्यपूर्ण आणि चमकदार बनवण्याची हमी देतात. अशा तथाकथित सौंदर्यवर्धक पेयांविषयक सल्लागार समितीत एकदा माझा समावेश झाला होता. काही वेळा उत्पादक डॉक्टरांना तज्ज्ञ सल्ला देण्यासाठी आमंत्रित करतात आणि उत्पादन बाहेर पडण्याआधीच त्यांच्या संबंधित पथकाकडे तो सल्ला पाठवूनही देतात. मी मात्र त्यांच्या या पद्धतीने अजिबातच प्रभावित झालेली नाही. मी ज्या पेयांचे परीक्षण केले, त्यांच्यापैकी बहुतेक पेयांमध्ये त्वचेला उपकारक ठरणारी 'खास' अँटिऑक्सिडंट्स असल्याचा दावा करण्यात आला होता. मात्र या अँटिऑक्सिडंट्समधील घटक पदार्थांना 'व्यापारी गुपित' म्हणून गुप्त राखण्यात आले होते. त्यामुळे त्या बाटलीत नेमके काय आहे, हे आपल्याला समजतच नाही. दुसरी समस्या अशी असते की, यांपैकी काही पेयात मुबलक उष्मांक असतात तर इतर काहींमध्ये कृत्रिम स्वीटनर्स असतात. त्यांच्यामुळे हगवण आणि सूज येणे यांसारखे दुष्परिणाम होऊ शकतात.

मी स्वत: याचा अनुभव घेतलेला आहे. म्हणूनच इतर सर्वच अन्नपदार्थांप्रमाणे अशी पेये घेतानाही त्यांच्यावरचे लेबल काळजीपूर्वक वाचणे आवश्यक असते. त्यांच्या दाव्यावर विश्वास ठेवू नका. तुम्ही ज्या गोष्टी पूर्णपणे वर्ज्यच केल्या पाहिजेत त्यांच्याविषयी आपण पुरेशी माहिती घेतली आहे. आता आपण काय खाल्ले किंवा प्यायले पाहिजे ते पाहू या.

**पाणी :** रोज आठ ग्लास पाणी प्यायले पाहिजे, ही पूर्वीची पद्धत अगदीच योग्य नाही. कारण तुम्हाला तहान लागली नसेल तर शरीराला एवढ्या प्रमाणात पाण्याची आवश्यकता नसते. फक्त आपण सर्वांनीच कॉफी व सोडा कमी प्रमाणात आणि पाणी अधिक प्रमाणात प्यायले पाहिजे. जर फक्त पाणी पिणे कंटाळवाणे वाटत असेल, तर पाण्यात ताजे लिंबू पिळून ते प्या किंवा मोसंबी पिळून प्या. परंतु व्हिटॅमिन वॉटर अजिबात पिऊ नका. त्याच्यात साखर अत्यल्प प्रमाणात असेल आणि अजिबात उष्मांक नसतील तरच ते प्या. अँटिऑक्सिडंट वॉटर किंवा दुसरे कोणतेही डिझायनर पाणी यात उच्च उष्मांक असतात आणि साखर घातलेली असते.

**ग्रीन टी :** याच्यात कॅटेचिन्स नावाची अँटिऑक्सिडंट्स असतात. ती दाहरोधक असतात, त्यामुळे मुरुमे किंवा इसब यांचा त्रास असेल तर ग्रीन टी चांगला ठरतो. याशिवाय मी आधीही नमूद केलेले आहे, त्याप्रमाणे अतिनील किरणांमुळे तयार होणाऱ्या फ्री रॅडिकल्सपासून ग्रीन टीमुळे त्वचेचे संरक्षण होते. याशिवाय सनबर्न आणि त्वचा खरखरीत होणे, डाग पडणे, त्वचेचा कर्करोग यांसारख्या उन्हाच्या दुष्परिणामांपासूनही ग्रीन टीमुळे संरक्षण होते. उन्हात जाण्याआधी, उन्हात फिरत असताना आणि उन्हात जाऊन आल्यावर ग्रीन टी प्या. बर्फ घातलेला ग्रीन टी चवदार असतो आणि आपल्यालाही ताजेतवाने बनवतो.

**रेड वाइन :** कॅबरनेट सॉव्हिग्नन, पिनॉट नॉयर आणि मर्लाट या पेयांमध्ये फ्लेवोनॉइड्स शिगोशीग भरलेली असतात. ती प्रमाणशीर प्यायल्यास त्यामुळे सनबर्न आणि उन्हाच्या इतर दुष्परिणामांमध्ये फायदा होतो असे आढळून आले आहे. रोज एक ग्लास रेड वाइन घेतली तर त्यामुळे चांगले कोलेस्टेरॉल (HDL) १६ टक्क्यांनी वाढते आणि वाइट कोलेस्टेरॉलचे (LDL) प्रमाण कमी होते. फक्त इथे एक सावधगिरीचा इशारा देते. रेड वाइनही व्हाइट वाइन आणि शॅम्पेनप्रमाणेच आंबवलेले पेय आहे. त्यामुळे त्याच्यात हिस्टामाइन असते. जर तुम्हाला इसबाचा किंवा सोरायसिसचा त्रास होत असेल तर हिस्टामाइनमुळे तुमचा हा त्रास आणि दाह अधिक वाढेल. रेड वाइनमध्ये अल्कोहोलची उपउत्पादनेही असतात. त्यात ॲसिटाल्डिहाइडचा समावेश असतो. तुम्हाला रक्तवर्णी मुरुमे आली असतील तर रेड वाइनमुळे त्यांचा त्रास मोठ्या प्रमाणात वाढतो. वाइन

प्रामुख्याने अमेरिकन व युरोपीयन लोकांसाठी चांगली ठरते.

**ताजे रस :** मी लहान असताना माझी आई मला ताज्या लिंबाचा रस देत असे. त्याखेरीज माझ्या आयुष्यात मी इतर प्रकारचा ताजा रस प्यायले तो माझा मित्र स्कॉट बार्नेस याच्या न्यू यॉर्क येथील अपार्टमेंटमध्ये. स्कॉट हा चित्रपटसृष्टीतील अनेक स्टार कलाकारांचा मेकअपमन आहे. जेनीफर लोपेझ आणि किम कार्दाशियान या त्याच्या ग्राहक आहेत एवढे सांगितले तरी पुरेसे ठरेल. तो युनियन स्क्वेअर फार्मर्स मार्केटमध्ये गेला होता आणि त्या वेळी मी त्याच्याबरोबर होते. त्याने भरपूर हिरव्या पालेभाज्या, गाजरे, सफरचंद आणि पेअर्स घेतले. त्यानंतर घरी आल्यावर त्याने या सर्व भाज्या आणि फळे एकत्र करून त्यांचा छानसा ताजा रस तयार केला. त्या रसाचा स्वाद असा काही होता की तुम्हाला सांगता सोय नाही. मी त्याचा एकच घोट घेतला आणि माझ्या मनात पहिला प्रश्न निर्माण झाला की, एवढा स्वादिष्ट रस बनवणे शक्य असताना लोक तयार रस घेण्याचा आटापिटा करतातच कशाला? अशा पेयांमध्ये सोडियम भरपूर प्रमाणात असते. फळे आणि पालेभाज्या खाता त्या वेळी तुम्हाला अँटिऑक्सिडंट्सच्या सोबत मोठ्या प्रमाणात तंतुमय पदार्थही मिळतो. तुमचे शरीर या रसांचे पुरेपूर शोषण करू शकते. तंतुमय पदार्थ पोट साफ करण्यासाठी आणि आतड्याच्या कार्याला मदत करण्यासाठी आवश्यक असतात. जाता जाता कित्येक प्रकारची फळे आणि पालेभाज्या घेणे शक्य असते. मात्र इथे एक गोष्ट लक्षात ठेवली पाहिजे, ती म्हणजे ताजा रस म्हणजे कमी उष्मांक असे समीकरण काही वेळा अजिबातच नसते. त्यामुळे तुम्हाला गरज असेल, त्या वेळी परंतु दिवसाकाठी फक्त एकच ग्लास रस प्या. त्या दिवशी स्कॉटच्या स्वयंपाकघरात मी निश्चय केला आपण रस बनवायचा आणि ज्युसर विकत घेण्याचे ठरवले. याला काही वर्षे उलटून गेली आहेत. मला रस काढायला आवडते, परंतु स्पष्टच सांगायचे झाले तर मला अजूनही रस काढण्यास वेळ झालेला नाही. यामुळे मला वाईट वाटते. ती सगळी खरेदी करणे, कापाकापी करणे यासाठी मला वेळच झालेला नाही. म्हणूनच चेहऱ्याला पोषक आहारात अधिकृतपणे मी रसांचा समावेश केलेला नाही. तरीही तुम्हाला ताज्या रसाचे भरपूर लाभ असतात हे माहिती असले पाहिजे असे मला वाटते. तुम्हाला जर शक्य असेल तर जरूर रस प्या.

## हॅलो, डॉ. वू

**प्रश्न :** मी कॉकटेल पार्टी करूच नये, असे तुम्हाला नक्कीच वाटत नसेल, बरोबर? मग चेहऱ्याला पोषक आहारात मी अल्कोहोलचा समावेश करू शकते का?

**उत्तर :** नक्कीच. कोरडी रेड वाइन, कार्बोनेट सौव्हिग्नॉन, पायनट नॉयर आणि

मलाँट यांच्यात विशेषत: मुबलक प्रमाणात अँटिऑक्सिडंट्सने समृद्ध असलेली फ्लेवोनॉइड्स असतात. संशोधनांती असे सिद्ध झाले आहे की, अल्कोहोल थोड्या प्रमाणात घेतले तर (म्हणजे स्त्रियांसाठी दिवसाकाठी ग्लासभर वाइन) काही प्रमाणात आरोग्याला ते उपकारक ठरते. अर्थातच हे थंड प्रदेशातील लोकांसाठी आहे. याशिवाय तुम्ही घेत असलेल्या अल्कोहोलपैकी थोड्याच अंशाचे रक्तातील साखरेत रूपांतर होते. रिकाम्या पोटी तुम्ही अल्कोहोल घेतले तर त्यामुळे रक्तशर्करेची पातळी घटते. तुमच्या चयापचय क्रियेवर घातक परिणाम होत असल्यामुळे अल्कोहोलमुळे आरोग्याच्या खऱ्या समस्या निर्माण होतात. त्या अशा आहेत.

- एकदा किंवा दोनदा अल्कोहोल घेऊन तुम्ही जेवायला बसलात तर त्यामुळे इन्शुलिन स्रवण्याच्या प्रमाणात घट होते आणि रक्तशर्कराही कमी होते. त्यामुळेच रात्री अल्कोहोल घेतल्यावर तुम्हाला उपासमार झाल्यासारखे वाटते आणि रात्री उशिरा खाल्लेला पिझ्झाही खूपच 'गोऽऽऽड' भासतो.
- अल्कोहोल तुमच्या आतड्यांमध्ये शोषले जाते. तिथून ते यकृतात पोचते. तिथेच त्याचे ॲसिटेटमध्ये रूपांतर होते. त्याचा वापर तुमचे शरीर इंधन म्हणून करते. चरबीच्या ज्वलनाआधी तुमचे शरीर सर्व ॲसिटेटचे ज्वलन करते. म्हणूनच भरपूर पिणाऱ्या लोकांचे पोट सुटते.
- दोन प्रकारची अल्कोहोल एकत्र करून स्वीट कॉकटेलसह घेतल्यावर रिक्त उष्मांक मिळतात. त्यामध्ये कोणत्याही प्रकारचे पोषणमूल्य नसते.

तुमची त्वचा नितळ राहावी अशी तुमची इच्छा असेल तर तुम्ही मिश्र दारू टाळा. साखर घातलेली कॉकटेल पेये टाळा. त्यामध्ये मार्गारिटाज आणि डैक्विरिस यासारख्या पेयांचा समावेश आहे. त्याऐवजी ड्राय रेड वाइनची निवड करा किंवा व्हाइट वाइन अगर शॅंपेन प्या. व्होडकाऐवजी जपानी शोचूची निवड तुम्ही करू शकता. त्यात कमी प्रमाणात उष्मांक असतात. सुशी रेस्टॉरंटमध्ये जाऊन तुम्ही शोचूची चौकशी करू शकता किंवा आशियाई अन्नपदार्थांच्या मार्केटमध्ये ते तुम्हाला मिळू शकेल. जपानी पद्धतीनेच ते प्या. म्हणजे थंड पाण्यात घालून त्यात ग्रीन टी किंवा द्राक्षाचा रस घाला आणि मग ढवळून प्या.

**काय टाळावे :** मार्गारिटाज, डैक्विरिस, कॉसमॉस, साध्या साखरेच्या पाण्यात तयार करण्यात आलेली दारू, डेझर्ट वाइन्स, लिकर्स (काहलुहा, अमॅरेट्टो, ट्रिपल सेक), बैलीज आयरिश क्रीम, गोठवलेली किंवा क्रीम घातलेली दारू, टॉनिक

वॉटर, साखर आणि मीठ घातलेली दारू इ.

**सूचना :** दारू ही आरोग्याला घातकच आहे. फक्त थंड प्रदेशात ती अगदीच टाळणे शक्य नसल्यामुळे ही माहिती दिली आहे. आशियाई आणि उष्ण हवामानाच्या देशात दारू टाळणेच हितावह ठरते. कारण तिथे तिचे घातक दुष्परिणामच अधिक आहेत.

## आणखी काही क्लृप्त्या आणि मुद्दे

चेहऱ्याला पोषक आहार म्हणजे तुम्ही काय खावे हे सांगणारा आहारच नाही. तुमच्या रक्तशर्करेचे नियंत्रण करणे आणि तुमच्या चेहऱ्यावर येणारी मुरुमे आणि पुटकुळ्या यांनाही नियंत्रित करणे या गोष्टी महत्त्वपूर्ण असतात. त्या वेळी तुम्ही कधी आणि किती प्रमाणात खाता या गोष्टीही महत्त्वाच्या ठरतात. म्हणूनच खालील गोष्टी करण्यास विसरू नका.

**तुम्ही जे खाता त्याच्या प्रमाणाकडे लक्ष द्या :** तुम्ही किती अन्न खात आहात ते मोजून घ्या किंवा त्यातील उष्मांकही सातत्याने तपासत राहा, असे मी तुम्हाला सांगत नाही. मात्र आपण कशा प्रकारे आणि किती खात आहोत याचे भान तुम्ही नक्कीच राखले पाहिजे. अगदी तुम्ही चेहऱ्याला पोषक आहारच घेत असलात तरीही तुम्ही हे भान राखणे आवश्यक आहे. (मोड आलेल्या कडधान्यासमवेत ब्रेडची एखादी स्लाइस खाणे ठीक आहे. परंतु एका वेळी पाच पाच स्लाइस खाणे योग्य नाही) यासाठी नेहमीच पोषणमूल्यांच्या लेबलवर नजर टाकून मगच किती खायचे ते ठरवा. छोट्या ताटात जेवण वाढून घ्या. त्यामुळे ते भरपूर असल्यासारखे वाटेल आणि भांड्यातून भराभरा उपसून खाऊ नका. थोडे थोडे घेऊन खा. खाली मी काही मार्गदर्शक बाबी देत आहे.

- प्रथिनावर लक्ष ठेवा. बीफ, चिकन किंवा मासे यांसारखे प्रथिनयुक्त पदार्थ तीन ते चार औंसापर्यंतच खाल्ले पाहिजे. म्हणजे तुमच्या तळहातावर मावतील किंवा पत्त्यांच्या कॅटमधील पत्त्यावर मावतील एवढ्याच प्रमाणात ते खाल्ले पाहिजेत.
- शिजवलेला पास्ता, मसूर किंवा बीन्स हे अर्धा कप किंवा जास्तीत जास्त कपभर किंवा तुमची मूठभर एवढेच ते पदार्थ खावेत.
- एक छोटीशी मूठभर किंवा आपल्या तळहातावर राहतील एवढीच कठीण कवचाची फळे किंवा सुका मेवा खावा.

- व्हीट क्रॅकर्स खायचे असतील तर फक्त सहा खाणे इष्ट ठरते.
- स्मूदी (फळ, सुकामेवा आणि दूध/दही एकत्र वाटून केलेला पदार्थ) फक्त १२-१६ औंस म्हणजे दीड ते दोन कप एवढीच खावीत. तुम्हाला हवीत तेवढी फळे खा, परंतु दूध आणि दही प्रमाणातच घ्या.

**पूर्वतयारी करा :** संध्याकाळच्या कित्येक कार्यक्रमांना मी उपस्थित राहते. त्यात धर्मादाय निधींच्या उभारणीसाठी आखलेल्या कार्यक्रमांपासून ते वैद्यकीय परिषदांपर्यंत कित्येक समारंभांचा समावेश असतो. साधारणपणे रात्री आठ ते नऊच्या दरम्यात तिथे जेवण वाढले जाते. तोपर्यंत मला कडकडून भूक लागलेली असते. अशामुळे टोपलीत दिसणारे सगळेच्या सगळे ब्रेड फस्त करणे माझ्यासाठी अवघड नसते. म्हणूनच मला मग पूर्वतयारी करावी लागते. त्यासाठी मी प्रथम थोडेसे नाश्त्याचे पदार्थ खाते किंवा कारमधून थोडी फिरून येते. त्यामुळे भुकेवर थोडे नियंत्रण राखण्याएवढी मनाची तयारी होते. तुम्ही बाहेर जेवायला जाण्याआधी थोडासा प्रमाणबद्ध नाश्ता करून निघा. (मग त्या वेळी तुम्हाला भूक लागलेली असो वा नसो) त्यानंतर तुम्ही योजनाबरहुकूम म्हणजे अगदी ठरवल्याप्रमाणेच शिस्तबद्ध जेवण करून बाहेर पडाल.

**नियमितपणे नाश्त्याचे पदार्थ खा :** तुमची रक्तशर्करा स्थिर राखण्यासाठी आणि तुमच्या इन्शुलिनला नियंत्रणाखाली ठेवण्यासाठी दर तीन ते चार तासांनी थोड्या थोड्या प्रमाणात काही तरी खात रहा. चेहऱ्याला पोषक आहार घेताना अशाच प्रकारे नियमित जेवणाचे वेळापत्रक आखलेले असते. नाश्ता सकाळी ८ वाजता. त्यानंतर पुन्हा नाश्ता, मग दुपारी जेवण, तीन वाजता पुन्हा नाश्ता, रात्री ६ ते ७च्या दरम्यान जेवण. परंतु तुम्हाला रात्रीचे जेवण घेण्यास खूपच उशीर होत असेल किंवा दुपारच्या जेवणासाठी वेळच मिळत नसेल, तर मधल्या वेळा भरून काढताना तुम्ही अतिरिक्त नाश्ता घेऊ शकता. मात्र त्यानुसार तुमचे रात्रीचे जेवण थोड्या कमी प्रमाणात करा.

**प्रसिद्ध व्यक्तीच्या त्वचेची रहस्ये**

**केली ह्यूचा नाश्ता**

केली ह्यूला गहू विरहित, दुग्धजन्य पदार्थ विरहित बदाम क्रंच आवडतात. त्याच्यातून तिला प्रथिने आणि तंतुमय पदार्थ मिळतात. शिवाय आपल्या बॅगेत ती त्याची छोटीशी पिशवी सहजपणे ठेवू शकते. याशिवाय केस पांढरे होण्यालाही बदामामुळे आळा बसतो.

## चेहऱ्याला पोषक आहारातील जेवणाची योजना

आता वेळ आली आहे. चेहऱ्याला पोषक आहारांचे २८ दिवसांचे वेळापत्रक पार पाडून तुम्ही अधिक नितळ, तरुण दिसणारी आणि अधिक तेजस्वी त्वचा मिळवण्याची. या आहारामुळे तुमच्या चेहऱ्यावर सुरकुत्या किंवा डाग पडणार नाहीत. किंवा त्या सगळ्या गोष्टी आणि वेडेवाकडे डाग या बाबी म्हणजे तुमचा भूतकाळ असेल. आहारात अधिक प्रमाणात टोमॅटोचा समावेश करून तुम्ही उन्हापासून त्वचेचे संरक्षणही करू शकाल. अशा प्रकारचे जेवण तयार करण्याची वेळ येते तेव्हा या पाककृती करणे अत्यंत सोपे असते. किती प्रमाणात लसणाचा उपयोग करायचा किंवा किती प्रमाणात मिरपूड वापरायची याविषयी आपल्याला फारशी चिंता करण्याचे कारण नाही. आपल्या चवीनुसार आणि स्वादानुसार हे प्रमाण कमी-जास्त होऊ शकते. तुम्हाला टोफू आवडत नसेल तर चिकन खा. तुम्ही ओव्हनजवळ नसाल तर जाता जाता जे मिळेल ते खा. (म्हणजे सुका मेवा, सुकी फळे अशा प्रकारचे अन्न). तुमच्या त्वचेत बदल घडवून आणण्याचे सामर्थ्य तुमच्यात नक्कीच आहे. चेहऱ्याला पोषक आहाराच्या योजनेनुसार तुम्ही सुरुवात करा. अर्थातच मी दिलेल्या मार्गदर्शक तत्त्वांमध्ये बसवून प्रत्येक ठिकाणी मिळणाऱ्या अन्नानुसार अन्न तुम्ही खा.

# विभाग ४

# चेहऱ्याचे अतिरिक्त पोषण करा

१०

# चेहऱ्यासाठी अन्नपदार्थ

## (अन्नातील घटक आणि घरगुती उपायांसाठी सोप्या पाककृती)

फॅशनप्रमाणेच औषधांच्या दुनियेतही काही वेळा जुने ते सोने ठरते. अर्थातच ते पुन्हा एकदा त्यावेळच्या काळात नवीन ठरते. हजारो वर्षे अन्नाचा उपयोग सौंदर्यासाठी करून घेतला गेला आहे.

- ख्रिस्तपूर्व सोळाव्या शतकात इजिप्तमधील वरिष्ठ, उच्चाधिकारी पूर्णपणे कुरळ्या केलेल्या किंवा बटा असलेल्या मानवी केसांपासून बनवलेल्या विगच्या केसांना मध लावून ते चापूनचोपून बसवून सार्वजनिक ठिकाणी येत असत. इजिप्तची राणी क्लिओपात्रा नेहमीच दुधाने आणि ताकाने अंघोळ करत असे, असे सांगितले जाते. त्यामधील प्रथिनांमुळे आणि लॅक्टिक आम्लामुळे तिची त्वचा मुलायम आणि शांत होत असे.
- प्राचीन ग्रीक वैद्य गॅलेन याने असे लिहून ठेवले आहे की, सी गलच्या घरट्यातून मिळणाऱ्या पदार्थात मध मिसळून चेहऱ्यावर लावला तर स्त्रियांच्या त्वचेचा पोत तेजस्वी बनतो. त्वचा स्वच्छ करण्यासाठी चिकपी (हरभरा डाळ) या द्विदल वनस्पतीच्या पिठात गव्हाचे पीठ मिसळून ते वापरावे. मगरीची विष्ठा वापरली तर चेहऱ्यावरच्या अनावश्यक पेशींची वाढ आणि पिंगट डाग नाहीसे होतात, असेही त्याने म्हटले आहे. (म्हणजे बघा, ते प्राण्यांची विष्ठाही चेहऱ्याला लावत होते.)
- रोमन कवी ओव्हिड याने लिबियन बार्ली आणि मध यांचे मिश्रण चेहऱ्याला लावल्यास सुरकुत्या कमी होतात असे लिहून ठेवले आहे.
- प्राचीन काळातील औषधी वनस्पतींविषयीचा चिनी तज्ज्ञ हॅन डायनॅस्टी याने ख्रिस्तपूर्व २०० वर्षांपूर्वी फिकुटलेल्या त्वचेसाठी एक औषध लिहून ठेवले आहे. तन्जीरच्या मोसंबीचे साल (या मोसंबीचे साल सुटे असते), पांढऱ्या

कलिंगडाच्या बिया आणि पीचचा मोहोर यांचे मिश्रण करून तयार केलेली पूड दिवसातून तीन वेळा लावली तर त्वचा तजेलदार बनते. याशिवाय प्राचीन चिनी पुस्तकात तुम्हाला सुरकुत्या दूर करण्यासाठी मधाच्या पोळ्यातील मेण आणि मेंढ्यांच्या बोन मॅरोचे मिश्रण वापरण्याचा सल्ला दिल्याचे आढळते.

- सर्व प्रकारच्या सौंदर्यविषयक समस्यांचे निराकरण करण्यासाठी कित्येक प्रकारच्या औषधांच्या कृती विविध पुस्तकांतून दिल्या गेल्याचे आपल्याला आढळून येते. अंडी आणि लिंबाच्या रसात कोंबड्या, कबुतरे आणि कुत्री यांच्यासारख्या पूर्णपणे पांढऱ्या प्राण्यांना उकळून तयार झालेला द्रवपदार्थ मिसळला की, त्वचेचा रंग गोरा करण्यासाठी आवश्यक असलेले मलम तयार होते. (अरेरे! म्हणजे ते कुत्र्यांच्या पिल्लांना इतक्या निर्दयीपणे ठार मारत होते!)

गेल्या सुमारे चाळीस वर्षांपासूनच म्हणजे १९६०-७०च्या दरम्यान, सौंदर्यप्रसाधने तयार करणाऱ्या कंपन्या चेहऱ्याला आवश्यक असणारी प्रत्येक गोष्ट विकू लागल्या आहेत. त्यामुळे प्रत्येक मोसम बदलला की, नवीन सौंदर्यप्रसाधनांचे डबे/बाटल्या घेतलेच पाहिजेत, असेही या कंपन्या आपल्याला पटवून देऊ लागल्या आहेत. अलीकडच्या काळात मात्र लंबक दुसऱ्या दिशेला हेलकावू लागला आहे. माझ्या कित्येक रुग्णांना आधुनिक उच्च तंत्रज्ञानाने तयार करण्यात आलेल्या नव्या-नव्या सौंदर्य प्रसाधनांमध्ये स्वारस्य असते. तर दुसरीकडे आपल्या दैनंदिन सौंदर्यसाधनेत बदल करण्याची इच्छा असलेल्या लोकांची संख्याही दिवसेंदिवस वाढत आहे. कृत्रिम रसायनांचा मारा आपल्या चेहऱ्यावर करण्याची इच्छा कमी-कमी होत असल्याचे आढळते आहे. त्याचप्रमाणे आपण काय खात आहोत याविषयी स्त्रिया जागरूक बनत आहेत. प्रक्रियायुक्त आणि हवाबंद डब्यातील अन्न कमी प्रमाणात खाण्याचे प्रयत्न त्या करत आहेत. अगदी बोटॉक्सचा वापर करणाऱ्या स्त्रियांमध्येही हा विचारप्रवाह वाढीस लागल्याचे मला दिसत आहे. ओठ जाड असलेल्या आणि सुरकुत्या पडलेल्या माझ्या कित्येक स्त्री रुग्ण आता मोठ्या प्रमाणात नैसर्गिक घटक असलेले उत्पादन खरेदी करू लागल्या आहेत.

## चेहऱ्यासाठी अन्न : चांगले, वाईट आणि अनिष्ट

शेकडो वर्षांच्या अनुभवांनी सांगितल्या गेलेल्या ज्ञानाने तुमचे समाधान होत नसेल तर अत्याधुनिक संशोधनाने कदाचित तुमचे समाधान होऊ शकेल. नैसर्गिक,

स्थानिक आणि वनस्पतीशास्त्रीय घटकांची खरी शक्ती जाणून घेण्यासाठी वैज्ञानिक अधिकाधिक संशोधन करत आहेत आणि त्वचेची निगा राखणारी उत्पादने तयार करणारे उत्पादकही आता अधिकाधिक नैसर्गिक घटकांचा समावेश आपल्या उत्पादनामध्ये करण्यासाठी एकमेकांशी स्पर्धा करत आहेत. त्यामुळेच ग्रीन टी, शायटेक मशरूमचा अर्क आणि सोयाबीन यांचा अशा उत्पादनांमध्ये वाढता उपयोग होत असल्याचे दिसत आहे. अधिकाधिक पर्यावरणपूरक उत्पादने तयार करण्यावर सध्या वाढता भर आहे. या 'नवीन' प्रवाहामुळे आता त्वचेची निगा राखणारी उत्पादने कदाचित महागडी उरणार नाहीत किंवा अगदी आकर्षक ढंगातच असतील असे नाही किंवा त्यांच्यासाठी उच्च तंत्रज्ञानाची आवश्यकता असेलच असेही नाही. खरेतर त्वचेची निगा राखण्यासाठी, तुमच्या स्वयंपाकघरात किंवा फ्रीजमध्येही तुम्हाला खऱ्याखुऱ्या शुद्ध स्वरूपाचे आणि तरीही खूपच स्वस्त असलेले पदार्थ सापडतील.

किमतीचा विचार सोडून दिला, तरी ते पदार्थ वापरण्यात विशेषत: चेहऱ्याला लावण्यात इतरही कित्येक फायदे आहेत. नैसर्गिक अन्नघटकांवर आधारित घटक पदार्थ संवेदनशील त्वचेसाठी खूपच उपयुक्त ठरतात. कारण त्यांच्यात कोणत्याही प्रकारचे कीटकनाशक, वरून घातलेले इतर पदार्थ, कृत्रिम सुगंध किंवा कृत्रिम रंग नसतात. अशा कृत्रिम घटकांमुळे आणि इतर पदार्थांमुळे त्वचेचा दाह होतो, तसेच त्यामुळे ॲलर्जीही येऊ शकते. अर्थातच तुम्हाला एखाद्या अन्नपदार्थाची आधीच ॲलर्जी असेल तर तो भाग अलाहिदा! डॉक्टरांनी लिहून दिलेल्या विविध प्रकारच्या मलमांपेक्षा आणि औषधांपेक्षा त्वचेवर हे पदार्थ अगदी व्यवस्थित लावता येतात आणि त्या पदार्थांच्या त्वचेशी होणाऱ्या क्रियेबद्दल तुम्हाला काळजी करण्याचे कारणच नसते. बेंझॉइल पेरॉक्साइड आणि सल्फरपासून तयार करण्यात येणारी काही औषधे एकाच वेळी वापरली तर तुमची त्वचा नारिंगी रंगाची बनते. गर्भधारणेच्या काळात तर नैसर्गिक उत्पादने वापरणे सुरक्षित ठरते. मात्र प्रतिजैवके आणि रेटिनॉइड्स तुम्ही या काळात वापरू शकत नाही. शिवाय आपल्या स्वयंपाकघरातील पदार्थ वापरून तुम्ही चेहरा चांगला ठेवत असता त्या वेळी तुम्ही नक्कीच पर्यावरणाला हानीही पोचवत नाही किंवा कचराही तयार करत नाही. शिवाय प्राण्यांवर त्यांची चाचणी घेण्याची आवश्यकताही नसते.

त्वचेची काळजी घेण्याची औषधे घरच्या घरी बनवण्याचेही काही तोटे आहेत हे मला मान्य आहे. कीटकनाशके नसल्यामुळे घरगुती सौंदर्यप्रसाधने लवकर बिघडतात. उदाहरणार्थ, चेहऱ्याला किंवा डोळ्यांच्या वरच्या भागाला तुम्हाला अंड्यातील पांढरा बलक लावायचा असेल तर तो तुम्ही आधीच महिन्या-दोन महिन्यांसाठी तयार करून ठेवून देऊ शकत नाही. घरगुती उत्पादने सुंदर, आकर्षक

पॅकिंगमध्ये नसल्यामुळे तुम्हाला ओंगळ वाटू शकतात. शिवाय काही अन्नघटक कृत्रिम घटकांएवढ्या सहजतेने विरघळू शकत नाहीत. त्यामुळे ते झटकन धुऊन काढून टाकता येत नाहीत. परंतु आताच आपण नऊ प्रकरणांमध्ये चेहऱ्याला पूरक आणि पोषक ठरणाऱ्या अन्नघटकांबद्दल आणि पदार्थांबद्दल बरीच चर्चा केली आहे. साहजिकच, काही अन्नपदार्थ चेहऱ्याची रयाच बदलून टाकू शकतात हे सत्य आहे. मात्र ते चेहऱ्यावर लावण्यापेक्षा खाल्लेलेच अधिक चांगले असतात. (मेक्सिकोत सुट्टीवर गेल्यावर चेहऱ्याला टोमॅटोचा रस लावणाऱ्या स्त्रीची गोष्ट तुम्हाला आठवते आहे ना?) या प्रकरणात चेहऱ्याला लावायच्या घरगुती घटकांची आणि काही घरगुती औषधे कशी तयार करायची याची माहिती मी तुम्हाला देणार आहे.

## त्वचेवर लावण्यासाठी उत्तम ठरणारे अन्नपदार्थ

नैसर्गिक घटक पदार्थांप्रमाणेच अन्नाधारित घटक पदार्थ वापरण्यात एक आव्हान नेहमीच असते आणि ते म्हणजे त्यांच्यात कित्येक विविध संयुगे असतात. कृत्रिम घटकांमध्ये असे नसते. विशिष्ट परिणाम साध्य करण्याचा हेतू ठेवूनच ते प्रयोगशाळेत विकसित करण्यात आलेले असतात. व्यापारी तत्त्वावर तयार करण्यात आलेल्या त्वचेची काळजी घेण्यासाठी केलेल्या उत्पादनांत वनस्पतींचे अर्क आणि अन्नातून काढण्यात आलेले घटक पदार्थ वापरण्यास अलीकडेच सुरुवात झाली आहे. शिवाय उन्हापासून संरक्षण करणारे अधिकाधिक सेंद्रिय पदार्थ शोधून काढण्यात संशोधक व्यस्त आहेत. त्याचबरोबर सुरकुत्यांशी दोन हात करणारे, कोरड्या त्वचेला दिलासा देणारे पदार्थ जवळजवळ रोजच संशोधक शोधून काढत आहेत. त्यामुळे त्वचेची नैसर्गिकरित्या काळजी घेण्याच्या क्षेत्रात लवकरच क्रांती घडून येण्याची शक्यता आहे. आपण त्या टप्प्यावर जवळजवळ पोचलोच आहोत. म्हणूनच काही पदार्थ त्वचेला लावता येतात आणि खाताही येतात. मात्र त्वचेला ते पदार्थ लावत असताना आपल्या मनावर (जिभेवर) त्याबाबतीत नियंत्रण ठेवा! काही पदार्थ अनेक उत्पादनांत वापरले जातात ते तुम्ही आपल्या पर्समध्येही सहजपणे ठेवू शकता. तुमच्या त्वचेवर सुरकुत्या पडल्या असतील, पिंगट डाग आले असतील किंवा जाडसर चट्टे पडले असतील तर खालील खाद्यपदार्थ तुमच्या त्वचेला लावा.

## त्वचा अधिक तरुण दिसण्यासाठी

**मशरूम :** शतकानुशतके आशियात मशरूम्सचा वापर केला जात आहे.

पारंपरिक चिनी औषधांमध्येही त्यांचा वापर केल्याचे आढळते. हृदयरोग, दमा, अल्सर, निद्रानाश या आजारांत त्यांचा वापर केला जातो. प्रथिने, लिपिड्स आणि फ्री रॅडिकल्समुळे होणारी हानी दूर करण्यासाठी झटणारी इतर संयुगे सर्वच मशरूममध्ये असतात. मशरूममध्ये अँटिऑक्सिडंट्स अधिक सक्रिय असतात. शिवाय 'मॅट्रिक मेटॅलोप्रोटिनेज'ला (एमएमपीज) प्रतिबंध करण्याची क्षमताही त्यांच्यात असते. एमएमपीजमुळे कोलॅजेन आणि इलॅस्टिक ऊती नष्ट होतात. संशोधनानुसार, शायटेक आणि मॅन्रेटेक मशरूमचा अर्क असलेल्या सौंदर्य प्रसाधनांच्या उत्पादनामुळे त्वचेचा पोत सुधारतो. त्यांच्यामुळे जेमतेम चार आठवड्यांतच त्वचेवरच्या सूक्ष्म रेषा कमी होतात. उन्हामुळे पडणारे डाग आणि एकूणच उन्हामुळे होणारी हानीही कमी होते. मशरूममध्ये दाहरोधक क्षमता असल्यामुळे संवेदनक्षम त्वचा असलेल्या किंवा ज्यांच्यात डॉक्टरांनी लिहून दिलेली औषधे सहन करण्याची ताकद नसते अशा लोकांसाठी अशी उत्पादने हा सर्वोत्तम पर्यायही असतात.

**डाळिंबाचा रस :** या रसात पॉलिफेनॉल अँटिऑक्सिडंट्सचे उच्च प्रमाण असते. त्यांच्यात इलॅजिक आम्ल असते आणि दाहरोधक क्षमताही असते. त्यामुळे प्रौढत्व रोखण्यासाठी त्यांचा वापर उपयुक्त ठरतो. विशेषत: संवेदनक्षम त्वचेसाठी त्यांचा उपयोग अधिक चांगला ठरतो.

**मँगोस्टिन :** मँगोस्टिन हे मलेशियातील पांढऱ्या रंगाचे रसदार फळ असून त्याचे साल जाड, लालसर तपकिरी रंगाचे असते. या फळाला झालेल्या एका प्रजातीच्या माशीच्या संसर्गामुळे अमेरिकेत याच्यावर बंदी घालण्यात आली होती. डाळिंबाप्रमाणेच मँगोस्टिनमध्येही पॉलिफेनॉल अँटिऑक्सिडंट्सचे उच्च प्रमाण असते. या दोन्ही फळांच्या रसांचा वापर त्वचेची काळजी घेण्यासाठी तयार करण्यात आलेल्या उत्पादनात करण्यात आलेला असतो. एका अभ्यासानुसार, व्यापारी तत्त्वावर तयार करण्यात आलेल्या त्वचेसाठी वापरायच्या मलमात मँगोस्टिन आणि डाळिंब यांच्या रसाचे मिश्रण होते. साठ दिवस हे मलम वापरल्यानंतर सुरकुत्या आणि उन्हामुळे झालेली त्वचेची हानी दूर झाली होती. मँगोस्टिनपासून साबणही तयार केला जातो.

**रोझ मेरी :** यामध्ये कित्येक अँटिऑक्सिडंट्स असतात. त्यामध्ये कार्सोनिक आम्ल असते. एमएमपी एन्झाइम्सशी हे आम्ल लढा देते. उन्हात गेल्यानंतर कोलॅजेन आणि इलॅस्टिनचा एमएमपी नाश करते.

## काळे डाग आणि रंग बदलणे

काही वर्षांपूर्वी मालिबुमधील समुद्र किनाऱ्याजवळून जाणाऱ्या रस्त्यावर माझे

कार्यालय होते. खरेतर, माझे काही रुग्ण आपल्या सँडल्सवरची वाळू झटकत झटकतच माझी अपॉइंटमेंट घेण्यासाठी येत. तुमच्या लक्षात आलेच असेल की, उन्हामुळे त्वचेची हानी झालेले कित्येक लोक माझ्याकडे येत असत. त्वचेवर तपकिरी रंगाचे डाग, काळे डाग, उन्हामुळे झालेली इतर हानी आणि त्वचेचा पोत सर्वत्र समान नसणे यासारख्या तक्रारींबरोबरच मेलॅझ्माच्या तक्रारीही असत. त्यात कपाळावर, गालावर आणि वरच्या ओठावर काळे डाग पडलेले असत. या वेळी मी चिठ्ठी लिहून देऊन लोकांना डागाचा रंग सौम्य करणारी क्रीम्स वापरायला सांगत असे. शिवाय उन्हाचे परिणाम कमी करणारे उपचार मी त्यांना दवाखान्यातही देत असे. परंतु मालिबुमधील कित्येक हिप्पी रुग्णांना त्यात स्वारस्य वाटत नसे. त्याऐवजी नैसर्गिक घटकांच्या साहाय्याने आपली त्वचा बरी करणे त्यांना अधिक आवडत असल्याचे ते मला सांगत. या नैसर्गिक उत्पादनामुळे होणारे परिणाम मंद गतीने होत असत आणि लिहून दिलेल्या औषधांचे परिणाम अधिक जलद होत असत. मात्र तरीही नैसर्गिक प्रकारे त्वचेच्या तक्रारी दूर करणारी अनेक औषधे प्रभावी वाटत होती. माझ्या मालिबु येथील रुग्णांना जे आधीपासून माहिती होते, तेच आधुनिक काळात सध्या संशोधन सिद्ध करून दाखवत आहे.

त्वचेची काळजी घेण्याऱ्या उत्पादनांचा विचार करता, सोयाबीनवर मोठ्या प्रमाणात संशोधन झाले आहे. त्यामुळे कित्येक उत्पादनात त्याचा वापर केला गेल्याचे तुम्हाला आढळेल. तपकिरी रंगाचे ठिपके नाहीसे करणे आणि एकूणच त्वचेचा पोत सुधारणे यामध्ये सोयाबीनचा विशेष उपयोग होतो. सोयाबीनमध्ये प्रोटीजना प्रतिरोध करणारी एन्झाइम्स असतात. त्वचेतील मेलॅनिन या रंगद्रव्याच्या निर्मितीसाठी होत असलेल्या कित्येक प्रकारच्या रासायनिक क्रियांची साखळी ही एन्झाइम्स रोखतात. सोयाबीनमध्ये सुरकुत्यांना रोखणारी अ आणि ई ही जीवनसत्त्वे असतात. दोन्हीही तीव्र अँटिऑक्सिडंट्स असून त्यांच्यामुळे त्वचेतील कोलॅजेन आणि इलॅस्टिक ऊती बळकट होतात आणि त्यांचे संरक्षणही होते. सोया हे दाहरोधकही आहे. त्यामुळेच त्वचेवर डाग पडलेल्या किंवा वेगळा रंग आलेल्या रुग्णांबरोबरच संवेदनक्षम त्वचा असलेल्या किंवा रक्तवर्णी मुरुमे आलेल्या लोकांसाठी तो एक चांगला पर्याय आहे.

डॉक्टर लिहून देत असलेल्या मलमांमध्ये सहसा ट्रिटिनॉइन हा घटक असतो. त्यामुळे त्वचेवरील डागांचा रंग फिकट होत जातो. रेटिन एमध्येही हा घटक असतो. याशिवाय हायड्रोक्विनोन हा घटकही अशा मलमांमध्ये असतो. या दोहोंमुळे संवेदनाक्षम त्वचेला त्रास होतो. सोयाबीनच्या अर्कापासून तयार करण्यात आलेले मॉइश्चरायझर्स या तुलनेत सौम्य असतात. ज्या रुग्णांना तीव्र स्वरूपाच्या उत्पादनांचा त्रास होत नाही, त्यांनाही सोयाबीनचा अर्क असलेल्या सौम्य मलमांचा आणि

क्लिन्सर्सचा उपयोग होतो. सकाळी सोयाबीनवर आधारित मलमे आणि रात्री डॉक्टरांनी लिहून दिलेली तीव्र स्वरूपाची मलमे वापरल्याने त्यांना फायदा होतो.

**अर्ब्युटिन :** बेअरबेरीच्या रसात हा नैसर्गिक घटक आढळतो. तसेच गहू आणि विशिष्ट प्रकारच्या पेअर्समध्येही तो आढळतो. त्वचेचा पोत सुधारण्यासाठी तो उपयुक्त ठरतो. अतिरिक्त रंगद्रव्ये साचण्यास ज्याप्रमाणे हायड्रोक्विनन प्रतिरोध करते, त्याप्रमाणेच अर्ब्युटिनही त्याला प्रतिरोध करते.

**ज्येष्ठमध :** चार आठवड्यांत मेलॅझ्मा कमी करणारी संयुगे ज्येष्ठमधाच्या अर्कात असतात. हा रस दाहप्रतिरोधक असल्यामुळे संवेदनक्षम त्वचेच्या रुग्णांसाठीही उपयुक्त आहे.

## उन्हापासून संरक्षण आणि सनबर्नपासून आराम देण्यासाठी

**ग्रीन किंवा व्हाइट टी :** उन्हात बाहेर जाण्याआधी ग्रीन टी प्यायल्यास उन्हामुळे होणारे हानिकारक परिणाम टाळता येतात हे तुम्हाला माहिती आहे. परंतु त्वचेचे अधिक संरक्षण करण्यासाठी ग्रीन किंवा व्हाइट टीचा अर्क असलेली उत्पादने वापरा. ग्रीन टीमध्ये कॅटेचिनचे उच्च प्रमाण असते. कॅटेचिन हे दाहरोधक, अँटिऑक्सिडंट आणि प्रौढत्वरोधक परिणाम असलेले प्रभावी द्रव्य आहे. टॉपिकल ग्रीन टीमुळे बाह्य त्वचा जाड बनते. जखमा अधिक जलद गतीने भरून येतात आणि त्वचेचा रंग असमान बनवणाऱ्या एन्झाइमला ते रोखते. त्यामुळे काळे डाग पडणे आणि उन्हात गेल्यामुळे पिंगट डाग पडणे या गोष्टी रोखल्या जातात. उन्हात जाण्यापूर्वी तीस मिनिटे त्वचेला ग्रीन टी लावला तर उन्हाचे परिणाम कमी होत असल्याचे दिसून आले आहे. सनबर्नचा त्रास होत नाही आणि डीएनएच्या होणाऱ्या हानीचे प्रमाणही कमी होते. डीएनएची हानी होणे ही त्वचेच्या कर्करोगाची पहिली पायरी असते. याशिवाय प्रौढत्वाला निमंत्रण देणाऱ्या अतिनील अ किरणांचा परिणामही ग्रीन टी होऊ देत नाही. हे महत्त्वाचे का आहे? तुम्हाला उन्हात कित्येक तास बाहेर जावे लागणार आहे, हे तुम्हाला माहिती असेल तर आणि तिथे तुम्ही थोड्या थोड्या वेळाने सनस्क्रीन लावू शकत नसाल तर ग्रीन टी असलेली उत्पादने लावून तुम्ही बाहेर पडू शकता. तुमच्या सनस्क्रीनच्या वर ते लावा. शिवाय एक कपभर ग्रीन टी पिऊन बाहेर पडा. आधीच कित्येक तास बाहेर घालवले असतील आणि तुमच्या त्वचेचा दाह होत असेल तर तुम्ही घरात आल्याबरोबर तुमच्या त्वचेची काळजी घेऊन दाह, वेदना आणि त्वचेचा लालसरपणा कमी करू शकता. उन्हात गेल्यावर त्वचेवर अतिनील किरण पडले असले तरीही त्वचेवर ग्रीन टी

लावला किंवा तो प्यायला तर त्वचेचे सनबर्नपासून संरक्षण होते असे आढळले आहे. सर्व चहांच्या प्रकारांमधील कमीत कमी प्रक्रिया केलेला चहा म्हणजे व्हाइट टी होय. त्वचेला व्हाइट टी लावल्याने ग्रीन टीसारखाच परिणाम होतो असे दिसून आले आहे. त्याच्यामुळेही डीएनएवर होणारा विपरीत परिणाम रोखला जातो. घरात आलात की लगेच एका मोठ्या भांड्यात बर्फ घातलेला ग्रीन किंवा व्हाइट टी तयार करा आणि एक ते दोन मोठे ग्लास भरून हा चहा प्या. उरलेल्या चहात एक पातळ कपडा भिजवा आणि तो पिळून नंतर चेहऱ्यावर दाबून धरा. दर तासा-तासाला ग्रीन टीमध्ये भिजवलेला हा कपडा उन्हाचा जास्त परिणाम झालेल्या भागावर दाबून धरा. त्यामुळे वेदना आणि लालसरपणा तसेच फोडही कमी होतील.

**'बेरी'ज :** क्रॅनबेरीज, रासबेरीज, स्ट्रॉबेरीज, ब्लॅकबेरीज आणि डाळिंबाचे दाणे (त्याचबरोबर अक्रोड आणि पिकॅन यांसारखा सुका मेवा व कठीण कवचाची फळे) यांच्यात मोठ्या प्रमाणात एल्लॅजिक आम्ल असते. ते पॉलिफेनॉल असलेले अँटिऑक्सिडंट आहे. त्याच्यामुळे सुरकुत्या आणि अकाली वृद्धत्वही रोखता येते. त्यांच्यामुळे एमएमपीच्या निर्मितीला प्रतिबंध करता येतो. हे एमएमपी त्वचेतील कोलॅजेन आणि इलॅस्टिन नष्ट करते. कोरियात अलीकडेच झालेल्या एका अभ्यासातून असे दिसून आले आहे की, एल्लॅजिक आम्लामुळे त्वचेच्या पेशींचे अतिनील किरणांपासून संरक्षण होते. तसेच एल्लॅजिक आम्ल लावल्यास सुरकुत्या आणि दाहही कमी होतो. 'ओहिओ स्टेट युनिव्हर्सिटी मेडिकल सेंटर'च्या संशोधकांना असे आढळून आले आहे की काळ्या रासबेरीजपासून तयार करण्यात आलेल्या संयुगामुळे ब प्रकारच्या अतिनील किरणात ठेवण्यात आलेल्या उंदरांना झालेल्या त्वचेच्या स्क्वॅमॅटस सेल कर्करोगाची गती लक्षणीयरीत्या मंदावली. उन्हात गेला असाल आणि तुम्हाला उन्हाचे दुष्परिणाम कमी करायचे असतील तर त्यासाठी घरगुती मलम तयार करा. पिकलेल्या बेरीज वाटून घ्या. (कच्च्या फळांपेक्षा पिकलेल्या फळात अधिक प्रमाणात एलॅजिक आम्ल असते.) थंड दह्यात हे मिश्रण मिनिटभर ठेवून द्या. बेरीजमध्ये दही शिरते. दुधातील प्रथिनांमुळे त्वचेचा दाह कमी होतो. तसेच बेरीजच्या लगद्यातील द्रव्ये डीएनची हानी रोखतात. त्यामुळे सनबर्न रोखले जाते. तसेच मलमाच्या थंडपणामुळे सूज कमी होते.

## कोरड्या त्वचेसाठी

हिवाळ्यात आपले आवडते बॉडी लोशन तुम्ही वापरत नसाल आणि पुन्हा ते लोशन वापरावेसेही तुम्हाला वाटत नसेल तर तुमच्या स्वयंपाकघरातील पदार्थांमधूनच

तयार झालेले मलम आता तुम्ही लावून पाहिले पाहिजे. या घटकांमुळे तुमच्या होरपळलेल्या, कोरड्या त्वचेला दिलासा मिळतो. शिवाय तुमच्या आवडत्या खाद्यपदार्थाचा स्वादही वाढतो. हिवाळ्यातील कोरड्या त्वचेसाठी खालील गोष्टी वापरून पहा.

**मध :** जखमांना संसर्ग झाला असेल तर मध्ययुगीन कालखंडात मधाचा वापर केला जात असे. मधामुळे कित्येक प्रकारचे बॅक्टेरिया मरत असल्याचे अलीकडेच करण्यात आलेल्या संशोधनातून स्पष्ट झाले आहे. स्टॅफ आणि ई कोलाय (अन्न विषारी बनवणारा सर्वसामान्य बॅक्टेरिया) या बॅक्टेरयांवरही मधाचा चांगला उपयोग होतो. इस्पितळे आणि जखमांची निगा राखणारे दवाखाने यांच्यामध्ये शस्त्रक्रियेनंतरच्या जखमा लवकर भरून येण्यासाठी काही वेळा औषधी मधाचा उपयोग केला जातो. भाजल्यामुळे होणारा दाहही मधामुळे कमी होतो. मात्र याचा अर्थ तुम्हाला जखम झाल्यावर तुम्ही लगेच त्यावर मध लावला पाहिजे असा होत नाही. मधात (विशेषत: शुद्धीकरण न केलेल्या मधात) बॅक्टेरिया असू शकतात. त्यामुळे विषारी पदार्थ निर्माण होऊन जखम चिघळू शकते. त्याउलट वैद्यकीय प्रकारात मधाचे शुद्धीकरण करून त्यातील बॅक्टेरिया काढून टाकलेले असतात. म्हणूनच वैद्यकीय मध वापरला जातो. याशिवाय त्वचेचा नैसर्गिक ओलावा टिकवून ठेवण्यासाठी मधाचा उपयोग केला जातो. मधामुळे त्वचेच्या ओलाव्याचे लवकर बाष्पीभवन होत नाही. तुमची त्वचा संवेदनक्षम असेल तर मधापासून घरगुती औषध तयार करून ते तुम्ही त्वचेवर लावू शकता. ॲव्होकॅडोची पूड आणि मध एकत्र करून त्वचेवर लावा आणि सुमारे ४५ मिनिटे तसेच ठेवा. हे मिश्रण चिकट असते, त्यामुळे जुने कपडे घालून चेहरा थंड पाण्याने स्वच्छ धुऊन काढा. त्यानंतर चेहरा स्वच्छ पुसून घ्या. तुमची त्वचा मुलायम बनेल. मात्र अगदी स्वच्छ वाटणार नाही. कारण त्वचेचा ओलसरपणा टिकवून ठेवण्यासाठी तुम्ही हा उपचार करत आहात, त्वचेचे नैसर्गिक तेल काढून टाकण्यासाठी नाही.

**क्रिस्को :** आपण अन्नात ज्याचा वापर करतो, तेच हे क्रिस्को म्हणजे सोयाबीन आणि पाम तेल यांचे मिश्रण होय. याच्यात पाणी मिसळलेले नसते. मी वैद्यकीय महाविद्यालयात शिकत असताना आम्हाला शिकवणाऱ्या एका डॉक्टरांनी हे शिकवले होते. कोणत्याही मॉइश्चरायझरपेक्षा या मिश्रणामुळे त्वचेचा ओलसरपणा अधिक टिकून राहतो. कित्येक बॉडी लोशनप्रमाणे त्याचे बाष्पीभवन होत नाही. त्याच्यात कोणतेही रसायन किंवा कृत्रिम सुगंध घातलेला नसल्यामुळे संवेदनक्षम त्वचेला वेदना होत नाहीत किंवा खाजही सुटत नाही. अगदी थोड्या प्रमाणात ते वापरा. मात्र तुमची त्वचा अधिक तेलकट असेल किंवा तुम्हाला मुरमांचा त्रास होत असेल, तर मात्र याचा वापर करू नका. कारण यामुळे त्वचेची छिद्रे बंद होतात.

**बदामाचे तेल :** हाताच्या बोटांच्या नखांसाठी आणि नखांभोवतीची पातळ त्वचा मुलायम बनवण्यासाठी या तेलाचा वापर करणे अत्यंत उपयुक्त ठरते. एक किंवा दोन थेंब तेल प्रत्येक बोटाच्या टोकावर टाका आणि मग नखांना किंवा पातळ त्वचेला मसाज करा. ते ऑलिव्ह किंवा खोबरेल तेलासारखेच असते. त्यामुळे ते लावल्यावरही तुम्ही टाइप करू शकता किंवा लिहू शकता. शिवाय त्याचा वासही छान येतो.

## व्रणांसाठी

**कांद्याचा रस :** कांद्याच्या रसामुळे व्रण सौम्य बनतात. आपल्यापैकी बहुतेकांना शरीरावर कुठे ना कुठे व्रण असतात आणि ते कमीत कमी दिसावेत अशी आपली इच्छा असते. माझ्या गुडघ्यावर असा व्रण आहे. एकदा स्किइंग करताना झालेल्या अपघातात मला जखम झाली होती. माझ्या गुडघ्याला चांगलीच दुखापत झाली होती आणि लिगॅमेंट (कुर्च्या) तुटले होते. परंतु त्यापेक्षाही गुडघ्यावर पडलेला तो घाणेरडा व्रण कसा जाईल याचीच मला चिंता लागून राहिली होती. माझ्या पायावर जाड चट्टे पडल्याप्रमाणे लालसर रंगाचा चट्टा पडला होता. तिथे दुखत आणि खाजतही होते. त्यामुळे मी मेडर्मा जेल लगेच वापरण्यास सुरुवात केली, कारण पायाच्या समोरच्याच भागात अशा प्रकारचा व्रण मला नको होता. अशा प्रकारचे जाडसर व्रण कांद्याचा रस लावल्यास लवकर कमी दिसू लागतात असे आधुनिक संशोधनातून दिसून आले आहे. मेडर्मा जेलमध्येही कांद्याचा रस वापरलेला असतो. कांद्याचा रस असलेले जेल लावल्यामुळे दोन ते तीन आठवड्यांत लक्षणीयरीत्या लालसरपणा कमी होतो. तेथील त्वचेचा पोत सुधारतो. टॅटू काढून टाकायचा असेल तर तुम्ही लेसर उपचार घेतल्यानंतर कांद्याचा रस जरूर लावा. त्यामुळे दोन ते तीन आठवड्यांत तिथे व्रण राहत नसल्याचे आढळून आले आहे. तसेच कांद्याच्या रसाचे कोणतेही दुष्परिणाम आढळलेले नाहीत. जुनाट आणि अधिक मोठ्या असलेल्या व्रणांसाठी मात्र तुम्हाला त्वचारोगतज्ज्ञाचीच भेट घ्यावी लागते. तिथे कांद्याचा रस उपयुक्त ठरत नाही. मेडर्मा मात्र जरूर वापरून पहा. त्याचा उपयोग होतो.

### तुम्हाला माहीत आहे का?

समुद्रकिनाऱ्यावर जाण्याआधी डोक्याला लिंबाचा रस लावला तर तुम्हाला नैसर्गिकरीत्या उन्हापासून संरक्षण मिळते. मात्र त्यामुळे तुमच्या त्वचेवर फोड

आल्यासारखे पुरळ येऊ शकते. यालाच फायटोफोटोडरमॅटायटिस म्हणतात. (सहाव्या प्रकरणात याविषयी तुम्ही अधिक वाचू शकाल) जर तुम्ही सुदैवी असाल आणि पुरळ न येताच तुम्ही घरी परतू शकलात तरीही लिंबातील आम्लामुळे तुमचे केस कोरडे होतात आणि मग ते सतत विसकटत राहतात. नीट बसत नाहीत. याशिवाय लिंबाचे दुष्परिणाम नियंत्रित करणेही कठीण असते. तुमच्या त्वचेवर नारिंगी रंगाचे डाग पडू लागतात. म्हणूनच स्वत:वर उपकार करा आणि व्यावसायिक तज्ज्ञाकडूनच केस रंगवून घ्या.

## चेहरा आणि त्वचा घासण्यासाठी घरगुती स्क्रब्ज

खाण्यासाठीही मस्त चवदार

बालपणी आपले शरीर जेवढ्या झटपट त्वचेच्या मृत पेशी दूर करते तेवढ्याच झटकन त्वचेच्या नवीन, गुबगुबीत पेशी तयार करते. म्हणूनच मुलांची त्वचा मुलायम आणि गुबगुबीत असते. कालांतराने नवीन पेशींची निर्मिती मंदावते आणि मृत पेशीही सर्वच भागांतून तेवढ्याच गतीने दूर केल्या जात नाहीत. शिवाय त्या दूर करण्याची सर्वंकष गतीही मंदावते. या साचून राहिलेल्या मृत पेशींमुळे त्वचेचा रंग फिका दिसू लागतो. त्वचेवर डाग पडू लागतात आणि ती निस्तेज दिसू लागते. त्वचेवर लावलेला मेकअपही व्यवस्थितपणे बसत नाही. मृत पेशींमध्ये बॅक्टेरिया वाढतात आणि तेलही साचते. त्यामुळे त्वचेची छिद्रे बंद होतात. चेहऱ्यावर ब्लॅक हेड्स आणि मुरुमे येऊ लागतात. म्हणूनच स्क्रबची आवश्यकता भासते. त्वचेची निगा करण्याच्या क्षेत्रातील तो एक महत्त्वपूर्ण भाग आहे. आठवड्यातून एकदा ते दोनदा स्क्रब करून त्वचेच्या मृत पेशी धुऊन टाकल्यामुळे त्वचा नवीन आणि सतेज दिसू लागते. दुर्दैवाने बॉडी स्क्रब महागडे असतात. मात्र सुदैवाने आपल्या स्वयंपाकाच्या खोलीतील वस्तू वापरूनच तुम्ही मृत पेशी काढून टाकू शकता. त्या कदाचित तुमच्या फ्रीजमध्ये किंवा बागेतही तुम्हाला सापडू शकतील. अन्नातील नेमक्या अन्नघटकांचा वापर करून तुम्हाला नैसर्गिक उत्पादन तयार करता येते. पर्यावरणप्रेमी मुलींसाठी ही एक चांगली बातमी आहे. स्वत:चा स्क्रब तयार करण्यासाठी तुम्हाला दोन घटकांची आवश्यकता असते. पहिली म्हणजे मृत पेशी

दूर करणारा त्वचापूरक घटक. यामध्ये ओटमील, मक्याचे पीठ, साखर, मीठ आणि कॉफी असे अनेक पर्याय उपलब्ध आहेत. दुसरा घटक म्हणजे मध आणि दही. त्यामुळे या पिठांचे कण एकत्र राहून तुम्ही त्यांच्या साहाय्याने त्वचेला मसाज करू शकता. याशिवाय यामध्ये सुगंधी वनस्पती घालण्यासही मला आवडते किंवा काही थेंब तेल टाका किंवा सुगंधी वनस्पतींच्या अर्कांचे काही थेंब टाका. त्यामुळे घरगुती पद्धतीने बनवलेल्या या स्क्रबला सुगंध येऊ लागेल. मला मिठाई आणि गोड पदार्थ खूप आवडतात, त्यामुळे मी व्हॅनिला, खोबरे आणि बदाम यांचे तेल वापरते. परंतु तुम्ही रोझ ऑइल, पेपरमिंटचे (पुदिन्याच्या जातीची एक वनस्पती) किंवा जाईचे तेलही वापरू शकता. तुमची त्वचा संवेदनक्षम असेल किंवा नाक अधिक संवेदनशील असेल तर तुम्ही अशा प्रकारे सुगंध घालू शकता. खालील प्रकारेही स्क्रब तयार करता येतो. त्याच्या कृती छान आणि साध्याही आहेत. प्रथमच अशा प्रकारे स्क्रब करणाऱ्यांनी त्या दिवशी स्वयंपाकघरात जे उपलब्ध असेल त्याचा वापर करून स्क्रब बनवा. आठवड्यातून एकदा स्क्रब करण्यास सुरुवात करा. तुमची त्वचा संवेदनक्षम असेल तर सातत्याने किंवा जोरात स्क्रब केल्यास ती लालसर होईल आणि तुम्हाला त्रास वाटू लागेल. मात्र जर त्वचा तेलकट आणि मुरमांना अनुकूल असेल किंवा तिचे स्थितिस्थापकत्व चांगले असेल (म्हणजे ओढल्यानंतर लगेच पूर्वस्थितीला येत असेल) तर तुम्ही आठवड्यातून दोनदा या पिठाने मसाज करा. तुम्ही अन्नपदार्थ वापरून स्क्रब करता, त्या वेळी त्वचा व्यवस्थित चोळून धुवा आणि बाथरूममध्येही भरपूर पाणी ओता. त्यामुळे तुमचे ड्रेनेज तुंबणार नाही. नाहीतर पीठ त्यात साचून ते तुंबते.

## ओटमिल कुकी स्क्रब (तेलकट त्वचा आणि मुरुमांसाठी)

- पाव कप रोल्ड ओट्स
- एक टीस्पून व्हॅनिला अर्क
- एक टेबलस्पून साधे दही
- अर्धा टीस्पून दालचिनी
- एक टीस्पून मध

हे चवदार स्क्रब तेलकट त्वचा असलेल्या मुलींसाठी उपयुक्त ठरते. ओटमध्ये सॅपोनिन्स ही नैसर्गिक प्रथिने असतात. ती तेलात विरघळतात. त्याचप्रमाणे त्वचेवरील घाण आणि मेकअप दूर करून ती त्वचेची छिद्रे मोकळी करतात. (यासाठी इन्स्टंट ओटमिल वापरू नका. ते ओले झाले रे झाले की लगेच चिकट बनते.) दह्यात लॅक्टिक आम्ल असते. सौम्य आणि नैसर्गिकरीत्या आढळणाऱ्या

अल्फा-हायड्रॉक्सी आम्लाचा तो एक प्रकार आहे. त्याच्यामुळेही मृत त्वचा पेशी त्वचेपासून अलग होतात आणि छिद्रे मोकळी होतात. ओट्समध्ये मोठ्या प्रमाणात शोषणशक्ती असते. त्यामुळे मसाज करताना स्क्रब कोरडा झाल्यासारखा वाटला तर त्यात हवा तेवढा मध घाला आणि सहजगत्या मसाज करता येण्याजोगा स्क्रब तयार करा.

## क्रॅनबेरी कॉर्नब्रेड स्क्रब (तरुण, मुलायम त्वचेसाठी)

- पाव कप कॉर्नमिल
- २ टेबलस्पून क्रॅनबेरीजची पूड (क्रॅनबेरीजऐवजी तुम्ही रासबेरीज, ब्लॅकबेरीज, स्ट्रॉबेरीज किंवा डाळिंबाचे दाणेही वापरू शकता)
- १ टेबलस्पून ताक
- २ टीस्पून मध

क्रॅनबेरीज किंवा त्याऐवजी वापरायच्या वर दिलेल्या सर्व पदार्थांमध्ये एल्लॅजिक आम्ल असते. सुरकुत्यांना प्रतिबंध करणारे ते संयुग आहे. तसेच उन्हामुळे किंवा सूर्यप्रकाशामुळे येणारे अकाली प्रौढत्वही ते रोखते. याशिवाय एमएमपीची निर्मिती थांबवते. एमएमपीमुळे त्वचेतील कोलॅजेन आणि इलॅस्टिन नष्ट होते. फक्त ही फळे पिकलेली असली पाहिजेत. कारण त्यांच्यात कच्च्या फळांच्या तुलनेत अधिक प्रमाणात एल्लॅजिक आम्ल असते. ताक घातल्यामुळे स्क्रबमध्ये लॅक्टिक आम्लाचाही समावेश होतो. आधुनिक संशोधनानुसार, ताकामुळे कोलॅजेनच्या निर्मितीला गती येते. त्यामुळे त्वचा मऊ, मुलायम बनते.

## त्वचेला तणावमुक्त करणारा स्क्रब

- १ कप साखर
- १ टेबलस्पून सोअर क्रीम
- १ टेबलस्पून मध
- पाव कप वाटलेली ॲव्होकॅडो वनस्पती
- १ टेबलस्पून ऑलिव्ह तेल
- लव्हेंडर किंवा यँग यँग तेलाचे काही थेंब (ऐच्छिक)

हाताच्या मागच्या बाजूला किंवा मांड्यावर कोरडे चट्टे पडलेले असतील किंवा 'चिकन स्किन' तयार झाली असेल तर साखर किंवा मिठाने स्क्रब करा. फक्त एवढ्या एकाच वेळी त्वचेसाठी साखर चांगली ठरते. तुमची त्वचा संवेदनक्षम असेल तर पांढरी दाणेदार साखर वापरा. ब्राउन शुगर आणि कच्ची साखर असेल,

तर तिचे स्फटिक मोठ्या आकाराचे असतात. त्यामुळे तुमच्या त्वचेला त्रास होईल. हाता, पायांसाठी मिठाचा वापर चांगला ठरतो. ॲव्होकॅडो आणि ऑलिव्ह तेल यांच्यात फॅटी आम्ल असते. त्यामुळे तुमच्या त्वचेला वेदना न होता आणि कोरड्या त्वचेचा दाह न होता किंवा पुरळ न येता त्वचा नैसर्गिकरीत्या चांगली बनवता येते. काही वेळा त्वचेवर आलेल्या पुरळावर फक्त शुद्ध ऑलिव्ह तेल लावले तरीही पुरळाचा त्रास कमी होतो. पुरळांसाठी डॉक्टर लिहून देत असलेल्या काही औषधांमुळे तर त्वचा आणखी लाल बनते आणि दाहही होतो. त्या वेळी ऑलिव्ह तेल उपयुक्त ठरते. इसब आणि थंडीच्या दिवसांत सुटणारी खाज या दोहोंसाठी हे तेल उपयुक्त आहे. छातीवर किंवा पाठीवर मुरुमे आली तर नेहमीच्या तेलामुळे त्वचेची छिद्रे बंद होण्याची शक्यता असते आणि त्यामुळे मुरुमे अधिक मोठ्या प्रमाणात येतात. परंतु त्या वेळी तेलाचा वापर करू नका. त्याऐवजी दही वापरा. लव्हेंडर आणि यँग यँग ही सुगंधी द्रव्ये आहेत. त्यामुळे तुमचे मन प्रसन्न होते. तसेच तुम्हाला अधिक शांत झोप येते. झोपण्यापूर्वी तुम्ही मसाज करत असाल तर त्यात थोडे खाद्यतेलाचे थेंब टाका.

## पेपरमिंट पॅट्टी - पावलांसाठी स्क्रब

- १ कप सैंधव
- ५ टेबलस्पून ऑलिव्ह किंवा खोबऱ्याचे तेल
- १ टेबलस्पून कोको पावडर
- अर्धा कप मिंट (सुवासिक पाने असलेले रोप)
- ३ थेंब पेपरमिंट इसेन्शियल तेल (ऐच्छिक)

तुमची पावले हिवाळ्यात बुटांमुळे खराब झालेली असोत किंवा तुम्हाला उन्हाळ्यासाठी सँडलमधून दिसणारी पावले चांगली हवी असोत, आठवड्यातून एकदा तुम्ही पावलांना स्क्रब करा. त्यामुळे पावलांच्या त्वचेवर मृत पेशींचा थर साचून राहत नाही. तुमचे पाय नरम आणि छान दिसतात. सैंधव हे खूपच खरबरीत असल्यामुळे चेहऱ्याच्या त्वचेसाठी वापरता येणार नाही. मात्र पायाची खडबडीत त्वचा दूर करण्यासाठी ते उपयुक्त ठरते. ऑलिव्ह आणि खोबऱ्याच्या तेलामुळे कोरडी, चिरली गेलेली, भेगा पडलेली आणि मृत त्वचेचा थर साचलेली त्वचा मुलायम होण्यास मदत होते. उत्तम परिणाम साधण्यासाठी स्क्रब करण्याआधी दहा ते पंधरा मिनिटे पाय गरम पाण्यात बुडवून ठेवा. स्क्रब केल्यानंतर त्यावर लगेच क्रीम लावून टाका.

## चेहऱ्यासाठी नैसर्गिक लेप

घाईगडबडीच्या दैनंदिनीमुळे तुम्हाला त्वचेची योग्य प्रकारे निगा राखता येत नसेल, तर या लेपांमुळे तुम्हाला आठवड्यातून फक्त दहा मिनिटे वेळ काढूनही त्वचा चांगली राखता येते. (फक्त तुमच्या जोडीदाराला किंवा तुमच्यासोबत राहणाऱ्या मैत्रिणीला याविषयी कल्पना देऊन ठेवा, म्हणजे अचानकच ते खोलीत आले आणि लेप लावलेल्या अवस्थेत तुम्ही समोर गेलात तर त्यांना हृदयविकाराचा झटका येणार नाही!) खालील प्रकारे नैसर्गिक घटकांचे लेप तुम्ही वापरू शकता.

- तुमची त्वचा कोरडी आणि तुकडे तुकडे पडल्यासारखी झाली असेल तर तेल आणि त्यासदृश घटक असलेला लेप वापरा. केर्नेल तेल, बदामाचे तेल, सूर्यफुलाचे तेल, ॲव्होकॅडो यांसारखे घटक असलेल्या लेपांची निवड करा. तसेच सोडियम हायाल्युरोनेट असलेला लेप निवडा. त्यामुळे तुमच्या त्वचेतील ओलसरपणा टिकून राहील.
- तुम्हाला रक्तवर्णी पुरळ आले असेल तर पाण्यात तयार केलेला जेल वापरा. त्यांच्यात त्वचेचा दाह कमी करणारे काकडीसारखे घटक असतात. या लेपांमुळे त्वचा शांत बनते. लालसरपणा आणि खाज कमी होते.
- डोळ्यांभोवती सूक्ष्म रेषा तयार झाल्या असतील तर त्वचा घट्ट बनवणारा घरगुती लेप तयार करा आणि डोळ्यांखाली २० ते ३० मिनिटे तो लावून ठेवा. अंड्याच्या पांढऱ्या बलकामध्ये बलक कोरडा झाल्यावर त्वचेवर घट्ट थर तयार करणारी प्रथिने असतात. याशिवाय गाजराच्या रसात बीटा कॅरोटिन असते. ते बाह्य त्वचेतून आत शिरते आणि त्याचे रेटिनॉलमध्ये रूपांतर होते. वृद्धत्व रोखण्यासाठी तयार करण्यात आलेल्या उत्पादनांमध्ये रेटिनॉल असते. गाजराचा रस लावल्यावर सूक्ष्म रेषा आणि सुरकुत्या कमी होत असल्याचे दिसून आले आहे. आठवड्यात किमान एकदा तरी हा रस लावा. त्यामुळे तुमच्या डोळ्यांभोवतीची ओघळल्यासारखी वाटणारी नाजूक त्वचा ताणली गेल्याचे तुम्हाला जाणवेल.

### त्वचाविज्ञान : रात्री छान झोप झाल्याचे दर्शवण्यासाठी

वैद्यकशास्त्राची विद्यार्थिनी आणि नंतर वैद्यकीय क्षेत्रातील शिकाऊ डॉक्टर म्हणून काम करत असताना दिवसाचे कित्येक तास काम करावे लागत असे आणि त्यानंतर काही वेळा लगेच दर दोन ते तीन दिवसांनी रात्रपाळीच्या

कामासाठीही बोलावले जात असे. असल्या खडतर वेळापत्रकामुळे झोपायला पुरेसा वेळ मिळत नसे. वैयक्तिक आयुष्याविषयी तर बोलायलाच नको! एका वर्षी तर मी थँक्स गिव्हिंग आणि ख्रिसमस हे दोन्ही सण रुग्णालयात छोट्याशा कपातून नूडल्स खात साजरे केले होते.

बोलावल्याबरोबर हजर होणे ही तर अत्यंत बिकट गोष्ट असते. परंतु त्यामुळे मला रात्री फक्त चार तासही गाढ झोपण्याची सवय मात्र लागली नाही. ते प्रशिक्षण मी घेऊ शकले नाही! अजूनही मी रात्री बराच वेळ घुबडासारखी जागी असते. मी कार्यालयातून सहा ते सात वाजता बाहेर पडते. परंतु तरीही मी लवकर झोपू शकत नाही. माझ्या फोनची रिंग होणे आणि ब्लॅकबेरीवरचा गजर वाजणे थांबले की, पहाटेचे काही तास मी वैद्यकीय लेख आणि दैनंदिन ई-मेल, पत्रे लिहिते. त्यानंतर मी सकाळी उठते, त्या वेळी माझे डोळे सुजल्यासारखे दिसत असतात. बऱ्याचदा ते लालसर असतात. विशेषत: अंथरुणात पडण्याआधी मी कॉन्टॅक्ट लेन्सेस काढायला विसरले असेन तर मला विश्रांती मिळाल्यासारखे वाटत असले आणि झोप झाल्यासारखे वाटत असले, तरीही ते अधिकच लाल दिसतात. त्या वेळी मी माझ्या गुप्त अस्त्राचा म्हणजे सोया मिल्कचा वापर करते. केव्हाही माझा फ्रीज उघडून पहा. तिथे तुम्हाला वरच्या कप्प्यात सोया मिल्क सापडेल. मी ते पीत नाही. माझी आई माझ्यासाठी तयार करत असलेल्या ताज्या सोया मिल्कची सर तर त्या कप्प्यातील तयार सोया मिल्कला कधीच येणार नाही. पिण्याऐवजी मी त्या मिल्कचा वापर माझ्या डोळ्यांसाठी करते. सोया हे दाह कमी करणारे उत्तम द्रव्य आहे. त्याच्यामुळे सूज कमी होते आणि ते त्वचेला लावले तर त्यामुळे त्वचा अधिक ताणल्यासारखी बनते. तिचा लवचीकपणा वाढतो. त्वचेतील हायाल्युरॉनिक आम्लाची पातळी वाढते. त्वचा जाड बनते. शिवाय थंड तापमानामुळे डोळ्याखालची सूज उतरते आणि रक्तवाहिन्याही आकुंचित पावल्यामुळे डोळे तांबारल्यासारखे दिसत नाहीत. तुम्ही झोपला नसाल किंवा झोप कमी झाली असेल, तरीही डोळे शांत आणि विश्रांती मिळाल्यासारखे दिसावेत यासाठी खालील गोष्टी करा.

- एका वाटीत सोया मिल्क ओतून घ्या.
- त्यात दोन कापसाचे बोळे टाका आणि ते चांगले पिळून घ्या.
- हे बोळे पाच मिनिटे डोळ्यांवर ठेवा. (आदर्श पद्धत म्हणजे तुम्ही अंथरुणावर झोपून डोळ्यांवर बोळे ठेवले पाहिजेत.)
- डोळे अधिकच सुजले असतील तर हीच क्रिया दोनदा ते तीनदा करा.

सारांश

**तुमच्या त्वचेला लावायचे उत्तम अन्नपदार्थ**

- गेली हजारो वर्षे त्वचेची काळजी घेण्यासाठी अन्नपदार्थ वापरले जात आहेत. (क्लिओपात्रासाठी जर ते चांगले ठरत होते, तर माझ्यासाठीही ते नक्कीच चांगले ठरले पाहिजे.)
- त्वचा तरुण दिसण्यासाठी मशरूम, डाळिंब, मँगोस्टीन किंवा रोझमेरी यांचा अर्क असलेली उत्पादने वापरा.
- त्वचेचा रंग बदलला असेल तर त्यासाठी सोयाबीन, अर्ब्युटिन किंवा ज्येष्ठमध असलेली उत्पादने निवडा. कोरड्या, रूक्ष, भेगा पडलेल्या त्वचेसाठी मध, क्रिस्को, ऑलिव्ह तेल, बदाम तेल यांचा वापर करा.
- सनबर्न्सना आळा घालण्यासाठी स्थानिक ग्रीन किंवा व्हाइट टी आणि वाटलेल्या बेरीज किंवा डाळिंबाचे दाणे यांचा वापर करा.

११

# डौलदार वृद्धत्व

## (बोटॉक्स, इंजेक्शन्स, लेसर्स आणि गोळ्या यांच्या अल्प मदतीने)

सेंद्रिय अन्न खाणाऱ्या, नियमितपणे व्यायाम करणाऱ्या आणि खरोखरच शरीराची चांगली काळजी घेणाऱ्या माझ्या कित्येक रुग्णांना बोटॉक्ससारख्या सौंदर्यप्रसाधनांच्या प्रक्रियांविषयी बोलताना अपराधीपणा वाटतो. डॉक्टरची मदत न घेता उमदेपणाने वृद्धत्वाचा स्वीकार करण्याची अनेक स्त्रियांची इच्छा असते. खरोखरच उमदेपणाने वृद्धत्वाचा स्वीकार करणे म्हणजे नेमके काय असते? जर याचा अर्थ नैसर्गिकरीत्या जसे होईल तसे होऊ देत, त्यात आपण काहीच ढवळाढवळ करायची नाही असा असेल तर मग काहीच करू नये. मग केसांना रंग देणे थांबवायला नको का? दात तरी कशाला घासायचे आणि डिओ तरी कशाला वापरायचे? पायांवरची लव काढणे हे निसर्गाच्या विरुद्ध जाणे आहे का? मला तरी तसे वाटत नाही. वृद्धत्वाकडे उमदेपणाने झुकणे म्हणजे काहीच करायचे नाही, असा अर्थ असता तर आपण केसाळ पायांनी आणि घामेजल्या शरीराने सर्वत्र फिरत राहिलो असतो. कोणत्याही वयात शक्य तेवढ्या उत्तम राहून आणि दिसून तुम्ही उमदेपणाने वृद्धत्वाचा स्वीकार करत असता असे मला वाटते. माझी ९८ वर्षांची वृद्ध आजीही रोज उठल्यानंतर आपल्या भुवया नीटनेटक्या करते.

सुरकुत्या दूर करण्यासाठी सौम्य रसायन वापरून त्वचा चांगली ठेवणे आणि उन्हाचा त्रास होऊ नये म्हणून त्वचेची काळजी घेणे हे काही लोकांच्या मते, उमदेपणाने वृद्धत्वाकडे झुकण्याच्या वाटचालीतील एक पाऊल असते. खरेतर 'केरॅटोसीस प्रिकॅन्सरस ग्रोथ्स' (एके) दूर करण्यासाठी मी नेहमीच रासायनिक पील्सचा वापर करते. हे उपचार सातत्याने घेतल्यामुळे आरोग्यदायक लाभही होतो आणि सौंदर्यवर्धनही होते. इतर काही लोकांच्या मते, अधिक मोठ्या प्रमाणात एकदम परिणाम घडवून आणण्यापेक्षा कित्येक वर्षे सातत्याने हळूहळू बदल

घडवत राहणे म्हणजे उमदेपणाने वृद्धत्वाकडे झुकणे होय. दहा वर्षांपूर्वी त्या जशा दिसत असत त्याहून आता अधिक चांगल्या दिसणाऱ्या अभिनेत्री तुम्हाला माहिती आहेत. हे कशामुळे शक्य आहे? ते मी तुम्हाला सांगू शकते, या स्त्रिया योग्य आहार घेतात. व्यायाम करतात आणि आपल्या त्वचेचे संरक्षण करतात व काळजी घेतात. परंतु त्यांच्यापैकी अनेक जणी इतर गोष्टींचाही वापर करत असतात. (लेसर उपचार किंवा कमी प्रमाणात बोटॉक्स वापरणे किंवा फिलर्स वापरणे इ.) एकदम टोकाच्या प्रक्रिया करून घेऊन नंतर आपण ओळखूही येणार नाही एवढे बदलणे त्या टाळतात. ज्यांच्या उपचारपद्धतीमुळे चेहरा, त्वचा नैसर्गिक दिसू शकेल अशी खात्री देणाऱ्या डॉक्टरकडे त्या जात असतात. हे त्यांचे वय न दिसण्यामागचे गुपित असते. यासाठी अर्थातच खूपच निष्णातपणा आणि अनुभव लागतो. त्यांनी खूप उपचार घेतल्याचे त्यांच्या चेहऱ्यावर जाणवू देण्यापेक्षा ते न दिसू देणे यासाठी मोठेच कौशल्य आवश्यक असते.

माझ्या वैद्यकीय व्यवसायात माझे रुग्ण माझ्याशी एकनिष्ठ राहतात आणि त्यांची संख्या मोठी आहे, यामागचे हे एक कारण आहे. गेली पंधराहून अधिक वर्षे मी दवाखाना चालवत आहे आणि त्यात सौंदर्यवर्धक इंजेक्शने देणे, लेसर उपचार, रासायनिक पील्स या सर्व उपचारांचा समावेश आहे. माझ्या रुग्णांचा चेहरा अधिकाधिक नैसर्गिक दिसतो आणि हेच माझ्या यशाचे रहस्य आहे. माझ्या दवाखान्यातून बाहेर पडलेल्या एखादीकडे पाहून 'अरेरे, हिने आपल्या चेहऱ्याचं हे काय करून घेतलंय!' अशा स्वरूपाचे उद्‌गार कुणीही काढू शकणार नाही, हे मला माहिती असते. एका ब्रिटिश रॉक स्टार रुग्णाला मी लेसर उपचार दिले होते. नंतर काही जणांबरोबर त्याने फोटो शूट करून घेतले. ते लोक गेल्या काही वर्षांत त्याला भेटले नव्हते. त्यांना तो पूर्वीसारखाच तरुण कसा काय दिसतो याविषयी खूपच आश्चर्य वाटले आणि त्यामागचे रहस्य जाणून घेण्याची त्यांना उत्सुकता होती. मात्र आपण त्वचेची थोडी अधिक निगा राखतो आहोत, असेच त्या रुग्णाने त्यांना ठामपणे सांगितले आणि त्यांनीही त्याच्यावर चक्क विश्वास ठेवला! त्याच्या चेहऱ्यावर काही सौंदर्यवर्धन प्रक्रिया केल्या गेल्या आहेत, असे त्यांना वाटलेही नव्हते याबद्दल मला खरोखरच अभिमान वाटला. माझ्या दवाखान्यात मी देत असलेले अनेक उपचार घेत असताना वेदना होत नाहीत, हे पाहून माझे कित्येक रुग्ण खूपच आश्चर्यचकित होतात. शिवाय त्यांना त्याचे काही दुष्परिणामही जाणवत नाहीत. यासाठीही अनेक वर्षांचा अनुभव आणि सहनशीलता असावी लागते. हळूहळू पुढे जाण्याची जबरदस्त इच्छाशक्तीही यासाठी आवश्यक असते. बोटॉक्समध्ये तज्ज्ञ असलेल्यांच्या दवाखान्यात लोक जातात आणि एक-दोन मिनिटांत बाहेरही पडतात. त्या वेळी त्यांच्या चेहऱ्यावर धक्कादायक अनुभवाला

सामोरे गेल्यासारखे भाव असतात. केवळ शनिवार-रविवार सौंदर्यवर्धन प्रक्रियांचा अभ्यासक्रम शिकलेले डॉक्टरच बऱ्याचदा अशा दवाखान्यात असतात. केस कसे कापावेत हे दोन दिवसांत शिकलेल्या एखाद्या स्त्रीकडे तुम्ही केस कापण्यासाठी जाल का? या सौंदर्यवर्धन प्रक्रिया करण्यासाठी लोक डॉक्टरची निवड करतात, त्याहून अधिक बारकाईने आणि चौकसपणे ते आपल्या हेअर स्टायलिस्टची निवड करतात, ही गोष्ट मला आश्चर्यकारक वाटते. व्हेनिस बीच बोर्डवॉकजवळ एक जाहिरातफलक आहे. त्यावर लिहिलेले आहे, 'टॅटूज, टो रिंग्ज अँड बोटॉक्स' (हा विनोद नाही. माझ्याकडे या फलकाची छायाचित्रेही आहेत.) कदाचित या लोकांनी टॅटू आणि टो रिंग्जचे उत्तम प्रशिक्षण घेतलेले असेल. मात्र बोटॉक्सचा त्यांना किती काळाचा अनुभव असेल असे तुम्हाला वाटते? कोणत्याही वैद्यकीय प्रक्रियेप्रमाणे या उपचारपद्धतीही फक्त वैद्यकीय तज्ज्ञांकडूनच करून घेतल्या पाहिजेत. म्हणजेच त्यासाठी वापरलेल्या सुयांचे निर्जंतुकीकरण करण्यात आले आहे, सिरिंज स्वच्छ आहेत आणि अनपेक्षितपणे काही घडलेच तर त्याला तोंड देण्यासाठी डॉक्टर सज्ज आहेत याची तुम्हाला खात्री असली पाहिजे. अनुभवी आणि अशा प्रक्रिया नियमितपणे करणाऱ्या तज्ज्ञाकडेच तुम्ही गेले पाहिजे. एक गोष्ट लक्षात ठेवा, या कोणत्याही प्रक्रियेमुळे काही लोक विचित्र दिसतात आणि काही लोकांचे वयच दिसत नाही. असे का होते? हा त्या प्रक्रियेचा गुण किंवा दोष नसून तो करणाऱ्या व्यक्तीचा दोष किंवा गुण असतो. खराब हेअरकट झाला तर कोणी त्यासाठी कात्र्यांना दोष देत नाही किंवा चांगला झाला तर त्यांची प्रशंसा करत नाही. त्याचप्रमाणे ब्लो डायर्सचेही कोणी कौतुक करत नाही. हे सारे अखेरीस एक तंत्र आहे. हीच गोष्ट सौंदर्यवर्धक प्रक्रियांनाही लागू पडते.

## सौंदर्यवर्धक प्रक्रिया करणाऱ्या अनुभवी डॉक्टरची निवड करा (सूचना : त्याच्या बिलाचा आकडा पाहून निवड करू नका)

देशभरच सौंदर्यवर्धक प्रक्रिया करणाऱ्या दवाखान्यांचे आणि कार्यालयांचे पेव फुटले आहे, ही गोष्ट खूपच क्लेशदायक वाटते. ही स्पाज आधारभूत प्रक्रियांबाबत दरात तडजोड करण्याची जाहिरातबाजी करतात. एवढ्या कमी प्रमाणात पैसे घेऊन उत्तम प्रकारे प्रक्रिया करण्याची अपेक्षा तुम्ही त्यांच्याकडून कशी काय ठेवू शकाल? खरोखरचा अनुभव आणि कौशल्य स्वस्तात विकत घेता येत नाही. तुमच्या आरोग्याचा प्रश्न येतो, त्या वेळी तिथे दराबाबत घासाघीस करणे महागात पडू शकते. त्यामुळे तुम्हाला त्रास होऊ शकतो. तुम्ही सौंदर्यवर्धक उपचारांचा विचार करत असाल तर चांगला डॉक्टर शोधण्याचे

काही मार्ग मी पुढे देत आहे.

त्वचारोग, प्लास्टिक सर्जरी किंवा फेशियल प्लास्टिक सर्जरी यांसारख्या सौंदर्यविषयक सल्ल्यासाठी मंडळाने ज्याला मान्यता दिली आहे अशा डॉक्टरची निवड करा. अशा प्रकारच्या डॉक्टरांना सहसा चेहऱ्याची अंतर्गत रचना आणि त्यानुरूप सौंदर्यवर्धक उपचार यांचे प्रशिक्षण मिळालेले असते. तुमचा ज्याच्यावर विश्वास आहे असा फॅमिली डॉक्टर किंवा अन्य कोणत्याही डॉक्टरला याविषयी विचारा आणि त्याच्या शिफारशीने कोणत्याही डॉक्टरकडे जा.

- डॉक्टरच्या विश्वासार्हतेची चौकशी करा. तुमच्या राज्य वैद्यकीय मंडळाशी संपर्क साधा आणि डॉक्टरकडे असलेला परवाना सध्याचा असल्याची आणि त्याच्याविषयी कोणत्याही तक्रारी मंडळाकडे आल्या नसल्याची खात्री करून घ्या. त्यानंतर त्याच्या कार्यालयात फोन करून त्या प्रक्रिया तो किती काळ आणि किती वरचेवर करत आहे याची विचारणा करा. महिन्यातून फक्त एकदाच अशा प्रक्रिया करणाऱ्या डॉक्टरपेक्षा कदाचित या डॉक्टरला अधिक अनुभव असू शकेल.
- मसाज आणि फेशियलसोबत अतिरिक्त वैद्यकीय सेवा म्हणून या सेवा पुरवणाऱ्या वैद्यकीय स्पांपासून सावध रहा. प्रत्येक देशातील कायदे वेगवेगळे असल्यामुळे अशा प्रकारच्या प्रक्रियांमध्ये 'वैद्यकीय' असे काही असेलच असे नाही, हे लक्षात घ्या. काहींच्या वेबसाइटवर एमडी झालेले डॉक्टर असतात; मात्र बहुतेक स्पांमध्ये असे डॉक्टर नावापुरतेच असतात. बऱ्याचदा त्यांचा अकुशल साहाय्यकच तुमच्यावर उपचार करत असतो. त्याच्या अनुभवाविषयी तर न बोललेलेच बरे! माझ्या एका रुग्णाने बेव्हर्ली हिल्स येथील अशाच एका स्पामध्ये असे उपचार घेतले आणि नंतर ती माझ्याकडे आली. तिला जैवप्रतिबंधक औषधाच्या बाटलीभर गोळ्याही देण्यात आल्या होत्या. गर्भारपणासाठीही तिला गोळ्या देण्यात आल्या होत्या. मात्र गंमत म्हणजे तोपर्यंत कोणत्याही डॉक्टरकडे किंवा नर्सकडे ती गेली नव्हती आणि तरीही आपण गर्भवती असल्याचे धरून चालली होती. सुदैवाने ती माझ्या कार्यालयात आली. ती मुळातच गर्भवती नसल्याचे स्पष्ट झाले आणि जरी ती असती, तर त्या गोळ्या तिच्यासाठी आणि बाळासाठीही धोकादायक ठरल्या असत्या.
- तुम्हाला जर त्या डॉक्टरकडून किंवा त्याच्या सुविधांमुळे आपल्यावर दबाव आल्यासारखे वाटले तर तिथूनच परत फिरा आणि बाहेर पडा. एखाद्या विशिष्ट प्रक्रियेबाबत जर तुम्हाला शंभर टक्के खात्री वाटत नसेल तर तुम्ही थोडा वेळ थांबा. तुमच्या अंत:प्रेरणेवर विश्वास ठेवा. आवश्यकता भासली तर पुन्हा एकदा तिथे किंवा दुसरीकडे जाऊ शकता.

वैद्यकीय क्षेत्रातील लोकांशी माझे ज्ञान वाटून घेण्याची वैयक्तिक मोहीम मी हाती घेतली आहे. मला सातत्याने स्थानिक आणि राष्ट्रीय वैद्यकीय परिषदांमध्ये 'त्वचेचे सौंदर्यवर्धन' या विषयावर व्याख्यानासाठी आमंत्रित केले जाते. विशेषत: इंजेक्शन्सच्या साहाय्याने दिल्या जाणाऱ्या आणि इतर उपचार पद्धतींची माहिती देण्यासाठी मला बोलावले जाते. सन २००४पासून 'अमेरिकन ॲकॅडमी ऑफ डर्मेटॉलॉजी'च्या राष्ट्रीय वैद्यकीय परिषदेतही मला आमंत्रित केले जात आहे. तरुण डॉक्टरांना आणि युनिव्हर्सिटी ऑफ सदर्न कॅलिफोर्निया स्कूल ऑफ मेडिसिनच्या विद्यार्थ्यांना या तंत्रांविषयी मी शिकवते. तिथे 'असिस्टंट क्लिनिकल प्रोफेसर ऑफ डर्मेटॉलॉजी' असे पद मला देण्यात आले आहे. तज्ज्ञ असल्याचा लौकिक लाभल्याने माझ्या रुग्णांना अधिक चांगले उपचार देण्याचे अनेक मार्ग मी शोधत असते. कित्येक संशोधन अभ्यासातील प्रमुख संशोधक म्हणून काम करत असताना मला अनेक अत्याधुनिक उपचारपद्धतींवर आणि इतर डॉक्टरांकडे सुमारे वर्षभरानंतर जी औषधे येतात, त्यांच्यावर त्याआधीच वर्षभर काम करता येते. उदाहरणार्थ, पापण्यांचे केस वाढवणाऱ्या लॅटिस्सेवर मला काम करता आले. आधुनिक संशोधनाच्या कार्यात अग्रेसर राहणे हे माझे पूर्ण वेळचे काम आहे. म्हणूनच काही प्रक्रियांच्या उपपद्धतींच्या संचांमध्ये निष्णात बनण्यास मी अधिक महत्त्व देत आहे. आता माझ्या कार्यालयात मी करत असलेल्या काही सौंदर्यवर्धक प्रक्रिया पुढे देत आहे.

## बोटॉक्स : जगातील सर्वाधिक लोकप्रिय सौंदर्यवर्धक प्रक्रिया?

माझ्या वडिलांचे कपाळ खूप मोठे होते. इंग्रजीत कपाळाला 'फोरहेड' म्हणतात. या फोरचे स्पेलिंग वेगळे असले तरी काही जण त्यांच्या कपाळाला विनोदाने फाइव्हहेड म्हणत! त्यांच्या कपाळावर कित्येक आडव्या, खोल रेषा होत्या. माझ्या वडिलांची बुद्धिमत्ता मला वारसा हक्काने लाभल्याचा अभिमान वाटत असला तरी त्यांच्या कपाळावरच्या त्या रेषाही माझ्याकडे आनुवंशिकतेने आल्या आहेत. आधी माझ्या कपाळावर अगदी लक्षात येण्याजोग्या चार रेषा होत्या हे मला आठवत होते. काही वर्षांपूर्वी एके दिवशी सुट्टीत माझ्या आईवडलांना भेटायला मी गेले होते. माझ्या आईने माझ्याकडे पाहिले आणि ती उद्‌गारली, 'तुझं कपाळ अगदी तुझ्या वडलांसारखंच दिसू लागलंय.' त्या वेळी आपण नक्कीच काहीतरी केले पाहिजे असे मला प्रकर्षाने वाटले आणि मी बोटॉक्सकडे वळले.

'क्लोस्ट्रिडियम बोट्युलिनम' या बॅक्टेरियाकडून तयार केल्या जाणाऱ्या प्रथिनाच्या

शुद्धीकरणानंतर बोटॉक्स हे प्रथिन मिळते. सुरकुत्या दूर करण्यासाठी जगभरच ते मोठ्या प्रमाणात वापरले जाते. आता कोणीही आपल्या चेहऱ्यावर बॅक्टेरिया इंजेक्शनद्वारे का टोचून घेतात याचे तुम्हाला आश्चर्य वाटत असेल तर ते तसे नसते. पेनिसिलियम हे प्रतिजैवक खरेतर बुरशीपासून बनवतात. मात्र म्हणून पेनिसिलिनची गरज असलेला आजार झाला तर तुम्ही बुरशी आलेला ब्रेड खात नाही त्याऐवजी पेनिसिलिनचे इंजेक्शन घेता. त्याचप्रमाणे बोटॉक्समध्ये खरे बॅक्टेरिया नसतात आणि कितीही अफवा पसरलेल्या असल्या तरी बोटॉक्समुळे तुम्हाला कोणताही आजार होत नाही. नासलेले अन्न मोठ्या प्रमाणात खाल्ले तर आजार होतो परंतु बोटॉक्समुळे होत नाही.

बोटॉक्स हे तुलनात्मकदृष्ट्या नवीन संशोधन आहे असे बऱ्याच लोकांना वाटत असले तरी सुमारे शंभर वर्षांपूर्वीच त्याच्यातील सक्रिय घटकांचा अभ्यास करण्यात आला होता. सन १९५०मध्ये वैज्ञानिकांनी बोटॉक्सचा उपयोग करून अतिसक्रिय स्नायूंना आराम देता येतो असा शोध लावला होता. सन १९६०मध्ये सौंदर्यवर्धनासाठी बोटॉक्स मोठ्या प्रमाणात वापरले जाऊ लागले. मात्र कित्येक प्रकारच्या वैद्यकीय समस्यांवर उपचारासाठी १९९०पासून त्याचा वापर केला जाऊ लागला. त्यात अर्धशिशी, गंभीररीत्या स्नायू आखडणे आणि अगदी अतिसक्रिय ब्लॅडरचाही समावेश होता.

## बोटॉक्सचा उपचार कसा दिला जातो?

पुढच्या वेळी तुम्ही गर्दीत असाल त्यावेळी बोलताना लोक आपले चेहरे कशा प्रकारे वेडेवाकडे करतात ते पहा. एखाद्या मुद्द्यावर भर देताना किंवा आश्चर्य वाटल्याचे दाखवताना आपण भुवया उंचावतो. चित्त एकाग्र करत असताना किंवा संगणकाच्या पडद्याकडे कित्येक तास पाहत असताना आपल्या कपाळांवर आठ्या पडतात. प्रखर सूर्यप्रकाशात किंवा अगदी बारीक अक्षरातील मजकूर वाचताना आपण डोळे बारीक करतो आणि भुवया आक्रसतो. आपल्या चांगल्या किंवा वाईट भावभावना दर्शवण्यासाठी आपण चेहऱ्याचा वापर करत असतो. परंतु दर वेळी तुम्ही आठ्या घालता किंवा डोळे मिचकावता किंवा स्मित करता त्या वेळी तुमची त्वचा आक्रसते किंवा ताणली जाते. तुम्ही तरुण असताना तुमच्या त्वचेत मुबलक प्रमाणात कोलॅजेन आणि इलॅस्टिन असते. त्या वेळी तुमचा चेहरा क्षणार्धात पूर्वस्थितीला येतो. कालांतराने तुमच्या त्वचेतील कोलॅजेन आणि इलॅस्टिनचे प्रमाण कमी होते आणि मग त्या आठ्या त्वचेवर तशाच राहू लागतात. बोटॉक्समुळे

तुमच्या चेहऱ्याचे स्नायू ताणलेल्या स्थितीतून सैलावतात. त्यामुळे त्वचा मुलायम बनते आणि सुरकुत्या नीट होतात. चेहऱ्याच्या वरच्या भागावरच्या (गालापासून वरचा भाग) सुरकुत्यांवर उपचार करण्यासाठी नेहमीच बोटॉक्सचा वापर केला जातो. भुवयांमधील रेषांप्रमाणेच बहुतांश सुरकुत्या, कपाळावरच्या आडव्या आठ्या आणि डोळ्यांच्या कडेच्या सूक्ष्म रेषा (किंवा क्रोज फीट) या त्वचेचे स्नायू किंचित आकुंचित झाल्यामुळे निर्माण होतात. ओठांवरच्या उभ्या रेषा कमी करण्यासाठीही मी बोटॉक्सचा वापर करते. या रेषांनाच 'स्मोकर्स लाइन्स' असे म्हटले जाते. पुढे आलेले नाकाचे टोक वर उचलण्यासाठी किंवा भुवया वर उचलण्यासाठी, मानेवरच्या स्नायूंच्या उभ्या पट्ट्यांना गुळगुळीत बनवण्यासाठी मी बोटॉक्सचा वापर करते. उपचाराच्या दृष्टीने हे भाग थोडेसे वेगळे असतात. चेहऱ्याच्या खालच्या भागावर उपचार करत असताना बोटॉक्स खूप प्रमाणात लावले गेले किंवा चुकीच्या ठिकाणी लागले तर त्यामुळे बोलताना किंवा खाताना त्रास होतो. या भागात तुमच्यावर उपचार करण्यास डॉक्टरांनी सुचवले तर त्याच्याकडे किंवा तिच्याकडे 'प्रचंड' (शब्दशः प्रचंड) अनुभव आहे याची खात्री करून घ्या. एखादी महत्त्वाची बैठक असेल किंवा जेवायला कुठे बाहेर जायचे असेल तर त्याआधी बिलकूल ते करून घेऊ नका. कारण त्यामुळे सूप पितानासुद्धा तुम्हाला त्रास होऊ शकतो. तुम्ही प्रथमच हा उपचार करून घेतला असेल तर हा त्रास होतो.

## एक नियम : तुम्हाला घाम आल्याचे कोणालाही दिसू देऊ नका

दर वर्षी ॲकॅडमी ॲवॉर्डसच्या काही आठवडे आधी माझा फोन खणखणू लागतो. ज्यांना नामनिर्देशने मिळालेली असतात, त्यांचे अगदी हैराण झाल्यासारख्या आवाजात फोन येत असतात. त्यांना आपल्या बगलांमध्ये बोटॉक्सची इंजेक्शने घ्यायची असतात. का? कारण सुरकुत्या दूर करण्याबरोबरच बोटॉक्समुळे घर्मग्रंथींवरही नियंत्रण ठेवता येते. ठीक आहे. मग घाम येऊ देऊ नका. (ज्या वेळी पीपल मॅगझिनच्या कव्हरवर दहा हजार डॉलर्स किमतीचा गाउन घालून तुम्ही झळकता, त्या वेळी घाम येत असलेल्या अवस्थेत तुमचा फोटो काढला जाऊ नये असे तुम्हाला नक्कीच वाटत असते.)

दमट, ओलसर भागात बॅक्टेरियांची वाढ होते. (यात घाम आलेल्या बगलांचाही समावेश होतो) त्वचेखाली बोटॉक्सचे छोटेसे इंजेक्शन घेतल्यामुळे तुम्हाला घाम येत नाही. त्यामुळे सुमारे सहा महिने तरी तुमची त्वचा कोरडी

राहते आणि अर्थातच तुम्ही दुर्गंधरहित राहता. मग तुम्हाला डिओ वापरण्याची गरज भासत नाही. काखेचा भाग विशेषत: संवेदनक्षम असतो. त्यामुळे बहुतेक लोकांना तिथे इंजेक्शन घेतल्याचे जाणवते. तुमच्या शरीरभर लाखो घर्मग्रंथी असतात. त्यामुळे बगलांमधील केवळ काही घर्मग्रंथी बंद केल्याने तुमच्या शरीराच्या तापमान नियंत्रणाच्या क्षमतेवर काहीच परिणाम होत नाही. तुम्हाला जर घामाचा खूपच त्रास होत असेल तर बोटॉक्स त्यावर परिणामकारक ठरत नाही. त्यासाठी खालील क्लृप्त्या वापरा.

- तुम्ही फक्त डिओच वापरू नका तर त्याच्या जोडीला अँटिपर्स्पिरंटही वापरा. त्यामुळे तुमचे शरीर घामापासून कोरडे राहील. अतिरिक्त संरक्षणासाठी तीव्र स्वरूपाचे डिओ वापरा.
- अँटिपर्स्पिरंट रात्रीच्या वेळी वापरा. हे कदाचित विचित्र वाटेल, परंतु सकाळी गरम पाण्याने अंघोळ केल्यावर किंवा शॉवर घेतल्यावर तुमच्या घर्मग्रंथी कार्यरत होतात. त्या वेळी तुम्ही अँटिपर्स्पिरंट वापरलात तर आलेल्या घामामुळे तुमच्या त्वचेवरून ते दूर होईल. यासाठी आणखी अधिक चांगला पर्याय म्हणजे झोपण्यापूर्वी तुमच्या बगला स्वच्छ करून पाणी पूर्णपणे टिपून काढा. त्यानंतर हेअरड्रायर वापरून त्या पूर्ण कोरड्या करा. हेअरड्रायर 'कूल' वर सेट करा. त्यानंतर अँटिपर्स्पिरंट लावा आणि पुन्हा एकदा ब्लो ड्राय करा.
- तरीही कपडे घातल्यावर तुम्हाला घाम येत असेल तर त्वचारोगतज्ज्ञाकडे जा. त्यामागची कारणे ते शोधून काढतील. काही वेळा थायरॉइडच्या समस्येमुळेही घाम येतो. अशा वेळी डॉक्टर तुम्हाला योग्य अँटिपर्स्पिरंट लिहून देतील.

या संपूर्ण उपचाराला जेमतेम पंधरा मिनिटे लागतात, त्यामुळे बरेचसे रुग्ण बोटॉक्सचा उपचार करून घेण्यासाठी जेवणाच्या वेळेत येतात. मी एक अत्यंत छोटी सुई वापरते. त्यामुळे बहुतेक रुग्णांना टोचल्याची जाणीवच होत नाही. अस्वस्थता आणि रक्तस्राव यांचा त्रास कमीत कमी प्रमाणात व्हावा यासाठी उपचार देण्यापूर्वी त्या भागावरून मी बर्फ फिरवते. जे लोक अति संवेदनक्षम असतात किंवा घाबरलेले असतात, त्यांच्या बाबतीत बर्फ फिरवणे अधिकच योग्य ठरते. माझ्याकडे तेवढाच भाग किंचित बधिर करण्यासाठीचे मलमही आहे. त्यामुळे त्यांना केले गेलेले काम अजिबात जाणवत नाही. उपचार पूर्ण झाल्यानंतर लगेच त्वचा थोडीशी गुलाबी, लालसर आणि सुजल्यासारखी दिसते. वॅक्स केल्यानंतर

दिसावी तशी. परंतु सुमारे तासाभरातच ते सारे दूर होते. उपचारानंतर चार तास उपचार घेतलेला भाग अजिबात चोळू नये अशी सूचना मी सर्वांनाच देते. कारण त्या भागातील स्नायूंवर काम करण्यासाठी बोटॉक्सला साधारणपणे तेवढा काळ लागतो. त्या भागाला तुम्ही मसाज केला किंवा तिथे चोळले तर जिथे ते द्रावण जाणीवपूर्वक व्यवस्थित बसवलेले असते, तिथून ते निघते. त्यामुळे भुवया किंवा पापण्या असमान दिसू लागतात. उपचार घेतल्यानंतर बोटॉक्सचा नेमका परिणाम दिसण्यासाठी सुमारे आठवडाभराचा कालावधी जावा लागतो. मात्र कोणत्या भागासाठी उपचार घेतला आहे त्यानुसार हा परिणाम सुमारे चार महिने टिकतो.

## किती प्रमाणात वापरलेले बोटॉक्स खूपच अधिक ठरते
## मी कालौघात गोठून गेल्यासारखी दिसेन का?

माझ्या आईने माझ्या आणि वडलांच्या कपाळातील साम्य दाखवल्यावर अगदी पहिल्यांदा माझ्या चेहऱ्यावर मी बोटॉक्सचा उपचार घेतला. त्या वेळी माझ्या कपाळावर माझ्या पुरुष सहकाऱ्याला मी बोटॉक्स टोचण्यास सांगितले होते. मात्र ती माझी एक घोडचूक ठरली. त्याने माझ्या चेहऱ्यात सुई खुपसली आणि प्रत्येक इंजेक्शनबरोबर जोरजोरात वेदना होऊ लागल्या. अधिकाधिक चिमटे बसू लागले. त्यानंतरचे तीन महिने भुवया उंचावून मी आय शॅडो लावू शकत नव्हते. सुमारे पंधरा वर्षांपूर्वी घेतलेल्या या पहिल्याच भयावह अनुभवानंतर मी स्वतःच माझ्यावर बोटॉक्सचे उपचार करू लागले. कारण दुसऱ्या कोणावरही मी विश्वास ठेवू शकत नाही. मी खरोखरच असा काही उपचार करून घेतला आहे का याविषयी लोकांना आश्चर्य वाटते. कारण मोकळेपणाने सांगायचे झाले तर मी व्यवस्थित दिसते. माझ्या भुवया उंचावू शकते, स्मित करू शकते आणि खऱ्या भावना व्यक्त करू शकते. (आणि हो! माझ्या कपाळावरच्या त्या चार खोल रेषा किंवा आठ्या आता गायब झाल्या आहेत.)

माझ्या कार्यालयात मी बोटॉक्सचा उपचार मोठ्या प्रमाणात करते. खरेतर रोजच कित्येक वेळा मी हा उपचार करते. परंतु तरीही बोटॉक्सविषयी एवढा अपप्रचार का होतो आणि आपण बोटॉक्स करून घेत असल्याविषयी सांगण्यास अभिनेत्री का बिचकतात, त्यामागेही एक कारण आहे. तुम्ही जर खूप प्रमाणात बोटॉक्स करून घेतले तर तुम्ही विचित्र दिसू लागता. तुमचा चेहरा कृत्रिम दिसू लागतो. आधीच्या डॉक्टरांनी खूप प्रमाणात बोटॉक्स केल्यामुळे चेहरा विचित्र आणि स्थिर दिसू लागल्याने कामे मिळेनाशी झालेल्या कित्येक प्रसिद्ध व्यक्तींवर मी

उपचार केले आहेत. आपण सर्वच जण चेहऱ्याच्या हालचाली करतो, त्या वेळी खरोखरच कमी वयाचे आणि अधिक चांगले दिसतो. काहीही झाले तरी किशोरवयीन मुला-मुलींच्या चेहऱ्यावरही रेषा असतात आणि तीसुद्धा भुवया उंचावतात, त्या वेळी त्यांच्या कपाळावरही आठ्या पडतात. शिवाय काही लोकांच्या आणि विशेषत: पुरुषांच्या कपाळावरील या रेषांमुळे ते अधिक रुबाबदार वाटू लागतात. जॉर्ज क्लुनीच्या डोळ्यांभोवती जर रेषा नसत्या तर तो एवढा मादक दिसूच शकला नसता. मेरील स्ट्रीपचा विचार करा. बोटॉक्सचा वापर करत नसल्याचे तिने सार्वजनिकरीत्या जाहीर केले आहे. परंतु उलटणाऱ्या प्रत्येक वर्षागणिक ती अधिकाधिक सुंदर दिसत आहे.

**प्रसिद्ध व्यक्तीच्या त्वचेची रहस्ये**

## हिप हॉप मोगुलला सुयांची भीती

अनैसर्गिक आणि ताठरल्यासारखे दिसू अशी भीती असलेल्या माझ्या रुग्णांना माझ्या चेहऱ्यावरचे परिणाम पाहिल्यावर बोटॉक्स करून घेणे सोपे वाटू लागते. खरेतर माझा एक रुग्ण आहे, अत्यंत प्रसिद्ध असलेला हिप हॉप मोगुल. काही आठवड्यांपूर्वी तो माझ्या कार्यालयात आला आणि त्याने आपले पहिले बोटॉक्सचे इंजेक्शन घेतले. त्याचा तो एक वाईट दिवस होता हे मला माहिती होते. त्या दिवशी पाप्पाराझ्झी नेहमीपेक्षा खूपच आक्रमक होते. माझ्याकडच्या छोट्याशा सरकत्या जिन्यावरून येत असताना फोनवरून त्याच्या जाहिरातीचे काम पाहणाऱ्या माणसाशी तो किंचाळून बोलत होता. त्याच्यासोबत त्याची पाच जणांची कुमक होती. त्याचा ड्रायव्हर, एक भला मोठा शरीररक्षक, दोन साहाय्यक आणि त्याची मैत्रीण. मी आपल्या कामाकडे वळले. बोटॉक्सची सुई हातात धरून मी त्याच्याजवळ पोचले आणि तो यशस्वी, सामर्थ्यशाली आणि भयावह वाटणारा पुरुष अक्षरश: थरथरू लागला. त्याने झटकन आपले डोळे बंद करून घेतले आणि नंतर एकदम हातवारे करत आपल्याला सुईचा किती तिरस्कार वाटतो ते तो मला सांगू लागला. अशा वेदना देण्यापेक्षा इतर कशाने हा उपचार मी करू शकत नाही का याची चौकशीही तो करू लागला. माझ्या नर्सने त्याचे हात घट्ट धरून ठेवले. त्याची मैत्रीण (तीही माझी रुग्ण आहे) त्याला तो 'बाळ झाला आहे,' असे म्हणून चिडवू लागली. त्याला अगदी

घट्ट पकडून ठेवलेले असतानाच तो माझ्याकडे वळला आणि त्याने मला विचारले, ''म्हणजे तुम्ही खरोखरच हे सारं खूपच चांगल्या प्रकारे करू शकता. होय ना?''

''होय,'' मी म्हणाले. ''मी संपूर्ण देशातल्या सर्वोत्तम तज्ज्ञांपैकी आहे.''

मग मिनिटभर विचार करून त्याने मला विचारले, ''मी एक गोष्ट विचारू का... तुम्ही स्वत: बोटॉक्सचा उपयोग करता का?''

''अर्थातच,'' मी म्हणाले. ''गेल्या पंधरा वर्षांपासून मी बोटॉक्स वापरत आहे. खरेतर माझं वय साठ आहे.'' खुर्चीतून उडी मारूनच उठत हवेत हातवारे करत तो म्हणाला, ''काहीतरी बडबडू नका! हे शक्यच नाही!''

''आम्हा आशियाई लोकांचं वय हळूहळूच दिसू लागतं, हे तुम्हाला माहितीच आहे,'' मी डोळे मिचकावत म्हणाले. सुदैवाने, खोलीतील सगळेच जोरजोरात हसू लागले आणि वातावरणातील तणाव निवळला.

एखाद्या गोष्टीत तुमचा चेहरा गोठवून ठेवणे किंवा तुमच्या वयवाढीची प्रक्रिया रोखून ठेवणे हा बोटॉक्सचा हेतू असता कामा नये. कारण चेहरा गोठल्यासारखा दिसू लागला की तुमचे वय दिसू लागते. खरे तर आपण विशीत असल्यापेक्षा तिशीतच अधिक चांगल्या दिसत होतो, असे बहुतेक महिला मला सांगतात. चाळिशीत त्या तिशीहून अधिक चांगल्या दिसू लागतात आणि ही प्रक्रिया पुढेही सुरू राहिली पाहिजे. बोटॉक्समुळे तुमचा चेहरा, रात्री छान झोप मिळाल्यावर दिसतो तसा तजेलदार आणि तणावविरहित दिसतो. डॉक्टर म्हणून मला आतापर्यंत मिळालेली उत्तम प्रतिक्रिया म्हणजे मी तिला 'नैसर्गिक सौंदर्य' दिले, असे माझ्या एका रुग्णाने मला सांगितले. म्हणून मी नेहमीच म्हणत असते, 'माझं काम मी परिपूर्णतेने करते. तुम्हाला मी चेहऱ्यावर काम केलंय असं बिलकूल जाणवणारही नाही.' आणखी अनेक डॉक्टर बोटॉक्सचा सढळ वापर करतात. पण त्यांचे रुग्ण पुतळ्यांसारखे आणि भावनाशून्य चेहऱ्यांचे दिसतात. का? याचे उत्तर सोपे आहे. हे डॉक्टर रुग्णाच्या चेहऱ्याचा अभ्यास करण्यासाठी वेळच देत नाहीत. ती व्यक्ती आपल्या भुवया कशा वरखाली करते किंवा ताणते अगर संकुचित करते हे पाहून त्या व्यक्तीच्या विशिष्ट प्रकारच्या स्नायूंची बांधणी लक्षात घ्यावी लागते. अर्थातच इंजेक्शन कुठे द्यायचे, किती प्रमाणात द्यायचे आणि प्रत्येक गोष्ट नैसर्गिकच दिसावी हे पाहणे यासाठीचा तो एकमेव मार्ग आहे. यासाठी भरपूर सहनशक्ती आणि विचार करण्याची कुवत लागते. हे सर्व केल्यावर दिसणारे परिणाम एकदम सुंदर, लक्षणीय असतात. मात्र अनेक डॉक्टरांकडे यासाठी वेळच नसतो. त्यामुळेच आत

शिरलेला रुग्ण बघता बघता उपचार करून घेऊन बाहेर पडल्याचे दिसते. तुमच्या तोंडातून एखादा प्रश्न बाहेर पडण्याआधीच तुमच्यावरचा उपचार पूर्ण झालेला असतो आणि हीच खरी चिंतेची बाब आहे. याशिवाय अशा प्रकारचे बेदरकार डॉक्टर बोटॉक्सचे स्वस्तातील, 'मानवी उपयोगास प्रतिबंधकारी' असे लेबल असलेले उत्पादन वापरताना आढळले आहेत. बोटॉक्स करताना तुम्हाला घाईगडबडीत ते केले गेल्यासारखे वाटले किंवा तुम्हाला ते आवडले नाही तर प्रामाणिकपणे तुम्ही ते डॉक्टरला सांगा. जर योग्य प्रकारे काम केले जात नसेल तर आता दुसऱ्या डॉक्टरकडे जाण्याची वेळ आली आहे, हे नक्की ठरवा!

**डॉ. वू यांच्या फाइलमधून**

**रुग्ण :** केली विर्स्टलर - प्रसिद्ध अभिनेते-अभिनेत्रींची इंटिरियर डिझायनर, लेखिका, स्टाइल गुरू

**त्वचेची तक्रार :** सूक्ष्म रेषा, अतिनील किरणांपासून त्वचेचे संरक्षण

**केलीच्या शब्दात :** माझा एक फोटो बघितल्यावर त्यात चेहऱ्यावर दिसणाऱ्या सुरकुत्या दिसून आल्या तेव्हा मी बोटॉक्स करून घेण्याचे ठरवले. मी या सुरकुत्यांमुळे रागीट दिसत होते आणि ते मला फारसे आवडले नाही. माझा अनुभव दांडगा होता आणि मी नेहमीच वय रोखण्याचा उत्तम उपाय म्हणून बोटॉक्सची जोरदार शिफारस करते. ते प्रतिरोधक असल्यामुळे तुम्ही सुरुवातीच्या काळातच त्याचा वापर केला तर तुमच्या शरीरावर सुरकुत्या पडणार नाहीत. परंतु बराच काळ तसाच जातो आणि नंतर तुम्हाला ते अतिरेकी प्रमाणात करून घेण्याची इच्छाही नसते. चार वर्षांपूर्वी आरोग्याच्या कारणामुळे माझ्या आहारात बदल करण्याची आवश्यकता मला भासली. मी व्हाइट ब्रेडचे प्रमाण कमी करण्यास सुरुवात केली. वर्षभरापूर्वीच मी रिफाइंड साखर खाणे थांबवले होते. त्यानंतर मला बरे आणि खूप शक्ती आल्यासारखे वाटले होते. गेल्या तीन वर्षांत मी रिफाइंड ब्रेड खाल्लाच नाही.

मी नेहमीच फिरतीवर असते, त्यामुळे योग्य आहार घेणे माझ्यासाठी आव्हानात्मक बनते. परंतु मी आहाराचे नियोजन करून माझ्यासोबत खाण्याचे काही पदार्थ नेते. माझ्या कारमध्ये नेहमीच सुका मेवा आणि कठीण कवचाची फळे असतात. खाद्यपदार्थांसमवेतच मी प्रवास करते. सफरचंद आणि आमंड बटर, तसेच ग्रीन टी आणि मनुका, मध असे पदार्थ घेऊन मी फिरत राहते. आता महिन्यातून कधीतरी मला गोड खावेसे वाटते. त्या वेळी मी एक खजूर

खाते. त्यामुळे माझी गोड खाण्याची इच्छा पूर्ण होते.

मी नेमके काय खाते :

**सकाळची न्याहारी :** तीन उकडलेली अंडी (फक्त पांढरा भाग) आणि एक सफरचंद.

**मधले खाणे :** एखाद्या कॅफेत जाऊन ताज्या पालेभाज्यांचा आणि भाज्यांचा रस. यात बीट, पालक, अर्धे सफरचंद, कोबी, लिंबू आणि तीन औंस आले असते.

**दुपारचे जेवण :** ग्रीन सॅलड, ग्रील्ड सेंद्रिय चिकन आणि सफरचंदाच्या फोडी.

**मधले खाणे :** जर भूक लागलीच तर मी बदाम किंवा क्वचित प्रसंगी हातसडीच्या तांदळाचा केक किंवा केळे खाते.

**रात्रीचे जेवण :** भाजलेला सामन मासा किंवा सेंद्रिय चिकन, रोस्टेड ब्रसेल्स कडधान्ये, अर्धवट भाजलेले एक रताळे, ग्रीन सॅलड, पाव ग्लास रेड वाइन. शनिवारी मी संपूर्ण एक ग्लास भरून रेड वाइन पिते.

**डॉ. वू यांचे निदान :** केलीची त्वचा डागविरहित असून त्वचेच्या संरक्षणासाठी ती निकराचे प्रयत्न करते. नियोजन करणे आणि प्रवासात खाद्यपदार्थ बरोबर नेणे, साखर टाळणे यासारख्या योग्य गोष्टी ती आधीपासूनच करत आहे. परंतु तिच्या पतीची बुटिक हॉटेल्स असलेल्या फ्लॉरिडा, कॅरिबिअन आणि अॅस्पेन यांसारख्या भागात ती फिरत असल्यामुळे तिने आहारात शिजवलेल्या टोमॅटोंचा उपयोग अधिक प्रमाणात केला पाहिजे. या हॉटेल्सचे अंतर्गत सजावटीचे काम ती करते. तिचा प्रवास सतत सुरूच असतो. तिला इटालियन अन्न आवडत असल्यामुळे ही गोष्ट कठीण नाही. (बेव्हर्ली हिल्समधील माडेव हे इटालियन रेस्टॉरंट तिचे आवडते आहे) तिने ग्रिल्ड मासा किंवा चिकन आणि त्यासोबत टोमॅटोचा सॉस किंवा उकडलेले टोमॅटो खाल्ले पाहिजेत. आपल्या सॅलडवर उन्हात वाळवलेल्या टोमॅटोंची पूड तिने टाकावी. शिवाय तिने काळी द्राक्षे खावीत. त्यांच्यात पॉलिफेनॉल अँटिऑक्सिडंट्स अधिक प्रमाणात असतात आणि त्यामुळे तिला अतिनील किरणांपासून संरक्षण मिळेल. खजुराऐवजी डार्क चॉकलेट खावे. त्यात खजुरापेक्षा साखर कमी असते आणि त्याचे आठ तुकडे खाल्ले तर त्याच्यातून तिला भरपूर अँटिऑक्सिडंट्सही मिळतील.

## डायस्पोर्ट : बोटॉक्सला पर्याय

सन २००९मध्ये सुमारे ५० लाख उपचारांमध्ये बोटॉक्सचा वापर करण्यात आला होता. त्यामुळे त्या वर्षी वापरल्या गेलेल्या शस्त्रक्रियाविरहित प्रक्रियांमध्ये बोटॉक्स अव्वल क्रमांकावर होते. अगदी अलीकडेपर्यंत बोट्युलिनम टॉक्सिनचा बोटॉक्स हाच एकमेव ब्रँड अमेरिकेत उपलब्ध होता. परंतु २००९च्या एप्रिलमध्ये अन्न व औषध प्रशासनाने बोट्युलिनम टॉक्सिनच्या आणखी एका नवीन प्रकाराला मान्यता दिली. त्याचे नाव आहे 'डायस्पोर्ट'. भुवयांमधील आठ्यांच्या रेषा दूर करण्यासाठी त्याचा वापर करण्यास संमती देण्यात आली. (याशिवाय 'सर्व्हायकल डिस्टोनिया' या स्थितीवर उपचारासाठीही त्याच्या वापरास मान्यता देण्यात आली. या स्थितीमध्ये मानेत वेदना होतात आणि मान आखडते.) अखेरीस बोटॉक्सलाही कोणीतरी प्रतिस्पर्धी लाभलाच.

माझ्या मते, निवडीसाठी अधिक उत्पादने असणे ही केव्हाही अधिक चांगली गोष्ट असते. माझ्यासारख्या त्वचारोगतज्ज्ञाला त्यामुळे रुग्णाच्या विशिष्ट गरजेनुसार उत्तम उपचार देणे अधिक सुलभ बनते. डायस्पोर्टविषयी माझ्या रुग्णांना मी जी पहिली गोष्ट सांगते, ती म्हणजे ते बोटॉक्सप्रमाणे नाही. त्यामुळे त्याच प्रकारे ते कार्य करेल अशी अपेक्षा बाळगू नका. दोन्ही उत्पादने चेहऱ्याच्या अतिसक्रिय स्नायूंना सैलावून सुरकुत्या कमी करत असली, तरीही त्यांचे फॉर्म्युले भिन्न आहेत. त्यामुळे डॉक्टरांनी आणि रुग्णांनीही वेगळ्या प्रकारच्या परिणामांची तयारी ठेवली पाहिजे. या दोहोंपैकी अधिक चांगले कोण आहे, हे काळच ठरवेल. काही अभ्यासांनुसार बोटॉक्सच्या तुलनेत डायस्पोर्ट अधिक जलद परिणाम साधते. (बोटॉक्सचा परिणाम काही दिवसांत दिसतो, तर डायस्पोर्टचा परिणाम चोवीस तासांत दिसतो.) शिवाय डायस्पोर्टचा परिणाम अधिक काळ टिकतो. मात्र इंजेक्शन दिलेल्या जागेपासून इतरत्रही डायस्पोर्ट पसरते असेही दिसून आले आहे. त्यामुळे कपाळ किंवा बगला यांच्यासारख्या मोठ्या पृष्ठभागांवर उपचार करत असताना ते उपयुक्त ठरते. परंतु ओठांच्या वरच्या भागासारख्या भागावर तुम्ही उपचार करत असताना मात्र ही गोष्ट त्रासदायक ठरते. नवीन उत्पादन वापरून पाहण्यास तयार असलेल्या रुग्णांवर मी यशस्वीपणे डायस्पोर्टचाही वापर केला आहे. बहुतांश रुग्ण मात्र बोटॉक्सवरच खूश आहेत आणि डायस्पोर्टचा वापर करून घेणे त्यांना आवडत नाही. या दोन्ही उपचारांची थेट तुलना करण्यासाठी संशोधन सुरू आहे. त्यामुळे मीही या संशोधनाच्या निष्कर्षांची वाट पाहत आहे.

### हॅलो, डॉ. वू

**प्रश्न :** माझा मित्र जाड आणि छान आहे. मात्र त्याच्या कपाळावरच्या आठ्या एवढ्या खोल आणि मोठ्या आहेत की, त्यांच्यात आपण एखादे फूल खोचू शकू. त्याला बोटॉक्सची आवश्यकता आहे का?

**उत्तर :** स्त्रियांमध्ये बोटॉक्स अधिक लोकप्रिय असल्यामुळे अधिकाधिक पुरुषही त्याचा वापर करून पाहू लागले आहेत. विशेषत: त्यांच्या पत्नींच्या किंवा मैत्रिणींच्या चेहऱ्यांवरील परिणाम पाहिल्यावर तेही त्याकडे आकर्षित होत आहेत. 'पुन्हा बोटॉक्स करून घेतले तर घटस्फोट देईन,' अशी धमकी माझ्या एका रुग्णाला तिच्या पतीने दिली होती. त्यामुळे तो व्यवसायाच्या निमित्ताने दुसऱ्या गावी गेला की, त्याच्या नकळत ती माझ्याकडे येऊन उपचार घेत असे. (एक गोष्ट लक्षात घ्या, मी त्वचारोगतज्ज्ञ आहे, विवाह समुपदेशक नाही.) मी कित्येक वेळा तिला इंजेक्शन्स दिली. एके दिवशी तिच्या पतीने तिच्या पर्समध्ये तिने दिलेल्या बिलाची पावती पाहिली. (तिने ती कशासाठी ठेवली होती देवच जाणे!) सुदैवाने, तिने त्याला त्याविषयी पटवून दिले आणि सहा महिन्यांनंतर बोटॉक्सचा उपचार आपणही घेतला पाहिजे असे त्याला वाटू लागले. कारण त्याला बरेच जण त्याच्या पत्नीचे वडील समजू लागले होते! पुरुषांवर मी बोटॉक्सचे उपचार करते, तेव्हा मी अधिक सावधगिरी बाळगते. जर बोटॉक्सचे प्रमाण अधिक झाले तर पुरुष बायकी किंवा किंचित आशियाई दिसू लागतो. तुमचा पती किंवा मित्र जर पहिल्यांदाच बोटॉक्सचा उपचार घेत असेल तर तुमच्या डॉक्टरला फक्त बोटॉक्सचा उपचार देण्याचाच अनुभव असून चालणार नाही; तर पुरुषांवर उपचार करण्यातही तो किंवा ती अनुभवी असणे आवश्यक आहे. अशाच डॉक्टरची निवड केली जावी.

## फिलर्स : घाबरल्यामुळे शरीर फुगवलेल्या माशासारखी मी दिसेन का?

रोज आणि सर्वच दिवस माझ्या कार्यालयात येणाऱ्या स्त्रिया एखाद्या विशिष्ट सुरकुतीमुळे त्रस्त होऊन किंवा आपण जाडजूड दिसू अशी भीती घेऊन येतात. परंतु 'रिस्टायलेन' आणि 'ज्युवेडर्म' यांसारख्या फिलर्सविषयी मी बोलायला सुरुवात

केली की, बहुतेक जणी अस्वस्थ होतात. आपल्या चेहऱ्यावर काहीही टोचून घेऊन, चेहऱ्याच्या खाचांमध्ये काहीही भरून आपल्याला फुगीर माशाप्रमाणे दिसायचे नाही असे त्यांचे म्हणणे असते. बहुतेक स्त्रियांना फिलर्सच्या प्रक्रियेची निवड करण्यास भीती वाटते त्यामुळे आपला चेहरा कृत्रिम, खोटा आणि विचित्र दिसेल असे वाटत असते. स्मितहास्य केल्यावर माझ्या ओठांच्या दोन्ही बाजूंना येणाऱ्या रेषांमध्ये गेली कित्येक वर्षे मी फिलर वापरत आहे, (पुन्हा एकदा माझ्या डॅडचेच मी आभार मानले पाहिजेत) असे मी त्यांना सांगितले की त्यांना धक्का बसतो. ''हसल्यावर तुमच्या चेहऱ्यावर अजिबातच रेषा उमटत नाहीत,'' त्या म्हणतात. ''तुम्हाला तर फिलरची गरजच नाही.'' त्या वेळी मी त्यांना सांगते की, माझ्या चेहऱ्यावरच्या त्या रेषा आता फक्त फिलरच्या वापरामुळेच दिसेनाशा झाल्या आहेत. दर सहा ते नऊ महिन्यांनी त्यासाठी मी फिलर वापरते.

'फिलर' हा शब्द सुरकुत्यांसाठीचा फिलर असा आहे. ही उत्पादने त्वचेखाली टोचली जातात आणि त्यामुळे सुरकुत्या नाहीशा होऊन तेथील त्वचा फुगीर बनते. ओठ, चेहऱ्यावरच्या घड्या आणि खड्डे (मुरमांमुळे पडलेल्या खड्ड्यासारखे) भरण्यासाठीही फिलरचा वापर केला जातो. सन १९८१मध्ये अन्न व औषध प्रशासनाने अशा प्रकारच्या पहिल्या फिलर्सना मान्यता दिली. तो कोलॅजेनचा एक प्रकार होता आणि गायीपासून मिळवण्यात आला होता. ते मूळ कोलॅजेन झायडर्म आणि झायप्लास्ट या नावाने विकले जात होते आणि गायींपासून मिळवण्यात आल्यामुळे रुग्णांना ॲलर्जी येण्याची भीती होती आणि ती खरी होती. गायींपासून मिळवण्यात आलेल्या कोलॅजेनचा वापर करण्याआधी अशा उत्पादनांसाठी तुम्हाला त्वचेवर चाचणी घ्यावी लागते. त्यानंतर सहा आठवडे थांबून मगच तुम्हाला आपला पहिलावहिला उपचार घ्यावा लागतो. शिवाय हे कोलॅजेन फक्त एक ते दोन महिनेच टिकते. सन २००३मध्ये कॉस्मोडर्म आणि कॉस्मोप्लास्ट बनवण्यात आले. ते मानवी त्वचेपासून मिळवण्यात आले होते. त्यालाही मान्यता मिळाली. त्यांच्यासाठी उपचाराआधी चाचणी घेण्याची आवश्यकता नसते. या दिवसांत सुरकुत्या भरण्यासाठी केल्या जाणाऱ्या फिलर्सच्या सर्वच उपचारांमध्ये हायल्युरॉनिक आम्ल (एचए) हा साखरेचा रेणू असलेली फिलर्स वापरली जात होती. एचए हा नैसर्गिकरीत्या शरीरात तयार होणारा रेणू आहे. एचएमुळे आपल्या बुब्बुळात जेलीसारखा पदार्थ तयार होतो. शिवाय हाडांमधील वंगणामध्येही तो असतो. त्वचेत नैसर्गिक ओलसरपणा टिकवून ठेवण्यासाठी त्याचा उपयोग होतो. त्यामुळे त्वचा गुबगुबीत दिसते. जन्मत:च प्रत्येकाच्या त्वचेत प्रचंड प्रमाणात एचए असते. परंतु कोलॅजेन आणि इलॅस्टिनप्रमाणेच वयोमानानुसार एचएची निर्मितीही कमी प्रमाणात होऊ लागते. एचए कमी होऊ लागल्यावर त्वचेचा गुबगुबीतपणा नष्ट

होऊ लागतो. ऊन, प्रदूषण आणि सिगरेटचा धूर यांमुळे निर्माण होणारी फ्री रॅडिकल्स एचए नष्ट करतात. त्यामुळे त्वचा अधिकाधिक पातळ बनते आणि सुरकुत्या पडू लागतात.

कोलॅजेनप्रमाणे एचएने बनलेले फिलर प्राण्यांपासून किंवा मानवांपासून तयार करण्यात येत नाहीत. त्यामुळे त्यांच्या वापरासाठी त्वचेची चाचणी घेण्याची आवश्यकता नसते. कोलॅजेनच्या तुलनेत ते टिकतातही अधिक काळ. चार महिन्यांपासून ते वर्षभरापर्यंत किंवा त्याहून अधिक कालावधीपर्यंत ते टिकतात. त्यामुळे रुग्णांना सातत्याने दवाखान्यात जावे लागत नाही. स्मित केल्यावर चेहऱ्यावर दिसणाऱ्या रेषा भरण्यासाठी सर्वसामान्यपणे एचए फिलर्स वापरले जातात. या रेषा नाकाच्या कोपऱ्यापासून तोंडापर्यंत दिसतात. यालाच वैद्यकीय भाषेत 'नेसोलेबियल फोल्ड्स' असे म्हणतात. माझ्या कार्यालयात मी या फिलर्सचा वापर ओठ भरीव करण्यासाठी आणि मुरमांचे खड्डे भरण्यासाठी, तसेच जबड्याच्या रेषा अधिक स्पष्ट दिसण्यासाठी आणि गाल अधिक मुलायम आणि गुबगुबीत दिसण्यासाठी करायच्या उपचारांसाठी करते. रिस्टायलेन (वापरासाठी २००३मध्ये मान्यता), पर्लेन (रिस्टायलेनचा जाडसर प्रकार, याला सन २००७मध्ये मान्यता मिळाली) आणि ज्युवेडर्म (२००६पासून उपलब्ध झाले आहे) हे एचए फिलर्सचे आत्यंतिक लोकप्रिय प्रकार आहेत. ही सर्व जेल फिलर्स आहेत. फेब्रुवारी २००९पासून रिस्टायलेन आणि ज्युवेडर्म हे 'लिडोकेन ॲनेस्टिक'समवेत उपलब्ध होऊ लागले. याचा अर्थ फिलर भरत असताना त्वचा बधिर बनते आणि त्यामुळे फिलर भरणे अधिक सोपे आणि आरामदायक ठरते. एचए फिलर्सविषयीची उत्तम गोष्ट कोणती ते सांगू का? तुम्हाला तातडीने परिणाम दिसू लागतात. तुम्ही कार्यालयाबाहेर निघता तेव्हाच तुमच्या सुरकुत्या कमी आणि ओठ जाडसर दिसू लागलेले असतात.

## माझ्यासाठी कोणता फिलर योग्य आहे, हे मला कसे समजेल?

त्वचा मुलायम आणि अधिक तजेलदार दिसावी हाच सर्व फिलर्सचा उद्देश असतो असे माझ्या रुग्णांना मी सातत्याने सांगत असते. मात्र तरीही त्वचा नैसर्गिकच भासली पाहिजे. दुसऱ्या शब्दांत सांगायचे झाले तर तुमची उत्तम प्रतिकृती निर्माण झाली पाहिजे. उदाहरणार्थ, मी एका वेळी अगदी थोड्या फिलर्सचा रुग्णांसाठी वापर करते. विशेषत: पहिल्यांदाच या उपचारांसाठी माझ्याकडे कोणी आले असेल तर मी हे प्रमाण कमीच ठेवते. (मी आणखी थोडी भर त्यात घालते आणि मी जर ते हळूहळू केले तर तुम्ही फिलर वापरल्याचा संशय कोणालाही येत

नाही.) फिलर भरल्यानंतर तुम्हाला एखाद्या परग्रहावरून आलेल्या व्यक्तीसारखे किंवा अंग फुगवलेल्या माशासारखे कोणी दिसले तर त्यात उत्पादनाचा काहीच दोष नसतो. तो तंत्राचा किंवा अतिरेकी प्रमाणात इंजेक्शन दिला गेल्याचा परिणाम असतो. यासाठी वेळ लागतो आणि विचार करून मगच योग्य जागी आणि योग्य प्रमाणात फिलरचा वापर करावा लागतो. डॉक्टरकडे खूपच काम असेल आणि तुमची समस्या ऐकून घेण्यासही त्याच्याकडे पुरेसा वेळ नसेल किंवा तुम्हाला फक्त मुरमाचा डाग भरून काढायचा असेल आणि त्याला किंवा तिला तुमच्या ओठांवर उपचार करण्याचा मोह होत असेल तर तुम्ही सरळ तिथून बाहेर पडा. नंतर आरशात पाहून कपाळावर हात मारून घेण्याची वेळ येण्यापेक्षा हा निर्णय अधिक योग्य ठरेल. डॉक्टरची निवड काळजीपूर्वक करा आणि तुम्हाला कशा प्रकारे दिसण्यात स्वारस्य आहे हे तो किंवा ती ऐकून घेत असल्याची खात्री करून घ्या. रुग्णाच्या हातात मी आरसा देते. त्यामुळे त्याच्या किंवा तिच्या सर्व तक्रारी आम्ही एकत्रितपणे पाहू शकतो आणि मग कोणत्या गोष्टीवर आधी प्राधान्याने उपचार करायचे हे ठरवतो. रुग्णांनी आपले स्वत:चे फोटो किंवा मासिकातील फोटो आणावेत यासाठी मी रुग्णांना प्रोत्साहन देते. त्यामुळे त्यांना नेमका कोणत्या प्रकारचा परिणाम अपेक्षित आहे ते समजू शकते. त्यानंतर किती प्रमाणात गुबगुबीतपणाची अपेक्षा आहे त्याचा अंदाज मी घेते. काही रुग्णांना एकाच वेळी दोन उत्पादनांचे मिश्रण द्यावे लागते. त्यांच्या त्वचेचा जाडसरपणा, नेमका कोणत्या भागावर उपचार करायचा आहे आणि त्यासाठी आवश्यक असलेले फिलर्सचे प्रमाण यावरून हे ठरवावे लागते.

**ज्युवेडर्म :** माझ्या कार्यालयात वापरला जाणारा हा एक सर्वाधिक लोकप्रिय फिलर आहे. तो मुलायम आणि त्वचेत चटकन मिसळून जाणारा फिलर आहे. तो दोन प्रकारच्या तीव्रतांमध्ये उपलब्ध असतो; ज्युवेडर्म अल्ट्रा आणि ज्युवेडर्म अल्ट्रा प्लस. चेहऱ्यावरच्या कमी प्रमाणात उमटू लागणाऱ्या सुरकुत्या भरताना, ओठ जाडसर बनवताना, डोळ्यांखालची खोल गेलेली त्वचा भरताना किंवा गालाची हाडे वर काढताना मी सहसा ज्युवेडर्म अल्ट्राचा वापर करते. परंतु वरच्या ओठांवरच्या रेषांसारख्या अत्यंत पातळ त्वचेवरच्या अत्यंत सूक्ष्म रेषा भरायच्या असतील तर त्यासाठी मी नेहमीच ज्युवेडर्म अल्ट्राचाच वापर करते. फक्त त्यासाठी सुपर फाइन सुयांचा वापर करते. त्या मी जपानवरून मागवलेल्या आहेत. याशिवाय आमच्याकडे ज्युवेडर्म एक्स सी आहे. त्यामध्ये लिडोकेन ॲनेस्थेटिक असते. संवेदनक्षम भागावर उपचार करताना मी हे वापरते. सन २००६मध्ये ज्युवेडर्मला अन्न व औषध प्रशासनाची मान्यता मिळाली. याच्या दवाखान्यातील चाचण्यांच्या प्रक्रियेत मी प्रमुख संशोधिका म्हणून काम केले आहे आणि त्यासाठी

मला संशोधन अनुदानही मिळाले होते. मात्र तरीही मी त्या कंपनीची कर्मचारी किंवा पैसे मिळणारी प्रवक्ती म्हणून काम करत नाही. त्याचप्रमाणे रुग्णांवर मी त्याचा वापर केला तर मला कोणत्याही प्रकारे पैसे मिळत नाहीत.

ज्युवेडर्म अल्ट्रा प्लस हे अधिक तीव्र स्वरूपाचे फिलर आहे. त्यामुळे ते किंचित अधिक दाट असते आणि अधिक काळ टिकते. मोठ्या सुयांचा वापर करून रुग्णांच्या त्वचेत ते टोचावे लागते. ज्युवेडर्म अल्ट्राच्या वापराने मी सुरुवात करते आणि नंतर हळूहळू ज्युवेडर्म अल्ट्रा प्लसचा वापर करते. पहिल्या उपचाराने रुग्ण खूश असेल आणि अधिक काळ टिकणारा एखादा उपचार त्याला हवा असेल, तरच मी हे उत्पादन वापरते. ओठांच्या बाबतीत ही गोष्ट नेहमीच घडते. कारण ओठांची सातत्याने हालचाल होत असते. शरीराच्या इतर कोणत्याही भागाच्या तुलनेत ओठांमध्ये फिलर्स अधिक जलद गतीने नष्ट होतात.

**रिस्टायलेन :** हे थोडेसे अधिक कडक स्वरूपाचे उत्पादन आहे. ते ज्युवेडर्मएवढे मुलायम नाही. त्यामुळे खोल सुरकुत्या किंवा खड्डे भरण्यासाठी किंवा जाडसर त्वचेच्या लोकांसाठी मी या उत्पादनाचा वापर करते. कानाच्या पाळ्या भरणे आणि भुवया उंचावणे यासाठी याचा वापर अत्यंत उपयुक्त ठरतो. कारण हे दीर्घ काळ टिकते. पुरुष रुग्णांच्या बाबतीत क्वचितच मी या फिलरचा वापर करते, कारण त्यांची त्वचा जाडसर असते आणि त्यांच्या चेहऱ्याचे स्नायू अधिक बळकट असतात. त्यामुळे अधिक लवचीक प्रकारचा आणि सुरकुत्यांना अधिक प्रतिबंध करणारा फिलर त्यांच्यासाठी आवश्यक असतो.

रिस्टायलेन एलमध्ये लिडोकेन ॲनेस्थेटिक असते. त्यामुळे इंजेक्शन देताना तो भाग बधिरही झालेला असतो.

**पर्लेन :** रिस्टायलेनचाच हा एक प्रकार आहे. त्याचे कण अधिक मोठे असतात, त्यामुळे त्याच्यासाठी मोठ्या सुयांची आवश्यकता असते. खूपच खोल वळ्या पडलेल्या लोकांसाठी मी ते वापरते. ज्या वेळी मोठ्या पृष्ठभागात फिलर भरण्यासाठी अधिक इंजेक्शन्सचा वापर करावा लागणार असेल त्या वेळीही मी हा फिलर वापरते. सूक्ष्म सुरकुत्यांसाठी किंवा पातळ त्वचेसाठी किंवा ओठांवर जास्त प्रमाणात वापर केला गेला तर ते फासल्यासारखे दिसते.

## हॅलो, डॉ. वू

**प्रश्न :** माझ्या चेहऱ्यावर सुरकुत्या भरण्यासाठी फिलरचा वापर करण्यात आला. परंतु आता फिलर लावून चेहरा लिंपून टाकल्यासारखा म्हणजे अगदीच मातीच्या ढेकळासारखा दिसतो आहे. मला असा चेहरा नको होता. मला मदत करा.

**उत्तर :** काळजी करण्याचे काहीच कारण नाही! काही वेळा तो भाग सुजल्यामुळे

अशा प्रकारे चेहरा लिंपल्यासारखा दिसतो. उपचारानंतर एक ते दोन दिवस चेहरा असा दिसू शकतो. काही दिवसांतच सूजही निघून जाते. ती जास्त काळ टिकली तर मात्र तुम्ही डॉक्टरकडे जा. सहसा बहुतेक रुग्णांची त्वचा एचए फिलर्समुळे मुलायम बनते आणि नैसर्गिकही दिसते. मात्र फिलरचे कण एकत्र आल्यामुळे तिथे टेंगूळ आल्याप्रमाणे तो भाग दिसतो. नेहमीच अशा प्रकारे फिलर एकत्र येऊ शकतो आणि त्यामुळे तुम्हाला तिथे उंचवटा किंवा टेंगूळ आल्याप्रमाणे दिसते आणि स्पर्शही जाणवतो. ओठांच्या बाबतीत तर ही गोष्ट अगदीच सर्वसामान्य आहे. तुम्ही घास चावता, ओठांची हालचाल करता त्या वेळी हे घडू शकते. सुदैवाने यासाठी 'हायल्युरोनायडेस' नावाचे एक द्रवरूप एन्झाइम मिळते. (त्याचे ब्रँड नाव व्हीट्रेज किंवा वायडेज आहे) अशा प्रकारची 'एचए टेंगळे' त्यामुळे चोवीस तासांत नाहीशी होतात. तुमच्यासाठी ते योग्य ठरेल का, याविषयी तुमच्या डॉक्टरचा सल्ला घ्या.

## इंजेक्शन देऊन टोचल्या जाणाऱ्या फिलर्सकडून कोणती अपेक्षा ठेवावी?

ओठ, कानांच्या पाळ्या, स्तनाग्रे हे अवयव कालांतराने आक्रसतात तर नाक आणि पावले वाढतात. माझ्या रुग्णाला मी तिच्या किशोरावस्थेतील स्तन देऊ शकत नाही. मात्र तिचे अठरा वर्षांच्या काळातील ओठ मी तिला परत देऊ शकते. खरेतर बहुतेक रुग्णांना आपल्या स्वत:च्या किशोरवयातील ओठच हवे असतात; दुसऱ्या कोणासारखे तरी ओठ त्यांना नको असतात. तुम्ही सल्ला मागण्यासाठी जाता तिथे तुम्ही स्वत:चा फोटो नेण्यामागे हे आणखी एक महत्त्वाचे कारण आहे. त्यामुळे तुमच्या नेमक्या अपेक्षा स्पष्ट होतील. सुरकुत्या भरण्यासाठी द्यायच्या इंजेक्शनमुळे अतिवेदना होत नाहीत. परंतु तुम्ही किती प्रमाणात वेदना सहन करू शकता याविषयी उपचारापूर्वी तुमच्या डॉक्टरबरोबर चर्चा करण्याची कल्पना काही वाईट नाही. (औषध घेतल्यावरच तुम्हाला दात स्वच्छ करून घेता येतात का? विचार करा.) टोचल्या जाणाऱ्या इंजेक्शन्समुळे फारशा वेदना जाणवू नयेत यासाठी बहुतांश रुग्णांसाठी तो भाग बधिर करणारे फिलर मी वापरते. इतर रुग्णांना मी

दाताचे डॉक्टर जे इंजेक्शन देतात तेच देते. त्यामुळे तुमचे गाल, ओठ आणि हनुवटी बधिर होते. हा भाग बरेच तास बधिर राहतो. त्यामुळे एखाद्या महत्त्वाच्या व्यावसायिक जेवणाआधी तुम्हाला असे इंजेक्शन घेणे बहुधा आवडणार नाही. सहजगत्या ज्या लोकांच्या चेहऱ्यावर त्वचेचा जाडसर थर किंवा खवल्यांसारखा भाग तयार होतो किंवा अत्यंत संवेदनक्षम त्वचा असलेल्या लोकांच्या बाबतीतही ही बाब लागू पडते. कोणत्याही प्रकारची प्रतिक्रिया येणे आणि सूज येणे या गोष्टी या रुग्णांच्या बाबतीत वाईट ठरू शकतात. कोणत्याही प्रकारे त्वचेला इजा होऊ नये, यासाठी मी उपचार सुरू करण्यापूर्वी भरपूर प्रमाणात बर्फ वापरते.

या प्रक्रियेसाठी सुमारे पंधरा ते तीस मिनिटे लागतात. ती नेमकी कुठे करायची आहे यावर हा वेळ अवलंबून असतो. पुढचे काही दिवस तुमचा तो भाग किंचित गुलाबी आणि सुजल्यासारखा दिसू शकतो. वॅक्स केल्यावर तुमची त्वचा जशी दिसते साधारणपणे तशीच ती दिसते. माझ्या कित्येक रुग्णांना अजिबातच असे काही जाणवत नाही आणि लगेच ते कामावर जातात. इंजेक्शन्स घेतल्यानंतर लगेच तुम्हाला मेकअप वापरता येतो. तुम्ही खाऊ-पिऊ शकता आणि अगदी लगेच चुंबनही घेऊ शकता. ओठांना इंजेक्शन देताना विशेषत: बर्फाचा वापर अधिक महत्त्वपूर्ण ठरतो, कारण ओठांना इजा होणे किंवा सूज येणे अधिक प्रमाणात होते. आता याविषयी विचार करा. तुमचे ओठ गुलाबी दिसत आहेत. कारण त्यांच्यात मोठ्या प्रमाणात रक्तवाहिन्या आहेत आणि अधिक प्रमाणात रक्ताभिसरण होत आहे. याचाच अर्थ ओठांवर उपचार करताना तुम्हाला जखम होऊन रक्तस्राव होण्याचा आणि ओठ ठेचले गेल्यासारखे दिसण्याचा अधिक धोका आहे. या कारणासाठीच उपचार घेण्यापूर्वी किमान एक आठवडा ॲस्पिरिन, आयब्रुफेन, ई व्हिटॅमिन आणि माशांचे तेल घेणे थांबवा. रक्त पातळ करणारी औषधे तुम्ही घेत असाल तर ती थांबवण्यापूर्वी तुमच्या डॉक्टरांचा सल्ला अवश्य घ्या. ओठ अत्यंत संवेदनक्षम असतात. त्यामुळे बर्फामुळेही वेदना कमी होऊ शकते.

माझी एक रुग्ण 'पॉप प्रिन्सेस' म्हणून ओळखली जाते. मात्र माझ्याकडे येऊन एकदा ओठांसाठी उपचार घेऊन गेल्यावर ती दुसऱ्या डॉक्टरकडे गेली. त्यानंतर दुसऱ्या दिवशी ती माझ्या कार्यालयात आली, तेव्हा तिचा वरचा ओठ खूपच जाड दिसत होता. अखेरीस आपण ओठांसाठी उपचार घेतल्याचे आपल्या मित्राला तिला सांगावेच लागले. चुंबन घेतल्यावर त्याच्या ते लक्षात आले होते. ती आधी आली होती, त्या वेळी मी उपचार केल्यावर तिचे ओठ मुलायम आणि नैसर्गिक होते. त्यामुळे चुंबनानंतरही तिच्या मित्राच्या लक्षात काहीच फरक आला नव्हता. त्या क्लेशदायक घटनेनंतर ती पुन्हा माझ्या कार्यालयात आली. तिला वेदना होऊ नयेत

आणि इजा जाणवू नये यासाठी मी तिच्या ओठांवरून बर्फ फिरवला. म्हणूनच सूज जाऊ देणे, आपले ओठ पुन्हा जाग्यावर येणे यासाठी निदान काही काळ तरी जाऊ द्यावा.

## ओघळलेल्या कानाच्या पाळ्या चांगल्या करणे

**मो**ठ्या आणि जड इअरिंग्ज छान दिसतात, परंतु त्यांच्यामुळे तुमच्या गरीब बिच्चाऱ्या छोट्याशा कानांवर अनेकदा मोठाच अन्याय होतो. कारण कानांच्या पाळ्यांत अत्यल्प प्रमाणात कनेक्टिव्ह टिश्श्यू असतात. अगदी त्वचेचा एक पातळसा थर आणि थोडीशी चरबी एवढाच भाग तिथे असतो. त्यामुळेच कानाचे भोक अधिक मोठे होऊ लागते. वयोमानानुसार, कानाच्या पाळ्याही पातळ होऊ लागतात. त्यामुळे जड दागिने पेलण्याची ताकद त्यांच्यात उरत नसल्याने मोठ्या इअररिंग्ज व्यवस्थित बसू शकत नाहीत. त्याऐवजी मग अनेकांनी प्रशंसा केलेल्या आणि तुमच्या आजीने दिलेल्या मोत्याच्या कुड्याही तुम्हाला घालता येत नाहीत. जर यावर उपचार केला गेला नाही आणि तुम्ही जड दागिने घालतच राहिलात तर कानाच्या पाळ्या पूर्णपणे फाटतात. (आणि तुम्ही कानफाट्या बनता!) अशा फाटलेल्या कानाच्या पाळ्या पुन्हा शिवाव्याच लागतात. कित्येक महिन्यांनंतर त्या पुन्हा फाटतात. सुदैवाने, रिस्टायलेनच्या काही थेंबांमुळे कानाच्या पाळ्या टणक बनतात. त्यामुळे जड कानातले तुम्ही पेलू शकता. कानाच्या पाळ्या लगेच फाटतही नाहीत. यातील उत्तम भाग कोणता? याचा परिणाम वर्षभर किंवा त्याहूनही अधिक काळ टिकतो.

## हायअल्युरोनिक आम्ल नसलेले फिलर्स : स्कल्पट्रा आणि रेडिएस्सी

एचए फिलरला दीर्घकाळ टिकाऊ असलेला पर्याय देण्याची विनंती माझी कोणती ना कोणती रुग्ण करते. स्कल्पट्रा आणि रेडिएस्सी हे हायॲल्युरोनिक आम्ल नसलेले फिलर्स आहेत. या दोन्ही फिलर्सचा परिणाम वर्षभर किंवा त्याहूनही अधिक काळ टिकतो. मी या दोहोंचाही रुग्णांसाठी वापर करते. खरेतर त्यांना माझे प्रथम प्राधान्य असते. हायॲल्युरोनिक आम्ल नसलेले फिलर्स हे ज्युवेडर्म आणि रिस्टायलेनच्या तुलनेत सौम्य प्रकारचे असतात. उपचाराचा विरुद्ध परिणाम होत

नाही. त्यामुळे तुम्हाला सूज आली किंवा टेंगूळ आल्यासारखे वाटले तर या उपचारात त्यावर मात करण्यासाठी कोणताही उपाय नाही. विशिष्ट परिस्थितीतच स्कल्पट्रा आणि रेडिएस्सी उपयुक्त ठरतात. परंतु तुम्ही यापैकी एखाद्या उपचाराची निवड केली असेल तर तुमच्या डॉक्टरची काळजीपूर्वक निवड करा. तसेच त्याला किंवा तिला भरपूर अनुभव असल्याचीही खात्री करून घ्या. कारण त्याचे परिणाम तुम्हाला भोगावे लागणार आहेत, हे लक्षात घ्या.

## स्कल्पट्रा

एखाद्या बाळाचा किंवा नुकत्याच चालू लागलेल्या मुलाचा चेहरा नजरेसमोर आणा. कसा असतो? मुलायम, गोलाकार आणि मृदू. सर्वच बाळांच्या त्वचेत सबक्युटॅनिअस ऊतींचा जाडजूड थर असतो. त्यामुळे त्यांची त्वचा मुलायम आणि सुरकुत्याविरहित राहते. परंतु कालौघात आपल्या शरीरातील बालपणातील चरबी विविध भागांत विभागली जाते. आपले चेहरे कोनाकृती बनतात. गाल आणि कानशिले कमी गुबगुबीत बनतात. डोळ्यांखालची त्वचाही आतील बाजूला ओढली जाते. आनुवंशिक देणगी लाभलेल्या लोकांच्या बाबतीत ही समस्या उद्भवत नाही. परंतु इतरांच्या बाबतीत आणि जे लोक निसर्गत:च बारीक असतात किंवा मोठ्या प्रमाणात आपले वजन कमी करतात किंवा ज्यांचे वजन आपोआपच असे कमी झालेले असते ते अचानकच म्हातारे, निस्तेज आणि रोगट दिसू लागतात. अशा स्थितीत स्कल्पट्राची मदत होते. स्कल्पट्रा हे पॉली-एल- लॅक्टिक आम्लापासून तयार करण्यात आलेले कृत्रिम द्रव्य आहे. चेहऱ्यावरच्या रेषा दूर करणे आणि इतर सौंदर्यवर्धक प्रक्रियांसाठी ते वापरले जाते. एचए फिलर्सप्रमाणे ते जनावरांपासून किंवा माणसापासून मिळवण्यात येत नाही. त्यामुळे त्याच्या ॲलर्जीची चाचणी घेण्याची आवश्यकता नसते. रिस्टायलेन आणि ज्युवेडर्मप्रमाणे स्कल्पट्रामुळे तातडीने त्वचा गुबगुबीतही बनत नाही. त्याऐवजी स्कल्पट्राचा द्रव कोलॅजेनची निर्मिती करणाऱ्या पेशींमध्ये त्वचेखाली टोचला जातो आणि त्यामुळे त्या पेशींना उत्तेजना मिळून त्या स्वत:चे कोलॅजेन तयार करू लागतात. कालौघात चेहऱ्याचा जो भाग सुरकुतला गेला आहे तो हळूहळू भरून घेणे यालाच या प्रक्रियेत अधिक महत्त्व असते. त्यामुळे पुन्हा एकदा तुमची त्वचा गुबगुबीत, जाडसर बनते आणि चेहरा गोलाकार, मुलायम बनतो. काही आठवड्यांतच तुम्हाला सुधारणा दिसू लागते, परंतु बहुतेक लोकांना काही महिन्यांच्या कालावधीत तीन वेळा उपचार घ्यावे लागतात. त्यानंतरच खरे परिणाम दिसू लागतात. चेहऱ्यावरील चरे, रेषा,

आठ्या भरण्यासाठी वापरले तर स्कल्पट्राचा उत्तम परिणाम दिसून येतो. मात्र याचा अतिरेक करता कामा नये, अन्यथा तुम्ही भल्या मोठ्या गुबगुबीत डोक्याच्या बाहुलीसारख्या दिसू लागता. ज्युवेडर्म आणि रिस्टायलेनप्रमाणे स्कल्पट्राचे दुष्परिणाम दूर करण्यासाठी कोणताही उपचार नाही. त्यामुळे ते हळूहळूच वापरणे शहाणपणाचे आहे. सर्वसामान्य दुष्परिणामांमध्ये वेदना होणे, त्वचा लालसर होणे, इजा झाल्यासारखे वाटणे आणि सूज येणे यांचा समावेश आहे. काही रुग्णांमध्ये त्वचेखाली कडक टेंगळे तयार होतात. उपचाराच्या कालावधीपर्यंत ती टिकून राहतात आणि हा कालावधी सुमारे दोन वर्षांचा असतो.

## रेडिएस्सी

रेडिएस्सी हा फिलर 'कॅल्शियम हायड्रोक्सीलापॅटाइट' या कृत्रिम हाडापासून तयार केला जातो. हे इंजेक्शन दिल्यानंतर त्वचेला खपली धरण्यासाठी किंवा व्रण तयार करण्यासाठी आवश्यक असलेल्या ऊतींच्या निर्मितीला उत्तेजना मिळते. त्या सुरकुत्या भरतात. या पेशी अत्यंत कडक असल्यामुळे हे इंजेक्शन त्वचेत खूप खोलवर दिले गेले पाहिजे; अन्यथा तुम्हाला गोट्यांसारखी किंवा गुळगुळीत दगडांसारखी छोटी छोटी टेंगळे आल्याचे स्पष्टपणे दिसेल. डोळ्याखालच्या त्वचेत किंवा ओठांमध्ये ही इंजेक्शने कधीच दिली जाऊ नयेत. तिथे कडक टोकदार भाग निर्माण होऊ शकतात. पातळ किंवा गोऱ्या त्वचेच्या लोकांमध्ये रेडिएस्सीचे हे परिणाम स्पष्टपणे दिसू शकतात. काही वेळा तर डोळ्यांना दिसत नसले तरीही तुम्हाला टेंगळांचा स्पर्श जाणवतो. स्मितरेषा भरण्यासाठी काही डॉक्टर या उत्पादनाचा वापर करतात. याचे परिणाम एक ते दोन वर्षांपर्यंत टिकतात. मात्र इंजेक्शने देण्याची पद्धती अत्यंत कौशल्याने हाताळावी लागते. रेडिएस्सी हा जाडसर, पिठूळ पदार्थ असतो. त्यामुळे तो टोचण्यासाठी जाड सुई वापरावी लागते आणि नंतर तिथे चांगला मसाज करावा लागतो. त्यामुळे टेंगूळ येण्याचा धोका कमी होतो. रक्तस्राव आणि दुखापत होणे हे धोकेही यात असतात. स्कल्पट्राप्रमाणेच याचे परिणाम दूर करण्यासाठीही कोणत्याही प्रकारचे उपचार नाहीत. म्हणूनच रेडिएस्सीचा वापर करायचा असेल तर तुमच्या डॉक्टरला प्रचंड अनुभव असलाच पाहिजे.

### त्वचाविज्ञान : कायमस्वरूपी फिलर्स=कायमस्वरूपी समस्या

दूरदर्शनवरील मालिकांमधील एक लोकप्रिय अभिनेत्री माझी रुग्ण आहे. अगदी अलीकडेच ती एका पार्टीसाठी गेली होती. तिथे एक दक्षिण

अमेरिकेतील पुरुष ओठांना इंजेक्शन देत होता. माझी रुग्ण... तिला आपण विकी म्हणू, खरेतर त्वचेच्या बाबतीत खूपच जागरूक आहे. परंतु त्या दिवशी त्या पुरुषाला तिने आपल्या ओठांवर काम करू दिले. कदाचित त्याने कायमस्वरूपी परिणामाची हमी दिल्यामुळेही तिने तसे केले असेल. आता तिला दरवर्षी ज्युवेडर्मची दोन इंजेक्शन्स घ्यावी लागतात. दोन आठवडे ती खूपच छान दिसत होती. परंतु नंतर तिचे ओठ कडक आणि लिंपल्यासारखे दिसू लागले. सुमारे महिन्याभरानंतर ती माझ्याकडे आली, तोपर्यंत तिच्या चेहऱ्यावर टेंगळासारखे दिसणारे, परंतु टोकदार उंचवटे आले होते. तिने स्मित केल्यावर तिच्या वरच्या ओठांतून चार वाटाण्याएवढी टोकदार टेंगळे डोकावली. सगळ्यात वाईट गोष्ट म्हणजे आपल्यावर तो कसला उपचार करतो आहे, तेही तिने विचारले नव्हते. त्यामुळे आपल्या तोंडात काय आहे तेही तिला माहिती नव्हते. फिलरप्रमाणे (म्हणजेच रिस्टायलेन किंवा ज्युवेडर्म) तिने एखादा फिलर वापरला असता तर त्यासाठी द्रवरूप इंजेक्शन देऊन २४ तासांत तिची समस्या मी दूर केली असती. मी त्याचा वापर केला, परंतु त्याने काहीच फरक पडला नाही. याचाच अर्थ तिला दिले गेलेले इंजेक्शन हे सिलिकॉन किंवा इतर प्रकारच्या कायमस्वरूपी फिलरचे होते. याला अमेरिकेमध्ये मान्यता देण्यात आलेली नाही. एकदा ही इंजेक्शन्स घेतली की सातत्याने वर्षातून एकदा किंवा दोनदा अशा प्रकारची इंजेक्शने घेत राहावी लागतात. ही बाब त्रासदायक तर असतेच. परंतु ही इंजेक्शन्स महागडीही असतात. त्यामुळेच तुम्ही जर कायमस्वरूपी फिलरचा वापर केला असेल, तर त्यामुळे झालेल्या दुष्परिणामांवरचा एकमेव उपाय म्हणजे तुम्ही शस्त्रक्रिया करून समस्या दूर केली पाहिजे.

## लेसर उपचार : उच्च तंत्रज्ञानाचा हा उपाय वापरावा का?कधी?

दूरचित्रवाणीवरच्या एखाद्या चर्चेत बोलण्यासाठी किंवा एखाद्या टॉक शोसाठी मला वरचेवर बोलावले जाते. 'त्वचारोगशास्त्रातील नवीन प्रवाह' असा सहसा विषय असतो किंवा एखाद्या नवीन उपचारपद्धतीचे प्रात्यक्षिक मला दाखवावे लागते. प्रत्येक वेळी मी नखशिखांत रोमांचित झालेली असते. त्यामुळेच 'द डॉक्टर्स' या वैद्यकीय टॉक शोच्या निर्मातीने स्टुडिओतील प्रेक्षकांसमोर मला लेसर उपचार करून दाखवण्यासाठी बोलावले त्या वेळी मोठ्या उत्साहाने मी त्याला होकार दिला. पुढच्या आठवड्यात तिने मला पुन्हा फोन केला, त्या वेळी मी शूटिंगसाठी निघणार होते, त्याच दरम्यान दुर्दैवाने तिला एका दुर्घटनेविषयी फोन

आला. त्यामुळे त्या कार्यक्रमाचे चित्रीकरण करणारे सगळे पथक माझ्याकडे आले. मात्र त्यांचे सारे सेटिंग होईपर्यंत भरपूर उशीर झाला आणि ठरलेली वेळ टळून गेल्यामुळे तो शो पुढे ढकलला गेला. माझ्या असे लक्षात आले की, त्यांना माझ्या कार्यक्रमाची गरजच नसावी. परंतु नंतर अचानकच ते लोक पुन्हा एकदा आले. खरेच ते अपमानास्पद होते. तरीही यामध्ये एक चांगली बाब होती. लेसर उपचार हा त्या शोचा एक अत्यंत यशस्वी आणि लोकप्रिय भाग ठरला. तिथे व्यासपीठावरच मी लेसर प्रकाशाचा झोत टाकल्यावर नारिंगी रंगाचे गॉगल घालून बसलेल्या प्रेक्षकांना एकदम धक्काच बसला. त्या दिवशी तेथील पाहुण्यांना मी सांगितले की, लेसर किरण हे मूलत: प्रकाशाच्या वेगळ्या लांबीच्या तरंगलहरी किंवा रंग असतात. त्वचेशी त्यांच्या विविध प्रकारच्या प्रतिक्रिया होतात. काही लेसरमुळे त्वचेचा पोत सुधारतो आणि त्वचेचा रंग बदलला असेल तर तोही पूर्वपदावर येतो. काही किरणांमुळे सुरकुत्या नाहीशा होतात आणि कोलॅजेनची वाढ होऊ लागते तर इतर काहींमुळे केसांच्या बीजकोशांमधील रंगद्रव्यांना उत्तेजना मिळून केसगळती थांबते. सर्वप्रथम सन १९९०च्या प्रारंभी सौंदर्यवर्धनासाठी लेसर किरणांचा उपयोग केला गेला. त्यात कार्बन डाय ऑक्साइड लेसर किरणांचा वापर करण्यात आला होता. त्यांच्यामुळे प्रयोगात सहभागी व्यक्तीची त्वचा शब्दश: जळली. चेहरा लालभडक झाला. कित्येक आठवडे तो तसाच भयावह दिसत राहिला. नंतर संपूर्ण शरीराच्या रंगापेक्षा चेहऱ्याचा रंग कायमस्वरूपी वेगळाच बनला. त्वचेच्या जखमा एकदा भरून आल्यानंतर उन्हामुळे झालेली हानी आणि सुरकुत्या गायब झाल्या. मात्र चेहऱ्याचा रंग लाल बनला. तो कित्येक महिन्यांपासून कित्येक वर्षांपर्यंत तसाच राहण्याची शक्यता होती. कार्बन डाय ऑक्साइड लेसरमुळे उपचार केलेल्या काही सुरुवातीच्या लोकांचे चेहरे अखेरीस मेणासारखे पांढरट बनले होते. सध्याच्या काळात त्वचेच्या एवढे आरपार जाणारे लेसर किरण आपण वापरत नाही. त्यामुळे त्यांचे भयावह दुष्परिणामही होत नाहीत. (कारण आता काही आठवडे किंवा महिने आपला चेहरा लपवून बसणे कोणाला शक्य होणार आहे?)

## लेसरचा उपयोग कशासाठी केला जातो?

फोटोफेशियल हा लेसर किरण वापरून माझ्या कार्यालयात मी देत असलेला एक सर्वसाधारण उपचार आहे. 'इन्टेन्स पल्स्ड लाइट' (आयपीएल) हे कमी तीव्रतेचे लेसर किरण यासाठी वापरले जातात. त्यांच्यामुळे लाल चट्टे, सूक्ष्म रक्तवाहिन्या आणि विशिष्ट प्रकारचे तपकिरी ठिपके आक्रसतात आणि उन्हामुळे

होणारी हानीही कमी होते. (मात्र मेलॅझ्मासाठी मी हा उपचार वापरत नाही. कारण फोटोफेशियलमुळे मेलॅझ्माची स्थिती आणखी गंभीर बनते.) सुमारे वीस मिनिटे उपचार दिला जातो. त्याआधी मी रुग्णांना लेसरपासून डोळ्यांचे संरक्षण करण्यासाठी गॉगल देते. त्यानंतर ज्या भागाला उपचार द्यायचे असतात त्या भागावर थंडगार जेल लावते. माझी साहाय्यिका थंड हवेचा पंखा धरून उभी असते, त्या वेळी मी विविध प्रकारच्या प्रकाशशलाकांनी चेहऱ्यावर उपचार करते. लेसरची प्रत्येक शलाका पडली की, झटकन एक गरम दंश झाल्यासारखे किंवा गरम तेलाचा एखादा थेंब त्वचेवर पडल्यासारखे भासते. आपण स्वयंपाक करत असताना तेल उडाल्यावर जसे वाटते तसेच! थोडेसे त्रासदायक पण सहन करण्याजोगे! त्यानंतर त्या जागी उन्हाचा सौम्य चटका बसल्याप्रमाणे जाणीव होत राहते आणि तसेच दिसतेही! त्वचेचा रंग किंचित गुलाबी बनतो आणि ती गरम होते. काही तासांपर्यंत हा परिणाम टिकून राहतो. मात्र त्यामुळे अस्वस्थ वाटावे असे काहीही होत नाही. त्यामुळे रुग्ण शांत असतो. काही दिवसांपर्यंत त्वचा संवेदनक्षम बनते. त्यामुळे त्या काही दिवसांत स्क्रब करणे किंवा चेहऱ्यावरून खरबरीत नॅपकिन किंवा टॉवेल फिरवणे अशा गोष्टी अजिबात करू नयेत अशा सूचना मी रुग्णांना देते. या व्यतिरिक्त अन्य कोणतेही बंधन नसते. ते नियमित आयुष्य जगू शकतात. मेकअप करू शकतात. पुढच्या आठवड्यापासूनच व्रण आणि उन्हामुळे आलेले डाग यांचा आकार कमी कमी होत जातो. मात्र त्यांचा रंग अधिक गडद बनतो, कारण त्या वेळी रंगद्रव्य नष्ट होत असते. त्यामुळे छोट्याशा काळ्या मिरी किंवा कॉफीची पूड चेहऱ्यावर असल्याप्रमाणे वाटते. आणखी आठवडाभरानंतर डाग निघून जातात आणि त्वचा मुलायम, मऊ बनते. तिचा पोतही सर्वत्र समान असतो. अनेक लोकांना त्वचेची छिद्रेही लहान झाल्याचे आढळून येते. उत्तम प्रकारच्या परिणामासाठी तीन ते पाच वेळा उपचार घ्यावा लागतो. दोन उपचारांमधील अंतर एक महिन्याचे असते. मान, छाती आणि पाठीवरही फोटोफेशियलचे उपचार करता येतात. त्यामुळे तुम्हाला खोल गळ्याचे ब्लाउज किंवा इतर कपडे वापरता येतात.

अॅफर्म लेसरमध्ये मी त्वचेत खोलवर न जाणारी आणखी एक उपचारपद्धती वापरते आणि ती लोकप्रिय ठरली आहे. यामध्ये त्वचेतील कोलॅजेनशी प्रतिक्रिया करणारा प्रकाशतरंग वापरला जातो. लेसरच्या उष्णतेमुळे कोलॅजेन घट्ट बनते. त्यानंतर पुढचे कित्येक आठवडे या थोडाच वेळ घेतलेल्या लेसर उपचारामुळे त्वचेच्या फायब्रोब्लास्ट पेशी अधिकाधिक कोलॅजेनची निर्मिती करू लागतात.

अॅफर्म लेसर हे फोटोफेशियलपेक्षा अधिक वेदनादायक असते. उष्णता निघून जाण्यासाठी मी पंख्यांचा वापर करते, परंतु तरीही त्याची तीव्रता जाणवतेच. सुदैवाने, प्रत्येक शलाकेमुळे बऱ्यापैकी क्षेत्रफळ व्यापले जात असल्यामुळे सुमारे

पंधरा मिनिटांत संपूर्ण चेहऱ्याचा उपचार मी पार पाडू शकते. उपचार घेतल्यानंतर लगेच चेहरा लाल होतो आणि त्वचा कमावलेल्या कातड्यासारखी दिसू लागते. तुमच्या चेहऱ्यावर सर्वत्र मधमाशांनी दंश केल्याप्रमाणे त्वचा भासू लागते. चेहऱ्याला थंडगार अॅलोव्हेरा जेल लावून मी रुग्णांना घरी पाठवते. शिवाय मिनरल वॉटरचा फवाराही त्यांच्या चेहऱ्यावर मारते. त्यांना अगदी तीव्र सन बर्न झाल्यावर होतात तशा वेदना होत असतात आणि त्वचा हुळहुळी, नाजूक बनल्यासारखे वाटत राहते. एक दिवसभर हे घडते, मात्र दुसऱ्याच दिवशी सकाळी लालसरपणा आणि हुळहुळेपणा दोन्हीही निघून जातात. ज्यांची त्वचा अति संवेदनक्षम किंवा अगदी गोरीपान असते, त्यांना यासाठी तीन ते चार दिवस लागतात. त्यानंतर त्यांची त्वचा पूर्वपदावर येते. काही रुग्णांना लगेच त्वचा ताणली गेल्याचे जाणवते, मात्र सहसा सलग तीन उपचारांनंतर हे परिणाम जाणवू लागतात. अॅफर्म लेसरने डोळ्यांच्या कडेला दिसणाऱ्या रेषा (क्रोज फीट) आणि डोळ्यांखालच्या सूक्ष्म रेषा दूर करता येतात. शिवाय वरच्या पापणीची त्वचा ताणून घेण्यासाठीही त्याचा वापर करता येतो. मी याचा वापर करून छातीच्या वरच्या भागातील रेषा आणि वरच्या ओठांवरच्या उभ्या सुरकुत्या काढून टाकते.

डायोलाइट लेसरचा उपयोगही मी वारंवार करते. त्यामध्ये प्रकाशाचे सूक्ष्म किरण वापरले जातात. छातीवरचे किंवा हाताच्या मागच्या बाजूवर पडणाऱ्या व्रणांपैकी सर्व प्रकारचे गडद तपकिरी व्रण काढून टाकण्यासाठी त्याचा वापर होतो. नाकपुड्यांच्या दोन्ही बाजूंना दिसणाऱ्या रक्तवाहिन्या, रक्तवाहिन्यांची चेरीच्या रंगाची झालेली वाढ (अँजिओमा), आपण सगळेच जण तिशीत किंवा चाळिशीत पोचल्यावर आपल्या चेहऱ्यावर किंवा शरीरावर अन्यत्र तयार होणारे सूक्ष्म रक्तवाहिन्यांचे छोटे छोटे पुंजके या सर्वांवर डायोलाइट लेसरचा उपयोग होतो. प्रत्येक जागी काही सेकंद उपचार द्यावे लागतात. त्या वेळी लेसरचा गरम चटका बसल्याप्रमाणे वाटते. उपचारानंतर तत्काळ तो भाग गुलाबी दिसतो आणि किंचितसा सुजतो. डास चावल्यानंतर जसे होते तसेच ते दिसते. त्यानंतर तो काळसर आणि गडद बनतो आणि नंतर त्यावर खपलीही धरू शकते. आठवडाभरानंतर तो खरखरीत भाग किंवा खपली निघून जाते. डागांचा आकार आणि संख्या यानुसार क्वचित प्रसंगी अधिक वेळा उपचार द्यावे लागतात. शिरांचा पुंजका किंवा तपकिरी रंगाचे डाग पुन्हाही येतात. त्यामुळे रुग्ण वर्षातून एकदा किंवा दोनदा येतात आणि नवीन डाग किंवा शिरांची वाढ रोखण्यासाठी आणखी उपचार घेऊन जातात. त्वचा रापवून घेतलेली नसताना कोणत्याही प्रकारचा लेसर उपचार घेणे सुरक्षित ठरते. कारण त्वचा रापल्यामुळे त्वचेत अतिरिक्त रंगद्रव्य निर्माण झालेले असते आणि लेसर किरणांशी ते तीव्रतेने प्रतिक्रिया करते. त्यामुळे डॉक्टरांच्या किंवा तुमच्या स्वत:च्या

इच्छेपेक्षाही अधिक तीव्र स्वरूपाचे परिणाम तुम्हाला झाल्याचे आढळते. यासाठी अधिक रंगद्रव्ये असलेल्या त्वचेवर उपचार करण्यात निष्णात असलेल्या अनुभवी डॉक्टरकडेच तुम्ही जा; अन्यथा नको असलेले काळे किंवा सौम्य रंगाचे चट्टे तुमच्या त्वचेवर पडू शकतात.

## केमिकल पील्स : मी एखाद्या भाजलेल्या व्यक्तीसारखी दिसेन का?

मेलॅझ्मा आणि काही विशिष्ट प्रकारचे उन्हाचे दुष्परिणाम यांच्यावर उपचार करण्यासाठी मला लेसरपेक्षाही केमिकल पील्स अधिक सुरक्षित आणि अधिक परिणामकारक वाटतात. परंतु लोकांना मी अशा प्रकारची प्रक्रिया करून घेण्यास सुचवले की, लोक नाराज होतात आणि त्याऐवजी लेसर उपचारांची मागणी करतात. काही कारणामुळे लोकांना लेसर हे उच्च तंत्रज्ञान वाटते. त्याच्या साहाय्याने जादू घडेल आणि वर्षानुवर्षे उन्हामुळे झालेले त्वचेचे नुकसान चुटकीसरशी भरून येईल असे त्यांना वाटत असते. कोणतीही वेदना न होता, क्षणात आपले डाग निघून जातील, अशी त्यांची समजूत असते. (परंतु माफ करा, अशा प्रकारे हे सारे घडत नसते.) काही लेसर किरण केमिकल पील्सच्या तुलनेत अधिक आक्रमक स्वरूपाचे असतात आणि अधिक मोठ्या प्रमाणात त्वचेची हानी करतात हे सत्य आहे. व्यक्तीच्या त्वचेचा प्रकार आणि त्याची त्वचेविषयीची समस्या किंवा तक्रार यावर हे अवलंबून असते. लोकांना ॲसिड किंवा आम्ल या शब्दाची मोठीच भीती वाटत असते, म्हणून ते त्याविषयी साशंक असतात. 'मला अल्फा हायड्रॉक्सी ॲसिड पील' करून घ्यायचे आहे असे वाक्य उच्चारताच तुमच्या मनात त्या 'ॲसिड' या शब्दाचाच विचार अधिक घोळत राहतो. लोमोनेडमध्ये ॲस्कॉर्बिक आम्ल असते. त्यालाच सी जीवनसत्त्व म्हणतात. बाल्सामिक व्हिनेगरमध्ये ॲसेटिक आम्ल असते. परंतु त्याविषयी कोणालाही भीती वाटत नाही. केमिकल पील करून घेताना आपल्याला किती त्रास होईल आणि त्यातून बरे व्हायला किती दिवस लागतील आणि त्यानंतर माझा चेहरा नेमका कसा दिसेल, अशा शंका त्यानंतर त्यांच्या मनात निर्माण झालेल्या असतात. याशिवाय 'सेक्स अँड द सिटी'मधील प्रसंग अनेकींच्या मनात घर करून बसलेला असतो. सामंथाने केमिकल पील करून घेतलेले असते. नंतर ती कॅरीच्या पुस्तकांच्या प्रकाशन समारंभात येते आणि केमिकल पील करून घेतल्यामुळे तिचा चेहरा भयानक दिसत असतो. साहजिकच पार्टीत तिच्याकडे पाहणाऱ्या सर्वांच्या नजरेत वेगळेच भाव दिसतात. या प्रसंगातून

व्यक्त झालेल्या केमिकल पीलविषयीच्या भीतीवर अद्याप कोणीही मात करू शकलेले नाही. तुम्हाला केमिकल पील करून घ्यायचे असेल तर तुम्हाला सौंदर्यवर्धनाच्या इतर उपचारांचा विचार करून आणि त्यांच्याशी त्याची तुलना करून मगच निर्णय घ्यावा लागेल. तुमच्या त्वचेचा पोत काळसर असेल तर तुम्ही विशेष काळजीपूर्वक डॉक्टरची निवड करा. कारण तुमच्या डॉक्टरच्या निष्णातपणावर आणि अनुभवावरच प्रक्रियेचे परिणाम अवलंबून असतील. याशिवाय त्याच्या किंवा तिच्या सूचनांचे तुम्ही किती तंतोतंत पालन करता आणि पील केल्यानंतर तुमच्या त्वचेची किती व्यवस्थित काळजी घेता यावरही ते अवलंबून असते. आपल्यासाठी केमिकल पील योग्य आहे का, हे ठरवण्याआधी खालील गोष्टींचा विचार करा.

केमिकल पील करण्यासाठी आम्लयुक्त द्रावण तुमच्या चेहऱ्यावर लावले जाते. त्यामुळे तुमच्या मृत, खराब झालेल्या पेशी चेहऱ्यावरून निघून सालपटाच्या रूपाने किंवा कात टाकलेल्या त्वचेप्रमाणे काढून टाकता येतात. तुमच्या त्वचेचा पोत आणि स्पर्श त्यामुळे सुधारू शकतो. त्वचेतील रंगद्रव्ये त्वचेच्या पृष्ठभागावर असमान पद्धतीने पसरलेली असतील किंवा सोप्या भाषेत सांगायचे झाले, तर त्वचेचा रंग सर्वत्र समान नसेल तर किंवा मुरमांचे खड्डे असतील आणि त्यामुळे रंग बदलला असेल आणि सूक्ष्म रेषा व सुरकुत्या असतील तर केमिकल पील करून घ्यावे. उत्तम परिणामांसाठी केमिकल पील करायचे असेल तर सुमारे महिनाभर आधी माझ्या रुग्णांनी रेटिनॉइड मलम वापरण्यास सुरुवात करावी असा माझा आग्रह असतो. त्यामुळे त्वचेची केमिकल पीलसाठी पूर्वतयारी होते. त्वचेच्या मृत पेशी निघून जातात आणि समान पोत आणि रंग निर्माण होतो. त्यानंतर केमिकल पीलचा उपचार केल्यानंतर त्वचेवर पुन्हा तपकिरी डाग येणे किंवा रंग बदलणे यासारखे दुष्परिणाम होण्याचा धोकाही कमी असतो.

माझ्या कार्यालयात मी चार प्रकारच्या केमिकल पील्सचा उपचार करते.

**१. ग्लायकोलिक पील्स :** यालाच अल्फा-हायड्रॉक्सी पील असेही म्हणतात. मी करत असलेल्या केमिकल पील्सपैकी हा त्वचेच्या सर्वाधिक वरच्या थरापर्यंतच मर्यादित राहणारा उपचार आहे. ग्लायकोलिक पीलच्या दरम्यान त्वचेच्या वरच्या स्तरांना एकत्रित ठेवणारा चिकट पदार्थ किंवा ग्ल्यू हा आम्लात विरघळतो. त्यामुळे मृत पेशी निघून येण्यास मदत होते आणि त्वचेची बंद छिद्रे पूर्णपणे उघडतात. त्वचा गरम होते आणि काही मिनिटांपर्यंत दंश झाल्यासारख्या वेदना होतात. पुढच्या काही तासांपर्यंत तुमचा चेहरा गुलाबी दिसतो. परंतु त्वचेची सालपटे अत्यल्प प्रमाणात जातात किंवा काही वेळा अजिबातच जात नाहीत. ग्लायकोलिक पील्समुळे किंचित मुरुमे आणि उन्हामुळे झालेले सौम्य दुष्परिणाम दूर करता येतात. काही ब्युटी पार्लरमध्येही ग्लायकोलिक सोल्युशन वापरली जातात, मात्र

त्वचारोगतज्ज्ञ डॉक्टरांना अधिक तीव्रतेची सोल्युशन्स वापरण्याची परवानगी असते. त्या सोल्युशन्सच्या वापरास ब्युटी पार्लर चालकांना परवानगी नसते.

**२. जेसनर पील्स :** ग्लायकोलिक पील्सच्या तुलनेत जेसनर पील्स त्वचेत अधिक खोलवर जातात. सॅलिसिलिक आम्ल आणि लॅक्टिक आम्ल यांच्या मिश्रणाने ती बनलेली असतात. सॅलिसिलिक आम्लाचा उपयोग त्वचेची बंद छिद्रे मोकळी करण्यासाठी तर लॅक्टिक आम्लाचा उपयोग त्वचेवरील मृत पेशींचे पापुद्रे काढण्यासाठी होतो. थोड्या प्रमाणात आलेली मुरुमे आणि त्वचेचा रंग बदलणे, उन्हाचा सौम्य दुष्परिणाम आणि चेहऱ्यावरचा सौम्य स्वरूपाचा मेलॅझ्मा यासाठी मी नेहमीच या पीलचा वापर करते. हाताच्या मागच्या बाजूला आणि मांडीवरच्या केरॅटोसिस पिलॅरिस म्हणजे चिकन स्किनसाठीही ते उपयुक्त ठरते. जेसनर पीलमुळे सुरुवातीची काही मिनिटे वेदना होतात किंवा खाजही सुटू शकते. त्यामुळे कित्येक तासांपासून कित्येक दिवसांपर्यंत चेहरा लाल दिसतो. याशिवाय त्यानंतर तीन ते पाच दिवसांपर्यंत त्वचेचे काही प्रमाणात तुकडेही पडू शकतात किंवा साले निघू शकतात. सौम्य सनबर्नमुळे तुमच्या त्वचेची सालपटे निघत असावीत असे वाटते. आठवडाभरानंतर मुरुमे मऊ बनतात आणि डाग फिके बनतात. उत्तम परिणामांसाठी ठरावीक अंतराने लागोपाठ पील्सचे उपचार करावे लागतात.

**३. लिपोहायड्रॉक्सी ॲसिड पील्स (एलएचए) :** सॅलिसिलिक आम्लाचाच हा एक प्रकार आहे. यांच्यामुळे जेसनर पील्सपेक्षा कमी त्रास होतो आणि त्वचेची सालपटेही कमी प्रमाणात निघतात. संवेदनक्षम त्वचा असणाऱ्यांना आणि ज्यांना त्वचेची सालपटे निघताना इतरांना दिसू नयेत असे वाटते त्यांच्यासाठी मी एलएचए पील्सचा पर्याय सुचवते. कारण या सर्व फायद्यांबरोबरच ग्लायकोलिक पील्सपेक्षा ते अधिक तीव्रही असते. आठवडाभरानंतर त्वचा अधिक नरम आणि अधिक मुलायम होते. सौम्य ते मध्यम स्वरूपाच्या मुरमांसाठी एलएचए पील्स प्रभावी ठरते. ब्लॅक हेड्स कमी करण्यासाठी आणि एकूणच त्वचेचा पोत सुधारण्यासाठीही ते उपयुक्त ठरते.

**४. ट्रायक्लोरोॲसेटिक ॲसिड पील्स** (टीसीए) **:** हा तीव्र केमिकल पील्सचा एक प्रकार आहे. मेलॅझ्मा, मुरमांचे खड्डे किंवा व्रण, मध्यम स्वरूपाचा उन्हाचा त्रास आणि डोळ्यांखालच्या व ओठांवरच्या सूक्ष्म रेषा यांवर उपचार करण्यासाठी हे पील उपयुक्त ठरते. हा प्रकार मी अधिक प्रमाणात हाताळते. टीसीए पील्ससाठी रुग्णाला आगाऊ नियोजन करावे लागते. कारण त्यानंतर आठवडाभर किंवा त्याहूनही अधिक कालावधीपर्यंत त्याच्या त्वचेची भरपूर प्रमाणात सालपटे किंवा पील्स निघत राहतात. त्यांना अधिक वेदना होत राहतात आणि इतर कोणत्याही पील्सपेक्षा त्यांना त्वचा अधिक उष्ण झाल्यासारखीही वाटत राहते.

यासाठीच माझी साहाय्यिका तुमच्या चेहऱ्यावर वारा येईल अशा प्रकारे पंखा धरून उभी असते. त्यामुळे उपचारादरम्यान चेहरा थंड वाटतो. या उपचारासाठी १५ ते २० मिनिटे लागतात. उपचार संपल्यावर चेहरा खूपच गरम आणि संवेदनक्षम बनलेला असतो. परंतु माझ्या रुग्णांना यासाठी क्वचितच वेदनाशामक औषधे घेण्याची गरज भासते. तुम्ही आपली दैनंदिन कामे व्यवस्थितपणे करू शकता आणि उपचार घेतलेल्या दिवसापासूनच मेकअपही वापरू शकता. मात्र स्क्रबप्रमाणे चेहरा धुताना चोळवटला जाण्याजोगे काहीही वापरू नका.

पील निघाल्यानंतर चेहरा पूर्वपदावर येत असताना उन्हापासून संरक्षण करणेही महत्त्वाचे असते. या किंवा तिसऱ्या दिवशी चेहऱ्याचा लालसरपणा कमी होतो आणि त्वचा चमकू लागते आणि काळपट दिसू लागते. त्यानंतर तिला भेगा पडतात आणि सालपटे निघू लागतात. (उन्हाचा प्रचंड त्रास झाल्यावर सर्वसामान्यपणे असे होऊ शकते.) अशा वेळी त्वचेची ती सालपटे उचलू नयेत किंवा काढून टाकू नयेत ही गोष्ट यामध्ये सर्वाधिक महत्त्वाची ठरते. कारण असे केल्याने रक्तस्राव, संसर्ग होऊ शकतो किंवा त्या ठिकाणी त्वचेवर व्रणही पडू शकतात. सालपटे निघण्याच्या टप्प्यावर मेकअप न वापरणे उत्तम ठरते. सर्वसाधारणपणे उपचारानंतर सात ते दहा दिवसांनी हे घडते. एकदा का हा टप्पा संपला की, तुमची त्वचा तजेलदार आणि नवीन दिसू लागते. तरीही ती थोडीशी गुलाबी दिसते, परंतु एक-दोन आठवड्यांत हा रंगही पूर्णपणे निवळतो आणि त्वचा चांगली दिसू लागते. या टप्प्यावर तुम्ही रेटिनॉइड क्रीम वापरू शकता, परंतु सनस्क्रीन मात्र तुम्ही अगदी दक्षतेने वापरलेच पाहिजे. कारण या टप्प्यावर सूर्यप्रकाशातील अतिनील किरणांमुळे त्वचेवर तपकिरी रंगाचे डाग येऊन नंतर ते काळपट होऊ शकतात.

मी कार्यालयात वापरत असलेले कोणतेही पील हे फेनॉल पीलएवढे त्वचेच्या अंतर्भागात खोलवर जात नाही, ही गोष्ट मुद्दाम नमूद केली पाहिजे. फेनॉल हे रसायन या फेनॉल पील्समध्ये असते. जिवंत त्वचेचे कित्येक थर हे रसायन दूर करते. या प्रक्रियेदरम्यान सौम्य उपशामक औषधे द्यावी लागतात (सेडेशन) आणि ईकेजी मशीनवर बारकाईने लक्ष ठेवावे लागते, कारण या प्रक्रियेच्या वेळी हृदयाचे ठोके अनियमित होण्याचा धोका असतो. (भीती वाटते ना!) याचे परिणाम काही दशके टिकत असले तरी त्यांच्यामुळे त्वचा 'कायमस्वरूपी' पांढरीफटक आणि मेणासारखी बनण्याचा धोकाही असतो. त्यामुळे या पीलला लांबूनच रामराम!

## प्लास्टिक सर्जरी कधी करून घ्यावी?

इंजेक्शन देणे, लेसर उपचार आणि रासायनिक पील्स या सौंदर्य गुपितांमुळे

तुम्हाला शस्त्रक्रियेविना अधिक तजेलदार, ताजेतवाने आणि तणावमुक्त त्वचा मिळवता येते. यामुळे त्वचेत अधिक खोल शिरणाऱ्या शस्त्रक्रियांची गरज लांबणीवर टाकता येते. परंतु लवकरात लवकर सुरुवात करणे महत्त्वाचे असते. त्वचा एकदा ओघळल्यावर ती पुन्हा जागच्या जागी आणण्यापेक्षा ती ओघळण्याची शक्यता भासली रे भासली की लगेच इंजेक्शन्स घेणे आवश्यक असते. प्लास्टिक सर्जरीला पर्याय म्हणून इंजेक्शनचा आणि लेसरचा वापर करून मी देत असलेले काही उपचार खाली देत आहे.

| **याऐवजी** | **हे करा** |
| --- | --- |
| • शस्त्रक्रिया | • तिला पर्यायी उपचारपद्धती शस्त्रक्रिया करून भुवया उंचावणे. बोटॉक्सचा वापर करून भुवया उंचावणे. भुवयी जिथे उंचावायची आहे तिथे एक थेंब टाकल्यावर पापण्या उंचावल्या जातील. किंवा रिस्टायलेनचा वापर करता येईल. भुवयांच्या हाडांच्याजवळ थोडासा फिलर भरल्यावर भुवया उंचावल्या जातील. |
| • चेहऱ्याची त्वचा वर उचलणे | • जबड्याच्या खोलगट भागात फिलर भरणे. गालांच्या पुढच्या भागात विशेषत: हे फिलर भरले जातात. त्यामुळे जबड्याची रेषा अधिक गडद बनते. |
| • खालच्या पापणीवर शस्त्रक्रिया करणे | • डोळ्याखालच्या खोलगट भागात जुवेडर्म भरावे |
| • आशियाई पापणीसाठी शस्त्रक्रिया करणे | • डोळ्यांच्या खालच्या भागातील स्नायूंवर बोटॉक्स भरणे. त्यामुळे डोळे मोठे आणि अधिक लांबीच भासतात. |
| • नाकावरील शस्त्रक्रिया (ऱ्हिनोप्लास्टी) | • नाकावरील उंचवटा कमी करण्यासाठी फिलरचा वापर करणे. |
| • मानेवरील शस्त्रक्रिया | • मानेवरील उभे पट्टे सौम्य आणि नरम बनवण्यासाठा बोटॉक्स वापरणे. |

अतिशय ओघळलेल्या त्वचेला बोटॉक्स किंवा फिलरने वर उचलून ताणता येत नाही हे लक्षात ठेवा. इंजेक्शनने दिल्या जाणाऱ्या उत्पादनांविषयी, लेसरविषयी आणि पील्सविषयी रुग्णांच्या अपेक्षा आणि त्यांचे वास्तव परिणाम याविषयी मी अत्यंत प्रामाणिकपणे रुग्णांना माहिती देते. काही वेळा या गोष्टींच्या वापरामुळे मिळणारे परिणाम त्यांच्या खर्चाच्या तुलनेत लक्षणीय नसतात. असे असेल तर त्या

वेळी शस्त्रक्रिया करण्यास पर्याय नसतो. उदाहरणार्थ, आपल्या मानेवरची किंवा जबड्याजवळची इंचभर त्वचा तुमच्या सहज हातात येत असेल आणि तुम्ही तिथे चिमटा काढू शकत असाल तर अशा वेळी सुरकुत्या भरण्यासाठी फिलरचा काहीही उपयोग होणार नाही. त्यामुळे जबड्याच्या रेषा स्पष्ट होऊ शकणार नाहीत. त्या वेळी फक्त शस्त्रक्रिया हाच एकमेव प्रभावी मार्ग असू शकेल. प्लास्टिक सर्जन तुमची त्वचा ताणून घेऊन शस्त्रक्रिया करून अतिरिक्त त्वचा काढून टाकेल. मानेवरची त्वचा अशा प्रकारे काढून टाकण्याच्या शस्त्रक्रियेला 'सर्व्हिकोप्लास्टी' म्हणतात. तुमच्या हनुवटीखाली आणि जबड्याखाली चरबी साचण्याचा आनुवंशिक गुणधर्म असेल तर अशा वेळी बोटॉक्सचा फारसा उपयोग होणार नाही. त्याऐवजी लायपोसक्शनच्या साहाय्याने प्लास्टिक सर्जनच तुमच्या त्या भागावरची अतिरिक्त चरबी दूर करेल. त्याचप्रमाणे तुमच्या डोळ्याखालची त्वचा लोंबत असेल किंवा पापण्यांच्या केसांवर तुमच्या पापण्यांचा भाग पडत असेल आणि तुम्हाला त्यामुळे नीट पाहता येत नसेल तर फक्त बोटॉक्स आणि फिलर्सचाच उपयोग करून भागणार नाही. तुमच्या पापण्या त्यांच्यामुळे लक्षणीयरीत्या वर उचलल्या जाणार नाहीत. अशा वेळी माझ्या रुग्णांना मी डोळ्यांच्या प्लास्टिक सर्जनचा पत्ता देते. त्यांच्याशी ते उत्तम प्रकारे विविध पर्यायांविषयी चर्चा करू शकतात. तुमच्या शरीराच्या बाह्य स्वरूपातील कोणत्याही गोष्टीमुळे तुम्हाला मनस्ताप होत असेल तर जास्त वाट न बघता आणि त्या समस्येने उग्र रूप धारण करण्याआधीच त्वचारोगतज्ज्ञाला भेटा. उशीर होण्यापेक्षा तुम्ही आधीच सुरुवात केलीत तर तुम्ही अधिक लवकर, अधिक चांगल्या किंवा चांगले दिसू लागाल. शिवाय त्यासाठी तुम्हाला अगदी जहाल उपाययोजनेकडेही वळावे लागणार नाही.

✦

# उपसंहार

*काही लोकांना उमदेपणाने वृद्धत्वाकडे झुकणे म्हणजे नैसर्गिकरीत्या वृद्ध होणे असे वाटते. त्याचप्रमाणे काही लोकांना डॉक्टर म्हणजे पांढरा कोट घातलेली, कडक, भारदस्त, नीरस व्यक्तिमत्त्वाची प्रौढ व्यक्ती वाटते. मी ते समजू शकते. कारण मीही तशीच होते. (फक्त प्रौढ व्यक्ती नव्हते, एवढेच!)*

*मला फॅशनची आवड असली तरीही परंपरांविषयी एक प्रकारचे आकर्षणही आहे आणि प्रवासाचीही मला खूपच आवड आहे. मात्र तरीही डॉक्टर होणे म्हणजे केवळ गंभीर वैद्यकीय व्यावसायिकाप्रमाणे वेषभूषा करणे असे मला वाटत असे. मला फॅशनेबल कपडे वापरण्याची आवड असली तरीही मी पॉलिस्टरचे इस्त्रीचे कपडे वापरत असे. हे मी बरेच दिवस केले आणि अखेरीस एक दिवस मला कंटाळा आला. २००४च्या उन्हाळ्यात मी लॉस एंजेलिस इथे एक मस्त, उत्साहवर्धक व्यवसाय सुरू केला. मी मासिकांच्या संपादकांना सल्ला देऊ लागले. हॉलिवुडमधील खूपच प्रसिद्ध व्यक्तींच्या चेहऱ्यावर उपचार करण्याचे भाग्य मला लाभले होते. रोजच माझ्या कार्यालयात या प्रसिद्ध स्त्रियांची वर्दळ असे. त्या सर्वांनाच मौज आणि फॅशन हवी असे. त्या खरोखरच सशक्त, यशस्वी आणि सुंदर स्त्रिया होत्या. मात्र त्या वेळी मी एका कंटाळवाण्या गणवेशाला चिकटून असे. मला स्वत:लाच मी अतिशय गबाळी, पुरुषी आणि बाष्कळ बडबड करणारी स्त्री वाटत असे. अगदी परिपूर्ण डॉक्टर बनण्याचा प्रयत्न करून करून मी कंटाळून गेले होते. आता 'मी' जशी होते, तशाच प्रकारे वागण्यासाठी मी आसुसले होते. मग त्यासाठी कार्यालयात फॅशनेबल ब्लाउज आणि त्याला साजेसा स्कर्ट मी घालायला हवा होता का? होय. मी तो घालणारच होते. तो पांढरा कोट काढून फेकून दिला पाहिजे असे मीच मला बजावूनही आता कित्येक वर्षे उलटली आहेत. त्यामुळे मला नक्कीच स्वातंत्र्य मिळणार होते. मात्र माझ्या खऱ्याखुऱ्या स्वत्वासमोर त्यामुळे काही आव्हानेही उभी ठाकली होती.*

*नीट न बसणारे सूट आणि व्यवस्थित केस न विंचरलेल्या अवस्थेत एखाद्या प्रसिद्ध बॉलरूममध्ये तुम्ही असाल तर तुम्हाला कसे वाटेल याची कल्पना करा. मात्र अशा प्रकारे 'अमेरिकन ॲकॅडमी ऑफ डर्मेटॉलॉजी'च्या राष्ट्रीय परिषदांच्या*

*शुक्रवारच्या रात्रीच्या कार्यक्रमांना आम्ही उपस्थित राहत असू. (कारण पारंपरिकदृष्ट्या विचार करता आम्ही फॅशनकडे झुकणारे लोक नाही.) सन २००४पासून मी तिथे व्याख्याती म्हणून उपस्थित राहत असल्याचे मी आधीच सांगितले आहे. तरीही सुरुवातीचे काही तास माझ्याकडे दुर्लक्ष केले जात असे. उत्तम प्रकारे पोशाख केलेल्या आणि उंच टाचांच्या चपला घातलेल्या स्त्रिया तर मला कोणाचीतरी पत्नी किंवा मैत्रीण समजत असत. तुमचा माझ्यावर विश्वास बसत नाही का? मॅनहॅटनमधील एका सत्तरीतील प्रमुख त्वचारोगतज्ज्ञाच्या शेजारी एकदा मी बसले होते. आमच्या टेबलाभोवती बसलेल्या प्रत्येक सदस्याला त्याने आपली ओळख करून दिली. त्याने फक्त एकाच व्यक्तीला स्वत:ची ओळख करून दिली नाही आणि ती अपवाद असलेली व्यक्ती मी होते! अशा वेळी मला राग येत असे. फक्त तुमच्या दिसण्यामुळे तुमच्याकडे दुर्लक्ष केले जाणे किंवा तुम्हाला वगळले जाणे यासारखी संतापजनक गोष्ट दुसरी कोणतीही नाही. वर्गातील इतर मुलांच्या तुलनेत तुम्ही चश्मा वापरत असल्यामुळे तुम्हाला नाकारले जाणे असो (माझ्या बाबतीत मी हायस्कूलमध्ये असताना हे घडत असे) की तुमच्या पेहरावाविषयीच्या किंवा केशरचनेविषयीच्या 'प्रेमामुळे', आधीच आपल्या केशरचनेविषयी तुम्हाला संकोच वाटत असताना अचानकच लोक तुम्हाला त्यामुळेच मूर्ख समजू लागल्यामुळे अव्हेरले जाणे असो (अर्थातच काही वेळा माझ्या बाबतीत असे होत असे) ते सारे संतापजनकच असते. परंतु तुम्हाला एक गोष्ट माहिती आहे का? दर वर्षी अशा प्रतिष्ठित परिषदेला जाण्यासाठी बॅग भरताना माझ्या संकुचित विचारसरणीच्या सहकाऱ्यांचा विचार मी करतच नसे. माझ्याकडे असलेली माझी सर्वाधिक आवडती वस्तू मी घेत असे आणि उंच टाचेच्या चपला फेकून देत असे. कारण ज्या वेळी व्यासपीठावर प्रमुख व्याख्याती म्हणून मला बोलावले जात असे त्या वेळी मी मान ताठ करून अभिमानाने उठून जात असे. त्या खोलीत मी अगदी मागच्या भागात बसलेली असे. तिथून ताठ मानेने व्यासपीठावर माइकपर्यंत जाण्याची सर इतर कशालाही येत नसे. त्याच क्षणी तिथे जमलेल्या आठ हजार डॉक्टरांच्या लक्षात येत असे की, फक्त माझे बोलणे ऐकण्यासाठी (आणि त्यातून काहीतरी शिकण्यासाठीही) त्यांनी हजारो मैलांचा प्रवास आणि शेकडो डॉलर्स खर्च केले आहेत. होय. तीच ती पार्टीतील डॉक्टरसारखी न दिसणारी अजागळ स्त्री. वैद्यकीय तज्ज्ञ म्हणून भाषण करण्याचा सन्मान मला मिळाल्याची जाणीव असणे, ही जगातील एक सर्वोत्तम भावना*

*होती. हावर्ड मेडिकल स्कूलमधून पदवी मिळवून प्रसिद्ध पण अत्यंत तोकड्या कपड्यातील व्यक्तींना तपासण्याची फी मिळत असलेली मी डॉक्टर होते.*

*माझे काम मला खूप आवडते. त्वचेसाठी माझ्या रुग्णांचे आहाराविषयी समुपदेशन करणे, त्वचेची निगा राखण्यासाठी उत्तम काय ठरेल याविषयी संशोधन करणे आणि मेकअपचे प्रयोग करणे – म्हणजेच अधिक उत्तम दिसणे आणि वाटणे यासाठी स्त्रियांना मदत करणे हे काम मला आवडते. कारण 'माझ्या' आयुष्यातही हा प्रवास खूपच महत्त्वपूर्ण ठरला आहे. चेहऱ्याला पोषक आहार घेतल्यामुळे तुमची त्वचा अधिक नितळ, मुलायम आणि आरोग्यपूर्ण दिसेल हे मला माहिती आहे. त्यामुळे तुमच्या त्वचेवर तुम्हाला नियंत्रण मिळवता येईल आणि कोणत्याही प्रकारे अपराधीपणा वाटून न घेता तुम्ही आत्मविश्वासाने वावरू शकाल. सर्व प्रकारचे सेंद्रियच पदार्थ खाणे म्हणजे उमदेपणाने, रुबाबात वृद्धत्वाकडे वाटचाल करण्याची तुमची व्याख्या असेल, तर ते तुमच्यासाठी चांगलेच आहे. बोटॉक्सचा (किंवा इतर कोणत्याही सौंदर्यवर्धक प्रक्रियेचा) विचार करण्यास तुमचीच हरकत नसणे म्हणजे उमदेपणाने वृद्धत्वाकडे झुकणे असे तुम्हाला वाटत असेल तर मुलींनो, तुम्ही तेही करून घ्या. कारण तुम्ही जे काही कराल ते तुमच्यासाठी कदाचित कठीण असेलही; परंतु तुम्ही समाधानी बनण्याचा तोच एकमेव मार्ग असेल आणि माझा हा सल्लाही तुमच्या हिताचाच आहे.*

Dr. Jessica Wu

## सर्व वयोगटांसाठी

# योगसाधना आणि ध्यानधारणा

योगसाधना सुयोग्य पद्धतीने आणि सुरवातीपासून केल्यास जवळपास सर्व लहान मोठे आजार टाळता येऊ शकतात.

या पुस्तकामध्ये बाल्यावस्था, पौगंडावस्था, प्रौढावस्था, वृद्धावस्था, गर्भारपण या सर्व अवस्थांमध्ये करण्यायोग्य आसनं, प्राणायाम, ध्यानधारणा आणि योगनिद्रा दिलेल्या आहेत.

---

## सौंदर्य आणि तारुण्य टिकविण्यासाठी

# योगसाधना

सुंदर, तरुण आणि शांत राहण्यासाठी सुडौल, प्रमाणबद्ध आणि शिडशिडीत शरीर, नितळ आणि टवटवीत त्वचा, तेजस्वी, पाणीदार डोळे, सशक्त केस आणि सगळयात महत्त्वाचं म्हणजे मन:शांती या गोष्टी आवश्यक असतात. या पुस्तकामध्ये हे घटक मिळवण्यासाठी योगिक, वैदिक, आयुर्वेदिक आणि पारंपरिक पद्धती सांगितलेल्या आहेत. बिजयालक्ष्मी होता या एक नामांकित योगचिकित्सक असून गेली पंचवीस वर्षं या क्षेत्रात काम करत आहेत. अस्थमा, सांधेदुखी, पाठदुखी इ. पासून ते विविध प्रकारच्या गाठी (ट्यूमर) आणि कर्करोगापर्यंत अनेक आजारांवर त्यांनी यशस्वी उपचार केले आहेत.

---

मूळ इंग्रजी लेखिका **: बिजयालक्ष्मी होता**

अनुवाद **: प्रशांत तळणीकर**